अमेरिकी राष्ट्रपती

आजवरच्या अमेरिकी राष्ट्रपतींची अनोखी ओळख

अतुल कहाते

मेहता पब्लिशिंग हाऊस

Please contact us at **Mehta Publishing House Pvt. Ltd.,** Pune 411030.

✆ +91 020-24476924 / 24460313 / Mob. No. 9545000513

Email : production@mehtapublishinghouse.com

Website : www.mehtapublishinghouse.com

AMERIKI RASHTRAPATI by ATUL KAHATE

अमेरिकी राष्ट्रपती : अतुल कहाते / माहितीपर

Email : author@mehtapublishinghouse.com

संस्थापक : सुनील अनिल मेहता

प्रकाशक : मेहता पब्लिशिंग हाऊस प्रा. लि.,
१९४१, सदाशिव पेठ, माडीवाले कॉलनी, पुणे – ४११०३०.

मुद्रक : ट्रिनिटी ॲकॅडमी फॉर कॉर्पोरेट ट्रेनिंग लिमिटेड

मुखपृष्ठ : सतीश भावसार

आतील चित्रे : सरदार जाधव

प्रकाशनकाल : ३१ ऑक्टोबर, २०१६ / पुनर्मुद्रण : जुलै, २०२५

किंमत : ₹ ८९५

P Book ISBN 9789386175533

E Book ISBN 9789386175540

E Books available on : amazonkindle  

अनिता, जुई, हर्षू यांना –

प्रस्तावना

अमेरिकी राष्ट्रपती हा जगामधला सगळ्यांत जास्त अधिकार असलेला माणूस असतो, असं सर्वसामान्यपणे म्हटलं जातं आणि ते खरंही आहे. अमेरिका हा जगामधला अगदी निर्विवादपणे सगळ्यांत ताकदवान देश असल्यामुळे अमेरिकी राष्ट्रपती या पृथ्वीतलावरचा सगळ्यांत ताकदवान माणूस असणं स्वाभाविकच आहे. दर चार वर्षांनी अमेरिकेमध्ये राष्ट्रपतिपदासाठीची निवडणूक होते. २०१६मध्ये अमेरिकेचा पंचेचाळिसावा राष्ट्रपती निवडला जाण्यासाठीची निवडणूक होणार आहे. या पार्श्वभूमीवर आजवरच्या अमेरिकी राष्ट्रपतींच्या कामगिरीचा आणि त्यांच्या आयुष्यांचा आढावा घेणं खूपच महत्त्वाचं आणि रंजकसुद्धा आहे. अमेरिकेच्या धोरणांचे जगावर खूप मोठ्या प्रमाणावर पडसाद उमटत असल्यामुळे अमेरिकी राष्ट्रपतींच्या कारकिर्दीकडे बघणं म्हणजे, एका अर्थानं, या काळातल्या जागतिक इतिहासामध्ये डोकावण्यासारखंच आहे, असंही आपण म्हणू शकतो.

अमेरिकी राष्ट्रपतिपदाची जबाबदारी पार पाडणं किती अवघड असतं, याविषयीचा अंदाज आपल्याला दुरूनही येतो; पण खुद्द काही अमेरिकी राष्ट्रपतींच्याच नजरेतून त्याचा विचार केल्यावर, त्यामधला खडतरपणा आपल्या अजूनच लक्षात येईल. जेम्स पोकनं 'आपली जबाबदारी प्रामाणिकपणे आणि आपल्या सदसद्विवेकबुद्धीला अनुसरून पार पाडणाऱ्या कुठल्याही अमेरिकी राष्ट्रपतीला आराम किंवा मौजमजा यांचा विचारसुद्धा करणं शक्य होत नाही' असं म्हटलं, आणि व्हाईट हाऊसमधून बाहेर पडल्यावर तीनच महिन्यांनी थकल्याभागल्या पोकचं कॉलराच्या निमित्तानं वयाच्या त्रेपन्नाव्या वर्षी निधन झालं! कदाचित, पोकचं उदाहरण एकदम टोकाचं असेलही; पण अनेक अमेरिकी राष्ट्रपतींनी अशाच प्रकारची मतं मांडली आहेत. आपल्या कार्यकालामधली दोन वर्षं शिल्लक असताना थॉमस जेफरसननं 'वैयक्तिक पातळीवर खरं म्हणजे ही नुसती कटकट आणि दररोज आणखी जास्त मित्र गमावण्यासाठीची जबाबदारी आहे,' असं म्हटलं होतं. अँड्र्यू जॅक्सन तर राष्ट्रपतिपद भूषवणं

म्हणजे आपण गुलाम असण्यासारखंच माने. बेंजामिन हॅरिसननं व्हाईट हाऊसला 'माझा तुरुंग' म्हटलं होतं. अर्थातच, याला विसाव्या शतकात अनेक अपवादही होते. आपल्याइतकं राष्ट्रपतिपद कुणीच उपभोगलं नाही, असं थिओडोर रुझवेल्ट म्हणत असे. त्याचा लांबचा चुलतभाऊ फ्रँकलिन रुझवेल्ट अमेरिकी राष्ट्रपतिपदाचं वर्णन 'जगामधलं सगळ्यात भव्यदिव्य काम' अशा शब्दांमध्ये करे. बिल क्लिंटननं आपल्याला राष्ट्रपतिपद खूप आवडत असल्याची कबुली दिली आणि मोनिका लुईन्स्की प्रकरणानंतरही त्याचं हे मत टिकून राहिलं. अलीकडे मात्र बराक ओबामानं, आपले केस राष्ट्रपतिपदाच्या काळात किती वेगानं पांढरे होत गेले, याविषयी एकदा भाष्य केलं होतं.

मौजमजा करण्याच्या बाबतीतसुद्धा अमेरिकी राष्ट्रपती अगदी आघाडीवर असतात. दस्तुरखुद्द जॉर्ज वॉशिंग्टनला दारू प्यायला खूप आवडे. थॉमस जेफरसननं तर युरोपमधल्या आपल्या वास्तव्यादरम्यान वाईनचं इतकं सेवन केलं, की त्यानं प्रथमच अमेरिकेमध्ये वाईननिर्मिती उद्योगाला चालना मिळाली. जेफरसननं आपल्या वाईनप्रेमापोटी सरकारवर कर्ज निर्माण केलं होतं! जॉन क्विन्सी ॲडम्सनंही युरोपमध्ये भरपूर प्रवास केलेला असल्यामुळे सगळ्या प्रकारच्या वाईनचा तो आस्वाद घेई, आणि कुठलाही प्रकार नुसती बाटली बघूनच तो ओळखू शके. नंतरच्या राष्ट्रपतींनी वाईनऐवजी बिअर, व्हिस्की यांना प्राधान्य दिलं. पियर्स, बुकॅनन, ग्रँट असे राष्ट्रपती मात्र बाटलीपासून सदैव दूरच असत. अनेक राष्ट्रपती धूम्रपानही करत. जॉन ॲडम्सला तर ही सवय वयाच्या दहाव्या वर्षीच लागली! फ्रँकलिन रुझवेल्ट, आयसेनहॉव्हर, लिंडन जॉन्सन असे काही राष्ट्रपती तर 'चेनस्मोकर' म्हणूनच ओळखले जात.

अमेरिकन निवडणुकांमध्ये राजकीय आणि प्रशासकीय अधिकारांच्या विभागणीला खूप महत्त्व दिलं जातं. यासाठी वेगवेगळ्या प्रकारच्या प्रतिनिधींचा कार्यकालही वेगवेगळा असतो. अमेरिकन राष्ट्रपतीचा कार्यकाल नेहमी चार वर्षांसाठीचा असतो. तसंच 'हाऊस ऑफ रिप्रेझेंटेटिव्ह्ज' या सभागृहाच्या सदस्यांचा कार्यकाल दोन वर्षांचा असतो. याशिवाय, 'सिनेट' सभागृहाच्या सिनेटर्सचा कार्यकाल सहा वर्षांचा असतो. इतकंच नव्हे, तर या वेगवेगळ्या प्रतिनिधींची निवडसुद्धा वेगवेगळे लोक करतील, अशी तरतूद घटनेतच करण्यात आलेली आहे. ही सगळी पद्धत इंग्लंड किंवा भारत यांच्यासारख्या देशांमधल्या 'संसदीय लोकशाही'च्या पद्धतीहून वेगळी आहे. कारण या देशांमध्ये पंतप्रधानाची आधी लोकसभा किंवा राज्यसभा अशांसारख्या सभागृहांमध्ये 'खासदार' म्हणून निवड व्हावी लागते आणि त्यानंतर त्या सभागृहामधले सभासद पंतप्रधानाची

निवड करतात. अमेरिकेमध्ये मात्र असं होत नाही. अमेरिकेचा उल्लेख 'फेडरल रिपब्लिक' म्हणून केला जातो. तिथं भौगोलिकदृष्ट्या वेगवेगळ्या राज्यांना त्यांच्या कारभारासाठीचे स्वतंत्र अधिकार असतात. जे अधिकार केंद्राकडे नसतात, ते उरलेले सगळे अधिकार राज्यांकडे असतात. अर्थातच, या राज्यांमध्ये स्वतंत्रपणे निवडणुका होऊन तिथं राज्य पातळीवरची सरकारं येतात. प्रत्येक राज्याला स्वतःची घटना आहे. त्यानुसार त्या राज्याच्या सरकारला केंद्र सरकारकडे असलेले अधिकार वगळता कोणकोणते अधिकार असतील, हे ठरतं.

बहुतेक वेळा अमेरिकन नागरिक एकाच वेळी केंद्रातले प्रतिनिधी आणि राज्यातले प्रतिनिधी यांच्यासाठी मतदान करतात; पण यातून अर्थातच काही अडचणी निर्माण होतात. केंद्रामधल्या काही धोरणांमुळे राज्यपातळीवर समाधानकारक काम होत नसेल, तर नागरिकांनी आपल्या मतदानातून हे कसं दाखवून द्यायचं, याविषयी बऱ्याच लोकांची वेगवेगळी मतं असतात. पण कुठलीही पद्धत स्वीकारली, तरी त्यात कोणत्या ना कोणत्या अडचणी असणारच, हे खरं. कधीकधी लोकांवर एकापाठोपाठ एक अशा इतक्या वेगवेगळ्या प्रकारच्या प्रतिनिधींसाठी मतदान करायची वेळ येते, की ते पार वैतागून जातात. अशात जर अमेरिकन राष्ट्रपतिपदासाठीची दर चार वर्षांनी होणारी निवडणूकसुद्धा होत असेल, तर बहुतेक वेळा लोकांना इतर प्रतिनिधींच्या निवडणुकीत फारसा रस उरत नाही. त्यामुळे राष्ट्रपतिपदाची निवडणूक इतर सगळ्या प्रतिनिधींच्या निवडणुकांना पार झाकोळून टाकते. या प्रकाराला अमेरिकन लोकांनी 'फॉलऑफ' असं नाव दिलं आहे. हे टाळण्यासाठी अलीकडे पाच राज्यांनी आपल्या घटनेमध्ये दुरुस्त्या करून घेतल्या आहेत. यातून एकाच वेळी राष्ट्रपतिपदासाठीची निवडणूक आणि त्याचबरोबर इतर राज्यपातळीवरच्या किंवा स्थानिक निवडणुका होणार नाहीत, यासाठीची खबरदारी घेण्यात येते. या पाच राज्यांमध्ये राज्यपातळीवरच्या किंवा स्थानिक निवडणुका विषम म्हणजे दोनने भाग न जाणाऱ्या सालांमध्ये होतात. विषम आकडा असलेल्या सालाचा संबंध म्हणजे अमेरिकन राष्ट्रपतिपदासाठीची निवडणूक दर चार वर्षांनी आणि सम असलेल्या सालातच होते.

आपल्याकडे अनेकदा सरकार पडायची वेळ येते; कारण सरकारविरुद्ध विरोधी पक्ष अविश्वास प्रस्ताव सादर करू शकतो आणि त्यावर मतदान घेतलं जातं. त्यात सरकारच्या बाजूनं अपेक्षित असलेली मतं पडली नाहीत, तर अर्थातच सरकार पडतं आणि पंतप्रधानाला राजीनामा देऊन मंत्रिमंडळ

बरखास्त करावं लागतं. अमेरिकेमध्ये मात्र कुठलंच सरकार कधीच पडू शकत नाही! कारण प्रत्येक सरकारच्या कार्यकालाची मुदत ठरलेली असते. ती मुदत काहीही झालं तरी पूर्ण होतेच. साहजिकच, मध्यवर्ती निवडणुका होण्याचा प्रश्नही यात उद्‌भवत नाही. दर चार वर्षांनी सम आकडा असलेल्या सालाच्या नोव्हेंबर महिन्याच्या पहिल्या सोमवारनंतरच्या मंगळवारी केंद्रीय पातळीवरच्या निवडणुका अमेरिकेत होणार, हे कायमसाठी ठरलेलं आहे. राष्ट्रपतिपदावर एखाद्या माणसाची नेमणूक झाली की ती ४ वर्षांसाठीच असते. जर दुर्दैवानं राष्ट्रपतिपदावर असलेला माणूस ही जबाबदारी निभावताना मृत्यू पावला, तर त्याची जागा दुसरा माणूस घेतो; पण नव्यानं राष्ट्रपतिपदासाठीच्या निवडणुका त्या पदाची मूळ मुदत संपेपर्यंत होत नाहीत. राष्ट्रपतिपदावरून कुणी राजीनामा दिला, तरी यात बदल होत नाही! उदाहरणार्थ, व्हिएतनाम युद्धाच्या संदर्भातल्या एका गाजलेल्या घोटाळ्यामुळे रिचर्ड निक्सनला राष्ट्रपतिपदाचा राजीनामा द्यावा लागला होता; पण उपराष्ट्रपतिपद यासाठीच असतं. तसंच १९४४मध्ये अमेरिका दुसऱ्या महायुद्धामध्ये प्रचंड मोठ्या प्रमाणावर गुंतलेली असतानासुद्धा तिथल्या राष्ट्रपतिपदासाठीची निवडणूक ठरलेल्या कार्यक्रमानुसार पार पडलीच. या निवडणुकीमध्ये तत्कालीन राष्ट्रपती असलेल्या फ्रँकलिन रुझवेल्टची राष्ट्रपतिपदावर फेरनिवडणूक झाली. तसंच १९४५च्या एप्रिल महिन्यात रुझवेल्टचा मृत्यू झाल्यावर नव्यानं निवडणुका व्हायचा प्रश्नच नव्हता. रुझवेल्टची जागा हॅरी ट्रुमन या तेव्हा लोकांना फारशा माहीत नसलेल्या उपराष्ट्रपतीनं घेतली आणि दुसऱ्या महायुद्धाच्या उरलेल्या काळात अमेरिकेचं नेतृत्व केलं. यानंतरच्या निवडणुका ठरल्याप्रमाणे १९४८च्या नोव्हेंबर महिन्यातच पार पडल्या. निवडणुका ठरावीक वेळा होण्याचा हा प्रकार फक्त राष्ट्रपतीलाच लागू पडतो असं नाही. अमेरिकन काँग्रेसच्या सदस्यांचा कार्यकाल दोन वर्षांचा आणि सिनेटर्सचा कार्यकाल सहा वर्षांचा असतो. जर एखाद्या 'हाऊस ऑफ रिप्रेझेंटेटिव्ह'चा किंवा सिनेटरचा या पदावर असतानाच मृत्यू झाला किंवा त्याच्यावर राजीनामा द्यायची वेळ आली, तर त्या पदासाठी लगेच फेरनिवडणूक होत नाही. त्या सदस्याची जागा दुसरा माणूस घेतो. त्या पदासाठीची निवडणूक ठरल्याप्रमाणे म्हणजे ठरावीक वेळेलाच होते.

अमेरिकेच्या राष्ट्रपतिपदासाठीच्या निवडणुकीच्या पद्धतीला 'इलेक्टोरल कॉलेज' असं म्हणतात. यासंबंधी लोकांना फारसं माहीत नसायचं; पण २०००च्या राष्ट्रपतिपदासाठीच्या अतिशय चुरशीच्या ठरलेल्या निवडणुकीनंतर याविषयी बहुतेक जणांना माहीत झालं. कारण २०००च्या नोव्हेंबर महिन्यात

झालेल्या या निवडणुकीमध्ये 'कोण जिंकलं' यावरून मोठाच गोंधळ माजला आणि पुढचे कित्येक महिने हे प्रकरण न्यायालयात गेलं. रिपब्लिकन पक्षाचा जॉर्ज डब्ल्यू बुश आणि डेमोक्रॅटिक पक्षाचा आणि तेव्हा उपराष्ट्रपती असलेला अल गोर या दोघांपैकी नक्की कुणाला फ्लॉरिडामधली पंचवीस मतं मिळाली, हे ठरत नव्हतं. फ्लॉरिडामधल्या या पंचवीस मतांना भलतंच महत्त्व प्राप्त झालं होतं. फ्लॉरिडाच्या मतांची अनेकदा फेरमोजणी झाली, आणि हा गोंधळ काही सुटेना. शेवटी, अमेरिकेच्या सर्वोच्च न्यायालयानं हे मतांच्या फेरमोजणीचं चक्र थांबवायचा आणि ही पंचवीस मतं बुशच्या नावे करायचा निर्णय घेतला. यामुळे अमेरिकेचा त्रेचाळिसावा राष्ट्रपती म्हणून बुशची निवड झाली.

या 'इलेक्टोरल कॉलेज'ची संकल्पना कशी असते, त्याचं अमेरिकन राजकारणात काय महत्त्व असतं, या प्रश्नांची उत्तरं समजून घेणं महत्त्वाचं आहे. कारण त्यावरूनच अमेरिकेच्या राष्ट्रपतिपदासाठी इच्छुक असलेले उमेदवार आपला प्रचार कसा करतात, कुठल्या प्रकारच्या मतदारांना ते आपल्या बाजूनं खेचून घ्यायचा प्रयत्न करतात आणि सर्वसामान्य लोकांची मतं शेवटच्या निकालामध्ये कशा प्रकारे प्रकट होतात, हे ठरतं. 'इलेक्टोरल कॉलेज'ची संकल्पना अमेरिकेच्या राज्यघटनेचा पाया रचणाऱ्या 'फाऊंडिंग फादर्स'नी मांडली. कारण त्यांना काही प्रश्न भेडसावत होते आणि त्यावर अशी पद्धत असणं हा चांगला उपाय ठरेल, असं त्यांना वाटत होतं. बऱ्याच चर्चेनंतर अमेरिकेत सगळे निर्णय घेण्यासाठी संसदेसारखी दोन सभागृहं असावीत, असं ठरलं. या दोन सभागृहांपैकी 'हाऊस ऑफ रिप्रेझेंटेटिव्ह्ज' या सभागृहासंबंधीच्या प्रतिनिधित्वासंबंधीचा निर्णय वेगवेगळ्या राज्यांच्या लोकसंख्येनुसार ठरवण्यात आला. तसंच प्रत्येक राज्यानं 'सिनेट' या दुसऱ्या सभागृहासाठी दोन प्रतिनिधी निवडून द्यावेत, असं ठरलं. यातून खूप मोठी लोकसंख्या असलेली राज्यं आणि खूप कमी लोकसंख्या असलेली राज्यं यांच्यामध्ये सुरू असलेले वादविवाद बऱ्यापैकी संपुष्टात आले. काँग्रेसच्या प्रतिनिधींची निवड 'पॉप्युलर व्होटिंग'नं, म्हणजेच नेहमीच्या निवडणुकांमधून होईल, तर सिनेटर्सची निवड कशी करायची हे त्या-त्या राज्यानं ठरवावं, असं ठरलं.

या सगळ्या गोंधळात 'राष्ट्रपतीची निवड नक्की कशी करायची' हा गुंता सोडवणंही भाग होतं. जर हा निर्णय राज्यांवर सोडला असता, तर जास्त लोकसंख्या असलेल्या राज्यांचं या निर्णयावर वर्चस्व राहिलं असतं. मग सरळ सगळ्या लोकांचं मतदान घेऊन राष्ट्रपतीची निवड करायची का? पण यालाही

अमेरिकेची घटना लिहिणाऱ्या लोकांचा विरोध होता. याचं कारण म्हणजे, त्या काळात अमेरिकेमध्ये प्रचंड मोठ्या प्रमाणात गुलामगिरी सुरू होती. विशेषतः अमेरिकेच्या दक्षिणेकडच्या राज्यांमध्ये तर गुलामगिरी अगदी सर्वसामान्य प्रथा असल्यासारखं मानलं जायचं. आता या गुलामांना मतदानासारखे मूलभूत अधिकार नसल्यामुळे 'त्यांच्या मतांचं काय करायचं', हाही एक मोठा प्रश्न या मार्गातून सुटला नसता. शेवटी, एका गुलामाचं मत हे इतर माणसाच्या एका मताइतकं महत्त्वाचं नसून ते एका मताच्या तीन पंचमांश इतकंच धरलं जावं, असा विचित्र निर्णय घेण्यात आला; पण म्हणून गुलामांना मतदानाचा अधिकार मिळणारच नव्हता. फक्त कुठल्याही राज्यातल्या मतदारांची संख्या मोजताना, गुलामांची प्रत्येकी तीन पंचमांश इतकी काल्पनिक मतं गृहीत धरली जातील, असं ठरलं. त्यामुळे काँग्रेसमध्ये कुठल्या राज्याकडून किती प्रतिनिधी पाठवायचे हे ठरवताना गुलामगिरी बोकाळलेल्या राज्यांचा फायदा झाला. कारण त्यांच्याकडच्या गुलामांना प्रत्येकी तीन पंचमांश इतक्या प्रमाणात मत आहे असं मानलं गेलं आणि त्यामुळे या राज्यांमधल्या कागदोपत्री मतदारांची संख्या आपोआपच वाढली.

या सगळ्यांतून 'इलेक्टोरल कॉलेज'ची संकल्पना एक मध्यममार्ग म्हणून निघाली. त्यानुसार प्रत्येक राज्यानं आपल्याकडून 'हाऊस ऑफ रिप्रेझेंटेटिव्ह्ज'मध्ये पाठवल्या जाणाऱ्या सदस्यांची संख्या अधिक दोन सिनेटर्स या बेरजेएवढा आकडा काढायचा, असं ठरलं. अर्थातच, प्रत्येक राज्यातून दोन सिनेटर्स अमेरिकी सिनेटवर जाणार हे नक्की असल्यामुळे, फक्त तिथून हाऊस ऑफ रिप्रेझेंटेटिव्ह्जचे किती सदस्य जाणार, इतकाच प्रश्न होता. मोठ्या राज्यांमधून अर्थातच जास्त लोक हाऊस ऑफ रिप्रेझेंटेटिव्ह्जमध्ये पाठवले जाणार हे ठरलेलं असल्यामुळे, मोठ्या राज्यांमध्ये या बेरजेचा आकडा मोठा झाला. म्हणजेच उदाहरणार्थ, २०००च्या जनगणनेच्या आधारे कॅलिफोर्नियामध्ये ३.३९ कोटी इतकी म्हणजेच सगळ्यांत जास्त लोकसंख्या असल्यामुळे, तिथून त्रेपन्न जण हाऊसमध्ये निवडले जातील असं ठरलं; तर अलास्का, नॉर्थ डेकोटा, साऊथ डेकोटा, व्हरमाँट, व्यॉमिंग अशा राज्यांमधून एकच जण हाऊसवर निवडून जाईल, असं ठरलं.

आता हा जो आकडा असेल, त्याच्याइतकी माणसं प्रत्येक राज्यानं निवडायची, असं ठरलं. या प्रकारे निवडल्या गेलेल्या माणसाला 'इलेक्टर' असं म्हटलं जातं. साहजिकच, कॅलिफोर्नियामधून त्रेपन्न अधिक दोन म्हणजे पंचावन्न 'इलेक्टर्स', फ्लॉरिडामधून तेवीस अधिक दोन म्हणजे पंचवीस इतके

'इलेक्टर्स' वगैरे होत होत, अलास्का, नॉर्थ डेकोटा, साऊथ डेकोटा, व्हरमाँट, व्यॉमिंग या छोट्या राज्यांमधून एक अधिक दोन म्हणजे तीन 'इलेक्टर्स' असं ठरलं. अर्थातच कुठल्याही राज्यातून तीनपेक्षा कमी इलेक्टर्स असणं शक्यच नसतं. कारण प्रत्येक राज्यातून दोन सिनेटर्स आणि किमान एक हाऊसवाला सदस्य निवडून आलेला असतोच. अर्थात, या पद्धतीचे काही तोटेसुद्धा असतात. उदाहरणार्थ, २००४च्या निवडणुकांमध्ये कॅलिफोर्नियामध्ये दर ६.६५ लाख मतदारांमागे एक इलेक्टर होता; तर मेन्स राज्यातून दर ३.२९ लाख मतदारांमागे एक इलेक्टर होता. अर्थातच मेन्स राज्याहून कॅलिफोर्निया राज्य खूप मोठं असलं, तरी कॅलिफोर्नियाला पुरेसं प्रतिनिधित्व मिळालं नसल्याचं हे लक्षण होतं.

अशा प्रकारे सगळ्या राज्यांमधल्या इलेक्टर्सच्या संख्येची बेरीज केली, तर ती ५३८ अशी भरते. त्यांच्यापैकी किमान २७० इलेक्टर्सची मतं जिंकणारा माणूस अमेरिकेचा राष्ट्रपती होतो. या इलेक्टरसाठीच्या निवडणुका कशा घ्यायच्या, याचा निर्णय प्रत्येक राज्यानं घ्यायचा असतो. तसंच या इलेक्टर पदावरती निवड झालेल्या माणसाला केंद्रीय पातळीवर कुठल्याही पदावर काम करायची परवानगी मिळत नाही. जर इलेक्टर्सनी बहुमतानं कुणाला राष्ट्रपती तसंच उपराष्ट्रपती बनण्यासाठी पुरेशी मतंच दिली नाहीत, तर? अशा वेळी हाऊस ऑफ रिप्रेझेंटेटिव्ह्जवर राष्ट्रपती निवडून द्यायची, तर सिनेटवर उपराष्ट्रपती निवडून द्यायची जबाबदारी येते.

म्हणजेच, जेव्हा अमेरिकेमध्ये राष्ट्रपतिपदासाठीच्या निवडणुका होणार असतात, तेव्हा मतदान करण्यासाठी गेलेल्या माणसाला, यंदा राष्ट्रपती आणि उपराष्ट्रपती या पदांसाठी कोणते उमेदवार उभे राहिले आहेत, हे कळतं. त्या उमेदवारांची नावं मतपत्रिकेवर छापलेली असतात; पण प्रत्यक्षात सर्वसामान्य लोक राष्ट्रपती किंवा उपराष्ट्रपती यांना मत देतच नाहीत. लोकांनी दिलेलं मत त्या भागामधला इलेक्टर निवडण्यासाठीचं असतं. अर्थातच, समजा एखाद्या माणसाला डेमोक्रॅटिक पक्षातर्फे उभ्या राहिलेल्या राष्ट्रपतीला आणि उपराष्ट्रपतीला मत द्यायचं असेल, तर तो माणूस आपलं मत डेमोक्रॅटिक पक्षातर्फे उभ्या राहिलेल्या इलेक्टरला देईल. नंतर हा इलेक्टर आपलं राष्ट्रपतिपदासाठीच्या आणि उपराष्ट्रपतीच्या प्रत्यक्ष निवडणुकांमधलं मत थेट राष्ट्रपतिपदासाठी आणि उपराष्ट्रपतिपदासाठी उभ्या राहिलेल्या उमेदवारांना देईल. म्हणजेच सर्वसामान्य लोकांनी आपापला इलेक्टर निवडायचा, आणि सगळ्या इलेक्टर्सनी मिळून राष्ट्रपती आणि उपराष्ट्रपती या दोघांची निवड करायची, अशी ही पद्धत

असते. म्हणजेच अमेरिकन जनता अप्रत्यक्षपणे आपला राष्ट्रपती आणि उपराष्ट्रपती यांची निवड करत असली, तरी प्रत्यक्ष निवडणुकीमध्ये मात्र फक्त इलेक्टर्स म्हणजेच फक्त ५३८ जणांची 'जनता'च आपल्या देशांचे नेते निवडत असते. या इलेक्टर्सनी 'ठरावीक उमेदवारालाच आपण निवडून देऊ' अशी शपथ घेतलेली असते. मुळात त्या आधारेच लोक या इलेक्टर्सना निवडून देत असतात. पण अर्थातच ऐन मतदानाच्या वेळी भलत्याच उमेदवाराला मतदान करायचा प्रकार इलेक्टर्स करू शकतात. हा प्रकार अशक्य नसला, तरी अर्थातच दुर्मीळ असतो. असं करणाऱ्या इलेक्टरच्या मताला 'फेथलेस व्होट' असं म्हणतात.

अशा प्रत्येक इलेक्टरनं राष्ट्रपतीच्या पदासाठीच्या निवडणुकीच्या वेळी मतदान करायचं, असं ठरलं. इलेक्टर आपलं एक मत राष्ट्रपतिपदासाठी उभ्या राहिलेल्या उमेदवाराला देतो आणि आणखी एक मत उपराष्ट्रपतिपदासाठी उभ्या राहिलेल्या उमेदवाराला देतो. खरं म्हणजे सुरुवातीचं चित्र वेगळं होतं. पूर्वीच्या काळी राष्ट्रपती आणि उपराष्ट्रपती अशा दोन वेगवेगळ्या पदांसाठी म्हणून उमेदवार उभे राहायचेच नाहीत. कारण तेव्हा राष्ट्रपती आणि उपराष्ट्रपती अशा दोघांसाठी वेगवेगळ्या पदांच्या निवडणुकाच व्हायच्या नाहीत. म्हणून निवडणूक व्हायच्या आधी राष्ट्रपतिपदाचा दावेदार नक्की कोण आहे आणि उपराष्ट्रपतिपदाचा दावेदार कोण आहे, हे त्यांचं आपसातच ठरलेलं असायचं. पण तसंच प्रत्येक इलेक्टर एकूण दोन मतं देऊ शकायचा. त्यातून १८००च्या निवडणुकांमध्ये प्रचंड मोठा गोंधळ माजला. अक्षरशः विश्वास बसणार नाही अशी सिनेमामधली कथा असावी, तसा हा घटनाक्रम होता. त्याविषयी जाणून घेतलंच पाहिजे.

१७९६च्या राष्ट्रपती-उपराष्ट्रपतिपदासाठीच्या निवडणुकांसाठी एकूण बारा जण उभे होते. त्यांच्यापैकी 'फेडरलिस्ट' पक्षाचे सात जण, तर 'डेमोक्रॅटिक-रिपब्लिकन' पक्षाचे पाच जण होते. यातल्या बऱ्याच गोंधळांचं स्पष्टीकरण महत्त्वाचं आहे. पहिला मुद्दा म्हणजे, अलीकडे जसं डेमोक्रॅटिक पक्षातर्फे एक आणि रिपब्लिकन पक्षातर्फे एक, असे प्रत्येक पक्षातर्फे एकेकच उमेदवार राष्ट्रपतिपदासाठीच्या निवडणुकीला उभे राहतात, तशी पद्धत तेव्हा नव्हती. प्रत्येक पक्ष आपापल्या सगळ्यांत जास्त लोकप्रिय उमेदवारांना उभं करायचा! दुसरा मुद्दा म्हणजे राष्ट्रपतिपदासाठी कोण उभं आहे आणि उपराष्ट्रपतिपदासाठी कोण उभं आहे याची सर्वसाधारण कल्पना असली, तरी त्यासाठी निश्चित अशी काहीच धोरणं नव्हती किंवा नियम नव्हते. त्यामुळे या बारा जणांपैकी

कोणीही राष्ट्रपती किंवा उपराष्ट्रपती होईल, अशी परिस्थिती होती. तिसरा मुद्दा म्हणजे, डेमोक्रॅटिक आणि रिपब्लिकन हे पक्ष आता जसे एकमेकांचे हाडवैरी आहेत, तसं तेव्हा नव्हतं. उलट, त्या दोघांचा मिळून डेमोक्रॅटिक-रिपब्लिकन असा एकच पक्ष होता. चौथा मुद्दा म्हणजे, या बारा जणांपैकी ज्या दोघांना सगळ्यांत जास्त मतं मिळतील, ते अनुक्रमे राष्ट्रपती आणि उपराष्ट्रपती होतील, असं नक्की झालं होतं. म्हणजेच, समजा, एका पक्षाच्या उमेदवाराला सगळ्यांत जास्त मतं मिळाली आणि त्याच्या विरोधी पक्षातल्या एका उमेदवाराला दुसऱ्या पक्षाची मतं मिळाली, तर एका पक्षाचा राष्ट्रपती आणि विरोधी पक्षाचा उपराष्ट्रपती अशी परिस्थिती होणं शक्य होतं!

१७९६च्या निवडणुकीमध्ये जॉन अॅडम्सला ७१, तर थॉमस जेफरसनला ६८ मतं मिळाली. त्यामुळे 'फेडरलिस्ट' पक्षाचा अॅडम्स राष्ट्रपती, तर 'डेमोक्रॅटिक-रिपब्लिकन' पक्षाचा जेफरसन उपराष्ट्रपती, अशी विचित्र परिस्थिती प्रत्यक्षात आली! यानंतर जेव्हा १८००च्या राष्ट्रपती-उपराष्ट्रपतिपदासाठीच्या निवडणुका होणार असं जाहीर झालं, तेव्हा 'फेडरलिस्ट' पक्षातर्फे परत एकदा अॅडम्सला राष्ट्रपतिपदासाठी आणि १७९६मध्ये एकूण मतांच्या बाबतीत तिसऱ्या क्रमांकावर गेलेल्या थॉमस पिंकनीला उपराष्ट्रपतिपदासाठी मैदानात उतरवण्यात आलं. १८००च्या या निवडणुकांसाठी 'डेमोक्रॅटिक-रिपब्लिकन' पक्षानंही आधीप्रमाणेच जेफरसनला राष्ट्रपतिपदासाठी आणि अॅरॉन बर याला उपराष्ट्रपतिपदासाठी निवडणुकीत उतरवलं. नेहमीप्रमाणेच इतर काही उमेदवार दोन्ही पक्षांकडून निवडणुकीमध्ये होतेच. राष्ट्रपतिपदासाठीच्या निवडणुकीत मोठाच घोळ झाला. थॉमस जेफरसनला ७३ मतं मिळाल्यामुळे मागच्या वेळच्या पराभवाचा वचपा काढून जेफरसन आता अमेरिकेचा राष्ट्रपती बनणार असं वाटत होतं; पण त्याच्याच 'डेमोक्रॅटिक-रिपब्लिकन' पक्षातर्फे निवडणुकीला उभ्या राहिलेल्या बर या दुसऱ्या उमेदवारालाही ७३च मतं पडली. आता राष्ट्रपती आणि उपराष्ट्रपती हे दोघंही 'डेमोक्रॅटिक-रिपब्लिकन' पक्षाचेच असणार हे नक्की झालं असलं, तरी जेफरसन आणि बर यांच्यापैकी नक्की कोण राष्ट्रपती होणार आणि कोण उपराष्ट्रपती होणार, हे ठरेना. याही निवडणुकीमध्ये आधीप्रमाणेच प्रत्येक इलेक्टरला दोन मतं होती. तसंच या निवडणुकीमध्ये ज्या उमेदवाराला दुसऱ्या क्रमांकाची मतं मिळतील, तो उपराष्ट्रपती होणार हे नक्की झालं होतं; पण आता दोन उमेदवारांमध्ये बरोबरी झाल्यामुळे सगळा घोळच झाला. खरं म्हणजे असं होणार अशी 'डेमोक्रॅटिक-रिपब्लिकन' पक्षाला आधीच कल्पना आली होती. त्यामुळे एका इलेक्टरनं आपली दोन्ही मतं बर

याला न देता, ते मत बादच करून टाकायचं, असं पक्षानं ठरवलं होतं. त्यामुळे जेफरसनला आपोआपच बरपेक्षा एक मत जास्त मिळालं असतं, आणि जेफरसन राष्ट्रपती तर बर उपराष्ट्रपती हे सरळच ठरलं असतं; पण ऐन वेळी त्या इलेक्टरनं काहीतरी घोळ केला आणि आपली दोन्ही मतं बर याला देऊन टाकली. ती बाद ठरवण्यात आल्यामुळे जेफरसन आणि बर यांच्यात मतांची बरोबरी झाली.

आता या गोंधळातून मार्ग कसा काढायचा, हे समजेना. कित्येक आठवडे या प्रश्नासंबंधी दोन्ही बाजूंनी मोठमोठे वादविवाद झाले. अशा वेळी 'हाऊस ऑफ रिप्रेझेंटेटिव्हज' या सभागृहानं या बाबतीत योग्य तो निर्णय घ्यायचा असतो; पण तिथंही गोंधळच झाला. कुणाला राष्ट्रपती ठरवायचं, यासाठी या सभागृहामध्ये तब्बल २५ वेळा मतदान होऊनही निकालच लागेना. कारण प्रत्येक मतदानामध्ये दर वेळी बरोबरीच झाली! शेवटी याच्या आधीच्या निवडणुकांमध्ये केंद्रामध्ये फेडरलिस्ट पक्षाचं वर्चस्व जास्त असल्यामुळे 'डेमोक्रॅटिक-रिपब्लिकन' पक्षामधला हा मामला अंतर्गत न समजता 'फेडरलिस्ट' पक्षानं त्यातला गुंता सोडवावा, असं ठरलं. फेडरलिस्ट पक्षामधल्या अ‍ॅलेक्झांडर हॅमिल्टनला आपल्या विरोधी पक्षामधले जेफरसन आणि बर हे दोघंही अजिबात आवडत नसले, तरी त्यांतल्या त्यात जेफरसन कमी वाईट आहे, असं हॅमिल्टनला वाटत होतं. त्यामुळे हॅमिल्टननं या प्रकरणात जेफरसनच्या बाजूनं जोरदार प्रचार केला. 'जेफरसनला मतं द्या,' असं हॅमिल्टननं 'फेडरलिस्ट' पक्षाच्या सभासदांना आवाहन केलं. यामुळे हॅमिल्टन आणि बर यांच्यामधले आधीपासून खराब असलेले संबंध पार विकोपाला गेले. जेफरसननं आपल्या बाजूनं बरीच चक्रं फिरवून राष्ट्रपतिपद पटकावलं. पण हे प्रकरण इथंच संपणार नव्हतं.

बर आणि हॅमिल्टन यांच्यामधले वादविवाद सुरूच राहिले. १८०४च्या राष्ट्रपतिपदासाठीच्या निवडणुकांमध्ये, जेफरसननं पूर्वीपासून आपल्या पदावर डोळा ठेवून असलेल्या बर याला सहभागी करून घ्यायचं नाही, असं ठरवलं. त्यामुळे राष्ट्रपती किंवा परत उपराष्ट्रपती बनायची संधी आपल्याला मिळणार नाही, हे बर याच्या लक्षात आलं. त्यामुळे बर यानं न्यू यॉर्कच्या गव्हर्नरपदाच्या निवडणुकीसाठी उभं राहायचं ठरवलं. पण हॅमिल्टन काही केल्या बर याचा पिच्छा सोडायला तयार नव्हताच. हॅमिल्टननं या निवडणुकीमध्ये अपक्ष उमेदवार म्हणून अर्ज भरला आणि बर याच्या विरोधात खूप जोरदार प्रचार केला. त्यामुळे या निवडणुकीमध्ये हॅमिल्टननं नंतर पाठिंबा दिलेल्या उमेदवाराकडून

बर याचा पराभव झाला. यातून प्रकरण चिघळत गेलं आणि १८०४मध्ये अमेरिकेचा उपराष्ट्रपती असलेला ॲरॉन बर आणि पूर्वी अमेरिकी अर्थमंत्री असलेला ॲलेक्झांडर हॅमिल्टन यांनी चक्क एकमेकांना पिस्तूल युद्धाचं आव्हान दिलं! हॅमिल्टननं हे युद्ध अर्थातच खरं नसल्याच्या भावनेनं पहिली गोळी हवेत झाडली; पण बरनं चक्क हॅमिल्टनच्या पोटाजवळच्या भागातच गोळी मारली! हॅमिल्टन जागीच कोसळला आणि काही काळानं मरण पावला.

या सगळ्या महाभयानक घटनाक्रमानंतर राष्ट्रपती आणि उपराष्ट्रपती यांच्या निवडणुकीच्या पद्धतीत बदल करून प्रत्येक इलेक्टरनं सरळ राष्ट्रपतिपदासाठीच्या एका उमेदवाराला आणि एका उपराष्ट्रपतिपदाच्या एका उमेदवाराला अशी दोन वेगवेगळी आणि स्वतंत्र मतं द्यावीत, असा बदल करण्यात आला. याला अमेरिकेच्या घटनेमधली '१२ क्रमांकाची दुरुस्ती' ('ट्वेल्थ ॲमेंडमेंट') असं म्हणतात.

याशिवाय, इलेक्टर्सनी राष्ट्रपती, तसंच उपराष्ट्रपती नक्की कसे निवडून द्यायचे, हे ठरवायची जबाबदारी घटनेनं राज्यांवर टाकली होती. त्यातून 'विनर टेक्स ऑल' या नावानं ओळखल्या जाणाऱ्या पद्धतीचा जन्म झाला. म्हणजे काय, तर समजा; कॅलिफोर्नियामध्ये असलेल्या ५५ इलेक्टर्सपैकी ३५ जणांनी डेमोक्रॅटिक पक्षातर्फे उभ्या असलेल्या राष्ट्रपती आणि उपराष्ट्रपती या पदांसाठीच्या उमेदवारांना आपली मतं दिली आणि २० जणांनी रिपब्लिकन उमेदवारांना मतं दिली. अशा वेळी हा निकाल ३५ विरुद्ध २० असा न धरता, ५५ विरुद्ध ० असा डेमोक्रॅटिक पक्षाच्या बाजूनं धरला जातो. म्हणजेच जेव्हा सगळ्या इलेक्टर्सच्या मतांची एकत्रितरीत्या मोजणी केली जाते, तेव्हा कॅलिफोर्निया राज्यातून डेमोक्रॅटिक पक्षाच्या राष्ट्रपतिपदासाठीच्या आणि उपराष्ट्रपतिपदासाठीच्या उमेदवारांना प्रत्येकी ५५ मतं मिळाली आणि रिपब्लिकन पक्षाच्या राष्ट्रपतिपदासाठीच्या आणि उपराष्ट्रपतिपदासाठीच्या उमेदवारांना प्रत्येकी शून्य मतं मिळाली, असा हिशेब केला जातो. म्हणजेच ज्याला जास्त मतं मिळतील, त्याच्या नावानं त्या राज्यामधली सगळीच मतं धरली जातात. याला काही अगदी छोट्या राज्यांचा अपवाद असतो; पण तो दुर्लक्षण्याजोगा असल्यामुळे आपण त्याचा विचार केला नाही, तरी चालेल.

या 'विनर टेक्स ऑल' पद्धतीचा एक तोटाही असतो. साधारणपणे कुठल्या राज्यात कुठल्या पक्षाचा जोर आहे, याचा अंदाज बहुतेक सगळ्यांना आधीपासूनच असतो. त्यामुळे ज्या राज्यांमध्ये आपला विजय किंवा आपला पराभव जवळपास नक्कीच आहे असं वाटतं, त्या राज्यांमध्ये उमेदवार

निवडणुकीच्या प्रचारासाठी फारसे जातच नाहीत! कारण नाहीतरी त्या राज्यामधली सगळी मतं आपल्याला किंवा आपल्या प्रतिस्पर्ध्याला मिळणार आहेत, हे त्यांना आधीपासून माहीतच असतं. त्यामुळे सगळं लक्ष चुरशीच्या किंवा जिथं कुणालाच नीट बहुमत नाही असं वाटत असतं, अशा राज्यांकडेच लागून राहतं. उमेदवार ती राज्यं आपल्या बाजूनं खेचून घ्यायचा प्रयत्न करतात. साहजिकच, एकीकडे काही राज्यांमध्ये राष्ट्रपतिपदासाठीच्या निवडणुकांचा प्रचंड मोठा प्रचार सुरू असतो, आणि त्याच वेळी दुसरीकडे काही राज्यांमध्ये प्रचार किंवा निवडणुकांचं वातावरण वगैरे बऱ्यापैकी थंड असतं. या प्रकारचं मजेशीर चित्र अलीकडे तर नेहमीच बघायला मिळतं. कारण आता 'डेमोक्रॅटिक' आणि 'रिपब्लिकन' असे दोन्ही प्रमुख पक्ष आपला प्रत्येकी एकच तगडा उमेदवार 'राष्ट्रपती' आणि 'उपराष्ट्रपती' या पदांसाठी उभा करतात. त्यामुळे पक्षा-पक्षांमधले गोंधळ व्हायचाही प्रश्न नसतो.

याचीच दुसरी एक लक्षात घेण्यासारखी बाजू म्हणजे, 'विनर टेक्स ऑल' पद्धतीमुळे जरी शेवटी दोन्ही पक्षांच्या उमेदवारांना जवळपास सारखीच मतं मिळालेली असली, तरी प्रत्यक्षात त्यांच्या 'इलेक्टोरल व्होट्स'च्या मतांचा आकडा खूप वेगवेगळा असू शकतो. म्हणजेच या पद्धतीत, जे उमेदवार काही राज्यांमध्ये खूप लोकप्रिय असतील आणि राष्ट्रीय पातळीवर सरासरी किंवा त्याहूनही कमी पातळीची लोकप्रियता मिळवलेले असतील, त्यांचा खूप फायदा होतो. याउलट, जे उमेदवार बऱ्याच राज्यांमध्ये मध्यम स्वरूपाची लोकप्रियता मिळवलेले असतील, त्यांचं यात नुकसान होतं. उदाहरणार्थ, १९४८मध्ये दोन कमी लोकप्रिय उमेदवारांना इलेक्टर्सनी दिलेल्या मूळच्या एकूण मतांपैकी प्रत्येकी २.४ टक्के मतं मिळाली; पण जेव्हा 'विनर टेक्स ऑल' पद्धतीमुळे प्रत्यक्षात मिळालेली मतं बाजूला सारून, कुठल्या राज्यात कुणाचं वर्चस्व आहे त्याला त्या राज्यामधली सगळी मतं मिळणार, असं नेहमीप्रमाणे ठरलं, तेव्हा या दोघांपैकी एका उमेदवाराला एकूण ३९ मतं मिळाली; पण दुसऱ्याला मात्र ० मतं मिळाली! म्हणजेच मूळ मतांमधला दोघांचा हिस्सा सारखा असूनही प्रत्यक्षात त्यांच्या वाट्याला आलेल्या मतांचा आकडा मात्र प्रचंड वेगळा होता. असं व्हायचं कारण म्हणजे, दोन उमेदवारांपैकी एकाला दक्षिणेकडच्या राज्यांमधून भरपूर मतं मिळाली होती; तर दुसऱ्याला देशभरातून सरासरी मतं मिळाली होती. साहजिकच, पहिला उमेदवार दक्षिणेकडच्या राज्यांमध्ये 'विनर टेक्स ऑल' मुळे सगळी मतं कमावून बसला; तर दुसरा उमेदवार सगळीकडेच सगळी मतं गमावून बसला!

आणखी एक चमत्कारिक गोष्ट म्हणजे, प्रत्येक राज्यातून फक्त कुणाला जास्त मतं आहेत, त्यावरून त्या-त्या राज्यामधली सगळी मतं त्या उमेदवाराला मिळत असल्यामुळे प्रत्यक्षात एखाद्या उमेदवाराला 'पॉप्युलर व्होट्स'– म्हणजे जनतेनं इलेक्टर्स निवडून देताना दिलेली मतं- जास्त असली, तरी तो उमेदवार त्याच्याहून 'पॉप्युलर व्होट्स' कमी असलेल्या उमेदवाराकडून पराभूत होऊ शकतो. याचं उदाहरण २०००मध्ये बघायला मिळालं. नेहमीप्रमाणेच सुरुवातीला सर्वसामान्य मतदारांनी इलेक्टर्स निवडून देण्यासाठी मतदान केलं. या मतदानामध्ये डेमोक्रॅटिक पक्षाचा उमेदवार असलेल्या अल गोरला ५.०९ कोटी मतं मिळाली, तर त्याचा प्रमुख विरोधक असलेल्या रिपब्लिकन पक्षाच्या जॉज डब्ल्यू बुशला ५.०४ कोटी मतं मिळाली; पण अर्थातच या मतांचा 'राष्ट्रपती कोण बनणार' याच्याशी थेट संबंध नव्हता. कारण काही राज्यांमध्ये गोरला बुशपेक्षा खूप जास्त मतं मिळाली असली, तरी त्याचा गोरला काहीच फायदा नव्हता. 'विनर टेक्स ऑल'मुळे नाहीतरी ते राज्य गोरच्या नावानंच झालं होतं. म्हणजेच, त्या राज्यामधली सगळी 'इलेक्टोरल व्होट्स' एवीतेवी गोरलाच मिळणार होती. साहजिकच, त्याची 'पॉप्युलर व्होट्स'च्या संदर्भातली आघाडी २ मतांची असो किंवा २ लाख मतांची असो; यानं काहीच फरक पडणार नव्हता! तसंच याच प्रकारामुळे काही राज्यांमध्ये रिपब्लिकन पक्षाच्या इलेक्टर्सना डेमोक्रॅटिक पक्षाच्या इलेक्टर्सच्या तुलनेत अगदी नावापुरतीच आघाडी मिळाली असली, तरी त्या राज्यामधली इलेक्टर्सची सगळी मतं रिपब्लिकन पक्षाला मिळाली. असंच शेवटी फ्लॉरिडा राज्यात झालं. अतिशय अटीतटीची झुंज होऊन शेवटपर्यंत त्या राज्यामधला 'विनर टेक्स ऑल'चा फायदा गोरला मिळणार का बुशला मिळणार, हे ठरत नव्हतं. अखेरीला बुशला फ्लॉरिडा राज्यात गोरहून फक्त ५३७ मतं जास्त मिळाली आणि त्यामुळे त्या राज्यामधली सगळीच्या सगळी २५ इलेक्टरची मतं मिळवून गोरच्या २६६ 'इलेक्टोरल व्होट्स'च्या तुलनेत बुश २७१ वर जाऊन पोहोचला, आणि राष्ट्रपती झाला! अशा प्रकारे आपल्या प्रतिस्पर्ध्याच्या तुलनेत 'पॉप्युलर व्होट्स' म्हणजेच एकूण मतं कमी मिळवूनसुद्धा तो उमेदवार राष्ट्रपती झाल्याची दोन उदाहरणं एकोणिसाव्या शतकात घडली होती. बुशच्या निवडीनंतर 'इलेक्टोरल कॉलेज'च्या पद्धतीविषयी प्रचंड गदारोळ माजला आणि ही पद्धत बाद करून त्याऐवजी दुसरी एखादी पद्धत आणावी, असं म्हटलं जायला लागलं; पण प्रत्यक्षात कुणालाच याला पर्याय असलेली पद्धत सुचवता न आल्यामुळे, आहे तीच पद्धत कायम ठेवायचा निर्णय घेण्यात

आला. यासाठी राष्ट्रपतिपदासाठीच्या निवडणुकीच्या वर्षामधल्या डिसेंबर महिन्यातल्या ठरावीक तारखेला त्या-त्या राज्यामधले इलेक्टर्स त्या राज्याच्या राजधानीत एकत्र जमतात, आणि नवा राष्ट्रपती, तसंच नवा उपराष्ट्रपती या दोन्ही पदांच्या उमेदवारांसाठी मतदान करतात. ही मतं सील करून सिनेटचा प्रमुख असलेल्या सध्याच्या उपराष्ट्रपतीकडे पाठवली जातात.

२०००च्या वादग्रस्त निवडणुकीमुळे, अमेरिकेच्या राजकारणात फक्त दोनच मोठ्या राजकीय पक्षांचं वर्चस्व असावं का, हा मुद्दाही चर्चेला आला. गेली जवळपास १५० वर्षं डेमोक्रॅटिक पक्ष आणि रिपब्लिकन पक्ष हे दोनच पक्ष आलटून पालटून अमेरिकेच्या राष्ट्रपतिपदाचा उमेदवार ठरवत आले आहेत. म्हणजेच देशाच्या सगळ्या गोष्टींवर या दोनच पक्षांचा प्रचंड पगडा या काळात राहिला आहे. यामुळे आपल्याकडे तर कित्येक जणांना अमेरिकेत दोनच राजकीय पक्ष आहेत, असं वाटत असतं. प्रत्यक्षात मात्र अमेरिकेमध्ये अनेक छोटे पक्ष आहेत आणि त्यांचे कार्यकर्ते तसंच उमेदवार देशाच्या कारभारात महत्त्वाची भूमिका बजावतसुद्धा असतात; पण त्यांच्याविषयी जवळपास कधीच बोललं जात नसल्यामुळे त्यांचं अस्तित्वच नसावं की काय, अशी शंका बऱ्याच जणांना येते.

अमेरिकेमध्ये ही द्विपक्षीय पद्धत वाढीला लागण्यामागे अर्थातच 'इलेक्टोरल कॉलेज' पद्धतीचा मोठा हात आहे. एका राज्यामधली सगळी मतं 'विनर टेक्स ऑल'मुळे एकाच पक्षाला मिळणार हे एकदा नक्की झालं, की अर्थातच फक्त मोठ्या पक्षांनाच अशी राज्यंच्या राज्यं जिंकणं शक्य होतं. कारण त्यासाठी एका राज्यात सगळीकडे उमेदवार उभे करणं, निवडणुकांमध्ये मोठ्या प्रमाणावर लागणारा खर्च करणं, प्रचारयंत्रणा मोठ्या प्रमाणावर वापरणं हे सगळं काम लहान पक्षांना करणं जवळपास अशक्यच असतं. यासाठीचं आर्थिक बळ आणि मनुष्यबळ फक्त मोठ्या पक्षांकडेच असू शकतं. साहजिकच, अनेक पक्ष आले आणि गेले; पण मोठ्या ताकदीचे असलेले डेमोक्रॅटिक आणि रिपब्लिकन पक्ष हे दोनच पक्ष या सगळ्या परिस्थितीला पुरून उरू शकले.

भारतासारख्या देशामधल्या लोकांच्या दृष्टीनं समजून घेण्याचा आणखी एक महत्त्वाचा मुद्दा म्हणजे, आपल्याकडे निवडणुका झाल्यावर कुठल्याच पक्षाला बहुमत मिळालं नाही, की ज्याप्रमाणे सगळ्यांत जास्त मतं मिळवलेला पक्ष इतर अनेक पक्षांची मदत घेऊन आघाडी सरकार स्थापन करतो, तसं अमेरिकेत कधी घडत नाही. जर काही आघाड्या वगैरे बनवायच्या असतील, तर त्या निवडणुकीच्या आधीच बनवाव्या लागतात. म्हणजेच, समजा एखाद्या

खूप छोट्या राज्यात डेमोक्रॅटिक पक्ष किंवा रिपब्लिकन पक्ष या दोन्ही प्रमुख पक्षांना आपल्या प्रतिस्पर्ध्याहून जास्त मतं मिळायची शक्यता वाटत नसेल, किंवा तिसऱ्या भलत्याच पक्षाला त्या राज्यात 'विनर टेक्स ऑल'मुळे सगळी मतं मिळतील असं वाटत असेल, तर निवडणुकांच्या आधीच या बाबतीत काहीतरी करणं भाग असतं. उदाहरणार्थ, या पक्षानं आपले उमेदवार त्या राज्यात उभेच करू नयेत आणि आपल्या बाजूनं प्रचार करावा, असं काहीतरी करणं अशा वेळी गरजेचं ठरू शकतं.

अनेक अमेरिकन नागरिकांना या द्विपक्षीय पद्धतीमध्ये बदल व्हावेत आणि इतर पक्षांनाही संधी मिळावी, असं वाटतं; पण प्रत्यक्षात यामुळे खरंच काही होण्याची शक्यता फार कमी आहे, असं तज्ज्ञ म्हणतात. या संदर्भात दुसरी एक महत्त्वाची गोष्ट म्हणजे, जरी दोनच पक्षांचं अमेरिकेमधल्या राजकारणात आणि जनमानसात महत्त्वाचं स्थान कायम राहिलेलं असलं, तरी त्याविषयीच्या मतांमध्ये प्रचंड बदल घडत आलेले आहेत. विसाव्या शतकाचा बराचसा काळ अमेरिकेमधल्या दक्षिणेकडच्या राज्यांवर डेमोक्रॅटिक पक्षाचं वर्चस्व होतं. यामागचं कारण म्हणजे, अमेरिकेमध्ये गुलामगिरीच्या प्रश्नावरून झालेल्या यादवी युद्धाला, तसंच त्यानंतर गुलामगिरीतून काळ्या लोकांची मुक्तता करण्याला रिपब्लिकन पक्ष आणि त्यांचा तेव्हाचा राष्ट्रपती अब्राहम लिंकन कारणीभूत होते, असं सगळ्यांचं मत बनलं होतं. हे मत खरं असलं, तरी खरं म्हणजे लिंकनची या संदर्भातली भूमिका निर्मूलनवादी असणं चुकीचं नव्हतंच; पण दक्षिणेकडच्या राज्यांना गुलामगिरीच्या फोफावण्यातून प्रचंड मोठ्या प्रमाणावर नफा कमावता येत होता, तो आता बंद झाला. साहजिकच, गुलामगिरीला विरोध करणाऱ्या रिपब्लिकन पक्षाच्या विरोधात दक्षिणेकडच्या राज्यांचं जनमत तयार झालं. १९६४च्या निवडणुकांपर्यंत या राज्यांमध्ये रिपब्लिकन पक्षाचं जवळपास नामोनिशाण नसावं, अशी परिस्थिती तयार झाली होती. आताची परिस्थिती एकदम उलटी आहे. रिपब्लिकन पक्षाला दक्षिणेकडच्या राज्यांमधून भरपूर पाठिंबा आहे; तर इतर काही ठिकाणी डेमोक्रॅटिक पक्षानं आपले पंख विस्तारले आहेत!

राजकीय पक्ष

जेम्स मॅडिसन या माणसाला 'अमेरिकन घटनेचा शिल्पकार' मानलं जातं. मॅडिसन आणि अमेरिकेचा पहिला राष्ट्रपती असलेला जॉर्ज वॉशिंग्टन या दोघांनीही लोकांना राजकीय पक्षांच्या संदर्भात एक मोठा इशारा देऊन ठेवला

होता. देश एकसंध राहायचा, तर त्यामध्ये वेगवेगळ्या राजकीय पक्षांनी वेगवेगळी धोरणं अवलंबणं खूप धोक्याचं आहे, असं मत मॅडिसन आणि वॉशिंग्टन यांनी व्यक्त केलं होतं. गंमत म्हणजे, नंतर ॲलेक्झांडर हॅमिल्टन या अमेरिकेच्या अर्थमंत्र्याच्या धोरणांना थॉमस जेफरसन यानं विरोध करावा, यासाठी मॅडिसननंच आग्रह धरला होता. त्यातूनच वेगवेगळे राजकीय पक्ष तयार व्हावेत, अशी कल्पना निघाली. काही असलं, तरी जेफरसनच्या नेतृत्वाखालचा 'डेमोक्रॅटिक-रिपब्लिकन' पक्ष हाच अमेरिकेमधला 'पहिला' राजकीय पक्ष होता, हे नक्की. अमेरिकेची घटना लिहिणाऱ्या 'फाऊंडिंग फादर्स'पैकी मॅडिसननंच फक्त नंतर 'देशामध्ये राजकीय पक्षांचं महत्त्व खूप वाढेल आणि द्विपक्षीय पद्धतीचं वर्चस्व राहील,' असं भाकीत केलं होतं असं नाही; सगळ्यांनाच असं घडेल अशी 'भीती' वाटत होती. प्रत्यक्षात घडलंही तसंच. मॅडिसन आणि जेफरसन यांनी एकत्र येऊन राजकीय पक्ष काढायचा निर्णय अर्थातच कुठल्याही स्वार्थापोटी घेतलेला नव्हता. हॅमिल्टन देशाला चुकीच्या मार्गावर नेत असल्याविषयी मॅडिसन आणि जेफरसन यांची खात्री पटली होती. हॅमिल्टनच्या धोरणांमुळे न्यू इंग्लंड या राज्यामधल्या व्यापाऱ्यांचा फायदा होत होता. तेच बरोबर आहे, असं हॅमिल्टनचं मत होतं. पण या व्यापाऱ्यांपेक्षा देशामधला खेडेगावाकडचा आणि मागासलेला भाग जास्त महत्त्वाचा आहे आणि त्याच्या विकासाकडे लक्ष दिलं पाहिजे, असं मॅडिसन तसंच जेफरसन या दोघांनाही वाटत होतं. अशा रीतीनं दोन्ही बाजूंकडच्या लोकांना आपणच देशाच्या विकासाचा आणि भल्याचा विचार करत असल्याविषयीची खात्रीच पटली होती. यातूनच वेगवेगळी मतं पुढे नेणाऱ्या राजकीय पक्षांच्या संकल्पनेचा जन्म झाला.

अमेरिकेनं इंग्लंडकडून स्वातंत्र्य मिळवल्यानंतर देशाचं कामकाज सुरळीतपणे चालायचं असेल, तर त्यासाठी केंद्रस्थानी अतिशय भरभक्कम व्यवस्था असली पाहिजे, असं हॅमिल्टनला वाटत होतं. कारण अमेरिका हा नव्यानं स्थापन झालेला देश होता. त्याची सामाजिक आणि आर्थिक घडी नीट घालायची, तर त्यासाठी केंद्राकडूनच सगळ्या धोरणांची अंमलबजावणी व्हायला हवी, असं हॅमिल्टनचं मत होतं. अमेरिकेचा पहिला राष्ट्रपती झालेल्या जॉर्ज वॉशिंग्टनला हॅमिल्टनच्या मतांविषयी आदर वाटायचा. इंग्लंडविरुद्धच्या स्वातंत्र्यलढ्यामुळे झालेलं अमेरिकेचं नुकसान, तसंच वेगवेगळ्या राज्यांनी पायाभूत सोयी उभ्या करण्यासाठी केलेला खर्च या सगळ्यामध्ये केंद्र सरकारनं हातभार लावावा, असं हॅमिल्टनचं मत होतं. वैयक्तिक पातळीवर या

सगळ्याशी फारशी सहमती नसली, तरी वॉशिंग्टनच्या काळात उपराष्ट्रपती आणि वॉशिंग्टननंतर राष्ट्रपती झालेल्या जॉन ॲडम्सनं हीच धोरणं पुढे नेली. वॉशिंग्टनच्या काळात परराष्ट्रमंत्री असलेल्या थॉमस जेफरसनला मात्र हॅमिल्टनचं म्हणणं अजिबात मान्य नव्हतं. तरीही जेफरसननं उगीच गोंधळ नको म्हणून शांत राहून सहकार्याची भूमिका घ्यायचं ठरवलं; पण काँग्रेसमध्ये अनेकदा होत असलेल्या चर्चांमध्ये हॅमिल्टनला अपेक्षित असलेल्या केंद्राकडे सगळे अधिकार असायच्या भूमिकेला जेफरसनचा विरोध दिसून यायचा. राज्यांना बऱ्यापैकी स्वायत्तता असावी आणि त्यांनी आपापला कारभार चालवावा, असं जेफरसनला वाटायचं. अमेरिकेनं कोणता मार्ग स्वीकारावा, याविषयीच्या अशा वेगवेगळ्या भूमिकांमधून नवे वाद सुरू झाले.

वॉशिंग्टन, ॲडम्स आणि हॅमिल्टन यांच्या पक्षाचं नाव 'फेडरलिस्ट' पक्ष असं होतं. काही काळानं मॅडिसन आणि जेफरसन यांनी आपल्या 'डेमोक्रॅटिक-रिपब्लिकन्स' पक्षाची स्थापना केली. या संदर्भातली ठिणगी ब्रिटिशांना झुकतं माप द्यावं का फ्रेंचांना द्यावं, या निर्णयाच्या वेळी पडली होती. जेफरसननं आपल्या पदाचा राजीनामा दिला आणि तो व्हर्जिनिया राज्यातल्या आपल्या घरी परतला. १७९६मध्ये आपण तिसऱ्यांदा राष्ट्रपतिपदासाठीच्या निवडणुकीसाठी उभं राहणार नसल्याचं वॉशिंग्टननं जाहीर केलं. त्याची गादी जॉन ॲडम्स चालवणार होता. आता हॅमिल्टनही अर्थमंत्री पदावर नसला, तरी त्याच्याच संकल्पनांना प्रमाण मानून ॲडम्सनं आपला कारभार सुरू केला. याला काँग्रेसमध्ये बऱ्यापैकी विरोध झाला आणि विरोध करणाऱ्या या लोकांनी जेफरसनला यात लक्ष घालण्याची विनंती करणारं पत्र लिहिलं. जेफरसननं १७९६ची राष्ट्रपतिपदाची निवडणूक लढवली; पण अटीतटीच्या या लढतीत ॲडम्सनं जेफरसनचा फक्त तीन मतांनी पराभव केला. त्या काळातल्या घटनेमधल्या नियमांचा आदर राखून जेफरसननं आपला विरोधक असलेल्या ॲडम्सच्या हाताखाली 'उपराष्ट्रपती' म्हणून काम करायची तयारी दाखवली; पण ॲडम्सला राष्ट्रपतिपदाची जबाबदारी नीट पेललीच नाही. लोकांमध्ये त्याच्याविषयी असंतोष निर्माण झाला. १८००च्या निवडणुकीमध्ये परत एकदा ॲडम्सच्या विरोधात जेफरसन राष्ट्रपतिपदासाठी इच्छुक म्हणून उभा राहिला. या निवडणुकीमध्ये ॲडम्स तर हरलाच; पण डेमोक्रॅटिक-रिपब्लिकन्स पक्षाचेच जेफरसन आणि ॲरॉन बर यांना सारखी मतं मिळाली. पण बहुमतानं कुणाचीच निवड न झाल्यामुळे प्रचंड गोंधळ आणि अनेक वेळा काँग्रेसमध्ये झालेले वादविवाद, यांच्यानंतर जेफरसनकडे राष्ट्रपतिपद आलं.

या काळातल्या काही गोष्टींचा ठळकपणे उल्लेख केला पाहिजे. आता अमेरिकेमध्ये कुठलाही माणूस दोन वेळा राष्ट्रपती झाल्यावर परत तिसऱ्यांदा राष्ट्रपतिपदाच्या निवडणुकीसाठी उभा राहू शकत नाही, असा नियम आहे; पण त्या काळात असला कोणताही नियम अस्तित्वात नसतानासुद्धा, जॉर्ज वॉशिंग्टननं १७९६मध्ये तिसऱ्यांदा निवडणूक लढवायला नकार द्यावा, ही वॉशिंग्टनच्या दिलदारपणाची झलकच होती. त्यानंतर वॉशिंग्टनच्या जागी राष्ट्रपती झालेल्या ॲडम्सच्या हाताखाली ॲडम्सचा कट्टर विरोधक असलेल्या जेफरसननं 'उपराष्ट्रपती' म्हणून काम करायला होकार द्यावा, हे त्या काळामधल्या नियमांना धरूनच असलं, तरी आता आपला विश्वासही बसणार नाही इतकं चमत्कारिक होतं. तेव्हापासूनच, अर्थातच राष्ट्रपतिपद आणि राष्ट्रपतिपद हे 'इलेक्टोरल कॉलेज'च्या संकल्पनेवर आधारित असायचं. त्या काळात फक्त गोऱ्या आणि जमीनदार किंवा श्रीमंत पुरुषांनाच 'इलेक्टर' बनायची परवानगी असल्यासारखा अलिखित नियम होता.

१८००मध्ये 'फेडरलिस्ट' पक्षाकडून राष्ट्रपतिपद गेल्यानंतर तो पक्ष अजूनच क्षीण झाला. आधीच त्या पक्षाची धोरणं फार संकुचित आहेत, असं लोकांचं मत बनत चाललं होतं. त्यातच त्या पक्षाच्या नेत्यांनी हे चित्र बदलायचा अजिबातच प्रयत्न केला नाही. इंग्लंडकडून स्वातंत्र्य मिळवल्यानंतरही या पक्षानं ब्रिटिशांच्या हिताचंच धोरण स्वीकारल्याची भावना सगळीकडे पसरली होती. त्याचाही डेमोक्रॅटिक-रिपब्लिकन्स पक्षाला फायदा झाला. अशा रीतीनं अमेरिकेच्या इतिहासामधला पहिला राजकीय पक्ष असलेल्या 'फेडरलिस्ट' पक्षाचा अंत झाला. आता 'डेमोक्रॅटिक-रिपब्लिकन्स' हा एकच मोठा पक्ष अस्तित्वात उरल्यामुळे, १८२४मध्ये राष्ट्रपती आणि उपराष्ट्रपती या पदांसाठी उभे राहिलेले चारही जण डेमोक्रॅटिक-रिपब्लिकन्स पक्षाचेच होते. या निवडणुकीमधली मोठी अडचण म्हणजे त्या चौघांपैकी अँड्र्यू जॅक्सनला सगळ्यांत जास्त 'पॉप्युलर व्होट्स', म्हणजेच सर्वसामान्य मतदारांनी इलेक्टर्सना दिलेली मतं मिळाली. तसंच जॅक्सनलाच सगळ्यांत जास्त 'इलेक्टोरल व्होट्स', म्हणजेच इलेक्टर्सनी दिलेली मतंही मिळाली; पण तरीही ही मतं राष्ट्रपती बनण्यासाठीच्या बहुमतापेक्षा कमी होती. साहजिकच, 'आता काय करायचं' यासंबंधीचा निर्णय काँग्रेसवर सोडण्यात आला. तिथला सभापती, म्हणजे त्याच राष्ट्रपतिपदासाठीच्या निवडणुकीमध्ये उमेदवार म्हणून उभा असलेला; पण त्या स्पर्धेमध्ये चौथा आलेला हेन्री क्ले हा होता. त्यानं आपलं वजन जॅक्सनच्या नावामागे न लावता, जॉन क्विन्सी ॲडम्सच्या मागे उभं

केलं. यामुळे अमेरिकेचा सहावा राष्ट्रपती म्हणून ॲडम्सची निवड झाली. आपल्यावर झालेल्या उपकारांची परतफेड म्हणून ॲडम्सनं त्याला मदत करणाऱ्या क्लेला आपल्या परराष्ट्रमंत्रिपदी नेमलं. साहजिकच, जॅक्सनच्या बाजूनं असलेल्या लोकांनी ॲडम्स आणि क्ले यांच्यावर गटबाजी आणि लाचखोरी यांचे आरोप केले.

या काळातलं राजकीय वातावरण साहजिकच खूप तापलेलं असायचं. यानंतरच्या म्हणजे १८२८च्या निवडणुकीमध्ये आधीच्या वेळी आपली राष्ट्रपतिपदाची संधी हुकलेल्या जॅक्सननं परत एकदा आपली उमेदवारी दाखल केली. जॅक्सनला आता राष्ट्रपती ॲडम्सपुढे आव्हान द्यायचं होतं. निवडणुकीमध्ये जॅक्सननं या खेपेला ॲडम्सचा सहज पराभव केला. यानंतर ॲडम्सच्या सगळ्या अनुयायांना जॅक्सननं आपल्यापासून दूर करून टाकलं. यानंतर जॅक्सनपाशी जे लोक उरले, त्यांना घेऊन जॅक्सननं आपला कारभार चालवला खरा; पण आता त्याच्या डेमोक्रॅटिक-रिपब्लिकन्स पक्षाचं नाव बदलून नुसतंच 'डेमोक्रॅटिक पक्ष' असं झालं. जॅक्सनच्या विरोधकांच्या पक्षाचं नाव 'नॅशनल रिपब्लिकन्स' असं झालं. अमेरिकेमध्ये सुरुवातीपासूनच वर्णभेद आणि गुलामगिरी हे प्रश्न अगदी महत्त्वाचे बनले होते. आता त्या प्रश्नांनी भीषण रूप धारण करायला सुरुवात झाली. यातूनच 'व्हिग पार्टी' नावाचा एक नवा पक्ष निघाला. नॅशनल रिपब्लिकन पक्षाप्रमाणेच या पक्षाचा गुलामगिरीला विरोध होता. जरी व्हिग आणि नॅशनल रिपब्लिकन हे दोन्ही पक्ष निर्मूलनवादी असले, तरी आता 'व्हिग पक्षा'ची ताकद वाढली होती. त्यामुळे १८३६ ते १८५२ या काळामध्ये डेमोक्रॅटिक पक्षाचा प्रमुख विरोधक म्हणून 'व्हिग' पक्षालाच ओळखलं जायला लागलं.

या सगळ्या घडामोडींमध्ये 'मिझुरी कॉम्प्रमाइझ' नावाच्या एका महत्त्वाच्या गोष्टीचाही उल्लेख केला पाहिजे. १८१९मध्ये 'मिझुरी' हे राज्य अमेरिकेचा भाग म्हणून ओळखलं जात नसे. ते स्वतंत्र प्रदेशासारखं होतं. याच वर्षी मिझुरीचा एक नवं राज्य म्हणून अमेरिकेमध्ये समावेश केला जावा, यासाठीचं एक विधेयक अमेरिकन काँग्रेससमोर आलं. या विधेयकाच्या संमतीच्या वेळी त्यातल्या एका कलमामुळे प्रचंड गोंधळ निर्माण झाला. या कलमानुसार इथून पुढे मिझुरी राज्यामध्ये लोकांना नव्यानं गुलामगिरीमध्ये ढकलून देणं थांबवलं पाहिजे, असा कायदा संमत करण्यात आला. तसंच, गुलाम जोडप्यांच्या पोटी जन्मलेल्या मुलामुलींना त्यांच्या वयाच्या पंचविसाव्या वर्षी गुलामगिरीतून मुक्त केलं पाहिजे, अशी अट घालण्यात आली. काँग्रेसनं या कलमासह हे विधेयक

संमत केलं खरं; पण त्यानंतर जेव्हा हे विधेयक मतदानासाठी अमेरिकन सिनेटपुढे गेलं, तेव्हा मात्र तिथं या विधेयकाविरुद्ध बहुमत झालं आणि त्यामुळे ते संमत होऊ शकलं नाही. त्यानंतरच्या वर्षी या विधेयकात बदल करून मिझुरीमध्ये गुलामगिरीला परवानगी देण्यात येईल, असं कलम त्या जागी घालण्यात आलं. याच सुमाराला मेन नावाच्या दुसऱ्या एका प्रदेशाचाही अमेरिकेमध्ये नवं राज्य म्हणून समावेश करायचं ठरलं होतं. त्या सुमाराला अमेरिकेमधल्या गुलामगिरीची परवानगी असलेल्या आणि गुलामगिरीवर बंदी असलेल्या राज्यांची संख्या सारखी असावी, म्हणून मिझुरीमध्ये गुलामगिरी चालेल, तर मेनमध्ये त्यावर बंदी असेल असं ठरवण्यात आलं. अर्थातच, यामागे प्रचंड मोठं राजकारणही होतं. मिझुरीमध्ये गुलामगिरीला परवानगी असल्यामुळे ते आता राज्य बनलं, तर सिनेटमध्ये गुलामगिरीला पाठिंबा असलेल्या राज्यांचं वर्चस्व वाढेल, अशी भीती गुलामगिरीला विरोध करणाऱ्या सिनेटर्सना वाटत होती. त्यामुळे मेन हे राज्य गुलामगिरीला बंदी घालणारं असेल, अशा अटीवरच एकाच वेळी मिझुरी आणि मेन यांच्या अमेरिकेमधल्या समावेशाला संमती देण्यात आली. यालाच 'मिझुरी कॉम्प्रमाइझ' असं म्हणतात.

अशा घटनांचे अमेरिकन राजकारणावर अर्थातच प्रचंड मोठे परिणाम घडत होते. त्यातून 'लिबर्टी पार्टी', 'फ्री सॉईल पार्टी' अशा नव्या राजकीय पक्षांचाही जन्म झाला; पण गुलामगिरीचं समर्थन करणाऱ्या डेमोक्रॅटिक पक्षासमोर अनेक छोटे पक्ष उभे राहून फारसा उपयोग नाही असं लक्षात आल्यामुळे, नॅशनल रिपब्लिकन पक्षानं जोरदार उभारी घ्यायचं ठरवलं. त्यातून १८५४मध्ये गुलामगिरीची प्रथा संपवण्यासाठी झगडण्याच्या हेतूनं रिपब्लिकन पक्षाची स्थापना करण्यात आली. यानंतर काही काळातच आधीच्या अवतारामधल्या रिपब्लिकन पक्षाचा पर्याय म्हणून लोक ज्या व्हिग पक्षाकडे बघायचे, त्या पक्षाचा अंत झाला. गुलामगिरीच्या प्रश्नानं अमेरिकेमध्ये मोठं वादळ माजतच राहिलं, आणि खूप वादविवादांच्या काळात १८६०मध्ये रिपब्लिकन पक्षाच्या अब्राहम लिंकनची अमेरिकेच्या राष्ट्रपतिपदी निवड झाली. लिंकनच्या विजयाचं दुसरं एक कारण म्हणजे, गुलामगिरीच्या प्रश्नावरून डेमोक्रॅटिक पक्षातच दोन तट झाले होते. त्यामधल्या उत्तरेकडच्या लोकांचा गुलामगिरीला विरोध होता; पण दक्षिणेकडचे लोक मात्र गुलामगिरीला पाठिंबा देत होते. या मतभेदांचा रिपब्लिकन पक्षाला आणि लिंकनला फायदा झाला.

या घटनाक्रमानंतर पुढची १५० वर्षं अमेरिकेच्या राजकारणावर डेमोक्रॅटिक पक्ष आणि रिपब्लिकन पक्ष या दोनच राजकीय पक्षांचं वर्चस्व राहिलेलं आहे.

छोट्या पक्षांचं अस्तित्व अगदी जाणवतच नाही असं म्हणता येत नाही; पण त्यांचा कसलाच प्रभाव अमेरिकेच्या राजकारणावर आणि सामाजिक किंवा आर्थिक परिस्थितीवर जाणवत नाही. यातला गमतीचा भाग असा की, ज्या मुद्द्यांसाठी डेमोक्रॅटिक पक्ष आणि रिपब्लिकन पक्ष एकमेकांशी लढत आले आहेत, त्या मुद्द्यांमध्ये कालानुरूप बदल तर होत गेलेच; पण शिवाय काही वेळा जे मुद्दे घेऊन आधी डेमोक्रॅटिक पक्ष लढायचा, ते मुद्दे नंतर रिपब्लिकन पक्षानं घेतल्याचं कधीकधी बघायला मिळालं; किंवा याच्या उलट होऊन, रिपब्लिकन पक्षाचे मुद्दे डेमोक्रॅटिक पक्षानं घेतल्याचंही आढळून आलं.

गुलामगिरीच्या प्रश्नावरून अमेरिकेत झालेल्या यादवी युद्धानंतर कित्येक दशकांचा काळ डेमोक्रॅटिक पक्षाला देशाच्या दक्षिणेकडच्या भागात आपला पाया मजबूत करण्याच्या दृष्टीनं फायद्याचा ठरला. या काळात अमेरिकेमध्ये मोठ्या प्रमाणावर औद्योगिकीकरणाला सुरुवात झालेली असल्यामुळे, डेमोक्रॅट्स आणि रिपब्लिकन्स अशा दोन्ही पक्षांवर उद्योगपतींचं वर्चस्व कायम राहिलं. हे उद्योगपती यादवी युद्धामध्ये लढलेल्या लष्करी अधिकाऱ्यांना या पक्षांच्या नेतेपदी नेमण्यासाठी आग्रही असायचे; कारण हे लष्करी अधिकारी या उद्योगपतींच्या अर्थकारणाला पाठिंबा देत होते. तसंच, याच सुमाराला अमेरिकेमध्ये बाहेरच्या देशामधले लोक मोठ्या प्रमाणावर स्थलांतर करण्यासाठी आले. हे स्थलांतरित लोक शहरी भागांमध्ये आपलं बस्तान बसवण्यासाठी तिथं राहायचे. तसंच, शहरांमध्ये मोठ्या प्रमाणावर औद्योगिकीकरण करत असलेल्या नेत्यांना हे स्थलांतरित लोक पाठिंबा द्यायचे. कारण त्यामुळे त्यांना काम मिळायचं. या काळात अनेक वेगवेगळ्या घटनांमुळे रिपब्लिकन पक्ष सत्तेवर आला, तरी सगळ्या जनमानसाचा कब्जा घेऊ शकला नाही. वेगवेगळ्या प्रकारचे वादविवाद आणि आरोप, तसंच आर्थिक मंदी, यांच्यामुळे डेमोक्रॅटिक पक्षाचं वर्चस्व वाढत गेलं.

१८९६ची राष्ट्रपतिपदासाठीची निवडणूक एका अर्थानं निर्णायक ठरली. या आधीच्या १८८४च्या मध्यवर्ती निवडणुकांमध्ये डेमोक्रॅटिक पक्षाला खूप हादरे बसले होते. याचं कारण म्हणजे १८९३मध्ये डेमोक्रॅटिक पक्ष सत्तेत असताना मोठं आर्थिक संकट आलं. याचा फायदा उठवून आता रिपब्लिकन पक्षानं डेमोक्रॅट्सवर आगपाखड करायला सुरुवात केली. याच सुमाराला या दोन्ही पक्षांच्या भूमिकेतसुद्धा बदल झाले. आता रिपब्लिकन पक्ष हा शहरी लोक, उद्योगपती आणि कामगार यांचा पक्ष झाला. डेमोक्रॅटिक पक्ष दक्षिणेकडच्या राज्यांमध्ये आपला प्रभाव राखून होता; पण त्याची ताकद कमी होती. त्यामुळे

यानंतर बराच काळ रिपब्लिकन पक्षाचं अमेरिकेच्या राजकारणामधलं वर्चस्व वाढत गेलं.

यानंतर अमेरिकेच्या आणि जगाच्या दृष्टीनं घडलेल्या दोन मोठ्या घटना म्हणजे, पहिलं महायुद्ध आणि १९२९ची जागतिक महामंदी या होत्या. पहिल्या महायुद्धाच्या काळात अमेरिकेच्या राजकारणामध्ये फारशा उलथापालथी झाल्या नाहीत; पण १९२९च्या जागतिक महामंदीचे मात्र मोठेच पडसाद उमटले. तसंच या महामंदीच्या संकटातून कसा मार्ग काढायचा, याविषयीच्या दोन्ही पक्षांच्या भूमिका बदलल्या. डेमोक्रॅटिक पक्षानं आधीच्या रिपब्लिकन पक्षाची भूमिका स्वीकारली, आणि रिपब्लिकन पक्ष आता आधीच्या डेमोक्रॅटिक पक्षाच्या विचारसरणीचा झाला. रिपब्लिकन पक्षाचा हर्बर्ट हूव्हर हा या संकटाच्या वेळी राष्ट्रपतिपदावर होता. त्यानं आर्थिक महामंदीतून बाहेर पडण्यासाठी सरकारनं खूप जास्त प्रयत्न करू नयेत आणि परिस्थिती आपोआपच सुधारायची वाट बघावी, अशी भूमिका घेतली; पण त्यातून फारसं काही हाती लागलं नाही. १९३२च्या निवडणुकीमध्ये डेमोक्रॅटिक पक्षाचा फ्रँकलिन डेलानो रुझवेल्ट राष्ट्रपतिपदावर आला. रुझवेल्टनं, आर्थिक महामंदीतून अमेरिकेला आणि पर्यायानं जगाला बाहेर काढायचं असेल, तर त्यासाठी सरकारनं आक्रमक भूमिका घेऊन काहीतरी केलं पाहिजे, असं ठरवलं. या संदर्भात विख्यात ब्रिटिश अर्थतज्ज्ञ असलेल्या जॉन मेनार्ड केन्स यानं 'फिस्कल स्टिम्युलस'ची उपाययोजना सुचवली होती. म्हणजेच, महामंदीच्या काळात बेरोजगारी कमी करणं आणि लोकांना खर्च करण्यासाठी प्रवृत्त करणं, या गोष्टी अतिशय महत्त्वाच्या आहेत, असं केन्सचं म्हणणं होतं. या काळात कुठलाही खासगी उद्योग, नवा उपक्रम हाती घेणं शक्य नसल्यामुळे आणि सगळीकडे मंदीचं वातावरण असल्यामुळे, ही जबाबदारी सरकारनंच स्वीकारली पाहिजे, असं केन्सचं म्हणणं होतं. हे म्हणणं प्रमाण मानून रुझवेल्ट आणि त्याच्या सहकाऱ्यांनी सरकारतर्फे बेरोजगारी दूर करण्यासाठी मोठमोठे प्रकल्प हाती घ्यायला सुरुवात केली. याचा बराच फायदाही झाला. अर्थात, प्रत्यक्षात रुझवेल्टच्या या उपाययोजनेमुळे अमेरिका आर्थिक मंदीतून बाहेर आलीच नाही, असं मानलं जातं. अमेरिकेची आर्थिक घडी सुरळीत होण्यामागे दुसऱ्या महायुद्धाचा हात होता, असं बहुतेक सगळ्यांचं मत आहे. कारण दुसऱ्या महायुद्धासाठी इतर देशांनाही मोठ्या प्रमाणावर रस्तेबांधणी, शस्त्रं, युद्धसामग्री या आणि अशा अनेक गोष्टींची गरज होती. त्यासाठी मोठमोठे कारखाने उभे करणं आणि सगळ्या यंत्रणा बांधणं गरजेचं होतं. आपोआपच त्यामुळे

लोकांना नोकऱ्या उपलब्ध झाल्या आणि अर्थव्यस्थेमध्ये पैसा खेळायला लागला. यामुळे सगळीकडे असलेलं महामंदीचं वातावरण निवळलं, आणि अमेरिकेची बिघडलेली आर्थिक घडी परत एकदा नीट झाली; पण यामुळे आर्थिक स्थिती सुधारण्यासाठी काय केलं पाहिजे, याविषयी लोकांचं मत मात्र एकदम बदललं. केन्सचं म्हणणं बरोबर आहे, असं बहुतेक जणांनी पुढची अनेक दशकं मान्य केलं.

यादवी युद्धापासूनच दक्षिण भागामध्ये डेमोक्रॅटिक पक्षाचं वर्चस्व होतं. आता रुझवेल्टच्या कणखर नेतृत्वामुळे डेमोक्रॅटिक पक्षाला आर्थिक आणि सामाजिक कारणांसाठीसुद्धा तिथं वाढता पाठिंबा मिळायला लागला. शेतकरी, कामगार अशा प्रकारच्या समाजामधल्या आर्थिकदृष्ट्या झगडणाऱ्या लोकांना रुझवेल्टची धोरणं एकदम आवडली होती. कामगार संघटना वाढीला लागल्या होत्या. याउलट, रिपब्लिकन पक्ष आता मोठमोठे उद्योग आणि उद्योगपती यांच्या बाजूचा झाला होता. यानंतर झालेल्या दुसऱ्या महायुद्धाच्या काळात रुझवेल्टनं अमेरिकेचं समर्थ नेतृत्व करून डेमोक्रॅटिक पक्षाची लोकप्रियता आणखीनच वाढवत नेली. कुठल्याही राष्ट्रपतीनं फक्त दोन वेळाच राष्ट्रपतिपदाची जबाबदारी स्वीकारावी, हा जॉर्ज वॉशिंग्टननं पाडलेला प्रघात रुझवेल्टनं मोडीत काढला आणि १९४०मध्ये रुझवेल्ट तिसऱ्यांदा राष्ट्रपती झाला. हे तर काहीच नाही. १९४४मध्ये परत एकदा, म्हणजे चौथ्यांदा राष्ट्रपतिपदासाठीची निवडणूक जिंकून रुझवेल्टनं इतिहासच रचला. १९४५च्या एप्रिल महिन्यात राष्ट्रपती असतानाच रुझवेल्टचं निधन झालं.

असं असूनसुद्धा १९६०च्या दशकांमध्ये अमेरिकेच्या दक्षिणेकडच्या राज्यांचा डेमोक्रॅटिक पक्षाला पूर्वीपासून असलेला पाठिंबा मावळत गेला. 'जुन्या प्रथा विसरून आताच्या काळातल्या प्रश्नांचा आणि त्या संदर्भात दोन्ही प्रमुख पक्षांनी घेतलेल्या धोरणांचा विचार करा,' अशा प्रकारचा प्रचार करून रिपब्लिकन पक्षानं हळूहळू दक्षिणेकडच्या मतदारांना आपल्या बाजूला वळवलं. याशिवाय, व्हिएतनाम युद्धाच्या वेळीसुद्धा 'या युद्धाला पाठिंबा द्यायचा का विरोध करायचा,' या प्रश्नावरून अनेकांनी डेमोक्रॅटिक पक्षाला दिलेला पाठिंबा काढून घेतला आणि रिपब्लिकन पक्षावर आपल्या पाठिंब्याची मोहोर उमटवली. याचं कारण म्हणजे डेमोक्रॅटिक पक्षाचा व्हिएतनाम युद्धाला विरोध असला, तरी असं करणं म्हणजे देशद्रोह करण्यासारखं आहे, असं कामगार वर्गामधल्या डेमोक्रॅटिक पक्षाच्या काही मंडळींना वाटत होतं. तसंच, इतर काही जणांना डेमोक्रॅटिक पक्ष एककल्ली भूमिका घेत असल्याचं वाटायला लागलं. यामुळे

डेमोक्रॅटिक पक्षाकडून अनेक जण रिपब्लिकन पक्षाकडे वळले.

१९७२च्या निवडणुकांमध्ये तर दोन्ही प्रमुख पक्षांनी जवळपास संपूर्णपणे एकमेकांच्या विरोधातल्या भूमिका घेतल्या. उदाहरणार्थ, डेमोक्रॅटिक पक्षाचं धोरण 'गुन्हे करणाऱ्यांना मुक्ती देण्याचं आणि गर्भपात करणाऱ्यांना अभय देण्याचं आहे,' असा प्रचार रिपब्लिकन पक्षानं केला. याउलट, पूर्वी नट असलेल्या रोनाल्ड रीगन या रिपब्लिकन पक्षाच्या, लोकांवर छाप टाकणाऱ्या नेत्यानं, आपला पक्ष देशाच्या सुरक्षिततेवर भर देणारा, करांमध्ये भरपूर सवलती देणारा, सर्वसामान्य जनतेच्या मदतीसाठी चालवल्या जाणाऱ्या जनहितकारी कार्यक्रमांवर विनाकारण बेफाट खर्च न करणारा, आणि आधीपासून चालत आलेली सामाजिक मूल्यं जपण्याची बांधिलकी घेतलेला आहे, असा जोरदार प्रचार केला. यामुळे डेमोक्रॅटिक पक्षाला पाठिंबा देत असलेले आणि कामगार चळवळींमध्ये सामील असूनसुद्धा त्याविषयी फारसा कळवळा नसलेले अनेक जण आता रीगनच्या बाजूला झुकले आणि त्यांनी रिपब्लिकन पक्षाला पाठिंबा दिला. १९८०च्या दशकामध्ये अशा प्रकारे रीगनला निवडून देणाऱ्या डेमोक्रॅटिक पक्षामधल्या लोकांचा उल्लेख आजही 'रीगन डेमोक्रॅट्स' असा केला जातो.

विसाव्या शतकाच्या अखेरच्या काळात 'कॉंझर्व्हेटिव्ह ख्रिश्चन' म्हणजेच पुराणमतवादी ख्रिश्चन लोकांचा राजकारणामधला प्रभाव वाढत गेला. खरं म्हणजे, अशा लोकांनी डेमोक्रॅटिक पक्षाला पाठिंबा देणं अपेक्षित होतं; पण आर्थिक निकषांवर हे लोक रिपब्लिकन पक्षाला आपला मानायला लागले. यातून राजकीय संघर्ष वाढत गेला. डेमोक्रॅटिक पक्ष आणि रिपब्लिकन पक्ष यांच्यामधल्या एकमेकांविषयीच्या विरोधाची जागा आता विखारी राजकारणानं घेतली, असं वाटायला लागलं. त्यामुळे कुठल्याही गोष्टीवर देशहिताच्या दृष्टीनं एकमत होणं अशक्य आहे, असं मानलं जायला लागलं. यातला महत्त्वाचा भाग असा की, या दोन पक्षांपैकी एका पक्षाची बाजू पूर्णपणे घेणं शक्य नाही, असं बहुतेक नागरिकांचं मत बनलं. कारण सामाजिक, आर्थिक, आंतरराष्ट्रीय अशा तीन महत्त्वाच्या प्रश्नांविषयी बोलायचं, तर यामधल्या काही बाबतींमध्ये लोकांना डेमोक्रॅटिक पक्षाची भूमिका बरोबर आहे, असं वाटायला लागलं; तर काही बाबतींमध्ये रिपब्लिकन पक्षाचं म्हणणं बरोबर आहे, असं त्यांचं मत झालं. साहजिकच कुठल्या पक्षाला पाठिंबा द्यायचा, हे त्या वेळी लोकांना कुठला प्रश्न जास्त महत्त्वाचा वाटेल, यावरून ठरायला लागलं. म्हणजेच, आपली मानसिक भूमिका कुठल्या एका पक्षानं बरोबर ओळखली

आहे, असं त्यांना वाटेनासं झालं. त्यामुळे मतदारांचा कल ओळखणं, ही अवघड गोष्ट ठरायला लागली.

अशा परिस्थितीमध्ये अमेरिकी राष्ट्रपतींचा इतिहास जाणून घेणं, भविष्यात काय घडू शकतं हे समजून घेण्यासाठी खूपच उपयुक्त ठरेल, यात शंकाच नाही! हाच या पुस्तकाचा गाभा आहे.

एक महत्त्वाचा उल्लेख करणं गरजेचं वाटतं. या पुस्तकामध्ये सरसकट सगळ्याच अमेरिकी नेत्यांचा उल्लेख एकेरी केला आहे. याचं कारण, वाचकाला हा विषय क्लिष्ट वाटू नये, एवढंच आहे. आपण कित्येकदा आपल्या 'हीरों'चे उल्लेख एकेरीत करतो; पण त्यात कुणाचा अपमान करण्याचा आपला अजिबात उद्देश नसतो. तशाच भूमिकेतून याकडे बघावं, ही नम्र विनंती.

– अतुल कहाते

अनुक्रमणिका

जॉर्ज वॉशिंग्टन

१७८९-९७
या काळातला अमेरिकेचा
पहिला राष्ट्रपती

अल्प-परिचय

साल	घटना
१७३२	व्हर्जिनिया प्रांतातल्या वेस्टमोरलँड कौंटीमध्ये २२ फेब्रुवारीला जन्म
१७४७	शाळा सोडून भू-निरीक्षक ('सर्व्हेअर') म्हणून काम धरलं
१७५४-५८	व्हर्जिनियाच्या लष्करातर्फे फ्रेंचांविरुद्धच्या लढ्यात सहभाग आणि कर्नल पदावर बढत
१७५९	मार्था डँड्रिज कस्टिस हिच्याशी ६ जानेवारीला लग्न
१७७५-८३	अमेरिकेच्या स्वातंत्र्यलढ्यामध्ये 'कमांडर' म्हणून कामगिरी
१७८७	अमेरिकी राज्यघटना तयार करणाऱ्या समितीचा अध्यक्ष
१७८९-९७	अमेरिकेचा पहिला राष्ट्रपती
१७९९	१४ फेब्रुवारी या दिवशी माऊंट व्हर्नन, व्हर्जिनिया इथं निधन

प्राथमिक ओळख

आपल्या देशबांधवांनी दिलेल्या एकमुखी पाठिंब्याच्या जोरावर जॉर्ज वॉशिंग्टन स्वतंत्र अमेरिकेचा पहिला राष्ट्रपती तर बनलाच, शिवाय त्यानं या पदाला विलक्षण प्रतिष्ठा मिळवून दिली. 'जागतिक पातळीवरचा सगळ्यांत ताकदवान

आणि महत्त्वाचा माणूस' अशी अमेरिकी राष्ट्रपतीची प्रतिमा बनण्यामध्ये वॉशिंग्टनच्या कारकिर्दीचा मोठा हात होता. अमेरिकेला स्वातंत्र्य मिळवून देण्यात त्याचा मोठा हात होता. या स्वातंत्र्यलढ्याचं नेतृत्व वॉशिंग्टननंच अत्यंत समर्थपणे केलं होतं. अत्यंत खडतर परिस्थितीमध्ये १७७५मध्ये स्वातंत्र्यलढ्याची धुरा सांभाळल्यापासून असंख्य अडचणींचा सामना करत त्यानं आपल्या सहकाऱ्यांना झुंज देण्यासाठी प्रवृत्त केलं खरं; पण १७८७मध्ये स्वातंत्र्य मिळत असूनही अंतर्गत विसंवादामुळे जेव्हा अमेरिका हा एकसंध देश बनू शकणार नाही अशी चिन्हं दिसायला लागली, तेव्हा त्यानं एक समिती स्थापून देशाची राज्यघटना तयार करण्याच्या कामात पुढाकार घेतला.

सहा फूट दोन इंच उंच असलेल्या वॉशिंग्टनचं व्यक्तिमत्त्व एकदम भारदस्त तर होतंच; शिवाय त्याचा चेहराही समोरच्या माणसाच्या मनात त्याच्याविषयी एकदम विश्वास निर्माण करे. अमेरिकी स्वातंत्र्यलढ्यात त्यानं रणांगणावर प्रभावी कामगिरी केली. म्हणूनच सगळे अमेरिकी लोक वॉशिंग्टनकडे भारावलेल्या नजरेनं आणि खूप विश्वासानं बघत. याचा वॉशिंग्टनला तोटाही होई. कारण त्याला स्त्रियांमध्ये रममाण होणं, सट्टा खेळणं, घोड्यांवर पैसे खर्च करणं आणि रात्रभर थकेपर्यंत नृत्य करणं अशा सर्वसामान्य माणसांसारख्या आवडीनिवडी होत्या; पण हे इतर लोकांना अजिबातच सहन होत नसे. याचा फायदा वॉशिंग्टनचे टीकाकार घेत. 'बेवारस, अशिक्षित पार्श्वभूमी असलेला वॉशिंग्टन आपल्यामधल्या त्रुटी लपवण्यासाठीच वरवर शांतपणा आणि धैर्य यांचा आव आणतो; पण प्रत्यक्षात नीतिमत्ता गुंडाळून टाकतो,' असं ते म्हणत. तरीसुद्धा वॉशिंग्टन अत्यंत विचारी आणि धोरणी होता, याविषयी कुणाच्याच मनात शंका नसे. सगळ्या शक्यता आणि प्रत्येक निर्णयाचे फायदे-तोटे पडताळल्याशिवाय तो कधीच धाडकन निर्णय घेऊन मोकळा होत नसे. एकदा निर्णय घेतला, की मग मात्र तो कितीही अडचणी आल्या तरी त्या निर्णयापासून माघार घेत नसे. मैत्री किंवा वैयक्तिक स्वार्थ अशा गोष्टींसाठी तो सार्वजनिक हिताचा बळी कधीच देत नसे.

जडणघडण

एका शेतकरी कुटुंबामध्ये जॉर्ज वॉशिंग्टनचा जन्म झाला. तिथं तंबाखूची शेती केली जाई. वॉशिंग्टन सहा वर्षांचा असताना त्याच्या वडिलांनी एका नदीकाठच्या भागामध्ये आपलं कुटुंब हलवलं. तिथं वॉशिंग्टनला शिकार, मासेमारी, घोडेस्वारी अशा गोष्टी भरपूर करायला मिळत. यानंतर चारच

वर्षांनी वॉशिंग्टनच्या वडिलांचं निधन झालं. त्यांची एकंदर दोन लग्नं झाली होती. दुसऱ्या लग्नातून त्यांना झालेल्या सहा अपत्यांपैकी जॉर्ज वॉशिंग्टन सगळ्यांत मोठा होता. वॉशिंग्टनच्या वडिलांची १०,००० एकर जमीन आणि ५० गुलाम अशी मोठी संपत्ती असली, तरी तिचे वाटेकरी खूप होते. वॉशिंग्टन लहानपणी शाळेत गेला का नाही, याविषयी खात्रीलायक माहिती उपलब्ध नाही; पण त्याच्यावर त्याच्या आईचं बारीक लक्ष होतं, हे मात्र नक्की. आपल्या वयाच्या तेराव्या वर्षी वॉशिंग्टननं सार्वजनिक ठिकाणी आणि एकंदरच आपल्या आयुष्यात कसं वागावं-बोलावं याविषयीचे ११० नियम सांगणारं एक पुस्तक उतरवून काढलं. याचा मोठा प्रभाव त्याच्या नंतरच्या वागणुकीवरही पडल्याचं दिसून आलं. उदाहरणार्थ, कुणाशीच अपमानास्पद भाषेत बोलू नये, सगळ्यांशी सन्मानानं वागावं, आपलं म्हणणं आरडाओरडा करून न मांडता शांतपणे मांडावं, इतरांच्या भानगडींमध्ये नाक खुपसू नये अशा अनेक मुद्द्यांचा त्यात समावेश होता. वॉशिंग्टनला कुणीच 'अभ्यासू' किंवा 'ज्ञानी' माणूस म्हणत नसे. त्याला पुस्तकं वाचायचाही कंटाळा होता. प्रत्यक्ष आयुष्यात ज्या गोष्टी लागतात, त्या शिकून घेण्यापुरतं वाचन मात्र तो करे. असं असूनही पुस्तकांविषयी त्याला प्रचंड आदर होता. वॉशिंग्टननं डायरी लिहिणं आणि पत्रं लिहिणं या गोष्टी नित्यनियमानं केल्या. साहजिकच, त्याच्या आयुष्याविषयी आणि त्याच्या विचारांविषयी इतिहासकारांसाठी मुबलक माहिती उपलब्ध होऊ शकली.

आपल्याहून १४ वर्षांनी मोठ्या असलेल्या लॉरेन्स या आपल्या सावत्र भावाला वॉशिंग्टन अगदी देवसमान समजे. लॉरेन्सच्या आलिशान घरी शक्य तितका वेळ वॉशिंग्टन घालवत असे. ब्रिटिशांच्या वतीनं एका युद्धात स्पेनशी लढलेल्या लॉरेन्सनं वॉशिंग्टनवरसुद्धा ब्रिटिश नौदलात भरती होण्यासाठी दबाव टाकून बघितला. वॉशिंग्टनच्या आईला मात्र हे अजिबात मान्य नव्हतं. शेवटी उपजीविकेसाठी काहीतरी केलं पाहिजे, यासाठी वॉशिंग्टननं भू-निरीक्षक ('सर्व्हेअर') म्हणून काम सुरू केलं. यात प्रगती करून तो हळूहळू स्वतःच जमिनी विकत घ्यायला लागला आणि नंतर तर 'अमेरिकेमधल्या सगळ्यांत मोठ्या भूधारकांपैकी एक' म्हणून तो ओळखला जात असे. आपल्या वयाच्या एकोणिसाव्या वर्षी, लॉरेन्सबरोबर कॅरीबियन बेटांपैकी बार्बेडॉस बेटावर गेलेल्या वॉशिंग्टनला देवीच्या रोगाची लागण झाली. तिथून परत आल्यावर तो सोळा वर्षांच्या एका मुलीच्या प्रेमात पडला; पण तिच्या वडिलांनी वॉशिंग्टनला अजिबात भीक न घातल्यामुळे तो निराश झाला. १७५२मध्ये लॉरेन्सचं

निधन झालं. 'जर सारा नावाच्या आपल्या मुलीला संततीप्राप्ती झाली नाही, तर आपली सगळी संपत्ती जॉर्ज वॉशिंग्टनला मिळावी,' असं लॉरेन्सनं आपल्या मृत्युपत्रात लिहिलेलं होतं.

लष्करातला काळ

लॉरेन्सने व्हर्जिनिया प्रांताच्या लष्करामध्ये ब्रिटिशांच्या वतीनं सेवा केली होती. अमेरिकी प्रांतांवर अजूनही ब्रिटिशांचीच सत्ता होती. आपल्या भावाला श्रद्धांजली म्हणून आपणही हेच काम करावं, या हेतूनं जॉर्ज वॉशिंग्टननं यासाठीचा अर्ज दाखल केला. त्याच्या अर्जाचा स्वीकार झाल्यामुळे १७५३च्या फेब्रुवारी महिन्यात २१ वर्षीय वॉशिंग्टनला लष्करात भरती होता आलं. कहर म्हणजे वॉशिंग्टन प्रचंड महत्त्वाकांक्षी असला, तरी त्याला लष्करी बाबतींमधलं काहीच ज्ञान नव्हतं; आणि असं असूनही त्याच्या हाताखाली लष्कराच्या तुकड्या काम करतील, असं ठरलं. काही महिने उलटून गेल्यावर व्हर्जिनिया प्रांताची मालकी असलेल्या एका भागावर फ्रेंचांनी आक्रमण केलं असल्याची बातमी वॉशिंग्टननं वर्तमानपत्रात वाचली. यामुळे व्हर्जिनिया प्रांताचा गव्हर्नर फ्रेंचांना इशारावजा संदेश पाठवणार असल्याचं वॉशिंग्टनला समजलं. ही संधी आपण गमवायची नाही, असा मनाशी निर्धार करून तो गव्हर्नरकडे गेला आणि आपण हा संदेश फ्रेंचांकडे न्यायला उत्सुक असल्याचं त्यानं गव्हर्नरला सांगितलं. यासाठी फ्रेंचांचा तळ गाठून परतणं आवश्यक होतं. म्हणजेच एकंदर १३००-१६०० किलोमीटर्स इतका मोठा प्रवास करणं भाग होतं. प्रचंड थंडी, हिमवर्षाव आणि प्रवासात हल्ला करणारे 'इंडियन' म्हणजेच दक्षिण अमेरिकी स्थानिक लोक ही सगळी संकटं पार करून तब्बल अडीच महिन्यांच्या संघर्षानंतर वॉशिंग्टन यशस्वीरीत्या आपल्या मूळ ठिकाणी पोहोचला. या प्रवासादरम्यान बर्फाळलेल्या नदीतून पोहणं, एका 'इंडियन' माणसानं बंदुकीतून मारलेली गोळी कशीबशी पचवणं आणि घोडे अतिश्रमांमुळे दमलेले असल्यामुळे शेकडो किलोमीटर्स चालणं, अशा अफाट गोष्टींचा समावेश होता. वॉशिंग्टननं आणलेला निरोप निराशाजनक होता. माघार घेण्याची फ्रेंचांची अजिबातच मनःस्थिती नव्हती. यामुळे फ्रेंचांवर हल्लाबोल करण्यासाठी पैसे, रसद आणि लष्करी जमवाजमव यांच्यावर लगेचच काम सुरू झालं.

ब्रिटिशांच्या वतीनं पेनसिल्व्हानियामधल्या फ्रेंच सैन्यावर वॉशिंग्टनच्या नेतृत्वाखाली व्हर्जिनियाच्या एका लष्करी तुकडीनं २७ मे १७५४ या दिवशी

हल्ला केला. आपला फक्त एक माणूस गमावून वॉशिंग्टन आणि त्याचे सहकारी यांनी शत्रूच्या १० सैनिकांना ठार केलं; तर २१ जणांना अटकेत टाकलं. या पराक्रमामुळे वॉशिंग्टनला बढती मिळाली. आता फ्रेंच लष्कर प्रतिहल्ला करणार, या जाणिवेपोटी वॉशिंग्टननं भरभक्कम तटबंदी केली. तरीसुद्धा वॉशिंग्टन आणि त्याचे ४० सहकारी फ्रेंच आणि इंडियन सैनिकांच्या गराड्यामध्ये वेढले गेले. सुदैवानं त्यांना ठार न करता फ्रेंचांनी व्हर्जिनियाला सुखरूप परतू दिलं. यानंतर वॉशिंग्टननं लष्करामधून बाहेर पडायचं ठरवलं; पण फ्रेंचांचा धोका वाढल्यामुळे व्हर्जिनियाच्या गव्हर्नरनं वॉशिंग्टनला परत एकदा आपल्या लष्कराचं नेतृत्व करण्यासाठी गळ घातली आणि त्यानं ती मान्य केली.

इतर घडामोडी

दरम्यान, १७५९मध्ये वॉशिंग्टनचं मार्था कस्टिस या घटस्फोटितेशी लग्न झालं. तिला आधीच्या लग्नातून दोन मुलं झाली होती. त्यांच्यासह भरपूर संपत्ती आणि मालमत्ता आता वॉशिंग्टनकडे आली. या लग्नातून वॉशिंग्टन आणि मार्था यांना मुलं झाली नाहीत. खरं म्हणजे, आपल्या शेजाऱ्याच्या बायकोच्या प्रेमातही वॉशिंग्टन या सुमाराला पडला होता; पण या प्रकरणाचं पुढे काय झालं याची कल्पना नाही!

याखेरीज 'व्हर्जिनियाच्या संसदेचा प्रतिनिधी' म्हणूनसुद्धा वॉशिंग्टनची निवड झाली. यामुळे वॉशिंग्टनला राज्यकारभाराविषयीचे महत्त्वाचे धडे मिळाले. तो नियमितपणे निवडून येत असल्यामुळे त्याची लोकप्रियता अबाधित असल्याचंही दिसून आलं. या काळात खूप फेरफटका मारून वॉशिंग्टननं मोठ्या प्रमाणावर जमीन खरेदी केली. यामधली बरीच जमीन त्यानं शेतकऱ्यांना भाडेतत्त्वावर दिली. वॉशिंग्टनला स्वतःला शेतकामात खूप रस होता. निरनिराळे प्रयोग करून शेतमालाचं उत्पादन वाढवणं, नवी पिकं घेणं, असे प्रकार तो करून बघे.

स्वातंत्र्यलढा

हळूहळू वॉशिंग्टनच्या मनात ब्रिटिशांविषयी चीड निर्माण होत गेली. व्हर्जिनियामधल्या तसंच आजूबाजूच्या प्रांतांमधल्या स्थानिक लोकांच्या हिताचा फारसा विचार त्यांच्यावर वर्चस्व गाजणारे ब्रिटिश लोक अजिबात करत नाहीत, ही गोष्ट त्याला आतून खात होती. व्हर्जिनिया प्रांताची संसद १७६९मध्ये

ब्रिटिशांनी अचानकपणे बरखास्त केल्यावर वॉशिंग्टन भडकला. यातूनच ब्रिटिशांच्या अंकुशाखाली असलेल्या आणि आता 'अमेरिका' म्हणून ओळखल्या जाणाऱ्या देशातल्या सगळ्या प्रांतांची किंवा वसाहतींची वार्षिक बैठक भरण्याची प्रथा सुरू झाली. या बैठकीला 'काँग्रेस' असं म्हटलं जाई. १७७५च्या या दुसऱ्या वार्षिक बैठकीदरम्यान लष्करी पोषाख घालून व्हर्जिनिया प्रांताचं प्रतिनिधत्व करायला आलेल्या वॉशिंग्टननं अत्यंत ओघवत्या शैलीत ब्रिटिशांचं वर्चस्व लष्करी ताकदीनं मोडून काढण्याचं आवाहन इतर प्रतिनिधींना केलं. त्याबरोबर सगळ्यांनी एकजुटीनं ब्रिटिशांशी लढण्याचा निर्धार केला आणि वॉशिंग्टनला आपला 'लष्करी नेता' म्हणून मान्यता दिली. याचा फायदा उठवून वॉशिंग्टननं काही दिवसांमध्येच बॉस्टनमध्ये ब्रिटिशांवर आक्रमण केलं आणि आपल्या लष्कराच्या तुटपुंज्या ताकदीची पर्वा न करता, त्यांना तिथून घालवून देण्यात यश मिळवलं. याचा वचपा काढण्यासाठी ब्रिटिशांकडून न्यू यॉर्कवर हल्ला होईल, असा अंदाज वॉशिंग्टनला आला. कारण नेहमीच्या 'फोडा आणि झोडा' या तत्त्वाचा वापर करून उत्तरेकडचे प्रांत आणि दक्षिणेकडचे प्रांत यांच्यामध्ये फूट पाडण्याचा प्रयत्न त्यांच्याकडून नक्कीच होणार, याची वॉशिंग्टनला खात्रीच होती. त्याचा हा अंदाज खरा ठरला. या हल्ल्याचा सामना करण्याची वॉशिंग्टनच्या लष्करामध्ये अजिबातच क्षमता नव्हती. साहजिकच, खूप झुंजूनसुद्धा वॉशिंग्टनला हार मानावी लागली. निराशेपोटी वॉशिंग्टनच्या लष्करामधून काही जण बाहेर पडले. तरीसुद्धा, गाफील ब्रिटिशांवर १७७६चा नाताळ आणि १७७७ची सुरुवात असे दोन वेळा गनिमी हल्ले करून वॉशिंग्टनने आपल्या सैनिकांमध्ये जान ओतायचा प्रयत्न केला. आता फिलाडेल्फियावर ब्रिटिश पायदळ हल्ला करेल, अशा अपेक्षेपोटी वॉशिंग्टननं जय्यत तयारी केली; पण आपल्या ताकदवान नौदलाचा फायदा उठवून ब्रिटिशांनी सागरी मार्ग निवडला. याचा परिणाम म्हणून, १७७७च्या सप्टेंबर महिन्यात फिलाडेल्फिया प्रांतावर ब्रिटिशांची सत्ता प्रस्थापित झाली. प्रचंड थंडीमध्ये आणि हालअपेष्टांमध्ये वॉशिंग्टन आणि त्याचे सहकारी यांनी पुढचे काही महिने काढले. तेवढ्यात फ्रान्सनं ब्रिटिशांच्या विरोधातल्या अमेरिकी वसाहतींच्या लढ्याला पाठिंबा दिल्याची सुवार्ता त्यांच्या कानांवर आली. हे ऐकताच, आपलं विखुरलेलं लष्कर एकवटून न्यू यॉर्कमध्ये आणायचं आणि फिलाडेल्फिया सोडायचं, असं ब्रिटिशांनी ठरवलं.

आता ब्रिटिशांना न्यू यॉर्कमध्येच थांबवून ठेवायचं आणि त्यांना चहूबाजूंनी घेरा घालायचा, असं धोरण वॉशिंग्टननं अवलंबलं. त्याच्या दिमतीला तोकडं

मनुष्यबळ आणि अपुरी रसद असूनसुद्धा त्यानं धीर सोडला नाही. अनेक जण त्याची साथ सोडून गेले. सगळ्या प्रांतांनी एकत्र येऊन भरवलेल्या 'काँग्रेस' परिषदेमध्ये ब्रिटिशांशी लढण्याचा निर्णय घेतला असला, तरी आता त्यांच्याकडून वॉशिंग्टनला विरोध सुरू झाला. तरीसुद्धा १७७८ ते १७८१, इतका मोठा काळ वॉशिंग्टन लढत राहिला. त्यानं जिद्द न सोडता ब्रिटिशांना नमवण्यासाठीचे प्रयत्न सुरूच ठेवले. अखेर १७८१मध्ये फ्रेंचांकडून हजारो सैनिक आणि मोठं कर्ज अशी मदत मिळणार असल्याचं वॉशिंग्टनच्या कानांवर आलं आणि तो उत्तेजित झाला. तेवढ्यात व्हर्जिनिया प्रांतामध्ये लॉर्ड कॉर्नवॉलिसच्या नेतृत्वाखाली ब्रिटिशांनी मोठ्या मनुष्यबळासह आक्रमण केल्याचं वॉशिंग्टनला समजलं. अजिबात वेळ न दवडता त्यानं त्या दिशेनं फ्रेंचांच्या साथीनं कूच केलं. तुंबळ लढाईनंतर १७८१च्या ऑक्टोबर महिन्यात स्वतः कॉर्नवॉलिससह ७००० ब्रिटिश सैनिक वॉशिंग्टनला शरण आले. हा वॉशिंग्टनच्या कारकिर्दीमधला सगळ्यांत मोठा आणि महत्त्वाचा विजय होता. तसंच ब्रिटिशांचं कंबरडंही याच पराभवानं मोडलं. युद्ध संपलं. ब्रिटिशांनी आपला मुक्काम हलवायचं मान्य केलं.

असं असूनसुद्धा पुढची दोन वर्षं वादविवादांमध्येच गेली. ब्रिटिशांनी अमेरिकेची भूमी सोडल्यानंतर 'अमेरिकेमध्ये नक्की कशा प्रकारची शासन व्यवस्था असावी' याविषयी काँग्रेसमध्ये, म्हणजेच निरनिराळ्या प्रांतांमध्ये एकवाक्यता अजिबात नव्हती. एकानं अमेरिका ही राजसत्ता बनावी आणि वॉशिंग्टनला तिचा 'पहिला राजा' म्हणून नेमलं जावं, असं म्हटलं. लष्करामध्ये वारंवार उठाव होत होते. काँग्रेस आणि लष्करी अधिकारी एकमेकांशी सतत झगडत होते. लष्करानं काँग्रेसला मोडीत काढून स्वतःची सत्ता स्थापन करण्यासाठीचे बेत तडीला नेण्याचे जोरदार प्रयत्न केले. वॉशिंग्टनला मात्र हा सगळा प्रकार अजिबातच पसंत नव्हता. २३ डिसेंबर १७८३ या दिवशीच्या काँग्रेसमधल्या आपल्या भाषणात त्यानं याच काँग्रेसनं पूर्वी बहाल केलेला लष्करप्रमुखपदाचा राजीनामा देण्याची घोषणा केली. इतकंच नव्हे; तर आपण सार्वजनिक आयुष्यातूनच निवृत्ती स्वीकारत असल्याचं सांगून वॉशिंग्टननं व्हर्जिनिया प्रांतात चक्क शेतीला सुरुवात केली.

या संदर्भात फ्रेंचांनी अमेरिकी स्वातंत्र्यलढ्याला दिलेल्या पाठिंब्याचा उल्लेख केलाच पाहिजे. अमेरिकी स्वातंत्र्यलढ्यामध्ये ब्रिटिशांविरुद्ध वापरण्यात आलेल्या दारूगोळ्यापैकी ९० टक्के दारूगोळा फ्रेंचांनी अमेरिकेला पुरवला होता! याखेरीज फ्रेंचांनी अमेरिकी स्वातंत्र्यवीरांना आर्थिक आणि इतर लष्करी मदतसुद्धा

केली. ब्रिटिशांबरोबरच्या आपल्या वैरापोटी फ्रेंचांनी असं केलं, हे उघडच आहे. कहर म्हणजे, ही मदत करणाऱ्या सोळाव्या लुई या फ्रेंच राजाला, भविष्यात अमेरिकी स्वातंत्र्यलढ्यातून प्रेरणा घेऊन फ्रान्समध्ये राजसत्ता उलथून टाकणारी फ्रेंच राज्यक्रांती घडेल, याची अजिबातच कल्पना नव्हती!

सरकारचं पुनर्निर्माण

एकीकडे सगळ्या कटकटींमधून वॉशिंग्टन मुक्त झालेला असला, तरीसुद्धा काँग्रेसमध्ये घडणाऱ्या घटनांविषयी ऐकलं, की तो पार अस्वस्थ होई. तिथं मोठ्या प्रमाणावर दुफळी माजली होती. सगळे जण कुणा एका माणसाचं म्हणणं ऐकतील, असा कुणी माणूसच तिथं नव्हता. एकमेकांविरुद्ध कट रचले जात होते. जे स्वातंत्र्य आपण इतकं झगडून मिळवलं, ते पुन्हा गमावून बसण्याची भीती वॉशिंग्टनला सतावत राहिली. साहजिकच, 'आपण परत समाजकारणात परतावं' असा विचार त्याच्या मनात सुरू झाला. जराशा नाखुशीनंच वॉशिंग्टननं २५ मे १७८७ या दिवशी भरलेल्या काँग्रेसच्या अधिवेशनाला हजेरी लावली. तिथं त्याची लगेचच या अधिवेशनाचा अध्यक्ष म्हणून निवड झाली. या अधिवेशनात उलटसुलट मतप्रवाह, आरोप-प्रत्यारोप यांच्या वारंवार फैरी झडत होत्या. वॉशिंग्टन एकही शब्द न बोलता हे सगळं ऐकून घेई. त्याच्या उपस्थितीमुळे मात्र सगळ्यांनाच एक प्रकारचा भारदस्तपणा जाणवत राहिला. फक्त अधिवेशनाच्या शेवटी वॉशिंग्टननं काँग्रेसमध्ये सहभागी होणाऱ्या प्रतिनिधींची संख्या वाढवण्याची सूचना मांडली आणि ती संमत झाली. आता 'या दुरुस्तीसह तयार केलेली राज्यघटना संमत होणार का' याकडे सगळ्यांचं लक्ष लागलेलं असतानाच, यासाठी बव्हंशी प्रतिनिधींनी अनुकूलता दाखवल्यामुळे वॉशिंग्टनचा उत्साह वाढला.

राष्ट्रपतिपद

सगळ्या प्रांतामध्ये/राज्यांमध्ये नव्या राज्यघटनेनुसार केल्या जाणाऱ्या कारभाराचा अध्यक्ष जॉर्ज वॉशिंग्टनच असेल, असं चित्र निर्माण झालं होतं. यामुळे त्यांच्यात आपोआप एकी निर्माण झाली. याचं कारण म्हणजे, आपल्या सगळ्यांचं नेतृत्व वॉशिंग्टन करणार असेल, तर तो आपल्या पदाचा अजिबात गैरवापर करणार नाही आणि ठरावीक प्रांतांनाच झुकतं माप देणार नाही, याची सगळ्यांना खात्री होती. साहजिकच, ४ फेब्रुवारी १७८९ या दिवशी, नव्या राज्यघटनेनुसार एकत्रित राज्यकारभार चालवण्यासाठीचा नेता

निवडण्यासाठीची बैठक भरली, तेव्हा त्यात वॉशिंग्टनची निवड होणं अगदी उघडच होतं. अगदी नाइलाजानं आणि भीतभीतच वॉशिंग्टननं हे पद स्वीकारलं. ३० एप्रिल १७८९ या दिवशी वॉशिंग्टननं आपला पदभार स्वीकारला आणि या निरनिराळ्या राज्यांच्या एकत्रीकरणाचं म्हणजेच 'युनायटेड स्टेट्स'च्या निर्मितीचं अवघड काम पार पडलं. यामधली एक गंमत म्हणजे, राष्ट्रपतीला कसं संबोधायचं याविषयी निरनिराळी मतं होती. काही जणांनी His Excellency असा शब्दप्रयोग सुचवला; पण तो एखाद्या राजाला शोभून दिसतो असं मत इतरांनी व्यक्त केल्यामुळे President of United States किंवा Mister President हे पर्याय मान्य करण्यात आले. जॉर्ज वॉशिंग्टनला त्या काळाच्या मानानं खूप भरभक्कम असलेलं वार्षिक २५,००० डॉलर्सचं वेतन मिळेल, असं ठरलं. राष्ट्रपतिपद स्वीकारल्यानंतर घरकामासाठी वॉशिंग्टननं १४ गौरवर्णीय नोकर आणि ७ कृष्णवर्णीय गुलाम नेमले, याचा उल्लेख केला पाहिजे.

सुरुवातीपासूनच अमेरिकेचा राष्ट्रपती म्हणून काम करण्यासंबंधीचे आदर्श वॉशिंग्टननं आपल्या वागण्या-बोलण्यातून घालून दिले. आपल्या कामाचा मोबदला म्हणून त्यानं फक्त आपल्याकडून कामासंबंधी होत असलेल्या खर्चाची रक्कम स्वीकारण्याची घोषणा केली. त्याच्यासमोर चार मोठ्या अडचणी होत्या : १) नव्या सरकारची स्थापना करणं आणि त्या संदर्भात वेगवेगळ्या पदांवर योग्य लोकांची नेमणूक करणं, २) देशाची पार विस्कटलेली आणि दिशाहीन अवस्थेतली आर्थिक परिस्थिती सुधारणं, ३) इंग्लंडबरोबर चांगले संबंध प्रस्थापित करणं आणि ४) अमेरिकेमधल्या आणि आजूबाजूच्या भागांमधल्या स्थानिक 'इंडियन' जमातींबरोबरचे संबंध सुधारणं. हे चारही प्रश्न वॉशिंग्टननं अत्यंत हुशारीनं सोडवले. पहिला प्रश्न सोडवण्यासाठी वॉशिंग्टन आपल्या नियंत्रणाखालच्या निरनिराळ्या विभागांच्या प्रमुखांशी नेहमीच सल्लामसलत करे. या विभागप्रमुखांच्या गटाला तेव्हा काही नाव नव्हतं; पण राष्ट्रपतिपदासाठी वॉशिंग्टनची फेरनिवड झाल्यानंतर या गटाचं 'मंत्रिमंडळ' असं बारसं करण्यात आलं. दुसरा प्रश्न सोडवण्यासाठी अमेरिकेच्या स्वातंत्र्यलढ्यादरम्यानच्या काळात निरनिराळ्या घटक प्रांतांच्या/राज्यांच्या डोक्यावर साचलेलं सगळं कर्ज आता वॉशिंग्टनच्या आधिपत्याखालच्या केंद्र सरकारच्या डोक्यावर घेण्यात आलं. राज्यं यातून मुक्त झाली. ही कर्जं फेडण्यासाठी इतर देशांकडून कर्ज घेण्यात आली. तिसरा प्रश्न सोडवण्यासाठी वॉशिंग्टननं आपल्या एका अनुभवी प्रतिनिधीला इंग्लंडमध्ये धाडलं. चौथा प्रश्न सोडवण्यासाठी वॉशिंग्टननं सगळ्या स्थानिक जमातींशी चर्चा करण्याचं आणि त्यांच्या प्रश्नांकडे सहानुभूतीच्या

नजरेनं बघण्याचं धोरण अवलंबलं. याचाही फायदा दिसून आला.

अर्थात, अमेरिका हा एकसंध देश आहे, ही संकल्पना अजून काही राज्यांनी मान्य केली नव्हती आणि आपलं स्वातंत्र्य कायम ठेवलं होतं. अमेरिकेमध्ये आपण सामील झालो, तर आपल्या स्वातंत्र्यावर गदा येईल, अशी त्यांची समजूत होती. ही गैरसमजूत असल्याचा विश्वास निर्माण करत वॉशिंग्टननं १७८९-९०मध्ये नॉर्थ कॅरोलिना आणि ऱ्होड आयलंड ही राज्यं अमेरिकेमध्ये सामील करून घेतली. नंतरही व्हरमाँट, केंटकी आणि टेनेसी ही आणखी तीन राज्यं वॉशिंग्टनच्या कार्यकालातच अमेरिकेशी जोडली गेली. तोपर्यंत त्यांचा राज्यकारभार स्वतंत्रपणे चालत असे. आपण सगळे एकाच देशाचे नागरिक असल्याची भावना लोकांच्या मनात पक्की रुजावी यासाठी वॉशिंग्टननं प्रत्येक राज्याला भेट दिली. मॅसॅच्युसेट्स राज्यातल्या न्यू इंग्लंडमध्ये याचसाठी वॉशिंग्टन गेलेला असताना, त्या राज्याच्या गव्हर्नरनं वॉशिंग्टनची भेट घेण्यासाठी स्वतः जायला नकार दिला आणि वॉशिंग्टननं आपल्या भेटीसाठी यावं, अशी अपेक्षा व्यक्त केली. यामुळे 'एखाद्या राज्याचा गव्हर्नर हा देशाच्या राष्ट्रपतीपेक्षा वरचढ असतो' असा चुकीचा प्रघात पडेल, अशी रास्त भूमिका घेत वॉशिंग्टननं या गोष्टीला साफ नकार दिला. यामुळे मॅसॅच्युसेट्सचा गव्हर्नर निमूटपणे वॉशिंग्टनची भेट घेण्यासाठी स्वतः आला.

१७९२च्या एप्रिल महिन्यातला वॉशिंग्टननं घेतलेला अत्यंत महत्त्वाचा निर्णय 'व्हिटो'चा होता. अमेरिकी काँग्रेसनं- म्हणजेच आपल्याकडच्या लोकसभेसारख्या सदनानं बहुमतानं संमत केलेला निर्णय रद्द करण्याचा अधिकार अमेरिकी राष्ट्रपतीला असेल, असा याचा अर्थ होता. जुन्या जनगणनेनुसार अमेरिकी काँग्रेसची पुनर्रचना करण्यासंबंधीचा एक प्रस्ताव काँग्रेसनं मान्य केला. हा प्रस्ताव रद्द ठरवण्याची तिथल्या राज्यसभेसारख्या 'हाऊस ऑफ रिप्रेझेंटेटिव्ह्ज' या सदनाला संधी असूनसुद्धा ती वाया घालवण्यात आली. यामुळे वॉशिंग्टननं हा अन्यायी प्रस्ताव स्वतःच्या एकट्याच्या मतानुसार हाणून पाडला. तो संमत झाला असता, तर अमेरिकी काँग्रेसमध्ये उत्तरेकडच्या राज्यांना झुकतं माप मिळालं असतं. काही महिने उलटून गेल्यावर योग्य जनगणनेच्या आधारे ही पुनर्रचना करण्यात आली आणि ही सुधारणा वॉशिंग्टननं आपल्या सहीनं न्याय्य ठरवली.

आपल्या सहकाऱ्यांमध्ये एकवाक्यता आणि एकी असावी, यासाठी वॉशिंग्टन झटे. या प्रयत्नांमध्ये त्याला फार यश येत नसे. त्याच्या मंत्रिमंडळातला परराष्ट्रमंत्री थॉमस जेफरसन अमेरिकेच्या दक्षिणेकडच्या काहीशा अप्रगत राज्यांचं

प्रतिनिधत्व करणारा होता, तर अर्थमंत्री ॲलेक्झांडर हॅमिल्टन उत्तरेकडच्या प्रगत राज्यांचं प्रतिनिधित्व करणारा होता. त्यांच्यामध्ये नेहमीच मतभेद होत. यामुळे वॉशिंग्टनला दुफळी माजण्याची भीती वाटे. शेवटी हॅमिल्टन आणि त्याचे पाठीराखे यांनी 'फेडरलिस्ट' पक्षाची निर्मिती करायचं ठरवलं. हॅमिल्टन आणि त्याचे सहकारी 'केंद्र सरकार (Federal government) मजबूत असावं' अशा विचारसरणीचे असल्यामुळे, त्यांनी आपल्या पक्षासाठी 'फेडरलिस्ट पार्टी' असं नाव निवडलं. याच्या विरुद्ध विचारसरणी असलेला जेफरसन आणि त्याचे समर्थक यांनी 'अँटि-फेडरलिस्ट' किंवा 'डेमोक्रॅटिक-रिपब्लिकन' पक्षाची निर्मिती करायचं ठरवलं. जेफरसन आणि त्याचे समर्थक केंद्र सरकारला खूप अधिकार देण्याला विरोध करत असत. कारण आपल्यावर पुन्हा एकदा राजसत्तेसारखी सत्ता या मार्गानं प्रस्थापित होईल, अशी भीती त्यांना सतावे.

दुसऱ्यांदा राष्ट्रपतिपद

आपलं राष्ट्रपतिपद संपल्यावर निवृत्ती स्वीकारायचं वॉशिंग्टननं आधीपासूनच ठरवलं होतं आणि १७९२मध्ये म्हणजेच आपला कार्यकाल संपायला एका वर्षाचा अवधी असतानाच आपलं निरोपाचं भाषणही त्यानं लिहायला घेतलं होतं! त्याहीआधी फक्त दोन वर्षं राष्ट्रपतिपद सांभाळून ही जबाबदारी जॉन ॲडम्सकडे द्यायचा त्याचा मूळ विचार होता. वॉशिंग्टननं देशाचं आणखी चार वर्षं नेतृत्व केलं नाही, तर देशात दुफळी माजेल, असं अनेक जणांचं मत होतं आणि जेफरसननं म्हणूनच वॉशिंग्टनला पुन्हा एकदा ही जबाबदारी स्वीकारण्यासाठी प्रवृत्त केलं. यामुळे वॉशिंग्टननं ही जबाबदारी स्वीकारली खरी; पण त्याला कटू अनुभवांचा सामना करावा लागला. १७९३मध्ये जेफरसननं; तर १७९५मध्ये हॅमिल्टननं आपापल्या पदाचा राजीनामा दिला. वर्तमानपत्रांमधूनही वॉशिंग्टनवर राजकीय स्वरूपाची टीका व्हायला लागली. यामुळे देशाचा एकसंधपणा टिकवण्यासाठी कायम धडपडत असलेल्या वॉशिंग्टनला खूप वाईट वाटत राहिलं. त्यातच आंतरराष्ट्रीय पातळीवरच्या घडामोडींमुळेही त्याला अडचणींचा सामना करावा लागला. फ्रेंच राज्यक्रांतीमुळे राजसत्ता असलेले इंग्लंडसकट इतर युरोपीय देश फ्रान्सशी लढायला उभे ठाकले. या प्रकरणात न पडता आपण तटस्थ भूमिका घेणार असल्याचं वॉशिंग्टननं जाहीर केलं खरं; पण जेफरसन आणि त्याचे डेमोक्रॅटिक-रिपब्लिकन सहकारी मात्र अमेरिकेनं फ्रेंच क्रांतिकाऱ्यांप्रती सहानुभूती जाहीर केली पाहिजे, अशा मताचे होते. १७९५मध्ये वॉशिंग्टननं इंग्लंडशी व्यापारासंबंधीच्या करारावर

सही केल्यावर तर त्याच्यावर डेमोक्रॅटिक-रिपब्लिकन मंडळींकडून होणाऱ्या टीकेनं नवाच जोर पकडला. वॉशिंग्टननं या करारावर सही करण्याचं मुख्य कारण म्हणजे आपल्याच मंत्रिमंडळातला आपला गृहमंत्री एडमंड रँडॉल्फ यानं फ्रेंचांच्या वतीनं बोलण्यासाठी लाच घेतली असल्याचे खात्रीलायक पुरावे वॉशिंग्टनच्या हाती लागले होते. रँडॉल्फनं याचा साफ इन्कार केला खरा; पण आपल्या पदाचा राजीनामाही दिला.

१७९४मध्ये पेनसिल्व्हानियामध्ये झालेला 'व्हिस्की उठाव'सुद्धा गाजला. शेतकरी आपल्या शेतांमध्ये पिकलेल्या धान्यावर प्रक्रिया करून व्हिस्की तयार करत. यावर अबकारी कर लादण्याचा केंद्र सरकारला कसलाच अधिकार नसल्याचं त्यांचं म्हणणं होतं. वॉशिंग्टननं मात्र शेतकऱ्यांचा या संदर्भातला उठाव १५,००० सैनिकांसह स्वतः तिथं जाऊन मोडून काढला. यानंतरचं वर्ष मात्र तसं शांततेत गेलं. वॉशिंग्टनवरची टीकाही कमी झाली. आपोआपच, वॉशिंग्टननं तिसऱ्यांदाही राष्ट्रपतिपद स्वीकारावं, यासाठीची चर्चा सुरू झाली. आता मात्र वॉशिंग्टननं या मागणीला अजिबात दाद द्यायची नाही, असं ठरवून आपलं पद सोडलं. याचबरोबर जास्तीत जास्त दोन वेळाच राष्ट्रपतिपद भूषवण्याची प्रथा अमेरिकेमध्ये रुजली.

अखेरचा काळ

१७९७मध्ये राष्ट्रपतिपदाची जबाबदारी सोडून वॉशिंग्टन आपल्या पत्नीसह माऊंट व्हरनॉन इथं आपलं निवृत्तीनंतरचं आयुष्य घालवण्यासाठी दाखल झाला. आता त्याला आपल्या जुन्या मित्रांबरोबर वेळ घालवणं, शेती किंवा तत्सम गोष्टी करणं यांमध्ये रमायचं होतं. नियतीच्या मनात मात्र काही वेगळंच असावं. १७९८मध्ये अमेरिकेचं फ्रान्सबरोबर युद्ध सुरू होण्याची चिन्हं दिसायला लागली. संभाव्य फ्रेंच हल्ल्यापासून बचाव करण्यासाठी अमेरिका सज्ज होत असतानाच, नवा राष्ट्रपती जॉन ॲडम्स यानं वॉशिंग्टनला अमेरिकी लष्कराची पुनर्बांधणी करण्यासाठीची जबाबदारी घेण्याचं आवाहन केलं. त्यानुसार लष्करासाठी नव्या अधिकाऱ्यांच्या नेमणुकी करण्यात वॉशिंग्टननं पुढचे काही महिने घालवले. अर्थात, आपण स्वतः युद्धभूमीवर उतरणार नसल्याचं त्यानं सांगितलं होतं. त्यानंतर फ्रेंच आक्रमणाचं सावट दूर झालं आणि वॉशिंग्टन पुन्हा एकदा निवृत्तीकडे झुकला.

१४ डिसेंबर १७९९ या दिवशी हिमवर्षाव सुरू असलेल्या सकाळी वॉशिंग्टन सकाळी उठला, तोच प्रचंड अस्वस्थपणे. विलक्षण कफ साठल्यामुळे

त्याला श्वासोच्छ्वास करणंही जवळपास अशक्य झालं होतं. खरं म्हणजे आदल्या दिवशीच आपला घसा बसल्याचं त्याला जाणवलं होतं; पण ते आपोआपच ठीकठाक होईल, अशा समजुतीपोटी त्यानं त्याकडे दुर्लक्ष केलं. आता डॉक्टरांना बोलावण्यात आलं. त्यांनी त्या काळात प्रचलित असलेल्या समजुतींनुसार वॉशिंग्टनच्या शरीरातून रक्तस्राव होऊ दिला. यामुळे वॉशिंग्टनच्या शरीरातलं जवळपास निम्मं रक्त वाहून गेलं! यामुळे आजारी माणूस बरा होतो, असं मानलं जाई. प्रत्यक्षात मात्र वॉशिंग्टनला आणखीनच अशक्त वाटायला लागलं आणि रात्री १०.३०च्या सुमाराला तो मरण पावला!

अमेरिकी डॉलर आणि पंचवीस सेंट्सचं नाणं यांच्यावरच्या वॉशिंग्टनच्या छबीमुळे तसंच अमेरिकी राजधानीला त्याचं नाव दिल्यामुळे तो अजरामर ठरला आहे!

जॉन ॲडम्स

१७९७-१८०१
या काळातला अमेरिकेचा दुसरा राष्ट्रपती

अल्प-परिचय

साल	घटना
१७३३	मॅसॅच्युसेट्स राज्यातल्या, आता क्विन्सी म्हणून ओळखल्या जाणाऱ्या गावामध्ये जन्म
१७५५	हार्वर्ड कॉलेजमधून पदवीचं शिक्षण पूर्ण
१७५८	वकिलीच्या व्यवसायाला सुरुवात
१७६४	अबिगेल स्मिथ हिच्याशी लग्न
१७७४-७७	मॅसॅच्युसेट्स राज्यातर्फे 'काँग्रेस'मध्ये प्रतिनिधित्व
१७७८-८८	युरोपमध्ये अमेरिकी परराष्ट्र अधिकारी
१७८९-९७	पहिला अमेरिकी उपराष्ट्रपती
१७९७-१८०१	दुसरा अमेरिकी राष्ट्रपती
१८२६	निधन

प्राथमिक ओळख

खरं म्हणजे जॉन ॲडम्सनं आपल्या कारकिर्दीत खूप भरीव कामगिरी केली; पण तो जॉर्ज वॉशिंग्टनसारख्या युगपुरुषाचा समकालीन असल्यामुळे त्याचं नाव त्या मानानं कमी झळकलं. इतकंच नव्हे, तर आपल्या कारकिर्दीमधल्या वेगवेगळ्या टप्प्यांवर त्यानं प्रभावी कामगिरी करून दाखवली असली, तरी दुसरं कुणीतरी त्याच्यापेक्षा पुढे जाण्याचे प्रसंग सातत्यानं घडले. उदाहरणार्थ, अमेरिकी स्वातंत्र्यलढ्याच्या पूर्वकाळात सॅम ॲडम्स या जॉन ॲडम्सच्या अत्यंत आक्रमक चुलतभावानं सगळ्यांचं लक्ष स्वतःकडे वेधून

घेतलं. नंतर काँग्रेसमध्ये असताना जेव्हा अमेरिकी स्वातंत्र्यलढ्याची घोषणा करणारं पत्रक तयार करण्याच्या कामात त्याला सहभागी करून घेण्यात आलं, तेव्हा थॉमस जेफरसनच्या बहारदार लेखणीपुढे त्याला झुकावं लागलं. अमेरिकी स्वातंत्र्यलढ्याच्या काळात जॉन ॲडम्स जेव्हा युरोपमध्ये परराष्ट्र अधिकारी म्हणून दाखल झाला, तेव्हा बेंजामिन फ्रँकलिनच्या प्रभावी कामगिरीपुढे तो दुय्यमच ठरला. शेवटच्या टप्प्यावर 'उपराष्ट्रपती' आणि नंतर 'राष्ट्रपती' म्हणून पद भूषवताना त्याच्यावर जॉर्ज वॉशिंग्टनच्या प्रभावाची सावली टिकून राहिली.

सरकारचं कामकाज कसं चालवायचं, त्याचा राजकारणाशी कसा संबंध असतो, अशा प्रकारच्या गोष्टींमध्ये ॲडम्स तज्ज्ञ होता. साहजिकच, राष्ट्रपतिपदाशी राजकारणाची अत्यंत योग्यरीत्या गाठ मारण्याचं काम ॲडम्सनं केलं. ॲडम्सला खरं म्हणजे कणखरपणे काम करणं आवडलं असतं; पण त्याच्या हाताखालचे सगळे लोक जॉर्ज वॉशिंग्टनच्या मर्जीतले आणि एकदम बलाढ्य झालेले होते. त्यांनी ॲडम्सला सगळीकडून कोंडीत पकडण्याचा प्रयत्न केलाच; शिवाय राष्ट्रपतिपदासाठीच्या फेरनिवडणुकीला त्याला उभंसुद्धा राहू दिलं नाही. तरीसुद्धा ॲडम्सनं फ्रान्सशी होऊ घातलेलं संभाव्य युद्ध टाळण्याचं महत्त्वाचं काम केलं. त्याच्या दुर्दैवानं यामुळे त्यानं आपल्या पक्षाच्या धोरणाला प्रतिकूल असलेले निर्णय घेतले आणि आपलं स्वतःचं राजकीय भवितव्य संपुष्टात आणलं.

छोट्या चणीचा आणि गुबगुबीत शरीरयष्टीचा ॲडम्स साधे कपडे घालत असे आणि त्याचं बोलणंसुद्धा साधंसोपं असे. राजकीयदृष्ट्या काय बरोबर आहे यापेक्षा आपल्या देशासाठी काय योग्य आहे, याचा त्याच्या डोक्यात कायम विचार चाले आणि त्यानुसारच तो निर्णय घेई. साहजिकच, त्याच्या स्पष्टवक्तेपणामुळे कधीकधी त्याचे मित्रसुद्धा दुखावले जात. असं असूनसुद्धा त्याच्या प्रामाणिक हेतूविषयी अगदी त्याच्या विरोधकांच्या मनातही कसलीच शंका नसे. वागण्याबोलण्यात ॲडम्स चांगलाच कोरडा आणि रोखठोक असला, तरी त्यानं लिहिलेल्या आठवणी आणि त्याची पत्रं यांमधून मात्र त्याच्यामधल्या संवेदनशील बाजूची ओळख पटते.

जडणघडण

एका शेतवजा जागेत राहणाऱ्या कुटुंबात जॉन ॲडम्सचा जन्म झाला. ॲडम्सच्या वडिलांनी हार्वर्ड विद्यापीठातून शिक्षण घेतलेलं असल्यामुळे आपल्या

मुलानंही तिथंच शिकलं पाहिजे, अशी त्यांची इच्छा होती. त्यानुसार ॲडम्स वयाच्या सोळाव्या वर्षी हार्वर्डमध्ये दाखल झाला. हुशार असलेल्या ॲडम्सनं आपलं शिक्षण पूर्ण केल्यावर काही काळ शिक्षकी पेशात घालवला; पण लवकरच वकिली सुरू केली. आपल्याहून वयानं दहा वर्षं लहान असलेल्या अबिगेल स्मिथशी त्यानं लग्न केलं. अबिगेलसुद्धा अत्यंत हुशार आणि हजरजबाबी होती. साहजिकच, ॲडम्सबरोबरचं तिचं सहजीवन मजेत गेलं. त्यांना पाच मुलं झाली. त्यांपैकी सगळ्यांत मोठा असलेला जॉन क्विन्सी ॲडम्स तर पुढे अमेरिकेचा सहावा राष्ट्रपतीच झाला! या संदर्भातली एक गंमत म्हणजे, हॅना क्विन्सी नावाच्या एका तरुणीशी लग्न जमवायचा ॲडम्सनं पूर्वी प्रयत्न केला होता; पण हॅनाला यासाठी विचारणा करायच्या बेतात तो असताना त्याचे दोन मित्र तिथं आले आणि नंतर हॅनानं दुसऱ्याच माणसाशी लग्न केलं.

कारकिर्दीची सुरुवात

आपल्या वकिलीबरोबरच ॲडम्सनं ब्रिटिशांच्या विरोधातल्या अमेरिकी स्वातंत्र्यलढ्यामध्ये सहभागी व्हायला सुरुवात केली. सॅम या आपल्या थोरल्या चुलतभावाच्या साथीनं ॲडम्सनं मॅसॅच्युसेट्स प्रांतावर ब्रिटिशांनी लादलेल्या अन्यायी कराच्या विरोधात लढण्यासंबंधीची व्यूहरचना आखली. तसंच अमेरिकी लोकांनी आपल्या स्वातंत्र्यासाठी लढण्याचं आवाहन करणारे काही निनावी लेखही त्यानं लिहिले. १७६६मध्ये ॲडम्सनं आपलं कुटुंब बॉस्टनला हलवल्यानंतर चार वर्षांनी घडलेल्या 'बॉस्टन हत्याकांड' नावाच्या घटनाक्रमामुळे ॲडम्सचं नाव एकदम प्रकाशझोतात आलं. ब्रिटिश लष्करामधला एक कप्तान आणि त्याचे आठ सहकारी यांनी तिथं जमलेल्या स्थानिक अमेरिकी जमावावर गोळीबार केल्यामुळे काही जण ठार झाले. यात हा कप्तान आणि त्याचे सहकारी यांचा खरा दोष नसून, याची मुख्य जबाबदारी त्यांना तिथं नेमणाऱ्या ब्रिटिश राज्यकर्त्यांची आहे, असं ॲडम्सचं मत होतं. अर्थातच, हे मत अत्यंत स्फोटक होतं. स्थानिक लोक विलक्षण भडकलेले असताना आपल्यामधल्या एका वकिलानंच असं मत व्यक्त करावं, हे त्यांना अजिबातच सहन होत नव्हतं. असं असूनसुद्धा, ॲडम्सनं आपलं मत इतपतच मर्यादित न ठेवता, या ब्रिटिशांच्या वतीनं खटलाही चालवला. त्याचा युक्तिवाद बिनतोड असल्यामुळे या प्रकरणाशी संबंधित असलेला ब्रिटिश लष्करामधला कप्तान आणि त्याचे आठपैकी सहा सहकारी यांची निर्दोष मुक्तता करण्यात आली. एकीकडे

ॲडम्सविरोधातला संताप टोकाला जाऊन पोहोचलेला असताना, दुसरीकडे काही लोकांनी मात्र, अत्यंत निःपक्षपणे या प्रकरणाविषयी विचार आणि कृती केल्याबद्दल त्याचं अभिनंदन केलं.

यानंतर १६ डिसेंबर १७७३ या दिवशी सॅम ॲडम्सचा मुख्य सहभाग असलेला 'बॉस्टन टी पार्टी'चा ऐतिहासिक प्रसंग घडला. ब्रिटिशांनी चहावर लादलेल्या अन्यायी कराच्या विरोधात बॉस्टनवासीयांनी उठाव केला. त्या दिवशी जॉन ॲडम्स बॉस्टनमध्ये नसला, तरी त्यानं या घटनेविषयी आनंद व्यक्त केला. तसंच 'ब्रिटिशांच्या विरोधातला आपला लढा निर्णायक टप्प्यावर नेण्यासाठी या घटनेची खूप मदत होईल,' असा आशावाद त्यानं व्यक्त केला आणि तो खरा ठरला. यातूनच १७७४मध्ये फिलाडेल्फियामध्ये पहिली 'काँग्रेस' परिषद भरली. मॅसॅच्युसेट्स प्रांताचं प्रतिनिधित्व करण्यासाठी जॉन आणि सॅम ॲडम्स यांची निवड झाली. या दोघांचीही मतं तशी कट्टर होती. अमेरिकी लोकांनी आपल्या स्वातंत्र्यासाठी वेळप्रसंगी लढलं पाहिजे, असं त्यांना एकीकडे वाटत असताना इतर अनेक प्रतिनिधी मात्र खूपच सौम्य धोरण स्वीकारत असल्याचं त्यांच्या लक्षात आलं आणि त्यामुळे त्यांची निराशा झाली. दुसऱ्या वर्षीच्या काँग्रेसमध्ये तर उत्तरेकडचे प्रतिनिधी आणि दक्षिणेकडचे प्रतिनिधी यांच्यामधले मतभेद अगदी स्पष्टपणे दिसायला लागले. आता तर ब्रिटिशांशी युद्ध करण्यासाठी फक्त मॅसॅच्युसेट्स प्रांताचं लष्करच उपलब्ध व्हायची चिन्हं दाट होती. अशा प्रसंगी अत्यंत मुत्सद्दीपणे जॉन ॲडम्सनं सगळ्या प्रांतांच्या वतीनं ब्रिटिशांशी लढण्यासाठी एकसंध लष्कर उभं करण्याचा आणि जॉर्ज वॉशिंग्टनला या लष्कराच्या प्रमुखपदी नेमण्याचा प्रस्ताव मांडला. या प्रस्तावाला सॅम ॲडम्सनं अनुमोदन दिलं आणि त्यापाठोपाठ इतर प्रांतांच्या सदस्यांनीही जॉन ॲडम्सचा प्रस्ताव उचलून धरला. यामुळे हे 'मॅसॅच्युसेट्स प्रांताचं बंड' न ठरता, त्याचं रूपांतर 'अमेरिकी स्वातंत्र्यलढ्या'मध्ये झालं.

पुढची अनेक वर्षं ॲडम्सनं अमेरिकी काँग्रेसच्या वतीनं खूप काम केलं आणि देशाच्या स्वातंत्र्यासाठीचा लढा तीव्र करण्यात मोठा हातभार लावला. १७७६च्या जून महिन्यात ब्रिटिशांच्या संभाव्य आक्रमणाला तोंड देण्यासाठी जॉर्ज वॉशिंग्टन न्यू यॉर्कमध्ये अमेरिकी सैन्याची जमवाजमव करत असताना अमेरिकी स्वातंत्र्यासंबंधीचा जाहीरनामा लिहिण्यासाठी काँग्रेसनं ॲडम्सची सदस्यता असलेली एक समिती नेमली. तरीसुद्धा आपल्यावर एककल्लीपणा करण्याचा आरोप होऊ नये, यासाठी ॲडम्सनं हा जाहीरनामा लिहिण्याची जबाबदारी

थॉमस जेफरसनकडे दिली. नंतर अमेरिकी प्रांतांनी आपल्या स्वातंत्र्याचा निर्धार व्यक्त करण्यासाठीची वेळ उद्‌भवली, तेव्हा मात्र ॲडम्सनं पुढाकार घेऊन या कामात अगदी हिरिरीनं आक्रमकरीत्या आपली भूमिका मांडली. याचा चांगलाच परिणाम झाला आणि अमेरिकी स्वातंत्र्यलढ्याचा निर्धार जवळपास सगळ्याच प्रांतांनी व्यक्त केला.

युरोपमधला काळ

खरं म्हणजे, क्लिष्ट राजकारणामधल्या नाजूक गोष्टी हाताळण्यापेक्षा आपल्या स्पष्टवक्तेपणासाठीच ॲडम्सची जास्त ख्याती होती. तरीसुद्धा फ्रान्सची आपल्या स्वातंत्र्यलढ्यामध्ये मदत मिळवण्यासाठी युरोपमध्ये पाठवण्यात आलेल्या प्रतिनिधींमध्ये काँग्रेसनं ॲडम्सचा समावेश केला. १७७८मध्ये पॅरिसमध्ये पोहोचल्यावर मात्र जॉर्ज वॉशिंग्टननं या संदर्भात फ्रान्सशी आधीच करार केला असल्याचं त्याला समजलं. यामुळे त्यानं पुढचं वर्ष काँग्रेसकडून पुढच्या सूचना मिळेपर्यंत इतर काही कामं करण्यात घालवलं. त्यानंतर मॅसॅच्युसेट्सला परतून त्यानं आपल्या राज्यासाठीची राज्यघटना लिहिली. ती इतकी उच्च दर्जाची होती, की इतर अनेक राज्यांनी तिची चक्क कॉपीच केली! यानंतर १७८०मध्ये ॲडम्स परत एकदा युरोपमध्ये गेला. आता नेदरलँड्सकडून अमेरिकेला कर्ज मिळवून देण्यात त्यानं यश प्राप्त केलं. त्यानंतर १७८२मध्ये ब्रिटिशांशी शांतता करार करून स्वातंत्र्यलढा संपुष्टात आणण्यात त्यानं महत्त्वाची भूमिका निभावली खरी; पण याचं श्रेय जॉर्ज वॉशिंग्टनलाच मिळालं. यापुढे त्यानं तीन वर्षं 'अमेरिकेचा इंग्लंडमधला राजदूत' म्हणून काम केलं. या काळात ब्रिटिशांनी त्याच्याकडे साफ दुर्लक्ष करण्याचं धोरण स्वीकारलं आणि इंग्लंड आणि अमेरिका यांच्यादरम्यान व्यापारी संबंध प्रस्थापित व्हावेत, यासाठी त्यानं केलेले प्रयत्न साफ धुळीला मिळवले. निराश न होता, ॲडम्सनं हा काळ राजकारणाविषयीचा एक तीन खंडांचा ग्रंथ लिहिण्यात घालवला, आणि १७८८मध्ये तो अमेरिकेला परतला.

उपराष्ट्रपतिपद

जेव्हा अमेरिकेला स्वातंत्र्य मिळालं, तेव्हा तिच्या राष्ट्रपतिपदी जॉर्ज वॉशिंग्टनची निवड होणार, हे उघडच होतं. यामुळे जॉन ॲडम्सनं उपराष्ट्रपतिपदासाठी प्रयत्न करावेत, यासाठी त्याच्या मित्रांनी त्याला भरीला

पाडलं. त्यानुसार ॲडम्स निवडूनही आला; पण त्याचा स्वभाव आणि हे पद या एकमेकांशी अजिबात न जुळणाऱ्या गोष्टी होत्या. कृत्रिमपणा, दिखावा अशा गोष्टींचा तिटकारा असूनसुद्धा आपल्याला वारंवार त्यांना तोंड द्यावं लागतं, अशी खंत तो आपल्या दशकभराच्या उपराष्ट्रपतिपदाच्या कार्यकालात व्यक्त करत असे. त्यानं अडचणीच्या वेळी वॉशिंग्टनला खंबीर साथ दिली. तरीसुद्धा उपराष्ट्रपतिपद हे अत्यंत बिनकामाचं आणि कंटाळा आणणारं पद असल्याचं मत व्यक्त करून त्यानं आपला वेळ लिखाणात सत्कारणी लावला. यातून एक वेगळीच अडचण निर्माण झाली. अमेरिकी सरकारची रचना योग्य असून राज्यक्रांतीनंतर फ्रान्समध्ये अमलात आलेली राज्यप्रणाली अयोग्य असल्याचं मत ॲडम्सनं व्यक्त केलं. यामुळे फ्रेंच राज्यक्रांतीला आदर्श मानणारा त्याचा मित्र थॉमस जेफरसन त्याच्यापासून दूर गेला. साहजिकच, जेव्हा वॉशिंग्टनचा चार वर्षांचा पहिला कार्यकाल संपला, तेव्हा याचे पडसाद उमटले. वॉशिंग्टनची लोकप्रियता पाहता त्याला पुन्हा सत्ता हस्तगत करण्यापासून रोखणं अशक्य असल्याचं त्याच्या विरोधकांना पुरतं माहीत होतं. त्यामुळे त्यांनी आपलं लक्ष्य ॲडम्सकडे वळवलं आणि त्यानं दुसऱ्यांदा उपराष्ट्रपती होऊ नये यासाठी त्याच्यावर टीकेची झोड उठवली. इतकंच नव्हे, तर ॲडम्सची शरीरयष्टी फुगीर असल्याच्या कारणावरून त्याची खालच्या पातळीवर उतरून थट्टाही सुरू झाली. याचा काहीएक परिणाम न होता ॲडम्स अगदी सहजपणे दुसऱ्यांदा उपराष्ट्रपतिपदी निवडून आला. पुन्हा त्यानं अनेक मुद्द्यांवर वॉशिंग्टनला पूर्ण साथ दिली.

१७९६मध्ये वॉशिंग्टननं राष्ट्रपतिपदावरून दूर होण्याचे संकेत देताच त्याच्यानंतर हे पद जॉन ॲडम्सला मिळावं, यासाठी फेडरलिस्ट पक्षाच्या वतीनं जोरदार मोर्चाबांधणी झाली खरी; पण डेमोक्रॅटिक-रिपब्लिकन पक्षानं मात्र थॉमस जेफरसनचं नाव पुढे केलं. या दोघांवरही त्यांच्या विरोधकांनी भरपूर धूळफेक तर केलीच; पण आता मॅसॅच्युसेट्स प्रांताचा गव्हर्नर असलेला आपला चुलतभाऊ सॅम ॲडम्स खुलेपणानं आपल्या विरोधात जाऊन जेफरसनला पाठिंबा जाहीर करत असलेला बघून मात्र जॉन ॲडम्स पुरताच उखडला. वातावरण पुरतं गढूळ झालेलं असतानाच, जॉन ॲडम्स ज्या फेडरलिस्ट पक्षातर्फे ही निवडणूक लढत होता, त्या पक्षाचा प्रमुख ॲलेक्झांडर हॅमिल्टन एक वेगळाच डाव खेळला. फेडरलिस्ट पक्षातर्फे आता उपराष्ट्रपतिपदासाठी उभ्या असलेल्या माणसानं राष्ट्रपती व्हावं, यासाठी त्यानं आपल्या पक्षातल्या मतदारांना भरीला पाडलं. यामुळे पुरता गोंधळ माजला; पण शेवटी अगदी

किरकोळ फरकानं थॉमस जेफरसनला हरवून जॉन ॲडम्स राष्ट्रपती झालाच!

राष्ट्रपतिपद

४ मार्च १७९७ या दिवशी फिलाडेल्फियामध्ये जॉन ॲडम्सनं 'अमेरिकेचा दुसरा राष्ट्रपती' म्हणून शपथ घेतली आणि जॉर्ज वॉशिंग्टनच्या मंत्रिमंडळातल्या बहुतेक सगळ्यांना कायम ठेवून मोठी चूक केली. या लोकांनी ॲडम्सच्या नकळत त्याच्या फेडरलिस्ट पक्षाचा प्रमुख ॲलेक्झांडर हॅमिल्टन याचा सल्ला घेण्यासाठी त्याला वारंवार पत्रं लिहायला सुरुवात केली. १७९९मध्ये वॉशिंग्टनचं निधन होईपर्यंत या लोकांना दूर करणंही ॲडम्सच्या दृष्टीनं अवघड झालं होतं. अर्थात, ॲडम्सच्या दृष्टीनं मुख्य अडचण अमेरिकेबाहेरचीच होती. ब्रिटिशांशी सुरू असलेल्या आपल्या युद्धामध्ये अमेरिकेनं सहभागी व्हावं, यासाठी फ्रेंचांनी अमेरिकेवर जबरदस्त दबाव टाकला होता. तसंच अमेरिकेनं फ्रान्समध्ये पाठवलेल्या कुठल्याही राजदूताला किंवा इतर राजकीय प्रतिनिधीला आपण मान्यता देणार नसल्याचं त्यांनी सांगून टाकलं.

ॲडम्सला हे अजिबात मान्य नसल्यामुळे, त्यानं काँग्रेसची एक खास बैठक आयोजित करून आपला मानस व्यक्त केला. तेवढ्यात अमेरिकी राजदूतांना आणि इतर पदाधिकाऱ्यांना राजमान्यता देण्यासाठी फ्रेंच सरकारमधले काही वरिष्ठ मंत्री लाच मागत असल्याची खात्रीलायक माहिती त्याच्याकडे आली. काही काळ थांबून त्यानं ही माहिती जाहीर केली आणि यामुळे अमेरिकेमध्ये फ्रेंचांविरुद्ध वातावरण तापलं. आता फ्रान्सशी युद्ध होणं अटळ असल्याचं दिसत असल्यामुळे ॲडम्सनं अमेरिकी लष्कराला तयारी करायला सांगितलं, आणि जॉर्ज वॉशिंग्टनला लष्करी नेतृत्व करण्यासाठी परत येण्याची विनंती केली. आपल्या हाताखाली ॲलेक्झांडर हॅमिल्टनला नेमण्याची वॉशिंग्टननं केलेली सूचना ॲडम्सनं मान्य केली. या काळात आपल्या निर्णयांना राजकीय विरोध होऊ शकतो हे लक्षात घेऊन, काँग्रेसवर वर्चस्व असलेल्या फेडरलिस्ट पक्षानं सरकारला अनिर्बंध अधिकार बहाल केले. यामुळे अमेरिकेमध्ये आणीबाणीसदृश परिस्थिती निर्माण झाली. सरकारच्या धोरणांवर आणि निर्णयांवर टीका करणाऱ्यांना अटक करणं, आपल्या विरोधातली वर्तमानपत्रं बंद करून टाकणं, असे अधिकार ॲडम्सकडे आले. परिस्थिती अशा प्रकारे विलक्षण तापलेली असताना ॲडम्सनं एक बॉंबच टाकला! फ्रान्सशी युद्ध न करता आपण बोलणी करावीत, असं

त्यानं सुचवलं. काँग्रेसमध्ये त्याच्या निर्णयाला विरोध झाल्यावर त्यानं राजीनामा देण्याची धमकी दिली. प्रत्यक्षात मात्र काही काळातच युद्धज्वर थंड झाला आणि हा प्रश्न चर्चेनंच मिटला.

१८००ची राष्ट्रपतिपदाची निवडणूक जवळ यायच्या सुमाराला, फ्रान्सच्या बाबतीत अचानकपणे नरमाईचं धोरण स्वीकारण्याच्या ॲडम्सच्या निर्णयावरून फेडरलिस्ट पक्षामध्ये दुफळी माजली. वॉशिंग्टनच्या मृत्यूनंतर अमेरिकी लष्कराचं प्रमुखपद सांभाळणारा ॲलेक्झांडर हॅमिल्टन फ्रान्सबरोबरच्या युद्धासाठी आसुसलेला होता. या युद्धामुळे आपण एकदम लोकप्रिय होऊ शकतो, असं त्याला वाटत होतं. साहजिकच ॲडम्सवर त्याचा राग होता. ॲडम्सनं राष्ट्रपतिपदासाठी दुसऱ्यांदा दावा केला तरी तो फोल ठरावा, यासाठी हॅमिल्टननं गुप्तपणे ॲडम्सची बदनामी सुरू केली. याचा व्हायचा तो परिणाम झाला आणि या खेपेला निवडणुकीत ॲडम्सचा पराभव झाला. यातली आणखी एक विचित्र गोष्ट म्हणजे, ॲडम्सला या निवडणुकीत ६५ मतं मिळाली; तर जेफरसन आणि ॲरॉन बर या दोघांनाही प्रत्येकी ७३ मतं मिळाली. आता वॉशिंग्टन शहरातून आपलं कामकाज बघत असलेल्या ॲडम्सला म्हणूनच, आपल्यानंतर जेफरसन आणि बर यांच्यापैकी नक्की कोण राष्ट्रपती होणार, या अनिश्चततेचा सामना करत उरलेले दिवस काढावे लागले. दरम्यान, फ्रान्सनं आपला शांतता प्रस्ताव मान्य केला असल्याची सुवार्ता त्याच्या कानांवर आली आणि त्याला जरा समाधान वाटलं. या सुमाराला दारूच्या व्यसनाशी सुरू असलेल्या त्याच्या मुलाचा झगडा असफल ठरला आणि त्याचं निधन झालं. यामुळे ॲडम्स दांपत्य फारच उदास झालं.

आपल्या राष्ट्रपतिपदाच्या शेवटच्या दिवशी अनेक नव्या नेमणुकींवर सह्या करून जेफरसनच्या शपथग्रहण कार्यक्रमाला हजेरी न लावताच ॲडम्स मॅसॅच्युसेट्सला निघून गेला. कदाचित त्याला शपथग्रहण समारंभाचं आमंत्रणही मिळालेलं नसावं! आपल्या ६५ वर्षांच्या वयाहून खूप जास्त वृद्ध दिसणारा आणि तोंडाचं बोळकं झालेला ॲडम्स यानंतर तब्बल २५ वर्षं जगला. आनंदाची गोष्ट म्हणजे, आपल्या मृत्यूआधी आपला मुलगा जॉन क्विन्सी ॲडम्स अमेरिकेचा सहावा राष्ट्रपती झाल्याचं आनंददायी दृश्य त्याला बघायला मिळालं. दरम्यान, जेफरसननं राष्ट्रपतिपद स्वीकारल्यानंतर त्याचे ॲडम्सशी पार बिघडलेले संबंध सुधारले होते.

४ जुलै १८२६ या दिवशी अमेरिकी स्वातंत्र्याच्या पन्नासाव्या

वाढदिवसाविषयी आनंद व्यक्त करताना ॲडम्सनं या लढ्यातला आपला सहकारी थॉमस जेफरसन अजून हयात असल्याबद्दल समाधानाचे उद्‌गार काढले खरे; पण याच्या काही तास आधीच जेफरसनचं निधन झाल्याचं त्याला माहीत नव्हतं. नियतीचा विचित्र योगायोग म्हणजे, त्याच दिवशी यानंतर काही तास झाल्यावर, स्वत: ॲडम्सचंच निधन झालं!

थॉमस जेफरसन

१८०१-०९
या काळातला अमेरिकेचा तिसरा राष्ट्रपती

अल्प-परिचय

साल	घटना
१७४३	व्हर्जिनिया राज्यातल्या शॅडवेल या गावामध्ये जन्म
१७६२	पदवीचं शिक्षण पूर्ण
१७६७	वकिलीची सुरुवात
१७७२	मार्था वेल्स स्केल्टन हिच्याशी लग्न
१७७५-७६	व्हर्जिनिया प्रांतातर्फे अमेरिकी काँग्रेसमध्ये सहभाग; अमेरिकी स्वातंत्र्यलढ्याच्या जाहीरनाम्याचं लिखाण
१७७९-८१	व्हर्जिनियाचा गव्हर्नर म्हणून कार्यरत
१७८४-८५	काँग्रेसच्या वतीने युरोपमध्ये परराष्ट्र अधिकारी
१७८९-९३	जॉर्ज वॉशिंग्टनच्या राष्ट्रपतिपदाच्या काळात परराष्ट्रमंत्रिपदाची जबाबदारी
१७९७-१८०१	जॉन ॲडम्सच्या राष्ट्रपतिपदाच्या काळात उपराष्ट्रपतिपद
१८०१-०९	अमेरिकेचा तिसरा राष्ट्रपती
१८१६-२५	व्हर्जिनिया विद्यापीठाचा संस्थापक आणि पहिला रेक्टर
१८२६	व्हर्जिनिया प्रांतातल्या अल्बमर्ल कौंटीमध्ये निधन

प्राथमिक ओळख

'ज्याच्यात हात घालेल, त्यात यश मिळवेल' असं ज्याच्याविषयी बोललं

जाई, अशा थॉमस जेफरसनचं आयुष्य आणि त्याची कारकीर्द या दोन्ही गोष्टी अभ्यासण्यासारख्या आहेत. लालसर केस असलेल्या जेफरसननं वयाच्या ३३व्या वर्षी अमेरिकेच्या स्वातंत्र्यासाठीचा जाहीरनामा लिहिल्यामुळे तो अमर झाला. सुमारे चार दशकांच्या आपल्या कारकिर्दीत जेफरसननं वकिलीपासून सुरुवात करून थेट अमेरिकी राष्ट्रपतिपदापर्यंत मजल मारली. याखेरीज शेतकरी, तत्त्वज्ञ, लेखक, रचनाकार, संशोधक, वादक अशा अनेक भूमिकांमध्येही त्यानं यश मिळवलं. आपल्या निरीश्वरवादी आणि क्रांतिकारी विचारसरणीमुळे आपल्या परंपरावादी विरोधकांचा रोष पत्करणाऱ्या जेफरसननं, सत्ताधारी पक्षाकडून सत्ता खेचून घेण्याचा पराक्रम करून दाखवला. यामुळे सत्ता गमावलेल्या लोकांनी जेफरसनवर टीकेची झोड उठवली आणि तो अमेरिकेच्या राज्यघटनेला पार धुळीला मिळवणार असल्याचं भाकीत त्यांनी केलं. प्रत्यक्षात मात्र जेफरसननं अमेरिकी लोकशाही परंपरा जपल्या आणि कुठल्याही प्रकारे त्यांना धक्का लावला नाही. अमेरिका हा शेतीप्रधान देश असावा आणि केंद्र सरकारनं राज्यकारभारामध्ये शक्य तितकी कमी लुडबूड करावी, अशा मतांच्या जेफरसननं स्वतःच 'मी अमेरिकी राज्यघटना जवळपास तुटेल इतकी ताणली' असं एकदा म्हटलं होतं. तरीसुद्धा आपल्या कारकिर्दीमध्ये केलेल्या अनेक प्रकारच्या गोष्टींमधली 'राष्ट्रपती म्हणून केलेली कामगिरी' सगळ्यांत बिनमहत्त्वाची होती, असं जेफरसनचं मत होतं!

जडणघडण

थॉमस जेफरसनचे वडील जमीनदार होते. थॉमस जेफरसनचं कुटुंब दहा जणांचं होतं. त्याला शिक्षण आवडे. लहानपणीच तो ग्रीक आणि लॅटिन भाषा शिकला. तो १४ वर्षांचा असताना त्याच्या वडिलांचं निधन झालं. थॉमस जेफरसन आता भावंडांमध्ये सगळ्यांत मोठा असल्यामुळे आपल्या वडिलांनी मागे ठेवलेल्या २५०० एकर जमिनीची आणि ३० गुलामांची जबाबदारी त्याच्याकडे आली. ती पार पाडत असतानाच त्यानं दोन वर्षांत महाविद्यालयीन शिक्षण सुरू केलं. इथं त्याची भेट काही हुशार आणि रसिक वरिष्ठांशी झाली. त्यामुळे त्याचा दृष्टिकोन व्यापक झाला आणि त्याला निरनिराळ्या गोष्टींमध्ये रस वाटायला लागला. १७६२मध्ये आपलं पदवीचं शिक्षण पूर्ण झाल्यानंतर, पुढची पाच वर्षं जेफरसननं कायद्याचं शिक्षण घेण्यात घालवली. यानंतर अनेक तारुण्यसुलभ गोष्टींमध्ये तो गुंतून गेला. याच काळात शिकार, व्हायोलिनवादन, नाटकं बघायला जाणं अशा गोष्टीही तो करे. त्यानं लग्न करावं, असा कुणीतरी दिलेला सल्ला त्यानं साफ धुडकावून लावला आणि आपण एकटेच सुखात आहोत असं सांगितलं. काही

काळातच जेफरसननं आपलं मत बदललं, आणि मार्था या श्रीमंत विधवेशी लग्न केलं. यामुळे आधीच धनाढ्य असलेल्या जेफरसनच्या संपत्तीचा आकडा जवळपास दुपटीनं वाढला. जेफरसनला हे लग्न मात्र अजिबातच मानवलं नाही. कारण पुढच्या दहा वर्षांमध्ये मार्थाच्या पोटी जन्मलेल्या सहा अपत्यांपैकी चार दगावली आणि १७८२मध्ये तर स्वतः मार्थाच मरण पावली. जेफरसननं दुसरं लग्न केलं नाही.

आपल्या वयाच्या सव्विसाव्या वर्षी जेफरसननं राजकारणात प्रवेश केला. व्हर्जिनिया प्रांताच्या राजकारणात सलग दहा वर्षं तो निवडणूक जिंकत राहिला. तसंच त्यानं लिखाणाद्वारा आपली मतं मांडायलाही सुरुवात केली. हळूहळू त्याचं राजकीय वजन वाढायला लागलं. त्याचा परीघ व्हर्जिनिया प्रांतापुरताचा न राहता, तो विस्तारत गेला.

स्वातंत्र्याचा जाहीरनामा

१७७५मध्ये अमेरिकी काँग्रेसच्या फिलाडेल्फियामध्ये भरलेल्या बैठकीत ब्रिटिश राजसत्तेच्या विरोधातला लढा तीव्र करण्याचा निर्धार पक्का करण्यात आला. इथंच रॉजर शेरमन, रॉबर्ट लिव्हिंग्जटन, बेंजामिन फ्रँकलिन, जॉन ॲडम्स आणि थॉमस जेफरसन या पाच जणांच्या समितीनं अमेरिकी स्वातंत्र्यासंबंधीचा जाहीरनामा तयार करावा, असा निर्णय घेण्यात आला. अशा प्रकारे जेफरसन अचानकपणे थेट राष्ट्रीय पातळीवरच्या राजकारणामध्ये उतरला. खरं म्हणजे, जेफरसनच्या तुलनेत इतर चार सदस्य जास्त अनुभवी आणि लेखनकौशल्य संपादित केलेले होते; पण जेफरसन हा व्हर्जिनियाचा म्हणजेच दक्षिणेकडच्या राज्यामधला असल्यामुळे त्यानं हा जाहीरनामा लिहिण्यात पुढाकार घेतला, तर दक्षिणेकडच्या राज्यांचं वर्चस्व असलेली अमेरिकी काँग्रेस हा जाहीरनामा सहजपणे मंजूर करेल, असं त्यांना वाटलं. साहजिकच, आपल्या वतीनं हा जाहीरनामा लिहिण्याची मुख्य जबाबदारी त्यांनी जेफरसनवर सोपवली. जेफरसननं मोठ्या उत्साहानं या जाहीरनाम्याच्या लिखाणाचं काम हाती घेतलं. कुठलंही पुस्तक किंवा इतर संदर्भ यांचा जवळपास अजिबातच वापर न करता, स्वतःच्या अनुभवांच्या आधारे, फक्त १७ दिवसांमध्ये हा जाहीरनामा त्यानं लिहून काढला. यावर काँग्रेसमध्ये तब्बल तीन दिवस प्रदीर्घ चर्चा सुरू असताना जेफरसन जरा वैतागलेलाच असला, तरी शेवटी काँग्रेसनं त्यात अनेक बदल करून त्यावर शिक्कामोर्तब केल्यानंतर त्याला आपल्या श्रमांचं सार्थक झालं असं वाटलं. जेफरसननं या जाहीरनाम्यात पेरलेली काही वाक्यं अगदी अजरामर ठरली. उदाहरणार्थ, प्रत्येक

अमेरिकी नागरिकाला आयुष्य जगणं, स्वातंत्र्य आणि सुखासाठी धडपडणं म्हणजेच Life, Liberty and The Pursuit Of Happiness हे मूलभूत हक्क असतात, असं त्यानं नमूद केलं. आजही यांसारख्या अनेक वाक्यांचे दाखले अमेरिकेमध्ये निरनिराळ्या प्रसंगी दिले जातात. ४ जुलै १७७५ या दिवशी जेफरसनचा जाहीरनामा मंजूर झाला.

यानंतर काँग्रेसमधल्या आपल्या पदाचा राजीनामा देऊन व्हर्जिनिया राज्यामधल्या आपल्या जबाबदाऱ्या काही काळासाठी पार पाडण्याच्या हेतूनं जेफरसन परतला. तिथं त्यानं अमेरिकी समाजामध्ये सुधारणा करण्याच्या हेतूनं आणि सर्वसामान्य माणसाचं आयुष्य सुखकर करण्याच्या हेतूनं झपाट्यानं एकामागोमाग एक विधेयकं लिहिली. त्यांमधली काही राज्य सरकारनं घाईघाईनं संमत केली; पण काही मात्र पुढची अनेक वर्षं तशीच ठेवली. स्वतः जेफरसनला मात्र व्हर्जिनिया राज्यात प्रत्येक माणसाला आपली धार्मिक मतं ठरवण्याचा आणि त्यानुसार वागण्याचा हक्क असेल, अशा प्रकारचं विधेयक सगळ्यांत महत्त्वाचं वाटलं. यासाठी त्यानं तब्बल तीन वर्षं प्रचंड प्रयत्न केले. नंतर दोन वर्षं त्यानं 'व्हर्जिनियाचा गव्हर्नर' म्हणून काम पाहिलं. या काळात ब्रिटिशांविरुद्धचा स्वातंत्र्यलढा अत्यंत तीव्र झाला होता आणि याचा बदला म्हणून ब्रिटिशांनी व्हर्जिनिया प्रांतात नुसतं थैमान घातलं. सगळीकडे नासधूस, हिंसाचार, लुटालूट सुरू असताना जेफरसनचा जीवही धोक्यात आला. त्यानं स्वतःचा बचाव कसाबसा केला खरा; पण त्याची मालमत्ता मात्र ब्रिटिशांनी पूर्णपणे लुटली. यानंतर काही काळ राजकारणातून बाजूला होत जेफरसननं व्हर्जिनियाच्या इतिहासावर एक पुस्तक लिहिलं. यामुळे त्याला सगळीकडे 'अभ्यासू मनुष्य' म्हणून मान्यता मिळाली. १७८२मध्ये आपल्या पत्नीचं निधन झाल्यावर जेफरसन इतका निराश झाला, की तो यातून बाहेर येऊच शकणार नाही, अशी भीती त्याच्या कुटुंबीयांना वाटली. या काळात त्यानं आपल्या पत्नीशी झालेला सगळा पत्रव्यवहार नष्ट केला.

पुन्हा राजकारण

१७८३मध्ये जेफरसननं राजकारणात पुनःप्रवेश केला आणि त्याची काँग्रेसचा प्रतिनिधी म्हणून फेरनिवड झाली. ब्रिटिशांबरोबरच्या शांतता करारासंबंधी त्यानं पुढाकार घेतला. तसंच अमेरिकी चलनामध्ये दशमान पद्धतीचा वापर व्हावा, यासाठी त्यानं खूप प्रयत्न केले. जेफरसनची या काळातली आणखी एक महत्त्वाची कामगिरी म्हणजे, भविष्यात अमेरिकेमध्ये समाविष्ट होणाऱ्या राज्यांमध्ये गुलामगिरीची प्रथा रद्दबातल ठरवण्यासाठीची विलक्षण धडपड! जेफरसननं मांडलेलं विधेयक

फक्त एका मतानं फेटाळलं गेलं; अन्यथा कदाचित एकोणिसाव्या शतकात अमेरिकेमध्ये झालेलं यादवी युद्धसुद्धा टळू शकलं असतं! अर्थातच, हे विधेयक फक्त एका मतामुळे संमत होऊ न शकल्याविषयीची खंत जेफरसननं व्यक्त केली; पण त्याचबरोबर मानवतेला काळिमा फासणारी ही प्रथा भविष्यात तरी संपेल, अशी आशा व्यक्त केली.

१७८४मध्ये 'अमेरिकी काँग्रेसचा विशेष प्रतिनिधी' म्हणून जेफरसन युरोपमध्ये गेला आणि पुढची पाच वर्षं त्यानं अमेरिकेच्या वतीनं अनेक व्यापारी करार करण्यामध्ये खर्ची घातली. तिथं त्यानं फॉस्फरसचा वापर करणाऱ्या काडीपेटीचा शोध लागत असतानाच्या घडामोडी अनुभवल्या. तसंच फ्रेंच राज्यक्रांतीशी संबंधित असलेल्या घडामोडीसुद्धा त्यानं अगदी जवळून अनुभवल्या. त्याचा फ्रेंच क्रांतिकाऱ्यांना पूर्ण पाठिंबा होता. भविष्यात आंतरराष्ट्रीय पातळीवरच्या घडामोडींशी संबंधित असलेले निर्णय घेताना त्याच्या विचारसरणीवर याचा खूप परिणाम झाला.

व्हॅनिला आईसक्रीम, मॅक्रोनी, अंजीर, तळलेले बटाटे, ब्रॉकोली असे पदार्थ युरोपमधून जेफरसननंच प्रथम अमेरिकेत आणले.

अमेरिकी परराष्ट्रमंत्री

फ्रान्समधून अमेरिकेला परतत असतानाच्या प्रवासातच अमेरिकी राष्ट्रपती जॉर्ज वॉशिंग्टननं लिहिलेलं पत्र जेफरसनला मिळालं. 'आपल्या मंत्रिमंडळात जेफरसननं परराष्ट्रमंत्री म्हणून काम बघावं' अशी विनंती वॉशिंग्टननं या पत्रात केली होती. हा प्रस्ताव स्वीकारून १७९०च्या मार्च महिन्यात जेफरसननं आपल्या नव्या पदाची सूत्रं हाती घेतली. त्या काळात न्यू यॉर्कमधून राज्यकारभार चालवला जाई. तिथलं वातावरण बघून जेफरसन लवकरच वैतागून गेला. सगळे जण सातत्यानं नुसतं राजकारण करत बसतात आणि अमेरिकेला प्रजासत्ताक बनवण्याऐवजी राजसत्तेकडे नेण्याची स्वप्नं बघतात, या कारणांमुळे तो एकदम अस्वस्थ झाला. त्यातच आपला सहकारी असलेला आणि अर्थमंत्री म्हणून काम बघत असलेला ॲलेक्झांडर हॅमिल्टन यानं आपली फसवणूक केल्याच्या भावनेनं जेफरसन अजूनच दुःखी झाला. याचा सारांश म्हणजे, अमेरिकी स्वातंत्र्यलढ्याच्या काळात निरनिराळ्या राज्यांवर साचत गेलेल्या कर्जांचा एकत्रित बोजा आता अमेरिकी केंद्र सरकारच्या डोक्यावर यावा, यासाठी हॅमिल्टन प्रयत्नशील होता. यातली मुख्य अडचण म्हणजे, दक्षिणेकडच्या राज्यांनी आपल्या डोक्यावरची कर्जं केव्हाच फेडून टाकली होती. यामुळे आता उत्तरेकडच्या राज्यांच्या डोक्यावरची कर्जं आपण विनाकारण आपल्या डोक्यावर घेत असल्याची भावना दक्षिणेकडच्या राज्यांना सतावत होती.

हॅमिल्टननं या बाँड्ससाठीचं विधेयक मांडलं; पण ते संसदेमध्ये थोडक्या मतांच्या फरकानं संमत होऊ शकलं नाही. ते संमत करण्यासाठी पुनर्मतदान घ्यावं आणि या खेपेला जेफरसननं आपलं वजन वापरून दक्षिणेकडच्या राज्यांच्या प्रतिनिधींची मतं आपल्या पारड्यात टाकावीत, यासाठी हॅमिल्टननं जेफरसनला गळ घातली. याला जेफरसननं अनुकूल प्रतिसाद दिला खरा; पण याच्या मोबदल्यात सरकारचं कामकाज न्यू यॉर्कऐवजी काही काळ फिलाडेल्फियामधून आणि त्यानंतर कायमस्वरूपी तत्त्वांवर व्हर्जिनियामधल्या जॉर्जटाऊनमधून व्हावं, यासाठी हॅमिल्टननं आवश्यक असलेली सूत्रं हलवावीत, अशी अपेक्षा व्यक्त केली. त्यानुसार या दोघांची इच्छा पूर्ण करणारी ही विधेयकं संमतही झाली; पण त्यानंतर एक अडचण निर्माण झाली.

लोकांमध्ये स्वतःचा कारभार सांभाळण्याची क्षमता नसते, असं हॅमिल्टनचं मत असल्यामुळे, मजबूत सरकार स्थापन करण्यावर त्याचा भर असे. जेफरसनचा मात्र राज्यांमध्ये सत्ताकेंद्रं विभागून टाकत मध्यवर्ती केंद्र सरकारला फार ताकद न देण्यावर विश्वास होता.

अमेरिकी अर्थव्यवस्थेला योग्य आकार देण्यासाठी आणि तिच्यावर नियंत्रण ठेवण्यासाठी 'बँक ऑफ द युनायटेड स्टेट्स' नावाची मध्यवर्ती संस्था राष्ट्रीय पातळीवर उभी करण्यासाठी हॅमिल्टन प्रयत्नशील होता. जेफरसनला मात्र यात काही काळंबेरं आहे, असं वाटलं. अमेरिकी राज्यघटनेमध्ये अशा प्रकारच्या स्वायत्त संस्थेच्या निर्मितीसाठीची कसलीच तरतूद नसल्याचं मत त्यानं व्यक्त केलं. त्यातच हॅमिल्टन ब्रिटिश राज्यपद्धतीविषयी अनुकूल मत व्यक्त करत असल्यामुळे ही संस्था म्हणजेच ब्रिटिशांचं मांडलिकत्व नव्यानं स्वीकारणं आणि राजसत्तेपुढे झुकण्यासाठीचं भ्रष्टाचारी वातावरण निर्माण करणं असल्याचं जेफरसनचं मत पडलं. यातून जेफरसन आणि हॅमिल्टन यांच्यात संघर्ष सुरू झाला. तसंच रिपब्लिकन-डेमोक्रॅटिक पक्षाचं नेतृत्व जेफरसनकडे, तर फेडरलिस्ट पक्षाचं नेतृत्व हॅमिल्टनकडे आलं.

या हॅमिल्टनची खासगी आयुष्यातल्या एका भानगडीमुळे चांगलीच पंचाईत झाली. अमेरिकी अर्थमंत्री असलेल्या हॅमिल्टननं न्यू यॉर्कमधल्या एका प्रथितयश माणसाच्या मुलीशी लग्न केलं होतं. १७९१मध्ये मारिया नावाच्या स्त्रीशी हॅमिल्टनचे विवाहबाह्य संबंध जुळले. हॅमिल्टनचं याआधीच आपल्या मेव्हणीशी लफडं सुरू होतं, असं म्हणतात. कहर म्हणजे, आपल्या पत्नीबरोबरच्या हॅमिल्टनच्या संबंधांची कल्पना मारियाच्या नवऱ्याला होती. तो यासाठी चक्क हॅमिल्टनकडून पैसे घेत असे! इतकंच नव्हे, तर हॅमिल्टन आपल्याला आर्थिक गुंतवणुकीसंबंधी आतल्या

गोटातल्या खास बातम्या पुरवतो, अशा वल्गनाही मारियाच्या नवऱ्याने केल्या. यामुळे जोरदार टीका झाल्यावर, आपले मारियाशी संबंध असले, तरी आपण सरकारची अजिबात फसवणूक केली नसल्याचं सिद्ध करण्यासाठी हॅमिल्टननं मारियाबरोबरचा प्रेमपत्रव्यवहार खुला केला! लोकांनी हॅमिल्टनला माफ केलं असलं, तरी त्याच्या विरोधकांचं आणि खासकरून जेफरसनचं यामुळे खूपच फावलं!

दरम्यान परराष्ट्रमंत्री म्हणून काम बघत असताना इंग्लंड, फ्रान्स किंवा स्पेन यांच्यासारख्या बलाढ्य देशांपुढे अमेरिकेनं विनाकारण झुकू नये आणि आपली परराष्ट्र धोरणं त्यांच्या दबावाखाली आखू नयेत, या दृष्टीनं जेफरसन खूप काळजी घेत होता. हे करत असताना जेफरसन आपल्या इतर आवडीनिवडी आणि जबाबदाऱ्या यांच्याकडे अजिबात दुर्लक्ष होणार नाही, याची काळजी घेत होता. याचाच एक भाग म्हणून, १७९१मध्ये त्यानं अमेरिकी केंद्र सरकारची सूत्रं इथून पुढे जिथून हाकली जावीत, त्यासाठीच्या एका नव्या शहराचा आराखडा तयार केला. हेच आताचं जगप्रसिद्ध 'वॉशिंग्टन डीसी' शहर आहे. 'इथे किमान १०० फुटी रस्ते असावेत आणि दर २०० यार्ड अंतरानंतर आठ एकरी बागा असाव्यात' अशा प्रकारची दूरदृष्टी जेफरसननं दाखवल्यामुळे, सगळ्यांना अचंबित करून सोडणारी भव्यता या शहराला प्राप्त होऊ शकली.

१७९३मध्ये फ्रेंच क्रांतिकाऱ्यांनी राजाला सुळावर चढवलं असल्याची बातमी येताच जेफरसननं अत्यानंदानं तिचं स्वागत केलं. इथून पुढे आपली अधिकारशाही गाजवू पाहणाऱ्या राजसत्तावादी लोकांना यामुळे चांगलाच धडा मिळेल आणि सगळीकडे लोकांना काय वाटतं, हा सगळ्यांत महत्त्वाचा मुद्दा ठरेल, असं जेफरसन म्हणाला. यातला महत्त्वाचा मुद्दा म्हणजे, अमेरिकेनं इतर देशांमध्ये सुरू असलेल्या घडामोडींकडे नक्की कसं बघावं आणि काय भूमिका स्वीकारावी, यासंबंधीची पाळंमुळंही इथंच रचली गेली. फ्रेंच राज्यक्रांतीचं जेफरसन आणि त्याचे सहकारी यांच्या आग्रही मतांमुळे अमेरिकेनं स्वागत केलं आणि इथून पुढे त्या-त्या देशांमधले नागरिक जो निर्णय घेतील, तो आपण मान्य करायचा, असं अमेरिकेनं ठरवण्याचा प्रघातच पडला. इंग्लंड आणि इतर राजसत्तावादी देशांना मात्र फ्रेंच राज्यक्रांती अजिबातच पचनी पडली नव्हती; कारण अशीच राज्यक्रांती आपल्याकडे व्हायची भीती त्यांना सतावत होती. साहजिकच त्यांनी फ्रेंचांशी युद्ध छेडण्याची तयारी केली. या युद्धात आपण त्यांच्या मदतीला उतरणार नसून, उलट फ्रेंचांच्या वतीनं लढणार असल्याचं वॉशिंग्टननं जाहीर करावं, यासाठी जेफरसननं खूप आग्रह धरला.

वॉशिंग्टननं मात्र खूप विचार करून, दोन्ही बाजूंना न दुखवता अमेरिका त्रयस्थ भूमिका स्वीकारणार असल्याचं धोरण आपण जाहीर करणार असल्याचं जेफरसनला सांगितलं. निराश झालेल्या जेफरसननं हे नाइलाजानं स्वीकारलं असलं, तरी 'या संदर्भातल्या बैठकांमध्ये हॅमिल्टन आणि मी अक्षरशः झुंज लावलेल्या कोंबड्यांसारखे एकमेकांशी भांडलो' असं नमूद केलं आहे. त्यातच फ्रेंचांनी अमेरिकेमध्ये आपला राजदूत म्हणून पाठवलेल्या माणसानं सगळे राजकीय संकेत धुडकावून लावत, अमेरिका आणि इंग्लंड यांच्यामध्ये युद्ध पेटावं यासाठी एकामागून एक भडक विधानं करायला सुरुवात केल्यामुळे, जेफरसनची पार कुचंबणा झाली. शेवटी, या फ्रेंच मुत्सद्याला परत पाठवून देण्याची वेळ आली! वैतागून जेफरसननं आपल्या पदाचा राजीनामा देण्यासाठीचा प्रस्ताव वारंवार वॉशिंग्टनसमोर ठेवला आणि दर वेळी वॉशिंग्टननं तो धुडकावून लावला. शेवटी १७९३च्या शेवटच्या दिवशी, जेफरसननं वॉशिंग्टनला आपलं म्हणणं ऐकायला भाग पाडलं आणि राजकारणातून निवृत्ती स्वीकारून शांतपणे जगायचं, असं ठरवून जेफरसन दूर निघून गेला.

उपराष्ट्रपती

राजकारणाला वैतागून जेफरसननं शेती करायला उत्साहानं सुरुवात केली असली, तरी राजकारणाला तो विसरू शकत नव्हता. शेवटी १७९६च्या राष्ट्रपतिपदासाठीच्या निवडणुकीला तो उभा राहिलाच. त्यानं फारसा प्रचारसुद्धा केला नसला, तरीही त्याला जॉन ॲडम्सपेक्षा फक्त तीनच मतं कमी पडली. दुसऱ्या क्रमांकावर आल्यामुळे तो 'उपराष्ट्रपती' बनला. 'आपण एकत्र काम करू' असं जेफरसनला ॲडम्स या त्याच्या मित्रानं सांगितलं खरं; पण वॉशिंग्टनच्या प्रभावाखाली असलेल्या मंत्रिमंडळानं ॲडम्सला पुरतं जखडून टाकलं. जेफरसनची विचारसरणी आपल्या पक्षाच्या विचारसरणीच्या एकदम विरुद्ध असल्याचं सांगून त्यांनी ॲडम्सला जेफरसनशी जुळवून घेण्याची संधी अजिबातच मिळू दिली नाही. यामुळे ॲडम्स फ्रान्सशी अमेरिकेचं युद्ध घडवून आणणार, अशी जेफरसनची खात्री पटत गेली. तसंच फेडरलिस्ट मंडळींनी अशा प्रकारे ॲडम्सच्या कार्यकालाचं नियंत्रण आपल्याकडे घेतल्यामुळे रिपब्लिकन-डेमोक्रॅट विचारसरणीच्या जेफरसनची पार कोंडी झाली. आपल्या मतांशी अजिबात न जुळणारे निर्णय घेणाऱ्या मंत्रिमंडळाच्या बैठकांना निमूटपणे हजेरी लावण्याचं काम तो नाइलाजानं करत राहिला. जसजशी १८००ची राष्ट्रपतिपदासाठीची निवडणूक जवळ आली, तसतशी फेडरलिस्ट लोकांची जेफरसनवरची टीकाही शिगेला पोहोचली. दोन्ही उमेदवारांनी आणि

त्यांच्या समर्थकांनी आपल्या प्रतिस्पर्ध्यावर कडाडून टीका केली. यात प्रतिस्पर्ध्याच्या कथित व्यभिचाराच्याही बातम्या छापून आणण्याचा प्रकार सतत घडे! जेफरसन हाच आपल्या विरोधी पक्षातर्फे राष्ट्रपतिपदाचा उमेदवार म्हणून उभा राहणार, याची त्यांना खात्री असल्यामुळे त्याला हाणून पाडण्याचा त्यांचा डाव होता. प्रत्यक्षात मतदान झालं, तेव्हा जेफरसननं ॲडम्सचा पराभव केला असल्याचं आढळून आलं खरं; पण अमेरिकी राज्यघटनेच्या मसुद्यामध्ये शिल्लक राहिलेल्या एका त्रुटीमुळे एक विचित्र गोष्ट घडली. याची पार्श्वभूमी समजून घेणं गरजेचं आहे.

पूर्वीच्या काळी 'राष्ट्रपती' आणि 'उपराष्ट्रपती' अशा दोन वेगवेगळ्या पदांसाठी म्हणून उमेदवार उभे राहायचेच नाहीत. कारण तेव्हा राष्ट्रपती आणि उपराष्ट्रपती अशा दोघांसाठी वेगवेगळ्या पदांच्या निवडणुकाच व्हायच्या नाहीत. म्हणून निवडणूक व्हायच्या आधी नक्की कोण राष्ट्रपतिपदाचा दावेदार आहे आणि कोण उपराष्ट्रपतिपदाचा दावेदार आहे, हे त्यांचं आपसातच ठरलेलं असायचं. तसंच प्रत्येक इलेक्टर एकूण दोन मतं देऊ शकायचा. त्यातून १८००च्या निवडणुकांमध्ये प्रचंड मोठा गोंधळ माजला. अक्षरशः विश्वास बसणार नाही अशी सिनेमामधली कथा असावी तसा हा घटनाक्रम होता. त्याविषयी जाणून घेतलंच पाहिजे.

१८००च्या आधीच्या, म्हणजेच १७९६च्या राष्ट्रपती-उपराष्ट्रपतिपदासाठीच्या निवडणुकांसाठी एकूण १२ जण उभे होते. त्यांच्यापैकी फेडरलिस्ट पक्षाचे ७ जण तर डेमोक्रॅटिक-रिपब्लिकन पक्षाचे ५ जण होते. यांतल्या बऱ्याच गोंधळांचं स्पष्टीकरण महत्त्वाचं आहे. पहिला मुद्दा म्हणजे, अलीकडे जसं डेमोक्रॅटिक पक्षातर्फे एक आणि रिपब्लिकन पक्षातर्फे एक, असे प्रत्येक पक्षातर्फे एकेकच उमेदवार राष्ट्रपतिपदासाठीच्या निवडणुकीला उभे राहतात, तशी पद्धत तेव्हा नव्हती. प्रत्येक पक्ष आपल्याकडच्या सगळ्यांत जास्त लोकप्रिय उमेदवारांना उभं करायचा! दुसरा मुद्दा म्हणजे, राष्ट्रपतिपदासाठी कोण उभं आहे आणि उपराष्ट्रपतिपदासाठी कोण उभं आहे याची सर्वसाधारण कल्पना असली, तरी त्यासाठी निश्चित अशी काहीच धोरणं नव्हती किंवा नियम नव्हते. त्यामुळे या १२ जणांपैकी कोणीही 'राष्ट्रपती' किंवा 'उपराष्ट्रपती' होईल, अशी परिस्थिती होती. तिसरा मुद्दा म्हणजे, डेमोक्रॅटिक आणि रिपब्लिकन हे पक्ष आता जसे एकमेकांचे हाडवैरी आहेत, तसं तेव्हा नव्हतं. उलट, त्या दोघांचा मिळून डेमोक्रॅटिक-रिपब्लिकन असा एकच पक्ष होता. चौथा मुद्दा म्हणजे, या १२ जणांपैकी ज्या दोघांना सगळ्यांत जास्त मतं मिळतील, ते अनुक्रमे राष्ट्रपती आणि उपराष्ट्रपती होतील, असं नक्की झालं होतं. म्हणजेच, समजा एका पक्षाच्या उमेदवाराला सगळ्यांत जास्त मतं मिळाली आणि त्याच्या विरोधी पक्षातल्या एका उमेदवाराला

दुसऱ्या पक्षाची मतं मिळाली, तर एका पक्षाचा राष्ट्रपती आणि विरोधी पक्षाचा उपराष्ट्रपती अशी परिस्थिती होणं शक्य होतं! प्रत्यक्षात घडलंही तसंच. १७९६च्या निवडणुकीमध्ये जॉन अॅडम्सला ७१; तर थॉमस जेफरसनला ६८ मतं मिळाली. त्यामुळे 'फेडरलिस्ट' पक्षाचा अॅडम्स राष्ट्रपती, तर 'डेमोक्रॅटिक-रिपब्लिकन' पक्षाचा जेफरसन उपराष्ट्रपती अशी विचित्र परिस्थिती प्रत्यक्षात आली!

आता १८००च्या राष्ट्रपती-उपराष्ट्रपतिपदासाठीच्या निवडणुका होणार असं जाहीर झालं, तेव्हा फेडरलिस्ट पक्षातर्फे परत एकदा अॅडम्सला राष्ट्रपतिपदासाठी आणि १७९६मध्ये एकूण मतांच्या बाबतीत तिसऱ्या क्रमांकावर गेलेल्या थॉमस पिंकनीला उपराष्ट्रपतिपदासाठी मैदानात उतरवण्यात आलं. १८००च्या या निवडणुकांसाठी 'डेमोक्रॅटिक-रिपब्लिकन' पक्षानं १७९६ प्रमाणेच जेफरसनला राष्ट्रपतिपदासाठी आणि अॅरॉन बर याला उपराष्ट्रपतिपदासाठी निवडणुकीत उतरवलं. नेहमीप्रमाणेच इतर काही उमेदवार दोन्ही पक्षांकडून निवडणुकीमध्ये होतेच. राष्ट्रपतिपदासाठीच्या निवडणुकीत मोठाच घोळ झाला. थॉमस जेफरसनला ७३ मतं मिळाल्यामुळे मागच्या वेळच्या पराभवाचा वचपा काढून जेफरसन आता अमेरिकेचा राष्ट्रपती बनणार असं वाटत होतं; पण त्याच्याच 'डेमोक्रॅटिक-रिपब्लिकन' पक्षातर्फे निवडणुकीला उभ्या राहिलेल्या बर या दुसऱ्या उमेदवारालाही ७३ च मतं पडली. आता राष्ट्रपती आणि उपराष्ट्रपती हे दोघंही 'डेमोक्रॅटिक-रिपब्लिकन' पक्षाचेच असणार हे नक्की झालं असलं, तरी जेफरसन आणि बर यांच्यापैकी नक्की कोण राष्ट्रपती होणार आणि कोण उपराष्ट्रपती होणार, हे ठरेना. याही निवडणुकीमध्ये आधीप्रमाणेच प्रत्येक मतदाराला दोन मतं होती. तसंच या निवडणुकीमध्ये ज्या उमेदवाराला दुसऱ्या क्रमांकाची मतं मिळतील, तो उपराष्ट्रपती होणार हे नक्की झालं होतं; पण आता दोन उमेदवारांमध्ये बरोबरी झाल्यामुळे सगळा घोळच झाला.

आता या गोंधळातून मार्ग कसा काढायचा, हे समजेना. कित्येक आठवडे या प्रश्नासंबंधी दोन्ही बाजूंनी मोठमोठे वादविवाद झाले. अशा वेळी 'हाऊस ऑफ रिप्रेझेंटेटिव्ह्ज' या सभागृहानं या बाबतीत योग्य तो निर्णय घ्यायचा असतो. पण तिथंही गोंधळच झाला. कुणाला राष्ट्रपती ठरवायचं, यासाठी या सभागृहामध्ये तब्बल २५ वेळा मतदान होऊनही निकालच लागेना. कारण अशा प्रकारे २५ वेळा झालेल्या मतदानामध्ये दर वेळी बरोबरीच झाली! शेवटी आधीच्या निवडणुकांमध्ये केंद्रामध्ये फेडरलिस्ट पक्षाचं वर्चस्व जास्त असल्यामुळे 'डेमोक्रॅटिक-रिपब्लिकन' पक्षामधला हा मामला अंतर्गत न समजता, फेडरलिस्ट पक्षानं त्यातला गुंता सोडवावा असं ठरलं. फेडरलिस्ट पक्षामधल्या अॅलेक्झांडर हॅमिल्टनला आपल्या

विरोधी पक्षामधले जेफरसन आणि बर हे दोघंही अजिबात आवडत नसले, तरी त्यातल्या त्यात जेफरसन कमी वाईट आहे, असं त्याचं मत होतं. त्यामुळे हॅमिल्टननं या प्रकरणात जेफरसनच्या बाजूनं जोरदार प्रचार केला. 'जेफरसनला मतं द्या' असं हॅमिल्टननं फेडरलिस्ट पक्षाच्या सभासदांना आवाहन केलं. यामुळे हॅमिल्टन आणि बर यांच्यामधले आधीपासून खराब असलेले संबंध पार विकोपाला गेले. अखेर जेफरसननं आपल्या बाजूनं बरीच चक्रं फिरवून राष्ट्रपतिपद पटकावलं!

राष्ट्रपतिपद

४ मार्च १८०१ या दिवशी राष्ट्रपतिपदाची शपथ घेताना ५७ वर्षं वयाच्या जेफरसननं देशाची राजधानी वॉशिंग्टनमध्ये हलवली. डेमोक्रॅटिक-रिपब्लिकन पक्षाकडे प्रथमच राष्ट्रपतिपद आल्यामुळे अमेरिकी लोकशाही, तसंच इतर परंपरा यांच्यावर गदा येण्याची भीती जनसामान्यांमध्ये असणार, याची जाणीव ठेवत जेफरसननं आपल्या पहिल्याच भाषणात लोकांना आश्वस्त करण्याचा दूरदर्शीपणा दाखवला. तसंच फेडरलिस्ट पक्षानंच लोकांमध्ये दहशत निर्माण करण्याचं दुष्कृत्य केलं असल्याचं दाखवून देण्यासाठी त्यानं देशद्रोह किंवा तत्सम आरोपांखाली अटकेत असलेल्या लोकांना तातडीनं सोडून देण्याचे आदेश दिले. याखेरीज आपण अजिबातच युद्धप्रेमी नसल्याचं दाखवून देण्यासाठी, त्यानं अमेरिकी लष्कर तसंच नौदल यांच्यासाठीच्या निधीमध्ये घट केली. जनसामान्यांचं आयुष्य जरा सुसह्य व्हावं, यासाठी त्यानं करांमध्ये कपात करण्याचं धोरण अवलंबलं.

या काळातल्या काही आंतरराष्ट्रीय घडामोडींचं ऐतिहासिक महत्त्व आहे. लुईझियाना या मोठ्या प्रांतावर स्पेनचं वर्चस्व होतं. हा प्रांत स्पेननं आता फ्रान्सला बहाल केल्याचं १८०२मध्ये जेफरसनला समजलं. 'जर फ्रान्सनं आता न्यू ऑर्लिन्स प्रांत बळकवण्याचा प्रयत्न केला, तर आपले फ्रान्सबरोबरचे संबंध पार बिघडतील,' असा इशारा त्यानं फ्रान्समधल्या अमेरिकी मंत्र्याला पाठवला. न्यू ऑर्लिन्स प्रांत फ्रान्सनं अमेरिकेला विकावा, यासाठी जेफरसननं जोरदार हालचाली सुरू केल्या. तेवढ्यात त्याला आश्चर्याचा धक्काच बसला! नेपोलियननं लुईझियाना प्रांत अमेरिकेला १.५० कोटी डॉलर्सना, म्हणजेच प्रति एकर ३ सेंट्स अशा दरानं विकायची तयारी दाखवली होती. ही आनंदाची बातमी असली, तरी अमेरिकी घटनेमध्ये परकीय भूमी अमेरिकेमध्ये समाविष्ट करण्यासाठीची कुठलीच सोय नव्हती. साहजिकच, नेपोलियननं आपला निर्णय बदलण्याच्या आत काहीतरी केलं पाहिजे, हे जेफरसनला पुरतं उमगलं. त्यानं काँग्रेससमोर यासंबंधीचा प्रस्ताव मांडला आणि तो तातडीनं संमतही झाला. अशा प्रकारे शांतता, समृद्धी आणि

विस्तार अशा तिन्ही आघाड्यांवर जेफरसनचा राष्ट्रपतिपदाचा कार्यकाल यशस्वी ठरल्यामुळे १८०४मध्ये त्याची या पदावर परत निवड झाली, यात आश्चर्य वाटण्यासारखं काहीच नव्हतं.

दरम्यान थक्क करून सोडणाऱ्या एका घटनेनं देश हादरला. १८००च्या निवडणुकीमध्ये जेफरसन आणि बर यांना सारखी मतं पडल्याच्या आणि विरोधी पक्षाच्या हॅमिल्टननं जेफरसनला पाठिंबा दिल्याच्या पार्श्वभूमीवर बर आणि हॅमिल्टन यांच्यामधले वादविवाद सुरूच राहिले. १८०४च्या राष्ट्रपतिपदासाठीच्या निवडणुकांमध्ये जेफरसननं पूर्वीपासून आपल्या पदावर डोळा ठेवून असलेल्या बरला सहभागी करून घ्यायचं नाही, असं ठरवलं. त्यामुळे राष्ट्रपती किंवा परत उपराष्ट्रपती बनायची संधी आपल्याला मिळणार नाही, हे बरच्या लक्षात आलं. त्यामुळे बरनं न्यू यॉर्कच्या गव्हर्नरपदाच्या निवडणुकीसाठी उभं राहायचं ठरवलं; पण हॅमिल्टन काही केल्या बरचा पिच्छा सोडायला तयार नव्हताच. हॅमिल्टननं या निवडणुकीमध्ये अपक्ष उमेदवार म्हणून अर्ज भरला आणि बरच्या विरोधात खूप जोरदार प्रचार केला. यामुळे या निवडणुकीमध्ये हॅमिल्टननं ऐन वेळी पाठिंबा दिलेल्या उमेदवाराकडून बरचा पराभव झाला. यातून प्रकरण चिघळत गेलं आणि १८००-०४ या काळात अमेरिकेचा उपराष्ट्रपती असलेला ॲरॉन बर आणि पूर्वी अमेरिकी अर्थमंत्री असलेला ॲलेक्झांडर हॅमिल्टन यांनी चक्क एकमेकांना पिस्तूलयुद्धाचं आव्हान दिलं! हॅमिल्टननं हे युद्ध अर्थातच खरं नसल्याच्या भावनेनं पहिली गोळी हवेत झाडली; पण बरनं चक्क हॅमिल्टनच्या पोटाजवळच्या भागातच गोळी मारली! हॅमिल्टन जागीच कोसळला आणि ३० तासांनंतर मरण पावला. बरचा तर पुरता तोलच गेला होता. त्यानं स्वतःचं खासगी सैन्य उभं केलं आणि मेक्सिकोवर हल्ला करण्याचा प्रयत्न केला. तसंच अमेरिकेमध्ये यादवी युद्ध घडवून आणण्यासाठीसुद्धा त्यानं प्रयत्न केले. कहर म्हणजे, बरवर भरण्यात आलेल्या खटल्यातून त्याची निर्दोष मुक्तता झाली!

आपल्याला भेटायला आलेल्या परदेशी नेत्यांचं आणि राजदूतांचं स्वागत जेफरसन चक्क अंगात ड्रेसिंग गाऊन आणि पायांत सपाता अशा घरगुती अवतारात करत असे! तसंच इतरांना प्रत्यक्ष भेटीत अभिवादन करण्यासाठी खाली न वाकता हस्तांदोलन करणारा तो पहिलाच अमेरिकी राष्ट्रपती होता. त्यानं आपल्या हयातीत एकंदर २०,००० पत्रं लिहिण्याचा एक विक्रमच केला!

वॉशिंग्टनप्रमाणेच, जेफरसनवरही तिसऱ्यांदा राष्ट्रपतिपदाच्या निवडणुकीसाठी उभं राहण्यासाठी त्याच्या सहकाऱ्यांचा खूप दबाव होता; पण जेफरसननं तो झुगारून देत जेम्स मॅडिसन या परराष्ट्रमंत्र्याची जबाबदारी सांभाळणाऱ्या आपल्या मित्राचं नाव या पदासाठी सुचवलं.

अखेरचा काळ

आपल्या आयुष्यातली शेवटची १७ वर्षं जेफरसननं मजा म्हणून शेती करण्यात तर घालवलीच; पण आपल्या अनुभवाचा फायदा करून देण्यासाठी विविध क्षेत्रांमधल्या लोकांशी तो पत्रांद्वारा चर्चा करत राही. याहून महत्त्वाची गोष्ट म्हणजे त्यानं 'युनिव्हर्सिटी ऑफ व्हर्जिनिया'ची पायाभरणी केली. अत्यंत बारीकसारीक गोष्टींचे तपशील त्यानं आखले आणि ते पूर्णत्वाला नेले. आपल्या मृत्यूच्या एक वर्ष आधी या विद्यापीठामध्ये प्रथमच विद्यार्थी शिकायला आलेले बघण्याचं भाग्य त्याला लाभलं. आपल्या वयाच्या त्र्याऐंशीव्या वर्षी जेफरसन साधारण एका महिन्याभराच्या आजारानंतर मरण पावला. ४ जुलै १८६२ हा अमेरिकी स्वातंत्र्यप्राप्तीचा पन्नासावा वाढदिवस होता. आपला अंत जवळ आला असल्याच्या जाणिवेपोटी जेफरसन आणि ॲडम्स या दोघांनीही या सोहळ्याला हजेरी लावण्यासाठीचं आमंत्रण नाकारलं होतं. कहर म्हणजे, बरोबर याच दिवशी या दोघांचाही मृत्यू झाला! ॲडम्सच्या तोंडून आलेले अखेरचे शब्द Thomas Jefferson still survives असे होते; पण खरं म्हणजे, त्या सकाळी ९.५० वाजताच जेफरसनचं निधन झालं होतं. या दिवसापर्यंत जिवंत राहण्याची जेफरसनची इतकी तीव्र इच्छा होती, की तो त्याआधी कित्येक दिवसांपासून घरच्या मंडळींना सतत '४ जुलै आला का?' असं विचारून भंडावून सोडत असे! अखेर तो दिवस उजाडला असल्याचं समजताच जेफरसननं समाधानानं प्राण सोडले.

सॅली हेमिंग्ज नावाची एक स्त्री इतर अनेक गुलामांप्रमाणेच जेफरसनच्या सेवेत होती. अलीकडच्या काळातली एक लक्षणीय घटना म्हणजे, या सॅलीच्या पोटी जन्मलेलं किमान एक मूल आणि बहुदा सहाच्या सहा मुलं यांचा पिता जेफरसनच होता. १९९०च्या दशकामध्ये घेतल्या गेलेल्या डीएनए चाचण्यांमधून हे सिद्ध झालं! ही सॅली खरं म्हणजे जेफरसनची पत्नी मार्था हिची सावत्र बहीणच होती. मार्थाच्या आईच्या निधनानंतर मार्थाच्या वडिलांनी सॅलीच्या आईशी ठेवलेल्या संबंधांमधून सॅलीचा जन्म झाला. नंतर १७८२मध्ये जेफरसनची पत्नी मार्था हिचं निधन झालं, तेव्हा सॅली ९ वर्षांची होती; तर जेफरसन ३९ वर्षांचा होता. सॅली १६ वर्षांची झाल्यावर तिचं जेफरसनबरोबर प्रकरण सुरू झालं आणि ते पुढची ३८ वर्षं टिकून राहिलं. १८०४च्या निवडणुकीच्या प्रचारादरम्यान विरोधकांनी या संदर्भातले आरोप केले; पण जेफरसननं त्याविषयी एकदम चुप्पी साधली आणि मतदारांनीही त्याकडे दुर्लक्ष केलं.

❖

जेम्स मॅडिसन

१८०९-१७
या काळातला अमेरिकेचा चौथा राष्ट्रपती

अल्प-परिचय

साल	घटना
१७५१	व्हर्जिनिया राज्यातल्या पोर्ट कॉनवे या गावामध्ये जन्म
१७७१	पदवीचं शिक्षण पूर्ण
१७७६	व्हर्जिनिया राज्याच्या राज्यघटनेचा मसुदा लिहिण्यात सहभाग
१७८०-८३	काँग्रेसचं प्रतिनिधित्व
१७८९-९७	अमेरिकी काँग्रेसचा सदस्य
१८०१-०९	थॉमस जेफरसनच्या राष्ट्रपतिपदाच्या वेळी परराष्ट्रमंत्री
१८०९-१७	अमेरिकेचा चौथा राष्ट्रपती
१८२६	जेफरसननंतर व्हर्जिनिया विद्यापीठाचा रेक्टर
१८३६	व्हर्जिनिया राज्यातल्या माँटपेलियर इथं निधन

प्राथमिक ओळख

अमेरिकेच्या स्वातंत्र्यप्राप्तीसाठी झटण्यापासून स्वातंत्र्योत्तर काळापर्यंत तिची सेवा करणाऱ्या मोजक्या महान लोकांमध्ये जेम्स मॅडिसनचा समावेश होतो. मॅडिसन आणि जेफरसन यांच्यात काही साम्यंही आढळतात. शारीरिकदृष्ट्या मॅडिसन फारसा प्रभावशाली वाटत नसे. त्याची उंचीसुद्धा बेताचीच होती. ५ फूट ४ इंच उंचीचा मॅडिसन आजवरच्या इतिहासातला सगळ्यांत बुटका अमेरिकी राष्ट्रपती ठरला. डेमोक्रॅटिक-रिपब्लिकन पक्षाच्या स्थापनेमध्ये जेफरसनच्या साथीत मॅडिसननं महत्त्वाची भूमिका बजावली. अर्थातच, फेडरलिस्ट पक्षाचा मॅडिसनला

पूर्ण विरोध होता. खासकरून पूर्वी मॅडिसनचा मित्र असलेल्या अॅलेक्झांडर हॅमिल्टननं तर मॅडिसनवर सातत्यानं टीकाच केली. तरीसुद्धा अमेरिकेच्या इतिहासामधलं मॅडिसनचं नाव अजरामर असल्याविषयी हॅमिल्टनच्या मनातही कुठलीच शंका नव्हती.

जडणघडण

व्हर्जिनिया राज्यामधल्या एका जमीनदार कुटुंबात मॅडिसनचा जन्म झाला. शेतातच बालपण घालवलेला मॅडिसन आपल्या वयाच्या अठराव्या वर्षी प्रिन्स्टनमधल्या न्यू जर्सी कॉलेजात शिकायला गेला आणि पदवी घेऊन बाहेर पडला. १७७१मध्ये घरी परतल्यानंतर आजूबाजूचं राजकीय वातावरण चांगलंच तप्त झालेलं असल्याची त्याला जाणीव झाली आणि त्यानं स्वतःला त्यात झोकून दिलं. यानंतर पाच वर्षांनी व्हर्जिनिया प्रांतानं इंग्लंडचं आपल्यावरचं वर्चस्व झुगारून दिलं आणि आपल्या स्वातंत्र्याची घोषणा केली. या वेळी व्हर्जिनिया राज्याची नवी राज्यघटना लिहिण्याच्या कामात मॅडिसन सहभागी झाला. काही काळातच त्याची प्रसिद्ध होत चाललेल्या थॉमस जेफरसनशी भेट झाली. इथंच त्यांच्यामध्ये आयुष्यभर टिकेल अशी मैत्री निर्माण झाली. खरं म्हणजे, जेफरसनच्या लोकशाहीवादी संकल्पनांनी मॅडिसन भारून गेला असला, तरी त्याला नंतर अॅलेक्झांडर हॅमिल्टनच्या मतांमध्येही दम वाटला. लोकशाही असलीच पाहिजे; पण तिच्या जोडीला सरकारही चांगलं कणखर आणि निर्णायक असलं पाहिजे, असं हॅमिल्टन म्हणत असे. मॅडिसनला हा विचार पटला. यातूनच हॅमिल्टन आणि मॅडिसन यांनी एकत्र काम करण्याचा निर्णय घेतला. अमेरिकेच्या दृष्टीनं हे अगदी लाभदायी ठरलं.

मॅडिसन भराभर पुढे जात राहिला. त्याची जॉर्ज वॉशिंग्टनशीही ओळख झाली. आपल्याच व्हर्जिनिया राज्यातल्या मॅडिसनमध्ये खूप दम आहे, असं वॉशिंग्टनला वाटल्यामुळे त्यानं मॅडिसनला सतत प्रोत्साहित केलं.

राज्यघटना आणि हक्कांसंबंधीचा कायदा

फिलाडेल्फियामध्ये भरणाऱ्या काँग्रेसच्या बैठकांचं वर्णन मॅडिसन टिपून घेत असे. यात अनेक वादविवाद होत आणि अनेक गुप्त स्वरूपाच्या चर्चाही होत. त्या सगळ्यांच्या नोंदी मॅडिसनकडे असत. काँग्रेसनं ब्रिटिशांपासून स्वातंत्र्य मिळवण्यासाठीचे प्रयत्न फळाला गेल्यानंतर नव्या अमेरिकी सरकारची रचना कशी असावी, याविषयी मॅडिसननं विचार करून आपलं विवेचन लिहून ठेवलं. या विवेचनाला 'व्हर्जिनिया प्लॅन' म्हणून ओळखलं जातं. चार महिन्यांनी अमेरिकी राज्यघटना

लिहिली जाताना मॅडिसनच्या या लिखाणाचा खूपच फायदा झाला. अमेरिकेमध्ये राजेशाही किंवा सरंजामशाही रुजू नये यासाठी मॅडिसन खूपच प्रयत्नशील होता. म्हणूनच अमेरिकी संसदेमधल्या 'काँग्रेस' या सभागृहाच्या प्रतिनिधींची निवड थेट अमेरिकी जनतेनं केली पाहिजे, असं तो मानत असे. राज्यघटनेच्या लिखाणामध्येही त्यानं महत्त्वाची भूमिका बजावली. हे काम पूर्ण झाल्यानंतर सर्वसामान्य लोकांना राज्यघटना नीट समजावी, यासाठी मॅडिसननं अनेक लेख लिहिले. ते अत्यंत वाचनीय असल्यामुळे खूप लोकप्रिय ठरले. सर्वसामान्य लोकांनाही अमेरिकी राज्यघटना सहजपणे समजावी आणि त्यांनी या घटनेला विरोध करू नये, या दृष्टीनं मॅडिसनचे हे प्रयत्न खूप महत्त्वाचे ठरले.

अर्थातच, अमेरिकी राज्यघटना सहजासहजी मंजूर झाली नाही. ज्या व्हर्जिनिया राज्याचं प्रतिनिधित्व मॅडिसन करत होता, त्याच राज्याकडून या राज्यघटनेला विरोध होण्याची दाट शक्यता होती. हे लक्षात घेऊन, अमेरिकी राष्ट्रपती जॉर्ज वॉशिंग्टननं मॅडिसनला काहीतरी उपाययोजना करायला सांगितलं. या दृष्टीनं मॅडिसननं व्हर्जिनियाच्या राज्यपातळीवरच्या राजकारणात थेट उडी घेतली. राज्यप्रतिनिधींच्या चर्चेदरम्यान मॅडिसननं जोरदार मतप्रदर्शन करून हा ठराव मंजूर करून घेतला. हे काम झाल्यानंतर मॅडिसन पुन्हा एकदा राष्ट्रीय पातळीवरच्या राजकारणात घुसला.

परराष्ट्रमंत्री

राष्ट्रीय पातळीवरच्या राजकारणामध्ये परतल्यानंतर मॅडिसननं काँग्रेसचा प्रतिनिधी म्हणून आपली चांगलीच छाप उमटवली. अत्यंत महत्त्वाचं 'बिल ऑफ राईट्स'चं, म्हणजेच सर्वसामान्य नागरिकांच्या हक्कांविषयीचं विधेयक त्यानं तयार केलं. याशिवाय, नव्यानंच अमेरिकी राज्यकारभार हाती घेणाऱ्या सरकारचं कामकाज ठीकठाक चालावं यासाठीची शासन व्यवस्था नक्की कशी असावी, या संदर्भातली आखणीसुद्धा त्यानंच केली. इतकंच नव्हे, तर जॉर्ज वॉशिंग्टनचा 'सल्लागार' म्हणून काम करताना, मॅडिसननं त्याचं राष्ट्रपतिपदाच्या अगदी सुरुवातीचं तसंच शेवटचं भाषण लिहिण्यात महत्त्वाचा वाटा उचलला.

१७९४मध्ये आपल्याहून वयानं १७ वर्षांनी लहान असलेल्या डॉली नावाच्या एका सुंदर विधवा स्त्रीशी मॅडिसननं लग्न केलं. चारचौघांमध्ये वागण्याबोलण्याची उत्कृष्ट जाण असलेल्या डॉलीनं मॅडिसनच्या कारकिर्दीला प्रत्यक्ष-अप्रत्यक्षपणे खूप मदत केली. सार्वजनिक कार्यक्रम आणि तसे प्रसंग अगदी सहजपणे गाजवून सोडण्याची हातोटी तिला साध्य झाली होती. केवळ

मॅडिसनच्याच बाबतीत नव्हे, तर राष्ट्रपती जेफरसनच्या कार्यकालातही विधुर जेफरसनच्या खास सहकाऱ्याची पत्नी म्हणून तिनं ही भूमिका निभावली. या लग्नातून मॅडिसन आणि डॉली यांना अपत्यप्राप्ती झाली नाही; पण आपल्या आधीच्या लग्नातला एक मुलगा मात्र मॅडिसनच्या साथीनं डॉलीनं नीटपणे वाढवला. या मुलाला नंतर वाईट वळण लागलं आणि त्यानं आपल्या वडिलांची म्हणजे मॅडिसनची संपत्ती पार उधळून टाकली. खरं म्हणजे, आपल्या वयाच्या तिसाव्या वर्षी मॅडिसन आपल्याहून निम्म्या वयाच्या एका सुंदर मुलीच्या प्रेमात पडला होता. या मुलीनंही मॅडिसनच्या प्रेमाला प्रतिसाद दिल्यामुळे मॅडिसननं घाईघाईनं लग्नाचे बेत आखले. तेवढ्यात अचानकपणे या मुलीचं मन बदललं होतं आणि त्यामुळे आपण आता आयुष्यभर अविवाहितच राहणार, असा निर्धार मॅडिसननं तेव्हा केला होता.

फेडरलिस्ट जॉन ॲडम्स अमेरिकेचा राष्ट्रपती झाल्यानंतर मॅडिसननं राजकारणाला रामराम ठोकून आपल्या शेतीकडे लक्ष वळवलं खरं; पण जेव्हा फेडरलिस्ट पक्षानं अमेरिकी नागरिकांच्या हक्कांवर गदा आणू शकणाऱ्या विधेयकाच्या अंमलबजावणीकडे वाटचाल सुरू केली, तेव्हा मात्र मॅडिसन शांत राहू शकला नाही. महत्प्रयासानं त्यानं जे विधेयक संमत करून घेतलं होतं, ते रद्दबातल होताना बघून उसळी मारून मॅडिसन राजकारणामध्ये परतला. १८००मध्ये राष्ट्रपतिपदासाठी त्यानं जेफरसनचा जोरदार प्रचार केला आणि तो राष्ट्रपती झाल्यानंतर त्याच्या मंत्रिमंडळातला परराष्ट्रमंत्री म्हणून त्यानं जबाबदारी स्वीकारली. पुढची आठ वर्षं जेफरसन आणि मॅडिसन यांनी अमेरिकेच्या परराष्ट्र धोरणांसंबंधी इतक्या एकीनं काम केलं, की नक्की कुणाला कशासाठीचं श्रेय द्यावं, हे सांगणंसुद्धा अशक्यच आहे. युरोपमध्ये सुरू असलेल्या युद्धांमध्ये अमेरिकेनं तटस्थ भूमिका घेणं, तसंच फ्रेंचांकडून लुईझियाना प्रांताची खरेदी, या दोन अत्यंत महत्त्वाच्या घटनाक्रमांमध्ये जेफरसनखेरीज मॅडिसनचाही खूप मोठा वाटा होता. साहजिकच आपल्यानंतर मॅडिसननं अमेरिकेचं राष्ट्रपतिपद सांभाळावं, अशी जेफरसनची इच्छा होती. त्यानुसार १८०८च्या निवडणुकीसाठी मॅडिसन उभा राहिला आणि त्यानं १२२-४७ अशा फरकानं फेडरलिस्ट पक्षाच्या उमेदवाराचा अगदी सहज पराभव केला.

राष्ट्रपतिपद

अमेरिकेच्या दृष्टीनं आंतरराष्ट्रीय संबंध जरा नाजूक झालेले असतानाच्या काळात मॅडिसननं देशाच्या राष्ट्रपतिपदाची धुरा हाती घेतली. इंग्लंड आणि फ्रान्स यांच्यात सुरू असलेल्या युद्धामध्ये आपण नक्की कुणाच्या बाजूनं उभं राहायचं,

हे ठरवणं त्याच्या दृष्टीनं गरजेचं होतं. अमेरिकेमध्ये याविषयी दुमत होतं. फेडरलिस्ट पक्षाचा इंग्लंडला, तर डेमोक्रॅटिक-रिपब्लिकन पक्षाचा फ्रान्सला पाठिंबा होता. एकीकडे हे घोंगडं भिजत पडलेलं असताना, दुसरीकडे काही अमेरिकी विस्तारवाद्यांना कॅनडाची भूमी बळकावण्याची इच्छा होत होती. याखेरीज, इंग्लंडच्या मित्रांच्या यादीत असलेल्या स्पेनच्या ताब्यात असलेला फ्लॉरिडाचा प्रांत अमेरिकेमध्ये समाविष्ट करण्यासंबंधीच्या हालचालीसुद्धा काही जण करत होते. या घडामोडींमुळे मॅडिसन दबावात सापडला. शेवटी १ जून १८१२ या दिवशी 'इंग्लंडशी युद्ध पुकारण्यासंबंधीचा प्रस्ताव काँग्रेसनं संमत करावा,' अशी विनंती मॅडिसननं केली.

१८ जूनला अगदी थोड्या मताधिक्यानं हा प्रस्ताव मंजूर झाला; पण खरं म्हणजे याच्या काहीच दिवस आधी इंग्लंडनं अमेरिकेबरोबरचे बिघडलेले व्यापारी संबंध सुधारण्यासाठीची हालचाल केली होती. इंग्लंडशी अमेरिकेनं युद्ध करण्याचा विचार करण्यामागचं मुख्य कारण म्हणजे बिघडलेले संबंध हेच होतं. ते खरं म्हणजे आता दूर झालं होतं; पण ही बातमी वेळेत न आल्यामुळे अमेरिकी काँग्रेसचा निर्णय झाला. खरं म्हणजे, अमेरिकेची युद्ध करण्याची अजिबातच परिस्थिती नव्हती. जेमतेम १०,००० सैनिकांचं पायदळ आणि २५पेक्षा कमी जहाजं असलेलं नौदल, या जोरावर इंग्लंडशी लढणं अमेरिकेच्या दृष्टीनं जवळपास अशक्यप्राय होतं. तरीही अमेरिकी सैनिकांनी कडवी झुंज द्यायचं ठरवलं.

अमेरिकेनं या युद्धात सुरुवातीला ब्रिटिशांच्या नाकीनऊ आणले. ब्रिटिशांची ताकद खूप जास्त असूनसुद्धा अमेरिकेनं त्यांना पार भंडावून सोडलं. तेवढ्यात वॉटर्लूच्या ऐतिहासिक लढाईत नेपोलियनचा अत्यंत अनपेक्षितरीत्या पराभव झाल्यामुळे फ्रान्सशी लढण्यात गुंतलेले हजारो ब्रिटिश सैनिक आता अमेरिकेबरोबरच्या युद्धामध्ये उतरू शकले. याचा फायदा उठवून ब्रिटिशांनी जोरदार मुसंडी मारली आणि २४ ऑगस्ट १८१४ या दिवशी अमेरिकेची राजधानी असलेल्या वॉशिंग्टन शहरावर आपलं वर्चस्व निर्माण केलं. स्वतः राष्ट्रपती मॅडिसन, त्याचं मंत्रिमंडळ आणि काँग्रेसचे सदस्य आपला जीव वाचवण्यासाठी व्हर्जिनियामध्ये पळून गेले. मॅडिसनची पत्नी डॉली ब्रिटिशांच्या हाती लागण्यापासून अगदी कशीबशी बचावली; पण तिनं तयार केलेल्या गरमागरम जेवणावर ब्रिटिशांनी आनंदानं ताव मारला! वॉशिंग्टनमधल्या अनेक महत्त्वाच्या इमारती ब्रिटिशांनी जाळून टाकल्या. शेवटी, १८१४च्या डिसेंबर महिन्यात, एकमेकांचा नव्यानं जिंकलेला भाग परत करण्याच्या बोलीवर अमेरिका आणि इंग्लंड यांच्यात युद्धबंदीचा करार झाला.

हे युद्ध सुरू असतानाच्या काळातच मॅडिसननं दुसऱ्यांदा राष्ट्रपतिपदासाठीची

निवडणूक जिंकली. युद्ध संपल्यानंतर मॅडिसन पती-पत्नी तसंच इतर महत्त्वाचे राजकारणी लोक वॉशिंग्टन शहरात परतले. 'एक्झिक्युटिव्ह मॅन्शन' म्हणून ओळखली जाणारी राष्ट्रपतिभवनाची इमारत ब्रिटिशांनी इतर इमारतींबरोबर जाळून टाकल्यामुळे काळीकुट्ट झालेली असल्याचं दृश्य तिथं त्यांना बघायला मिळालं. या इमारतीची दुरुस्ती आणि रंगरंगोटी होईपर्यंत मॅडिसन दांपत्यानं तात्पुरतं दुसरीकडे राहायचं ठरवलं. दरम्यान, जळल्यामुळे काळवंडलेला भाग पांढऱ्या रंगानं झाकून टाकण्याचा रचनाकाराने निर्णय घेतला, आणि या इमारतीचं नाव आता जगभर प्रसिद्ध झालेलं 'व्हाईट हाऊस' असं झालं!

एकूणच जेफरसन आणि मॅडिसन या व्हर्जिनिया राज्यातल्या सर्वसामान्य परिस्थितीमधल्या दोन अमेरिकी राष्ट्रपतींची अमेरिकी विस्तारवादाविषयीची भूमिका माजी अमेरिकी अर्थमंत्री ॲलेक्झांडर हॅमिल्टनच्या भूमिकेहून पार वेगळी होती. हॅमिल्टनला अमेरिकी विस्तारात रस होता; पण जेफरसन आणि मॅडिसन यांना मात्र अमेरिकेनं आपला राज्यकारभार नीट चालवण्यापुरतं आपलं उद्दिष्ट मर्यादित ठेवावं, असं वाटे.

युद्धपश्चातच्या काळात मॅडिसनचं नेतृत्व फुललं. त्यानं अमेरिकेला समृद्धीच्या दिशेनं नेलं. फेडरलिस्ट पक्षाची आर्थिक विषयांमधली धोरणं स्वीकारून त्यानं 'युनायटेड स्टेट्स बँक' नावाची मध्यवर्ती बँक उभी करण्याचा महत्त्वाचा निर्णय घेतला. तसंच अमेरिकी उद्योजकांचं नुकसान टाळण्यासाठी आयात धोरणं कडक करण्यावरही त्यानं भर दिला. साहजिकच, सर्वसामान्य नागरिकांना जरा बरे दिवस बघायला मिळाले. जेम्स मन्रो याला आपला वारसाधिकारी मानत असलेल्या मॅडिसननं दुसऱ्या कार्यकालानंतर राष्ट्रपतिपद सोडलं. मन्रोनं निवडणुकीत विजय मिळवला, तेव्हा मॅडिसन स्वतःच निवडणूक जिंकल्याइतका खूश झाला होता.

निवृत्तीचा काळ

दीर्घायुष्य लाभलेला मॅडिसन वयाच्या पंचाऐंशीव्या वर्षापर्यंत अमेरिकेची प्रगती आनंदानं बघत राहिला. रेल्वे, वाफेच्या इंजिनावर चालणारी बोट अशा भन्नाट शोधांबरोबरच अमेरिकेचा झपाट्यानं होत असलेला विस्तार हे सगळं याच काळात घडलं. १८२६मध्ये आपला मित्र थॉमस जेफरसनचा मृत्यू झाल्यानंतर व्हर्जिनिया विद्यापीठाचं कामकाज मॅडिसननं स्वतःकडे घेतलं. याखेरीज व्हर्जिनिया राज्यामधल्या राजकारणामध्ये तो प्रत्यक्ष-अप्रत्यक्षरीत्या अखेरपर्यंत सक्रिय राहिला. २८ जून १८३६ या दिवशी मॅडिसनचं निधन झालं. अखेरच्या काही वर्षांमध्ये संधिवातानं मॅडिसनला पार हैराण करून सोडलं. आपल्या सावत्र मुलाचे आवाक्याबाहेरचे

खर्च बघता, तो आपल्या पश्चात त्याच्या आईचं म्हणजेच आपल्या पत्नीचं जगणंसुद्धा मुश्कील करून टाकेल, या भीतीपोटी त्यानं या काळात बरंच लिखाण आपल्या पत्नीला डिक्टेट करून पूर्ण केलं. वर्षभर बिछान्याला खिळवून ठेवणाऱ्या आजारातच त्याचं निधन झालं. त्याची भीती खरी ठरली. त्याच्या लिखाणाचे हक्क आणि इतर मालमत्ता विकूनच त्याच्या पत्नीला आपली गुजराण करावी लागली.

❖

जेम्स मन्रो

१८१७-२५
या काळातला अमेरिकेचा पाचवा राष्ट्रपती

अल्प-परिचय

साल	घटना
१७५८	व्हर्जिनिया राज्यातल्या वेस्टमोरलँड इथं जन्म
१७७६-८०	अमेरिकेच्या स्वातंत्र्यलढ्यामध्ये सहभाग
१७८३-८६	व्हर्जिनिया प्रांतातर्फे अमेरिकी काँग्रेसमध्ये सहभाग
१७८६	एलिझाबेथ कॉर्टराईटशी विवाह
१७८६-९०	व्हर्जिनिया राज्याच्या सभागृहामध्ये प्रतिनिधित्व
१७९०-९४	व्हर्जिनिया प्रांतातर्फे अमेरिकी सिनेटमध्ये प्रतिनिधित्व
१७९४-९६	अमेरिकेतर्फे फ्रान्सच्या दूतावासामध्ये काम
१७९९-१८०२	व्हर्जिनिया प्रांताचा गव्हर्नर
१८११-१७	अमेरिकेचा परराष्ट्रमंत्री
१८१७-२५	अमेरिकेचा पाचवा राष्ट्रपती
१८३१	निधन

प्राथमिक ओळख

अमेरिकेच्या इतिहासामध्ये, दुसऱ्यांदा राष्ट्रपतिपदासाठी उभ्या राहिलेल्या दोनच उमेदवारांना आत्तापर्यंत बिनविरोध यश मिळालं आहे. ते दोघं म्हणजे जॉर्ज वॉशिंग्टन आणि जेम्स मन्रो. मन्रोच्या राष्ट्रपतिपदाच्या पहिल्या कार्यकालात अमेरिकेनं शांतता आणि प्रगती प्रचंड मोठ्या प्रमाणावर साधल्यामुळे राजकारणी लोकांपासून ते सर्वसामान्य जनतेपर्यंत सगळ्यांचीच मनं त्यानं जिंकली. थॉमस जेफरसननं मन्रोचं वर्णन 'मनामध्ये कुणाविषयीसुद्धा अजिबात कपट न बाळगणारा

सरळसोट माणूस' अशा शब्दांमध्ये केलं. कुणालाच न दुखवण्याचा त्याचा स्वभाव त्यानं इतका जोपासला की, आपला वारसदार म्हणून त्यानं कुणाची निवडसुद्धा केली नाही. असं करताना आपण नक्कीच कुणाला तरी दुखवू, अशी भीती त्याला वाटत होती. अमेरिकेच्या भौगोलिक सीमांच्या विस्तारामध्ये मन्रोचा मोठा वाटा होता. लुईझियाना प्रांताचा अमेरिकेमध्ये समावेश करणं, तसंच फ्लॉरिडा प्रांत विकत घेण्यासंबंधीच्या वाटाघाटींमध्ये प्रमुख भूमिका बजावणं, ही त्याची अजरामर कामगिरी ठरली. अमेरिका आणि कॅनडा यांच्यामधल्या सीमारेषा नेमक्या आखून घेण्यासंबंधीचा त्याचा आग्रहसुद्धा या दोन मोठ्या देशांमध्ये शांतता प्रस्थापित करण्याच्या दृष्टीनं महत्त्वाचा ठरला. 'मन्रो डॉक्ट्राईन' म्हणून ओळखल्या जाणाऱ्या त्याच्या नीतीमुळे, युरोपीय देशांना नव्यानं स्वातंत्र्य मिळवत असलेल्या दक्षिण अमेरिकी देशांवर आपलं वर्चस्व प्रस्थापित करणं अवघड झालं. अमेरिकेचा या संदर्भात दबदबा निर्माण करण्याचं श्रेयही म्हणूनच मन्रोला दिलं जातं.

आकारानं मध्यम चणीचा असलेला मन्रो तसा कणखर होता. त्याच्यामध्ये शारीरिक कष्ट करण्याची क्षमता होती. फार भपकेदार पोषाख करणं त्याला पसंत नसलं, तरी आपल्या हुद्द्याला अनुसरून तो वेषभूषा करत असे. त्याचं वागणंबोलणं अत्यंत सौम्य आणि सर्वसामान्य माणसासारखं असे. यामुळे त्याच्याविषयी लोकांच्या मनात लगेचच विश्वास निर्माण होई. परराष्ट्रमंत्री आणि संरक्षणमंत्री अशी दुहेरी जबाबदारी एकत्र सांभाळणारा तो एकमेव अमेरिकी नेता ठरला.

जडणघडण

जॉर्ज वॉशिंग्टन, थॉमस जेफरसन आणि जेम्स मॅडिसन यांच्याप्रमाणेच जेम्स मन्रो हा व्हर्जिनियामधल्या एका जमीनदाराच्या घरी जन्मला. एकंदर पाच भावंडांमध्ये जेम्स मन्रो सगळ्यांत मोठा होता. वयाच्या अठराव्या वर्षी आपलं शिक्षण सोडून तो अमेरिकी स्वातंत्र्यलढ्यामध्ये सहभागी झाला. व्हर्जिनिया प्रांताच्या लष्कराच्या वतीने लढतालढता तो न्यू यॉर्कमध्ये लढत असलेल्या वॉशिंग्टनच्या फौजेमध्ये शिरला. त्यानं युद्धात गाजवलेल्या पराक्रमामुळे वॉशिंग्टननं त्याला 'कप्तान' म्हणून बढती दिली. लढताना मन्रोचा एक खांदा मात्र बऱ्यापैकी जायबंदी झाला. त्यावर तातडीचे उपचार झाल्यामुळे मन्रोचा जीव वाचला. हे युद्ध संपल्यानंतर जेफरसननं मन्रोला आपल्या पंखांखाली घेतलं आणि कायद्याचं प्रशिक्षण घेण्यासाठी त्याला प्रोत्साहित केलं. याच्या पुढचं पाऊल म्हणून १७८२मध्ये व्हर्जिनिया प्रांताच्या सभागृहामध्ये त्याची 'प्रतिनिधी' म्हणून निवड झाली. त्याच्या पुढच्याच वर्षी जेफरसनसह व्हर्जिनियाच्या वतीनं काँग्रेसचं प्रतिनिधित्व करण्याचा मान

त्याला मिळाला. तिथं त्यानं तीन वर्षं काम केलं. याच काळात न्यू यॉर्कमधल्या एका व्यावसायिकाच्या मुलीशी त्याचे सूर जुळले आणि तिच्याशीच त्यानं लग्न केलं. यानंतर काही काळ राजकारणापासून लांब राहून त्यानं वकिली केली. दोन मुलींपाठोपाठ त्याच्या घरी जन्मलेला मुलगा मात्र दोन वर्षांचा असतानाच दगावला.

नंतरच्या काळात काँग्रेसचं प्रतिनिधित्व मिळवण्यासाठी मन्रोनं मॅडिसनच्या विरोधात उमेदवारी जाहीर केली खरी; पण हा प्रयत्न फसला. १७९०मध्ये अमेरिकी सिनेटमधल्या एका प्रतिनिधीचं निधन झाल्यावर त्याची जागा मन्रोला मिळाली. तिथं त्यानं डेमोक्रॅटिक-रिपब्लिकन पक्षाचं नेतृत्व करण्यापर्यंत मजल मारली आणि फेडरलिस्ट पक्षाच्या अॅलेक्झांडर हॅमिल्टनच्या डावपेचांना कडाडून विरोध केला. एकूणच हॅमिल्टनविषयी मन्रोचं मत अजिबात चांगलं नव्हतं आणि याचा परिणाम या दोघांमध्ये खरंखुरं जीवघेणं पिस्तूलयुद्ध होण्याची शक्यतासुद्धा निर्माण होण्यात झाला! नशिबानं हा प्रसंग टळला.

राजकारण

फ्रेंच राज्यक्रांतीला मन्रोचा पूर्ण पाठिंबा होता. याचा फायदा उठवून फ्रान्सशी संबंध सुधारण्यासाठी राष्ट्रपती वॉशिंग्टननं १७९४मध्ये मन्रोला आपला प्रतिनिधी म्हणून धाडलं. मन्रोनं फ्रेंच राजकारण्यांची अशी काही मर्जी संपादित केली, की त्याला चक्क फ्रेंच संसदेमध्ये कामकाज सुरू असताना तिथं बसण्याची परवानगी देण्यात आली! अर्थात, फ्रेंचांशी अमेरिकेचे संबंध सुधारण्यापलीकडे मन्रोनं फार काही करणं अपेक्षित नव्हतं. मन्रोनं मात्र न राहवून फ्रान्सच्या इंग्लंडबरोबरच्या संभाव्य युद्धामध्ये मदत करण्यासाठीची धडपड सुरू केली. हे समजताच अमेरिकेच्या या संदर्भातल्या तटस्थ भूमिकेला हादरा देणाऱ्या या धोरणासाठी मन्रोची अमेरिकेकडून कानउघाडणी करण्यात आली. यामुळे भडकलेल्या मन्रोला नंतर अमेरिका आणि इंग्लंड यांच्यामध्ये झालेल्या शांतता कराराविषयी समजताच तो पार उखडला. त्यानं या कराराची उघडपणे निंदा केल्यानंतर १७९६मध्ये त्याला अमेरिकेला परत बोलावून घेण्यावाचून जॉर्ज वॉशिंग्टनसमोर दुसरा पर्यायच उरला नाही. अमेरिकेमध्ये परतल्यानंतर या संदर्भातला आपल्या मनात खदखदत असलेला संताप मन्रोनं एक ५०० पानी पुस्तक लिहून बाहेर काढला.

१७९९मध्ये व्हर्जिनिया प्रांताचा गव्हर्नर म्हणून मन्रोची निवड झाली. या काळात मन्रोचे मॅडिसनशी सौहार्दपूर्ण संबंध निर्माण झाले. गंमत म्हणजे, ज्या फ्रान्समधून मन्रोला पूर्वी बोलावून घेण्यात आलं होतं, त्याच फ्रान्समध्ये १८०३मध्ये त्याला परत धाडण्यात आलं. या खेपेला न्यू ऑर्लिन्स प्रांताच्या खरेदीसंबंधीचा

व्यवहार करण्यासाठीची पार्श्वभूमी, अमेरिकेच्या दृष्टीनं तयार करण्याची जबाबदारी राष्ट्रपती जेफरसननं मन्रोवर टाकली. तिथं गेल्यावर नेपोलियनला फ्रान्सच्या ताब्यातल्या अमेरिकी भूभागामध्ये फारसा रस नसल्याचं आणि तो सगळा प्रदेश अमेरिकेला विकून टाकण्याची त्याची तयारी असल्याचं मन्रोला समजलं. याचं मुख्य कारण म्हणजे, अनेक युद्धं करून फ्रान्सच्या डोक्यावर मोठं कर्ज झालं होतं. ते फेडून टाकण्यासाठी नेपोलियनला पैशांची गरज होती. खरं म्हणजे, इतका मोठा निर्णय घेण्यासाठीची थेट परवानगी नसूनसुद्धा, मन्रोनं धाडसानं १.५० कोटी डॉलर्सच्या मोबदल्यात सगळा लुईझियाना प्रांत अमेरिकेमध्ये समाविष्ट करून देशाचा आकार जवळपास दुप्पट करून टाकला. म्हणजेच प्रति एकर तीन सेंट्स असा हा व्यवहार झाला! यानंतर मन्रोला काही वर्षं इंग्लंडला धाडण्यात आलं. तिथं खूप प्रयत्न करून मन्रोनं अमेरिका आणि इंग्लंड यांच्यामधला समुद्रांवरच्या हक्कांसंबंधीचा जुना वाद मिटवण्यासाठी प्रयत्न केले. तसंच अमेरिकेच्या वतीनं स्पेनकडून फ्लॉरिडा प्रांत विकत घेण्यासाठीसुद्धा त्यानं खूप धडपड केली. या दोन्ही कामांमध्ये त्याला अपयश आलं. याचं कारण म्हणजे नेपोलियनला हा व्यवहार मान्य नव्हता आणि स्पेन त्याच्या ताटाखालचं मांजरच बनला होता. यामुळे अमेरिकेला परतून त्यानं परत वकिली सुरू केली. काही मित्रांच्या आग्रहावरून त्यानं अमेरिकी राष्ट्रपतिपदासाठी उभं राहायचं ठरवलं; पण लोकांनी मॅडिसनला पसंती दिल्यामुळे त्याची संधी हुकली.

कालांतरानं मन्रोला परत एकदा व्हर्जिनिया प्रांताचा गव्हर्नर होण्याची संधी मिळाली असली, तरी लगेचच अमेरिकेचा परराष्ट्रमंत्री बनण्याची दुसरी संधी चालून आल्यामुळे त्यानं या दुसऱ्या संधीचा स्वीकार केला. दरम्यानच्या काळात अमेरिकेचं इंग्लंडशी युद्ध सुरू झालं. या युद्धाची सूत्रं आपण हाकावीत असं वाटल्यामुळे आपल्याला या युद्धासंबंधीचे निर्णय घेणाऱ्या मंत्रालयाचा प्रमुख बनवलं जावं, असा आग्रह त्यानं मॅडिसनपाशी धरला आणि तो मान्य झाला. लवकरच थेट वॉशिंग्टनपर्यंत ब्रिटिशांनी कूच केलं. तरीसुद्धा खचून न जाता, मन्रोनं आपल्या फौजांना प्रोत्साहित केलं आणि चांगलं यश मिळवून दाखवलं. यामुळे त्याची प्रतिमा उजळली, आणि अमेरिकेमध्ये हळूहळू भरभराटीचे वारे वाहायला लागल्यामुळे मॅडिसनची जागा मन्रोनं घ्यावी, यासाठीचं वातावरण तयार होत गेलं. मॅडिसनच्या मदतीनं मन्रोनं डेमोक्रॅटिक-रिपब्लिकन पक्षाची उमेदवारी तर मिळवलीच; पण १८१६च्या या निवडणुकीत फेडरलिस्ट पक्षाच्या रूफस किंगचा १८३-३४ असा पराभव करून अमेरिकी राष्ट्रपतिपद पटकावलं.

राष्ट्रपतिपद

आपल्या वयाच्या अठ्ठावन्नाव्या वर्षी अमेरिकी राष्ट्रपतिपदाची सूत्रं हाती घेणाऱ्या मन्रोचं नशीब तसं चांगलं होतं, असं म्हटलं पाहिजे. याचं कारण म्हणजे, तेव्हा अमेरिकेसमोर भयंकर स्वरूपाचे असे कुठले प्रश्न नव्हते आणि एकूण वातावरणही भरभराटीचं होतं. आपल्याला याची जाणीव असल्याची चुणूक राष्ट्रपतिपदाची सूत्रं घेतानाच्या आपल्या भाषणातच मन्रोनं दिली. आपलं मंत्रिमंडळ एकदम बलाढ्य असेल, याकडे त्यानं पूर्ण लक्ष दिलं. तसंच, आपल्या विरोधामध्ये असलेल्या लोकांना महत्त्वाची पदं देऊन त्यानं राजकारणामधलं गढूळ वातावरण बऱ्यापैकी निवळण्यासाठी मदत केली. मन्रोनं राष्ट्रपतिपद स्वीकारलं, तेव्हा ब्रिटिशांनी बेचिराख केलेल्या 'व्हाईट हाऊस'ची पुनर्बांधणी सुरूच होती. यामुळे १८१७मध्येच मन्रो कुटुंबाला तिथं राहायला जाता आलं. मन्रोच्या पत्नीनं आपल्या या नव्या घराची उत्कृष्ट सजावट केली. १८२०मध्ये मन्रोच्या राष्ट्रपतिपदासाठीच्या पुनर्निवडणुकीची वेळ आली, तेव्हा त्याच्या विरोधात असलेला फेडरलिस्ट पक्ष जवळपास मृतावस्थेतच होता. मन्रोच्या राष्ट्रपतिपदाच्या दुसऱ्या टप्प्यासाठी कुणी आक्षेप घेण्याचा प्रश्नच नव्हता. त्याला २३२ पैकी २३१ मतं मिळाली. फक्त एका मतदारानं, जॉर्ज वॉशिंग्टनचं नाव इतिहासात संपूर्ण बिनविरोध निवडीसाठी टिकून राहावं, या एकमेव उद्देशापोटी मन्रोला मत दिलं नाही.

उत्तम परराष्ट्रसंबंध हे मन्रोच्या राष्ट्रपतिपदाच्या कार्यकालाचं सगळ्यांत मोठं वैशिष्ट्य ठरलं. १८१७मध्ये ब्रिटिशांशी त्यानं केलेल्या करारामुळे कॅनडाबरोबरचे अमेरिकेचे संबंध कायमासाठी सुधारले. यानंतर दोन वर्षांनी स्पेनकडून फ्लॉरिडा प्रांत अमेरिकेच्या वतीनं विकत घेण्यासाठीचा करार त्यानं केला. अर्थात १८२३मध्ये जारी करण्यात आलेलं 'मन्रो डॉक्ट्राईन' हा त्याच्या कारकिर्दीतला सगळ्यांत ठळक मुद्दा ठरला. स्पेनच्या अमलाखाली असलेल्या काही दक्षिण अमेरिकी देशांना नुकतंच स्वातंत्र्य मिळालं होतं. या देशांमध्ये आता युरोपीय देश ढवळाढवळ करणार, अशी चिन्हं दिसत होती. यातून निर्माण होणारी गुंतागुंत कशी टाळायची, असा प्रश्न मन्रोनं थॉमस जेफरसनला विचारला. यावर 'युरोपीय देशांच्या प्रश्नांमध्ये आपण अडकू नये; पण त्याचबरोबर आपल्या उपखंडामध्ये युरोपीय देशांना ढवळाढवळ करू देता कामा नये,' असं उत्तर जेफरसननं दिलं. याला अनुसरून १८२३च्या डिसेंबर महिन्यात 'मन्रो डॉक्ट्राईन' म्हणून ओळखलं गेलेलं निवेदन मन्रोनं ठेवलं.

अमेरिकेला स्वातंत्र्य मिळाल्यापासूनच गुलामगिरी आणि वर्णभेद हे प्रश्न खूप

जाचक ठरत होते. त्यातून मार्ग काढण्यासाठी गुलामगिरीला मान्यता देणाऱ्या आणि गुलामगिरीमुक्त असणाऱ्या राज्यांची संख्या सुरुवातीपासूनच एकसारखी ठेवण्यात आली. अशी प्रत्येकी दहा राज्यं मन्रोच्या काळात खालीलप्रमाणे होती. कंसात कुठलंही राज्य अमेरिकी संघराज्यात कधी समाविष्ट झालं ते वर्ष आणि अमेरिकेमध्ये समाविष्ट होण्याचा अनुक्रमांक ही माहिती दिली आहे.

गुलामगिरीमुक्त राज्यं	**गुलामगिरीला मान्यता असलेली राज्यं**
पेनसिल्व्हानिया (१७८७, २)	डेलावेअर (१७८७, १)
न्यू जर्सी (१७८७, ३)	जॉर्जिया (१७८८, ४)
कनेक्टिकट (१७८८, ५)	मेरिलँड (१७८८, ७)
मॅसॅच्युसेट्स (१७८८, ६)	साऊथ कॅरॉलिना (१७८८, ८)
न्यू हॅम्पशायर (१७८८, ९)	व्हर्जिनिया (१७८८, १०)
न्यू यॉर्क (१७८८, ११)	नॉर्थ कॅरॉलिना (१७८९, १२)
ऱ्होड आयलंड (१७९०,१३)	केंटकी (१७९२, १५)
व्हरमाँट (१७९१, १४)	टेनेसी (१७९६, १६)
ओहायो (१८०३, १७)	लुईझियाना (१८१२, १८)
इंडियाना (१८१६, १९)	मिसिसिपी (१८१७, २०)
इलिनॉय (१८१८, २१)	अलाबामा (१८१८, २२)

आता मिझुरीचा गुलामगिरीला परवानगी असलेलं राज्य म्हणून अमेरिकी संघराज्यात समावेश करायचा, तर समतोल बिघडला असता. यावर उपाय म्हणून मेन नावाचं गुलामगिरीमुक्त राज्यही अमेरिकी संघराज्यात समाविष्ट करण्यात आलं. या तडजोडीला 'मिझुरी कॉम्प्रोमाईझ' म्हणून ओळखलं जातं.

निवृत्तीचा काळ

राष्ट्रपतिपदाच्या आपल्या दोन कार्यकालांनंतर व्हर्जिनियामधल्या आपल्या आलिशान घरात मन्रो राहायला गेला. तिथं व्हर्जिनिया विद्यापीठाशी संबंधित असलेल्या जबाबदाऱ्या त्यानं सांभाळल्या. आश्चर्य म्हणजे आपल्या आयुष्याच्या अखेरच्या काळात मन्रोला आर्थिक अडचणींचा सामना करावा लागला. त्याच्यावर ७५,००० डॉलर्सचं कर्ज होतं. सरकारी सेवेत असताना त्याला सरकारकडून बरेच पैसे येणं असल्याचं सांगून या पैशांची वसुली करण्यामध्ये त्यानं बराच वेळ घालवला. प्रत्यक्षात त्याला अगदी किरकोळ रक्कम मिळाली. शेवटी १८३०मध्ये

आपल्या पत्नीचं निधन झाल्यानंतर मन्रोला आपला आलिशान बंगला विकून टाकण्याची वेळ आली. मन्रोच्या पत्नीला अपस्मार (एपिलेप्सी) असल्यामुळे तिला भोवळ येई. अशी भोवळ आलेली असतानाच एकदा ती ऊब निर्माण करण्यासाठी पेटवण्यात आलेल्या घरातल्या छोट्या आगीत पडून भाजली आणि दगावली. यामुळे न्यू यॉर्कमध्ये मुक्काम हलवून मन्रो आपल्या एका मुलीकडे राहायला गेला. तिथं त्यानं दोन पुस्तकं लिहायला घेतली; पण दोन्ही अर्धवटच राहिली. ४ जुलै १८३१ या दिवशी न्यू यॉर्कमध्ये मन्रोचं निधन झालं, तेव्हा अमेरिकेच्या स्वातंत्र्यदिनी निधन होणारा तो तिसरा राष्ट्रपती ठरला.

जॉन क्विन्सी ॲडम्स

१८२५-२९
या काळातला अमेरिकेचा सहावा राष्ट्रपती

अल्प-परिचय

साल	घटना
१७६७	मॅसॅच्युसेट्स राज्यातल्या तेव्हाच्या ब्रेनट्री इथं म्हणजे आजच्या क्विन्सी इथं जन्म
१७८७	हार्वर्ड विद्यापीठातून पदवीचं शिक्षण पूर्ण
१७९०	बॉस्टनमध्ये वकिलीची सुरुवात
१७९४-१८०१	अनेक युरोपीय देशांमध्ये अमेरिकेचा राजदूत म्हणून काम
१७९७	लुईझा कॅथरिन जॉन्सन हिच्याशी लग्न
१८०३-०८	मॅसॅच्युसेट्स प्रांतातर्फे अमेरिकी सिनेटमध्ये प्रवेश
१८०९-१४	रशियामध्ये 'पहिला अमेरिकी मंत्री' म्हणून काम
१८१४	१८१२ सालचं युद्ध संपुष्टात येण्यासाठीचा करार करण्यात महत्त्वाची भूमिका
१८१५-१७	इंग्लंडमध्ये अमेरिकी मंत्री म्हणून काम
१८१७-२५	अमेरिकी परराष्ट्रमंत्री
१८२५-२९	अमेरिकेचा सहावा राष्ट्रपती
१८३०-४८	मॅसॅच्युसेट्स प्रांतातर्फे अमेरिकी संसदेमध्ये काम
१८४८	निधन

प्राथमिक ओळख

अमेरिकी पिता-पुत्र राष्ट्रपतींची परंपरा जॉन क्विन्सी ॲडम्सनं सुरू केली.

ॲडम्सचं बाह्य रूप एकदम कणखर आणि विचारी माणसाचं असलं, तरी आतून तो अत्यंत संवेदनशील असल्याचं त्याच्या खासगी डायऱ्यांमधून दिसून येतं. स्वतः ॲडम्सला याची पुरेपूर जाणीव होती. त्यानं स्वतःचं वर्णन 'इतरांच्या नजरेतून मी भावनाशून्य, काटकसरी आणि स्वतःमध्येच रमणारा आहे,' अशा शब्दांमध्ये केलं. अत्यंत धार्मिक असलेला ॲडम्स दर वर्षी एकदा तरी अख्खं बायबल वाचत असे. इतकंच नव्हे, तर दररोज सकाळी तो इंग्रजी, फ्रेंच आणि जर्मन भाषांमधल्या बायबल्समधले काही उतारे वाचून काढे. पुस्तकांवर विलक्षण प्रेम असल्यामुळे 'पुस्तकांविना जगणं म्हणजे आपल्याला एखादा हातपाय नसणं' असल्याचं त्यानं म्हणून ठेवलं आहे. ५ फूट ७ इंच उंचीच्या ॲडम्सला आपली शारीरिक तंदुरुस्ती राखायला खूप आवडे. तो दररोज अनेक मैल चाले आणि शक्य असेल, तेव्हा उन्हाळ्यात नदीत पोहत असे. एकदा तो असाच पोहत असताना, अचानकपणे एक वादळ आल्यामुळे गडबड झाली आणि त्याचे सगळे कपडे गायब झाले. साहजिकच, त्याला तशाच अर्धनग्न अवस्थेत व्हाईट हाऊसमध्ये परतावं लागलं!

जडणघडण

जॉन आणि अबिगेल ॲडम्स यांच्या घरी जन्मलेल्या तीन मुलांमध्ये जॉन क्विन्सी ॲडम्स सगळ्यांत मोठा होता. त्याचा जन्म झाला, तेव्हा त्याचे वडील, म्हणजेच जॉन ॲडम्स आपल्या वकिलीच्या व्यवसायात बस्तान बसवण्याच्या खटपटीत होते. आपल्या वयाच्या दहाव्या वर्षी जॉन क्विन्सी ॲडम्सनं आपल्या वडिलांच्या साथीत फ्रान्सचा राजकीय दौरा केला. काही काळ फ्रान्स आणि नेदरलँड्स इथं काढल्यानंतर आपल्या वयाच्या चौदाव्या वर्षी, एका अमेरिकी परकीय दूताचा सचिव म्हणून रशियामध्ये जाण्यासाठीची परवानगी त्यानं आपल्या वडिलांकडून मिळवली. नंतर अमेरिकेला परतून त्यानं आपलं वकिलीचं शिक्षण पूर्ण केलं आणि त्यातच व्यवसायही सुरू केला. इतर तरुण वकिलांप्रमाणेच त्याचा व्यवसायही बेताचाच होता. यामुळे आता अमेरिकेचे उपराष्ट्रपती असलेल्या आपल्या वडिलांच्या पाठीशी उभं राहण्यासाठी त्यानं वर्तमानपत्रांमध्ये फेडरलिस्ट पक्षाच्या धोरणांचं समर्थन करणारे लेख लिहायला सुरुवात केली. यातूनच त्याची राजकीय जडणघडण पक्की होत गेली.

राजकारण

१७९५मध्ये राष्ट्रपती जॉर्ज वॉशिंग्टननं जॉन क्विन्सी ॲडम्सला 'नेदरलँड्समधला

पहिला अमेरिकी राजदूत' म्हणून पाठवलं. तेव्हाच फ्रेंचांनी तिथं आक्रमण करून राज्यकारभार आपल्या हाती घेतला होता. यानंतर जर्मनीमध्ये, म्हणजेच तेव्हाच्या प्रशियामध्ये त्याची नेमणूक झाली; पण तो तिथं जाण्यापूर्वीच आपल्या वडिलांची अमेरिकी राष्ट्रपतिपदावर नेमणूक झाल्याचं त्याला समजलं. बर्लिनला रवाना होण्यापूर्वी एका अमेरिकी व्यावसायिकाच्या मुलीशी ॲडम्सचं लग्न झालं. नेदरलँड्समध्ये असताना जॉन क्विन्सी ॲडम्स अनेकदा ब्रिटिश खाडी ओलांडून इंग्लंडमध्ये जात असे. तिथं हा अमेरिकी व्यावसायिक आपली पत्नी आणि आपल्या तीन आकर्षक तरुण मुली यांच्यासह राहत असे. या तीन मुलींपैकी मधल्या लुईझा या मुलीकडे ॲडम्स आकृष्ट झाला. ॲडमच्या आई-वडिलांना हे समजताच 'खऱ्या' अमेरिकी मुलीशी त्यानं लग्न करावं आणि फ्रान्स-इंग्लंडमध्ये वाढलेल्या; पण नावापुरत्या अमेरिकी मुलीचा नाद त्यानं सोडावा, असं त्यांनी फर्मावलं. पूर्वीही एकदा आपल्या आईच्या म्हणण्याला मान देत जॉन क्विन्सी ॲडम्सनं आपलं तेव्हाचं प्रेमप्रकरण निमूटपणे गुंडाळून टाकलं होतं. या खेपेला मात्र त्यानं आपल्या आई-वडिलांना अजिबात दाद दिली नाही. यामुळे लुईझा ही परदेशी जन्मलेली आजवरची एकमेव 'फर्स्ट लेडी' ठरली. त्यांचा सुखी संसार तब्बल पाच दशकं टिकला. त्यांना झालेल्या चार मुलांपैकी एकानं अमेरिकेत नंतर गुलामगिरी आणि वर्णद्वेष यामुळे झालेल्या यादवी युद्धाच्या काळात इंग्लंडमध्ये 'अमेरिकी राजदूत' म्हणून महत्त्वाची भूमिका बजावली.

१८०१मध्ये थॉमस जेफरसनकडे अमेरिकी राष्ट्रपतिपदाची सूत्रं आल्याच्या सुमाराला ॲडम्स मायदेशी परतला. हळूहळू त्यानं अमेरिकी सिनेटमध्ये प्रवेश केला. राजकारणी माणसासारखं वागणं ॲडम्सला अजिबातच जमत नसे. कुठल्याही मुद्द्यावर चर्चा सुरू असताना तो आपल्या पक्षाचीच भूमिका घेईल, अशी खात्री नसे. उलट आपल्या पक्षाचं धोरण पटलं नाही, तर तो कित्येकदा आपल्या पक्षाच्या विरोधात मत देत असे! १८०७मध्ये तर त्यानं फेडरलिस्ट पक्षाशी जवळपास फारकतच घेतली. आता त्यानं आपलं लक्ष आपल्या वकिलीच्या व्यवसायाकडे वळवलं. तसंच हार्वर्डमध्ये तो वक्तृत्वकलेचं प्रशिक्षण द्यायलाही जात असे. याचं कारण म्हणजे, त्याची आर्थिक स्थिती फार चांगली नव्हती आणि काहीही करून त्याला आपल्या उत्पन्नात भर घालणं गरजेचं होतं. जेम्स मॅडिसननं अमेरिकी राष्ट्रपतिपद स्वीकारल्यानंतर काही काळातच ॲडम्सला 'राजदूत' म्हणून रशियामध्ये धाडण्यात आलं. या काळात अमेरिकी सर्वोच्च न्यायालयामध्ये न्यायाधीश होण्यासाठीचा चालून आलेला प्रस्ताव स्वीकारायला त्यानं नकार दिला. नेपोलियनच्या सैन्यानं रशियामध्ये प्रवेश केला, तेव्हा ॲडम्स रशियातच होता. पहिल्या ॲलेक्झांडर

या रशियन झारशी अॅडम्सची चांगली मैत्री असल्यामुळे फ्रेंचांशी वाटाघाटी करण्यामध्ये त्यानं पुढाकार घेतला. यातून १८१४मध्ये एक करार झाला आणि याच्या पुढच्या वर्षी पॅरिसमध्ये गेलेल्या अॅडम्सनं नेपोलियन एल्बामधून परत येत असतानाचा ऐतिहासिक प्रसंग प्रत्यक्ष अनुभवला. यानंतर तो काही काळ लंडनमध्येही होता.

परराष्ट्रमंत्री आणि राष्ट्रपतिपदासाठीचा उमेदवार

१८१७मध्ये राष्ट्रपती जेम्स मन्रोनं परराष्ट्रमंत्रिपदावर नेमणूक केल्यानंतर जॉन क्विन्सी अॅडम्स अमेरिकेला परतला. मन्रोला परकीय संबंधांमध्ये मिळालेल्या यशाचं प्रमुख श्रेय अॅडम्सला दिलं पाहिजे, असं अनेक इतिहासकार मानतात. अॅडम्सची कामगिरी प्रभावशाली असली, तरी त्याच्या मित्रांच्या संख्येप्रमाणेच शत्रूंच्या संख्येतही वाढ होत राहिली. यामागे त्याचा स्पष्टवक्तेपणा आणि कुणाची भीडभाड न ठेवण्याचा स्वभाव, ही प्रमुख कारणं होती. १८२४च्या राष्ट्रपतिपदाच्या निवडणुकीसाठी अॅडम्सनं जेव्हा उमेदवारी जाहीर केली, तेव्हा त्याच्यासमोर तीन प्रतिस्पर्धी होते. या तिन्ही प्रतिस्पर्ध्यांविषयीची अॅडम्सची मतं अगदी खराब असल्याचं त्याच्या डायरीमधल्या नोंदींवरून दिसून येतं. या निवडणुकीचा निकाल अत्यंत वैचित्र्यपूर्ण ठरला. अँड्र्यू जॅक्सनला सगळ्यांत जास्त म्हणजे ९९ मतं मिळाली, तर दुसऱ्या क्रमांकावर असलेल्या अॅडम्सला ८४ मतं मिळाली. इतर दोन उमेदवारांना अनुक्रमे ४१ आणि ३७ मतं मिळाली. अमेरिकेमधल्या निवडणुकांशी संबंधित असलेल्या नियमांनुसार कुणालाच स्पष्ट बहुमत मिळालेलं नसल्यामुळे, चौथ्या क्रमांकावर असलेल्या हेन्री क्ले या उमेदवारानं जॅक्सन किंवा अॅडम्स यांच्यापैकी एकाला आपला पाठिंबा द्यावा, आणि ज्याला हा पाठिंबा मिळेल तो विजेता ठरेल, असं घोषित करण्यात आलं. क्ले यानं अॅडम्सची खास भेट घेतल्यानंतर त्याला पाठिंबा जाहीर केला आणि दुसऱ्या क्रमांकावर असलेला अॅडम्स यामुळे राष्ट्रपती झाला. क्ले याला त्यानं 'परराष्ट्रमंत्री' म्हणून आपल्या मंत्रिमंडळात सामील केल्यावर, अॅडम्सवर टीकेची झोड उठली; पण अॅडम्सनं त्याची अजिबात पर्वा केली नाही. अर्थात, आपण बहुमतानं निवडून आलेलो नसल्याची जाणीव त्याच्या मनात टिकून राहिली. त्यामुळे घिसाडघाईनं निर्णय न घेता, सावधपणे वाटचाल करण्याचं धोरण त्यानं सुरुवातीपासूनच स्वीकारलं. वॉशिंग्टनमध्ये एक नवं विद्यापीठ उभं करणं, नवे रस्ते बनवणं आणि कालवे उभे करणं, खगोलशास्त्रामध्ये प्रगती साधण्यासाठी एक वेधशाळा उभी करणं, असे अनेक प्रकल्प हाती घेण्यासाठी त्यानं धडपड केली खरी; पण काँग्रेसनं त्याला अजिबात साथ न दिल्यामुळे त्याला यात यश मिळू शकलं नाही. एकूणच

भरभक्कम पाठिंबा नसल्यामुळे त्याचं राष्ट्रपतिपद तसं फार खास ठरलं नाही. १८२८मध्ये राष्ट्रपतिपद पुन्हा मिळवण्याचा त्याचा प्रयत्न तर अँड्र्यू जॅक्सनच्या जोरदार विजयामुळे पार फसलाच.

जॉन क्विन्सी ॲडम्सची एक वैचित्र्यपूर्ण आवड म्हणजे, त्यानं एक मगर पाळली होती! त्यानं ही मगर आपल्याबरोबरच 'व्हाईट हाऊस'मध्येसुद्धा नेली. तसंच, छायाचित्र काढला जाणारा ॲडम्स हा पहिला अमेरिकी राष्ट्रपती ठरला.

राष्ट्रपतिपदानंतरचा काळ

१८२८च्या राष्ट्रपतिपदासाठीच्या निवडणुकीतल्या पराभवानंतर निराश झालेला ॲडम्स वॉशिंग्टनमध्येच राहिला. 'आपण आता जिवंत राहून काही उपयोग नसल्यामुळे मृत्यू आनंदाने स्वीकारू' असं त्यानं आपल्या डायरीत लिहून ठेवलं. वॉशिंग्टनहून थोड्या अंतरावरच्या आपल्या खासगी घरी मुक्काम हलवण्यासाठी ॲडम्स दांपत्य सज्ज झालं. तिथं आपलं सामानसुमान लावण्याच्या कामात मदत होईल म्हणून त्यांनी आपल्या मुलाला बोलावून घेतलं खरं; पण घात झाला. आपल्या जलप्रवासादरम्यान या मुलानं बोटीतून पाण्यात उडी टाकून जीव दिल्याची धक्कादायक बातमी ॲडम्स पती-पत्नीला ऐकावी लागली! आपल्याला कुणी फारशी किंमत देत नसल्याची भावना त्याला आतून खात असतानाच अचानकपणे १८३०मध्ये मॅसॅच्युसेट्स प्रांतामधून त्याची निवड 'हाऊस ऑफ रिप्रेझेंटेटिव्ह्ज' या सभागृहामध्ये झाली. यासाठी ॲडम्सनं निवडणुकीत जवळपास काहीच प्रचार केला नाही. साहजिकच, या अनपेक्षित घडामोडींमुळे तो बेहद्द खूश झाला. पुढची १७ वर्षं ॲडम्सनं अगदी मनोभावे आपलं पद निभावलं. १८४६मध्ये त्याला मेंदूचा झटका आल्यामुळे त्याच्या शरीराची उजवी बाजू लुळी पडली आणि त्याचं बोलणं अडखळल्यासारखं झालं. तीन महिन्यांच्या उपचारांनंतर तो काँग्रेसमध्ये परतला खरा; पण त्याचे दिवस भरत आल्याचं सगळ्यांनाच जाणवत होतं. १८४८मध्ये, आपल्या वयाच्या ऐंशीव्या वर्षी कार्यालयामध्ये काम करत असताना त्याला अचानकपणे कसंतरी व्हायला लागलं. त्याला तातडीनं रुग्णालयामध्ये नेण्यासाठीची धडपड आजूबाजूच्या लोकांनी केली खरी; पण पुढचे दोन दिवस कोमामध्ये काढल्यानंतर ॲडम्सचं निधन झालं.

❖

अँड्र्यू जॅक्सन

१८२९-३७
या काळातला अमेरिकेचा सातवा राष्ट्रपती

अल्प-परिचय

साल	घटना
१७६७	साऊथ कॅरोलिना राज्यातल्या वॅक्स्हॉ इथं जन्म
१७८०-८१	अमेरिकेच्या स्वातंत्र्यलढ्यात सहभाग
१७८७	वकिलीला सुरुवात
१७९१	रॅचेल रोबार्ड्स हिच्याशी लग्न
१७९६-९८	अमेरिकी संसदपटू
१७९८-१८०४	टेनेसीमधल्या वरिष्ठ न्यायालयात न्यायाधीश
१८१२-१५	१८१२च्या युद्धात सहभाग
१८२३-२५	अमेरिकी संसदपटू
१८२९-३७	अमेरिकेचा सातवा राष्ट्रपती
१८४५	निधन

प्राथमिक ओळख

जॉन क्विन्सी ॲडम्सकडून राष्ट्रपतिपदासाठीच्या पहिल्या निवडणुकीत वादग्रस्त पराभव स्वीकारल्यानंतर, दुसऱ्या निवडणुकीत त्याच ॲडम्सचा जोरदार पराभव करणाऱ्या अँड्र्यू जॅक्सनची पार्श्वभूमी ॲडम्सपेक्षा पार वेगळी होती. ते दोघं एकाच वर्षी जन्मले, एवढंच त्या दोघांमध्ये साम्य होतं. अनाथ म्हणून वाढलेल्या जॅक्सनला चांगलं शिक्षण मिळू शकलं नाही. भडक माथ्याचा जॅक्सन अनेक जणांशी वाकडं घेत असे. घोड्यांच्या शर्यतींमध्ये त्यानं अनेकदा पैसे जिंकले, जमिनींच्या व्यवहारांमध्ये भरपूर कमाई केली आणि जमीनदार

म्हणून वावरताना आपल्याकडे गुलामही ठेवले. १८१२च्या युद्धात दिमाखदार कामगिरी करणाऱ्या जॅक्सननं आपल्या वयाच्या तिशीपर्यंत टेनेसी प्रांताच्या राजकारणात आपलं नाव एकदम झळकवून प्रकाशझोतात आणलं. जॉर्ज वॉशिंग्टनप्रमाणेच लष्करी कौशल्य आणि राजकारण या दोघांची उत्तम सांगड घालणं त्याला चांगलं जमलं. आपल्या मित्रांसाठी तो एकीकडे वाटेल ते करायला तयार असला, तरी आपली निंदा किंवा फसवणूक करणाऱ्या लोकांवर मात्र तो चांगलाच डूक धरे. उंच आणि सडपातळ असलेल्या जॅक्सनला आपल्या राष्ट्रपतिपदाच्या काळात इतरांवर विसंबून राहणं अजिबात पसंत नसे. आपला अधिकार गाजवताना तो पुढेमागे बघत नसे.

जॅक्सनच्या बाबतीत 'मध्यम विचारसरणी' असा काही प्रकारच नव्हता. एक तर लोकांना यामुळे तो खूप आवडे किंवा मग लोक त्याला आपल्या कट्टर शत्रूंच्या यादीत टाकत. अवघड बालपण सोसावं लागल्यामुळे जॅक्सन असा झाला असावा, असं अभ्यासक म्हणतात.

जडणघडण

आयर्लंडमधून अमेरिकेत स्थलांतरित झालेल्या आणि नॉर्थ-साऊथ कॅरॉलिना राज्यांच्या अगदी सीमेवर राहत असलेल्या दांपत्याच्या घरी अँड्र्यू जॅक्सनचा जन्म झाला. आपल्या जन्माआधीच वडिलांचं निधन झाल्यामुळे जॅक्सननं त्यांचं तोंडसुद्धा बघितलं नाही. दोन मोठे भाऊ आणि त्यांच्या पाठचा जॅक्सन यांचा सांभाळ त्यांच्या आईनंच केला. आपल्या बहिणीच्या आठ मुलांचं पालनपोषण करून त्याच्या मोबदल्यात मिळणाऱ्या रकमेच्या आधारे ती आपला संसार कसाबसा चालवे. लहानपणापासूनच जॅक्सनमध्ये विलक्षण खुमखुमी आणि अभिमान यांचं मिश्रण होतं. यामुळे शाळेत त्याची इतर मुलांबरोबर सतत भांडणं होत. इतर मुलांकडून मार खावा लागला, तरी जॅक्सन कधीच हार मानत नसे. त्या भागातले बरेच लोक निरक्षर असले, तरी अगदी साध्या शाळेत शिकायला जाणाऱ्या अँड्र्यू जॅक्सननं आपल्या वयाच्या पाचव्या वर्षी वाचायला सुरुवात केली. यामुळे त्या गावात अधूनमधून येणाऱ्या वर्तमानपत्राचं जाहीर वाचन करण्याची जबाबदारी जॅक्सनवर येई. हे काम करत असतानाच एकदा अमेरिकी स्वातंत्र्याचा निर्धार व्यक्त केला गेला असल्यासंबंधीची बातमी जॅक्सननं मोठ्या आवाजात वाचली, आणि ती त्याच्या मनावर कायमसाठी कोरली गेली. आपल्या वयाच्या तेराव्या वर्षी जॅक्सननं आपल्या मधल्या भावासह लष्करी चळवळीमध्ये भाग घेतला. त्यांचा सगळ्यांत थोरला भाऊ

आधीच दगावला होता. १७८१मध्ये जॅक्सन आणि त्याचा भाऊ यांची ब्रिटिशांनी धरपकड केली, तेव्हा एका ब्रिटिश अधिकाऱ्यानं आपल्या बुटांना पॉलिश करण्याची जॅक्सनला आज्ञा दिली; पण आपण हा अपमान सहन करू शकत नसल्याचं सांगून असं करण्याला त्यानं साफ नकार दिला. यामुळे भडकलेल्या त्या ब्रिटिश अधिकाऱ्यानं आपल्या हातातल्या गोलाकार पात्याच्या तलवारीने जॅक्सनवर वार केला. जॅक्सन यातून वाचला खरा; पण यातून झालेल्या जखमेचे व्रण त्याचं डोकं आणि त्याचा खांदा इथं आयुष्यभर टिकून राहिले. यामुळे दर वेळी दाढी करत असताना आपण ब्रिटिशांवर मनातल्या मनात आगपाखड करायचो, असं जॅक्सन नंतर म्हणाला. काही काळानंतर जॅक्सन आणि त्याचा भाऊ यांची सुटका झाली खरी; पण हा भाऊ आणि जॅक्सनची आई या दोघांचं देवीच्या रोगामुळे काही दिवसांमध्येच निधन झालं. वयाच्या चौदाव्या वर्षीच जॅक्सन अगदी एकाकी झाला.

१६ वर्षांचा असताना, अगदी अनपेक्षितपणे आपल्या आयर्लंडमधल्या आजोबांच्या पश्चात जॅक्सनला २५०-३०० पौंडांची संपत्ती मिळाली. हे पैसे काळजीपूर्वकरीत्या गुंतवण्याऐवजी किंवा आपल्या शिक्षणासाठी ते वापरण्याऐवजी जॅक्सननं उंची कपडे, घोड्यांच्या शर्यती, चैन, मौजमजा यांत उधळून टाकले. १७८४मध्ये त्यानं कायद्याचं शिक्षण घ्यायला सुरुवात केली खरी; पण गुंडगिरी करणं आणि मवालीपणात वेळ वाया घालवणं या सगळ्यांतून वेळ मिळाला, तरच तो आपल्या अभ्यासाकडे लक्ष देत असे. उंचापुरा जॅक्सन मुलींनाही आपल्या मायाजालात ओढत असे. या सगळ्यामुळे तो विलक्षण बदनाम झाला. सभ्य लोक त्याच्यापासून चार हात दूरच असत. काही वर्षांनंतर, हाच जॅक्सन राष्ट्रपतिपदाचा उमेदवार असल्याचं कळल्यावर, त्याच्या विद्यार्थिदशेतल्या पराक्रमांनी गांजून गेलेल्या एका महिलेची 'जर अँड्र्यू जॅक्सन राष्ट्रपती झाला, तर इतर कुठलाही सोम्यागोम्या या पदापर्यंत पोहोचू शकेल' अशी अत्यंत बोलकी प्रतिक्रिया होती! हे सगळं करून झाल्यावर त्यानं वकिली सुरू केली.

वकिली आणि राजकारण

टेनेसी, या नॉर्थ कॅरॉलिनामधल्या भागाचा न्यायाधीश म्हणून जॅक्सनच्या मित्राची निवड झाल्यानंतर, तिथंच वकिलीची सनद मिळवून देण्यासाठी जॅक्सननं त्याला गळ घातली. त्या मित्रानं जॅक्सनचा आग्रह मान्य केला. वीस वर्षांचा जॅक्सन तिथे वकील म्हणून काम करण्यासाठी जात असताना त्यानं स्थानिक

न्यायालयामधली काही प्रकरणं हाती घेतली. त्यांची सुनावणी सुरू असताना, विरोधी पक्षाच्या वकिलाशी झालेल्या शाब्दिक चकमकींमुळे भडकून जॅक्सननं कहर केला. या वकिलानं आपल्याशी पिस्तूलयुद्ध खेळावं, असं आव्हान त्यानं दिलं. यामधला धोका ओळखून इतर लोकांनी जॅक्सन आणि तो वकील या दोघांनाही हवेत गोळ्या झाडायला सांगितलं. यामुळे काही विपरीत घडलं नसलं, तरी कुणाशीही वाटेल त्या थराला जाऊन वाकडं घेण्याची जॅक्सनची वृत्ती या प्रसंगातून ठळकपणे दिसून आली. टेनेसीमध्ये पोहोचल्यानंतर अत्यंत बिनधास्तपणे जॅक्सननं आपला वकिलीचा व्यवसाय सुरू केला. फी म्हणून संबंधित पक्षकाराकडून तो ठरावीक आकाराची जमीन वसूल करे. यामुळे लवकरच जॅक्सनकडे भरपूर जमिनींची मालकी आली. ज्या विधवेच्या घरी जॅक्सन राही, त्या विधवेच्या रॅचेल नावाच्या विवाहित मुलीशी जॅक्सनचं सूत जुळलं. नवऱ्याच्या संशयी स्वभावामुळे आणि सतत आपल्यावर पाळत ठेवण्याच्या सवयीमुळे कंटाळून ती आपल्या आईकडे राहायला आली होती. तेवढ्यात रॅचेलचा नवरा तिला घेऊन जाण्यासाठी आपल्या सासूच्या घरी आला. आता रॅचेलचा नवराही आपल्या सासरीच राहायला लागला. आपल्या बायकोकडे बघण्याची अँड्र्यू जॅक्सनची नजर त्याला खुपायला लागली. साहजिकच, रॅचेल आणि जॅक्सन यांचं लफडं सुरू असल्याचा संशय त्यानं आपल्या एका मित्रापाशी व्यक्त केला. हे कळताच जॅक्सननं भडकून रॅचेलच्या नवऱ्याला मारहाणीची आणि त्याचे दोन्ही हात तोडून टाकण्याची धमकी दिली. तसंच रॅचेलबरोबरच्या आपल्या संबंधांविषयी एक शब्दही न उच्चारण्याची तंबीसुद्धा त्यानं दिली. यामुळे घाबरून जात रॅचेलच्या नवऱ्यानं पोलिसांकडे जॅक्सनविषयी तक्रार नोंदवली. एक पोलीस जॅक्सनला अटक करून नेत असताना जॅक्सननं आपल्याला एक चाकू मिळावा, अशी विचित्र मागणी केली आणि कहर म्हणजे ती पूर्ण करण्यात आली! जॅक्सननं लगेचच हा चाकू रॅचेलच्या नवऱ्यासमोर नाचवत विकट हास्य केलं. त्यासरशी रॅचेलच्या नवऱ्यानं तिथून पार धूम ठोकली आणि त्याच्यामागे चाकू घेऊन जॅक्सन पळत सुटला. काही वेळानंतर जॅक्सन एकटाच मूळ ठिकाणी परतला. आता फिर्यादी असलेल्या जॅक्सनच्या नवऱ्याचाच पत्ता लागत नसल्यामुळे न्यायालयानं जॅक्सनच्या विरोधातला खटला बंद करून टाकला आणि त्याची निर्दोष मुक्तता केली.

काही काळानंतर रॅचेलचा नवरा परत येऊन रॅचेलला त्याच्यासोबत नेणार असल्याची बातमी समजताच, रॅचेलच्या कुटुंबीयांनी एक बेत आखून त्यात जॅक्सनलाही सामील केलं. त्यानुसार रॅचेलला मिसिसिपीजवळ सोडून जॅक्सन

तिच्या कुटुंबीयांसमवेत टेनेसीला परतला. काही काळानंतर कंटाळून रॅचेलला तिच्या नवऱ्यानं घटस्फोट दिल्याची बातमी जॅक्सनच्या कानांवर आली. यामुळे रॅचेलला परत आणून जॅक्सननं तिच्याशी १७९१मध्ये लग्न केलं असं म्हणतात. प्रत्यक्षात मात्र रॅचेलचा घटस्फोट आणि तिचं जॅक्सनबरोबरचं त्यानंतरचं लग्न यासंबंधीचे कोणतेच पुरावे उपलब्ध नाहीत. उलट, आपल्या नवऱ्यापासून घटस्फोट घेण्याआधीच रॅचेलनं जॅक्सनशी लग्न केल्याचे काही पुरावे मात्र उपलब्ध आहेत. म्हणजेच, एका विवाहितेशी विवाह करण्याचा कलंक जॅक्सनच्या आणि व्यभिचाराचा कलंक रॅचेलच्या माथी कायमसाठी लागला. तो पुसून टाकण्यासाठी त्यांनी १७९४च्या जानेवारी महिन्यात परत एकदा लग्नाचं नाटक केलं; पण नंतर त्यांची छी-थू झालीच. एकूणच रॅचेलविषयी कुणी काही बोललं, तर आयुष्यभर जॅक्सन ते अजिबात खपून घेत नसे. रॅचेलपासून जॅक्सनला एकही मूल झालं नसलं, तरी त्या दोघांना लहान मुलांची खूप आवड असल्यामुळे त्यांनी अनेक मुलं दत्तक घेतली.

१७९६मध्ये 'टेनेसी' या नव्यानं तयार झालेल्या प्रांताचा अमेरिकेमधला सहावा प्रांत म्हणून समावेश करण्यासंबंधीची धडपड जॅक्सननं प्रामुख्यानं केली. अमेरिकी काँग्रेसच्या 'हाऊस ऑफ रिप्रेझेंटेटिव्ह्ज' या सभागृहात टेनेसीचा एकमेव प्रतिनिधी म्हणून जॅक्सनची बिनविरोध निवड झाली. यानंतर त्यानं काही काळ अमेरिकी संसदेमध्ये 'सिनेटर' म्हणून काम केलं आणि टेनेसी राज्याच्या वरिष्ठ न्यायालयामध्ये 'न्यायाधीश' म्हणूनही जबाबदारी सांभाळली. काही काळानंतर आपल्या काही व्यवसायांमध्ये नुकसान सोसावं लागल्यानंतर जॅक्सननं आपल्या न्यायाधीश पदाचा राजीनामा दिला आणि दुसऱ्या ठिकाणी जाऊन त्यानं रेसचा एक घोडा विकत घेतला. या घोड्याला प्रशिक्षण दिल्यानंतर त्यानं त्याला एका रेसमध्ये उतरवलं आणि ६५०० डॉलर्सची घसघशीत कमाई केली! त्यातून त्यानं आणखी घोडे विकत घेतले आणि घोड्यांच्या शर्यतींमधून चांगलं उत्पन्न कमवायला सुरुवात केली. नंतरच्या काळात अमेरिकी राष्ट्रपती बनल्यावरसुद्धा यातले काही घोडे त्यानं आपल्याजवळ बाळगले.

१८०२मध्ये टेनेसी राज्याचा 'लष्करप्रमुख' म्हणून निवड होण्यासाठी जॅक्सननं प्रयत्न सुरू केले. एका युद्धात पराक्रम गाजवलेल्या एका लष्करी अधिकाऱ्यानं, हे पद आपल्या हातून निसटण्याच्या शक्यतेमुळे, 'जॅक्सनचं एकमेव कर्तृत्व दुसऱ्या माणसाच्या बायकोबरोबर मजा करण्याचं' असल्याचं विधान करताच जॅक्सननं आपल्या पिस्तुलातून हवेत गोळी झाडत या लष्करी अधिकाऱ्याला द्वंद्वाचं आव्हान दिलं. या अधिकाऱ्यानं त्याला प्रतिसाद न

दिल्यावर तो भित्रा आणि पळपुटा असल्याचं एक पत्रक जॅक्सननं काढलं. अखेर हे द्वंद्व झालं. अगदी आश्चर्यकारकरीत्या कुणालाच इजा न होता ते संपलं. तरीसुद्धा यातून जॅक्सन काहीच धडा शिकला नाही. तीन वर्षांनी अत्यंत निष्णात नेमबाज असलेल्या एका वकिलानं रॅचेलविषयी अपमानास्पद भाष्य करताक्षणी जॅक्सननं त्याला तिथल्या तिथं पिस्तूलयुद्धाचं आव्हान दिलं! या वकिलानं पहिली गोळी झाडली आणि ती जॅक्सनच्या छातीवर लागली. अगदी नशिबानं तिनं जॅक्सनच्या हृदयाचा वेध घेतला नाही. कहर म्हणजे अशा परिस्थितीतसुद्धा जखमी जॅक्सननं नेम साधून त्या वकिलावर गोळी झाडली आणि तिने त्या वकिलाचा जागीच अंत घडवून आणला. जॅक्सनला लागलेली गोळी त्याच्या हृदयाच्या अगदी जवळ लागलेली असल्यामुळे ती काढणंसुद्धा धोकादायक होतं. साहजिकच, उर्वरित आयुष्यभर जॅक्सन या गोळीसहच जगला!

दरम्यानच्या काळात, ॲरॉन बर या अमेरिकी उपराष्ट्रपतीनं निवडणुकांमध्ये आपल्यावर अन्याय झाल्याच्या भावनेतून लुईझियाना प्रांत आणि मेक्सिको इथं आपलं साम्राज्य उभं करण्याच्या दृष्टीनं प्रयत्न सुरू केले होते. यात जॅक्सनची मदत घेण्याच्या हेतूनं बर दोन वेळा जॅक्सनच्या घरीसुद्धा राहिला. जॅक्सननं राष्ट्रपती जेफरसनच्या आशीर्वादाच्या जोरावर बरला पाठिंबा दिला. लुईझियाना प्रांतामध्ये स्पॅनिश सैनिकांच्या विरोधातल्या बरच्या युद्धात जॅक्सननं आपले सैनिक बरच्या बाजूनं उभे केले. दरम्यानच्या काळात, देशद्रोह केल्याच्या आरोपांवरून बरच्या विरोधात कारवाई करण्याचे आदेश जारी करण्यात आल्याचं जॅक्सनला माहीतच नव्हतं. तेवढ्यात अमेरिकी लष्करावरच हल्लाबोल करण्याचे डावपेच बर आखत असल्याची बातमी बरच्या एका खास माणसानं जॅक्सनला सांगितली. साहजिकच, यामुळे बरला मदत करण्याविषयी जॅक्सनच्या मनात चलबिचल सुरू झाली. त्यानं राष्ट्रपती जेफरसनला बरच्या हेतूंची माहिती पुरवली. दरम्यान, केंटकीमध्ये बरच्या विरोधात सुरू असलेल्या खटल्यामध्ये दम नसल्याचा निकाल तिथल्या न्यायाधीशानं दिला; आणि खुद्द बरनं 'आपण कुठल्याही परिस्थितीत अमेरिकी लष्करावर हल्ला करण्याचा प्रयत्न करणार नसल्याचं' जॅक्सनला कळवलं. तरीसुद्धा बरच्या अटकेचे आदेश जारी करण्यात आले. १८०६च्या डिसेंबर महिन्यात ही बातमी जॅक्सनला अजून समजलेली नसतानाच बरनं घाईघाईनं नॅशव्हिलला येऊन बरकडून दोन नावा घेतल्या आणि तो भूमिगत झाला. नंतर बरला अटक करण्यात आल्यावर जॅक्सनला साक्षीदार म्हणून बोलावण्यात आलं खरं; पण जॅक्सनला बरविषयी सहानुभूती

वाटत असल्याचं आणि राष्ट्रपती जेफरसनविषयीचं जॅक्सनचं मत फार चांगलं नसल्याचं कळताच जॅक्सनची साक्षच रद्द करण्यात आली.

१८१२ सालचं युद्ध

१८१२मध्ये अमेरिकेचं ब्रिटिशांशी युद्ध सुरू झालं, तेव्हा त्यात सहभागी होण्यासाठी जॅक्सननं जोरदार प्रयत्न केले; पण आता राष्ट्रपती असलेल्या मॅडिसनशीसुद्धा बरच्या मुद्द्यावरून जॅक्सनचे मतभेद असल्यामुळे त्याला कुठलीही जबाबदारी दिली जाता कामा नये, असं मॅडिसननं सांगितलं. तरीसुद्धा जॅक्सननं चिकाटी दाखवल्यामुळे त्याला फ्लॉरिडामधल्या ब्रिटिशांवरच्या आक्रमणामध्ये उतरण्याची परवानगी मिळाली. कहर म्हणजे तिथं आपल्या सैनिकांची तुकडी नेल्यानंतर त्याला हा हल्ला रद्द करण्याचे आदेश मिळाल्यामुळे तो नुसते हात हलवत तिथून परत आला.

जॅक्सनमधली खुमखुमी सहजासहजी संपण्यासारखी नव्हती. १८१३मध्ये बेंटन आडनाव असलेल्या दोन बंधूंशी जॅक्सनचं असलेलं भांडण विकोपाला पोहोचलं. त्यांनी आपल्या नॅशव्हिल गावात पाऊल ठेवण्याची हिंमत केली, तर आपण त्यांचा खातमा करू, अशी धमकी जॅक्सननं दिली. तिला भीक न घालता ते दोघं तिथं आलेच. हे कळताच आपल्या एका हातात चाबूक आणि दुसऱ्या हातात पिस्तूल घेऊन जॅक्सन त्या दोघांपैकी एकाच्या समोर आला. जॅक्सननं आपल्याकडच्या शस्त्रांपैकी एकाचाही वापर करण्याआधीच दुसऱ्या भावानं मागून जॅक्सनच्या डाव्या खांद्यावर गोळी मारली. यामुळे जॅक्सन खाली कोसळताच पहिल्या भावानं जॅक्सनवर आणखी गोळ्या झाडल्या. जॅक्सनला तातडीनं रुग्णालयात नेण्यात आलं खरं; पण तो अक्षरशः मृत्यूशी झुंज देत होता. डॉक्टरांनी त्याला कसंबसं जगवलं आणि त्याचा डावा हात खांद्यापासून कापला, तरच तो वाचेल, असं सांगितलं. जॅक्सननं याला साफ नकार दिला. कहर म्हणजे हळूहळू त्याची तब्येत सुधारत गेली आणि पुढची १९ वर्षं त्याच्या डाव्या खांद्यामध्ये-हातामध्ये या गोळ्या तशाच राहिल्या!

एखादा माणूस अशा शारीरिक अवस्थेत पार खचून गेला असता; पण जॅक्सननं पुढच्या काही वर्षांमध्ये विलक्षण चपळ हल्ला करून, फ्लॉरिडा प्रांतामधलं एक बेट स्पेनकडून अमेरिकेच्या वतीनं जिंकून घेतलं. हे कमी म्हणून की काय; पण त्याच्या सैन्यानं १८१५मध्ये ब्रिटिशांशी सुरू असलेल्या एका युद्धात तब्बल २६०० ब्रिटिश सैनिकांना कंठस्नान घातलं! जॅक्सनचे फक्त ८ सैनिक दगावले, हे एक मोठं आश्चर्यच होतं. या महापराक्रमामुळे

४७ वर्षं वयाच्या जॅक्सनला सगळे जण आता 'हीरो' म्हणायला लागले. आता राष्ट्रपतिपदावर असलेल्या जेम्स मन्रोनं जॅक्सनला संरक्षणमंत्र्याचं पद देऊ केलं; पण जोपर्यंत फ्लॉरिडा प्रांत स्पेनच्या ताब्यात आहे, तोपर्यंत आपल्याला समाधान लाभणार नाही, असं सांगून जॅक्सननं या लढ्यासाठी मन्रोकडून मदत मागितली. जॅक्सनच्या हट्टापुढे मन्रोचं काहीएक चाललं नाही आणि फ्लॉरिडामधले सगळे किल्ले जॅक्सननं जिंकून आपल्या ताब्यात घेतले! यामुळे अमेरिकेशी युद्ध पुकारण्याचा इशारा स्पेननं दिला. बहुसंख्य लोक जॅक्सनला पराक्रमी योद्धा मानत असले, तरी जॅक्सननं विनाकारणच अमेरिकेवर आफत ओढवून घेतल्याचं काही जणांचं मत होतं. तेव्हा संरक्षणमंत्री असलेल्या जॉन कॅल्हॉननं ॲडम्सचा मंत्रिमंडळाच्या बैठकांमध्ये निषेध केला. जॅक्सनला हे तेव्हा समजलं नाही; पण नंतर स्वतः जॅक्सनच अमेरिकेचा राष्ट्रपती झाला, तेव्हा हा कॅल्हॉन त्याच्या हाताखाली 'उपराष्ट्रपती' म्हणून काम बघत असताना जॅक्सनला हे समजलं. फ्लॉरिडा प्रश्नावरून बरीच वादावादी झाल्यानंतर शेवटी स्पेनशी वाटाघाटी करण्याचं ठरलं. जॉन क्विन्सी ॲडम्सनं स्पेनशी चर्चा करून फ्लॉरिडा प्रांत ५० लाख डॉलर्सना 'विकत' घेतला आणि तिथला पहिला गव्हर्नर म्हणून जॅक्सनची नेमणूक करण्यात आली. या कामात फार रस नसल्यामुळे काही काळ जॅक्सननं हे काम केलं आणि कंटाळून तो जमीनदारीच्या व्यवसायाकडे वळला.

१८२४च्या राष्ट्रपतिपदासाठीच्या निवडणुकांच्या चर्चांदरम्यान विद्यमान राष्ट्रपती मन्रोनं आपली फेरनिवड झाली, तर जॅक्सनला मेक्सिकोचा राजदूत म्हणून धाडण्याचा प्रस्ताव दिला; पण जॅक्सननं तो फेटाळला. जॅक्सनला राष्ट्रपतिपदामध्ये रस आहे, असा याचा अर्थ काढण्यात आला. कहर म्हणजे ज्या बेंटननं पूर्वी जॅक्सनवर गोळ्या झाडल्या होत्या, तो आता सिनेटर झाला होता आणि त्यानं जॅक्सनच्या मनसुब्यांना आपला पाठिंबा दर्शवला! जॅक्सन अशा प्रकारे या निवडणुकीला उभा राहिला खरा; पण त्याला आवश्यक असलेली मतं न मिळू शकल्यामुळे त्याची निराशा झाली. आपली फसवणूक झाली असल्याच्या समजाखाली त्यानं १८२८च्या निवडणुकीकडे सगळं लक्ष वळवलं आणि जोरदार प्रचार सुरू केला. अगदी खालच्या पातळीवर जाऊन ॲडम्ससमर्थक आणि जॅक्सनसमर्थक यांचे एकमेकांविरुद्धचे आरोप-प्रत्यारोप सुरू झाले. आपल्या लग्नाविषयीच्या आणि रॅचेल या पत्नीविषयीच्या उथळ बातम्या वाचून, ॲडम्सला पिस्तूलयुद्धाचं आव्हान देण्याची खुमखुमी जॅक्सनमध्ये अनेकदा उफाळून येई; पण मोठ्या मुश्किलीनं तो स्वतःला आवर घालत

असे! एका वर्तमानपत्रानं तर ही चिखलफेक फक्त रॅचेलपुरती मर्यादित न ठेवता, जॅक्सनची आई वेश्या होती आणि ब्रिटिश सैनिकांनी तिला आपल्याबरोबर अमेरिकेला आणलं होतं, असा दावा केला! तसंच अमेरिकेत आल्यावर तिचं एका मिश्रवर्णीय तरुणाशी, म्हणजेच जॅक्सनच्या वडिलांशी लग्न झाल्याची, थट्टा उडवल्यासारख्या भाषेतली माहिती छापली. कमरेखालच्या वारांमधून अॅडम्सचीही सुटका झाली नाही. रशियात १८०९-११ या काळात असताना तिथल्या पहिल्या अॅलेक्झांडर या झारला अॅडम्सनं अमेरिकी मुली पुरवल्या असल्याचे आरोप करण्यात आले. शेवटी मतदान पार पडलं आणि १७८-८३ अशा फरकाने जॅक्सननं अॅडम्सचा पराभव केला. तरीसुद्धा यामुळे आपल्यावर सातत्याने होत असलेल्या आरोपांचा अखेर आपण बदला घेतला असल्याचं समाधान जॅक्सनला अजिबातच लाभलं नाही. कारण 'व्हाईट हाऊस'मध्ये जाण्यासाठीची तयारी करत असताना रॅचेल ही जॅक्सनची पत्नी मरण पावली! याचं कारण म्हणजे, एकदा खरेदीसाठी ती दुकानात गेलेली असताना तिच्या चारित्र्यावर घाला घालणारा मजकूर असलेलं एक पत्रक तिच्या नजरेला आलं. हा मजकूर वाचून कितीतरी वेळ ती धाय मोकलून रडली. त्यापाठोपाठ सर्दी, ताप आणि हृदयविकाराचा झटका यामुळे २२ डिसेंबर १८२८ या दिवशी तिचं निधन झालं.

जॅक्सनचे समर्थक मात्र त्याच्यासारखेच रांगडे आणि चारचौघांमध्ये कसं वागायचं वगैरे गोष्टींना अजिबात महत्त्व न देणारे होते. 'आपला माणूस' राष्ट्रपती झाल्याचा त्यांना विलक्षण आनंद झाल्यामुळे ते जॅक्सनच्या शपथविधी कार्यक्रमाला हजर राहिले. जॅक्सननं यानंतर छोटं भाषण केलं. ते संपताच हे शेकडो लोक व्हाईट हाऊसमध्ये घुसले. तिथं टेबलावर नीटपणे मांडून ठेवण्यात आलेले केक, आईसक्रीम, पेयं अशा सगळ्या पदार्थांचा त्यांनी पार फडशा पाडला. तिथं नुसता धुडगूस घातला. अखेर जॅक्सनच जखमी होईल, या भीतीपोटी काही जणांनी त्याला तिथून बाहेर नेलं!

राष्ट्रपतिपद

१८२९मध्ये ६१ वर्षं वयाच्या जॅक्सनकडे अमेरिकेचं राष्ट्रपतिपद आलं, तेव्हा तो खूपच थकलेला आणि अगदी वयस्कर दिसत होता. शरीरात अजूनही असलेल्या गोळ्यांच्या जोडीला आता क्षयरोग आल्यामुळे त्याची तब्येत पार बिघडली होती. त्यातच ज्या रॅचेलसाठी आयुष्यभर त्यानं अनेक लोकांशी शत्रुत्व घेतलं होतं, तीच आता जिवंत नसल्यामुळे आपण कुणासाठी

जगायचं, असा प्रश्नही त्याला नेहमी भंडावून सोडत होता. साहजिकच, त्याचं आपल्या कामकाजाकडे अजिबातच लक्ष लागत नव्हतं आणि 'तो लवकरच मृत्युमुखी पडणार' असं त्याचे मित्रसुद्धा म्हणायला लागले. त्यातच 'मिसेस इटनचं प्रकरण' किंवा 'पेटिकोट अफेयर' म्हणून ओळखल्या जाणाऱ्या घटनाक्रमामुळे जॅक्सनसमोर विलक्षण अडचणी निर्माण झाल्या. त्याची पार्श्वभूमी एकदम विचित्रच आहे!

जॉन इटन नावाच्या टेनेसी प्रांतामधल्या एक सिनेटरनं जॅक्सनच्या राष्ट्रपतिपदासाठीच्या प्रचाराची धुरा सांभाळलेली असल्यामुळे, जॅक्सनला त्याच्याविषयी खूप कणव होती. राष्ट्रपती झाल्यानंतर तो या इटनसाठी खूप जास्त वेळ खर्च करे. वॉशिंग्टनमधल्या ज्या हॉटेलात इटन राही, तिथल्या मालकाच्या सुंदर विवाहित मुलीशी इटनचं लफडं सुरू होतं. पूर्वी याच हॉटेलात राहिलेला असताना, स्वतः जॅक्सनलासुद्धा या मुलीविषयी आकर्षण वाटत असे. या मुलीचे इतर अनेक जणांशीही संबंध होते. या मुलीचा नवरा नौदल अधिकारी होता. १८२८मध्ये समुद्रसफरीदरम्यानच त्याचं निधन झालं आणि कदाचित त्यानं आपल्या पत्नीचं इटनशी सुरू असलेलं लफडं सहन न झाल्यामुळे आत्महत्या केली असावी, असंही म्हटलं जातं. साहजिकच, आता इटन आणि ही मुलगी यांच्या संबंधांविषयी मोठ्या प्रमाणावर चर्चा सुरू झाली. ही बदनामी आपल्यालाही अडचणीत आणू शकते याची कल्पना असल्यामुळे, त्या मुलीशी तातडीनं लग्न करण्याचा सल्ला जॅक्सननं इटनला दिला. तो शिरसावंद्य मानून जॅक्सनकडे राष्ट्रपतिपद येण्याच्या दोन महिने आधीच इटननं या मुलीशी लग्न केलं. राष्ट्रपतिपद स्वीकारल्यानंतर जॅक्सननं इटनची 'संरक्षणमंत्री' पदावर नेमणूक केली. दरम्यान परराष्ट्रमंत्री मार्टिन व्हॅन ब्युरेन आणि उपराष्ट्रपती कॅल्हॉन यांच्या मनात पुढच्या वेळी राष्ट्रपतिपदासाठी प्रयत्न करण्याचे विचार घोळत होते. स्वतः विधुर असलेल्या व्हॅन ब्युरेननं, जॅक्सनप्रमाणेच आता 'मिसेस इटन' असलेल्या त्या मुलीची बाजू घेतली आणि तिला समाजात प्रतिष्ठा मिळावी, यासाठी प्रयत्न सुरू केले. कॅल्हॉनच्या पत्नीनं मात्र याच्या अगदी बरोबर उलटा प्रकार केला. 'नैतिकता जपण्याच्या हेतूनं आपण मिसेस इटनला समाजामध्ये अजिबातच मानाचं स्थान देता कामा नये,' असं सांगून तिनं तिची निंदा सुरू केली. याचा परिणाम म्हणून जॅक्सनच्या मंत्रिमंडळातले कुठलेच मंत्री मिसेस इटनला कुठल्याच कार्यक्रमासाठी किंवा इतर प्रसंगी आपल्या घरी बोलवेनासे झाले. यामुळे जॅक्सन भडकला आणि त्यानं एक अत्यंत विचित्र प्रकार केला. आपल्या मंत्रिमंडळाची बैठक

बोलावून, मिसेस इटनला ज्या मंत्र्यांच्या पत्नी सन्मानानं वागवत नाहीत, त्या मंत्र्यांनी राजीनामे द्यावेत, असं त्यानं सांगितलं! यामुळे पुरता गोंधळ माजला आणि मंत्रिमंडळात पुरता बेबनाव झाला. खास मर्जीतल्या काही मोजक्या लोकांवर विसंबून राहूनच जॅक्सनवर आपला राज्यकारभार चालवण्याची पाळी आली. तसंच १८३१मध्ये कॅल्हॉनबरोबरचे सगळे संबंध तोडून, व्हॅन ब्युरेनला आपल्यानंतरचा राष्ट्रपती बनण्यासाठीची आवश्यक ती मदत करण्याचं आश्वासन जॅक्सननं दिलं. आता आपलं स्थान आणि आपलं भविष्य या दोन्ही गोष्टींविषयीची खात्री असल्यामुळे मंत्रिमंडळ बरखास्त करून त्याची पुनर्रचना करण्याचं काम हाती घेण्याचं व्हॅन ब्युरेननं ठरवलं. यामुळे अस्वस्थ होऊन इटननं संरक्षणमंत्रिपद स्वतःहून सोडलं आणि आपल्या पदाचा राजीनामा दिलेल्या तीन कॅल्हॉनसमर्थक मंत्र्यांना पिस्तूलयुद्धाचं आव्हान दिलं! त्या तिघांनीही ते नाकारलं. अखेरीला १८३१मध्ये जॅक्सनच्या मंत्रिमंडळात पाच नव्या मंत्र्यांचा समावेश झाला आणि हे इटन प्रकरण संपुष्टात आलं.

१८३२च्या राष्ट्रपतिपदासाठीच्या निवडणुकीमधला मुख्य मुद्दा 'बँक ऑफ द युनायटेड स्टेट्स' या बँकेच्या कार्यकालाची मुदत वाढवण्यासंबंधीचा होता. ही बँक देशाची मध्यवर्ती बँक होती. म्हणजे आपल्याकडे जशी 'रिझर्व्ह बँक' असते, तशी. या बँकेची स्थापना झाली, तेव्हा तिला सुरुवातीला देण्यात आलेली २० वर्षांची मुदत १८३६मध्ये संपत होती. ती आणखी २० वर्षांसाठी वाढवण्यासाठी जॅक्सनचे विरोधक प्रयत्नशील होते. जॅक्सनचा मात्र या संकल्पनेला पार विरोध होता. देशाच्या आर्थिक नियंत्रणासंबंधीचे, तसंच व्याजदरांशी संबंधित असलेले सगळे निर्णय अशा एका बँकेकडे एकवटण्याला त्याचा पार विरोध होता. हेन्री क्ले नावाच्या जॅक्सनच्या विरोधकानं मात्र 'नॅशनल रिपब्लिकन्स' नावाच्या नव्या पक्षातर्फे राष्ट्रपतिपदाची उमदेवारी पटकावून या बँकेला मुदतवाढ मिळालीच पाहिजे, अशी मागणी लावून धरली होती. यासंबंधीचं विधेयक क्लेनं अमेरिकी काँग्रेसमध्ये मांडल्यावर ते संमत झालं; पण आपला 'व्हिटो'चा निर्णयाधिकार वापरून जॅक्सननं ते धुडकावून लावलं. क्ले आणि त्याचे समर्थक यांची त्यामुळे कोंडी झाली. १८३२च्या राष्ट्रपतिपदासाठीच्या निवडणुकीत जॅक्सननं क्लेचा २१९-४९ असा दणदणीत पराभव केला. क्लेच्या पक्षाला 'नॅशनल रिपब्लिकन्स' असं म्हटलं जात असल्यामुळे जॅक्सनच्या मूळच्या 'डेमोक्रॅटिक-रिपब्लिकन' पक्षाला आता ढोबळमानानं 'डेमोक्रॅटिक' पक्ष असं म्हटलं जाई.

पुन्हा राष्ट्रपती

जॅक्सनच्या फेरनिवडीनंतर लगेचच एक मोठं संकट उभं ठाकलं. केंद्र सरकारच्या वतीनं आपल्याकडून वसूल केला जात असलेला कर आपण भरणार नसल्याचं साऊथ कॅरॉलिना राज्यानं जाहीर केलं. जर आपल्याकडून जबरस्तीनं हा कर वसूल करण्याचा प्रयत्न झाला, तर आपण अमेरिकी संघराज्यातून बाहेर पडू, असा इशाराही साऊथ कॅरॉलिना राज्यानं दिला. उपराष्ट्रपती कॅल्हॉन मूळचा याच राज्याचा होता. त्यानं आपल्या पदाचा राजीनामा दिला आणि अमेरिकी सिनेटमध्ये 'सिनेटर' म्हणून तो दाखल झाला. तिथं चर्चेतून हा प्रश्न सोडवावा, अशी त्याची इच्छा होती. मात्र भडकलेल्या जॅक्सननं आपण अशा धमक्यांना भीक घालत नसल्याचं सांगून, साऊथ कॅरॉलिनामध्ये लष्कर धाडण्याची भाषा सुरू केली. ही धमकी नुसती नावापुरतीच असल्याची कॅल्हॉनला खात्री असली, तरी प्रत्यक्षात मात्र लष्करानं कारवाईसाठीची जमवाजमव सुरू करताच त्याचं धाबं दणाणलं. साऊथ कॅरॉलिना राज्यानं केंद्र सरकारला दिलेली मुदत पुढे ढकलली. दरम्यान, अमेरिकी काँग्रेसनं जॅक्सनला आवश्यक असलेली कारवाई करण्यासाठी पाठिंबा दिला. शेवटी हे कटू प्रकरण चर्चेनंच टळलं. साऊथ कॅरॉलिनानं आधीप्रमाणेच केंद्र सरकारला कर द्यावा; पण त्याच्या वसुलीच्या दरात हळूहळू घट करावी, असा तोडगा निघाला.

जॅक्सननं आपली ढासळलेली लोकप्रियता सावरण्यासाठी अमेरिकेमध्ये ठिक-ठिकाणी दौरे केले. यामुळे लोकांच्या मनातलं त्याचं स्थान काहीसं सुधारलं. रेल्वेतून प्रवास करणारा तो पहिलाच अमेरिकी राष्ट्रपती ठरला. हार्वर्ड विद्यापीठानं त्याला मानद डॉक्टरेट प्रदान केली खरी; पण 'स्वतःचं नावसुद्धा नीटपणे लिहू न शकणाऱ्या माणसाला कसली डॉक्टरेट देताय?' असं म्हणून जॉन क्विन्सी ॲडम्सनं आपला निषेध व्यक्त केला.

३० जानेवारी १८३५ या दिवशी जॅक्सन आपल्या अर्थमंत्र्यासह एका काँग्रेसपटूच्या अंत्ययात्रेत सहभागी झाला. तेवढ्यात अचानकपणे ३५ वर्षं वयाच्या एका बेरोजगार तरुणानं उडी मारून पुढे येत जॅक्सनच्या दिशेनं गोळी झाडली! ती जॅक्सनला लागली नसल्यामुळे बचावलेल्या जॅक्सननं आपल्या हातातल्या लाकडी छडीनं त्या तरुणाला झोडपून काढायला सुरुवात केली. तरीसुद्धा आपल्याकडचं दुसरं पिस्तूल बाहेर काढून त्या तरुणानं जॅक्सनवर आणखी एक गोळी झाडली; पण जॅक्सन परत एकदा बचावला. त्यानं त्या

तरुणावर पुन्हा छडीनं प्रहार केले. तेवढ्यात आजूबाजूच्या काँग्रेसपटूंनी त्या तरुणाला पकडलं. काही वर्षांपूर्वी जॅक्सननं आपल्या वडिलांचा खून केल्याचा आपल्याला बदला घ्यायचा असल्याचं त्या तरुणाचं म्हणणं होतं. मानसिक रुग्ण ठरवून त्या तरुणाला अशा लोकांसाठीच्या केंद्रात उर्वरित आयुष्यभरासाठी टाकण्यात आलं.

मध्यवर्ती बँकेच्या संकल्पनेचं पेकाट मोडून काढण्याचा निर्धार केलेल्या जॅक्सननं आता या बँकेकडे असलेला निधी राज्यस्तरीय बँकाकडे हस्तांतरित करण्यासाठीची प्रक्रिया सुरू केली. याला त्याच्या अर्थमंत्र्याचा मात्र साफ विरोध होता. त्यानं जॅक्सननं या संदर्भात दिलेले आदेश धुडकावून लावले. यामुळे भडकलेल्या जॅक्सननं त्याला पदच्युत केलं आणि त्याच्या जागी नवा माणूस नेमून त्याच्याकरवी आपलं काम पूर्णत्वाला नेण्याचा प्रयत्न केला. याला प्रत्युत्तर म्हणून मध्यवर्ती बँकेचा प्रमुख असलेल्या निकोलस बिडलनं अमेरिकी अर्थव्यवस्थेमध्ये अडचणी निर्माण करण्यासाठीच्या चाली रचल्या. कर्जपुरवठ्याचं प्रमाण कमी करणं, पूर्वी दिलेल्या कर्जांची मुदतपूर्व परतफेड करण्यासाठी हालचाली करणं आणि एकूणच अर्थव्यवस्थेमध्ये मंदगती निर्माण होईल याची व्यवस्था करणं, असे अनेक मार्ग त्यानं अवलंबले. यामुळे वैतागलेल्या उद्योजकांनी जॅक्सनकडे धाव घेतली असता, त्यानं त्यांना बिडलकडे पाठवून उलट बिडल आणि मध्यवर्ती बँक यांचं महत्त्व अजूनच वाढवलं. आता सिनेटवर वर्चस्व असलेल्या हेन्री क्लेनं अमेरिकी अर्थव्यवस्थेच्या दारुण परिस्थितीसाठी जॅक्सनला जबाबदार धरून त्याच्यावर कारवाई करण्यासाठीचं विधेयक संमत केलं; पण 'हाऊस ऑफ रिप्रेझेंटेटिव्ह्ज' या सभागृहानं मात्र 'जॅक्सनची भूमिका योग्य असून, त्यानं बिडलशी कठोरपणेच वागलं पाहिजे' असं मत मांडलं. दरम्यान, जॅक्सनला आणखी अडचणीत आणण्यासाठी त्यानं नेमलेल्या नव्या अर्थमंत्र्याची निवड क्लेनं सिनेटद्वारा रद्द ठरवली. अमेरिकेच्या इतिहासात राष्ट्रपतीनं आपल्या मंत्रिमंडळात केलेली नेमणूक अशा प्रकारे रद्द होण्याचा हा पहिलाच प्रसंग ठरला.

असं असूनसुद्धा करांची वसुली इमानइतबारे करणं आणि करांचे दर वाढवणं या उपाययोजना करून जॅक्सननं अमेरिकेच्या डोक्यावरचं कर्ज कमी करत उलट सरकारला शिलकीच्या अवस्थेकडे नेलं. तसंच केंद्र सरकारकडे जमा झालेल्या अतिरिक्त निधीमधला वाटा राज्यांकडे हस्तांतरित करण्यासंबंधीच्या नव्या कायद्यावरही त्यानं आपली मोहोर उमटवली. अमेरिकी अर्थव्यवस्थेमध्ये आलेल्या भरभराटीमुळे महागाई वाढली आणि कागदी चलनाचं प्रस्थही वाढलं.

यामुळे गैरप्रकार वाढीला लागतील अशा भीतीपोटी, जमिनीच्या व्यवहारांचा मोबदला कागदी नोटांनी चुकता न करता तो फक्त सोने आणि चांदी यांच्या रूपानंच अदा करता येईल, असा नवा कायदा जॅक्सननं आणला.

आपल्यामधली आक्रमकता जॅक्सन विसरला नव्हता. नेपोलियनच्या काळातल्या युद्धामुळे अमेरिकी मालाच्या वाहतुकीसंबंधी झालेल्या नुकसानाची भरपाई फ्रेंचांनी दिली नसल्याचा जुना मुद्दा त्यानं उकरून काढला. यामुळे अमेरिका आणि फ्रान्स यांच्यामधले राजकीय संबंध पार विकोपाला गेले आणि या दोन देशांमध्ये नव्यानं युद्ध सुरू होण्याची चिन्हं दिसायला लागली. अखेर फ्रेंचांनी जॅक्सनच्या म्हणण्यामध्ये दम असल्याचं सांगून थोडी नुकसानभरपाई दिली आणि हा प्रश्न मिटला. एकीकडे अशा प्रकारे न्यायाची भाषा करत असलेल्या जॅक्सननं दुसरीकडे मात्र स्वतः पूर्वी दिलेल्या वचनांची पूर्ती न करण्याचं धोरण अवलंबलं. दक्षिण अमेरिकेमधल्या स्थानिक 'इंडियन' लोकांची जमीन त्यांना गोऱ्या लोकांकडून परत मिळेल, अशी हमी जॅक्सननं दिलेली असताना आता मात्र त्यानं शब्द फिरवला आणि या इंडियन लोकांनाच स्थलांतरित व्हावं लागेल अशी परिस्थिती निर्माण केली. दरम्यान, १८३६मध्ये आपल्या एका मित्रानं आपल्याकडच्या संख्येनं कमी असलेल्या लष्कराच्या जोरावर मेक्सिकोचा पराभव करून मेक्सिकोच्या ताब्यात असलेल्या टेक्सास प्रांतावर आपलं वर्चस्व निर्माण केलं असल्याची सनसनाटी बातमी जॅक्सनच्या कानांवर आली. टेक्सासचा अमेरिकी संघराज्यात 'नवं राज्य' म्हणून समावेश करण्याची मागणी जोर धरत असली, तरी तिथंसुद्धा गुलामगिरीची प्रथा जोरात सुरू असल्यामुळे अमेरिकेमधल्या उत्तरेकडच्या राज्यांकडून टेक्सासला विरोध होईल, अशी भीती जॅक्सनला वाटत होती. त्यामुळे त्यानं हा विषय चालढकल करून पुढे नेला; पण शेवटी आपल्या कार्यकालाच्या शेवटच्या दिवशी टेक्सासच्या समावेशाला हिरवा झेंडा दाखवला. याच्या पुढच्याच दिवशी थकलेल्या जॅक्सननं आनंदानं मार्टिन व्हॅन ब्युरेनकडे कारभाराची सूत्रं दिली आणि रेल्वेनं तो आपल्या घरी परतला.

अखेरचा काळ

जॅक्सनचा दत्तक मुलगा खूप उधळपट्टी करणारा असल्यामुळे त्यानं आपल्या वडिलांनाही आर्थिक अडचणीत आणलं. याशिवाय वृद्धावस्थेमुळे तसंच निरनिराळ्या शारीरिक व्याधींमुळे जॅक्सन पार थकून गेला. तरीसुद्धा त्यानं राजकारणामधला आपला दबदबा कायम ठेवला. १८३७मध्ये अमेरिकेला

आर्थिक मंदीचा सामना करावा लागला, तेव्हा जॅक्सनच्या आधीच्या धोरणांमुळेच हे घडत असल्याचा आरोप विरोधकांनी केला. जॅक्सननं मात्र 'हेही दिवस जातील' असा सूर लावला. दरम्यान, ज्या मध्यवर्ती बँकेला जॅक्सननं विरोध केला होता आणि तरीसुद्धा पेनसिल्व्हानिया राज्यानं या बँकेला आपल्या इथं स्थान दिलं होतं, ती बँक आर्थिक अडचणींमुळे बंद पडली. त्याबरोबर आपलं मत बरोबर असल्याचं जॅक्सननं सांगितलं.

गोळ्या, तलवारींचे वार, बाणांमुळे झालेल्या जखमा हे सगळं सोसून अमेरिकी राष्ट्रपतिपद उपभोगलेल्या जॅक्सनचं वयाच्या अठ्ठ्याहत्तराव्या वर्षी झोपेतच निधन झालं. अमेरिकी वीस डॉलर्सच्या नोटेवर आपल्याला जॅक्सनची छबी बघायला मिळते.

मार्टिन व्हॅन ब्युरेन

१८३७-४१
या काळातला अमेरिकेचा आठवा राष्ट्रपती

अल्प-परिचय

साल	घटना
१७८२	न्यू यॉर्कमध्ये जन्म
१८०३	वकिलीला सुरुवात
१८०७	हॅना होजशी लग्न
१८१२-२०	न्यू यॉर्क राज्याचा सिनेटर
१८२१-२८	न्यू यॉर्कतर्फे अमेरिकी संसदेमध्ये सिनेटर
१८२९	न्यू यॉर्कचा गव्हर्नर
१८२९-३१	अमेरिकेचा परराष्ट्रमंत्री
१८३१-३२	अमेरिकेचा इंग्लंडमध्ये राजदूत
१८३३-३७	अमेरिकेचा उपराष्ट्रपती
१८३७-४१	अमेरिकेचा आठवा राष्ट्रपती
१८६२	न्यू यॉर्कमध्ये निधन

प्राथमिक ओळख

ज्या अँड्र्यू जॅक्सननं आपला उत्तराधिकारी म्हणून मार्टिन व्हॅन ब्युरेनची निवड केली, त्या जॅक्सनच्या स्वभावाहून अगदी वेगळा स्वभाव असलेल्या व्हॅन ब्युरेननं पडद्यामागच्या हालचाली अगदी निष्णात राजकारण्याप्रमाणे करण्याचं आपलं कौशल्य वापरून अमेरिकी राजकारणावर आपली छाप पाडली. अमेरिकी संसदेमध्ये सिनेटर, न्यू यॉर्कचा गव्हर्नर, अमेरिकेचा परराष्ट्रमंत्री, उपराष्ट्रपती आणि राष्ट्रपती अशा अनेक महत्त्वाच्या जबाबदाऱ्या त्यानं सुमारे बारा वर्षं

सांभाळल्या. १८३७मध्ये अमेरिकेला 'पॅनिक ऑफ १८३७' म्हणून ओळखलं जाणारं पहिलं मोठं आर्थिक संकट सोसावं लागलं. खरं म्हणजे व्हॅन ब्युरेनच्या धोरणांचा या संकटाशी तसा काहीच संबंध नव्हता; पण त्याच्या राष्ट्रपतिपदाच्या वेळी हे घडलं असल्यामुळे आपोआपच त्याला सगळ्यांच्या टीकेचा धनी व्हावं लागलं.

जडणघडण

स्वतंत्र अमेरिकेत जन्मलेला मार्टिन व्हॅन ब्युरेन हा पहिलाच अमेरिकी राष्ट्रपती असला, तरी त्याला लहानपणी इंग्रजीपेक्षा डच भाषा जास्त उत्तम येई. त्याचे पूर्वज नेदरलँड्समधून नोकर म्हणून अमेरिकेमध्ये आले. डच लोक न्यू यॉर्कमधल्या किंडरहूक इथं स्थायिक होण्याची तेव्हा प्रथा असल्यामुळे व्हॅन ब्युरेनचं बालपणही तिथंच गेलं. शालेय शिक्षणानंतर त्यानं कायद्याचा अभ्यास सुरू केला. १८०३मध्ये त्यानं वकिली सुरू केली. यानंतर चार वर्षांनी व्हॅन ब्युरेननं लहानपणीच प्रेमात पडलेल्या आपल्या दूरच्या नात्यातल्या एका बहिणीशी लग्न केलं. या लग्नातून चार मुलं जन्मली खरी; पण १८१९मध्ये व्हॅन ब्युरेनची पत्नी क्षयरोगानं दगावली. विधुर व्हॅन ब्युरेननं त्यानंतर पुनर्विवाह केला नाही.

आपल्या वयाच्या एकोणतिसाव्या वर्षी व्हॅन ब्युरेन डेमोक्रॅटिक-रिपब्लिकन पक्षातर्फे न्यू यॉर्क राज्याच्या सिनेटवर निवडून आला. न्यू यॉर्क राज्यामधलं राजकारण खूप किचकट आणि डावपेचांनी भरलं होतं. अत्यंत चातुर्यानं व्हॅन ब्युरेननं त्यामधल्या खाचाखोचा जाणून घेतल्या. हळूहळू प्रगती करत काही वर्षांनी त्यानं न्यू यॉर्क राज्याचा गव्हर्नर होण्यापर्यंतची प्रगती साधली. तसंच अँड्र्यू जॅक्सनच्या राष्ट्रपतिपदासाठीच्या निवडीसाठी निर्णायक ठरणारी मतंही त्यानं गोळा केली.

परराष्ट्रमंत्री आणि उपराष्ट्रपती

'न्यू यॉर्कचा गव्हर्नर' म्हणून जेमतेम दोन महिने कारभार सांभाळल्यानंतर अँड्र्यू जॅक्सनच्या विनंतीला मान देत व्हॅन ब्युरेन 'अमेरिकी परराष्ट्रमंत्री' म्हणून वॉशिंग्टनमध्ये दाखल झाला. जॉन कॅल्हॉन या उपराष्ट्रपतीची स्पर्धा मोडून काढण्याचा निर्धार करत त्यानं जॅक्सनची मर्जी लवकरच संपादित केली. आपण जॅक्सनच्या खास मर्जीतल्या लोकांमध्ये असलं पाहिजे यासाठी त्यानं घोडेस्वारीसुद्धा शिकून घेतली! कारण जॅक्सन दररोज सकाळी घोडेस्वारीला जात असे. तिथं आपण हजर असलं पाहिजे, असं व्हॅन ब्युरेननं ठरवलं होतं. याखेरीज 'मिसेस इटनचं प्रकरण'

तापलेलं असताना चतुरपणे व्हॅन ब्युरेननं इटन पती-पत्नीला साथ दिली. यामुळे १८२९च्या नववर्षदिनाच्या स्वागतासाठी सगळं जग उत्सुक असताना जॅक्सननं आपलं 'राजकीय मृत्युपत्र' लिहिलं. त्यात त्यानं व्हॅन ब्युरेनमध्ये देशाचा कारभार चालवण्यासाठी आवश्यक असलेले सगळे गुण असल्याचं नमूद केलं आणि आपला उत्तराधिकारी म्हणून त्याचीच निवड केली जावी, असा स्पष्ट उल्लेख केला. साहजिकच, १८३३च्या उपराष्ट्रपतिपदासाठीच्या निवडणुकीत आपल्याला जॅक्सनचा पाठिंबा मिळणार याची खात्री असलेल्या व्हॅन ब्युरेननं त्याच्या दोन वर्षं आधीच परराष्ट्रमंत्रिपदाचा राजीनामा दिला. याचा मुख्य हेतू कॅल्हॉन आणि त्याचे जॅक्सन/इटन-विरोधक यांची मंत्रिमंडळातून सफाई करण्याचं काम सहजपणे व्हावं, हा होता. व्हॅन ब्युरेनच्या एकनिष्ठतेचं बक्षीस म्हणून जॅक्सननं त्याला इंग्लंडमध्ये आपला 'राजदूत' म्हणून धाडलं खरं; पण व्हॅन ब्युरेन लंडनमध्ये दाखल झाल्यानंतर, कॅल्हॉननं अमेरिकी सिनेटमध्ये योग्य त्या चाव्या फिरवून व्हॅन ब्युरेनची नेमणूक रद्दबातल ठरवली. हा जॅक्सन आणि व्हॅन ब्युरेन यांच्यासाठी मोठाच धक्का होता. तरीसुद्धा व्हॅन ब्युरेनचीच अमेरिकी उपराष्ट्रपतिपदावर नेमणूक करण्यात जॅक्सनला यश आलं.

१८३३-३७ या काळात अमेरिकी उपराष्ट्रपतिपद सांभाळणाऱ्या व्हॅन ब्युरेननं जॅक्सनचा सगळ्यांत विश्वासू सहकारी आणि मित्र अशी आपली दुहेरी भूमिका अगदी चोखपणे पार पाडली. ज्या सिनेटने इंग्लंडमधला अमेरिकी राजदूत म्हणून झालेली आपली नेमणूक रद्द केली होती, त्याच सिनेटचा नेता असल्याचं समाधानही त्याला लाभलं. १८३५मध्ये जॅक्सनवरचा खुनी हल्ला अयशस्वी ठरल्यानंतर व्हॅन ब्युरेन सिनेटमध्ये जाताना आपल्यापाशी नेहमी दोन पिस्तुलं बाळगे. जॅक्सनच्या पाठिंब्याच्या जोरावर १८३६च्या राष्ट्रपतिपदाच्या निवडणुकीसाठीचा उमेदवार म्हणून व्हॅन ब्युरेनचं नाव अगदी सहजपणे निश्चित झालं. तरीसुद्धा अनेक विरोधकांना जॅक्सनचा निर्णय मान्य नसल्यामुळे ते एकत्र आले आणि त्यांनी व्हॅन ब्युरेनशी लढा द्यायचं ठरवलं. प्रत्यक्षात १७०-१२४ अशा फरकानं व्हॅन ब्युरेन राष्ट्रपतिपदाची निवडणूक जिंकला.

राष्ट्रपतिपद

५४ वर्षं वयाच्या व्हॅन ब्युरेननं अमेरिकी राष्ट्रपतिपदाची शपथ घेतानाच 'आपण अँड्र्यू जॅक्सननं दाखवलेल्या मार्गावरच वाटचाल करू' असं जाहीर केलं. हे नुसतंच बोलण्यापुरतं आहे असं कुणी म्हणू नये, यासाठी त्यानं जॅक्सनचं मंत्रिमंडळच कायम ठेवलं. व्हॅन ब्युरेनच्या दुर्दैवानं १८३७ सालचं आर्थिक संकट

लवकरच सुरू झालं. कागदी चलनावरचा विश्वास अचानकपणे उडाल्यामुळे सोनं/चांदी यांची पैशांच्या मोबदल्यातली देवाणघेवाण बँकांनी थांबवली. यातून मार्ग काढण्यासाठी व्हॅन ब्युरेननं खासगी बँकांचं महत्त्व जरा कमी करून, सरकारचा अर्थव्यवस्थेमधला हस्तक्षेप वाढवण्यावर भर देण्याचा निर्णय घेतला. तसंच, आर्थिक संकटाचा आधार घेऊन बँकांनी किंवा सरकारनं विनाकारण सगळ्यांचंच नुकसान भरून देण्याचा आततायी प्रकार करू नये, असंही त्यानं सुनावलं. व्हॅन ब्युरेननं सुचवलेल्या उपाययोजनांविषयी अमेरिकी काँग्रेसनं फारसा उत्साह न दाखवल्यामुळे त्यांची अंमलबजावणी उशिरानं झाली. काही काळ अमेरिकी अर्थव्यवस्थेमध्ये नव्यानं भरभराट येण्याची पुसट चिन्हं दिसली खरी; पण नंतर परत एकदा या संकटाचं पुनरागमन झालं आणि व्हॅन ब्युरेनचा कार्यकाल संपल्यानंतरसुद्धा ती सुरूच राहिली.

सरकारी कामगारांच्या बाबतीत मात्र व्हॅन ब्युरेननं घेतलेला एक महत्त्वाचा निर्णय म्हणजे, त्यांच्या दैनंदिन कामाची वेळ घटवून ती दहा तासांवर आणण्याचा होता. यासाठी सरकारी कामगारांनी व्हाईट हाऊसच्या बाहेर मोर्चा काढला होता; पण त्याला व्हॅन ब्युरेननं प्रतिसाद दिला, ही महत्त्वाची गोष्ट ठरली. या काळात अमेरिकेचा उत्तर भाग आणि दक्षिण भाग यांच्यामधले संबंध विकोपाला पोहोचण्याची दाट शक्यता दिसत होती. उत्तरेकडच्या राज्यांचा गुलामगिरीच्या प्रथेला विरोध होता; तर दक्षिणेकडच्या राज्यांची अर्थव्यवस्थाच कृष्णवर्णीयांना गुलामगिरीत ढकलण्याच्या संकल्पनेवर आधारलेली होती. साहजिकच, या दोन टोकांची मतं असलेल्या राज्यांचा कारभार एकत्रितरीत्या हाकणं खूपच अवघड होतं. व्हॅन ब्युरेननं यातून मार्ग काढण्यासाठी दोन्हीकडच्या राज्यांशी चर्चा करून बघितली; पण त्याचा उलटाच परिणाम झाला. दोन्हीकडची राज्यं यामुळे आणखीनच चवताळली आणि हा प्रश्न आधीपेक्षा जास्त क्लिष्ट झाला.

असं असूनसुद्धा, १८४०च्या राष्ट्रपतिपदाच्या निवडणुकीसाठी व्हॅन ब्युरेनच्या उमेदवारीवर डेमोक्रॅटिक पक्षानं शिक्कामोर्तब केलं. यामधली अडचण म्हणजे उपराष्ट्रपतिपदासाठी डेमोक्रॅटिक पक्षाच्या वतीनं कोण उमेदवार असावा, यावर एकमत होऊ शकलं नाही. यामुळे व्हॅन ब्युरेनच्या प्रचारात असंख्य अडचणी निर्माण झाल्या. तसंच, व्हॅन ब्युरेन राष्ट्रपती झाला तर अनिश्चितता निर्माण होईल असा प्रचार करून, एकत्र येत विरोधकांनी व्हिग पक्षाचा उमेदवार विल्यम हेन्री हॅरिसन याला आपला पाठिंबा जाहीर केला. प्रचारात विरोधक व्हॅन ब्युरेनच्या नावाचा उल्लेख अर्थव्यवस्थेमधल्या खराब परिस्थितीमुळे 'व्हॅन रुईन' असा करत. व्हाईट हाऊसमध्ये अंघोळीसाठी गरम पाणी मिळावं यासाठीची सोय

सरकारी खजिन्यातून करून घेतल्याबद्दलही त्याच्यावर टीकेची झोड उठली. व्हॅन ब्युरेन स्वतः आलिशान आयुष्य जगतो आणि आपल्या जनतेला सोसाव्या लागणाऱ्या हालअपेष्टांशी त्याला काही देणंघेणं नसतं, असं अनेक जण म्हणत राहिले. हॅरिसन हा आपला उमेदवार मात्र सर्वसामान्यांचं आयुष्य जगत असल्यामुळे त्याला या प्रश्नांची चांगली जाण असल्याचं त्यांचं म्हणणं, खरं म्हणजे साफ खोटं होतं. हॅरिसनच उलट श्रीमंतीत वाढलेला होता आणि व्हॅन ब्युरेननं स्वतः आपलं आयुष्य कष्टांमधून वर येऊन घडवलं होतं. अर्थातच, प्रचाराचा जनतेवर कसा परिणाम होतो, याची विरोधकांना चांगली कल्पना असल्यामुळे, त्यांनी बेधडकपणे व्हॅन ब्युरेनविषयीचा अप्रचार सुरू ठेवला. साहजिकच त्याचा या निवडणुकीत पराभव झाला.

एक मजेशीर गोष्ट म्हणजे, राष्ट्रपती म्हणून आपलं वेतन नियमितपणे न घेता, व्हॅन ब्युरेननं आपला कार्यकाल संपल्यावर पूर्ण कार्यकालासाठीचं साठलेलं वेतन एकाच वेळी घेतलं.

निवृत्तीचा काळ

१८४०च्या निवडणुकीत पराभव स्वीकारावा लागला असला, तरीसुद्धा त्यापुढच्या म्हणजे १८४४च्या निवडणुकीत पुन्हा एकदा राष्ट्रपतिपदासाठी उभं राहण्याची व्हॅन ब्युरेनची इच्छा होती. व्हिग पक्षाच्या उमेदवाराशी त्यानं संधान बांधलं. टेक्सास राज्याचा अमेरिकी संघराज्यामध्ये समावेश करण्यासंबंधीचा मुद्दा या निवडणुकीच्या प्रचारामध्ये समाविष्ट केला जाऊ नये यासाठी व्हॅन ब्युरेन प्रयत्नशील होता. त्यानुसार व्हॅन ब्युरेन आणि हा उमेदवार यांनी टेक्सासच्या अमेरिकेमधल्या समावेशाला आपला विरोध असल्याचं एकत्रितरीत्या जाहीर केलं. मुळात टेक्सासच्या अमेरिकी संघराज्यामधल्या समावेशासाठी अँड्र्यू जॅक्सननं खूप प्रयत्न केलेले असल्यामुळे, आता व्हॅन ब्युरेनचं हे विधान त्याला पार झोंबलं. त्यानं लगेचच व्हॅन ब्युरेनच्या विरोधकाला आपला पाठिंबा जाहीर केला. अशा रीतीनं ही घोषणा करण्याचा निर्णय व्हॅन ब्युरेनवर चांगलाच शेकला. कहर म्हणजे, १८४८मध्येसुद्धा व्हॅन ब्युरेननं राष्ट्रपतिपदासाठी परत एकदा प्रयत्न सुरू केले. या खेपेला गुलामगिरीचा विरोध करणाऱ्या 'फ्री सॉईल पार्टी' या पक्षाचं प्रतिनिधित्व त्यानं केलं. यातही त्याला यश आलं नाही.

१८५०च्या दशकात, थकलेला व्हॅन ब्युरेन युरोपमध्ये दोन वर्षं राहून अमेरिकेला परतला. १८६२मध्ये न्यू यॉर्क येथे त्याचं निधन झालं.

❖

विल्यम हेन्री हॅरिसन

१८४१
सालचा अमेरिकेचा नववा राष्ट्रपती

अल्प-परिचय

साल	घटना
१७७३	व्हर्जिनिया राज्यातल्या चार्ल्स सिटी कौंटीमध्ये जन्म
१७९१-९८	अमेरिकी लष्करात सेवा
१७९५	ॲना सिम्सशी लग्न
१७९९-१८००	नॉर्थवेस्ट भागातर्फे अमेरिकी काँग्रेसचं प्रतिनिधित्व
१८००-१२	इंडियानाचा गव्हर्नर
१८१७-१९	ओहायो प्रांतातर्फे अमेरिकेच्या 'हाऊस ऑफ रिप्रेझेंटेटिव्ह्ज' सभागृहामध्ये प्रतिनिधित्व
१८१९-२५	ओहायो राज्याचा सिनेटर
१८२५-२८	ओहायो राज्यातर्फे अमेरिकेचा सिनेटर
१८२८-२९	अमेरिकेतर्फे कोलंबियामध्ये राजदूत
१८४१	अमेरिकेचा नववा राष्ट्रपती
१८४१	व्हाईट हाऊसमध्ये असतानाच निधन

प्राथमिक ओळख

अमेरिकेच्या इतिहासात 'सगळ्यात कमी काळ राष्ट्रपतिपद सांभाळणारा माणूस' म्हणून विल्यम हेन्री हॅरिसनचं नाव अजरामर झालं आहे. आपलं कर्तृत्व सिद्ध करण्यासाठीची संधीसुद्धा हॅरिसनला मिळू शकली नाही. अँड्र्यू जॅक्सनप्रमाणेच रणांगणावरच्या पराक्रमामुळेच हॅरिसन व्हाईट हाऊसपर्यंत पोहोचू शकला; पण तिथं तो टिकून राहू शकला नाही. १८३८च्या आपल्या एका पत्रात 'आपण

राष्ट्रपती झाल्यास एकाच कार्यकालापुरती ही जबाबदारी सांभाळू' असा निर्णय घेतला असल्याचं हॅरिसननं नमूद केलं होतं. याचा फेरविचार करण्याची त्याच्यावर वेळच आली नाही. राष्ट्रपतिपदावर असताना निधन होणारा हॅरिसन पहिलाच ठरला.

जडणघडण

व्हर्जिनिया राज्यातल्या एका श्रीमंत राजकारणी जमीनदाराच्या घरी सगळ्यांत धाकटा, सातवा मुलगा म्हणून विल्यम हेन्री हॅरिसनचा जन्म झाला. अमेरिकी स्वातंत्र्यलढ्याच्या अखेरच्या काळात हॅरिसनचे वडील व्हर्जिनिया प्रांताचे गव्हर्नर होते. १७८१मध्ये ब्रिटिश सैनिकांच्या आक्रमणामुळे हॅरिसन कुटुंबाला आपलं राहतं घर सगळी संपत्ती, गुरंढोरं आणि सगळे गुलाम यांना मागे ठेवून सोडावं लागलं. आपलं मूळ शिक्षण अर्धवट सोडून हॅरिसन वैद्यकशास्त्राकडे वळला खरा; पण १७९१मध्ये वडिलांचं निधन झाल्यावर त्यानं हेही सोडून दिलं. आपल्या वयाच्या अठराव्या वर्षी तो अमेरिकी लष्करामध्ये भरती झाला आणि स्थानिक 'इंडियन' लोकांशी त्यानं अनेक मोहिमांमध्ये झुंज दिली. त्याच्या लष्करी कौशल्यामुळे त्याला बढती मिळाली आणि ओहायोमधल्या एका किल्ल्याची राखण करण्याची जबाबदारी त्याला देण्यात आली. तिथं असतानाच त्यानं एका श्रीमंत जमीनदाराच्या मुलीशी लग्न केलं. आपल्या भावी सासऱ्याचा या लग्नाला पूर्ण विरोध असल्याची कल्पना असल्यामुळे तो परगावी गेलेला असल्याची संधी साधून हॅरिसननं आपलं लग्न उरकून टाकलं! या लग्नातून त्यांना तब्बल दहा मुलं झाली. या मुलांपैकी जॉन स्कॉट हॅरिसन हा अमेरिकेच्या तेविसाव्या राष्ट्रपतीचा- म्हणजेच भविष्यातल्या बेंजामिन हॅरिसन या राष्ट्रपतीचा पिता ठरला.

हळूहळू राजकारणात प्रगती साधत हॅरिसननं भल्यामोठ्या इंडियाना प्रांताच्या गव्हर्नर पदापर्यंत मजल मारली. या भागाची नुकतीच भौगोलिक पुनर्रचना करण्यात आली होती. १८११मध्ये इंडियन टोळ्यांविरुद्धच्या लढतीत अत्यंत प्रभावी कामगिरी बजावून हॅरिसननं अमेरिकेला जवळपास ३० लाख एकर जागा मिळवून दिली. या पराक्रमामुळे त्याचा नावलौकिक सर्वदूर पसरला. नंतर इंडियानाचं विभाजन इंडियाना, इलिनॉय आणि विस्कॉन्सिन अशा तीन राज्यांमध्ये झालं. याच्या पुढच्याच वर्षी ब्रिटिशांबरोबरच्या अमेरिकेच्या युद्धात ३००० सैनिकांच्या तुकडीचं जोमदार नेतृत्व करून हॅरिसननं परत एकदा आपल्या कर्तृत्वाची प्रचिती दिली. यानंतर राजकीय तसंच सामाजिक आयुष्यातून हॅरिसन काही काळ बाहेर पडला असला, तरी लवकरच त्याला पुन्हा एकदा अमेरिकी काँग्रेसचं सदस्यत्व

मिळालं. नंतर तो सिनेटरही बनला. १८२८मध्ये जॉन क्विन्सी ॲडम्सनं हॅरिसनला कोलंबियामधला आपला 'राजदूत' म्हणून पाठवलं; पण पुढच्या वर्षी अँड्र्यू जॅक्सन राष्ट्रपती बनल्यावर हॅरिसनला परत बोलावून घेण्यात आलं आणि त्याला अजिबात महत्त्व देण्यात आलं नाही. यामुळे हॅरिसननं सरळ आपल्या शेतावर स्वतःचा मुक्काम हलवला.

राष्ट्रपतिपदाकडे वाटचाल

१८३६च्या राष्ट्रपतिपदासाठीच्या निवडणुकीच्या वेळचं वातावरण गोंधळाचं होतं. मार्टिन व्हॅन ब्युरेनच्या विरोधात नव्यानं स्थापन झालेल्या 'व्हिग' पक्षानं उभ्या केलेल्या अनेक उमेदवारांपैकी एक म्हणजे हॅरिसन होता. खरं म्हणजे हॅरिसनला फार यश मिळेल असं कुणालाच वाटत नसताना त्यानं बऱ्यापैकी चमकदार कामगिरी करून दाखवली. यामुळे पुढच्या, म्हणजे १८४०च्या निवडणुकीच्या वेळी अशा प्रकारे अनेक उमेदवार उभे न करता, एकमतानं हॅरिसनच्या पाठीशी उभं राहण्याचा निर्णय व्हिग पक्षानं घेतला. १८३७मध्ये सुरू झालेलं आर्थिक संकट अजून संपलेलं नसल्यामुळे, हॅरिसनला या निवडणुकीत चांगलं यश मिळेल असं वाटत होतं. अर्थात, राष्ट्रीय प्रश्नांविषयी जवळपास पूर्णपणे चुप्पी साधून हॅरिसननं आपल्या लष्करामधल्या देदीप्यमान कारकिर्दीविषयी जोरदार भाष्य करण्यावर सातत्यानं भर दिला. व्हिग पक्षानं 'व्हॅन ब्युरेन कसा मूळचाच श्रीमंत होता आणि अजूनही तसाच राहतो' हा मुद्दा ताणून धरला. तुलनेनं हॅरिसन सर्वसाधारण परिस्थितीवर मात करून इथपर्यंत पोहोचला असल्याचा त्यांचा दावा होता. अर्थातच, यात अजिबात सत्य नव्हतं. साहजिकच, या निवडणुकीला आणि तिच्यासाठीच्या प्रचाराला 'अमेरिकेमध्ये आधुनिक निवडणुकांची सुरुवात' मानलं जातं. याचा जोरदार परिणाम होऊन हॅरिसननं व्हॅन ब्युरेनचा २३४-६० असा दणदणीत पराभव केला.

राष्ट्रपती आणि शेवट

६८ वर्षांचं वय असताना राष्ट्रपतिपद स्वीकारणारा हॅरिसन, राष्ट्रपतिपदावर आरूढ होणारा सगळ्यांत वयस्कर अमेरिकी राष्ट्रपती होता. ४ मार्च १८४१ या दिवशी त्याचा शपथविधी सुरू असताना एकदम थंड वारे वाहत होते. याची हॅरिसनला बाधा झाली. बहुदा आपण किती तंदुरुस्त आहोत हे दाखवण्यासाठी हॅरिसननं प्रचंड थंडी असूनही कोट किंवा हॅट घालायला नकार दिला. दरम्यान, सुमारे पावणेदोन तासांच्या आपल्या भाषणात, कुठल्याही अमेरिकी राष्ट्रपतीनं

दुसऱ्यांदा या पदासाठीच्या निवडणुकीमध्ये रस घेऊ नये, असं आपलं मत असल्याचं स्पष्ट करून, हॅरिसननं आपण काही झालं तरी आपली चार वर्षांची मुदत संपल्यावर निवृत्त होणार असल्याचं जाहीर केलं. आजवरच्या इतिहासात शपथविधीच्या वेळी अमेरिकी राष्ट्रपतीनं केलेलं सगळ्यांत लांबलचक भाषण त्याचंच होतं. या संदर्भातली महत्त्वाची नोंद म्हणजे, आजवरचं सगळ्यांत छोटं भाषण जॉर्ज वॉशिंग्टननं फक्त १३५ शब्दांमध्ये आपल्या शपथविधीच्या वेळी गुंडाळलं होतं. यानंतर मंत्रिमंडळाची स्थापना करण्याची वेळ आली, तेव्हा व्हिग पक्षाच्या नेत्यांनी आणि कार्यकर्त्यांनी आपल्या मर्जीतली माणसं महत्त्वाच्या पदांवर असावीत, यासाठी हॅरिसनवर खूप दबाव टाकला; पण हॅरिसननं तो झुगारून दिला. शपथविधी सोहळ्यादरम्यान झालेल्या सर्दीमुळे आजारी असलेला हॅरिसन, काही दिवसांनी पावसात भिजला आणि त्याची तब्येत वेगानं बिघडत गेली. २७ मार्च या दिवशी तो बिछान्याला खिळला. त्याच्या पुढच्या दिवशी डॉक्टरांनी त्याला न्यूमोनिया झाला असल्याचं निदान केलं. ४ एप्रिलनंतरची मध्यरात्र उलटून अर्धा तास झाल्यावर 'राष्ट्रपतिपदावर असतानाच दगावणारा पहिला अमेरिकी राष्ट्रपती' म्हणून हॅरिसनचं नाव इतिहासात कोरलं गेलं. त्याच्या डॉक्टरांशी बोलताना त्यानं उच्चारलेले अखेरचे शब्द "सरकार चालवण्यासंबंधीची खरी तत्त्वं ओळखून त्यानुसार कारभार चालवला जावा, एवढीच माझी अपेक्षा आहे," असे होते.

❖

जॉन टायलर

१८४१-४५
या काळातला अमेरिकेचा
दहावा राष्ट्रपती

अल्प-परिचय

साल	घटना
१७९०	व्हर्जिनिया राज्यातल्या चार्ल्स सिटी कौंटीमध्ये जन्म
१८०७	पदवीचं शिक्षण पूर्ण
१८०९	वकिलीला सुरुवात
१८११-१६	व्हर्जिनिया प्रांताच्या राजकारणामध्ये सहभाग
१८१३	लिटिशिया ख्रिस्तियन हिच्याशी लग्न
१८१३	१८१२च्या युद्धात कप्तान म्हणून सहभाग
१८१६-२१	व्हर्जिनिया प्रांतातर्फे 'हाऊस ऑफ रिप्रेझेंटेटिव्ह्ज' या सभागृहाचं सदस्यत्व
१८२५-२७	व्हर्जिनियाचा गव्हर्नर
१८२७-३६	व्हर्जिनियातर्फे अमेरिकी सिनेटर
१८३८-४०	व्हर्जिनिया प्रांताच्या राजकारणामध्ये सहभाग
१८४१	अमेरिकी उपराष्ट्रपती
१८४१-४५	अमेरिकेचा दहावा राष्ट्रपती
१८४४	ज्युलिया गार्डिनरशी लग्न
१८६१-६२	गुलामगिरीच्या प्रश्नावरून होऊ शकणारं अमेरिकी यादवी युद्ध टाळण्यासाठीच्या समितीचा अध्यक्ष
१८६२	निधन

प्राथमिक ओळख

विल्यम हेन्री हॅरिसनचं अचानकपणे निधन झाल्यामुळे अमेरिकी राष्ट्रपतिपदाची जबाबदारी उपराष्ट्रपती जॉन टायलरकडे आली. व्हिग पक्षानं त्याला उपराष्ट्रपतिपदाची उमेदवारी दिलेली असली आणि आता तो अनपेक्षितपणे राष्ट्रपती बनलेला असला, तरी व्हिग पक्षाला हा निर्णय चांगलाच महागात पडला. ५१ वर्षं वयाचा टायलर स्वतःकडे गुलाम बाळगणारा जमीनदार होता. तो अत्यंत हेकेखोर आहे, असं त्याचे विरोधकच नव्हे, तर त्याच्या बाजूचे लोकही अनेकदा म्हणत. व्हाईट हाऊसमधून बाहेर पडल्यानंतर १६ वर्षांनी अमेरिकी यादवी युद्ध टाळण्यासाठीच्या शांतता परिषदेचं अध्यक्षपद भूषवून महत्त्वपूर्ण कामगिरी बजावण्याची सुसंधी त्याच्यासमोर चालून आली; पण तिचं तो सोनं करू शकला नाही.

जडणघडण

ज्या विल्यम हेन्री हॅरिसनच्या अकाली निधनामुळे जॉन टायलरकडे अमेरिकी राष्ट्रपतिपद आलं, त्या हॅरिसनप्रमाणेच, व्हर्जिनिया राज्यातल्या चार्ल्स सिटी कौंटीमध्ये हॅरिसननंतर १७ वर्षांनी टायलरचा जन्म झाला. दोघांचेही वडील श्रीमंत जमीनदार होते. याखेरीज राजकारणात प्रगती साधून दोघंही आपापल्या काळात व्हर्जिनियाचे गव्हर्नर बनले. टायलरचे वडील महाविद्यालयात असताना थॉमस जेफरसनचे वर्गमित्र होते. त्यांची मैत्री आयुष्यभर टिकली. जॉन टायलर सात वर्षांचा असताना त्याच्या आईचा मृत्यू झाला. तो दहा वर्षांचा असताना, नेहमी अनेक मुलांना छडीनं ठोकून काढणाऱ्या एका शिक्षकाला अद्दल घडवायचा त्यानं मनाशी निर्धार केला. त्या शिक्षकाला टायलरनं चक्क जमिनीवर ढकलून दिलं. इतर मुलांनी त्यानंतर त्या शिक्षकाला दोर बांधून जखडलं आणि एका छोट्या खोलीत डांबून ठेवलं.

जॉन टायलरनं आपलं शिक्षण पूर्ण झाल्यावर वकिली सुरू केली आणि काही काळातच तो व्हर्जिनियाच्या राजकारणामध्ये शिरला. नंतर तो १८१२च्या युद्धात काही काळ लढला आणि आपल्या तेविसाव्या वाढदिवशी त्यानं लिटिशिया ख्रिस्तियानशी लग्न केलं. त्यांना एकंदर आठ मुलं झाली आणि तीन दशकं त्यांनी यशस्वीपणे संसार केला. १८४२मध्ये व्हाईट हाऊसमध्येच लिटिशियाचं निधन झालं. व्हायोलिन उत्तम वाजवू शकणारा टायलर कविताही करे. व्हर्जिनिया राज्यातले लोक त्याच्यावर एकदम फिदाच होते. त्यांनी त्याला काँग्रेसमध्ये पाठवलं, गव्हर्नर बनवलं आणि सिनेटरही केलं.

१८२८ आणि १८३२च्या राष्ट्रपतिपदासाठीच्या निवडणुकांमध्ये टायलरनं

अँड्र्यू जॅक्सनला पाठिंबा दिला खरा; पण काही प्रश्नांसंबंधीच्या मतभेदांमुळे त्यानं १८३३मध्ये जॅक्सनबरोबरचे संबंध तोडले. साऊथ कॅरॉलिना प्रांताकडून सक्तीनं करांची वसुली करण्याचा आणि ते न झाल्यास लष्करी कारवाई करण्याचा जॅक्सनचा निर्णय पसंत नसल्यामुळे संबंधित विधेयकाच्या विरोधातलं एकमेव मत टायलरनं दिलं. त्याच वर्षी 'बँक ऑफ युनायटेड स्टेट्स' या मध्यवर्ती बँकेकडून सगळा निधी काढून घेण्याच्या जॅक्सनच्या निर्णयामुळे त्याचा सिनेटमध्ये निषेध करण्याचा प्रस्तावही टायलरनं बहुमतासह यशस्वीरीत्या मांडून दाखवला. यामुळे भडकलेल्या जॅक्सननं १८३६मध्ये व्हर्जिनियाच्या- म्हणजेच राज्य पातळीवरच्या सिनेटमध्ये टायलरनं आपल्या या कृतीसाठी खेद व्यक्त करण्याची मागणी करणारा प्रस्ताव मांडला. या सभागृहात जॅक्सनसमर्थकांचं बहुमत असल्यामुळे आपलं काही चालणार नाही, याची कल्पना टायलरला होती; पण अशा प्रकारे आपल्या निर्णयाविषयी खेद व्यक्त करण्याऐवजी त्यानं सरळ आपल्या पदाचा राजीनामा देणं पसंत केलं. अशा प्रकारे डेमोक्रॅटिक पक्षातल्या या असंतुष्ट टायलरकडे व्हिग पक्षाची नजर गेली आणि त्यांनी आपला उपराष्ट्रपतिपदाचा उमेदवार म्हणून त्याचं नाव पुढे केलं. १८३६च्या निवडणुकीत पराभव स्वीकारावा लागला असला तरी, टायलरनं अगदीच खराब कामगिरी नोंदवली नाही. आता व्हिग पक्षाकडून टायलरनं आपली राजकीय वाटचाल पुढे नेली.

उपराष्ट्रपती आणि अचानकपणे राष्ट्रपती

१८३९मध्ये पुन्हा एकदा उपराष्ट्रपतिपदासाठीचा उमेदवार म्हणून व्हिग पक्षाच्या वतीनं टायलरचं नाव पुढे आलं. विल्यम हेन्री हॅरिसन राष्ट्रपतिपदाचा उमेदवार होता. हॅरिसननं ही निवडणूक जिंकल्यामुळे टायलरकडे उपराष्ट्रपतिपद आलं आणि यानंतर एकाच महिन्यात एकदम अचानकपणे तो अमेरिकेचा राष्ट्रपती बनला. खरं म्हणजे हॅरिसनच्या शपथविधीनंतर वॉशिंग्टन सोडून टायलर निघून गेला होता आणि मंत्रिमंडळाच्या स्थापनेत, तसंच नंतरच्या कामकाजात आपण गरज असल्याशिवाय सहभागी व्हायचं नाही, असं त्यानं ठरवलं होतं. अचानकपणे ५ एप्रिल १९४१ या दिवशी टायलरला झोपेतून उठवून हॅरिसनच्या मृत्यूची बातमी सांगण्यात आली. तातडीनं आधी घोड्यावरून आणि नंतर नावेतून प्रवास करत टायलर वॉशिंग्टनला रवाना झाला आणि त्याला राष्ट्रपतिपदाची शपथ देण्यात आली. अमेरिकी राज्यघटनेच्या ६.२ क्रमांकाच्या कलमानुसार मृत्यूसकट कुठल्याही कारणामुळे राष्ट्रपतिपद रिकामं झालं, तर त्याची जागा उपराष्ट्रपतीनं घ्यावी, असं स्पष्टच होतं. फक्त ही नेमणूक तात्पुरती असावी आणि नव्या

राष्ट्रपतीसाठी निवडणूक घेण्यात यावी का, हे स्पष्ट होत नव्हतं. टायलरच्या मनात मात्र अशी कुठलीच शंका नव्हती.

हॅरिसनचे सगळे अधिकार, त्याचं निवासस्थान, त्याचा पगार हे सगळं त्याच्या उरलेल्या कार्यकालासाठी आपलंच आहे, असं म्हणून त्यानं स्वतःचं घोडं पुढे दामटलं. इतरांना मात्र हे अजिबात पटलं नाही आणि म्हणूनच ते त्याचा उल्लेख President ऐवजी Acting President असा आणि His Excellency ऐवजी His Accidency म्हणजेच 'चुकून झालेला राष्ट्रपती' असा उपरोधिकपणे करत राहिले. हॅरिसनच्या मंत्रिमंडळात टायलरनं फेरफार केले नाहीत; पण 'बॉस' कोण आहे हे अगदी स्पष्टपणे सगळ्यांना सांगायला तो अजिबात विसरला नाही. सार्वमतानं निर्णय घेतले जावेत, अशी सूचना एकानं मांडताच टायलरनं ती साफ फेटाळून लावली. आपण कामकाज कसं चालवावं, याविषयी कुणी आपल्याला फुकटचे सल्ले देण्याची गरज नसल्याचं त्यानं सुनावलं. असं असूनही हेन्री क्ले आणि व्हिग पक्षाचे इतर नेते यांच्यामध्ये टायलरला आपल्याला हवं तसं वाकवण्याचा आत्मविश्वास होता. दोन्ही सभागृहांमध्ये व्हिग पक्षाला स्पष्ट बहुमत असल्यामुळे आपण म्हणू तसंच घडेल, असं त्यांना वाटत होतं. याच्याच जोरावर नव्यानं राष्ट्रीय पातळीवरची मध्यवर्ती बँक स्थापन करण्याचा घाट क्लेनं घातला. हे अमेरिकी राज्यघटनेमधल्या तरतुदींना धरून नसल्याचा इशारा टायलरनं दिला. तरीसुद्धा क्लेनं संबंधित विधेयक मांडलं आणि संमत करून घेतलं. ही गोष्ट सहन न झाल्यामुळे टायलरनं आपला 'व्हिटो'चा निर्णयाधिकार वापरून हे विधेयक रद्द करून टाकलं. यापाठोपाठ क्लेनं संमत करून घेतलेलं दुसरं एक विधेयकसुद्धा टायलरनं मोडीत काढलं.

टायलरनं अशा प्रकारे घेतलेल्या निर्णयांचा व्हिग पक्षावर खूप परिणाम झाला. ११ सप्टेंबर १८४१ या दिवशी म्हणजेच टायलरनं दुसरं विधेयक रद्द ठरवून दोन दिवस झाल्यानंतर, टायलरच्या मंत्रिमंडळातल्या एका मंत्र्याचा अपवाद वगळता इतर सगळ्यांनी आपला राजीनामा सादर केला. यानंतर दोन दिवसांनी व्हिग पक्षानं टायलरलाच पक्षातून काढून टाकलं. अशा रीतीनं टायलर हा आता कुठल्याच पक्षाचा सदस्य नसलेला राष्ट्रपती ठरण्याचा अजब प्रकार घडला. यामुळे अडचणीत सापडलेल्या टायलरनं, आपल्या मंत्रिमंडळात चक्क डेमोक्रॅटिक पक्षाच्या संसदपटूंची भरती करायला सुरुवात केली. यानंतरही अमेरिकी काँग्रेसनं मंजूर केलेली विधेयकं हाणून पाडण्याचा आपला सपाटा टायलरनं चालूच ठेवला. यामुळे त्याला पदच्युत म्हणजेच 'इम्पिच' करावं, अशी मागणी व्हिग पक्षाच्या वतीनं करण्यात आली.

यासाठीच्या मतदानात, ८३-२७ अशा फरकानं टायलरच्या विरोधातली ही मागणी फेटाळण्यात आली. एकूणच टायलरच्या कारकिर्दीत अमेरिकेमध्ये गोंधळच जास्त झाले. त्या मानानं परराष्ट्रसंबंधांच्या बाबतीत टायलरला जरा यश मिळालं, असं म्हटलं पाहिजे. कॅनडाशी सीमारेषेवरून सुरू असलेले काही मतभेद टायलरनं मिटवले. तसंच चीनशी व्यापारी संबंध प्रस्थापित करण्यातही त्याला यश आलं.

१८४२मध्ये टायलरच्या पत्नीचं निधन झालं. या घटनेला सहा महिनेसुद्धा झालेले नसताना टायलर न्यू यॉर्कमधल्या एका सिनेटरच्या २३ वर्षं वयाच्या ज्युलिया गार्डिनर या आपल्याहून ३० वर्षांनी लहान असलेल्या मुलीच्या मागे लागला! खरं म्हणजे सुरुवातीला टायलरचा लग्नाचा प्रस्ताव ज्युलियानं पार धुडकावून लावला; पण तिचा पिच्छा न सोडणाऱ्या टायलरपुढे नंतर ती झुकली. तिच्या आई-वडिलांनी मात्र घाई न करता, तिनं काही काळ विचार करून मगच टायलरशी लग्न करावं, असं तिला सुचवलं.

१८४४च्या फेब्रुवारी महिन्यातल्या एका सनसनाटी घटनेनं टायलर पुन्हा प्रकाशझोतात आला. पोटोमॅक नावाच्या नदीत इतर ४०० मान्यवर लोकांसह टायलर एका जहाजातून फेरफटका मारत असताना, अचानकपणे या जहाजातल्या एका बंदुकीचा स्फोट झाला. यात अमेरिकेचा परराष्ट्रमंत्री तसंच नौदलाशी संबंधित असलेला मंत्री हे दोघं इतर काही लोकांबरोबर ठार झाले. त्यांच्यापैकी एक म्हणजे ज्युलियाचा पिता श्रीमंत जमीनदार डेव्हिड गार्डिनर होता. ज्युलिया बचावली. या दुर्घटनेमुळे ती पार हादरून गेली होती. टायलरनं स्वतः तिला बचावासाठी आलेल्या दुसऱ्या नौकेत उचलून नेलं. या दुर्घटनेला चार महिने झाल्यावर ज्युलियानं टायलरशी लग्न केलं. टायलरच्या विरोधकांनी त्याच्या या दुसऱ्या लग्नाची खिल्ली उडवली असली, तरी ज्युलियाबरोबरचा त्याचा संसार सुखाचा झाला. त्यांना सात मुलं झाली. कहर म्हणजे, टायलर आणि ज्युलिया यांचं लग्न होण्याच्या वेळी टायलरची सगळ्यांत मोठी मुलगी वयानं ज्युलियाहून मोठी होती. साहजिकच, टायलरच्या कुठल्याच मुलामुलींना त्याचा हा निर्णय आवडला नाही.

१८४४च्या राष्ट्रपतिपदाच्या निवडणुकीच्या वेळी कुठलाच पक्ष टायलरला उमेदवारी देण्यासाठी उत्सुक नसल्याचं विलक्षण चित्र निर्माण झालं. त्यामुळे टायलरनंच स्वतः एका नव्या पक्षाची स्थापना करून टेक्सासचा अमेरिकी संघराज्यात समावेश करण्यासंबंधी जोरदार प्रचार सुरू केला. याला व्हिग पक्षाचा उमेदवार क्ले आणि डेमोक्रॅटिक पक्षाचा संभाव्य उमेदवार व्हॅन ब्युरेन या दोघांचाही विरोध होता. तेवढ्यात डेमोक्रॅटिक पक्षानं टेक्सासचा अमेरिकी संघराज्यात समावेश

करण्याला पाठिंबा असलेला जेम्स पोक हा उमेदवार उभा करण्याचा निर्णय घेतल्यावर, अँड्र्यू जॅक्सननं टायलरला आपली उमेदवारी मागे घ्यायची विनंती केली. काहीही करून क्लेचा पराभव झाला पाहिजे, असा जॅक्सनचा उद्देश होता. क्ले हा त्या दोघांचा समान शत्रू असल्यामुळे, जॅक्सनचं म्हणणं मान्य करून टायलरनं आपली उमेदवारी मागे घेतली.

पोकनं राष्ट्रपतिपदाची निवडणूक जिंकल्यावर काँग्रेसनं दोन्ही सभागृहांच्या वतीनं संयुक्त विधेयक संमत करून टेक्सासचा अमेरिकी संघराज्यात समावेश करण्याच्या निर्णयावर शिक्कामोर्तब केलं. त्यावर टायलरनं आपल्या कार्यकालाच्या शेवटाच्या दोन दिवस आधी आनंदानं सही केली. यानंतर दोन दिवसांनी, म्हणजेच कार्यकालाच्या शेवटच्या दिवशी, फ्लॉरिडाचा समावेश अमेरिकी राज्यांच्या यादीत सत्ताविसावं राज्य म्हणून करण्याच्या निर्णयावरही त्यानं सही केली. कहर म्हणजे, टायलरचीच सातत्यानं सरशी होत गेल्यामुळे, त्याचा नाममात्र तरी बदला घेण्याची सुप्त इच्छा अनेक संसदपटूंच्या मनात टिकून राहिलेली होती. त्यांनी याच दिवशी पूर्वी टायलरनं निर्णयाधिकार वापरून घेतलेल्या एका निर्णयावर नव्यानं मतदान घेतलं. त्यात टायलरच्या निर्णयाधिकाराच्या विरोधात दोन्ही सभागृहांमध्ये आवश्यक असलेलं दोन तृतीयांश बहुमत मिळाल्यामुळे, टायलरचा हा जुना निर्णय रद्द ठरवण्यात आला. यामुळे तसा काहीच फरक पडलेला नसला, तरी अमेरिकेच्या इतिहासामध्ये राष्ट्रपतीनं वापरलेला निर्णयाधिकार रद्द होण्याची ही पहिलीच घटना ठरली!

सार्वजनिक आयुष्यातले संकेत मोडून टायलर आणि ज्युलिया उघडपणे आपल्या प्रेमाचं प्रदर्शन करत. ज्युलिया खूप उधळपट्टीसुद्धा करे. तसंच आपलं वागणं आपल्या पदाला शोभत नाही, याची टायलरलाही फिकीर नसे. कहर म्हणजे, व्हाईट हाऊस सोडतानाचा प्रसंग ठरला. टायलर आणि ज्युलिया यांनी एक आलिशान पार्टी दिली. ही पार्टी छानच झाली, असं उपस्थितांपैकी एकानं म्हणताच, टायलरनं 'आता तरी आपला उल्लेख President without a party असा कुणी करू शकणार नाही,' असा अत्यंत बाष्कळ विनोद केला.

निवृत्ती

राष्ट्रपतिपद सोडल्यानंतर टायलर पुन्हा आपल्या जमीनदाराच्या भूमिकेत शिरला. वयानुसार त्याला निरनिराळ्या व्याधी हळूहळू सतावत असल्या, तरी राजकारणामधला त्याचा रस कायम राहिला. इतकंच नव्हे, तर डेमोक्रॅटिक पक्ष परत एकदा आपल्याला राष्ट्रपतिपदासाठी उमेदवार म्हणून निवडेल, अशी आशाही

त्याच्या मनात टिकून राहिली. १८६०मध्ये अब्राहम लिंकनची अमेरिकी राष्ट्रपतिपदासाठी निवड झाल्यानंतर, गुलामगिरी आणि वर्णद्वेष यांच्या संदर्भातला अमेरिकेमध्ये पूर्वीपासून खदखदणारा प्रश्न एकदम गंभीर पातळीवर गेला. उत्तरेकडची गुलामगिरीच्या विरोधातली राज्यं आणि दक्षिणेकडची गुलामगिरीचं समर्थन करणारी राज्यं, यांच्यामध्ये यादवी युद्ध भडकण्याची दाट शक्यता निर्माण झाली. अशा परिस्थितीत वातावरण निवळण्यासाठी एक शांतता परिषद भरवण्याचा प्रस्ताव टायलरनं मांडला.

१८६०च्या फेब्रुवारी महिन्यात टायलरच्याच अध्यक्षतेखाली ही परिषद भरवण्यात आली. हा प्रश्न शांततेनं सोडवण्याची त्याची आशा लगेचच मावळली. उत्तरेकडची राज्यं आणि दक्षिणेकडची राज्यं यांच्यामधले मतभेद विकोपाला जाऊन पोहोचले आणि त्यांच्यामध्ये एकवाक्यता होणं अशक्य होऊन बसलं. शेवटी, ही परिषद पूर्णपणे अयशस्वी ठरली. दक्षिणेकडच्या राज्यांनी यादवी युद्ध करून अमेरिकेपासून वेगळं होण्याचा निर्णय घेतला. टायलर घाईघाईनं आपल्या व्हर्जिनिया राज्यात परतला आणि आपल्या राज्यानं दक्षिणेकडच्या राज्यांच्या निर्णयात सहभागी होऊन अमेरिकेपासून फुटून वेगळं व्हावं, यासाठी त्यानं धडपड सुरू केली. म्हणजेच माजी अमेरिकी राष्ट्रपती आता अमेरिकेचा कट्टर शत्रू बनला! या राज्यांच्या १८६२च्या जानेवारी महिन्यात भरणाऱ्या अधिवेशनासाठी व्हर्जिनिया राज्यातर्फे टायलरलाच 'प्रतिनिधी' म्हणून पाठवायचं ठरलं. त्यासाठी रिचमंडला गेलेला असताना ७१ वर्षं वयाच्या टायलरचं मध्यरात्री हॉटेलमध्येच हृदयविकाराच्या झटक्यानं निधन झालं.

❖

जेम्स पोक

१८४५-४९
या काळातला अमेरिकेचा अकरावा राष्ट्रपती

अल्प-परिचय

साल	घटना
१७९५	नॉर्थ कॅरोलिना राज्यातल्या मेक्लनबर्ग कौंटीमध्ये जन्म
१८१८	पदवीचं शिक्षण पूर्ण
१८२९	वकिलीची सुरुवात
१८२३-२५	टेनेसीच्या राजकारणात सहभाग
१८२४	सारा चिल्ड्रेसशी लग्न
१८२५-३९	टेनेसी प्रांताकडून 'हाऊस ऑफ रिप्रेझेंटेटिव्हज'मध्ये प्रतिनिधित्व
१८३९-४१	टेनेसीचा गव्हर्नर
१८४५-४९	अमेरिकेचा अकरावा राष्ट्रपती
१८४९	निधन

प्राथमिक ओळख

अँड्र्यू जॅक्सनच्या पाठिंब्याच्या जोरावर जेम्स नॉक्स पोककडे अमेरिकी राष्ट्रपतिपद आलं. 'लोकांना काय हवं आहे याची जाण असलेला चतुरस्र राजकारणी' म्हणून पोकचं नाव घेतलं जातं. १८४०च्या दशकात अमेरिकेमध्ये खूप मोठ्या प्रमाणावर बाहेरून लोक स्थलांतरित होत होते. या लोकांचा अमेरिकेमध्ये खुल्या दिलानं स्वीकार करतानाच, अमेरिकेच्या सीमारेषा रुंदावण्यासाठी त्याचा खूप चांगला उपयोग होऊ शकतो, याची जाण असलेल्या पोकनं थेट पॅसिफिक समुद्रापर्यंत अमेरिकेचा नकाशा वाढवला. अर्थातच, हे करत असताना त्याला

मेक्सिकोशी युद्ध करावं लागलं आणि इंग्लंडशी नव्यानं युद्ध होण्याची शक्यताही त्याला कायम ध्यानात ठेवावी लागली. धार्मिक विचारसरणी असलेला पोक आणि त्याची पत्नी यांनी व्हाईट हाऊसमध्ये दारूबंदी, नृत्यबंदी आणि पत्ते खेळण्यावर बंदी असे नियम आपल्या कार्यकालात लागू केले. त्याच्या टीकाकारांनी त्याच्यावर भरपूर टीका केली. पोकला कुठल्याच चांगल्या गोष्टीमध्ये रस नाही आणि तो स्वतः अत्यंत पोकळ आहे, असं ते म्हणत. याचा परिणाम होऊ न देता पोकनं आपलं कामकाज सुरू ठेवलं. आपल्या आधीच्या अनेक राष्ट्रपतींना जे काम दोन कार्यकालांमध्ये जमलं नाही, ते पोकनं एकाच कार्यकालात करून दाखवलं.

जडणघडण

नॉर्थ कॅरॉलिना राज्यात स्थायिक झालेल्या स्कॉटिश-आयरिश कुटुंबात जन्मलेल्या दहा मुलांपैकी पोक हा सगळ्यांत थोरला होता. तो दहा वर्षांचा असताना त्याच्या वडिलांनी आपल्या कुटुंबाचा मुक्काम टेनेसीमध्ये हलवला. तिथं त्यांनी लवकरच मोठा जमीनदार म्हणून नाव कमावलं. आजारपणामुळे अशक्त असलेला पोक जास्त करून घरातच राही. त्याला शाळेत जाणंही जवळपास अशक्य होऊन बसलं होतं. तो १७ वर्षांचा असताना एका डॉक्टरनं यामागे 'गॉलस्टोन'चा आजार असल्याचं निदान केलं. यावर भूलेविना अत्यंत घातक ठरू शकणारी आणि वेदनादायी असलेली शस्त्रक्रिया करण्याचा एकमेव उपाय स्वीकारण्यात आला. ही शस्त्रक्रिया यशस्वी ठरली आणि यानंतर मात्र पोकची तब्येत एकदम सुधारली. पदवीच्या शिक्षणासाठी पोक काही वर्षांनी नॉर्थ कॅरॉलिनामध्ये परतला आणि त्यानं आपल्या वयाच्या बाविसाव्या वर्षी पदवी मिळवली. यानंतर कायद्याचं शिक्षण घेऊन त्यानं वकिली सुरू केली. १८२३मध्ये राज्यस्तरीय निवडणुकीत विजय मिळवून पोकनं राजकारणात यशस्वी प्रवेश केला. १८१९च्या आर्थिक संकटातून अमेरिका अजून सावरली नव्हती. सोन्या-चांदीच्या मोबदल्यात बँका कागदी नोटांचे व्यवहार करायला तयार नसल्यामुळे, पोकच्या मित्रपरिवारातले अनेक लोक आणि त्याचे बरेच नातेवाईक अडचणीत सापडले होते. पूर्वी हॅमिल्टन आणि जेफरसन यांच्यात झालेल्या धनाढ्य वर्ग विरुद्ध सर्वसामान्य जनता, अशा स्वरूपाच्या लढ्याचीच ही पुढची पायरी आहे, असं पोकला वाटत होतं. आपलं कुटुंब व्यवसायात म्हणजेच धनाढ्य वर्गातलं असूनसुद्धा, पोकनं सर्वसामान्य शेतकरी वर्गाची बाजू घेतली. यामुळे अँड्र्यू जॅक्सनसकट टेनेसीमधल्या अनेक राजकारण्यांचं लक्ष पोककडे वळलं. याच काळात पोकचं लग्न झालं, पण यातून त्यांच्या घरी मूल मात्र जन्माला आलं नाही. वयाच्या तिसाव्या वर्षी पोकनं

अँड्र्यू जॅक्सनच्या राजीनाम्यामुळे रिकामी झालेली टेनेसीमधली 'हाऊस ऑफ रिप्रेझेंटेटिव्ह्ज'ची जागा निवडणुकीत जिंकली. काँग्रेसमध्ये 'डेमोक्रॅटिक पक्षाचा प्रतिनिधी' म्हणून पोकनं लवकरच आपला दबदबा निर्माण केला. नंतर या सभागृहाचा सभापती होण्यापर्यंत त्यानं मजल मारली आणि नंतर सभापती ते राष्ट्रपती अशी उडी मारणारा तो आजवरच्या अमेरिकी इतिहासामधला एकमेव माणूस ठरला.

१८३९मध्ये पोकनं अमेरिकी काँग्रेसचा राजीनामा दिला आणि तो टेनेसीचा गव्हर्नर बनला. यानंतर अनुक्रमे दोन आणि चार वर्षांनी मात्र तो गव्हर्नर पदासाठीची हीच निवडणूक दोन वेळा हरला आणि साहजिकच, त्याचं राजकारणामधलं स्थान डळमळीत झालं असल्याचं चित्र निर्माण झालं. तेवढ्यात, अचानकपणे पोकसमोर संधी चालून आली. १९४४च्या राष्ट्रपतिपदासाठीच्या निवडणुकीमध्ये आपल्या पक्षातर्फे कुणाला उमेदवार म्हणून उभं करायचं, याविषयी डेमोक्रॅटिक पक्षात एकमत होत नव्हतं. यासाठी अनेकदा मतदान घेऊनसुद्धा निश्चित असा निष्कर्षच निघत नव्हता.

शेवटी अँड्र्यू जॅक्सननं पोक या तेव्हा रिंगणात नसलेल्या उमेदवाराला पाठिंबा दिला असल्याचं, पोकच्या समर्थकांनी जाहीर केलं. शेवटी, आणखी गोंधळानंतर पोकची उमेदवारी जाहीर करण्यात आली. त्याच काळात सॅम्युअल मोर्सनं तयार केलेलं तारायंत्र (टेलिग्राफ) वापरण्यासाठी काही लोक उत्सुक होते. त्यांनी बाल्टिमोरहून वॉशिंग्टनला पोकच्या निवडीची बातमी तारायंत्राद्वारा कळवली. ती वॉशिंग्टनमध्ये पोहोचताच कुणाचाच विश्वास बसला नाही आणि या तारायंत्रानंच काहीतरी घोळ केला असला पाहिजे, याविषयी कुणाच्याच मनात शंका उरली नाही! डेमोक्रॅटिक पक्षाचा वरिष्ठ नेता हेन्री क्ले तर उपहासानं 'हा जेम्स के पोक नक्की आहे तरी कोण?' असं म्हणाला. याचा फायदा व्हिग या विरोधी पक्षानं उठवून, हेच आपल्या प्रचारातलं मुख्य वाक्य बनवलं! अर्थात, डेमोक्रॅटिक पक्षानं अमेरिकी विस्तारवादाला अनुकूल असलेली हाक दिल्यामुळे, व्हिग पक्षाचा आवाज तसा क्षीण होता. तसंच अँड्र्यू जॅक्सनतर्फे 'विद्यमान राष्ट्रपती टायलरनं अपक्ष उमेदवार म्हणून या निवडणुकीसाठी उभं राहू नये' यासाठी दिलेली सादही पोकच्या पथ्यावर पडली. यामुळे डेमोक्रॅटिक पक्षाच्या मतांचं विभाजन व्हायचं टळलं. प्रत्यक्षात निवडणूक एकदम अटीतटीची झाली. अगदी थोड्या फरकानं पोकनं क्लेचा पराभव केला. न्यू यॉर्कमध्ये पोकला ५००० 'पॉप्युलर' मतांची आघाडी मिळाल्यामुळे तिथली ३६ 'इलेक्टोरल' मतं पोकच्या बाजूला वळली. यामुळे १७०-१०५ अशा फरकानं तो जिंकला असला तरी, 'पॉप्युलर' मतांचा

विचार करता, त्याची आघाडी फक्त १३,३८,४६४-१३,००,०९७ अशी अगदी निसटतीच होती.

फारशी अपेक्षा नसताना अचानकपणे यशस्वी कामगिरी करून दाखवणाऱ्याचा उल्लेख 'डार्क हॉर्स' म्हणून करतात. बेंजामिन डिस्रायली या ब्रिटिश नेत्यानं आपल्या १८३१च्या 'द यंग ड्यूक' या कादंबरीत अनपेक्षितपणे शर्यत जिंकणाऱ्या घोड्याचा उल्लेख या संज्ञेने प्रथम केला. १८४४मध्ये पोकची अमेरिकी राष्ट्रपतिपदासाठीची उमेदवारी जाहीर झाल्यावर त्याचा उल्लेखही 'डार्क हॉर्स' म्हणूनच करण्यात आला.

राष्ट्रपती

एकोणपन्नास वर्षांचा पोक तेव्हापर्यंतचा सगळ्यांत तरुण राष्ट्रपती ठरला. टेक्सास आणि ओरेगॉन हे प्रांत अमेरिकेमध्ये समाविष्ट करण्याचं वचन तर त्यानं आपल्या निवडणुकीच्या प्रचाराच्या दरम्यानच दिलं होतं; आता त्यानं त्यात न्यू मेक्सिको आणि कॅलिफोर्निया यांची भर टाकली. पोकनं राष्ट्रपती होण्याआधीच, टायलरनं मेक्सिकोच्या विरोधाला न जुमानता टेक्सासचा समावेश अमेरिकी संघराज्यात करण्यासंबंधीच्या विधेयकावर काँग्रेसी बहुमतानंतर सही केली होती. आता पोकनं अमेरिकी राज्यकारभाराची सूत्रं आपल्याकडे घेताच अमेरिकेमधल्या मेक्सिकोच्या राजदूतानं याविषयी नव्यानं तीव्र नाराजी व्यक्त केली. प्रकरण तापत गेलं आणि अमेरिका आणि मेक्सिको यांच्यामधले राजकारणी संबंध तुटून त्यांच्यामध्ये युद्ध सुरू होण्याची शक्यता निर्माण झाली. १८४५मध्ये म्हणजेच पोकच्या हाती अमेरिकी सत्ता आल्याच्या वर्षी तरी हे युद्ध झालं नाही. टेक्सासचा प्रांत मेक्सिकोला परत करणं तर दूरच राहिलं; पण न्यू मेक्सिको आणि कॅलिफोर्निया यांनाही अमेरिकेमध्ये समाविष्ट करण्याकडे पोकची नजर लागली होती. त्यानं हे प्रदेश खरेदी करण्यासंबंधीचा प्रस्ताव मेक्सिकोला दिला आणि अपेक्षेनुसार मेक्सिकोनं तो फेटाळून लावला. साहजिकच, हा प्रश्न युद्ध करूनच सोडवावा लागणार, असं पोकला वाटायला लागलं. टेक्सास आणि मेक्सिको यांच्यामधल्या सीमेसंबंधीच्या एका वादामुळे यासाठीची सुसंधी पोकसमोर चालून आली. ९ मे १८४६ या दिवशी मेक्सिकन सैनिक अमेरिकी भागात घुसल्याची बातमी कानांवर येताच, मेक्सिकोशी युद्ध छेडण्यासंबंधीचा आधीच तयार केलेला प्रस्ताव पोकनं घाईघाईनें अमेरिकी काँग्रेससमोर सादर केला. तो काँग्रेसनं बहुमतानं मंजूर केला आणि चारच दिवसांनी अमेरिकेनं मेक्सिकोशी आपण युद्ध करणार असल्याचं जाहीर केलं. लगेचच अमेरिकी सैनिकांची मेक्सिकोच्या सीमेनजीक जमवाजमव सुरू झाली.

वर्षाअखेर जोरदार मुसंडी मारून न्यू मेक्सिको आणि कॅलिफोर्निया इथं अमेरिकेनं आपलं वर्चस्व निर्माण केलं. अमेरिकी लष्करानं यानंतर थेट मेक्सिकोमध्येच प्रवेश केला आणि अख्ख्या मेक्सिकोचा घास गिळण्याची इच्छासुद्धा काही जणांनी व्यक्त केली. नंतरच्या करारामुळे मात्र हा प्रसंग टळला. या करारानुसार मेक्सिकोनं १.५० कोटी डॉलर्सच्या मोबदल्यात २.५० लाख चौरस मैल भूभाग अमेरिकेच्या हवाली केला.

एकीकडे दक्षिण दिशेला मेक्सिकोकडून नवा प्रदेश काबीज करण्यात आणि अमेरिकेच्या सीमारेषा रुंदावण्यात पोक यशस्वी झाला असला, तरी तेवढ्यावर त्याचं समाधान झालं नाही. उत्तरेकडे ओरेगॉनचा भाग आपल्या ताब्यात घेण्यासंबंधी ब्रिटिशांशी त्याची बोलणी सुरू होती. ओरेगॉनच्या सगळ्याच भागावर अमेरिकेनं आपला हक्क सांगितल्यावर ब्रिटिशांनी त्याला हरकत घेतली आणि त्यामुळे या दोन देशांमधल्या चर्चेच्या आधारे किती भाग अमेरिकेला मिळेल, यावर शिक्कामोर्तब झालं. यामुळे उत्तरेकडचे अमेरिकी लोक खवळले. याचं कारण म्हणजे गुलामगिरीला समर्थन देणाऱ्या पोकनं दक्षिणेकडच्या विस्तारवादासाठी पूर्ण प्रयत्न केले असले, तरी उत्तरेकडच्या विस्तारवादामध्ये मात्र तो फारसा उत्सुक नसल्याचं त्यांचं मत झालं. अर्थातच, पोकनं याकडे साफ दुर्लक्ष केलं. कहर म्हणजे, यानंतर १० कोटी डॉलर्सच्या मोबदल्यात स्पेनकडून क्यूबा 'विकत' घेण्याचा प्रयत्नही पोकनं करून पाहिला. स्पेननं मात्र याला नकार दिला.

दुसऱ्यांदा राष्ट्रपतिपद मिळवण्यासाठी पोक उत्सुक नव्हता. त्यातच १८४८च्या निवडणुकीत त्याच्या डेमोक्रॅटिक पक्षाचा पराभव झाल्यामुळे तो निराश झाला. आपल्या राजवटीविषयीच्या लोकांच्या नाराजीमुळेच असं घडलं असावं, असं त्याला वाटलं. तरीसुद्धा राष्ट्रपतिपद सोडतानाच्या आपल्या निरोपाच्या भाषणात त्यानं अत्यंत उत्साहानं उज्ज्वल भविष्याचं चित्र रेखाटलं. निवृत्तीनंतरचं आयुष्य टेनेसीमध्ये घालवण्याच्या हेतूनं त्यानं वॉशिंग्टनचा निरोप घेतला.

निवृत्ती

आपल्या पश्चात झॅकरी टेलरची अमेरिकी राष्ट्रपतिपदावर निवड झाल्यामुळे पोक काहीसा अवाकच झाला. टेलरविषयी त्याचं फार चांगलं नसलेलं मत, प्रत्यक्षात टेलरला भेटल्यावर तर अजूनच खराब झालं. पूर्वीपासूनच पोटदुखी आणि जुलाब यामुळे पोक सतत त्रस्त असे. आता व्हाईट हाऊसचा निरोप घेऊन आपल्या मूळ गावी परतण्यासाठीच्या लांबलचक प्रवासादरम्यान त्याची तब्येत अजूनच बिघडली. वाटेत अनेक जणांनी त्याच्यासाठी मेजवान्या आयोजित केल्या

खऱ्या; पण याचा पोकला उलट त्रासच जास्त झाला. त्यातच कॉलराची साथ पसरली. सुमारे एक महिना प्रवास करून जेव्हा पोक कुटुंब आपल्या घरी पोहोचलं, तेव्हा पोक किती थकलेला आणि आजारी दिसतो आहे, हे बघून सगळे धास्तावलेच. आपल्या आईपेक्षाही पोक जास्त वयस्कर वाटत होता. राष्ट्रपतिपदाच्या काळातले प्रचंड ताणतणाव आणि परिश्रम यांच्या जोडीला प्रवासाचा शिणवटा, हे सगळं पोकला बाधलं होतं. त्याचे केसही पार पिकले होते. त्यातच बहुदा कॉलराची लागण झाल्यामुळे तो बिछान्याला खिळला. अखेर राष्ट्रपतिपद सोडून फक्त तीन महिनेच झालेले असताना त्याचं निधन झालं!

❖

झॅकरी टेलर

१८४९-५०
या काळातला अमेरिकेचा बारावा राष्ट्रपती

अल्प-परिचय

साल	घटना
१७८४	व्हर्जिनिया राज्यातल्या ऑरेंज कौंटीमध्ये जन्म
१८०८-४८	अमेरिकी लष्करात सेवा
१८१०	मार्गरिट स्मिथशी लग्न
१८४७	'ब्युएना व्हिस्ता'च्या गाजलेल्या लढाईचं विजयी नेतृत्व
१८४९-५०	अमेरिकेचा बारावा राष्ट्रपती
१८५०	निधन

प्राथमिक ओळख

राजकारणाचा कुठलाही अनुभव पाठीशी नसताना थेट राष्ट्रपतिपदावर जाऊन पोहोचणारा झॅकरी टेलर हा पहिलाच अमेरिकी राष्ट्रपती होता. साहजिकच, राजकारण आणि राष्ट्रपतिपदाच्या वाटेतले काटे यांच्याविषयी त्याला अजिबातच कल्पना नव्हती. विल्यम हॅरी हॅरिसनप्रमाणेच केवळ भन्नाट लष्करी पराक्रमाच्या जोरावर टेलरला व्हिग पक्षानं आपला राष्ट्रपतिपदाचा उमेदवार म्हणून निवडलं. हॅरिसनप्रमाणेच आपण या पदाला योग्य आहोत का, हे सिद्ध करण्याची संधी मिळण्यापूर्वीच त्याचंही अकाली निधन झालं. अमेरिका यादवी युद्धाकडे वाटचाल करण्याच्या बेतात असताना टेलरचं निधन होणं, अर्थातच देशातला गोंधळ अजून वाढवणारं ठरलं.

एकंदर चाळीस वर्षं लष्करात सेवा करणाऱ्या टेलरनं अनेक पराक्रम गाजवले; पण मेक्सिकोकडून नवे प्रदेश काबीज करण्यासाठीच्या 'ब्युएना व्हिस्ता'च्या

लढाईत त्यानं कमालच केली. शत्रूकडे संख्येने आपल्या सैनिकांच्या चौपट सैनिक असूनसुद्धा त्यानं अमेरिकेला विजय मिळवून दिला. कहर म्हणजे लष्कराची इतकी वर्षं सेवा करूनसुद्धा काही लष्करी नियमांचा त्याला पुरता तिटकारा होता. उदाहरणार्थ, युद्धात लढत असतानासुद्धा तो लष्करी पोषाख घालत नसे. आपल्या नेहमीच्या आयुष्यातले शर्ट-पँट घालूनच तो युद्धभूमीवर उतरे! त्याचा अतिस्पष्टवक्तेपणाही काही लोकांना थक्क करून सोडे. बुटका आणि जाडजूड असलेला टेलर यशस्वी लष्करी अधिकारी अजिबातच वाटत नसे. अगदी घोड्यावर बसतानासुद्धा त्याला कुणाचा तरी आधार घ्यावा लागे.

जडणघडण

व्हर्जिनिया राज्यातल्या ऑरेंज कौंटीमधल्या एका शेतकरी कुटुंबात टेलरचा जन्म झाला. एकंदर नऊ भावंडांतील तीन मुलांपैकी टेलर सगळ्यांत धाकटा होता. टेलरच्या वडिलांनी अमेरिकी स्वातंत्र्यलढ्यात केलेल्या कामगिरीबद्दल त्यांना सरकारतर्फे दुसरीकडे मोठी शेतजमीन भेट मिळाली होती. तिथं त्यांनी आपल्या कुटुंबाचा मुक्काम हलवला. तिथं चांगली शाळा नसल्यामुळे टेलरला चांगलं शिक्षण मिळू शकलं नाही. परराष्ट्रमंत्री जेम्स मॅडिसनच्या नात्यातला असल्यामुळे २३ वर्षांचा झाल्यावर टेलरला अमेरिकी लष्करामध्ये संधी मिळाली.

१८१०मध्ये म्हणजेच दोन वर्षांनी कप्तान म्हणून त्याला बढती मिळाली. याच वर्षी टेलरनं मार्गारेट स्मिथशी लग्न केलं. टेलरबरोबर ती लष्कराच्या अवघड मोहिमांमध्ये सगळीकडे फिरली. अँड्र्यू जॅक्सनच्या पत्नीप्रमाणेच मार्गारेटही पाईप ओढत असे. मार्गारेटच्या पोटी पाच मुली आणि एक मुलगा असे सहा जण जन्माला आले.

१८१२च्या ब्रिटिशांबरोबरच्या युद्धापूर्वी टेलरच्या कौशल्यामुळे त्याला बढती मिळाली; पण युद्ध संपताच हा बढतीचा हुद्दा त्याच्याकडून काढून घेण्यात आल्यामुळे नाराजीपोटी एक वर्षभर त्यानं लष्कर सोडलं आणि नंतर तो पुन्हा सेवेत रुजू झाला. हळूहळू टेलरनं निरनिराळ्या युद्धांमध्ये पराक्रम गाजवला आणि साहजिकच त्याला नवनवी पदं मिळत गेली. त्यानं लुईझियानामध्ये मोठी जमीन विकत घेतली आणि तिथं कामासाठी गुलामांनाही नेमलं. १८४५मध्ये अमेरिकेनं मेक्सिकोकडून टेक्सासचा प्रांत हिसकावून घेतल्यानंतर त्याच्या रक्षणाची जबाबदारी टेलरकडे देण्यात आली. मेक्सिकोनं हा प्रांत परत मिळवायचा प्रयत्न केला तर तो हाणून पाडणं, हे टेलरचं काम असणार होतं. साहजिकच मेक्सिकोशी युद्ध सुरू झाल्यावर काही काळात टेलर प्रकाशझोतात आला. त्यानं मेक्सिकोचं आव्हान

परतवून तर लावलंच; पण मेक्सिकोपर्यंत चढाई केली.

टेलरच्या या दिमाखदार यशामुळे राष्ट्रपती पोकच्या मनात त्याच्याविषयी असूया निर्माण झाली. त्यानं टेलरला आणखी यश मिळू नये, यासाठी त्याच्या तुकडीमधले सैनिक अचानकपणे काढून त्यांना दुसऱ्या आघाडीवर पाठवलं. यामुळे टेलर अडचणीत येईल अशी पोकला वाटत असलेली आशा मात्र पार धुळीला मिळाली. मेक्सिकोच्या राष्ट्रपतीनं २०,००० सैनिकांसह टेलरच्या ५,००० सैनिकांवर केलेला हल्ला अयशस्वी ठरला. टेलर आणि त्याचे सहकारी यांनी प्रचंड त्वेषानं झुंजून संख्येनं आपल्याहून चौपट असलेल्या मेक्सिकन सैनिकांना धूळ चारली. १८४७च्या फेब्रुवारी महिन्यात ब्युएना व्हिस्ता इथं हा समरप्रसंग घडला. पोकचे डावपेच टेलरच्या लक्षात आल्यावाचून राहणं शक्यच नव्हतं; त्यामुळे त्यानं हे युद्ध संपल्यावर रागारागानं लष्करी सेवेला रामराम ठोकून, लुईझियानामध्ये मुक्काम ठोकला.

दरम्यान, ब्युएना व्हिस्ताच्या लढाईची बातमी पोहोचताच व्हिग पक्षानं या घटनाक्रमाचा फायदा करून घेण्यासाठी टेलरला राष्ट्रपतिपदासाठीचा आपला उमेदवार म्हणून घोषित करण्यासाठीची तयारी सुरू केली. खरं म्हणजे अमेरिकेमधल्या, तसंच आंतरराष्ट्रीय पातळीवरच्या प्रश्नांविषयी टेलरला कितपत जाण आहे, याची कुणालाच अजिबात कल्पना नव्हती. निव्वळ देशप्रेमाच्या ज्वराचा फायदा उठवण्यासाठीच व्हिग पक्षानं ही चाल रचली होती. स्वतः टेलरलाही आपण उमेदवारी जाहीर करावी का, हे समजत नव्हतं. आपण वरचढ झाल्यामुळे राष्ट्रपती पोकनं आपल्या विरोधात कटकारस्थानं रचल्याचा राग मात्र त्याला शांत बसू देईना. म्हणूनच आपण ही उमेदवारी मिळवण्यासाठी धडपडणार नसलो, तरी ती स्वतःहून आपल्याकडे चालत आली, तर आपण ती नाकारणार नसल्याचं बोलकं सूतोवाच त्यानं आपल्या जवळच्या लोकांपाशी केलं.

टेलरच्या विरोधात डेमोक्रॅटिक पक्षानं लुईस कॅस नावाच्या सिनेटरला उमेदवारी दिली. गुलामगिरीच्या विरोधात जोरदार मतप्रदर्शन करून मार्टिन व्हॅन ब्युरेननंसुद्धा 'फ्री सॉईल पार्टी'च्या वतीनं निवडणुकीच्या रिंगणात उतरायचं ठरवलं. युद्धात टेलरनं जोरदार कामगिरी करून प्रचंड लोकप्रियता मिळवलेली असली, तरी ही लढत तशी अटीतटीची झाली. १३,६०,९६७-१२,२२,३४२ अशा 'पॉप्युलर व्होट्स'च्या फरकानं, तर १६३-१२७ अशा 'इलेक्टोरल व्होट्स'च्या फरकानं कॅसच्या विरोधात टेलर जिंकला. म्हणजेच व्हॅन ब्युरेनच्या उमेदवारीमुळे डेमोक्रॅटिक पक्षाच्या मतांचं विभाजन झालं आणि त्याचा फायदा टेलरला मिळाला.

राष्ट्रपतिपद

४ मार्च १८४९ रविवारी येत असल्यामुळे त्याच्या पुढच्या दिवशी टेलरनं राष्ट्रपतिपदाची शपथ घेतली. आपल्या अत्यंत छोटेखानी भाषणात टेलरनं आपल्याला नक्की काय काम करायचं आहे, याविषयी जवळपास काहीच भाष्य केलं नाही. अर्थात, राष्ट्रपतिपदावर टेलरची निवड झालेली असली, तरी काँग्रेसच्या दोन्ही सभागृहांवर डेमोक्रॅटिक पक्षाचं वर्चस्व असल्यामुळे, त्यांनी टेलरला काही काम करायचं असलं तरी ते करू दिलं असतं का, याविषयी शंकाच वाटते. मेक्सिकोकडून नव्यानं मिळवलेल्या प्रांतांमध्ये गुलामगिरी चालू द्यावी, का तिथं गुलामगिरीच्या प्रथेवर बंदी असावी, या मुद्द्यावरून टेलरच्या कार्यकालात नवं वादळ सुरू झालं. १८४९मध्ये कॅलिफोर्नियानं आपण गुलामगिरीमुक्त राज्य असून, आपल्याला त्याच स्थितीत अमेरिकी संघराज्यात सहभागी व्हायचं असल्याचं सांगितलं. यामुळे गुलामगिरीच्या बाजूनं असलेली दक्षिणेकडची राज्यं भडकली. गुलामगिरीच्या विरोधात असलेल्या उत्तरेकडच्या राज्यांची संख्या आता त्यांच्या संख्येहून एकनं जास्त झाली आणि पारडं उत्तरेकडच्या राज्यांच्या बाजूला झुकलं.

स्वतः दक्षिणेकडचा असूनसुद्धा टेलरनं कॅलिफोर्नियाच्या बाजूनं म्हणजेच गुलामगिरीच्या विरोधात मतप्रदर्शन केलं आणि कॅलिफोर्नियाच्या अमेरिकी संघराज्यातल्या समावेशाला पाठिंबा दिला. हाच प्रकार यानंतर अमेरिकेमध्ये समाविष्ट होऊ घातलेल्या न्यू मेक्सिको राज्याच्या बाबतीतसुद्धा घडेल, या भीतीपोटी गुलामगिरीवादी टेक्सास राज्यानं न्यू मेक्सिको हा आपलाच भाग असल्याचा दावा केला. म्हणजेच न्यू मेक्सिको हे गुलामगिरीच्या विरोधातलं आणखी एक राज्य म्हणून अमेरिकी संघराज्यात समाविष्ट होणार नाही, अशी टेक्सासची चाल होती; पण ती टेलरनं हाणून पाडली आणि न्यू मेक्सिको हे नवं राज्य म्हणूनच अमेरिकेत समाविष्ट होईल, याची व्यवस्था केली.

कॅलिफोर्निया आणि न्यू मेक्सिको या राज्यांची मेक्सिकोकडून खरेदी करण्याआधी मेक्सिकोशी अमेरिकेचं युद्धही झालं होतं. या सगळ्याचा खर्च अमेरिकी सरकारच्या डोक्यावर आला आणि त्यामुळे सरकारी खात्यात त्या वर्षी तूट आली. तरीसुद्धा, या राज्यांच्या अमेरिकेमधल्या समावेशाविषयी टेलर आग्रहीच राहिला. तसंच या राज्यांना स्वतःचं भविष्य ठरवण्याची मोकळीक इतर राज्यांनी दिली पाहिजे, या मुद्द्यावरही तो ठाम होता. याविषयी अमेरिकी काँग्रेसमध्ये सुरू असलेली चर्चा एकदम वादळी ठरली.यामुळे गुलामगिरीचं समर्थन करणाऱ्या दाक्षिणात्य राज्यांच्या प्रतिनिधींनी न्यू मेक्सिकोमधून अमेरिकी लष्कर काढून घेण्यासाठीचं विधेयक

आपण संमत करून घेणार असल्याची धमकी दिली. यावर अँड्र्यू जॅक्सनसारखा आक्रमकपणा दाखवत 'असं झालं, तर मी अमेरिकी लष्कराची सूत्रं स्वतःकडे घेईन आणि न्यू मेक्सिकोमधून पळून जाणाऱ्या सैनिकांना देशद्रोहाच्या कारणावरून फासावर लटकवेन,' अशी सज्जड धमकी त्यानं दिली. साहजिकच, वातावरण अजूनच तापलं आणि आता उत्तरेकडची राज्यं आणि दक्षिणेकडची राज्यं एकमेकांच्या आमनेसामने येणार, असं वातावरण तयार झालं. अमेरिकेमध्ये १८५०मध्येच यादवी युद्ध सुरू होण्याची दाट चिन्हं दिसायला लागली.

४ जुलै १८५० या दिवशी जॉर्ज वॉशिंग्टनच्या स्मरणार्थ उभ्या केलेल्या एका पुतळ्याचं अनावरण करण्याच्या कार्यक्रमादरम्यान टेलर बराच काळ प्रखर उन्हात अत्यंत दमट हवेत उभा राहिला आणि आजारी पडला. खरं म्हणजे त्याची प्रकृती तशी नरमच होती. व्हाईट हाऊसला तो तापानं फणफणलेल्या अवस्थेतच परतला. त्यानं यानंतर अतिथंड पाणी किंवा दूध यांनी धुतलेल्या कच्च्या भाज्या आणि काही फळं यांचा मोठा आहार घेतला. यामुळे त्याचं पोट पार बिघडलं. डॉक्टरांनी तातडीचे उपचार केले; पण टेलरला होत असलेला 'डिहायड्रेशन'चा त्रास कमीच झाला नाही. यानंतर पाच दिवसांनी त्याचं निधन झालं! टेलर अशा रीतीनं एकदम अचानकपणे दगावल्यामुळे यादवी युद्ध सुरू झालं नाही, असं काही जण म्हणतात.

मिलार्ड फिलमोर

१८५०-५३
या काळातला अमेरिकेचा तेरावा राष्ट्रपती

अल्प-परिचय

साल	घटना
१८००	न्यू यॉर्कमध्ये जन्म
१८१५-१९	कापडनिर्मात्याकडे उमेदवारी
१८२३	वकिलीला सुरुवात
१८२६	अबिगेल पॉवर्सशी लग्न
१८२८-३१	न्यू यॉर्कच्या राज्य पातळीवरच्या राजकारणामध्ये सहभाग
१८३३-४३	न्यू यॉर्कतर्फे 'हाऊस ऑफ रिप्रेझेंटेटिव्ह्ज'चा सदस्य
१८४९-५०	अमेरिकेचा उपराष्ट्रपती
१८५०-५३	अमेरिकेचा तेरावा राष्ट्रपती
१८५६	राष्ट्रपतिपदासाठीच्या उमेदवारीसाठी अयशस्वी प्रयत्न
१८५८	कॅरोलिन मॅकिंटॉशशी लग्न
१८७४	निधन

प्राथमिक ओळख

सहा फूट उंची, निळेशार डोळे आणि देखणं व्यक्तिमत्त्व लाभलेला मिलार्ड फिलमोर कर्तृत्वाच्या संदर्भात मात्र फारसा पुढे नव्हता. मर्यादित क्षमता असलेला फिलमोर केवळ टेलरच्या अकाली निधनामुळेच अमेरिकी राष्ट्रपती बनू शकला. व्हिग पक्षाच्या इशाऱ्यांनुसार त्यानं आपल्या राष्ट्रपतिपदाच्या काळात कारभार चालवला असला, तरी पुढच्या निवडणुकीसाठी मात्र व्हिग पक्षानं त्याला उमेदवारी

नाकारली. अर्थात, अत्यंत गरिबीत जन्मूनसुद्धा स्वतःच्या कष्टांच्या आधारे फिलमोरनं इतकी मजल मारणंच अत्यंत कौतुकास्पद होतं.

जडणघडण

एका गरीब शेतकऱ्याच्या घरी जन्मलेला फिलमोर लहानपणी आपल्या वडिलांना शेतकामात मदत करत असे. घरात एकंदर नऊ मुलं असल्यामुळे कुणालाच धड खायलाप्यायला मिळत नसे. म्हणूनच काहीतरी कमाई होईल या उद्देशानं १४ वर्षांचा असताना फिलमोर एका कापडनिर्मात्याकडे कामाला लागला; पण हे काम अजिबात न आवडल्यामुळे त्यानं ते फक्त चारच महिन्यांनी सोडलं. थोडंफार वाचन आणि गणिताची प्राथमिक ओळख एवढ्यावरच त्याचं शिक्षण मर्यादित राहिलं. आपला शब्दसंग्रह वाढवला पाहिजे, याची जाणीव झाल्यामुळे त्यानं एक शब्दकोश विकत घेतला आणि मिळतील ती कामं करताकरता अपरिचित शब्द कानांवर पडताच तो हा नवा शब्द लगेच शब्दकोशात शोधून त्याचा अर्थ पाही. हे सगळं लक्षात ठेवण्याचा तो खूप प्रयत्न करे. आपलं शिक्षण पुरेसं नसल्याची जाणीव असल्यामुळे त्यानं पुढे शिकण्यासाठी एका अकादमीत प्रवेश घेतला; पण याच्याच जोडीला तो दुसरीकडे शिकवायचं कामही करे. यानंतर पाच वर्षांनी आपल्याहून दोन वर्षं ज्येष्ठ असलेल्या अबिगेल पॉवर्स या शिक्षिकेच्या तो प्रेमात पडला. तिच्या प्रोत्साहनामुळे त्यानं आपलं काम सोडून एका शाळेत शिकवण्याचं काम धरलं. तिथं एका न्यायाधीशाशी त्याची ओळख झाली. यामुळे त्याला कायद्याविषयी बरंच काही शिकता आलं आणि काही काळानंतर त्यानं चक्क वकिलीला सुरुवात केली. यातून त्याच्या ओळखी वाढल्या आणि तो न्यू यॉर्कमधल्या राजकारणात शिरला.

लवकरच तो राष्ट्रीय पातळीवरच्या राजकारणातही घुसला. तारायंत्राचा निर्माता सॅम्युएल मॉर्स १८४२मध्ये वॉशिंग्टन ते बाल्टिमोर यादरम्यान संदेशवहनाची चाचणी घेण्यासाठी प्रयत्न करत होता. या कामासाठी जमिनीखालून तारा टाकायच्या असल्यामुळे अमेरिकी काँग्रेसनं आपल्याला ३०,००० डॉलर्सचा निधी उपलब्ध करून द्यावा, अशी विनंती त्यानं केली. यासाठीचं विधेयक संमत करण्याची जबाबदारी फिलमोरवर आली. फिलमोरला मॉर्सच्या संशोधनात दम वाटत असला, तरी हा निधी उपलब्ध करून देण्याविषयी तो साशंक होता. काही काळातच त्याच्या मनातला हा संशय दूर झाला आणि काँग्रेसच्या दोन्ही सभागृहांमध्ये हे विधेयक संमत होईल यासाठीची पावलं त्यानं टाकली. यामुळे मॉर्सचं संशोधन पुढे जाऊ शकलं. १८४३मध्ये त्यानं पुढच्या उपराष्ट्रपतिपदासाठीची उमेदवारी

मिळवण्यासाठी केलेली धडपड त्याच्या व्हिग पक्षानं फोल ठरवली; पण त्याच्या मोबदल्यात न्यू यॉर्कचा गव्हर्नर होण्यासाठीची उमेदवारी मात्र त्याला दिली. या निवडणुकीत पराभव झाल्यामुळे त्यानं पुन्हा काही काळ वकिली केली.

व्हिग पक्षाच्या १८४८च्या कार्यकारिणीच्या बैठकीमध्ये मात्र फिलमोरला उपराष्ट्रपतिपदासाठीची उमेदवारी मिळाली. राष्ट्रपतिपदाचा उमेदवार असलेल्या टेलरला फिलमोर फारसा पसंत नव्हता. यामुळे त्यानं फिलमोरची भेट घ्यायचंही टाळलं. अगदी नाइलाजापोटी टेलर एकूण फक्त दोन-तीन वेळाच फिलमोरला भेटला. या निवडणुकीत टेलरला यश लाभलं. टेलरच्या अकाली निधनामुळे तो अचानकपणे राष्ट्रपती बनला. टेलरच्या अकस्मात निधनाची बातमी समजताच फिलमोर पार अवाक झाला आणि त्या रात्री त्याला झोपच लागली नाही.

राष्ट्रपतिपद

१० जुलै १८५० या दिवशी ५० वर्षांच्या फिलमोरनं अमेरिकी राष्ट्रपतिपदाची शपथ घेतली. फिलमोर हा गुलामगिरीच्या विरोधातला होता. तरीसुद्धा टेलरच्या मंत्रिमंडळानं त्याचे खूप कान भरले होते, अशा समजापोटी त्यानं टेलरचं सगळं मंत्रिमंडळ खालसा करून टाकलं आणि एकूण एक मंत्री नव्यानं नेमला. अमेरिकेच्या आजवरच्या इतिहासात उपराष्ट्रपतीनं राष्ट्रपतीचं स्थान घेतल्यानंतर अशा प्रकारे मंत्रिमंडळ पूर्णतः बदलण्याचा हा एकमेव प्रसंग ठरला. यानंतर त्यानं यादवी युद्ध सुरू होऊ नये यासाठीच्या करारावर सही केली. यातला महत्त्वाचा मुद्दा म्हणजे, गुलामांच्या व्यापारावर बंदी होती; पण गुलामगिरीची प्रथा मात्र सुरू ठेवण्यात आली होती. तसंच कशीबशी गुलामगिरीतून सुटका करून घेऊन पळ काढलेल्या गुलामांना पकडण्याची जबाबदारी केंद्र सरकारवर टाकण्यात आली. हा करार म्हणजे दक्षिणेकडच्या राज्यांच्या मागण्यांपुढे पार लोटांगण घालण्यासारखं होतं. यामुळे स्वतः फिलमोर आणि त्याचा पक्ष या दोघांचा मोठा घात झाला.

दक्षिणेकडच्या राज्यांमधून पळ काढणाऱ्या गुलामांना अटक करण्याची जबाबदारी केंद्र सरकारची असली, तरी उत्तरेकडच्या राज्यांना या गुलामांविषयी खूप सहानुभूती होती. यामुळे या गुलामांना ते आसरा देत. यासाठी भूमिगत मार्ग तयार करण्यात आले. यांचा वापर करून दक्षिणेकडून पळालेल्या गुलामांना लपूनछपून उत्तरेकडे आश्रयासाठी जाणं शक्य झालं. उत्तरेकडच्या राज्यांनी आक्रमकपणे गुलामांची पोलिसांच्या अटकेतून सुटका करण्यासाठीची धडपडही सुरू केली. हॅरिएट बीचर स्टोवच्या 'अंकल टॉम्स केबिन' या गाजलेल्या पुस्तकामुळे तर उत्तरेकडे गुलामगिरीच्या प्रथेविषयीची घृणा आणखीनच वाढत गेली. केंटकी आणि सिनसिनाटी इथल्या

अनेक वर्षांच्या अनुभवांमधून आणि निरीक्षणांमधून गुलामांशी त्यांचे मालक किती दुष्टपणे वागतात हे लक्षात आल्यावर, स्टोवनं हे पुस्तक लिहिलं. यामुळे पेचात पडलेल्या फिलमोरला काय करावं हे सुचेनासं झालं; पण सद्य परिस्थितीत आणखी वेगळं काही करणं आपल्याला शक्य नसल्याचं त्याचं मत पडलं. साहजिकच, त्यानं कुठलाच नवा निर्णय घेतला नाही.

१८५२च्या जून महिन्यात व्हिग पक्षानं राष्ट्रपतिपदासाठीच्या पुढच्या उमेदवारीसाठीचं अधिवेशन भरवलं. त्यात फिलमोरचा पत्ता कट झाला; पण व्हिग पक्षाचं अस्तित्वच इतर घडामोडींमुळे धोक्यात आलं. पक्ष एकदम क्षीण होत गेला. १८५३च्या मार्च महिन्यात डेमोक्रॅटिक पक्षाचा नवा राष्ट्रपती फ्रँकलिन पियर्स याच्याकडे आपल्या पदाची सूत्रं फिलमोर देत असतानाच्या समारंभात त्याची पत्नी अचानकपणे थंडी-तापानं आजारी पडली आणि एका महिन्यात न्यूमोनियामुळे दगावली.

यामुळे खिन्न अवस्थेत फिलमोर न्यू यॉर्कला परतून पुन्हा एकदा वकिली करायला लागला. त्याची आर्थिक स्थितीही फार चांगली नसल्यामुळे माजी अमेरिकी राष्ट्रपतींना तहहयात वार्षिक १२,००० डॉलर्सचं निवृत्तिवेतन मिळावं, अशी मागणी त्यानं केली; पण ती पूर्ण व्हायला अजून एका शतकभराचा काळ जावा लागला. साहजिकच, फिलमोरला याचा काही उपयोग व्हायचा प्रश्नच नव्हता. १८५६च्या राष्ट्रपतिपदासाठीच्या निवडणुकीला तो दीनवाण्या अवस्थेतला व्हिग पक्ष आणि दुसरा एक दुबळा पक्ष यांच्या उमेदवारीसह उभा राहिला खरा; पण तिसऱ्या स्थानावर पोहोचला. यानंतर तो प्रकाशझोतातून पूर्णपणे बाहेर पडला आणि १८५८मध्ये एका श्रीमंत विधवेशी त्यानं दुसरं लग्न केलं. यानंतरही तो राजकारणाविषयी भाष्य करत राहिला खरा; पण त्याला कुणी अजिबात भाव न दिल्यामुळे त्याला कसलंच महत्त्व मिळालं नाही. १८७४मध्ये त्याचं निधन झालं.

❖

फ्रँकलिन पियर्स

१८५३-५७
या काळातला अमेरिकेचा चौदावा राष्ट्रपती

अल्प-परिचय

साल	घटना
१८०४	न्यू हॅम्पशायर राज्यातल्या हिल्सबोरो इथं जन्म
१८२४	पदवीचं शिक्षण पूर्ण
१८२७	वकिलीला सुरुवात
१८२९-३३	राज्य पातळीवरच्या राजकारणात सहभाग
१८३३-३७	'हाऊस ऑफ रिप्रेझेंटेटिव्ह्ज'चं सदस्यत्व
१८३४	जेन मीन्स ॲपल्टन हिच्याशी लग्न
१८३७-४२	अमेरिकी सिनेटचा सदस्य
१८४६-४८	मेक्सिकन युद्धात ब्रिगेडियर जनरल म्हणून सहभाग
१८५३-५७	अमेरिकेचा चौदावा राष्ट्रपती
१८६९	निधन

प्राथमिक ओळख

उत्तरेकडच्या आणि दक्षिणेकडच्या अशा दोन्ही राज्यांचा पाठिंबा मिळवण्याच्या हेतूनं डेमोक्रॅटिक पक्षानं १८५३च्या राष्ट्रपतिपदासाठीच्या निवडणुकीची उमेदवारी फ्रँकलिन पियर्सला दिली. उत्तरेकडचा असूनसुद्धा पियर्सचा गुलामगिरीला पाठिंबा होता हे आश्चर्यकारक असलं, तरी या गोष्टीचा फायदा दक्षिणेकडच्या राज्यांचा पाठिंबा मिळवण्यासाठी होईल, अशी डेमोक्रॅटिक पक्षाला आशा वाटत होती. १८५०च्या समझोत्याच्या कराराला पियर्सचा पाठिंबा होता. 'आपण गुलामगिरीच्या प्रश्नावरून देशात फूट पडू देणार नाही,' असं आश्वासन देत

त्यानं लोकांमध्ये स्वतःविषयी विश्वास निर्माण केला आणि या जोरावर तो मोठ्या बहुमतानं निवडून आला. एकोणिसाव्या शतकात जन्मलेला तो पहिला अमेरिकी राष्ट्रपती ठरला. अत्यंत चतुर राजकारणी असलेला पियर्स जवळपास कधीच एकही निवडणूक हरला नाही. सावळ्या वर्णाचा आणि कुरळ्या केसांचा पियर्स इतरांकडून कामं करून घेण्यात आणि सगळ्यांना आपलंसं करण्यात इतका वाकबगार होता की, आजवरच्या अमेरिकी इतिहासात आपल्या मंत्रिमंडळात चार वर्षांच्या कार्यकालात एकदाही एकही बदल न करावा लागणारा तो एकमेव राष्ट्रपती ठरला. अर्थात, या चतुरपणाबरोबरच काही वेळा तो लोकांच्या खऱ्या भावना ओळखण्यात अपयशीसुद्धा ठरे. खासकरून गुलामगिरीच्या प्रश्नावरून माजलेलं रणकंदन आपण सहजपणे हाताळू असा आत्मविश्वास मनाशी बाळगून आणि गुलामगिरीला विरोध करणाऱ्या लोकांना या प्रश्नाची अजिबातच जाण नसल्याचं टोकाचं मत बाळगून, त्यानं हा प्रश्न आणखी चिघळवत नेला. याचा फटका नंतरच्या काळात देशाला एकदम जोरानं बसला. 'कॅन्सस-नेब्रास्का करार' करून हा प्रश्न आपण सोडवला असल्याचा वृथा आत्मविश्वास त्याला चांगलाच भोवला.

जडणघडण

पियर्सचे वडील अमेरिकी स्वातंत्र्यलढ्यामध्ये सहभागी झाले होते. नंतर त्यांनी प्रामुख्यानं शेती केली आणि कालांतराने ते डेमोक्रॅटिक-रिपब्लिकन पक्षाचे नेतेही बनले. त्यांच्या घरी जन्मलेल्या नऊ मुलांपैकी एक असलेल्या फ्रँकलिन पियर्सला दर्जेदार शिक्षण घेण्याची संधी मिळाली. आपलं महाविद्यालयीन शिक्षण पूर्ण केल्यानंतर पियर्सनं कायद्याचा अभ्यास केला. दरम्यान, त्याच्या वडिलांची न्यू हॅम्पशायर प्रांताच्या गव्हर्नरपदी निवड झाली. यानंतर पियर्सनं वकिली सुरू केली. दोन वर्षांनी पियर्सचे वडील आपल्या गव्हर्नरपदाच्या फेरनिवडीसाठी निवडणुकीला उभे राहिले, तेव्हा राज्य पातळीवरच्या या सभागृहाच्या निवडणुकीसाठी फ्रँकलिन पियर्सही उभा राहिला. एकूण सलग तीन वेळा तो या सभागृहाचा 'सदस्य' म्हणून निवडला गेला. १८३३मध्ये अमेरिकी काँग्रेसमध्ये तो डेमोक्रॅटिक पक्षातर्फे निवड होऊन गेला.

१८३४मध्ये पियर्सचं लग्न झालं खरं; पण त्याच्या पत्नीला क्षयरोगाची बाधा झाल्यामुळे ती फारशी प्रवास करत नसे. साहजिकच, पियर्स कामानिमित्त

सातत्याने भटकंती करत राही आणि वॉशिंग्टनलाही तो एकटाच राही. यामुळे त्याच्यामधला 'बॅचलर' कायम जिवंत राहिला आणि एकट्या राहणाऱ्या इतर काँग्रेस सदस्यांबरोबर भरपूर दारू पिण्याची आणि बेताल वागण्याची त्याची सवय त्याला आयुष्यभर छळत राहिली. खरं म्हणजे पियर्सनं, मुळात आपल्या आयुष्यातला एकटेपणा घालवण्यासाठी दारू प्यायला सुरुवात केली होती. यातून येणारं रितेपण आणि त्याचा जाणवणारा असह्य ताण दूर करण्यासाठी त्यानं लग्न केलं.

दुर्दैवानं, त्याच्या पत्नीलाही त्याच्यासारखाच मानसिक तणावामुळे अस्वस्थ होण्याचा विकार होता. साहजिकच, लग्न केल्यामुळे पियर्सचा मुख्य प्रश्न सुटलाच नाही! यात भर म्हणजे त्यांना झालेल्या तीन मुलांपैकी दोघं लहान असताना आजारपणामुळे दगावली, तर तिसरा लहानपणीच रेल्वे अपघातात दगावला! दरम्यान, १८३६मध्ये अमेरिकी सिनेटर म्हणून निवड झाल्यामुळे पियर्सचा राजकीय आलेख एकदम उंचावला. बत्तीस वर्षांचा पियर्स तेव्हा सिनेटचा सगळ्यांत तरुण सदस्य होता. खरं म्हणजे तो प्रभावी वक्ता होता; पण इतर दिग्गजांसमोर त्याला बोलण्याची फार कमी संधी मिळत असे. अर्थात, आपल्या नवऱ्यानं आपल्याला न्यू हॅम्पशायरमध्ये एकटीला सोडून स्वतः वॉशिंग्टनमध्ये राहणं त्याच्या पत्नीला पसंत नसल्यामुळे, त्यानं न्यू हॅम्पशायरला परतावं, यासाठी ती त्याच्यामागे कायम तगादा लावत असे. शेवटी वैतागून १८४२मध्ये पियर्सनं सिनेटचा राजीनामा दिला आणि तो न्यू हॅम्पशायरला परतला. अर्थात याचा अर्थ त्यानं राजकारणाला रामराम ठोकला, असा अजिबातच नाही. उलट राज्य पातळीवर डेमोक्रॅटिक पक्षाचा तो अध्यक्ष बनला.

पियर्सला युद्धभूमीवर लढण्याचा अजिबात अनुभव नसला, तरी १८४७मध्ये मेक्सिकन युद्धात कर्नल म्हणून सहभागी होण्यासंबंधीचा आदेश त्याला राष्ट्रपती पोककडून मिळाला. त्यानुसार, तो मेक्सिकोमध्ये लढायला गेलेला असताना, एकदा त्याचा घोडा पळता पळता खाली पडला आणि यामुळे पियर्ससुद्धा खाली पडून बेशुद्ध झाला. यातून बरा होऊन पुढच्याच दिवशी पियर्स पुन्हा युद्धभूमीवर गेलेला असताना त्याला परत एकदा चक्कर आली आणि तो खाली कोसळला. यामुळे त्याच्या नंतरच्या राजकीय प्रवासादरम्यान तो भित्रा असल्याची आणि म्हणूनच त्यानं युद्धभूमीवरून पळ काढण्याच्या हेतूनं ही नाटकं केल्याची टीका त्याच्या विरोधकांनी बराच काळ सुरू ठेवली. युद्ध संपल्यावर पियर्स न्यू हॅम्पशायरमध्ये आपलं राजकीय आयुष्य नव्यानं सुरू

करण्यासाठी परतला.

दरम्यान, १८५२मध्ये पियर्सनं राष्ट्रपतिपदासाठीची उमेदवारी डेमोक्रॅटिक पक्षाच्या वतीनं मिळवण्यासाठीचे प्रयत्न सुरू केले खरे; पण आपली पत्नी ते साफ हाणून पाडेल या भीतीनं तिच्यापर्यंत याविषयीची माहिती अजिबात जाणार नाही, याची खातरजमा केली. प्रत्यक्षात, डेमोक्रॅटिक पक्षाची उमेदवारी मिळवण्यासाठी वेगळ्याच दोन नेत्यांमध्ये संघर्ष सुरू होता. त्यांच्यात सुरू असलेल्या चुरशीच्या लढाईत कुणाचीच सरशी होत नसल्याचं चित्र पक्षांतर्गत मतदानाच्या अनेक फेऱ्या पार पडल्यानंतरसुद्धा टिकून राहिल्यामुळे शेवटी पियर्सच्या रूपानं वेगळाच 'डार्क हॉर्स' समोर आला आणि उमेदवारीसाठीची शर्यत जिंकला. हे कळताच पियर्सची पत्नी जागीच बेशुद्ध झाली; पण ती शुद्धीवर आल्यानंतर पियर्सनं सरळ कानांवर हात ठेवले! पियर्सच्या अकरा वर्षांच्या मुलालाही आपल्या वडिलांचा वॉशिंग्टनला जाण्यासाठीचा हा अट्टाहास अजिबात पसंत नव्हता. त्यानं आपल्या आईला हे सांगून आगीत तेल ओतलं. अर्थातच, पियर्सनं याकडे सोयीस्कररीत्या दुर्लक्ष केलं. या निवडणुकीसाठीचा प्रचार खालच्या पातळीवर उतरला असला, तरी व्हिग पक्षाला उतरती कळा लागली असल्याचा फायदा उठवून पियर्सनं ही निवडणूक अगदी सहजपणे जिंकली. या संदर्भातली एक गंमतशीर आठवण म्हणजे, १८४४मध्ये आपल्या पक्षाच्या पोकनं निवडणूक जिंकली असल्याची आठवण करून देतानाच, आता १८५२मध्ये आपलाच पियर्स विजयी ठरणार, हे सांगण्यासाठी डेमोक्रॅटिक पक्षानं अत्यंत चातुर्यानं विरोधकांना नामोहरम करण्यासाठी We Polked you in 1844; we shall Pierce you in 1852 या विधानाचा वापर केला.

राष्ट्रपतीपद

पियर्स राष्ट्रपती झाला खरा; पण तिथपर्यंतचा त्याचा प्रवास वैयक्तिक पातळीवरसुद्धा एकदम दुःखदायी ठरला. राष्ट्रपतिपदी निवड होण्याआधी आपली पत्नी आणि आपला मुलगा यांच्यासह पियर्स रेल्वेनं प्रवास करत असताना अचानकपणे त्यांचा डबा उलटला. पियर्स आणि त्याची पत्नी किरकोळ इजा वगळता या अपघातातून सुखरूप बचावले असले, तरी त्यांचा मुलगा मात्र जागीच ठार झाला. पियर्सच्या पत्नीच्या पोटी जन्मलेली आधीची दोन मुलं त्यांच्या बालपणातच दगावलेली असल्यामुळे हा मुलगाच त्यांचं सर्वस्व होता. या घटनेचा पियर्सच्या पत्नीला तीव्र धक्का बसला. प्रचंड

धार्मिक असल्यामुळे तिनं आपल्या पतीच्या वॉशिंग्टनमध्ये जाण्याच्या मार्गामधला अडथळा, म्हणजेच आपला मुलगा देवानं बळी म्हणून स्वतःकडे नेल्याची समजूत करून घेतली. तसंच आपणही असाच अडथळा बनलेलो असल्याचं मानून तिनं पियर्सबरोबर वॉशिंग्टनला यायला नकार दिला. साहजिकच, राष्ट्रपतिपदाची शपथ घेताना पियर्सबरोबर त्याची पत्नी नव्हती. इतकंच नव्हे, तर पुढची दोन वर्षं त्याची पत्नी व्हाईट हाऊसमध्ये असून नसल्यासारखी होती. ती कायम वरच्या मजल्यावर एकटीच राही, कुणालाही भेटत नसे आणि सार्वजनिक कार्यक्रमांपासूनही दूर राही. कहर म्हणजे, या मुलालाही वॉशिंग्टनमध्ये राहण्याची कल्पना सहन होत नसल्यामुळे त्यानं पूर्वी आपले वडील राष्ट्रपती होऊ नयेत, अशी इच्छा व्यक्त करणारं पत्र आपल्या आईला लिहिलं होतं.

उत्तम वक्ता असलेल्या पियर्सनं राष्ट्रपतिपदाची शपथ घेतल्यानंतरचं भाषण कुठल्याही प्रकारचे कागद बरोबर न बाळगता उत्स्फूर्तपणे केलं आणि एक नवा पायंडा पाडला. त्याच्या राष्ट्रपतिपदाच्या कार्यकालाच्या पूर्वार्धात डेमोक्रॅटिक पक्षाचं काँग्रेसच्या दोन्ही सभागृहांवर वर्चस्व होतं खरं; पण पक्षाच्या प्रतिनिधींमध्ये इतके मतभेद होते, की कुठलंच विधेयक धडपणे मंजूर होऊ शकलं नाही. तरीसुद्धा इलिनॉयमधल्या एका सिनेटरनं मांडलेलं '१८५४ सालचा कॅन्सस-नेब्रास्का कायदा' म्हणून ओळखलं जाणारं विधेयक संमत करून घेण्यात पियर्सनं महत्त्वाची भूमिका बजावली. यामुळे कॅन्सस राज्यात बाहेरून आलेल्या आणि तिथं स्थायिक झालेल्या लोकांनी ठरवलं, तर हे राज्य गुलामगिरीच्या प्रथेला मान्यता देणारं राज्य ठरेल, असा कायदा मंजूर झाला.

त्यासरशी गुलामगिरीची प्रथा जोरात सुरू असलेल्या मिझुरी राज्यातून गुलामगिरीला पाठिंबा देणारे वर्चस्ववादी लोक तातडीनं कॅन्सस राज्यात घुसले आणि त्यांनी आपलं सरकार तिथं स्थापून हे राज्य गुलामगिरीला मान्यता देणारं असल्याचं जाहीर करून टाकलं. गुलामगिरीला विरोध करणाऱ्या लोकांच्या जोरदार निषेधाकडे पियर्सनं साफ दुर्लक्ष केल्यामुळे हे शक्य झालं. पियर्सची ही मोठी घोडचूक ठरली. कॅन्सस राज्यात गुलामगिरी अधिकृतरीत्या सुरू झाल्यामुळे खवळून उठलेल्या सुधारणावादी लोकांनी एकत्र येत नव्या रिपब्लिकन पक्षाची बांधणी केली. याचा परिणाम म्हणजे, १८५४च्या काँग्रेसमध्ये नव्यानं सहभागी होण्यासाठीच्या निवडणुकीमध्ये डेमोक्रॅटिक पक्षाची या रिपब्लिकन पक्षाच्या तसंच इतर किरकोळ पक्षांच्या उमेदवारांनी पार भंबेरी उडवून टाकली.

दरम्यान, क्यूबाची खरेदी करण्यासाठीचा अयशस्वी प्रयत्न करून बघितल्यानंतर, पियर्सनं अमेरिकी संघराज्यामध्ये समाविष्ट होण्यासाठी हवाई बेटांशी सशर्त बोलणी केली. ती फिसकटली. इतर देशांशी व्यापारी संबंध सुधारणं, तसंच अमेरिकेला युरोपबरोबर सहजपणे संवाद साधता यावा यासाठीची यंत्रणा उभी करणं, अशा बाबतींमध्ये मात्र पियर्सनं चांगली प्रगती साधली. एकूणच, आपण आपली जबाबदारी व्यवस्थितपणे सांभाळली असल्यामुळे आपल्याला फेरनिवडीसाठी डेमोक्रॅटिक पक्षाच्या वतीनं उमेदवारी मिळेल, असा आत्मविश्वास पियर्स मनाशी बाळगून असला, तरी कॅन्सस प्रकरण त्याला चांगलंच भोवलं. उत्तरेकडच्या नेत्यांनी पियर्सला विरोध केला आणि यामुळे त्याचं स्वप्न भंगलं. राष्ट्रपतिपदाच्या आपल्या अखेरच्या भाषणात उत्तरेकडच्या राज्यांवर जोरदार टीका करून त्यांनीच गुलामगिरीच्या प्रश्नावरून अमेरिकेला यादवी युद्धाच्या खाईत लोटण्याची तयारी केली असल्याचं विधान पियर्सनं केलं. कॅन्सस राज्यामध्ये गुलामगिरीची प्रथा सुरू होणं न्याय्य होतं, असं म्हणून त्यानं यासाठी आपल्याला अमेरिकी संविधानाचाही पाठिंबा असल्याचं सांगितलं.

कडवट अखेर

व्हाईट हाऊसमध्ये असतानासुद्धा पियर्स आणि त्याची पत्नी यांनी अत्यंत काटकसरीनं राहून पियर्सला मिळणाऱ्या वार्षिक २५,००० डॉलर्स वेतनामधले निम्मे पैसे सातत्यानं साठवले होते. याखेरीज वकिलीतून होणाऱ्या कमाईमधली शिल्लकही त्यांनी बाजूला ठेवली होती. यामुळे त्यांना दोन मोठ्या परदेश सहलींवर जाता आलं. तरीसुद्धा पियर्सच्या पत्नीचं मानसिक संतुलन ढळलेलंच राहिलं. रेल्वे अपघातात ठार झालेल्या आपल्या मुलाच्या आठवणी तिला सतत बेचैन करून सोडत.

१८६०मध्ये परत एकदा राष्ट्रपतिपदासाठीची उमेदवारी मिळवण्यासाठी पियर्सनं धडपड करावी, असं काही जणांनी त्याला सुचवलं; पण त्यानं या गोष्टीला साफ नकार दिला. आता अमेरिकेमध्ये यादवी युद्ध सुरू व्हायची स्पष्ट चिन्हं दिसत असूनसुद्धा पियर्सनं गुलामगिरीला पाठिंबा देण्याचं आपलं धोरण कायमच ठेवलं. तसंच उत्तरेकडच्या राज्यांवर त्यानं कडाडून टीका केली. अब्राहम लिंकनची राष्ट्रपतिपदावर निवड होणं अत्यंत दुर्दैवी असल्याचं मत व्यक्त करून, त्याचा दृष्टिकोन अत्यंत चुकीचा असल्याचं एका भाषणात पियर्सनं म्हणताच उपस्थितांनी त्याचीच हुर्यो उडवली. यामुळे पियर्सनं आपल्याला

धोका दिला असं म्हणून त्याच्या पूर्वीच्या अनेक हितचिंतकांनी त्याला साथ देणं बंद केलं. यामुळे, तसंच १८६३मध्ये आपल्या पत्नीचं निधन झाल्यामुळे त्यानं खूप दारू प्यायला सुरुवात केली. पियर्सकडे बघण्याचा लोकांचा दृष्टिकोन तसाच टिकून राहिला आणि यामुळे एकाकी अवस्थेतच पियर्सला त्याचं उरलेलं आयुष्य काढावं लागलं.

❖

जेम्स बुकॅनन

१८५७-६१
या काळातला अमेरिकेचा पंधरावा राष्ट्रपती

अल्प-परिचय

साल	घटना
१७९१	पेनसिल्व्हानिया राज्यातल्या मर्सर्सबर्ग इथं जन्म
१८०९	पदवीचं शिक्षण पूर्ण
१८१२	वकिलीला सुरुवात
१८१४-१६	राज्य पातळीवरच्या राजकारणात सहभाग
१८२१-३१	पेनसिल्व्हानिया राज्यातर्फे 'हाऊस ऑफ रिप्रेझेंटेटिव्ह्ज'चं सदस्यत्व
१८३२-३३	अमेरिकेतर्फे रशियामध्ये राजदूत
१८३४-४५	सिनेटर
१८४५-४९	पोकच्या राष्ट्रपतिपदाच्या काळात परराष्ट्रमंत्री
१८५३-५६	अमेरिकेतर्फे इंग्लंडमध्ये राजदूत
१८५७-६१	अमेरिकेचा पंधरावा राष्ट्रपती
१८६८	निधन

प्राथमिक ओळख

अमेरिकेमधल्या यादवी युद्धाच्या आरंभापूर्वीच्या दुबळ्या राष्ट्रपतींची मालिका जेम्स बुकॅननं सुरू ठेवली आणि त्याच्याबरोबरच ती संपली. पियर्स या आपल्या आधीच्या राष्ट्रपतीप्रमाणेच डेमोक्रॅटिक पक्षातर्फे उत्तरेकडच्या राज्यांचं प्रतिनिधित्व करणाऱ्या बुकॅननचा पियर्सच्याच धर्तीवर गुलामगिरीला पाठिंबा होता. कॅन्सस राज्याचा, गुलामगिरीला समर्थन असलेलं राज्य, म्हणून अमेरिकी

संघराज्यात समावेश करण्याचा अयशस्वी प्रयत्न करून, बुकॅननने उत्तरेकडच्या राज्यांची प्रचंड नाराजी ओढवून घेतली आणि आपल्या डेमोक्रॅटिक पक्षाला खूप अडचणीत आणलं. बुकॅननच्या कार्यकालाच्या अखेरच्या काळात परिस्थिती स्फोटक बनली आणि गुलामगिरीला समर्थन देणारी दक्षिणेकडची राज्यं एकामागून एक अमेरिकी संघराज्यातून बाहेर पडत गेली. याकडे हताशपणे बघण्यावाचून बुकॅननसमोर दुसरा पर्यायच नव्हता! आयुष्यभर अविवाहित राहणारा एकमेव अमेरिकी राष्ट्रपती असलेल्या बुकॅननन‌ं स्वतःला सार्वजनिक आयुष्यालाच वाहून घेतलं. यामुळे त्यानं अमेरिकी राज्यघटनेशीच लग्न केलं असल्याचं काही जण विनोदानं म्हणत असत.

जडणघडण

एका टपरीवजा कोंदट खोलीत राहणाऱ्या कुटुंबात बुकॅननचा जन्म झाला. अशा परिस्थितीत त्याला तब्बल दहा भावंडं होती. आयर्लंडहून अमेरिकेमध्ये आल्यानंतर छोटा व्यापार सुरू करणाऱ्या त्याच्या वडिलांनी हळूहळू आपलं बस्तान बसवलं. आपल्या वडिलांच्या दुकानात काम करता करता हिशेब ठेवण्याची कला बुकॅननन‌ं अवगत केली आणि नंतर आयुष्यभर आपल्या वैयक्तिक जमा-खर्चाची नोंद ठेवण्यासाठी तिचा उपयोग केला. बुकॅननमध्ये लढाऊ बाणा होता. महाविद्यालयात शिकत असताना, पहिलं वर्ष संपल्यावर आपल्या शिक्षकांच्या आज्ञा पाळायला त्यानं नकार दिल्यामुळे त्याची तिथून हकालपट्टी करण्यात आली. कशीबशी परत शिकण्याची संधी त्याला या महाविद्यालयानं दिल्यावर मात्र, त्यानं या संधीचं सोनं करून पाठोपाठ कायद्याचं शिक्षणही पूर्ण केलं.

१८१२मध्ये त्यानं वकिली व्यवसाय सुरू केला. याच वर्षीच्या ब्रिटिशांबरोबरच्या युद्धात तो रणांगणावर लढला. त्यानंतर त्यानं वकिलीमध्ये चांगला जम बसवला आणि त्या काळाच्या मानानं प्रचंड, म्हणजे वार्षिक ८००० डॉलर्सची कमाई सुरू केली. काटकसरीनं राहण्याचा स्वभाव कायम ठेवल्यामुळे त्याच्याकडच्या संपत्तीचा आकडा हळूहळू वाढत गेला. याच सुमाराला तो एका श्रीमंत उद्योजकाच्या मुलीच्या प्रेमात पडला; पण त्यांचं लग्न होऊ शकलं नाही. आपल्या संपत्तीत आपल्या होऊ घातलेल्या जावयाला जास्त रस असल्याचा संशय या मुलीच्या वडिलांना होता. त्यांनी आपल्या मुलीलाही हे पटवून दिलं. यामुळे बुकॅनन पार निराश झाला. त्यातच काही दिवस झाल्यावर या मुलीचा संशयास्पद स्थितीत मृत्यू झाला. बहुदा आपलं

लग्न मोडल्याचा धक्का तिला सहन होऊ शकला नसल्याचा अंदाज बुकॅननन बांधला. तिनं आत्महत्या केली असावी. यानंतर त्याची इतर काही प्रेमप्रकरणं झाली खरी; पण त्यानं अखेरपर्यंत त्यांपैकी कुठल्याच मुलीशी लग्न केलं नाही.

यानंतर राजकारणात पडून त्यानं अमेरिकी काँग्रेसमध्ये प्रवेश मिळवला. अँड्र्यू जॅक्सनला समर्थन देत त्यानं १८२४च्या राष्ट्रपतिपदासाठीच्या वादग्रस्त निवडणुकीमध्ये हेन्री क्लेला जॅक्सनच्या बाजूनं वळवलं. खरं म्हणजे, सभागृहात जाहीरपणे बुकॅनन तिरळा आणि अविवाहित असल्याबद्दल क्ले त्याची थट्टा करत असे. कालांतरानं त्यानं डेमोक्रॅटिक पक्षाचं सदस्यत्व घेतलं. जॅक्सननं आपल्याला केलेल्या मदतीच्या मोबदल्यात, बुकॅननला रशियाचा राजदूत म्हणून पाठवलं. तिथं त्यानं अमेरिका आणि रशिया यांच्यामध्ये प्रथमच व्यापारी संबंध प्रस्थापित करण्यासाठी प्रयत्न केले. रशियामधली बुकॅननची कामगिरी चांगली होत असली, तरी अमेरिकेपासून आपण फार दूर राहिलो तर अमेरिकी राजकारणातून बेदखल होऊ, या भीतीपोटी त्यानं लवकरच मायदेश गाठला. यानंतर त्यानं निरनिराळ्या अमेरिकी राष्ट्रपतींच्या हाताखाली सिनेटमध्ये काम केलं. १८४४च्या राष्ट्रपतिपदासाठीच्या निवडणुकीत बुकॅननन पोकला पाठिंबा दिला आणि परराष्ट्रमंत्री म्हणून काम सुरू केलं. अमेरिकेच्या सीमारेषा रुंदावण्याच्या पोकच्या आकांक्षा पूर्ण करण्यामागे बुकॅननचा मोठा हात होता. तरीसुद्धा याचं श्रेय घेण्यावरून पोक आणि बुकॅनन यांच्यात नेहमी वादविवाद होत असत.

१८४८च्या राष्ट्रपतिपदाची उमेदवारी आपल्याला मिळेल अशी आशा बुकॅननला असली, तरी ती धुळीला मिळाली. यामुळे त्यानं काही काळ राजकारणापासून दूर जायचं ठरवलं. यापुढच्या म्हणजे १८५२च्या निवडणुकीसाठीची उमेदवारीही त्याच्या हातून अगदी थोडक्यात निसटली. याऐवजी त्याला पुन्हा राजदूत म्हणून विदेशात पाठवण्यात आलं. तिथं अनपेक्षितपणे त्याची बदनामी झाली. याचं कारण म्हणजे गुलामगिरी, तसंच क्यूबा देश स्पेनकडून विकत घेणं, या मुद्द्यांवरून त्यानं वर्चस्ववादी भूमिका घेतली. उत्तरेकडच्या राज्यांनी साहजिकच त्याची यामुळे पार निर्भर्त्सना सुरू केली. तरीसुद्धा राजकारणामधलं आपलं स्थान टिकवून धरण्यात त्यानं यश मिळवलं आणि १८५६च्या राष्ट्रपतिपदासाठीच्या निवडणुकीची उमेदवारी मिळवली. बुकॅननसमोर आता दोन तुकडे झालेल्या व्हिग पक्षाचे दोन उमेदवार होते. गुलामगिरीला बुकॅननचा पाठिंबा असल्यामुळे त्याला दक्षिणेकडच्या

राज्यांकडून जोरदार मतं मिळाली. साहजिकच, तो 'राष्ट्रपती' म्हणून सहजपणे निवडून आला.

राष्ट्रपतिपद

अखेर आपल्या वयाच्या पासष्टाव्या वर्षी बुकॅननचं स्वप्न पूर्ण झालं. कॅन्ससच्या प्रश्नावरून देशात माजलेल्या वादळाविषयी सर्वोच्च न्यायालय देईल तो निकाल आपल्याला मान्य असेल, असं त्यानं आपल्या पहिल्याच भाषणात जाहीर केलं. यामागे एक कारण होतं. सर्वोच्च न्यायालयाच्या प्रमुख न्यायाधीशानं गुलामगिरीला समर्थन देणारा निर्णय घेतला असल्याचं सूतोवाच बुकॅननपाशी केलं होतं. म्हणजेच, गुलामगिरीला विरोध करण्याचा अधिकार अमेरिकी काँग्रेसला नाही, असं अमेरिकी न्यायालयाचं मत असल्याचं बुकॅननला समजलं होतं. साहजिकच, नंतर न्यायालयाचा हा निर्णय जाहीर झाल्यानंतर उत्तरेकडची राज्यं प्रचंड चवताळली. त्यांनी बुकॅनन आणि सर्वोच्च न्यायालय यांच्यात संगनमत झालं असल्याचा आरोप केला. पाठोपाठ स्पेनकडून क्यूबा आणि रशियाकडून अलास्का विकत घेण्यासाठीची धडपड बुकॅननं सुरू केली; पण त्यात त्याला यश आलं नाही.

आपल्या पहिल्याच भाषणात अमेरिकेची आर्थिक स्थिती एकदम भरभक्कम असून इतिहासात असा प्रसंग कित्येक वर्षांपासून घडलेला नसल्याची बढाई बुकॅननं मारली खरी; पण १८५७च्या आर्थिक संकटामुळे त्याची एकदम पंचाईत झाली. बेरोजगारी प्रचंड वाढली, अनेक उद्योजक रस्त्यावर आले आणि अमेरिकी सरकारच्या डोक्यावर अचानकपणे कर्ज जमा झालं. डेमोक्रॅटिक पक्षाचं काँग्रेसच्या दोन्ही सभागृहांवर वर्चस्व असल्याचा फायदा उठवून कॅन्सस प्रश्न कायमस्वरूपी सोडवण्याचा निर्णय बुकॅननं घेतला. यासाठीचा सोपा मार्ग म्हणजे या राज्यामध्ये गुलामगिरीला मान्यता देण्यात यावी, असं त्यानं ठरवलं. यासाठीचं विधेयक त्यानं काँग्रेसमध्ये मांडताच उत्तरेकडच्या राजकारण्यांनी एकत्र येऊन हे विधेयक पार हाणून पाडलं. यामुळे आणखी काही आमिषं पेरून बुकॅननं हे विधेयक परत मांडलं; पण तेही रद्दबातल ठरलं.

आपल्या कार्यकालाच्या उत्तरार्धात नव्याने खूप वादग्रस्त निर्णय घेण्याचं टाळून बुकॅननं मध्यममार्गी भूमिका स्वीकारण्याचा प्रयत्न केला. दरम्यान, उत्तरेकडच्या राज्यांनी गुलामगिरी संपुष्टात आणण्यासाठी अत्यंत आक्रमक भूमिका घेतल्यामुळे अमेरिकी संघराज्यातून बाहेर पडण्यावाचून दुसरा पर्याय आपल्यासमोर शिल्लक राहिलेला नाही, अशा समजुतीपोटी दक्षिणेकडच्या

राज्यांनी त्यासाठीच्या हालचाली सुरू केल्या. यासाठी तिथल्या स्थानिक राज्यांनी विधेयकंही मंजूर केली. १८६०च्या राष्ट्रपतिपदाच्या निवडणुकीत 'कृष्णवर्णीय रिपब्लिकन' म्हणून हिणवल्या जाणाऱ्या अब्राहम लिंकनची सरशी झाली, तर आपण हा निर्णय अमलात आणायचा, हे त्यांनी पक्कं केलं. यासाठी आपापल्या लष्करांची तयारीसुद्धा त्यांनी जोमानं सुरू केली. यामुळे बुकॅनन बुचकळ्यात पडला. दक्षिणेकडच्या राज्यांनी अमेरिकेपासून फुटून वेगळं होण्याची कृती करणं बेकायदा असल्याची त्याला कल्पना असली, तरी त्यांचा हा प्रयत्न केंद्र सरकारनं हाणून पाडणंसुद्धा तितकंच बेकायदा आहे, असं त्याचं मत होतं. साहजिकच, नक्की काय भूमिका घ्यावी हे त्याला सुचत नव्हतं. आपण राष्ट्रपती म्हणून निर्णायक भूमिका घेऊ शकतो याची जाणीव असली, तरी तसं करण्याची हिंमत त्याच्यामध्ये नव्हती. शेवटी, काँग्रेसवर भरवसा ठेवून त्यानं वाट बघायचं ठरवलं; पण प्रचंड मतभिन्नतेमुळे काँग्रेसनं एकमुखी निर्णय घेणं शक्यच नव्हतं. बुकॅननच्या या चालढकलीमुळे डेमोक्रॅटिक पक्षामध्ये संतापाची लाट उसळली आणि त्याला भेगा पडल्या. तसंच राष्ट्रपतिपदाच्या निवडणुकीत विरोधकांचा उमेदवार असलेला लिंकन जिंकणार, असं चित्र ठळक बनत गेलं. दरम्यान, साऊथ कॅरॉलिना राज्यानं उघडपणे अमेरिकी संघराज्यातून फुटण्याची धमकी दिली, तेव्हा असं करण्यानं काहीच साध्य होणार नसल्याचं आणि हा प्रश्न शांतपणे सोडवण्याची गरज असल्याचं मत बुकॅनननं पुन्हा एकदा मांडलं. त्याचा काहीएक उपयोग झाला नाही. एकूण काय, तर आपण व्हाईट हाऊसमध्ये असेपर्यंत अमेरिकेत यादवी युद्ध सुरू होता कामा नये, याची त्याला खात्री करायची होती. आपल्यानंतर लिंकनच राष्ट्रपती होणार हे त्याला जाणवत असल्यामुळे, त्याच्या कार्यकालात हे यादवी युद्ध सुरू व्हावं आणि साहजिकच या युद्धाचं खापर लिंकन तसंच त्याचा रिपब्लिकन पक्ष यांच्यावर फुटावं, असा त्याचा उद्देश होता. बुकॅननच्या पोकळ आवाहनांना साफ धुडकारून लावत २० डिसेंबर १८६० या दिवशी साऊथ कॅरॉलिना राज्यानं अमेरिकेपासून आपण वेगळे होत असल्याची अधिकृत घोषणा करून टाकली. यात ९ जानेवारी १८६१ या दिवशी मिसिसिपी, पुढच्याच दिवशी फ्लॉरिडा, त्यापुढच्या दिवशी अलाबामा, १९ जानेवारीला जॉर्जिया, २६ जानेवारीला लुईझियाना आणि २३ फेब्रुवारीला टेक्सास या दक्षिणेकडच्या आणखी सहा राज्यांची भर पडली.

बुकॅननच्या कार्यकालातला एक महाविचित्र प्रसंग म्हणजे, त्याच्या भेटीसाठी १८६०मध्ये 'प्रिन्स ऑफ वेल्स'सह आलेल्या लोकांची संख्या इतकी जास्त

होती की, बुकॅननला स्वतःचा व्हाईट हाऊसमधला शयनकक्ष वापरणंही अशक्य होऊन बसलं. अखेर दिवाणखान्यामध्ये झोपण्याची त्याच्यावर वेळ आली!

अखेरचे दिवस

४ मार्च १८६१ हा दिवस उगवला, तेव्हा बुकॅननं अक्षरशः सुटकेचा निःश्वास टाकला. अमेरिकेच्या इतिहासामधला सगळ्यांत कठीण कालखंड सुरू असताना त्याचं भवितव्य ठरवण्याच्या अवघड जबाबदारीतून आपण मुक्त झाल्याची भावना त्याला एकदम सुखावत होती. अब्राहम लिंकनकडे आपली जबाबदारी सोपवत असतानाच्या त्याच्या 'मी माझ्या मूळ गावी परतण्याविषयी जितका खूश आहे, तितकाच खूश तू व्हाईट हाऊसमध्ये प्रवेश करण्याविषयी असशील, तर तुला मी नक्कीच आनंदी माणूस समजेन' अशा बोलक्या शब्दांमधून हे अगदी ठळकपणे दिसून येतं. व्हाईट हाऊसमधून बाहेर पडताना अशा भावनांसह बुकॅनन खुशीत असला, तरी त्याचा हा आनंद फार काळ टिकला नाही. त्यानं इथून पुढच्या काळात यादवी युद्धाच्या संदर्भात अमेरिकी केंद्र सरकारच्या भूमिकेत आपला सूर मिसळायचा प्रयत्न केला खरा; पण मुळात इथपर्यंतची परिस्थितीच त्याच्यामुळे बिघडून चिघळली असल्याच्या आरोपांनी त्याला बेचैन करून सोडलं. १८६८मध्ये वयाच्या सत्त्याहत्तराव्या वर्षी त्याचा मृत्यू झाला. त्याच्या काही दिवस आधीच त्यानं, 'आपलं मन एकदम स्वच्छ असून, आपण घेतलेल्या कुठल्याही निर्णयाविषयी किंवा केलेल्या कुठल्याही कृतीविषयी आपल्याला खेद वाटत नसल्याचं' विधान वरवर केलं. अर्थातच, आतून त्याला त्याचं मन पोखरत असणार, यात काही शंकाच नाही.

अब्राहम लिंकन

१८६१-६५
या काळातला अमेरिकेचा सोळावा राष्ट्रपती

अल्प-परिचय

साल	घटना
१८०९	केंटकी राज्यातल्या हॉजनविलजवळच्या भागात जन्म
१८१६	पालकांसह इंडियाना राज्यात मुक्काम हलवला
१८३०	इलिनॉयमध्ये स्थलांतर
१८३४-४२	इलिनॉयच्या राजकारणात सहभाग
१८३६	वकिली करण्यासाठीची पात्रता मिळाली
१८४२	मॅरी टॉडशी विवाह
१८५६	रिपब्लिकन पक्षातर्फे उपराष्ट्रपतिपदासाठीची उमेदवारी मिळवण्यासाठीचा अयशस्वी प्रयत्न
१८५८	गुलामगिरीच्या प्रश्नावरून निर्णायक भूमिका घेत राष्ट्रीय पातळीवर ओळख निर्माण करण्यात यश
१८६१-६५	अमेरिकेचा सोळावा राष्ट्रपती
१८६५	गोळीबारात जखमी; दुसऱ्या दिवशी निधन

प्राथमिक ओळख

शिक्षण आणि राजकारण या दोन्ही बाबतींमध्ये फार प्रगती साधू न शकलेला अब्राहम लिंकन आपला चाणाक्षपणा आणि आपल्यामधली मानवता यांच्या जोरावर अमेरिकेच्या इतिहासातल्या सगळ्यांत महान राष्ट्रपतींपैकी एक म्हणून ओळखला गेला. अत्यंत बिकट परिस्थितीत व्हाईट हाऊसमध्ये प्रवेश करणाऱ्या लिंकनसमोरचं आव्हान अत्यंत कठीण होतं. दक्षिणेकडची सात राज्यं गुलामगिरीच्या तसंच

वर्णद्वेषाच्या प्रश्नांवरून अमेरिकी संघराज्यातून बाहेर पडली होती. अमेरिकेच्या ठिकऱ्या उडण्याची आणि उत्तरेकडची राज्यं विरुद्ध दक्षिणेकडची राज्यं यांच्यामध्ये यादवी युद्ध भडकण्याची दाट चिन्हं दिसत होती. अशा पार्श्वभूमीवर लिंकनने आपल्या कार्यकालाचा आरंभ करतानाच्या भाषणात, दक्षिणेकडच्या राज्यांपुढे मैत्रीचा हात पुढे केला. आपण कुणीच एकमेकांशी शत्रूसारखं वागता कामा नये, असं सांगून त्यानं या राज्यांमधल्या गुलामगिरीच्या प्रथेमध्ये बदल करण्याची आपली अजिबात इच्छा नसल्याचं सांगून टाकलं. तसंच, जे गुलाम आपल्या मालकांकडून सुटका करून घेऊन पळून गेलेले असतील, त्यांना त्यांच्या संबंधित मालकांनी धरपकड करण्यासंबंधीच्या मालकांच्या हक्कांमध्येही आपल्याला कसलीच ढवळाढवळ करायची नसल्याचं त्याचं मत होतं. हा अत्यंत महत्त्वाचा मुद्दा आहे. अनेक जण लिंकन हा गुलामगिरीच्या विरोधात लढणारा युगपुरुष आहे, असं मानतात; त्यात अजिबात तथ्य नाही. दक्षिणेकडच्या राज्यांनी अमेरिकी संघराज्यातून बाहेर पडण्याच्या निर्णयाला मात्र लिंकनने विरोध केला आणि त्यांनी अमेरिकेशी असलेली आपली नाळ तोडून टाकणं, आपल्याला अमान्य असल्याचं त्यानं सांगून टाकलं.

दक्षिणेकडच्या राज्यांचा निर्धार मात्र कायम होता. आपण अमेरिकेपासून फुटणंच योग्य आहे, असं ते म्हणत राहिले. आपल्या विनंत्या आणि आपली आर्जवं यांना या राज्यांकडून कसलाच प्रतिसाद मिळत नसल्याचं बघून लिंकननं ठाम भूमिका घेतली आणि या राज्यांचा उठाव लष्करी ताकदीनं मोडून काढायचं ठरवलं. साहजिकच, अमेरिकेमध्ये उत्तरेकडची राज्यं विरुद्ध दक्षिणेकडची फुटीरवादी राज्यं यांच्यामध्ये यादवी युद्ध पेटलं. फुटीरवाद्यांचा डाव मोडून काढण्याचा निर्धार कायम ठेवत, या राज्यांमधल्या गुलामांना मुक्ती देण्याचं धोरणही त्यानं जाहीर केलं. साहजिकच, त्याला समतावादी लोकांकडून जोरदार पाठिंबा मिळाला आणि वर्चस्ववाद्यांची कोंडी होत गेली. अत्यंत निर्धारानं लिंकननं उत्तरेकडच्या राज्यांचं नेतृत्व करत अमेरिकेमध्ये पडलेली ही फूट भरून काढली; पण हा विजय साजरा करत असतानाच्या काळातच डोकं भडकलेल्या एका माणसानं गोळ्या मारून त्याला संपवून टाकलं.

यामुळे हादरलेल्या अमेरिकेला आपण आपल्यामधले हे मतभेद फुटीरवादी धोरणं न स्वीकारता वेगळ्या मार्गांनी मिटवले पाहिजेत, या निर्णयापर्यंत पोहोचणं भाग पडलं. लिंकनसमोरची आव्हानं अत्यंत कठीण होती. त्याच्याआधीच्या कुठल्याच राष्ट्रपतीला अशा संकटांचा सामना करावा लागला नव्हता. याची कबुली त्यानं आपल्या हत्येआधी काही महिने 'खरं म्हणजे, मी परिस्थिती हाताळली असं

म्हणणं साफ चुकीचं ठरेल ... नियतीनं जे घडायचं, ते माझ्या हातून घडवून आणलं, असं म्हणणं जास्त योग्य ठरेल ...' अशा शब्दांमध्ये दिली होती.

जडणघडण

१८५९मध्ये रिपब्लिकन पक्षातर्फे राष्ट्रपतिपदाचा उमेदवार असताना लिंकननं आपलं एक छोटेखानी आत्मचरित्र लिहिलं. त्यात त्याचा साधेपणा दिसून येतो. लिंकनचे आई-वडील मूळचे व्हर्जिनिया राज्यातले होते. लिंकन दहा वर्षांचा असताना त्याच्या आईचं निधन झालं. त्याचे वडील अशिक्षित होते. त्यांनी काही वर्षांनी तेव्हा जवळपास जंगलासारख्या भासत असलेल्या इंडियाना राज्यात आपल्या कुटुंबाचं स्थलांतर केलं. तिथंही लिंकनला अगदी यथातथा शिक्षणच लाभलं. ही परिस्थिती नंतरसुद्धा टिकून राहिली. लिंकन आपल्या कुटुंबातल्या इतरांप्रमाणेच शेतात काम करे. नंतर त्याला राजकारणात रस वाटायला लागला. त्याच्या मनानं वकिली करण्याचा ध्यास घेतला आणि कायद्याचं शिक्षण घेऊन त्यानं आपला हेतू साध्य केला. सव्वासहा फुटांहून जास्त उंच असलेला, मध्यम अंगकाठीचा लिंकन गोरा अजिबातच दिसत नसे. आजवरचा तो सगळ्यांत उंच अमेरिकी राष्ट्रपती आहे. त्याच्या चेहऱ्यावरचे व्रण आणि त्याची बारीक दाढी यांच्यामुळे त्याचा उभा चेहरा अनाकर्षक दिसे.

लिंकनचा जन्म विलक्षण दारिद्र्यात झाला. त्याला एक मोठी बहीण होती आणि त्याच्यानंतर झालेला धाकटा भाऊ मात्र लहानपणीच दगावला. एका खोपट्यात लिंकन कुटुंब राही. लिंकनची आई दगावल्यानंतर त्याच्या वडिलांनी स्वतःची तीन मुलं असलेल्या एका विधवेशी लग्न केलं. या सावत्र आईनं लिंकन आणि त्याची बहीण यांचा छळ तर केला नाहीच; उलट त्यांना आपल्या पोटच्या मुलांसारखं वाढवलं. आपल्या बालपणात आणि किशोरवयात लिंकन एकत्रितरीत्या जेमतेम फक्त एक वर्षभर शाळेत गेला. तरीसुद्धा पुस्तकं वाचण्याचा छंद त्याला जडला. आपल्या कुटुंबाच्या दारुण परिस्थितीमुळे पुस्तकं विकत घेण्याचा पर्याय त्याच्यासमोर नव्हता. साहजिकच, काही मैल अंतर चालत जाऊन एका ओळखीच्या कुटुंबाकडून तो अधूनमधून पुस्तकं वाचायला आणे. या पुस्तकांपैकी जॉर्ज वॉशिंग्टनच्या चरित्राचा त्याच्यावर खूप प्रभाव पडला. अमेरिकेच्या संस्थापकांना कोणकोणत्या अडचणींचा सामना करावा लागला याची कथा त्याच्या मनात खोलवर कोरली गेली. लवकरच लिंकननं मजूर, किराणामालाच्या दुकानातला मदतनीस अशी असंख्य फुटकळ कामं पोट भरण्यासाठी केली. कुस्तीपटू आणि नकलाकार म्हणूनही तो प्रसिद्ध झाला.

आपल्या वयाच्या बाविसाव्या वर्षी लिंकन प्रथमच मोठ्या शहरामध्ये गेला. न्यू ऑर्लिन्स इथं आलेला असताना शहरी वातावरणामुळे तो दिपून तर गेलाच; पण तिथं कृष्णवर्णीय गुलामांना दिल्या जाणाऱ्या वागणुकीमुळे तो अस्वस्थही झाला. साखळदंडानं बांधलेल्या गुलामांना जनावरांहून वाईट अवस्थेत ठेवलं जाई. त्यांना चाबकानं फोडून काढलं जाई आणि ते जिवंत राहतील इतपतच खायलाप्यायला दिलं जाई. सातत्यानं त्यांना कामाला जुंपलं जाई आणि त्यात चूक किंवा कुचराई केली, तर ती अजिबात खपवून घेतली जात नसे. हे बघून लिंकनला मोठा धक्काच बसला.

१८३१मध्ये इलिनॉयमध्ये स्थलांतरित झालेल्या लिंकननं एका दुकानात कारकुनीचं काम धरलं. याखेरीज, तो कुस्तीतलं आपलं कौशल्य दाखवून सगळ्यांना चकित करून सोडे. कुणालाही कसलीही मदत करण्याची त्याची तयारी असल्यामुळे, तसंच त्याचा स्वभाव हजरजबाबी आणि विनोदी असल्यामुळे तो लगेचच लोकप्रिय झाला. इलिनॉय प्रांताच्या राज्यपातळीवरच्या निवडणुकीसाठी तो उभा राहिला; पण त्यात अपयशी ठरला. यामुळे परत आपल्या कामाकडे वळायचं ठरवून त्यानं भागीदारीमध्ये स्वतःचं एक दुकान सुरू करण्याचा निर्णय घेतला. मोठ्या उत्साहानं त्यानं हे दुकान सुरू केलं खरं; पण व्यवहारज्ञानाच्या अभावामुळे त्याच्या डोक्यावर मोठं कर्ज जमा झालं आणि पुढची तब्बल सतरा वर्षं ते फेडता फेडता त्याच्या नाकीनऊ आले. त्याच्या चांगुलपणामुळे अनेक लोक त्याच्या दुकानातून वस्तू उधार नेत आणि ही उधारी चुकवतच नसत. आपण वेगळं काहीतरी करून हातपाय मारले पाहिजेत असं ठरवून, त्यानं आता कायद्याचा अभ्यास सुरू केला. यासाठी त्याला तब्बल ३३ किलोमीटर्स अंतर चालून पुस्तकं मिळवावी लागत; पण जिद्दीनं तो ती आणत असे. आपला खर्च भागवण्यासाठी या काळात त्यानं पोस्टमास्तर म्हणूनही काम केलं. याचा मुख्य फायदा म्हणजे, त्याला खूप वर्तमानपत्रं वाचायला मिळत. खासकरून राजकारणासंबंधीच्या बातम्या तो अधाश्यासारख्या वाचून काढे!

१८३४मध्ये नव्यानं स्थापन झालेल्या व्हिग पक्षातर्फे तो राज्य पातळीवरच्या निवडणुकीला पुन्हा उभा राहिला आणि या खेपेला सहजपणे निवडून आला. आपले फाटके कपडे बघून इंडियाना राज्याचे इतर आमदार आपल्याला हसतील, असं म्हणून त्यानं २०० डॉलर्सचं कर्ज घेऊन नवे कपडे विकत घेतले आणि तो पुन्हा कर्जात बुडला! या सुमाराला सोनेरी केस लाभलेल्या एका सुंदर मुलीच्या प्रेमात लिंकन आकंठ बुडाला होता, असं म्हणतात. तिचं काही महिन्यांनी अकाली निधन झाल्यामुळे तो पार खचला आणि आत्महत्या करण्याच्या विचारात होता,

असं काही जणांचं म्हणणं आहे. इतरांनी मात्र यात कसलंच तथ्य नसल्याचं नमूद केलं आहे. यानंतर एक वर्ष झाल्यावर लिंकननं मेरी ओवेन्स नावाच्या स्त्रीला न बघताच तिच्याशी लग्न करण्याचा प्रस्ताव स्वीकारला. पूर्वी त्यांच्यामध्ये प्रेमसंबंध निर्माण झाले होते; पण तीन वर्षं दूर राहून लिंकन परतला, तेव्हा तिला बघून तो पार निराश झाला. कारण आता जाडजूड असलेली मेरी अत्यंत थोराड तसंच वयस्कर दिसे आणि तिच्या तोंडाचंही बोळकंच झालं होतं. आपण शब्द दिला असल्यामुळे आता काही करणं शक्य नसल्याचं कटू सत्य लिंकननं निमूटपणे स्वीकारलं; पण आपल्या या भावना शब्दबद्ध करून त्यांना मोकळी वाट दिली. जगातला इतर कुठलाच माणूस तिच्याशी लग्न करायला तयार होणार नाही, असं त्यानं अगदी स्पष्टपणे नमूद केलं! यातून कसं बाहेर पडायचं हे समजत नसल्यामुळे, लिंकननं पुढचं दीड वर्षं आपल्याशी लग्न करून मेरीचं आयुष्य कसं बरबाद होणार आहे, याचा रचलेला पाढा तिच्यासमोरच कैक वेळा वाचला. शेवटी १८३८मध्ये तिनंच आपल्याला लिंकनशी लग्न करायचं नसल्याचं सांगताच, त्याच्या आनंदाला पारावार उरला नाही!

लग्न आणि राजकारण

दरम्यानच्या काळात लिंकननं आपली वकिली सुरू केली. १८३९मध्ये मेरी टॉड नावाच्या वीस वर्षांच्या मुलीच्या प्रेमात पडल्यानंतर लिंकननं तिच्याशी लग्न करायचं ठरवलं. तेवढ्यात, अचानकपणे आपण दुसऱ्याच एका मुलीच्या प्रेमात आकंठ बुडालेलो असल्याचा साक्षात्कार त्याला झाला. यामुळे लिंकनला वेड लागलं की काय असं समजून, त्याच्या मित्रांनी त्याला काही महिने जबरदस्तीनं दुसऱ्या ठिकाणी राहायला नेलं. तिथून परतल्यावर त्यानं मेरी टॉडशीच लग्न करायचं निश्चित केलं. दरम्यान, मेरीनं डेमोक्रॅटिक पक्षाच्या एका नेत्याविषयी एका वर्तमानपत्रात उपहासात्मक लिखाण केलं होतं.

हे लिखाण खरं म्हणजे लिंकनचंच आहे अशा समजापोटी, त्या नेत्यानं लिंकनला आमनेसामने द्वंद्वाचं आव्हान दिलं आणि लिंकननं ते स्वीकारलं. ऐन वेळी या नेत्यानं माघार घेतली नसती, तर काय झालं असतं याची आपण कल्पनाच करू शकतो. काही काळातच मेरी टॉडशी लिंकननं लग्न केलं. खरं म्हणजे मेरी टॉड आणि लिंकन यांचे स्वभाव पार वेगळे असल्यामुळे त्यांनी लग्न करण्याचा मूर्खपणा करू नये, असं मेरीच्या बहिणीचं रास्त मत होतं. त्यामधलं तथ्य नंतर लिंकनच्या वैवाहिक आयुष्यातल्या काळात दिसून आलं. त्यांना झालेल्या चार मुलांपैकी तीन टप्प्याटप्प्यानं अकाली दगावली. सगळ्यांत धाकटा

रॉबर्ट टॉड लिंकन नंतरच्या काळात अमेरिकी संरक्षणमंत्री बनण्यापर्यंतची मजल मारू शकला.

१८४३मध्ये व्हिग पक्षातर्फे काँग्रेसमध्ये जाण्यासाठीची उमेदवारी मिळवण्यात लिंकनला अपयश आलं असलं, तरी यानंतर तीन वर्षांनी तो ही उमेदवारी मिळवून निवडणूकही जिंकला आणि काँग्रेसमध्ये शिरला. 'हाऊस ऑफ रिप्रेझेंटेटिव्ह्ज' या सभागृहाचा सदस्य बनलेल्या लिंकननं मेक्सिकन युद्ध सुरू केल्याबद्दल राष्ट्रपती पोकचा निषेध केला; पण एकदा हे युद्ध सुरू झाल्यानंतर त्यासाठी लष्कराची तयारी जय्यत असायला हवी यासाठीच्या आर्थिक तरतुदींसंबंधीच्या विधेयकांना मात्र त्यानं विनाशर्त पाठिंबा दिला. १८४८च्या राष्ट्रपतिपदासाठीच्या निवडणुकीसाठी मेक्सिकन युद्धामधला 'हीरो' ठरलेल्या झॅकरी टेलरला लिंकननं पाठिंबा दिला. असं असूनही मुळात मेक्सिकन युद्धाला विरोध करण्याचं त्याचं धोरण व्हिग पक्षाला पसंत नसल्यामुळे त्याला दुसऱ्यांदा काँग्रेससाठीची उमेदवारी मिळू शकली नाही. यामुळे लिंकननं शांतपणे वकिलीकडे आपलं लक्ष वळवलं.

या काळात लिंकनची वकिली चांगलीच बहरली. कुणाकडून किती फी घ्यायची, याची त्याला उत्तम जाण होती. त्या काळात रेल्वे कंपन्यांचा व्यवसाय अगदी तेजीत होता. अशाच एका बलाढ्य कंपनीचा खटला लिंकन लढल्यावर या कंपनीने फक्त २०० डॉलर्सची रक्कम त्याच्या हातांवर टिकवली. थक्क झालेल्या लिंकननं आपल्याला ५,००० डॉलर्सची फी अपेक्षित असल्याचं सांगताच, या कंपनीनं एवढ्या फीच्या मोबदल्यात तर आपण खूप मोठे वकील नेमू शकतो, असं लिंकनला सांगितलं. वैतागून लिंकननं याच कंपनीवर दावा लावला आणि तो जिंकून उरलेले ४,८०० डॉलर्स वसूल केले. याउलट, दुसऱ्या एका छोट्या खटल्यासंबंधीची कागदपत्रं तयार केल्याबद्दल संबंधित अशिलानं लिंकनला २५ डॉलर्सची फी दिल्यावर लिंकननं 'एवढे पैसे कशाला?' असं म्हणून त्यामधले १५ डॉलर्स त्या माणसाला परत करून टाकले!

लिंकन विरुद्ध डग्लस

इलिनॉय राज्यामधला प्रभाव गमावून बसलेला ४५ वर्षांचा लिंकन राष्ट्रीय पातळीवर तर कुणालाच माहीत नव्हता. यात १८५४मध्ये स्टीफन डग्लस या सिनेटरनं प्रभाव टाकून संमत करून घेतलेल्या 'कॅन्सस-नेब्रास्का' कायद्यामुळे आमूलाग्र बदल झाला. गुलामगिरीच्या प्रथेला लिंकनचा विरोध नसला, तरी या कायद्यामुळे उत्तरेकडच्या राज्यांमध्येसुद्धा गुलामगिरी सुरू होईल असं दिसत असल्यामुळे, त्यानं या कायद्याला कडाडून विरोध केला. जिथं गुलामगिरी सुरू

असेल, तिथं आपण लुडबूड करू नये; पण नव्यानं ती इतरत्र सुरू होऊ नये, असं त्याचं मत होतं. इलिनॉयमधल्या आपल्या एका भाषणात या विधेयकाविषयी दिशाभूल करणारी आणि वरकरणी योग्य वाटणारी मांडणी डग्लसनं केली. यामुळे पेटून उठलेल्या लिंकननं यानंतर केलेल्या भाषणात डग्लसचा खोटेपणा अगदी साफ उघडकीला आणला आणि त्याच्या भाषणामधला सगळा दमच काढून घेतला. काही दिवसांनंतर डग्लसनं पुन्हा एकदा याच विषयावर भाषण केलं आणि याही खेपेला लिंकननं आपल्या भाषणात डग्लसचे सगळे मुद्दे खोडून काढले. यामुळे हार मानून डग्लसनं या विषयावर पुन्हा भाषण करायचं टाळलं आणि आपोआपच लिंकनची भूमिका योग्य असल्याचं चित्र निर्माण झालं.

दरम्यानच्या काळात गुलामगिरीच्या विरोधात अगदी स्पष्ट भूमिका घेणाऱ्या रिपब्लिकन पक्षाचा जन्म झाला होता. लगेचच लिंकननं या पक्षाचं इलिनॉय राज्यात संघटन करण्याची जबाबदारी स्वतःकडे घेतली. काही काळातच रिपब्लिकन पक्षाच्या काही लोकांनी लिंकनचं नाव उपराष्ट्रपतिपदाच्या उमेदवारीसाठी सुचवलं. प्रत्यक्षात वेगळ्याच माणसाला ही उमेदवारी देण्यात आलेली असली, तरी देशाच्या दुसऱ्या सर्वोच्च पदासाठी आपला विचार होऊ शकतो, ही गोष्टच त्याला प्रचंड धक्कादायक वाटली. लिंकन आडनावाचाच दुसरा एक नेता होता; बहुदा त्याचा या उमेदवारीसाठी विचार झाला असावा, असं त्याला वाटलं. म्हणजेच, चुकून नावातल्या गफलतीमुळे आपलं नाव समोर आलं, असं त्याचं मत झालं. यानंतर रिपब्लिकन पक्षानं सिनेटर पदासाठी उभ्या राहिलेल्या डग्लसच्या विरोधात लिंकनला उमेदवारी दिली. यामुळे लिंकन आणि डग्लस पुन्हा एकमेकांना सामोरे आले आणि त्यांच्यामध्ये झालेले वादविवाद खूप गाजले. गुलामगिरीच्या प्रश्नावरून त्यांच्यात झालेल्या या चर्चेनं सगळ्या देशाचं लक्ष वेधून घेतलं.

खरं म्हणजे लिंकन आणि डग्लस यांच्या विचारसरणीत तसा फार फरक नव्हता; पण राजकीय पटलावर आपलं अस्तित्व टिकवण्यासाठी दोघांनाही नाइलाजानं एकदम टोकाची भूमिका स्वीकारावी लागली. आपण मध्यममार्गी असल्याचं दिसून आलं, तर दोन्ही बाजूचे लोक आपल्याला नाकारतील, अशी भीती त्यांना वाटत असावी. साहजिकच, त्यांनी कट्टर विचारसरणीचा बुरखा घातला, असं मानलं जातं.

राष्ट्रपतिपदाकडे वाटचाल

१८५८-५९च्या सुमाराला लिंकनचं नाव थेट रराष्ट्रपतिपदासाठी चर्चेला आलं. हे लिंकनच्या कानावर आल्याबरोबर आपल्यामध्ये या पदाला न्याय

देण्याची क्षमता नसल्याचं त्यानं सरळ सांगून टाकलं. तरीसुद्धा त्याची लोकप्रियता वाढत गेली आणि सुरुवातीच्या अनिश्चिततेनंतर रिपब्लिकन पक्षानं लिंकनलाच उभं करायचं ठरवलं. सुरुवातीला हा विचित्र दिसणारा आणि गबाळा पोषाख घालणारा लांबसडक माणूस आपल्यासमोर काय बोलणार, असं त्याच्या भाषणांना जमलेल्या श्रोत्यांना वाटत असे; पण एकदा लिंकननं बोलायला सुरुवात केली, की लोक पार तल्लीन होत असत. डेमोक्रॅटिक पक्षात पडलेल्या फुटीमुळे आपण फार कष्ट न घेता निवडून येणार, असा लिंकनला असलेला आत्मविश्वास खरा ठरला. तो बऱ्यापैकी आरामात निवडून आला. त्यानं निवडणुकीच्या प्रचारादरम्यान आपल्या संभाव्य मंत्रिमंडळातल्या जागांविषयीची आश्वासनं पाळली. आपल्याला निवडून आणण्यासाठी मेहनत घेणाऱ्यांना त्यानं न्याय दिला. याच सुमाराला तोपर्यंत अगदी गुळगुळीत दाढी करणाऱ्या लिंकनला न्यू यॉर्कमधल्या एका छोकरीचं पत्र आलं. लिंकनला दाढी छान दिसेल असं तिला वाटत असल्यामुळे तिनं लिंकनला तसं पत्र लिहिलं. लिंकनला ते पटलं आणि त्याने खरंच दाढी ठेवली. इतकंच नव्हे, तर वॉशिंग्टनला जातानाच्या आपल्या रेल्वे प्रवासादरम्यान त्यानं या मुलीला बोलावून घेतलं आणि तिला आपली दाढी दाखवून खूश केलं. लिंकनच्या राजकीय हालचाली आणि या मुलीचा प्रसंग यामुळे अमेरिकेपुढच्या गंभीर संकटाला तोंड देण्याची क्षमता लिंकनमध्ये आहे का, अशी शंका अनेक जण व्यक्त करायला लागले. एका खास रेल्वेगाडीनं लिंकनचा हा प्रवास सुरू होता. दरम्यान, बाल्टिमोर इथं लिंकनवर खुनी हल्ला होण्याची शक्यता गुप्तचरांनी वर्तवल्यामुळे, ही रेल्वगाडी सोडून लिंकननं वेगळ्या मार्गानं वॉशिंग्टन गाठलं. व्हाईट हाऊसमध्ये लिंकन विराजमान होत असताना, दक्षिणेकडच्या सात राज्यांनी अमेरिकेशी असलेली आपली नाळ तोडून स्वतःचा नवा देशवजा भाग असल्याचं जाहीर केलं होतं. जेफरसन डेव्हिस हा या फुटीरवादी राज्यांचा 'राष्ट्रपती' होता. इतरही काही राज्यं याच मार्गानं पुढे जाण्याची शक्यता दिसत होती. राष्ट्रपती बुकॅनन अमेरिका पुरती विघटित होण्याच्या भीतीपोटी कसलाच निर्णय घेत नव्हता.

राष्ट्रपतिपद

राष्ट्रपतिपद स्वीकारतानाच आपला गुलामगिरीच्या संकल्पनेला विरोध नसला, तरी या प्रश्नावरून काही राज्यांनी अमेरिकेपासून फुटून आपली वेगळी चूल मांडणं आपल्याला अजिबात मान्य नसल्याचं लिंकननं जाहीरपणे सांगितलं. 'अमेरिकेपासून फुटून वेगळ्या होऊ पाहणाऱ्या राज्यांना शांतता हवी आहे का त्यांना युद्धाच्याच मार्गाने पुढे जायचं आहे,' असा सवाल त्यानं विचारला. केंद्र सरकारच्या मालकीचे

किल्ले फुटीरवाद्यांनी आपापल्या राज्यात आधीच स्वतःच्या ताब्यात घेतले होते. याला साऊथ कॅरॉलिना राज्यातल्या सम्टर किल्ल्याचा अपवाद होता. याचा फायदा उठवून लिंकननं लगेचच या किल्ल्याच्या कामकाजाची सूत्रं संबंधित अधिकाऱ्याला ताब्यात घ्यायला सांगितलं आणि या किल्ल्याला रसद पाठवण्याचे आदेश दिले. हे कळताच फुटीरवाद्यांनी या किल्ल्यावर जोरदार गोळीबार सुरू केला आणि दोन दिवसांमध्ये हा किल्लासुद्धा आपल्या ताब्यात घेतला.यामुळे भडकून १५ एप्रिल १८६१ या पुढच्याच दिवशी लिंकननं ७५,००० लोकांना अमेरिकी लष्करामध्ये नव्यानं भरती करून घेतलं.

फुटीरवाद्यांनी हिसकावून घेतलेले किल्ले, मालमत्ता आणि इतर ठिकाणं या महत्त्वाच्या गोष्टी परत मिळवण्याची जबाबदारी लष्करावर असली, तरी लष्कराला मजबूत करणं गरजेचं असल्याचं त्याचं मत होतं. याखेरीज लाखो लोकांनी लिंकनच्या अमेरिकेसाठी धावून येण्याच्या आवाहनाला जोरदार प्रतिसाद देत, आपण लढायला तयार असल्याचं जाहीर केलं. यामुळे उत्तरेकडच्या राज्यांचा हुरूप वाढला आणि गुलामगिरीच्या प्रश्नामध्ये आपली सरशी होणार, असं त्यांना वाटायला लागलं. तितक्यात अमेरिकी लष्कराची जोरदार पीछेहाट सुरू झाली आणि फुटीरवाद्यांचीच सरशी होणार, असं चित्र निर्माण झालं. यातून कसा मार्ग काढायचा, यावर लिंकननं खूप विचार करून एक युक्ती केली. त्यानुसार त्यानं २२ सप्टेंबर १८६२ या दिवशी फुटीरवादी राज्यांना इशारा दिला. त्यानुसार १ जानेवारी १८६३ या दिवसापर्यंत फुटीरवादी राज्यांना अमेरिकी संघराज्यात सन्मानानं परतण्याची संधी असेल असं सांगून, जी राज्यं याला प्रतिसाद देणार नाहीत त्यांच्याकडच्या गुलामांची मुक्तता करण्याचे आदेश आपण लष्कराला देणार असल्याचं त्यानं जाहीर केलं. १८६३ सालचा नववर्षदिन उलटून गेल्यानंतरसुद्धा फुटीरवाद्यांशी अमेरिकी लष्कराचं युद्ध सुरूच राहिल्यामुळे आपण आधी दिलेल्या इशाऱ्यानुसार गुलामांची सुटका करणार असल्याचं लिंकननं सांगून टाकलं.

आपल्याला या युद्धात मुसंडी मारायची असेल, तर त्यासाठी आपल्याकडे आक्रमक लष्करी नेता हवा, याची लिंकनला जाणीव होती; पण त्याला असा माणूस मिळत नव्हता. शेवटी १८६४च्या सुरुवातीला युलिसिस ग्रँटच्या रूपानं लिंकनला हवा तसा लष्करी नेता मिळाला. ग्रँटच्या नेतृत्वाखाली उत्तरेकडच्या राज्यांचं प्राबल्य असलेलं अमेरिकी लष्कर दक्षिणेकडच्या फुटीरवाद्यांना पराभूत करण्याची दाट चिन्हं दिसायला लागली.

फेरनिवड आणि हत्या

१८६४च्या राष्ट्रपतिपदासाठीच्या निवडणुकीसाठी डेमोक्रॅटिक पक्षानं माजी वरिष्ठ लष्करी अधिकारी जॉर्ज मॅक्लेलनला रिपब्लिकन लिंकनच्या विरोधात उभं केलं. मॅक्लेलन लिंकनसमोर पुरता फिका पडला आणि परिणामी प्रचंड बहुमतानं लिंकनची अमेरिकी राष्ट्रपतिपदावर फेरनिवड झाली. या खेपेला अँड्र्यू जॉन्सन हा लिंकनच्या हाताखाली काम करणारा नवा उपराष्ट्रपती होता. शपथग्रहण कार्यक्रमात जॉन्सन एकदम गोंधळून गेल्यासारखा चाचरत होता. शपथ घेतल्यानंतर त्यानं केलेलं वीस मिनिटांचं भाषणसुद्धा इतकं विचित्र होतं, की कुणाला काहीही कळलं नाही. लोक पार वैतागून गेले. याचं मुख्य कारण म्हणजे, जॉन्सन भरपूर दारू ढोसून तर्र अवस्थेत आला होता. फुटीरवाद्यांना धूळ चारण्याचा आपला निर्धार पक्का असल्याचं सांगून, लिंकननं आपल्या लष्कराला आक्रमक धोरण टिकवून धरण्याचे आदेश दिले. एकामागून एक पराभव स्वीकारावा लागल्यामुळे दक्षिणेकडच्या फुटीरवादी राज्यांची अवस्था बिकट होत गेली. शेवटी ८ एप्रिल १८६५ या दिवशी फुटीरवाद्यांच्या नेत्यानं अमेरिकी लष्करप्रमुख ग्रँटसमोर शरणागती पत्करली आणि हे यादवी युद्ध संपुष्टात आलं. लिंकनचा अगदी निर्णायक विजय झाला. १८६५च्या जानेवारी महिन्यात अमेरिकेमध्ये सगळीकडे गुलामगिरीवर बंदी घालण्यासाठीचं विधेयक मांडून, ते मंजूर करून घेण्यासाठी लिंकननं केलेली अफाट मेहनत कामी आली. युद्धात विजयी ठरल्यावरही लिंकन गुलामगिरीच्या प्रथेचं समर्थन करून आपल्या विरोधात लढलेल्या शत्रुपक्षाच्या पराभूत नेत्यांना कडक शिक्षा देण्याच्या साफ विरोधात होता. आपण त्यांच्याशी कठोरपणे वागलो, तर त्याच्या रागातून त्यांच्या मनात आपला बदला घेण्याची भावना निर्माण होईल आणि देशातली अशांतता वाढेल, असा लिंकनचा उदारमतवादी दृष्टिकोन होता.

युद्धातल्या विजयाचा आनंदोत्सव उत्तरेकडच्या राज्यांमध्ये सुरू झाल्यावर पाचच दिवसांनी त्यावर पार विरजण पडलं. Our American Cousin नावाच्या एका गाजलेल्या विनोदी नाटकाचा शेवटचा प्रयोग करायचं ठरलं होतं. हा प्रयोग बघून आपला आनंद साजरा करायचं लिंकननं ठरवलं. लिंकन कुटुंबीय या प्रयोगाला येणार हे कळताच, जॉन वाईक्स बूथ या दुय्यम दर्जाच्या नटाला आनंद झाला. त्याला दक्षिणेकडच्या राज्यांच्या भूमिकेविषयी पूर्वीपासून सहानुभूती वाटत असे. आता या फुटीरवादी राज्यांकडून मदत मिळण्याचा प्रश्नच नसला, तरी त्यानं एकट्यानं आपला निर्धार तडीला न्यायचं ठरवलं. बूथला हे नाटक चांगलं माहीत असल्यामुळे नेमका केव्हा लिंकनवर हल्ला करायचा, हे ठरवणं त्याला

सोपं गेलं. त्यातच लिंकनचा अंगरक्षक म्हणून जबाबदारी सांभाळणं अपेक्षित असलेला वॉशिंग्टनमधला पोलीस तिथं हजर नसल्याचा फायदा बूथला मिळाला. लिंकनच्या खास कक्षाबाहेर व्हाईट हाऊसमधला एक साधा कर्मचारी होता. त्याला आपलं ओळखपत्र दाखवून कक्षामध्ये शिरण्यात बूथला यश मिळालं. तिथं सावलीच्या अंधारात तो शांतपणे उभा राहिला. नाटकातला सगळ्यांत मोठा हशा निर्माण करणाऱ्या प्रसंगाची तो वाटत बघत होता. हा प्रसंग येताच त्यानं लिंकनच्या मागच्या बाजूकडे जात मागूनच त्याच्यावर गोळ्या मारल्या. त्यात लिंकन जबरदस्त जखमी झाला. दरम्यान, बूथला तिथून पळून जाण्यात यश मिळालं. त्याच्याविषयीची माहिती देणाऱ्या माणसाला ५०,००० डॉलर्सचं बक्षीस जाहीर करण्यात आलं. लवकरच, बूथ एका तंबाखूच्या शेतात लपून बसलेला असल्याचं समजलं. लष्करानं या शेताला वेढा घालून बूथला बाहेर येण्याचं आवाहन केलं. त्याला बूथनं प्रतिसाद न दिल्यामुळे या शेताला आग लावण्यात आली. त्यासरशी बूथ तिथून लंगडत बाहेर येतानाच त्याला त्याच्या सत्ताविसाव्या वाढदिवशी गोळ्या घालून ठार करण्यात आलं. याचा काही उपयोग नव्हता; कारण १५ एप्रिल १८६५ या दिवशी लिंकनचं निधन झालं होतं!

लिंकनची पत्नी मेरी हा धक्कादायक प्रसंग काही केल्या विसरू शकत नव्हती. एक महिना व्हाईट हाऊसमध्ये राहून आपल्या मुलांसह ती शिकागोला गेली. एका हॉटेलमध्ये राहत असताना सतत लिंकनच्या हत्येच्या वेळचा घटनाक्रमच तिच्या डोक्यात पिंगा घालत राही. नंतर थॉमस ऊर्फ टॅड या आपल्या मुलासोबत ती काही काळ युरोपला गेली. तिथून परतल्यावर १८७१मध्ये फक्त १८ वर्षीय टॅड हृदयविकाराला बळी पडला. आता फक्त रॉबर्ट हा सगळ्यांत मोठा मुलगाच उरला. मेरीशी त्याची सतत भांडणं होत. आपल्या आईचं विचित्र वागणं त्याला पसंत नसे; तर त्याचा खर्चिक स्वभाव तिला सहन करता येत नसे. शेवटी, त्यानं तिला वेड्यांच्या रुग्णालयात भरती केलं! तिथं ती चार महिने राहिली. १८८२मध्ये तिचं निधन झालं.

खरं म्हणजे, लिंकनची हत्या करण्यासाठी किंवा त्याचं अपहरण करण्यासाठी इतरही अनेक जण प्रयत्नशील होते. यामुळे लिंकनच्या सुरक्षेत वाढ करण्यात आली होती. हत्येच्या काही दिवसांपूर्वी घोडेस्वारी करणाऱ्या लिंकनवर अज्ञात हल्लेखोरानं गोळी झाडली; पण लिंकनच्या हॅटला भोक पडण्याशिवाय इतर काही नुकसान झालं नाही. या घटनेनंतर आपल्या जिवाला धोका असल्याची कल्पना असूनसुद्धा आपण डगमगणार नसल्याचं लिंकननं एका वार्ताहराशी बोलताना सांगितलं होतं.

❖

अँड्र्यू जॅक्सन

१८६५-६९
या काळातला अमेरिकेचा सतरावा राष्ट्रपती

अल्प-परिचय

साल	घटना
१८०८	नॉर्थ कॅरॉलिना राज्यातल्या रॅले इथं जन्म
१८२२-२४	एका शिंप्याच्या हाताखाली उमेदवारी
१८२७	एलिझा मॅककार्डलशी लग्न
१८३५-३७	टेनेसी राज्याच्या सिनेटमध्ये काम
१८४३-५३	'हाऊस ऑफ रिप्रेझेंटेटिव्ह्ज' या सभागृहाचा सदस्य
१८५३-५७	टेनेसी राज्याचा गव्हर्नर
१८६५	अमेरिकेचा उपराष्ट्रपती
१८६५-६९	अमेरिकेचा सतरावा राष्ट्रपती
१८७४-७५	सिनेटचं सदस्यत्व
१८७५	निधन

प्राथमिक ओळख

राष्ट्रपतिपदावरून हकालपट्टी होण्यापासून अगदी थोडक्यात वाचलेला अँड्र्यू जॉन्सन हा मूळचा शिंपी होता. तो एकही दिवस शाळेत गेला नाही. सर्वसामान्य लोकांच्या प्रश्नांना उचलून धरत आणि कुठलीही परिस्थिती असताना आपला स्पष्टवक्तेपणा न सोडता जॉन्सननं राष्ट्रपतिपदापर्यंत मजल मारणं, हीच मुळात अत्यंत आश्चर्यकारक गोष्ट होती. टेनेसी म्हणजेच दक्षिणेकडच्या राज्याचा प्रतिनिधी असूनसुद्धा, दक्षिणेकडच्या फुटीरवादी राज्यांच्या विरोधात मतप्रदर्शन करण्याचं विलक्षण धाडस जॉन्सननं दाखवलं. दुसऱ्या एकाही

सिनेटरमध्ये ही हिंमत नव्हती. १८६४मध्ये उपराष्ट्रपतिपदी निवड झाल्यानंतर लिंकनच्या हत्येमुळे जॉन्सन अकस्मातपणे राष्ट्रपतिपदावर आला. दक्षिणेकडच्या राज्यांवर विजय मिळवलेला असूनसुद्धा आपण त्यांच्यावर वर्चस्व न गाजवता त्यांच्याशी सहानुभूतीने वागलं पाहिजे, अशी भूमिका स्वीकारून त्यानं रिपब्लिकन पक्षाचा राग ओढवून घेतला. साहजिकच, जॉन्सनच्या राष्ट्रपतिपदाचा काळ फार चांगला गेला नाही. असं असूनही, व्हाईट हाऊसचा निरोप घेतल्यानंतर सहा वर्षांनी पुन्हा एकदा तो सिनेटवर निवडून आला. हा पराक्रम करणारा तो आजवरचा एकमेव राष्ट्रपती ठरला.

जडणघडण

अत्यंत हलाखीच्या परिस्थितीत कसेबसे दिवस काढणाऱ्या कुटुंबात अँड्र्यू जॉन्सनचा जन्म झाला. तो तीन वर्षांचा असतानाच, मजुरी करणारे त्याचे वडील पाण्यात बुडत असलेल्या तिघांना वाचवण्याच्या प्रयत्नांत स्वतःच पाण्यात बुडून दगावले. आपल्या चार मुलांना निदान खायला मिळावं, यासाठी जॉन्सनची आई मिळतील ती कामं करे. अर्थातच, त्यांना शाळेत घालण्याइतकी तिची ऐपत नव्हती. जॉन्सनच्या कुटुंबीयांना 'गोऱ्या रंगाचा कचरा' म्हणून हिणवलं जाई. कित्येकदा त्याच्या घरातले सगळे लोक उपाशीच असत. या कटू आठवणी जॉन्सन आयुष्यभर विसरू शकला नाही. आपोआपच वयाच्या चौदाव्या वर्षी जॉन्सननं एका शिंप्याकडे उमेदवारी सुरू केली. तिथं एका माणसानं त्याला वाचायला शिकवलं; पण जॉन्सनला तेव्हा लिहिणं मात्र जमत नसे. आपल्या वयाला साजेशी एक खोडी केल्यामुळे आपला मालक आपल्याला मोठी शिक्षा करेल, या भीतीनं जॉन्सन नॉर्थ कॅरॉलिना राज्यातून पळून साऊथ कॅरॉलिना राज्यात गेला. याचं मुख्य कारण म्हणजे, अँड्र्यू जॉन्सन आणि त्याचा भाऊ या दोघांनी आपल्या घराची नासधूस केल्यामुळे त्यांना आपण पोलिसांच्या हवाली करू, अशी धमकी एका स्त्रीनं दिली. यामुळे घाबरून हे दोघे भाऊ तिथून पळून गेले.

या दोघांना किंवा किमान अँड्र्यूला शोधून पकडून आणून देणाऱ्या माणसाला १० डॉलर्सचं बक्षीस जाहीर करण्यासाठीची जाहिरातही या स्त्रीनं दिली. साऊथ कॅरॉलिनामध्ये त्यानं स्वतःच शिंप्याचं काम केलं. तसंच एका मुलीच्या प्रेमात पडून त्यानं तिचा हात मागितला; पण असला दरिद्री जावई आपल्याला नको असल्याचं सांगून त्याच्या संभाव्य सासूनं हे प्रकरण तिथंच संपवून टाकलं. तीन वर्षांनी तो लपछपत आपल्या घरी परतला आणि दुसरं

लग्न केलेल्या आपल्या आईला, तसंच सावत्र वडिलांना कसंबसं पटवून त्यानं सगळ्यांचाच मुक्काम टेनेसी राज्यात हलवला. तिथं जॉन्सननं स्वतःचं शिलाईचं दुकान उघडलं. एका वर्षानंतर त्यानं एका चांभाराच्या १६ वर्षांच्या मुलीशी लग्न केलं. तिचं शिक्षण जॉन्सनच्या मानानं जास्त झालेलं असल्यामुळे, तिनं या भावी अमेरिकी राष्ट्रपतीला लिहायला, तसंच बेरजा-वजाबाक्या करायला शिकवलं. त्यांना एकंदर पाच मुलं झाली.

आपल्या दुकानात येणाऱ्या लोकांशी गप्पा मारतामारता जॉन्सनला बाह्य जगाची चांगली ओळख होत गेली. अनेक विषयांशी संबंधित असलेली चर्चा तिथं होत असल्यामुळे जॉन्सनला नवे दृष्टिकोन मिळत. यातून त्याच्यामध्ये परिपक्वता आली; तसंच समकालीन प्रश्नांची त्याला चांगली समजही आली. लवकरच त्यानं निरनिराळ्या विषयांसंबंधीची चर्चा घडवून आणणाऱ्या एका संघटनेत प्रवेश केला आणि तिथल्या वादविवादांमध्ये सहभागी व्हायला सुरुवात केली.

आपल्या कामाप्रती निष्ठा बाळगणारा आणि सगळ्यांमध्ये मिसळणारा जॉन्सन लवकरच लोकप्रिय झाला आणि स्थानिक राजकारणामध्ये शिरला. अँड्र्यू जॅक्सनचा आदर्श आपल्या नजरेसमोर ठेवणारा जॉन्सन 'गरिबांचा कैवारी' म्हणून ओळखला जाई. आपल्याला लोकांवर आणखी चांगला प्रभाव टाकायचा असेल, तर त्यासाठी आपण उत्तम वक्ता व्हायला हवं हे ओळखून, त्यानं आवश्यक ती मेहनत घेतली आणि अनेकदा तो वादविवाद स्पर्धांमध्येही सहभागी झाला. लवकरच तो टेनेसीच्या सिनेटमध्ये शिरला आणि गुलामगिरीचं समर्थन करणाऱ्या वर्चस्ववादी लोकांना त्यानं विरोध करायला सुरुवात केली. १८४३मध्ये जॉन्सनची अमेरिकी काँग्रेसमध्ये प्रथमच निवड झाली. राष्ट्रपती पोकच्या मेक्सिकन युद्धाच्या निर्णयाला त्यानं पाठिंबा दिला. तसंच १८५०च्या गुलामगिरीच्या प्रश्नाच्या संदर्भातल्या तोडग्यालाही त्यानं पाठिंबा दिला. यापाठोपाठ तो काही काळासाठी 'गव्हर्नर' म्हणून टेनेसीला परतला. गंमत म्हणजे अजूनही तो स्वतःचे कपडे स्वतःच शिवत असे.

१८६०मध्ये राष्ट्रपतिपदासाठीचा आपला उमेदवार म्हणून जॉन्सनची निवड करण्यासाठी डेमोक्रॅटिक पक्षानं हालचाली सुरू केल्या खऱ्या; पण यात आपल्याला रस नसल्याचं सांगून जॉन्सननं स्वतःच दुसऱ्या उमेदवाराचं नाव पुढे केलं. गुलामगिरीला जॉन्सनचा विरोध नसल्याचं त्याच्या कृतींवरून दिसून येत असल्यामुळे दक्षिणेकडच्या राज्यांनी अमेरिकी संघराज्यापासून फुटून वेगळं होण्याच्या घेतलेल्या निर्णयाला जॉन्सन पाठिंबा देईल, अशी सगळ्यांची समजूत होती; मात्र अब्राहम

लिंकनची राष्ट्रपतिपदासाठी निवड झाल्यानंतर, आपला अमेरिकी संघराज्याच्या ऐक्याला संपूर्ण पाठिंबा असल्याचं सांगून जॉन्सननं फुटीरवाद्यांची निंदा केली. त्याच्या टेनेसी राज्यात गुलामगिरीचं आणि फुटीरवादी विचारसरणीचं जोरदार प्रस्थ माजलेलं असतानाही जॉन्सन आपल्या मतांवर ठाम राहिला. साहजिकच, जेव्हा टेनेसी राज्य फुटीरवाद्यांच्या यादीत सामील झालं, तेव्हा जॉन्सननं वॉशिंग्टनमध्ये तंबू ठोकला. १८६२मध्ये अमेरिकी लष्करानं फुटीरवाद्यांची मोहीम मोडून काढल्यानंतर टेनेसीमध्ये अमेरिकी लष्कराच्या वतीनं कायदा आणि सुव्यवस्था राखण्यासाठीची जबाबदारी लिंकनने जॉन्सनला दिली. जॉन्सननं सूडबुद्धीनं न वागता पराभूत फुटीरवाद्यांना सहानुभूतीची वागणूक दिली; पण याच्या जोडीला टेनेसीमधली गुलामगिरीची प्रथा हद्दपार करण्यासाठीच्या हालचालीही सुरू केल्या. याला यश आलं आणि स्वतःहून गुलामगिरीची प्रथा रद्दबातल ठरवणारं फुटीरवादी राज्यांपैकी टेनेसी हे एकमेव राज्य ठरलं.

१८६४मध्ये रिपब्लिकन पक्षाचा उमेदवार अब्राहम लिंकन राष्ट्रपतिपदावर पुन्हा एकदा बहुमतानं निवडून आला. लिंकनच्या फेरनिवडीनंतरच्या शपथविधीच्या कार्यक्रमाच्या वेळी उपराष्ट्रपती जॉन्सन चक्क दारूच्या नशेतल्या तर्रऽ अवस्थेत उपस्थित राहिल्यामुळे जरा खळबळ माजली. या काळात एक तर जॉन्सनची तब्येत जरा बिघडली होती आणि त्यातच आपल्या कुटुंबाला सोडून त्याला एकट्यानंच वॉशिंग्टनला जावं लागल्यामुळे त्याचं मनही थाऱ्यावर नव्हतं. उपराष्ट्रपतिपदाच्या शपथग्रहण समारंभाच्या आदल्या दिवशी जॉन्सननं म्हणूनच एका मित्राबरोबबर मस्तपैकी दारू झोडली. शपथग्रहणाच्या काही तास आधी त्यानं दारूचे आणखी तीन प्याले रिचवले! या जाहीर तमाशामुळे शिस्तभंगाची कारवाई करून जॉन्सनला पदमुक्त करावं अशी मागणी काही जणांनी केली खरी; पण लिंकननं हा प्रसंग हसण्यावारी नेत जॉन्सनला वाचवलं.

राष्ट्रपतिपद

राष्ट्रपती अब्राहम लिंकनची हत्या झाली, त्याच रात्री उपराष्ट्रपती अँड्र्यू जॉन्सनचीही हत्या करण्याचे मनसुबे खरं म्हणजे कट रचणाऱ्यांनी आखले होते; पण ते फसले. लिंकनवरच्या गोळीबाराची बातमी समजताच झोपेतून खडबडून जागा झालेला जॉन्सन लिंकनच्या पलंगाशेजारी रात्रभर थांबून राहिला. दुसऱ्याच दिवशी तो राष्ट्रपती झाला. या खेपेला मात्र राष्ट्रपतिपदाची शपथ घेण्याचं योग्य भान राखत जॉन्सननं या प्रसंगाचा आब राखला. आधीप्रमाणे दारूच्या नशेत तर्रऽ असण्याचा प्रकार त्याच्याकडून या खेपेला घडला नाही.

अत्यंत अनपेक्षितपणे आपल्यावर ही जबाबदारी आलेली असून ती पार पाडण्याची क्षमता आपल्यामध्ये खरंच आहे का, याची आपल्याला शंका वाटते, असं त्यानं प्रांजळपणे आपल्या मंत्रिमंडळाला सांगितलं. खरं म्हणजे, वेळप्रसंगी त्वेषानं झुंजण्याची आणि निर्भयपणे आपल्याला जो मार्ग योग्य वाटतो, त्यावरून जात राहण्याची जिद्द त्याच्यामध्ये होती. यामुळे त्याचे आपल्या सहकाऱ्यांशी खटके उडणं स्वाभाविक होतं. खासकरून फुटीरवादी राज्यांचा पराभव झाल्यानंतर तिथं नवी राजकीय व्यवस्था कशी असावी, या मुद्द्यावरून जोरदार रणकंदन झालं.

लिंकनप्रमाणेच जॉन्सनची भूमिका सबुरीची होती. फुटीरवाद्यांचा सपशेल पराभव झाला असला, तरी त्यांना अपमानास्पद वागणूक देता कामा नये, असं त्याला वाटे. तसंच, या राज्यांमध्ये नवं सरकार स्थापन करत असताना त्यामध्ये अगदी प्रमुख फुटीरवादी नेत्यांना स्थान दिलं जाणं योग्य नसलं, तरी गौरवर्णी नेत्यांकडेच सत्तेची सूत्रं असावीत, असं त्याचं मत होतं. रिपब्लिकन नेत्यांना मात्र हे पसंत नव्हतं. आपलं सर्वस्व पणाला लावून अमेरिकी संघराज्याने फुटीरवाद्यांचा पराभव केलेला असल्यामुळे, 'संबंधित राज्यांमधल्या फुटीरवादी नेत्यांना समाजकारणातून पूर्णपणे बाहेर काढलं पाहिजे आणि गुलामांना मुक्त करून टाकलं पाहिजे,' अशी त्यांची इच्छा होती. यामुळे अजूनही स्पष्ट बहुमत नसलेल्या रिपब्लिकन पक्षाची सत्तेवरची पकडसुद्धा मजबूत झाली असती. जॉन्सनची पार्श्वभूमी, तसंच त्यानं लिंकनच्या पश्चात केलेल्या भाषणातून जाणवणारी त्याची हतबलता, यामुळे रिपब्लिकन नेते खूश होते. जॉन्सन आपल्याला हवं तसंच घडू देणार, याविषयी त्यांच्या मनात अजिबात शंका नव्हती. प्रत्यक्षात मात्र भलतंच घडलं. जॉन्सननं पराभूत फुटीरवादी राज्यांमध्ये नव्यानं सरकार स्थापन करण्याविषयीचे हक्क त्या राज्यांना बहाल केले. अगदी कट्टर फुटीरवादी नेते वगळता, इतर नेते राजकारणात सहभागी होत राहिले. या राज्यांनी गुलामगिरीची परंपरा संपवण्याविषयीचे कायदे संमत केले खरे; पण आधीपासून गुलाम असलेल्यांना मात्र आपली भूमी सोडून इतरत्र जाण्याचा अधिकार नसल्याचं नवं घृणास्पद विधेयकसुद्धा या राज्यांनी संमत केलं.

अशा मिळमिळीत वाटणाऱ्या धोरणांमुळे देश परत संकटात सापडेल, असं वाटून कट्टर विचारसरणीच्या रिपब्लिकन संसदपटूंनी फुटीरवादी राज्यांमध्ये लष्करी सत्ता स्थापन करण्यासाठीचं विधेयक मंजूर केलं. तसंच पूर्वीच्या फुटीरवादी नेत्यांचंच परत नव्यानं 'काँग्रेसमन' आणि 'सिनेटर' म्हणून स्वागत

करायलाही त्यांचे हे रिपब्लिकन सहकारी एकदम अनुत्सुक होते. जॉन्सन मात्र आपल्या निर्णयावर ठाम होता. त्यानं रिपब्लिकन पक्षाच्या वतीनं मांडण्यात आलेलं हे विधेयक मंजूर झाल्यानंतरसुद्धा आपल्या 'व्हिटो'च्या खास मताधिकारानं रद्द करून टाकलं. राष्ट्रपतीचा मताधिकार उलथून टाकण्याइतकं बहुमत नसल्यामुळे चडफडत राहण्यावाचून दुसरा पर्याय रिपब्लिकन संसदपटूंकडे नव्हता. १८६६च्या एप्रिल महिन्यात मात्र हे बहुमत त्यांना प्राप्त झालं आणि त्यांनी पूर्वीच्या गुलामांना नागरिकत्वाचे हक्क मिळतील असं विधेयकसुद्धा मंजूर करून टाकलं. याची काहीच गरज नसल्याचं सांगून आपली भूमिका मांडण्यासाठी जॉन्सनने काही भाषणदौरे केले; पण तोपर्यंत रिपब्लिकन पक्षाची संसदीय ताकद अजूनच वाढत गेली होती. जॉन्सनच्या म्हणण्याकडे साफ दुर्लक्ष करण्याइतकं बहुमत आपल्यापाशी आहे याची जाणीव असल्यामुळे १८६७मध्ये रिपब्लिकन पक्षानं आणखी धडाक्यानं कट्टर निर्णय घ्यायला सुरुवात केली. दक्षिणेकडच्या राज्यांमधली डेमोक्रॅटिक पक्षाची सरकारं उलथून त्या ठिकाणी लष्करी सरकारं प्रस्थापित करण्यात आली. स्थानिक राजकारणामधून पूर्वीच्या फुटीरवाद्यांना बेदखल करण्यात आलं. या कायद्यांमधले काही मुद्दे चांगले होते. उदाहरणार्थ, सगळ्यांना फुकट शिक्षण घेता येईल, असा निर्णय घेण्यात आला. त्याच्याच जोडीला प्रचंड भ्रष्टाचार आणि सरकारी निधीचा गैरवापर या गोष्टीसुद्धा वाढत गेल्या.

रिपब्लिकन पक्षाची ही भूमिका चुकीची असून, यामुळे नव्यानं अमेरिकी समाजात फूट पडेल, असा इशारा हतबलतेनं जॉन्सन देत राहिला. यामुळे भडकून रिपब्लिकन पक्षानं जॉन्सनलाच राष्ट्रपतिपदावरून दूर करण्यासाठीची व्यूहरचना आखली. अशा प्रकारे संसदपटूंनी बहुमतानं राष्ट्रपतीला पदच्युत करण्याच्या प्रकाराला अमेरिकेमध्ये 'इंपिचमेंट' म्हणतात. अर्थातच, हा प्रकार अत्यंत दुर्मीळ आणि धक्कादायक असतो. यासाठीचं विधेयक रिपब्लिकन पक्षाने मांडलं. त्यांना प्रत्यक्षात हे साध्य होईल का, याकडे सगळे अमेरिकी नागरिक श्वास रोखून बघत होते. दोन तृतीयांश म्हणजेच छत्तीस सिनेटर्सनी जर जॉन्सनविरोधातल्या या हक्कभंग प्रस्तावावर मतदान केलं, तर त्याची राष्ट्रपतिपदावरून हकालपट्टी होईल, असं अमेरिकी घटनेत म्हटलेलं होतं. जर रिपब्लिकन सिनेटर्सपैकी सात जणांनी या प्रस्तावाच्या विरोधात, म्हणजेच डेमोक्रॅटिक पक्षाच्या सिनेटर्सच्या बाजूनं मतदान केलं, तर जॉन्सन या मानहानीपासून वाचेल, असं चित्र होतं. १६ मे १८६८ या दिवशी मतदान झालं. तोपर्यंत सहा रिपब्लिकन सिनेटर्सनी आपण जॉन्सनला राष्ट्रपतिपदावरून पदच्युत करण्याच्या निर्णयाच्या विरोधात मतदान करणार असल्याचं स्पष्ट केलं होतं आणि आणखी

एका रिपब्लिकन सिनेटरनं आपण अजून नक्की काय ते ठरवलं नसल्याची घोषणा केली होती. ऐन वेळी त्यानं जॉन्सनला पदच्युत करण्याच्या विरोधात मत दिलं. यामुळे मतांचा शेवटचा आकडा ३५-१९ असा झाला. ३६चा आकडा गाठण्यासाठी एक मत कमी पडलं आणि जॉन्सन वाचला. तरीसुद्धा जॉन्सनवरच्या इतर आरोपांसाठी आणखी दहा दिवसांनी परत एकदा असंच मतदान घेण्यात आलं आणि त्या वेळीसुद्धा जॉन्सन फक्त एका मतानं वाचला!

आपल्या शिल्लक राहिलेल्या कार्यकालात जॉन्सनची रिपब्लिकन पक्षाबरोबरची लढाई सुरूच राहिली. यामुळे १८६८च्या राष्ट्रपतिपदासाठीच्या निवडणुकीमध्ये डेमोक्रॅटिक पक्षातर्फे उमेदवारी मिळण्याची शक्यता जॉन्सनला खुणावत राहिली; पण तसं काही घडलं नाही. यामुळे जॉन्सन निराश झाला. मावळता राष्ट्रपती जॉन्सन आणि हा पदभार आता सांभाळणारा नवा राष्ट्रपती युलिसिस ग्रँट या दोघांमधले मतभेद इतक्या टोकाला पोहोचले, की जॉन्सनबरोबर आपल्या शपथविधीसाठी एका बग्गीतून जायलासुद्धा ग्रँटनं नकार दिला. तसंच, जॉन्सन इथून शक्य तितक्या लवकर गेला तर बरं होईल, असंही तो म्हणाला!

निवृत्तीनंतर शांततेत वेळ घालवण्यासाठी म्हणून जॉन्सन टेनेसीमध्ये परतला खरा; पण तिथं गेल्यावर लगेचच अडचणीत असलेल्या त्याच्या मुलानं आत्महत्या केल्याची दुःखद बातमी त्याला ऐकावी लागली. जॉन्सनचा आणखी एक मुलगा आधीच युद्धात दगावलेला असल्यामुळे, आता त्याचा फक्त तिसरा मुलगाच जिवंत होता. अर्थात, त्याला आणखी दोन मुली असल्यामुळे जरा तरी धीर होता.

वॉशिंग्टनमध्ये पुनरागमन

आपल्या राष्ट्रपतिपदाच्या काळात झालेल्या वादविवादांमध्ये आपलीच बाजू बरोबर होती, हे सिद्ध करण्याचा चंगच जॉन्सननं बांधला होता. यामुळे टेनेसीमध्ये परतल्यानंतर १८६९मध्ये तो काँग्रेससाठीच्या निवडणुकीमध्ये उभा राहिला. यात पराभूत होऊनसुद्धा १८७२मध्ये त्यानं परत निवडणूक लढवली. त्यातही तो हरला. यामुळे एखादा माणूस शांतपणे बाजूला झाला असता; पण जिद्दी जॉन्सननं आणखी दोन वर्षं उलटून गेल्यानंतर टेनेसी राज्याच्या प्रतिनिधींच्या पाठिंब्याच्या जोरावर अमेरिकी सिनेटमध्ये प्रवेश मिळवलाच. १८७५च्या मार्च महिन्यात जेव्हा जॉन्सन सिनेटर म्हणून वॉशिंग्टनमध्ये दाखल झाला, तेव्हा डेमोक्रॅटिक पक्षानं यादवी युद्धानंतर प्रथमच अमेरिकी सिनेटवर आपलं वर्चस्व

निर्माण केलं होतं. जॉन्सननं आपल्या या नव्या भूमिकेत एकच भाषण केलं. त्यात त्यानं आपल्या कृत्यांचं समर्थन केलं. फुटीरवादी राज्यांच्या विरोधात टोकाची भूमिका घेण्याचा रिपब्लिकन पक्षाचा निर्णय साफ चुकीचा होता आणि आपण म्हणत होतो त्या मध्यममार्गानंच वाटचाल करणं बरोबर होतं, असं त्यानं ठासून सांगितलं. त्याच्या या भाषणाला सिनेटनं टाळ्यांच्या कडकडाटानं जोरदार प्रतिसाद दिला. ज्या सभागृहानं सात वर्षांपूर्वी आपल्याला राष्ट्रपतिपदावरून पदच्युत करण्यासाठी जोरदार प्रयत्न केले आणि जिथं आपल्या विरोधात अत्यंत कडवी भाषणं झाली, त्याच सभागृहामधून आता मिळत असलेला हा उत्साहवर्धक प्रतिसाद बघून जॉन्सन धन्य पावला!

आपल्याला राजकीय पुनर्जन्म मिळाल्याचा आनंद जॉन्सन फार काळ साजरा करू शकला नाही. त्याच वर्षी जून महिन्यात आपल्या मुलीला टेनेसी राज्यातल्या कार्टर इथल्या रेल्वे स्थानकावर भेटायला गेलेल्या जॉन्सनला मेंदूचा झटका आला आणि त्यातच त्याचं निधन झालं.

युलिसिस ग्रँट

१८६९-७७
या काळातला अमेरिकेचा
अठरावा राष्ट्रपती

अल्प-परिचय

साल	घटना
१८२२	ओहायो राज्यातल्या पॉईंट प्लेझंट इथं जन्म
१८४३-५३	अमेरिकी लष्करात सेवा
१८४८	ज्युलिया डेंटशी विवाह
१८५४-५८	सेंट लुईसमधल्या मिझुरी इथं शेती
१८६०-६१	इलिनॉय राज्यात गॅलेना इथल्या एका दुकानात कारकुनी
१८६१-६५	यादवी युद्धात सरकारच्या लष्कराचा सरसेनापती
१८६७-६८	जॉन्सनच्या राष्ट्रपतिपदाच्या काळात संरक्षणमंत्री
१८६९-७७	अमेरिकेचा अठरावा राष्ट्रपती
१८८०	रिपब्लिकन पक्षातर्फे राष्ट्रपतिपदासाठीची अपयशी उमेदवारी
१८८५	निधन

प्राथमिक ओळख

जवळपास कोणतीच भरीव कामगिरी करून दाखवण्यात अपयश आलेला माणूस अचानकपणे प्रकाशझोतात कसा येऊ शकतो, याचं उत्तम उदाहरण म्हणून युलिसिस ग्रँटचा उल्लेख करता येईल. अमेरिकेमधलं यादवी युद्ध सुरू होण्याच्या काळापर्यंत ग्रँटनं 'भरीव' असं काहीच करून दाखवलं नव्हतं. लहानपणी तर उपहासानं त्याचं टोपणनाव 'युसलेस' असं पाडण्यात आलं होतं! यादवी युद्धामुळे मात्र त्याचं नशीब पार पालटलं. फुटीरवादी दक्षिणेकडच्या राज्यांचा या युद्धात

पराभव करणाऱ्या अमेरिकी लष्कराचं नेतृत्व करणाऱ्या ग्रँटची निवड यानंतरच्या राष्ट्रपतिपदासाठी होणार, हे जवळपास नक्कीच झालं. अर्थात, केवळ रणांगणात विजय मिळवला म्हणून त्याच्यामध्ये अमेरिकेचं नेतृत्व करण्याची क्षमता होती, असं मुळीच नाही. म्हणूनच बहुतेक इतिहासकारांनी ग्रँट 'राष्ट्रपती' म्हणून अपयशी ठरला असल्याचं मत व्यक्त केलं आहे. युद्धात लढताना सर्वसामान्य बुद्धीला योग्य वाटतील असे निर्णय घेण्याची सवय असलेल्या ग्रँटला हा पवित्रा 'राष्ट्रपती' म्हणून जबाबदारी सांभाळताना उपयोगी पडत नसल्याचं लक्षात आलं. अर्थातच, यावर त्याच्याकडे कुठलीच उपाययोजना नव्हती. आपल्या अखेरच्या काळात कर्करोग आणि दिवाळखोरी अशा दुहेरी संकटांचा मोठ्या हिकमतीनं सामना करून ग्रँटनं नव्यानं लोकांची सहानुभूती मिळवली.

जडणघडण

सर्वसाधारण परिस्थिती असलेल्या घरात ग्रँटचा जन्म झाला. त्याचे वडील शेती तर करायचेच; शिवाय मृत प्राण्यांची चामडी कमावण्याचं म्हणजेच त्वचा काढून वाळवण्याचं कामही करायचे. यांपैकी शेतीमध्ये ग्रँट आपल्या वडिलांना मदत करत असे; कारण प्राण्यांना ठार करणं आणि त्यानंतर रक्ताळलेल्या परिसरातच त्यांची चामडी सोलून ती वाळवण्याचं अत्यंत किळसवाणं काम त्याला पार नकोसं होई. त्याला घोडेस्वारी करायला आवडे. तसंच खवळलेल्या प्राण्यांना काबूत आणण्याची अवघड आणि अनोखी हातोटी त्याला अचानकपणे साध्य झालेली असल्यामुळे शेती करताना त्याचा उपयोग होई. त्याची शाळा एकदम दुय्यम पातळीची असल्यामुळे त्याला तिथं फार काही शिकायला मिळत नसे. बारावीत ३९ मुलं असलेल्या वर्गात त्याचा एकविसावा क्रमांक आला. त्याला गणिताची आवड असल्यामुळे याच विषयाचा शिक्षक बनायचं होतं. त्याआधी त्याला सेंट लुईसमधल्या पायदळामध्ये भरती होण्यासाठी पाठवण्यात आलं. 'सैनिक' म्हणून प्रशिक्षण घेतल्यानंतर मेक्सिकन युद्धात ग्रँट सहभागी झाला. या युद्धात त्यानं चांगला पराक्रम गाजवल्यानंतर त्याला आराम करण्यासाठीची सुट्टी मंजूर झाली. त्यानं या काळात ज्युलिया डेंटशी लग्न केलं. खरं म्हणजे ज्युलियाच्या वडिलांना हा निर्णय पसंत नव्हता. ग्रँट आपल्या मुलीला सुखी ठेवण्याइतका आर्थिकदृष्ट्या संपन्न नसल्याचं त्यांचं मत होतं. त्याचबरोबर ज्युलिया दिसायला अगदीच साधारण आणि त्यात तिरळी असल्यामुळे तिला कोण पसंत करणार, अशी भीती त्यांना वाटत असल्यामुळे कदाचित त्यांनी माघार घेतली असावी. ज्युलियाच्या पोटी तीन मुलं आणि एक मुलगी अशी चार अपत्यं जन्मली.

१८५०च्या दशकात ग्रँटला लष्करी सेवेसाठी अमेरिकेच्या पश्चिम भागात पाठवण्यात आलं. आपल्या अपुऱ्या वेतनामुळे आपल्याला आपल्या कुटुंबाचा खर्च तिथं चालवणं अवघड असल्याचं लक्षात आल्यामुळे ग्रँट तिथं एकटाच गेला. एकाकीपणा आणि काहीच काम नसणं यामुळे तो तिथं खूप दारू प्यायला लागला. शेवटी १८५४मध्ये त्याला तिथून काढून टाकण्यात आलं. ३२ वर्षांच्या ग्रँटची कारकीर्द अशा प्रकारे एकदम धोक्यात आली. सेंट लुईसला परतून त्यानं आपल्या सासऱ्यानं दिलेल्या छोट्या जागेच्या तुकड्यात एक खोपटंवजा घर उभं केलं आणि शेजारी शेती सुरू केली. या कामातसुद्धा त्याचं मन अजिबात रमलं नाही. दारू ढोसत राहणं आणि आजार यामुळे त्याचा हा नवा उद्योग पार फसला आणि १८५८मध्ये त्याला आपल्या शेताचा लिलाव करावा लागला. आता आपल्या पत्नीच्या नात्यातल्या एका माणसाबरोबर ग्रँटनं जमिनींच्या खरेदी-विक्रीशी संबंधित असलेला दलालीचा व्यवसाय सुरू केला आणि तोही पार अयशस्वी ठरला. शेवटी, इलिनॉय राज्यातल्या गॅलेना इथं एका दुकानाचं व्यवस्थापन बघणाऱ्या त्याच्या धाकट्या भावांनी त्याला तिथं बोलावून घेतलं आणि कारकुनीचं काम दिलं.

लष्करात पुनरागमन

आपल्या आयुष्यात जवळपास काहीच करू न शकलेल्या ग्रँटचं नशीब अमेरिकी यादवी युद्धामुळे अचानक पालटलं. १८६१च्या एप्रिल महिन्यात फुटीरवादी राज्यांना अमेरिकी संघराज्यावर वर्चस्व गाजवू न देण्यासाठी लष्कराच्या मदतीला धावून येण्यासाठी राष्ट्रपती लिंकननं लोकांना आवाहन केलं. हे कळताच ग्रँटनं आपली कारकुनीची नोकरी सोडली आणि लष्करभरतीमध्ये मदत करण्यासाठीचं काम त्यानं हाती घेतलं. लष्करात आठवड्याला तीन डॉलर्स पगारावर कारकुनी करत त्यानं लष्करभरतीसाठी खूप प्रयत्न केले. नव्यानं भरती करण्यात आलेल्या सैनिकांची एक तुकडी अत्यंत बेशिस्तीनं वागत असल्याचं आणि त्यांना दिलेले आदेश पार धुडकावून लावत असल्याचं संबंधित अधिकाऱ्यांच्या लक्षात आल्यावर त्यांनी ग्रँटला यात लक्ष घालायला सांगितलं. ग्रँटनं अगदी तातडीनं अत्यंत कडक धोरण स्वीकारून या तुकडीला एकदम सरळ केलं. यामुळे ग्रँटवर नव्या जबाबदाऱ्या टाकण्यात आल्या. लवकरच टेनेसीमधले दोन किल्ले फुटीरवाद्यांकडून परत हिसकावून घेण्यात ग्रँटला यश आलं. कुठलीही बोलणी न करता शत्रूनं आपल्यासमोर शरणागती पत्करावी, असा कठोर पवित्रा ग्रँटनं घेतल्यामुळे, खूश होऊन लष्करी अधिकाऱ्यांनी त्याला बढती दिली. यानंतर टेनेसीमधल्या एका प्रसंगामुळे ग्रँटचं नाव आणखी प्रकाशझोतात आलं. फुटीरवाद्यांच्या सैन्यानं अमेरिकी लष्कराच्या

तुकडीवर एकदम अनपेक्षित हल्ला केला. ग्रँटकडे तुलनेनं खूप कमी सैनिक असल्यामुळे आणि बहुदा 'दारूकाम' सुरू असल्यामुळे फुटीरवाद्यांनी जोरदार मुसंडी मारली. मोठा रक्तपात झाला. तरीसुद्धा ग्रँटनं विलक्षण लढाऊ वृत्ती दाखवत हार मानली नाही आणि फुटीरवाद्यांचा हल्ला परतवून लावला. ग्रँटच्या बहादुरीमुळे त्याला टेनेसीमधल्या अमेरिकी लष्कराचा प्रमुख बनवण्यात आलं.

ग्रँटच्या कारकिर्दीवरचा एक मोठा डाग म्हणजे, १८६२च्या डिसेंबर महिन्यात टेनेसी राज्यामधल्या प्रश्नांसाठी त्यानं स्थानिक ज्यू लोकांना जबाबदार धरलं. कापसाच्या व्यापारात नफेखोरी करण्याच्या नादात ज्यू लोकांनी स्थानिक अर्थव्यवस्था पार धोक्यात आणल्याचा निष्कर्ष काढून, ग्रँटनं त्यांना तिथून निघून जाण्याचा अत्यंत धक्कादायक आदेश दिला. नशिबानं स्थानिक सरकारनं तो अमान्य केल्यामुळे अनर्थ टळला.

आपली नवी जबाबदारी अत्यंत उत्साहानं आणि चातुर्यानं पार पाडत ग्रँटनं फुटीरवाद्यांना पीछेहाट करायला भाग पाडलं. अत्यंत कठीण मोहिमा यशस्वी करून दाखवत त्यानं थेट जॉर्जिया राज्यापर्यंत धडक मारली. यामुळे १८६४च्या मार्च महिन्यात राष्ट्रपती लिंकननं ग्रँटला वॉशिंग्टनला बोलावून त्याचा सन्मान केला. तसंच 'लेफ्टनंट जनरल'चा म्हणजेच लष्करामधला सगळ्यांत मोठा हुद्दा देऊन, त्याच्याकडे पायदळाची सगळी सूत्रं दिली. त्यासरशी ग्रँटनं नव्या धाडसी मोहिमा आखून त्या पूर्णत्वाला नेल्या. या काळात अमेरिकी लष्कराला मोठ्या प्रमाणावर जीवितहानी सोसावी लागत असल्याच्या कारणावरून ग्रँटवर जोरदार टीका सुरू होती. त्याकडे साफ दुर्लक्ष करून ग्रँटनं फुटीरवाद्यांची पार दैना उडवली. १८६५च्या एप्रिल महिन्यात त्यांनी शरणागती पत्करली. ग्रँट अर्थातच 'हीरो' ठरला. त्याला उत्तरेकडच्या अनेक राज्यांनी घर किंवा रोख रक्कम या रूपानं मोठी बक्षिसं दिली.

रिपब्लिकन पक्षानं अगदी तातडीनं ग्रँटला आपल्या वतीनं राष्ट्रपतिपदासाठी उमेदवार बनवण्यासाठी प्रयत्न सुरू केले. खरं म्हणजे, सुरुवातीला राष्ट्रपती जॅक्सनच्या बाजूनं ग्रँट उभा राहिला होता. टोकाची भूमिका घेणाऱ्या रिपब्लिकन नेत्यांचं म्हणणं त्याला मंजूर नव्हतं. हळूहळू त्यात बदल होत गेला. अखेर १८६८मध्ये रिपब्लिकन पक्षातर्फे त्याची उमेदवारी निश्चित करण्यात आली. याचा स्वीकार त्यानं 'सगळ्यांनाच शांतता लाभो' असे उद्‌गार काढून केला. निवडणुकीत त्यानं डेमोक्रॅटिक पक्षाच्या उमेदवाराचा अगदी सहज पराभव करून व्हाईट हाऊसमध्ये प्रवेश केला.

राष्ट्रपतिपद

४ मार्च १८६९ या दिवशी वयाच्या सेहेचाळिसाव्या वर्षी आपल्या पदाची शपथ घेणारा ग्रँट तोपर्यंतचा सगळ्यांत तरुण अमेरिकी राष्ट्रपती बनला. अत्यंत कठीण कालखंडातून प्रवास करणाऱ्या अमेरिकेला अशाच तडफदार राष्ट्रपतीची गरज आहे, याविषयी कुणाच्याच मनात शंका नव्हती. ग्रँटच संकटातून अमेरिकेला बाहेर काढेल, असा विश्वास सगळ्यांच्या मनात होता. आधीचा राष्ट्रपती जॉन्सन म्हणत होता त्यानुसार, सावधपणे मार्गक्रमण करायचं ग्रँटच्या मनात होतं. दरम्यान, आपल्यावर विलक्षण अन्याय झाला असल्याचं वाटत असल्यामुळे आणि यातून बाहेर पडण्याचा दुसरा मार्ग नजरेसमोर नसल्यामुळे, दक्षिणेकडच्या राज्यांनी कायदा स्वतःच्या हाती घ्यायचं ठरवलं होतं. 'कू क्लक्स क्लॅन' नावाची एक भूमिगत दहशतवादी संघटना गोऱ्या फुटीरवादी-वर्चस्ववादी लोकांनी उभी केली. खूनखराबा, जाळपोळ, मारहाण असे प्रकार करून कृष्णवर्णीयांना नमवण्यासाठी या दहशतवादी संघटनेनं जोरदार प्रयत्न सुरू केले. साहजिकच, जॉन्सनच्या विरोधात जाऊन रिपब्लिकन नेत्यांनी दक्षिणेकडच्या राज्यांमध्ये उभ्या केलेल्या नव्या शासनव्यवस्था पार कोलमडून पडल्या.

१८६९मध्ये जे गोल्ड आणि जिम फिस्क या अत्यंत बिलंदर जोडगोळीनं घडवून आणलेल्या आर्थिक घोटाळ्यामुळे अमेरिकी अर्थव्यवस्था आणि पर्यायानं ग्रँट हे दोघंही पार अडचणीत आले. यादवी युद्धामुळे अमेरिकी डॉलर दोलायमान अवस्थेत होता. सोन्याचा डॉलर्सच्या हिशेबातला दर सातत्यानं वर-खाली होत असल्यामुळे सोन्याच्या बाजारात नफेखोरी करण्याची संधी गोल्ड आणि फिस्क यांनी साधायचं ठरवलं. सोन्याचा भाव सतत चढवत नेण्यासाठी त्यांनी केलेल्या गैरप्रकारांमुळे सप्टेंबर महिन्यात सोन्याची किंमत अचानकपणे वीस टक्क्यांनी वाढली. सरकारी नियमांनुसार बँकांना ठरावीक प्रमाणात सोनं विकत घेणं गरजेचं असल्यामुळे, त्यांनी आपल्याकडचे कवडीमोल होत चाललेले डॉलर्स भराभर काढून सोनं विकत घेतलं. यामुळे सोन्याचा भाव अजूनच वाढला.

दरम्यान २४ सप्टेंबरला शेअर बाजार कोसळला आणि अनेक बँका अडचणीत आल्या. यामुळे आपल्या अर्थमंत्र्याच्या साथीनं तातडीचे प्रयत्न करून ग्रँटनं तब्बल ४० लाख डॉलर्स एवढ्या किमतीचं सोनं बाजारात आणून सोन्याचा भाव घसरवण्याचा जोरदार प्रयत्न केला. यामुळे गोल्ड आणि फिस्क यांचा बेत फसला. खरं म्हणजे, ग्रँटनं आपल्याला प्रतिकूल ठरू शकेल अशी पावलं उचलू नयेत, याची तजवीज करण्यासाठी फिस्क आणि गोल्ड यांनी ग्रँटच्या मेव्हण्याशी संधान

साधण्याचा प्रयत्न केला होता; पण त्यांना यात अपयश आलं.

राजकारणामधला ग्रँटचा नवखेपणा लगेचच दिसून आला. त्यानं आपल्या जुन्या दोन मित्रांना 'परराष्ट्रमंत्री' आणि 'संरक्षणमंत्री' म्हणून नेमलं. यातल्या एकानं वर्षभरात आपल्या पदाचा राजीनामा दिला, तर दुसऱ्याचं त्याच काळात निधन झालं. अर्थमंत्री म्हणून युद्धकाळातल्या एका उद्योगपतीला ग्रँटनं नेमलं. त्याच्यावर स्वतःचा फायदा करून घेण्यासाठी धडपड करण्याचे आरोप झाल्यामुळे, त्यानंही एका वर्षाच्या आतच राजीनामा दिला. नौदलाचा मंत्री म्हणून ग्रँटनं एका लक्षाधीश बँकरला नेमलं. त्यानं 'या कामात आपला फार वेळ फुकट वाया जातो' असं म्हणून तीनच महिन्यांत आपलं पद सोडलं! ग्रँटची ही ससेहोलपट आक्रमक रिपब्लिकन नेत्यांच्या नजरेतून सुटली नाही. त्यांनी ग्रँटला आपल्या हातचा बाहुला समजून खेळवायला सुरुवात केली. दरम्यान आक्रमक नसलेल्या आणि मुक्त विचारसरणीला मानणाऱ्या रिपब्लिकन नेत्यांनी १८७२च्या राष्ट्रपतिपदाच्या निवडणुकीसाठी ग्रँट अयोग्य उमेदवार असल्याच्या कारणावरून दुसऱ्याच नेत्याला पुढे केलं. काहीही करून ग्रँटला दुसऱ्यांदा सत्ता मिळू नये, असं वाटत असलेल्या डेमोक्रॅटिक पक्षाच्या नेत्यांनीसुद्धा या निर्णयाला पाठिंबा दिला. कट्टर रिपब्लिकनांना मात्र पुन्हा ग्रँटच राष्ट्रपती म्हणून हवा होता. यासाठी आवश्यक असलेली मोर्चाबांधणी करून, त्यांनी ग्रँटला परत निवडून आणलं.

पहिल्या चार वर्षांच्या कार्यकालात ग्रँटवर भ्रष्टाचाराला आसरा देण्याचे आरोप झाले होते. आता त्याच्या राष्ट्रपतिपदाच्या उत्तरार्धात तर याला नुसता ऊत आला. अनेक काँग्रेसमन, सिनेटर्स, सरकारी अधिकारी भ्रष्टाचारात आकंठ बुडून गेले. ग्रँटच्या मंत्रिमंडळातल्या दोघांनी भ्रष्टाचार आणि लाचखोरी यांच्याशी संबंधित असलेल्या आरोपांमुळे आपली चौकशी सुरू होण्याच्या भीतीनं आधीच राजीनामा दिला. पाच न्यायाधीशांनीही याच कारणामुळे आपली सुटका करून घेतली. ग्रँटच्या सचिवावरही भ्रष्टाचाराच्या आरोपांवरून खटला भरण्यात आला. या सगळ्या प्रकारांमुळे सर्वसामान्य लोक पार निराश झाले. त्यातच १८७३मध्ये आर्थिक मंदी सुरू झाल्यामुळे परिस्थिती अजूनच बिघडली. अनेक जणांनी पाठपुरावा करूनसुद्धा तिसऱ्यांदा राष्ट्रपतिपदासाठी उभं राहायचं नाही, असं ग्रँटनं ठरवून टाकलं.

ग्रँटच्या राष्ट्रपतिपदाच्या कार्यकालादरम्यानची एक रंजक गोष्ट म्हणजे, एकदा 'खूप जोरात घोडेस्वारी केल्याबद्दल' त्याला २० डॉलर्सचा दंड करण्यात आला!

निवृत्तीनंतरचा काळ

राष्ट्रपतिपदापासून दूर गेल्यानंतर ग्रँटनं पुढची तीन वर्षं युरोप आणि आशिया इथं प्रवास केला. 'कन्सॉलिडेटेड व्हर्जिनिया मायनिंग कंपनी' नावाच्या कंपनीचे २५ शेअर्स अगदी योग्य वेळी विकत घेतल्यामुळे ग्रँटला २५,००० डॉलर्सची घसघशीत कमाई करता आली. या रकमेचा वापर त्यानं आपल्या परदेश सफरींसाठीच्या खर्चासाठी केला. सगळीकडे 'अमेरिकी यादवी युद्धाचा हिरो' म्हणून त्याचं जोरदार स्वागत झालं. स्थानिक वर्तमानपत्रांमध्ये याविषयी बरंच काही छापून आलं. याचे पडसाद अमेरिकी वर्तमानपत्रांमध्येही उमटल्यामुळे ग्रँटची खराब झालेली प्रतिमा जरा उजळली. यामुळे १८८०च्या राष्ट्रपतिपदाच्या निवडणुकीसाठी पुन्हा एकदा ग्रँटचं नाव रिपब्लिकन पक्षामधल्या एका गटानं पुढे केलं. काही काळानंतर ही हालचाल मंदावली.

ग्रँट आणि त्याची पत्नी यांनी पुढची काही वर्षं शांतपणे घालवून न्यू यॉर्कला आपलं बस्तान हलवलं. ग्रँटची आर्थिक परिस्थिती फार चांगली नव्हती. हाती आलेला बराचसा पैसा ग्रँट दांपत्यानं बऱ्यापैकी खर्चून टाकल्याचा हा परिणाम होता. त्यात कहर म्हणजे, आपला मुलगा बँकिंगशी संबंधित असलेल्या एका कंपनीत काम करत असल्यामुळे, ग्रँटनं त्यात आपली सगळी बचत गुंतवून टाकली. ही कंपनी म्हणजे निव्वळ पोरखेळच होता. ग्रँटच्या दुर्दैवानं, या कंपनीचा प्रमुख फसवा माणूस निघाला. १८८४मध्ये या कंपनीनं दिवाळखोरी जाहीर केली. यामुळे ग्रँटचं कल्पनेपलीकडे नुकसान झालं. 'इथून पुढे आपण कुणावरच विश्वास ठेवू शकणार नाही,' असं निराश झालेल्या ग्रँटनं उद्वेगानं म्हटलं खरं; पण त्यातून काही साध्य होण्यासारखं नव्हतंच. एकीकडे कंगाल झालेल्या ग्रँटला दुर्धर कर्करोगानं ग्रासल्यामुळे त्याची परिस्थिती अत्यंत खराब झाली. दररोज ७-१० सिगार्स ओढण्याच्या सवयीमुळे ग्रँटला कर्करोग झाल्याचं डॉक्टरांनी निदान केलं. तरीसुद्धा हार न मानता, कमाई करण्यासाठी त्यानं एका मासिकासाठी आपल्या आयुष्यामधल्या आठवणी मालिकेच्या रूपानं लिहायला सुरुवात केली. अर्थातच, त्याच्या लष्करी अनुभवांविषयी सर्वसामान्य लोकांना विलक्षण कुतूहल वाटत असल्यामुळे, त्यांनी या लिखाणावर अक्षरशः उड्या टाकल्या. दरम्यान ग्रँटचा आजार खूप बळावला. तो फार दिवस जगणार नाही असं चित्र स्पष्टपणे दिसत असताना, मृत्यूपूर्वी काही आठवड्यांआधी त्यानं जिद्दीनं आपलं लिखाण पूर्ण केलं. कित्येकदा वेदनाशामक औषधं घेतल्यामुळे तो पार गुंगीत असे; पण ही औषधं घेतली नाहीत, तर आपण विलक्षण वेदनामय स्थितीत विव्हळत राहू, याची त्याला पुरेपूर कल्पना होती.

याउलट गुंगी चढल्यामुळे आपला विचार बंद पडतो हे लक्षात आल्यावर, या वेदना कशाबशा सहन करत तो वेदनाशमक औषधं घेणंही टाळे. १९ जुलै १८८५ या दिवशी 'आपलं लिखाण पूर्ण झालं,' असं म्हणून ग्रँटनं समाधान व्यक्त केलं. त्यानंतर त्याच्या प्रकृतीत वेगानं घसरण होत गेल्यामुळे त्याचे सगळे नातेवाईक त्याच्यापाशी जमले. त्यांच्या उपस्थितीतच, लिखाण संपवून पाच दिवस झालेले असताना, ग्रँटनं समाधानानं अंतिम श्वास घेतला. सुप्रसिद्ध लेखक मार्क ट्वेननं या आठवणी पुस्तकबद्ध करून छापल्या आणि त्याच्या विक्रीतून मिळालेलं सुमारे साडेचार लाख डॉलर्सचं भरघोस उत्पन्न ग्रँटच्या कुटुंबीयांना दिलं. किमान मृत्यूनंतर तरी, ग्रँटनं आपल्या हातून जिवंतपणी झालेली चूक सुधारून आपल्या कुटुंबाला पुन्हा सुख मिळवून दिलं, हे नक्की!

ग्रँटच्या अंत्ययात्रेला इतका जनसागर लोटला, की त्यासाठीची रांग तब्बल डझनभर किलोमीटर्सपर्यंत गेली!

❖

रदरफर्ड हेज

१८७७-८१
या काळातला अमेरिकेचा एकोणिसावा राष्ट्रपती

अल्प-परिचय

साल	घटना
१८२२	ओहायो राज्यातल्या डेलावेअर इथे जन्म
१८४२	महाविद्यालयीन शिक्षण पूर्ण
१८४३-४५	कायद्याचा अभ्यास
१८४५	वकिलीला सुरुवात
१८५२	ल्यूसी वेर वेब हिच्याशी लग्न
१८६१-६५	अमेरिकी लष्करातर्फे यादवी युद्धात सहभाग
१८६५-६७	ओहायो राज्यातर्फे 'हाऊस ऑफ रिप्रेझेंटेटिव्ह्ज'चं सदस्यत्व
१८६८-७७	ओहायोचा गव्हर्नर
१८७७-८१	अमेरिकेचा एकोणिसावा राष्ट्रपती
१८९३	निधन

प्राथमिक ओळख

खरं म्हणजे, अमेरिकी लोकांनी १८७६मध्ये न्यू यॉर्कच्या सॅम्युअल टिल्डन याची निवड आपला 'राष्ट्रपती' म्हणून केली होती; पण लोकशाहीची पार थट्टा उडवणारा प्रकार घडवून आणत राजकारण्यांनी ओहायो राज्याच्या रदरफर्ड हेज याच्याकडे राष्ट्रपतिपदाची सूत्रं देण्याचा निर्णय घेतला. अत्यंत धार्मिक असलेला हेज आणि त्याची तितकीच धार्मिक असलेली पत्नी यांनी व्हाईट हाऊसमध्ये अशा चोरवाटेने प्रवेश करावा, ही नियतीची खेळीच मानली पाहिजे. आपल्याला राष्ट्रपती

केल्याच्या मोबदल्यात हेजनं ठरल्याप्रमाणे दक्षिणेकडच्या राज्यांमधलं अमेरिकी लष्कर काढून घेतलं. खरं म्हणजे, याच्या दहा वर्षं आधी या राज्यांमध्ये लष्करी सत्ता उभी करण्याच्या विधेयकाच्या बाजूनं काँग्रेसमन म्हणून हेजनं मतदान केलं होतं. त्याला विरोध करणाऱ्या राष्ट्रपती जॉन्सनच्या व्हिटोच्या मताधिकाराला नाकारणाऱ्या प्रस्तावाच्या बाजूनंसुद्धा हेजनं मतदान केलं होतं. तसंच जॉन्सननं दक्षिणेकडच्या राज्यांच्या संदर्भात एकदम कट्टर धोरण न स्वीकारल्याबद्दल त्याला पदच्युत करण्यासंबंधीच्या विधेयकाच्या बाजूनंही त्यानं आपलं मत दिलं होतं. म्हणजेच पूर्वी ज्या मुद्द्यांवर तो प्रत्यक्ष-अप्रत्यक्षपणे लढला होता, त्या मुद्द्यांना आता पूर्णपणे तिलांजली देत, सोयीस्कररीत्या राष्ट्रपतिपद मिळवण्याच्या एकमेव हेतूपोटी तो आपली भूमिका पूर्णपणे बदलायला तयार होता!

खरं म्हणजे, हेजची पार्श्वभूमी राष्ट्रपतिपदासाठी एकदम अनुकूल होती. लष्करी सेवा आणि गव्हर्नरपदाचा अनुभव, अशा दोन पूर्णपणे वेगळ्या; पण एकमेकांना पूरक असलेल्या गोष्टी लाभलेला तो एकमेव राष्ट्रपती होता. याखेरीज त्याला वकिलीचाही अनुभव होता. साहजिकच, त्याच्याकडे देशाचं प्रशासन व्यवस्थितपणे चालवण्यासाठीचे सगळेच पैलू होते. असं असूनही, जॉन क्विन्सी ॲडम्सप्रमाणेच परिस्थितीपुढे त्याला शरण जावं लागलं. राजकीय पातळीवर हेजच्या कार्यकालात फारसं काही भरीव घडलं नसलं, तरी या काळात अमेरिकेनं तांत्रिकदृष्ट्या जोरदार प्रगती साधली. ॲलेक्झांडर ग्रॅहॅम बेलनं व्हाईट हाऊसमधला पहिला टेलिफोन बसवला; थॉमस अल्वा एडिसननं विजेवर चालणाऱ्या दिव्यामध्ये आणखी परिपूर्णता आणली आणि फोनोग्राफचं प्रात्यक्षिक व्हाईट हाऊसमध्ये दिलं.

जडणघडण

व्यापारी असलेले हेजचे वडील त्याच्या जन्माच्या तीन महिने आधीच हे जग सोडून गेले. मात्र त्यांनी आपल्यामागे भरपूर संपत्ती ठेवली असल्यामुळे, हेजच्या आईला आपल्या सगळ्या मुलांचं शिक्षण व्यवस्थितपणे पार पाडता आलं. अर्थात, हेज आणि त्याची भावंडं ज्या शाळेत शिकत असत, तिथला शिक्षक इतका भीतिदायक आणि मारकुटा होता, की त्याचा विलक्षण धसकाच हेजनं घेतला. कायद्याची पदवी घेतल्यानंतर हेजनं वकिलीला सुरुवात केली. 'आपल्या मालकांकडून पळून गेलेल्या गुलामांच्या वतीनं खटले लढण्यात निष्णात असलेला वकील' म्हणून त्यानं लवकरच नावलौकिक संपादित केला. साहजिकच, गुलामगिरी संपुष्टात आणण्यासाठी प्रयत्नशील असलेल्या नव्या रिपब्लिकन पक्षामध्ये तो

ओढला गेला आणि आपल्या ओहायो राज्यात त्याचे पंख पसरवण्यात त्यानं हातभार लावला. १८५८मध्ये स्थानिक राजकारणात प्रथमच प्रवेश करणाऱ्या हेजनं लवकरच सुरू होणाऱ्या यादवी युद्धात फुटीरवादी राज्यांच्या विरोधात लष्करी सेवा केली. या काळात हेजमध्ये असलेले सुप्त गुण अचानकपणे बाहेर आले. अत्यंत अवघड परिस्थितीमध्ये हार न मानता झुंजत राहणं आणि हुशारीनं डावपेच आखून शत्रूवर मात करणं, या त्याच्यात दडलेल्या कौशल्यांमुळे तो चांगलाच लोकप्रिय झाला. १८६४मध्ये 'काँग्रेसच्या सदस्यत्वासाठीचा उमेदवार' म्हणून त्याच्या समर्थकांनी त्याचं नाव पुढे केलं आणि युद्धभूमीवर परतून त्यानं यासाठीच्या प्रचारात भाग घ्यावा, असं त्याला सुचवलं. यावर अशा समरप्रसंगी देशासाठी लढण्याऐवजी प्रचार करण्यासाठी परतणाऱ्या माणसाला देहदंडाचीच शिक्षा दिली पाहिजे, असं म्हणून हेजनं आपला निर्धार व्यक्त केला. साहजिकच, त्याची प्रतिमा जनमानसात अजूनच उजळली. तो काँग्रेसमध्ये निवडून आला आणि युद्ध संपल्यानंतर त्यानं दक्षिणेकडच्या पराभूत फुटीरवादी राज्यांच्या विरोधात अत्यंत कडवी भूमिका स्वीकारली. रिपब्लिकन पक्षाच्या कट्टर गटाशी त्याची विचारसरणी जुळत असल्यामुळे, राष्ट्रपती जॉन्सननं घेतलेल्या मवाळ भूमिकेला त्यानं कडाडून विरोध केला आणि जॉन्सनचे प्रयत्न धुळीला मिळवण्यासाठी कंबर कसली.

वादग्रस्त निवडणूक

१८६७मध्ये काँग्रेसमधून बाहेर पडून हेजनं 'ओहायोचा गव्हर्नर' म्हणून जबाबदारी स्वीकारली. एकंदर तीन वेळा तो या पदावर निवडून आला. १८७६मध्ये ओहायोमधल्या रिपब्लिकन पक्षाच्या नेत्यांनी हेजचं नाव राष्ट्रपतिपदाचा उमेदवार म्हणून पुढे आणलं. रिपब्लिकन पक्षाच्या देशपातळीवरच्या नेत्यांना मात्र यात कसलाच दम वाटत नव्हता. याचं कारण म्हणजे, दुसऱ्या एका नेत्याच्या नावावर जवळपास शिक्कामोर्तब झालं होतं. तेवढ्यात, या नेत्याच्या भ्रष्टाचाराचे पाढे वाचले गेल्यामुळे, दारूसुद्धा न पिणारा आणि अत्यंत प्रामाणिक म्हणून ओळखला जाणारा हेजच योग्य उमेदवार असल्याचा निर्णय रिपब्लिकन पक्षानं घेतला. न्यू यॉर्कचा गव्हर्नर सॅम्युएल जोन्स टिल्डन आपला उमेदवार असल्याचं डेमोक्रॅटिक पक्षानं जाहीर केलं. हेज विरुद्ध टिल्डन या लढतीसाठीचा प्रचार खालच्या पातळीवर उतरला. दोन्ही गटांनी एकमेकांविरुद्ध भ्रष्टाचारासकट इतर अनेक प्रकारचे आरोप केले. टिल्डनची बाजू भरभक्कम असल्याचं हेजला जाणवत असल्यामुळे मतदानाच्या दुसऱ्या दिवशीच्या वर्तमानपत्रात टिल्डनचा विजय

झाल्याची बातमी छापून आल्यावर हेजला त्याचं आश्चर्य वाटलं नाही. टिल्डनला ४२,८४,०२०; तर हेजला ४०,३६,५७२ 'पॉप्युलर व्होट्स' मिळाली. तसंच टिल्डनला २०३; तर हेजला १६६ 'इलेक्टोरल व्होट्स' मिळाली. अर्थातच यावरून टिल्डनच राष्ट्रपती होणार, याविषयी वार्ताहरांना कसलीच शंका वाटत नव्हती. रिपब्लिकन पक्ष मात्र आपल्या हातून सत्ता निसटू नये यासाठी कुठल्याही पातळीवर जायला तयार आहे, हे त्यांना कुठं माहीत होतं?

कृष्णवर्णीय लोकांना मतदान करण्याच्या हक्कापासून वंचित ठेवण्यात आलेलं असल्याचा आरोप करून रिपब्लिकन पक्षानं साऊथ कॅरॉलिना, फ्लॉरिडा, लुईझियाना आणि ओरेगॉन इथं खरं म्हणजे आपला विजय झाला असल्याचा दावा केला. म्हणजेच या चारही राज्यांमधली 'इलेक्टोरल व्होट्स' टिल्डनला मिळालेली असली, तरी ती हेजला मिळायला हवीत, असं त्यांचं म्हणणं होतं. हे म्हणणं मान्य करायचं, तर 'इलेक्टोरल व्होट्स'च्या हिशेबानं हेजला टिल्डनच्या विरोधात १८५-१८४ असा निसटता विजय मिळाला, असा त्याचा अर्थ होत होता. अमेरिकी काँग्रेसनं या वादासंबंधी निर्णय घेणं अशक्य होतं. याचं कारण म्हणजे, 'हाऊस ऑफ रिप्रेझेंटेटिव्हज' या सभागृहावर डेमोक्रॅटिक पक्षाचं वर्चस्व होतं, तर 'सिनेट'वर रिपब्लिकन पक्षाचं वर्चस्व होतं. तीन महिने हा मुद्दा तसाच भिजत राहिला. दरम्यान, दोन्ही पक्षांच्या वरिष्ठ नेत्यांनी गुप्तपणे भेटून, १५ सदस्यांची एक समिती नेमून, तिच्याद्वारा हा प्रश्न निकालात काढायचं ठरवलं. या समितीमधले एक तृतीयांश सदस्य सर्वोच्च न्यायालयातून, तर उरलेले प्रत्येकी एक तृतीयांश सदस्य संसदेच्या दोन्ही सभागृहांमधून निवडले जातील, असं ठरलं. म्हणजेच, डेमोक्रॅटिक पक्षाचे पाच नेते, रिपब्लिकन पक्षाचे पाच नेते आणि सर्वोच्च न्यायालयाचे पाच न्यायाधीश अशा लोकांची मिळून ही समिती बनेल, असं ठरलं. वरवर हे योग्य वाटत असलं, तरी यामधला एक महत्त्वाचा मुद्दा म्हणजे, सर्वोच्च न्यायालयामधल्या पाच न्यायाधीशांपैकी तिघे रिपब्लिकन पक्षाचे समर्थक होते. साहजिकच, या समितीचा निर्णय काय असेल, हे समिती स्थापन करतानाच निश्चित झालं होतं. डेमोक्रॅटिक पक्षानं हेजच्या राष्ट्रपतिपदाला नाइलाजानं अनुकूलता दाखवली खरी; पण याच्या मोबदल्यात दक्षिणेकडच्या राज्यांमधून तो लष्कर काढून घेईल आणि तिथं पुन्हा स्थानिक गोऱ्या नेत्यांचं सरकार स्थापन केलं जाईल, अशी आपली महत्त्वाची मागणी त्यांनी हेजकडून पूर्ण करून घेतली. यामुळे राष्ट्रपतिपदाच्या शपथविधीला फक्त ५६ तास बाकी असताना नवा राष्ट्रपती म्हणून हेजची निवड झाल्याची अधिकृत घोषणा करण्यात आली.

राष्ट्रपतिपद

दरम्यान, ५४ वर्षांचा हेज १ मार्च १८७६ या दिवशी ओहायोहून वॉशिंग्टनला निघाला, तेव्हा 'आपणच राष्ट्रपती बनणार आहोत का' याची त्याला खात्री नव्हती. यामुळेच, 'आपण कदाचित आपल्या सध्याच्या गव्हर्नरपदी एका आठवड्यातच परतू,' असं विधान त्यानं निघताना केलं. ५ मार्च या दिवशी मात्र राष्ट्रपतिपदाची सुरुवात आनंदानं करताना त्यानं आपल्या भाषणाद्वारा देशवासीयांना दिलासा देण्याचा प्रयत्न केला. खरं म्हणजे, हेजनं आपल्यावरची जबाबदारी प्रामाणिकपणे पार पाडण्याचा प्रयत्न नक्कीच केला; पण ज्या परिस्थितीत आणि ज्या मार्गाचा वापर करून तो राष्ट्रपतिपदावर आला होता, त्या सगळ्याचा त्याला कायम त्रास होत राहिला. कबूल केल्याप्रमाणे त्यानं दक्षिणेकडच्या राज्यांमधून लष्कर मागे घेतलं; पण यामुळे तिथल्या कृष्णवर्णीयांचा आधारच काढून घेतल्यासारखी परिस्थिती निर्माण झाली. हेजच्या कार्यकालाची पहिली दोन वर्षं, डेमोक्रॅटिक पक्षाचं हाऊस ऑफ रिप्रेझेंटेटिव्ह्ज या सभागृहावर नियंत्रण होतं आणि उरलेल्या दोन वर्षांमध्ये त्यांनी सिनेटवरही आपलं वर्चस्व प्रस्थापित केलं. स्वाभाविकपणे, कुठलंही विधेयक संमत करून घेण्यासाठी हेजसमोर कोणताच मार्ग दिसत नव्हता. या काळात अमेरिकेवर नवं आर्थिक संकट ओढवलं. त्यातून योग्य मार्ग काढण्यासंबंधी एकमत नसल्यामुळे, आपोआप हा प्रश्न सुटेपर्यंत काहीच नीट घडू शकलं नाही. सरकारी नोकऱ्यांमध्ये जनसामान्यांना संधी मिळावी, यासाठी हेजनं मांडलेले प्रस्तावसुद्धा फेटाळून लावण्यात आले.

व्हाईट हाऊसमधून बाहेर पडल्यावर हेजनं आपलं उर्वरित आयुष्य शांतपणे घालवलं. त्याचा बराचसा वेळ समाजोपयोगी गोष्टी करणं आणि आपल्या संपत्तीचा वापर सामाजिक कार्यांसाठी करणं, यात जाई. त्याच्या निधनाआधी चार वर्षं त्याच्या पत्नीचं निधन झालं. स्वतः हे जग सोडून जातानाचे त्याचे अखेरचे शब्द 'ल्यूसी जिथं आहे, तिथंच मी चाललो असल्याची मला कल्पना आहे,' असे होते.

❖

जेम्स गारफिल्ड

१८८१
मधील अमेरिकेचा
विसावा राष्ट्रपती

अल्प-परिचय

साल	घटना
१८३१	ओहायो राज्यातल्या ऑरेंज इथे जन्म
१८५६	महाविद्यालयीन शिक्षण पूर्ण
१८५८	लुक्रेशिया रुडॉल्फशी लग्न
१८५९-६१	स्थानिक राजकारणात सहभाग
१८६१-६३	अमेरिकी यादवी युद्धात सहभाग
१८६३-८०	ओहायो राज्यातर्फे 'हाऊस ऑफ रिप्रेझेंटेटिव्ह्ज' सभागृहाचा सदस्य
१८८०	सिनेटर
१८८१	अमेरिकेचा विसावा राष्ट्रपती
१८८१	खुनी हल्ल्यात जखमी आणि अडीच महिन्यांनी निधन

प्राथमिक ओळख

'खुनी हल्ल्यात बळी पडणारा दुसरा राष्ट्रपती' म्हणून ओळखल्या जाणाऱ्या जेम्स गारफिल्डनं हे पद फक्त २०० दिवस उपभोगलं आणि त्यांपैकी ८० दिवस तर बंदुकीची गोळी पाठीच्या कण्यात घुसल्यामुळे त्यानं मृत्यूशी झुंज देण्यातच काढले. सहा फूट उंची आणि निळेशार डोळे लाभलेला गारफिल्ड उत्कृष्ट कामगिरी करून दाखवेल असं अनेक जणांचं मत असलं, तरी त्यासाठीची पुरेशी संधीच त्याला मिळू शकली नाही. सर्वसाधारण परिस्थितीत जन्मूनसुद्धा मोठ्या हिकमतीनं

त्यानं स्वतःचं नशीब घडवलं. गारफिल्डचं एक वैशिष्ट्य म्हणजे, तो आपल्या दोन्हींपैकी कुठल्याही हाताचा वापर करून लिहू शके. तसंच, एकाच वेळी एका हातानं ग्रीक, तर दुसऱ्या हातानं लॅटिन भाषेत लिहून तो उपस्थितांना थक्क करून सोडे.

जडणघडण

पाच भावंडांमध्ये सगळ्यांत धाकटा असलेला गारफिल्ड एका छोट्याशा खोपटेवजा घरात जन्मला. तो दीड वर्षांचा असताना त्याचे वडील जवळच्या जंगलात लागलेल्या आगीशी झुंजताना दगावले. कर्जबाजारी असूनसुद्धा गारफिल्डच्या आईनं परिस्थितीशी झुंज द्यायचं ठरवलं. आपल्या वाट्याला आलेल्या जमिनीमधला एक तुकडा विकून तिनं सगळी कर्जं फेडली आणि उरलेल्या जमिनीवर शेती करून आपल्या कुटुंबाचं पोट भरण्याचा तिनं कसाबसा प्रयत्न केला. वयाच्या तिसऱ्या वर्षीच वाचनाचा बऱ्यापैकी यशस्वी प्रयत्न केल्यामुळे गारफिल्डला शाळेत जायची संधी मिळाली. ही शाळा अगदी सामान्य दर्जाची असली, तरी तिथं गेल्यामुळे त्याला वाचन करण्याचा छंद जडला; तसंच आपण खूप शिकायचं, असंही त्यानं तेव्हाच ठरवून टाकलं.

१७ वर्षांचा असताना त्यानं खलाशी व्हायचं ठरवलं; पण काही जलसफरी करून आल्यानंतर खलाशी होणं आपल्याला वाटतं तितकं आकर्षक नसल्याचं त्याला जाणवलं. यामुळे त्यानं काही काळ हा नाद सोडून ओहायोमधल्या एका कालव्यामध्ये 'बोटी ओढणाऱ्या घोड्यांचा आणि खेचरांचा चालक' म्हणून काम केलं. अनेकदा तो पाण्यात पडून बुडून मरतामरता वाचला. यानंतर त्यानं एका शाळेत 'शिक्षक' म्हणून काम केलं आणि ग्रीक तसंच लॅटिन भाषांवर प्रभुत्व मिळवलं.

१८५४मध्ये एका दयाळू माणसानं केलेल्या आर्थिक मदतीच्या जोरावर गारफिल्डनं महाविद्यालयात प्रवेश मिळवला. शिकताशिकता पैसे कमावण्यासाठी त्यानं तिथंही शिक्षकाचं काम केलं. योगायोग म्हणजे, त्याच्या आधीचा तिथला शिक्षक चेस्टर ए ऑर्थर हा गारफिल्डनंतर अमेरिकेचा राष्ट्रपती बनला! इथून पदवीचं शिक्षण घेऊन बाहेर पडल्यावर त्यानं एका शाळेत ग्रीक आणि लॅटिन शिकवायचं काम धरलं. काही वर्षांमध्येच त्यानं या शाळेचा अध्यक्ष होण्यापर्यंतची मजल मारली. तसंच लुक्रेशिया रुडॉल्फ या आपल्या वर्गमैत्रिणीशी त्यानं लग्न केलं. त्यांना एकंदर सात मुलं झाली; पण त्यांपैकी दोन अगदी लहानपणीच दगावली. याआधी गारफिल्डची काही प्रेमप्रकरणं झाली. आपल्या प्रगतीवर

समाधान न मानता गारफिल्डनं वक्तृत्व सुधारण्यावर भर दिला; तसंच कायद्याचं शिक्षण पूर्ण करून तो वकीलही बनला. १८५९मध्ये त्यानं राजकारणात प्रवेश केला.

यादवी युद्धात आणि राजकारणात सहभाग

यादवी युद्ध सुरू होताच गारफिल्डच्या महाविद्यालयामधल्या विद्यार्थ्यांनी अमेरिकी लष्कराच्या मदतीला धावून जाण्याच्या हेतूनं आपली एक तुकडी उभी केली. तिचं नेतृत्व गारफिल्डकडे आलं. ही संधी साधून त्यानं प्रभावी कामगिरी करून दाखवली. एकदा तर गारफिल्ड ज्या घोड्यावर बसून त्याच्याकडे देण्यात आलेल्या निरोपाची चिठ्ठी पलीकडे देण्यासाठी चालला होता, त्या घोड्याला शत्रूनं गोळ्या घालून ठार मारलं. गारफिल्ड या हल्ल्यातून अगदी कसाबसा बचावला असला तरी, त्यानं आपल्या जिवाची पर्वा न करता आपल्याजवळचा निरोप योग्य ठिकाणी पोहोचवलाच.

१८६२मध्ये गारफिल्डची अमेरिकी काँग्रेसवर निवड झाली. त्यानं रिपब्लिकन पक्षामधल्या कट्टर नेत्यांची बाजू घेत फुटीरवादी दक्षिणेकडच्या राज्यांच्या विरोधातल्या कारवायांच्या बाजूनं मतदान केलं. तसंच राष्ट्रपती जॉन्सनला पदच्युत करण्यासंबंधीच्या हालचालींनाही त्याचा पाठिंबा होता. त्याचं या फुटीरवादी राज्यांविषयीचं कडवं मत त्याच्या मृत्यूपर्यंत कायम राहिलं. या राज्यांना आणि त्यामधल्या वर्चस्ववादी नेत्यांना पूर्णपणे शरणागती पत्करायला लावणं, तसंच त्यांच्यावर कडक कारवाई करणं, हाच एकमेव योग्य मार्ग आहे, असं तो म्हणत असे. ग्रँटच्या राष्ट्रपतिपदाच्या वेळी काँग्रेसमधल्या अनेक महत्त्वाच्या समित्यांचं अध्यक्षपद गारफिल्डकडे देण्यात आलं. गारफिल्डवर लोकांची कामं करण्यासाठी लाच घेण्याचा आरोपसुद्धा करण्यात आला; पण तो सिद्ध होऊ शकला नाही.

१८७७ मध्ये हेज-टिल्डन यांच्यामधल्या राष्ट्रपतिपदासाठीच्या संभ्रमी परिस्थितीतून मार्ग काढण्यासाठीच्या समितीचा तो सदस्य होता. त्यानं अर्थातच हेजच्या बाजूनं कौल दिला. १८८०मध्ये रिपब्लिकन पक्षातल्या मतभेदांमुळे फूट पडली आणि दोन गटांनी राष्ट्रपतिपदाचा उमेदवार म्हणून वेगवेगळी नावं पुढे केली. गारफिल्डनं कुणाचीच बाजू घेण्याचं टाळलं. तेवढ्यात अचानकपणे दोन्ही उमेदवारांऐवजी गारफिल्डचंच नाव समोर आलं. गारफिल्डनं राष्ट्रपतिपदासाठीच्या निवडणुकीत आपल्या प्रतिस्पर्ध्याचा निसटता पराभव केला आणि व्हाईट हाऊसमध्ये प्रवेश केला.

राष्ट्रपतिपद आणि हत्या

४९ वर्षांच्या गारफिल्डनं राष्ट्रपतिपदाची शपथ घेताच शेजारी उभं राहून कौतुकाच्या नजरेनं हे दृश्य बघत असलेल्या आपल्या आईचं चुंबन घेतलं. राष्ट्रपती होऊ घातलेल्या माणसाच्या आईची शपथविधीला उपस्थिती असण्याचा हा पहिलाच प्रसंग होता. आपल्यावरची राजकीय कर्ज चुकती करण्यासाठी गारफिल्डनं आपल्या मंत्रिमंडळात, तसंच महत्त्वाच्या सरकारी पदांवर निवडणुकीसाठी मदत करणाऱ्या नेत्यांना पदं दिली. यामुळे काही गोटांमध्ये लगेचच नाराजी पसरली.

२ जुलै १८८१ या दिवशी बाल्टिमोर आणि पोटोमॅक इथल्या रेल्वे स्थानकामध्ये आपल्या एका सहकाऱ्यासह गारफिल्ड प्रवेश करत होता. आपल्या महाविद्यालयीन मित्रांबरोबरच्या पुनर्भेटीच्या कार्यक्रमाला त्याला जायचं होतं. तेवढ्यात मानसिक तोल गेलेल्या आणि चांगल्या सरकारी पदाची लालसा असलेल्या चार्ल्स जे गिटाऊ नावाच्या माणसानं आपल्या पिस्तुलातून दोन गोळ्या झाडल्या. एक गोळी गारफिल्डच्या हाताला लागली, तर दुसरी त्याच्या पाठीच्या कण्यात घुसली. त्याबरोबर गिटाऊनं आनंदानं कसलीतरी बडबड केली. जखमी गारफिल्डला व्हाईट हाऊसमध्ये नेण्यात आलं. कहर म्हणजे, तिथल्या डॉक्टरनं आपले हात न धुता, तसंच कुठल्याही जंतुनाशकाचा वापर न करताच सरळ गारफिल्डवर उपचार सुरू केले. यामुळे गारफिल्डला घातक जंतूंची बाधा झाली असावी, असं मानलं जातं. तिथं त्यानं अनेक आठवडे त्याच स्थितीत घालवले. अजून क्ष-किरणांचा शोध लागलेला नसल्यामुळे डॉक्टरांना गारफिल्डच्या शरीरातली गोळीच सापडली नाही. सप्टेंबर महिन्यात 'आपल्याला वॉशिंग्टनच्या गदारोळापासून दूर कुठेतरी नेण्यात यावं,' अशी विनंती गारफिल्डनं केली. त्याला न्यू जर्सीला नेण्यात आलं. तिथंच त्याचा अंत झाला. गिटाऊवर खटला भरून त्याला फाशी देण्यात आलं.

खटल्यादरम्यान एका माणसानं गिटाऊवर गोळी झाडून त्याला ठार करण्याचा प्रयत्न केला; पण त्याचा नेम चुकल्यामुळे गोळी गिटाऊच्या हातावर लागली आणि तो बचावला. हा गिटाऊ नक्की होता तरी कोण?

गारफिल्डनं राष्ट्रपतिपदाची शपथ घेण्याच्या सुमारालाच ३९ वर्षं वयाचा गिटाऊ वॉशिंग्टनमध्ये आला. रिपब्लिकन पक्षाचा कट्टर समर्थक असलेल्या गिटाऊचं मानसिक संतुलन ढळलं होतं. 'आपण पॅरिसमध्ये अमेरिकी राजदूत म्हणून काम केलं पाहिजे' असं अनाकलनीयरीत्या त्याच्या डोक्यात पक्कं बसलं

होतं. यासाठी त्यानं अमेरिकी परराष्ट्रमंत्र्यासह अनेक जणांची भेट घेतली. इतकंच नव्हे, तर तो अनेकदा व्हाईट हाऊसमध्येही जाऊन आला.

तिथं फक्त एकदाच त्याची गारफिल्डशी अगदी थोड्या वेळासाठी भेट झाली. यादरम्यान, गारफिल्डमुळेच रिपब्लिकन पक्षात फूट पडत चालली आहे आणि म्हणूनच त्याचा काटा काढला पाहिजे, असं गिटाऊचं पक्कं मत होत गेलं. त्यानं वस्तुसंग्रहालयात शोभून दिसेल असं एक पिस्तूल कुठून तरी पैदा केलं आणि तो गारफिल्डचा माग काढायला लागला. गारफिल्डवर गोळ्या झाडण्यासाठी चालून आलेल्या काही संधी त्यानं गमावल्या. अखेर २ जुलै १८८१ या दिवशी त्यानं आपला डाव साधलाच!

चेस्टर ऑर्थर

१८८१-८५
या काळातला अमेरिकेचा एकविसावा राष्ट्रपती

अल्प-परिचय

साल	घटना
१८२९	व्हरमाँट राज्यातल्या फेअरफिल्ड इथे जन्म
१८४८	महाविद्यालयीन शिक्षण पूर्ण
१८५३	वकिलीला सुरुवात
१८५९	एलिन लुईस हर्नंडनशी लग्न
१८६१-७९	निरनिराळ्या राजकीय जबाबदाऱ्या
१८८१	अमेरिकेचा उपराष्ट्रपती
१८८१-८५	अमेरिकेचा एकविसावा राष्ट्रपती
१८८६	निधन

प्राथमिक ओळख

आपल्या अख्ख्या आयुष्यात एकही राजकीय निवडणूक न जिंकतासुद्धा अमेरिकेच्या राष्ट्रपतिपदापर्यंत पोहोचण्याचा अभूतपूर्व पराक्रम चेस्टर ए ऑर्थर यानं करून दाखवला. अगदी लष्करी पार्श्वभूमी असलेले अमेरिकी राष्ट्रपतीसुद्धा त्या पदापर्यंत पोहोचण्यासाठी निवडणूक लढवून विजयी झाले होते. ऑर्थरच्या बाबतीत मात्र हेही घडलं नाही. पडद्यामागून सूत्रं हाकणारा आणि वेगवेगळी राजकीय समीकरणं व्यवस्थितपणे पक्षाच्या तसंच आपल्या स्वतःच्या फायद्यासाठी वापरणारा ऑर्थर जेव्हा गारफिल्डच्या हत्येनंतर राष्ट्रपतिपदावर पोहोचला, तेव्हा बहुतेक सगळे लोक हादरले. याचं कारण म्हणजे, याच्या दोन वर्षं आधी न्यू यॉर्कच्या बंदराचा 'करवसुली अधिकारी' या पदावरून भ्रष्टाचाराच्या आरोपांखाली

राष्ट्रपती हेजनं त्याला पदमुक्त केलं होतं. असं असूनही प्रामाणिकपणे आपली कामगिरी पार पाडून ऑर्थरनं सगळ्यांना धक्काच दिला. कमालीची गोष्ट म्हणजे, ज्या ऑर्थरला भ्रष्टाचाराच्या प्रकरणांमुळे हाकलून देण्यात आलं होतं, तोच ऑर्थर अतिप्रामाणिक असल्यामुळे आपल्याला गैरसोयीचा असल्याच्या कारणावरून रिपब्लिकन पक्षानं त्याला राष्ट्रपतिपदासाठीच्या फेरनिवडीसाठी उमेदवारी द्यायची नाही, असा निर्णय घेतला! मुळात, राष्ट्रपती गारफिल्डची हत्या, ऑर्थर राष्ट्रपतिपदी यावा यासाठी आपण केल्याचा दावा खुनी गिटाऊने केल्यामुळे, काही काळ संशयाचं वातावरण निर्माण झालं होतं; पण हळूहळू ते निवळलं.

जडणघडण

चर्चमध्ये सेवा करणाऱ्या माणसाच्या झोपडीवजा घरात ऑर्थरचा जन्म झाला. खरं म्हणजे तो अमेरिकेतच जन्मलेला असला, तरी नंतरच्या काळात त्याचा जन्म कॅनडामध्ये स्थायिक झालेल्या आयरिश कुटुंबात झाला असल्याची आणि अमेरिकेत न जन्मल्यामुळे तो 'राष्ट्रपती' बनण्यासाठी पात्र नसल्याची अफवा पसरवण्यात आली. यात काहीच तथ्य नव्हतं. आपल्या अभ्यासाविषयी गंभीर असलेला ऑर्थर शालेय तसंच महाविद्यालयीन जीवनात 'चांगला विद्यार्थी' म्हणून ओळखला जाई. लवकरच त्यानं जमिनींच्या खरेदी-विक्रीच्या व्यवहारात प्रवेश केला. या काळात कॅन्सस राज्यामधलं वातावरण अत्यंत तापलेलं होतं. गुलामगिरी आणि वर्णद्वेष या प्रश्नांनी अत्यंत उग्र रूप धारण केलं होतं. एकूणच हिंसाचार आणि गुंडगिरी यांचं थैमान माजलं होतं. ऑर्थरलाही याचा अनुभव आल्यामुळे प्रवास करताना त्यानं सशस्त्र पोलिसाचं संरक्षण मागितलं.

एकदा काही बंदूकधारी लोक ऑर्थरला ठार करायला आले होते; पण ऑर्थरबरोबरच्या पोलिसानं त्याला वाचवलं! कायद्याचा अभ्यास करून त्यानं वकिलीला सुरुवात केली. ऑर्थरचे वडील गुलामगिरीच्या विरोधात असल्यामुळे, ऑर्थरचं मतही त्याच प्रकारचं झालं. अत्याचार सहन न झाल्यामुळे पळ काढणारे गुलाम, तसंच अन्याय सहन करावा लागणारे कृष्णवर्णीय लोक, यांच्या वतीनं कायदेशीर मार्गाची लढाई तो लढत असे. या संदर्भातली काही प्रकरणं गाजली. एकदा व्हर्जिनिया राज्यातल्या एका वर्चस्ववादी गोऱ्या मालकाला सहा गुलाम हवे होते. त्यांना दुसरीकडून आणत असताना न्यू यॉर्कच्या मार्गानं आणता येईल, असा त्याचा समज होता. याचं कारण म्हणजे, न्यू यॉर्कची गुलामगिरीच्या संदर्भात तटस्थ भूमिका होती. प्रत्यक्षात मात्र अशा प्रकारे न्यू यॉर्कमधून गुलामगिरीसाठी कुणालाही नेणं बेकायदा होतं. या मुद्द्याचा फायदा उठवून ऑर्थरनं या मालकाच्या

विरोधात खटला लढून तो जिंकला. दुसऱ्या प्रकरणात एका कृष्णवर्णीय महिलेला तिच्या वर्णावरून म्हणजेच रंगावरून न्यू यॉर्कमध्ये एका घोडागाडीतून उतरायला भाग पाडल्याप्रकरणी ऑर्थरनं ५०० डॉलर्सचा दावा जिंकला.

१८५९मध्ये अमेरिकी नौदल अधिकाऱ्याच्या २२ वर्षांच्या एलिन लुईस हर्नंडन या मुलीशी ऑर्थरचं लग्न झालं. एका समुद्रसफरीदरम्यान एलिनच्या वडिलांचं अकस्मात निधन झाल्यावर, कॅन्ससमधला आपला बाडबिस्तारा गुंडाळून एलिनच्या कुटुंबाला आधार देण्यासाठी ऑर्थर तेव्हाच न्यू यॉर्कला आला होता. ऑर्थरच्या लग्नानंतर काही काळातच अमेरिकेत सुरू झालेल्या यादवी युद्धामुळे वैयक्तिक पातळीवर ऑर्थरची कुतरओढ सुरू झाली. ऑर्थर आणि त्याचे कुटुंबीय उत्तरेकडच्या राज्यांच्या म्हणजेच गुलामगिरीला विरोध करणाऱ्यांच्या बाजूचे होते; तर त्याच्या सासरचे लोक दक्षिणेकडच्या राज्यांच्या म्हणजेच वर्चस्ववादी, वर्णद्वेषी लोकांच्या बाजूचे होते. सहा महिने ऑर्थर उत्तरेकडच्या राज्यांच्या बाजूनं यादवी युद्धात लढत असतानाच्या काळातल्या भयंकर वातावरणामुळे त्याची सासू युरोपमध्ये पळून गेली; तर आपला नवरा आपल्याच विरोधात लढत असल्याच्या समजापोटी त्याची बायको चडफडत राहिली. या काळात ऑर्थर आणि त्याची पत्नी यांच्यामधले संबंध तणावपूर्ण झाले होते; पण त्यांना झालेल्या दोन मुलं आणि एक मुलगी या अपत्यांपैकी मोठा मुलगा लहानपणीच दगावल्यामुळे ऑर्थर पती-पत्नी पुन्हा एकत्र आले.

एलिनशी ऑर्थरचा संसार व्यवस्थितपणे पार पडला. ऑर्थर राष्ट्रपती बनण्याआधीच्या वर्षी एलिनचं निधन झालं. आपली वकिली सुरू असतानाच ऑर्थरनं राजकारणात प्रवेश केला. यादवी युद्धाच्या काळात लष्करी रसदीमध्ये घट होऊ नये याची खात्री करण्यासंबंधीच्या प्रशासकीय जबाबदाऱ्या त्याला देण्यात आल्या. आपल्या संघटनकौशल्याचा वापर करत रिपब्लिकन पक्षामध्ये ऑर्थरनं चांगला दबदबा निर्माण केला. सगळ्यांशी चांगले संबंध ठेवणं, पक्षाचं भलं होईल अशा प्रकारचे डावपेच आखणं यांमध्ये तो तरबेज होता. यातूनच अत्यंत महत्त्वाच्या समजल्या जाणाऱ्या न्यू यॉर्क बंदराच्या करवसुलीसाठीच्या प्रमुख पदावर, म्हणजेच 'कलेक्टर' पदावर त्याची नेमणूक झाली. न्यू यॉर्कच्या 'कस्टम' विभागातल्या सुमारे १००० लोकांची नेमणूक करण्याची महत्त्वाची जबाबदारी या माणसावर असे. यासाठी ऑर्थरला वर्षाला ५०,००० डॉलर्सचा भरभक्कम पगार तर होताच; शिवाय करचुकवेगिरी करणाऱ्यांकडून तो कर वसूल करताना, नियमांनुसार त्यामधला ठरावीक हिस्साही ऑर्थरला मिळे. अमेरिकेमधल्या वाहतूक कराच्या एकूण वसुलीपैकी तब्बल ७५% वाटा न्यू यॉर्क बंदराचाच होता.

इतकी प्रचंड वाहतूक तिथून होई. यामुळे ऑर्थरची आर्थिक स्थिती प्रचंड सुधारली. बरीच वर्षं ऑर्थरनं हे काम केल्यानंतर अचानकपणे त्याची हकालपट्टी करण्याचा निर्णय राष्ट्रपती हेजनं घेतला आणि वादळ निर्माण केलं.

१८८०मध्ये गारफिल्डचं नाव 'राष्ट्रपतिपदाचा उमेदवार' म्हणून पुढे आलं, तेव्हा ऑर्थरला उपराष्ट्रपतिपदाचा उमेदवार म्हणून संधी द्यायचं ठरलं. या काळात डेमोक्रॅटिक आणि रिपब्लिकन पक्षांचं काँग्रेसमधलं बलाबल जवळपास समसमान असल्यामुळे अचानकपणे ऑर्थरच्या पदाला महत्त्व प्राप्त झालं. कुठल्याही मुद्द्यावरून घेतल्या जाणाऱ्या मतदानाच्या वेळी बरोबरी झाली, तर निर्णायक मत देण्यासाठी ऑर्थरला पाचारण केलं जाई. गारफिल्डवर गोळीबार झाल्यानंतर राष्ट्रपतिपद स्वतःकडे घेण्यासाठी ऑर्थरला अजिबात घाई झालेली नसल्याचं दिसून आलं. गारफिल्ड अत्यवस्थ असला, तरी ऑर्थरनं एकदम सबुरीचं धोरण स्वीकारलं. याचं कारण म्हणजे, रिपब्लिकन पक्षामधला आपल्याला पाठिंबा देणारा गटच गारफिल्डवरच्या गोळीबाराला कारणीभूत असल्याचा आरोप जोर धरू शकतो, याची त्याला कल्पना होती. यामुळे त्यानं अत्यंत सावधगिरीनं पावलं टाकायचं ठरवलं आणि गारफिल्डच्या मृत्यूनंतर आपोआपच देशाची सूत्रं त्याच्याकडे आली.

राष्ट्रपतिपद

गारफिल्डचा मृत्यू झाल्याची बातमी आल्यावर न्यू यॉर्कमधल्या सर्वोच्च न्यायालयाच्या उपस्थितीत ऑर्थरनं न्यू यॉर्कमधल्या आपल्या घरीच राष्ट्रपतिपदाची शपथ घेतली. श्रीमंत असलेल्या ऑर्थरला व्हाईट हाऊस 'आपल्या दर्जाचं' वाटलं नाही. यामुळे त्यानं न्यू यॉर्कमधल्या एका वास्तुरचनाकाराला पाचारण करून त्यामध्ये अनेक बदल करून घेतले. व्हाईट हाऊसमधलं तब्बल २४ ट्रक्स भरून फर्निचर त्यानं लिलावात काढलं. यामधलं काही फर्निचर तर खरं म्हणजे अत्यंत दुर्मीळ आणि मौल्यवान होतं! याची आणखी एक झलक म्हणजे, आपल्या राहणीमानाविषयी विलक्षण जागरूक असलेला ऑर्थर एका दिवसात अनेकदा कपडे बदलत असे. राष्ट्रपती असताना त्याच्याकडे तब्बल ८० पॅंट्स होत्या! 'अमेरिकेनं आंतरराष्ट्रीय, राजकीय, वैज्ञानिक आणि इतर परिषदांमध्ये सहभागी झालं पाहिजे,' असा आग्रह त्यानं धरला. पाश्चिमात्य देशांची एक बैठक बोलावून नवं युद्ध टाळण्यासाठीच्या उपायांसंबंधी त्यानं चर्चा घडवून आणली. व्यापारामध्ये सुलभीकरण आणण्यासाठी सगळ्या उत्तर आणि दक्षिण अमेरिकी देशांनी समान चलनपद्धत स्वीकारावी, असंही त्यानं सुचवलं. याहून सगळ्यांत महत्त्वाचा बदल

ऑर्थरला सरकारी नोकऱ्यांच्या बाबतीत घडवून आणायचा होता. यासाठीच्या नेमणुकी राजकीय संबंध लक्षात घेऊन तसंच लागेबांधे सांभाळण्याच्या हेतूनं केल्या जातात, याची जाणीव असल्यामुळे ऑर्थरनं यात बदल करण्यासाठीचं विधेयक मांडलं. खरं म्हणजे, स्वतः ऑर्थरनं पूर्वी याच स्वरूपाच्या नेमणुकी केल्या असल्याचे आरोप त्याच्यावर झाले होते. आता त्यानं याच्याच विरोधात स्वतः शस्त्र परजलं. चिनी लोक सातत्यानं मोठ्या प्रमाणावर अमेरिकेमध्ये स्थलांतरित होत असल्यामुळे अमेरिकेसमोर नवे प्रश्न निर्माण होतात, असं म्हणून काँग्रेसनं तब्बल दोन दशकांसाठी चिनी लोकांच्या अमेरिकी प्रवेशावर बंदी घालण्याचं विधेयक संमत केलं. हा काळ खूप जास्त असल्याचं मत व्यक्त करून ऑर्थरनं आपल्या विशेष नकाराधिकाराद्वारा तो निम्म्यावर आणला.

अर्थात, ऑर्थरच्या बऱ्याच विधेयकांच्या विरोधात मतदान करून काँग्रेस सदस्यांनी ती हाणून पाडली. साहजिकच त्याच्या हातून फार काही भरीव घडण्याची शक्यता तशी नव्हतीच. तरीसुद्धा १८८४च्या राष्ट्रपतिपदाच्या निवडणुकीसाठी आपल्याला उमेदवारी मिळेल, अशी आशा तो मनाशी बाळगून होता. ऑर्थरवर अमेरिकी जनता तशी समाधानी असली, तरी राजकारण्यांना मात्र त्याला हाणून पाडायचं होतं. साहजिकच, त्याच्या विरोधकाला रिपब्लिकन पक्षातर्फे उमेदवारी देण्यात आली. या उमेदवाराचा डेमोक्रॅटिक पक्षाच्या ग्रोव्हर क्लीव्हलंडनं पराभव करून राष्ट्रपतिपदावर स्वतःची मोहोर उठवल्यामुळे ऑर्थर मनातून सुखावला. यानंतर न्यू यॉर्कला परतून ऑर्थरनं आपली वकिली नव्याने सुरू केली खरी; पण आजारपणामुळे त्याला हे काम सोडावं लागलं. किडनीच्या विकारानं त्याचं १८८६मध्ये निधन झालं.

❖

ग्रोव्हर क्लीव्हलंड

१८८५-८९ आणि १८९३-९७ या काळातला अमेरिकेचा अनुक्रमे बाविसावा आणि चोविसावा राष्ट्रपती

अल्प-परिचय

साल	घटना
१८३७	न्यू जर्सी राज्यातल्या कॉल्डवेल इथे जन्म
१८५१-५२	दुकानात कारकून
१८५३-५५	अंधशाळेत काम
१८५९	कायद्याचा अभ्यास पूर्ण करून वकिलीला सुरुवात
१८८२	न्यू यॉर्कमधल्या बफेलोचा महापौर
१८८३-८५	न्यू यॉर्कचा गव्हर्नर
१८८५-८९	अमेरिकेचा बाविसावा राष्ट्रपती
१८८६	फ्रान्सिस फोल्समशी लग्न
१८९३-९७	अमेरिकेचा चोविसावा राष्ट्रपती
१९०८	निधन

प्राथमिक ओळख

अमेरिकेच्या इतिहासात, एकदा राष्ट्रपतिपदा भूषवून झाल्यानंतर, फेरनिवडीसाठीची निवडणूक हरून त्याच्या पुढची निवडणूक जिंकून, दुसऱ्यांदा राष्ट्रपती होणारा ग्रोव्हर क्लीव्हलंड एकमेव ठरला. बुटका, जाडजूड, निळ्या डोळ्यांचा, हसतमुख क्लीव्हलंड त्याच्या भाच्या-पुतण्यांकडून 'अंकल जम्बो' म्हणून संबोधला जात असे. यादवी युद्धानंतर डेमोक्रॅटिक पक्षाचा तो पहिलाच राष्ट्रपती ठरला. क्लीव्हलंडच्या कारकिर्दीची इतर दोन वैशिष्ट्यं म्हणजे, कुठल्याही माणसाला सुळावर चढवण्याचं काम केलेला तो पहिलाच राष्ट्रपती ठरला. हे

काम त्यानं पूर्वी पोलीस अधिकारी असताना केलं होतं. तसंच व्हाईट हाऊसमध्ये असताना लग्न करणाराही तो पहिलाच राष्ट्रपती ठरला. प्रामाणिकपणे काम करण्याच्या त्याच्या स्वभावामुळे, वाकड्या मार्गाने जाऊ पाहणाऱ्या स्वतःच्या पक्षातल्या लोकांशीसुद्धा त्यानं वाकडं घेतलं; पण त्याची पर्वा केली नाही. यादवी युद्धाच्या आधीपासूनच्या काळात निर्माण झालेली अस्थिरता त्यानं आपल्या कारकिर्दीत बऱ्याच अंशी दूर केली. विचासरणीनं मात्र तो पक्का परंपरावादी होता. साहजिकच, कामगार चळवळीचा प्रभाव वाढत चालल्याचं बघून त्यानं ही चळवळ पार मोडून काढली. काँग्रेसशी त्याचे अनेकदा खटके उडाले आणि म्हणूनच त्याला 'व्हिटो'चा विशेष मताधिकार बऱ्याचदा वापरावा लागला. त्याच्या आधीच्या सगळ्या राष्ट्रपतींनी एकत्रितरीत्या वापरला होता, त्याहून जास्त वेळा क्लीव्हलंडनं हा मताधिकार एकट्यानंच वापरला!

जडणघडण

चर्चमध्ये सेवा करणाऱ्या माणसाच्या घरी जन्मलेल्या नऊ मुलांपैकी पाचवा असलेल्या क्लीव्हलंडनं आपल्या कुटुंबाला मदत करण्यासाठी वयाच्या चौदाव्या वर्षी शिक्षण सोडलं. आठवड्याला एक डॉलर पगाराच्या मोबदल्यात तो एका दुकानात कारकुनी करे आणि दुकानाची इतर सटरफटर कामंही सांभाळे. क्लीव्हलंड सोळा वर्षांचा असताना त्याचे वडील दगावले आणि यानंतर त्यानं आपला सगळ्यांत मोठा भाऊ ज्या अंधशाळेत शिकवायचं काम करे, तिथंच मदतनीस म्हणून काम धरलं. तिथं मिळणारा जवळपास सगळा तुटपुंजा पगार तो आपल्या आईला नित्यनेमाने पाठवून देत असे. एकदा न्यू यॉर्कमध्ये गेलेला असताना त्याच्या एका मामानं त्याला आपल्याकडे ठेवून घेतलं आणि आपल्या शेतात काम करायला सांगितलं. हे काम करताकरता क्लीव्हलंडला कायद्याचं शिक्षणही घेता आलं. यामुळे काही वर्षांनी त्याला एका कंपनीत, आठवड्याला पाच डॉलर्सच्या पगारावर कारकुनीचं काम मिळालं. काही वर्षांनी त्याला वार्षिक ६०० डॉलर्स पगारासह बढती मिळाली. तसंच त्यानं चांगलं काम केलं, तर त्याला वार्षिक १०० डॉलर्सची पगारवाढ मिळेल, असंही सांगण्यात आलं. आपल्या धाकट्या भावंडांचा खर्च करण्यासाठी क्लीव्हलंडला पैशांची गरज असल्यामुळे तो खूश झाला. हळूहळू त्याला राजकारणातही रस वाटायला लागला आणि त्यानं रिपब्लिकन पक्षासाठी काम करायला सुरुवात केली. काही स्थानिक निवडणुकांमध्ये पराभव झाल्यानंतर त्याला पोलीस अधिकाऱ्याचं पद मिळालं. तिथं प्रभावी कामगिरी करून त्यानं

सगळ्यांची मनं जिंकली. १८७३पर्यंत वैयक्तिक पातळीवर बचत करून, २०,००० डॉलर्स साठवून त्यानं आपल्या आयुष्यात प्रथमच कर्जबाजारी अवस्थेतून मुक्तता मिळवली.

१८८२मध्ये न्यू यॉर्कच्या 'गव्हर्नरपदासाठीचा उमेदवार' म्हणून क्लीव्हलंडचं नाव जोरात चर्चेत आलं. त्याच्या प्रामाणिकपणाविषयी आणि भ्रष्टाचार संपवण्याच्या त्याच्या प्रयत्नांविषयी सगळ्यांनाच खात्री होती. अर्थात, एकदा तो गव्हर्नर बनला की आपल्या बाबतीत जरा सैल पवित्रा घेईल, असं त्याला पाठिंबा जाहीर करणाऱ्या भ्रष्टाचारी लोकांना वाटत असल्यामुळेच त्यांनी हा निर्णय घेतला होता. क्लीव्हलंडच्या विरोधातला रिपब्लिकन पक्षाचा नेता खूपच प्रभावशाली होता. राष्ट्रपती ऑर्थरच्या मंत्रिमंडळात तो 'अर्थमंत्री' म्हणून काम बघत होता आणि त्या काळात गाजलेल्या जे गोल्ड नावाच्या अफरातफर करणाऱ्या बिलंदर माणसाला मदत करत होता. असं असूनसुद्धा, क्लीव्हलंडनं त्याचा अगदी दणदणीत पराभव केला. क्लीव्हलंड सत्तेवर आल्याचा त्याच्या समर्थकांना आनंद झाला खरा; पण आपला भ्रष्टाचार सुरूच राहावा या कारणापोटी क्लीव्हलंडला पाठिंबा दिलेल्या लोकांची मात्र चांगली पंचाईत झाली. कुठलंही विधेयक संमत किंवा रद्द करताना क्लीव्हलंड त्या विधेयकामधला सगळा मजकूर अगदी बारकाईनं आपल्या नजरेसमोरून घालत असे. त्यात कुठंही संशयाला जागा शिल्लक राहू नये किंवा त्याचा कुणाला आपल्या वैयक्तिक नफेखोरीसाठी वापर करता येऊ नये, यासाठी तो खूप दक्ष असे. कधीकधी यासाठी तो रात्रभर जागून काम करत राही.

१८८४च्या राष्ट्रपतिपदासाठीची उमेदवारी जाहीर करण्यासाठीची वेळ उजाडली, तेव्हा रिपब्लिकन पक्षातर्फे भ्रष्ट नेत्याचं नाव पुढे आल्यामुळे, डेमोक्रॅटिक पक्षाच्या वतीनं स्वच्छ प्रतिमा असलेल्या क्लीव्हलंडचं नाव जाहीर करण्यासाठीचा दबाव वाढला. न्यू यॉर्कमध्ये क्लीव्हलंडमुळे अडचणीत आलेल्या काही भ्रष्टाचारी लोकांनी त्याच्या विरोधात खोटा प्रचार करून बघितला; पण त्यात दम नसल्याचं लगेचच दिसून आलं. यामुळे क्लीव्हलंडचं नाव निश्चित झालं. तेवढ्यात एका सनसनाटी बातमीमुळे प्रचंड गोंधळ माजला. सुमारे अकरा वर्षांपूर्वी अविवाहित क्लीव्हलंडनं एका स्त्रीशी संबंध ठेवल्यामुळे तिच्यापोटी अनौरस संतती जन्मली असल्याच्या या वृत्तामुळे क्लीव्हलंड खूप बदनाम झाला. या बातमीत तथ्य असल्यामुळे क्लीव्हलंडनं तिचं खंडन केलं नाही. दरम्यान, क्लीव्हलंडच्या विरोधात उभ्या असलेल्या नेत्याच्या पत्नीच्या पोटचा मुलगा, त्यांच्या लग्नानंतर फक्त तीन महिन्यांनी जन्मलेला असल्याची माहिती

क्लीव्हलंडच्या समर्थकांनी मिळवून छापली. ही माहितीसुद्धा खरी असली, तरी या नेत्याच्या वतीनं तिचं जोरदार खंडन करण्यात आलं. दोन्ही पक्षांच्या वतीनं जोरदार चिखलफेक झाली. याचा एक नमुना रिपब्लिकन पक्षानं क्लीव्हलंडची खिल्ली उडवण्यासाठी रचलेल्या चारोळ्यांमधून सहजपणे देता येईल :

Ma, ma, where's my Pa?
Gone to the White House, ha ha ha!

लवकरच क्लीव्हलंडची पीछेहाट सुरू असल्याचं चित्र ठळक होत गेलं. तेवढ्यात एक घोळ झाला. क्लीव्हलंडच्या रिपब्लिकन विरोधकानं डेमोक्रॅटिक पक्षाचा उल्लेख अत्यंत हीन शब्दांमध्ये केला आणि रिपब्लिकन पक्षातर्फे त्या संदर्भात कसलाच खुलासा करण्यात आला नाही. यामुळे क्लीव्हलंडच्या भ्रष्टाचारनिर्मूलन कार्यक्रमामुळे अडचणीत आलेले लोक, तसंच त्याच्या अनौरस संततीविषयक प्रकरणामुळे त्याच्या विरोधात गेलेले लोक, यांपैकी काही जण त्याच्या बाजूनं पुन्हा उभे राहिले. न्यू यॉर्कमधल्या मतांमुळे क्लीव्हलंडचं भविष्य ठरणार असं दिसून येत होतं. इतर राज्यांमधल्या निकालांच्या आधारे बरोबरी व्हायची चिन्हं असताना, 'न्यू यॉर्क जो जिंकेल, तो राष्ट्रपती होणार,' हे जवळपास नक्की होतं. अखेर दहा लाखांहून जास्त लोकांनी न्यू यॉर्कमध्ये मतदान केलेलं असताना, फक्त ११४९ मतांच्या अत्यंत निसटत्या आघाडीद्वारा क्लीव्हलंडनं हे राज्य आपल्या बाजूनं खेचून घेतलं आणि नाट्यमयरीत्या विजय मिळवला. राष्ट्रीय पातळीवरसुद्धा क्लीव्हलंडचा विजय मतांच्या संदर्भात ४८,७९,५०७-४८,५०,२९३ इतक्या अटीतटीचा होता.

राष्ट्रपतिपद

राष्ट्रपतिपद स्वीकारल्यानंतरचं आपलं भाषण कुठल्याही कागदी टिपणांविना देण्याचा आत्मविश्वास क्लीव्हलंडनं दाखवला. जवळपास पाव शतकानंतर डेमोक्रॅटिक पक्षाचा माणूस प्रथमच व्हाईट हाऊसमध्ये शिरला होता. क्लीव्हलंड आपल्या ओळखीच्या लोकांवर कसलीच मेहेरबानी करत नाही, याची कल्पना असूनसुद्धा त्याच्या ओळखीच्या हजारो लोकांनी वॉशिंग्टनमध्ये काही काळ वास्तव्य केलं. प्रत्यक्ष-अप्रत्यक्षपणे सुमारे एक लाख नेमणुकी करण्याची ताकद क्लीव्हलंडच्या पदात असल्यामुळे, आपल्यालाही कुठंतरी घुसता येईल, असं या लोकांना वाटत होतं. यामुळे क्लीव्हलंड अक्षरशः दमून गेला. राष्ट्रपतिपदावर येताच, ऑर्थर या आपल्या आधीच्या राष्ट्रपतीनं तेव्हा 'इंडियन

टेरिटरी' म्हणून आणि आता 'ओक्लाहोमा राज्य' म्हणून ओळखल्या जाणाऱ्या भागाच्या संदर्भात घेतलेला एक निर्णय त्यानं फिरवला. आधीच्या निर्णयानुसार, या भागामधल्या स्थानिक इंडियन रहिवाशांच्या भूभागामध्ये इतर ठिकाणांहून अमेरिकी लोक स्थलांतरित होण्याचा मार्ग मोकळा झाला होता. यामुळे स्थानिक लोकांचं अस्तित्व धोक्यात येईल, अशा कारणापोटी क्लीव्हलंडनं हा निर्णय रद्द ठरवला. एकूणच प्रशासनामध्ये अनेक नेते जाणूनबुजून आपल्या हितासाठी अनेक विधेयकं मांडतात, याची जाणीव असल्यामुळे क्लीव्हलंडला वारंवार आपला व्हिटोचा मताधिकार वापरावा लागे. आधीच्या २१ राष्ट्रपतींनी एकूण १३२ वेळा हा मताधिकार वापरलेला असताना, एकट्या क्लीव्हलंडनं पहिल्या चार वर्षांमध्येच तब्बल ३०० वेळा हा मताधिकार वापरला!

१८८६मध्ये, आपल्या वेतनात वाढ व्हावी आणि आपले कामाचे तास कमी व्हावेत, यासाठी कामगारांनी मोठ्या प्रमाणात संप पुकारले. एकूणच कामगारांचा प्रश्न बऱ्याच काळापासून खदखदत होता. आधीच्या राष्ट्रपतींनी किंवा काँग्रेसनी त्याकडे जवळपास दुर्लक्षच केलं होतं. क्लीव्हलंडला मात्र हा प्रश्न उग्र स्वरूप धारण करू शकतो याची जाणीव झाल्यामुळे, त्यानं तातडीनं तीन वरिष्ठ नेत्यांची समिती नेमून या संदर्भातला अहवाल मागितला. या अहवालामधल्या सल्ल्यांनुसार त्यानं संबंधित सुधारणा अमलात आणण्यासाठी काँग्रेसमध्ये विधेयकं मांडून ती मंजूर करून घेतली. यामुळे अमेरिकेमध्ये प्रथमच कामगारमंत्र्याचं पद निर्माण झालं. याच वर्षी आपल्या वकिलीच्या व्यवसायातल्या एका माजी भागीदाराच्या २१ वर्षांच्या मुलीशी लग्न करून, व्हाईट हाऊसमध्ये असताना विवाहबद्ध होणारा क्लीव्हलंड हा पहिला राष्ट्रपती ठरला. त्यांना एकूण पाच मुलं झाली. काही लोकांनी ५० वर्षांचा क्लीव्हलंड २२ वर्षांच्या स्त्रीशी लग्न करत असल्याबद्दल कुजकट प्रतिक्रिया दिल्या. क्लीव्हलंडचा भागीदार काही वर्षांपूर्वी दगावलेला असल्यामुळे, त्याची पत्नी विधवा झाली होती. तिच्याशी लग्न करण्याऐवजी, तिच्या मुलीशी क्लीव्हलंड लग्न करतो आहे, हे बघून लोक पार चक्रावून गेले होते. सरकारी निधी फुकट वाया जाता कामा नये, यासाठी क्लीव्हलंडनं अनेक तरतुदी केल्या. सरकारकडे निधी शिल्लक असताना विनाकारण त्यात भर टाकण्यापेक्षा, सर्वसामान्यांना निरनिराळ्या करांमध्ये सवलती द्याव्यात, असा त्याचा आग्रह होता. याचं कारण म्हणजे सरकारकडे शिल्लक वाढत गेली, की त्यातून वायफळ खर्च सुरू होतात, असं त्याचं मत होतं. याचं एक उत्तम उदाहरण म्हणजे, यादवी युद्धात फुटीरवाद्यांच्या विरोधात लढलेल्या रिपब्लिकन कार्यकर्त्यांना

आता सरकारच्या वतीनं दरमहा १२ डॉलर्सचा बेकारभत्ता दिला जावा, असं विधेयक काँग्रेसनं संमत केलं होतं. क्लीव्हलंडनं याला जोरदार विरोध करत, आपल्या मताधिकारानं हे विधेयक हाणून पाडलं.

धडाक्यानं काम करणाऱ्या आणि भ्रष्टाचाराला आळा घालू पाहणाऱ्या क्लीव्हलंडनं अशा रीतीनं आपोआपच अनेक विरोधक निर्माण केले. यामुळे १८८८च्या राष्ट्रपतिपदासाठीच्या निवडणुकीची उमेदवारी डेमोक्रॅटिक पक्षाकडून त्याला मिळण्याची चिन्हं धूसर झाली, असं वाटत होतं. प्रत्यक्षात मात्र त्याच्याहून चांगला दुसरा उमेदवार न मिळाल्यामुळे, त्यालाच दुसरी संधी देण्याचं ठरलं. रिपब्लिकन पक्षातर्फे माजी राष्ट्रपती विल्यम हॅरिसनचा नातू आणि यादवी युद्धात लढलेला इंडियाना राज्याचा सिनेटर बेंजामिन हॅरिसन उभा राहिला. या खेपेला आपल्याला न्यू यॉर्कमध्ये पराभूत करण्याचा चंगच आपल्या विरोधकांनी मांडला असणार, याविषयी क्लीव्हलंडच्या मनात कुठलीच शंका नव्हती. न्यू यॉर्कचा निकालच आपलं भवितव्य ठरवणार, हेही त्याला माहीत होतं. प्रत्यक्षात घडलंही तसंच. न्यू यॉर्कमध्ये हॅरिसनला क्लीव्हलंडपेक्षा १३,००० मतं जास्त मिळाली. यामुळे राष्ट्रीय पातळीवर क्लीव्हलंडनं जवळपास एक लाख मतांनी आघाडी घेतली असली तरी, राष्ट्रपतिपद हॅरिसनकडे आलं. याचं कारण म्हणजे 'इलेक्टोरल व्होट्स'च्या संदर्भात हॅरिसननं २३३-१६८ अशी बाजी मारली होती. आपल्या पराभवामुळे क्लीव्हलंड अजिबातच निराश झाला नाही. उलट, आपण लवकरच व्हाईट हाऊसमध्ये परतणार असल्यामुळे इथल्या फर्निचरची आणि इतर गोष्टींची नीट काळजी घेण्याचे आदेश, त्यानं तिथून बाहेर पडण्याआधी एका मदतनीसाला दिले!

पुनरागमनाची तयारी

व्हाईट हाऊसला रामराम ठोकून क्लीव्हलंड कुटुंब आता न्यू यॉर्कमध्ये आलं. तिथं आपली वकिली परत सुरू केलेला माजी राष्ट्रपती क्लीव्हलंड कामाला सार्वजनिक वाहनानं जात असे! दरम्यान, हॅरिसनच्या नेतृत्वाखालच्या रिपब्लिकन पक्षाचं बहुमत असलेल्या काँग्रेसनं, क्लीव्हलंडच्या अनेक निर्णयांमध्ये फेरबदल केले. कर वाढवणं, सरकारी निधी अनेक कामांमध्ये वापरणं, यादवी युद्धात लढलेल्या आणि आता बेरोजगार असलेल्यांना बेकारभत्ता देणं, अशा निर्णयांपोटी पैशांची अक्षरशः खैरात झाली. याला क्लीव्हलंडनं आपल्या निवेदनांद्वारा कडाडून विरोध केला. दरम्यान, १८९०च्या काँग्रेसच्या निवडणुकांमध्ये मतदारांनी डेमोक्रॅटिक पक्षाला जोरदार उचलून धरत क्लीव्हलंडच्या

मतांना समर्थन दिलं. तरीसुद्धा १८९२च्या राष्ट्रपतिपदाच्या निवडणुकीसाठीचा उमेदवार म्हणून रिपब्लिकन पक्षानं पुन्हा एकदा हॅरिसनचीच निवड केली. क्लीव्हलंडला डेमोक्रॅटिक पक्षातर्फे उमेदवारी मिळू नये, यासाठी त्याच्या पक्षांतर्गत विरोधकांनी जोरदार मोर्चेबांधणी केली होती खरी; पण त्यांचं काहीएक चाललं नाही. या निवडणुकीसाठीचा प्रचार आश्चर्यकारकरीत्या थंड होता. क्लीव्हलंड आणि हॅरिसन जवळपास प्रचारात उतरलेच नाहीत. उलट डाव्या विचारणीच्या एका पक्षाच्या उमेवारानं आपल्या क्रांतिकारी मतांनी खळबळ माजवली. निवडणुकीचा निकाल जाहीर झाला, तेव्हा आपण २७७-१४५ अशा फरकानं जिंकल्याचं समजताच क्लीव्हलंड आश्चर्यचकितच झाला. या डाव्या पक्षाच्या नेत्याच्या उमेदवारानं रिपब्लिकन पक्षाच्या मतांची फोड केल्यामुळे क्लीव्हलंडला दुसरी संधी मिळाली!

दुसऱ्यांदा राष्ट्रपतिपद

क्लीव्हलंडच्या पहिल्या कार्यकालात सुरू झालेली अमेरिकेची भरभराट हॅरिसनच्या कार्यकालातही कायम टिकून राहिली होती. क्लीव्हलंडच्या राष्ट्रपतिपदाच्या दुसऱ्या कालखंडाच्या सुरुवातीलाच चित्र बदलत असल्याचं आणि अमेरिका गंभीर आर्थिक संकटात सापडण्याची दाट चिन्हं दिसत होती. हे लक्षात आल्यामुळे, त्यासंबंधीचा इशारा क्लीव्हलंडनं आपल्या पहिल्याच भाषणात दिला. १८९३च्या मार्च महिन्यात त्यानं देशाची सूत्रं आपल्या हाती घेतली आणि यानंतर दोनच महिन्यांच्या काळात आर्थिक संकटाची गडद छाया देशभर पसरली. शेअर बाजार कोसळला, मोठमोठ्या कंपन्या कर्जबाजारी झाल्या आणि बेरोजगारीनं जोरात आपलं डोकं वर काढलं. या संकटातून मार्ग काढण्यासाठी काँग्रेसचं एक खास अधिवेशन बोलावण्याची घोषणा क्लीव्हलंडनं केली. त्याच दिवशी घाईघाईनं तो न्यू यॉर्कला गेला.

याचं कारण म्हणजे, त्याच्या जबड्याच्या वरच्या भागात कर्करोग मूळ धरत असल्याचं निदान डॉक्टरांनी केलं होतं आणि अगदी घाईघाईनं त्यावर उपाययोजना करायला हवी, असं त्याला सांगितलं होतं. ही बातमी लोकांसमोर आली, तर आधीच नाजूक आर्थिक परिस्थिती असताना आणखी खळबळ माजेल, या भीतीपोटी अत्यंत गुप्तपणे ही शस्त्रक्रिया करून घेण्याचं क्लीव्हलंडनं ठरवलं. त्यानुसार ही शस्त्रक्रिया पार पडली. क्लीव्हलंडच्या जबड्याच्या बाधित भागावरचे हे उपचार बाहेरून दिसत नसले, तरी त्याच्या चेहऱ्याच्या ठेवणीत मात्र बदल झाल्याचं स्पष्टपणे दिसून आलं असतं. हे टाळण्यासाठी रबराचं

खास पॅड तयार करून ते त्या ठिकाणी बसवण्यात आलं आणि क्लीव्हलंडवरच्या शस्त्रक्रियेची बातमी गुप्त राखण्यात आली. त्यानं व्हाईट हाऊसला रामराम ठोकल्यानंतर काही वर्षांनी हे रहस्य उघडण्यात आलं. आर्थिक सुधारणा करण्यासंबंधीचं विधेयक क्लीव्हलंडनं मांडलं खरं; पण त्याला जोरदार विरोध झाला. कसंबसं ते मंजूर झालं. त्यातच हवाई बेटांचा अमेरिकेमध्ये समावेश करण्याचा निर्णय क्लीव्हलंडनं रद्द ठरवल्यामुळे नवा गोंधळ माजला. हॅरिसनच्या राष्ट्रपतिपदाच्या काळात हवाईमध्ये झालेल्या रक्तहीन क्रांतीनंतर, तिथल्या नव्या सरकारनं अमेरिकेमध्ये आपल्या बेटाचा समावेश करावा, अशी विनंती केली होती. अमेरिकेला हे हवंच होतं. इतकंच नव्हे, तर मुळात या क्रांतीसाठीची लष्करी मदत अमेरिकेनं पाठवली होती. क्लीव्हलंडला मात्र या सगळ्या प्रकाराविषयी शंका वाटत होती. 'आपण अनधिकृतरीत्या हवाई बेटाच्या अंतर्गत प्रश्नामध्ये लुडबूड करत असल्याचं आणि विस्तारवादी विचारसरणीला खतपाणी घालत असल्याचं' सांगून, त्यानं हवाईच्या अमेरिकेमधल्या समावेशाला विरोध केला. अनेक वर्तमानपत्रांनी क्लीव्हलंडच्या विरोधकांना साथ देत क्लीव्हलंडवर कडाडून टीका केली; पण आपल्या निर्णयावर क्लीव्हलंड ठाम राहिला. दरम्यान, अमेरिकेमधल्या आर्थिक अडचणी टिकून राहिल्या होत्या. बेरोजगार झालेल्या कामगारांनी आपल्या बिकट अवस्थेच्या निषेधार्थ मोर्चे काढले. काही ठिकाणी त्यांनी हिंसक रूप धारण केलं. आपल्याला हा प्रकार अजिबात मान्य नसल्याचं सांगून, बळाचा वापर करून परिस्थिती नियंत्रणात आणण्याचे आदेश क्लीव्हलंडनं दिले. यामुळे काही ठिकाणी हिंसाचार वाढला. काही कामगार नेत्यांना अटक झाली. शेवटी हिंसाचार थांबला आणि बंद पुकारलेले कामगार पुन्हा आपल्या कामावर रुजू झाले.

'आर्थिक संकटं दूर करण्यासाठी धडाकेबाज पावलं उचलली पाहिजेत,' असं क्लीव्हलंड म्हणत असला, तरी काँग्रेसनं मात्र त्याच्या बेतांवर पाणी टाकलं. त्याच्या मनात असलेल्या संकल्पनांना विरोध झाला आणि त्यानं सुचवलेल्या मार्गांना हाणून पाडण्यात आलं. यामुळे तो उदास झाला. १८९४ साल उजाडलं, तशी परिस्थिती अजूनच बिकट झाली. शेतमालाचे भाव कोसळले आणि बेरोजगारी अजूनच वाढली. हे वर्ष संपण्याच्या सुमाराला सरकारी तिजोरीत फक्त ४ कोटी डॉलर्सचं सोनं शिल्लक होतं. जर युद्धपातळीवर हालचाली केल्या नाहीत, तर अमेरिकेला तेव्हाच्या 'गोल्ड स्टँडर्ड' या आर्थिक सामंजस्याच्या जागतिक पातळीवरच्या व्यवस्थेमधून बाहेर पडावं लागेल आणि यामुळे तिचे इतर देशांबरोबरचे व्यापारी तसंच राजकीय संबंध ताणले जातील,

असं चित्र स्पष्टपणे दिसायला लागलं. यामुळे बलाढ्य बँकर जे. पी. मॉर्गनला हाताशी धरून क्लीव्हलंडनं अमेरिकेमधलं सोनं आणखी वेगानं बाहेर पडू नये, यासाठी सरकारी बाँड्स विकायला काढले. या बाँड्सच्या मोबदल्यात अमेरिकी सरकारच्या खजिन्यात सोनं जमा करण्यासाठी जे. पी. मॉर्गन आणि आर्थिक क्षेत्रातले इतर मोठमोठे लोक यांनी खूप मदत केली. यामुळे नव्यानं ६.५० कोटी डॉलर्स किमतीचं सोनं अमेरिकी सरकारी तिजोरीत जमा झालं आणि अमेरिकी चलनावरचा सगळ्यांचा उडत चाललेला विश्वास पुन्हा एकदा प्रस्थापित झाला.

अर्थात, क्लीव्हलंडच्या संकल्पनांना त्याच्याच पक्षातून जोरदार विरोध होत होता. अमेरिकी चलनाला स्थैर्य आणण्यासाठी अर्थव्यवस्थेमधल्या चलनाचं प्रमाण कमी करायला हवं आणि सोन्याचा भरपूर साठा अमेरिकी तिजोरीत हवा, अशी क्लीव्हलंडची भूमिका होती. त्याच्या विरोधातल्या रिपब्लिकन पक्षाचीही हीच भूमिका होती. याला परंपरावादी किंवा 'कॉंझर्व्हेटिव्ह' प्रकारची विचारसरणी म्हणतात. याउलट डेमोक्रॅटिक पक्षाची उदारमतवादी किंवा 'लिबरल' भूमिका होती. म्हणजेच, सरकारी तिजोरीत सोनं जमा करण्याचा किंवा अमेरिकी चलनाच्या दरात स्थैर्य राखण्याचा प्रयत्न एका मर्यादेनंतर करणं व्यर्थ आहे, असं त्यांचं मत होतं. याऐवजी सर्वसामान्य लोकांसमोर उभे ठाकलेले बेरोजगारी आणि मंदीचे प्रश्न सोडवणं जास्त गरजेचं आहे, अशी त्यांची भूमिका होती. परंपरावादी लोकांना मात्र हे अजिबातच मान्य नव्हतं. चलनामध्ये स्थैर्य आलं आणि चलनपुरवठा घटवला, की आपोआपच काही काळानंतर परिस्थिती सुधारेल, असं त्यांचं तर्कशास्त्र होतं. या गदारोळात क्लीव्हलंडच्या अगदी विरुद्ध भूमिका घेणाऱ्या नेत्याची डेमोक्रॅटिक पक्षानं १८९६मध्ये राष्ट्रपतिपदाचा उमेदवार म्हणून निवड केल्यामुळे क्लीव्हलंड हताश झाला. त्याला तिसऱ्यांदा राष्ट्रपती बनण्यात रस नव्हता; पण आपल्या विचारसरणीला पार उलथून टाकत आपलाच पक्ष आपल्या उलट विचारसरणीच्या नेत्याला उभं करत असल्याचं दृश्य त्याला बघवत नव्हतं. निवडणुकीत रिपब्लिकन पक्षाच्या परंपरावादी उमेदवारानं या नेत्याचा पराभव केल्यानंतर मात्र क्लीव्हलंडचं मन जरा शांत झालं.

निवृत्ती

दुसऱ्यांदा राष्ट्रपतिपद उपभोगल्यानंतर न्यू जर्सीमधल्या प्रिन्स्टन इथं क्लीव्हलंड कुटुंब स्थिरावलं. सुमारे साडेतीन लाख डॉलर्सची घसघशीत बचत केल्यामुळे

आता उत्पन्न कमावण्यासाठी काम करण्याची क्लीव्हलंडला गरज नव्हती. यामुळे क्लीव्हलंडनं प्रिंस्टन विद्यापीठाच्या कामकाजात रस घ्यायचं ठरवलं. तिथला एक विश्वस्त म्हणून काम बघणारा क्लीव्हलंड अधूनमधून विद्यार्थ्यांसाठी 'खास' वर्गही घेई. हळूहळू त्याचा दबदबा वाढत गेला. तसंच त्यानं मांडलेली आर्थिक भूमिकाच बरोबर होती असा युक्तिवाद अनेक जणांनी केल्यामुळे, त्याचं काही काळ खराब झालेलं नाव पुन्हा गाजलं. विमा कंपन्यांवर होत असलेल्या सरकारी हस्तक्षेपाच्या विरोधात या कंपन्यांनी पुकारलेल्या बंडाचं नेतृत्व करण्याची विनंतीसुद्धा क्लीव्हलंडलाच करण्यात आली. त्यानं ही जबाबदारी नीटपणे निभावली.

आपल्या आयुष्याच्या अखेरच्या काळात हृदयविकार, किडनीचा विकार आणि संधिवात अशा अनेक गोष्टींमुळे क्लीव्हलंड त्रस्त झाला. अखेर बिछान्याला खिळलेल्या अवस्थेतच वयाच्या एक्काहत्तराव्या वर्षी त्याचं निधन झालं. त्याच्याहून वयानं खूप लहान असलेल्या त्याच्या पत्नीनं, यानंतर पाच वर्षांनी- म्हणजे १९१३मध्ये, प्रिन्स्टनमधल्या एका प्राध्यापकाशी पुनर्विवाह केला. १९४७मध्ये तिचं निधन झालं.

❖

बेंजामिन हॅरिसन

१८८९-९३
या काळातला अमेरिकेचा तेविसावा राष्ट्रपती

अल्प-परिचय

साल	घटना
१८३३	ओहायो राज्यातल्या नॉर्थ बेंड इथं जन्म
१८५२	महाविद्यालयीन शिक्षण पूर्ण
१८५३	कॅरोलिन लॅव्हिनिया स्कॉटशी लग्न
१८५४	वकिलीला सुरुवात
१८६२-६५	यादवी युद्धात अमेरिकी लष्कराच्या वतीनं सहभाग
१८८१-८७	सिनेटर
१८८९-९३	अमेरिकेचा तेविसावा राष्ट्रपती
१८९३-९४	'कायदा' विषयाची काही व्याख्यानं स्टॅनफर्ड विद्यापीठात दिली
१८९६	मेरी स्कॉट लॉर्ड डॉमिनिकशी लग्न
१९०१	निधन

प्राथमिक ओळख

यादवी युद्धाच्या अंतापासून १९००पर्यंत रिपब्लिकन पक्षाच्या वतीनं अमेरिकेचा राष्ट्रपती बनलेला प्रत्येक माणूस ओहायोमध्ये जन्मला आणि त्यानं यादवी युद्धात अमेरिकी लष्कराच्या वतीनं फुटीरवाद्यांशी लढा दिला. हे दोन्ही मुद्दे बेंजामिन हॅरिसनच्या बाबतीतसुद्धा लागू होते. राष्ट्रपतिपदासाठीची निवडणूक जिंकण्याआधी तो इंडियानाच्या सर्वोच्च न्यायालयात वार्ताहर म्हणून निवडला जाण्यासाठीचा अपवाद वगळता एकही निवडणूक जिंकू शकला नव्हता. अगदी इंडियाना

राज्याचा गव्हर्नर ठरवण्यासाठीची निवडणूकसुद्धा त्यानं १८७६मध्ये गमावली होती. इंडियानाच्या राज्य सरकारनं त्याची निवड 'अमेरिकी सिनेटर' म्हणून केली, तेव्हा त्यानं तीन राष्ट्रपतींच्या कार्यकालात फारशी प्रभावी कामगिरी करून दाखवली नाही. निरुत्साही वाटणारा, छोट्या चणीचा आणि फारसं न बोलणाऱ्या बेंजामिन हॅरिसनला यादवी युद्धाच्या काळात त्याचे लष्करी सहकारी 'छोटा बेन' म्हणत. त्याचे आजोबा विल्यम हेन्री हॅरिसन हेसुद्धा पूर्वी अमेरिकेचे राष्ट्रपती होऊन गेलेले असल्यामुळे, १८८८च्या निवडणुकीत रिपब्लिकन पक्षानं बेंजामिन हॅरिसनसाठीचा प्रचार 'Grandfather's Hat Fits Ben' असे शब्द असलेल्या गाण्यासह केला. डेमोक्रॅटिक पक्षानं मात्र या संधीचा वापर व्यंगचित्रं काढून केला. त्यात आजोबांच्या टोपीमध्ये हरवून गेलेला बेंजामिन हॅरिसन शोधून काढण्यासाठी सूक्ष्मदर्शकाची गरज भासत असल्याचं दाखवण्यात आलं होतं. आपले आजोबा 'राष्ट्रपती' असताना त्यांची भेट घेणं आणि म्हणूनच त्यांच्याकडून काही शिकणं बेंजामिन हॅरिसनला शक्य झालं नसलं, तरी त्याआधी आपल्या लहानपणी त्यांच्याबरोबर भरपूर वेळ घालवण्याची संधी मात्र त्याला मिळाली होती.

राष्ट्रपती बनल्यावर आपल्या पदाचा कोणताच ठसा उमटवण्याचा प्रयत्न हॅरिसननं केला नाही. काँग्रेस ठरवेल तीच पूर्व दिशा, असा त्याचा पवित्रा होता. साहजिकच, काँग्रेसनं सरकारी खर्चात भरघोस वाढ केली आणि निरुपयोगी भत्त्यांवर करदात्यांचे पैसे ओतले, तेव्हा याचे परिणाम हॅरिसनला भोगावे लागले. राष्ट्रपतिपदासाठीच्या फेरनिवडणुकीत त्याला पराभव स्वीकारावा लागला.

हॅरिसनच्या कार्यकालात व्हाईट हाऊसमध्ये प्रथमच वीजपुरवठा यंत्रणा बसवण्यात आली. एकदा हॅरिसनला विजेचा झटका बसल्यामुळे त्याचे कुटुंबीय विजेचा वापर करण्यासाठीची बटणं दाबताना खूप घाबरत आणि शक्यतो हे काम टाळत!

जडणघडण

बेंजामिन सात वर्षांचा असताना, त्याच्या आजोबांचा राष्ट्रपतिपदासाठीच्या निवडणुकीत विजय झाला. त्याला एकंदर आठ भावंडं होती. हॅरिसन कुटुंबाचं मोठं शेत शाळा असलेल्या भागापासून दूर असल्यामुळे ही मुलं शाळेत जात नसत. त्याऐवजी हॅरिसनचे श्रीमंत वडील, हिवाळ्यात आपल्याच निवासस्थानी येऊन मुलांना निरनिराळे विषय शिकवण्यासाठी एका शिक्षकालाच बोलावून घेत! वरच्या वर्गातल्या शिक्षणासाठी मात्र हॅरिसननं घर सोडलं. तो मेहनती विद्यार्थी होता. त्याला वादविवाद स्पर्धांमध्ये विशेष रस होता. शालेय शिक्षण संपल्यावर थेट

कायदेशीर सल्लागारांचं काम करणाऱ्या एका कंपनीत तो रुजू झाला आणि तिथंच त्यानं कायद्याचं ज्ञान मिळवलं. कायद्याचा अभ्यासक्रम पूर्ण करण्याआधी त्यानं कॅरोलिन लॅव्हिनिया स्कॉट या आपल्या मैत्रिणीशी लग्न केलं. त्यांना दोन मुलं झाली. कायद्याचा अभ्यास पूर्ण झाल्यावर हॅरिसननं स्वतःचा वकिलीचा व्यवसाय करण्यासाठी इंडियाना राज्यात स्थलांतरित व्हायचं ठरवलं. अर्थातच, हे अजिबात सोपं नव्हतं. सुरुवातीला हॅरिसनला तिथल्या न्यायालयात, न्यायाधीशानं दिलेल्या आदेशांनुसार नावं पुकारणारा म्हणून दिवसाला अडीच डॉलर्सच्या पगाराची नोकरी करावी लागली. हॅरिसननं हे काम करताकरता अनेक वकिलांशी ओळखी वाढवल्या आणि लवकरच एका वकिलाबरोबर भागीदारी सुरू करण्याइतकी मजल मारली.

१८६२मध्ये इंडियानामधल्या स्वयंसेवकांची यादवी युद्धात लढण्यासाठीची तुकडी उभी करण्याची जबाबदारी हॅरिसनवर टाकण्यात आली. मोठ्या उत्साहानं त्यानं ती पार पाडली. युद्धानंतर हॅरिसननं जुळवलेले राजकीय संबंध, युद्धामधली त्याची प्रशंसनीय कामगिरी आणि न्यायालयात त्यानं उमटवलेला आपला ठसा यामुळे त्याची लोकप्रियता वाढली. याचाच परिणाम म्हणून, १८७६मध्ये रिपब्लिकन पक्षानं इंडियाना राज्याच्या गव्हर्नरपदासाठीचा आपला उमेदवार म्हणून त्याची निवड केली. स्वतः हॅरिसन मात्र यासाठी फारसा उत्सुक नव्हता.

एकंदर ४.३४ लाख मतदारांनी आपला मतदानाचा हक्क बजावला. हॅरिसनचा या निवडणुकीत ५००० मतांनी पराभव झाला. यानंतर तो रिपब्लिकन पक्षाच्या वतीनं सिनेटवर निवडून गेला. तिथं त्यानं मिळमिळीत धोरण स्वीकारलं. आपण अजिबात टोकाची भूमिका घेता कामा नये, तसंच वादग्रस्त ठरू नये, याची तो सतत खबरदारी घेत असे. बहुतेक प्रश्नांच्या संदर्भात आपल्या पक्षाचे नेते म्हणतील, त्याप्रमाणे तो मतदान करत असे. १८८८मध्ये रिपब्लिकन पक्षाच्या वतीनं राष्ट्रपतिपदासाठीची उमेदवारी नक्की कुणाला द्यावी, याविषयी संभ्रमाचं वातावरण पसरलेलं असताना, शेवटी काही उलथापालथी होऊन ही माळ हॅरिसनच्या गळ्यात आली. क्लीव्हलंडच्या ५५,३७,८५७ मतांच्या तुलनेत हॅरिसनला कमी- म्हणजे ५४,४७,१२९ मतं मिळाली खरी; पण न्यू यॉर्कमध्ये हॅरिसननं बाजी मारल्यामुळे त्याचा 'इलेक्टोरल व्होट्स'च्या हिशेबानं २३३-१६८ असा विजय झाला.

राष्ट्रपतिपद

हॅरिसन राष्ट्रपती झाला, तेव्हा संसदेच्या दोन्ही सभागृहांवर रिपब्लिकन पक्षाचं

निर्विवाद वर्चस्व होतं. याचा वापर करून देशाला अडचणीत आणणाऱ्या अर्थकारणाला पाठबळ देण्यात आलं. अमेरिकी चलनाच्या साठ्यावरचा विश्वास उडून जाईल, अशी पावलं टाकण्यात आली. 'यादवी युद्धात लढलेल्या आणि आता बेरोजगार असलेल्या प्रत्येक माणसाला सरकारतर्फे भत्ता देण्यात येईल,' अशी घोषणा करण्यात आली. गंमत म्हणजे अगदी धडधाकट असलेले; पण काम करण्याची इच्छा नसलेले असंख्य लोकही यात समाविष्ट होते. यामुळे सरकारी खर्चाचा आकडा फुगत हाताबाहेर गेला. आयातीवरचे कर खूप वाढवण्यात आले. साहजिकच व्यापाऱ्यांनी आपल्या वस्तूंच्या विक्रीच्या किमती भरमसाट वाढवल्या. सर्वसामान्य लोक या महागाईमुळे आणखी पिचले. परराष्ट्र धोरणाच्या बाबतीत मात्र हॅरिसननं आक्रमक धोरण स्वीकारलं. वॉशिंग्टन, इदाहो, माँटाना, व्यॉमिंग, नॉर्थ डेकोटा आणि साऊथ डेकोटा ही सहा नवी राज्यं अमेरिकेमध्ये समाविष्ट झाल्यामुळे राज्यांचा एकूण आकडा ४४ वर गेला. एका दशकात देशाची लोकसंख्या पावपट वाढून १८९०मध्ये सुमारे ६.३० कोटी झाली. या काळातली तांत्रिक प्रगतीसुद्धा वाखाणण्याजोगी होती. उदाहरणार्थ, व्हाईट हाऊसमध्ये प्रथमच विजेवर चालणारे दिवे बसवण्यात आले.

१८९२मध्ये फेरनिवडीसाठी उभ्या असलेल्या हॅरिसनला क्लीव्हलंडनं पराभूत करून आपल्या आधीच्या पराभवाचा वचपा काढला. देशामधली आर्थिक परिस्थिती बिकट झाल्याचा फटका हॅरिसनला प्रामुख्यानं बसला. तरीसुद्धा राष्ट्रपतिपदाचा निरोप घेताना, आपल्या कार्यकालात देशाची भरभराट झाल्याचा दावा करत, इथून पुढची परिस्थिती मात्र दारुण असल्याचा इशारा द्यायला तो विसरला नाही! आपल्या कार्यकालाचे तीन आठवडे शिल्लक असताना, हवाईचा अमेरिकेमध्ये समावेश करण्याच्या विधेयकावर हॅरिसननं सही केली; पण त्यानंतर कारभार हाती घेतलेल्या क्लीव्हलंडनं ही कृती बेकायदा ठरवली.

पुनर्विवाह

व्हाईट हाऊसमधून बाहेर पडताना एकोणसाठ वर्षांच्या हॅरिसननं कायद्याशी संबंधित असलेली काही व्याख्यानं देण्यासाठी मिळालेलं स्टॅनफर्ड विद्यापीठाचं आमंत्रण स्वीकारलं. नंतर इंडियाना पोलिसला परतून त्यानं आपली वकिली सुरू केली. १८९२च्या निवडणुकीच्या काही दिवस आधी पहिल्या पत्नीचं निधन झाल्यामुळे विधुर झालेल्या हॅरिसननं १८९६मध्ये आपल्या वयाच्या बासष्टाव्या वर्षी, सदतीस वर्षांच्या मेरी स्कॉट लॉर्ड डॉमिनिक नावाच्या आपल्या दिवंगत पत्नीच्या भाचीशी लग्न केलं. त्याच्या या निर्णयामुळे त्याची दोन मुलं थक्कच

झाली; कारण ही दोघंही आपल्या होणाऱ्या सावत्र आईची आणि खरं म्हणजे नात्यानं आपल्या मामेबहिणीच्या आसपासच्याच वयाची होती. त्यांना एक मुलगी झाली. याच्या पुढच्या वर्षी त्यानं अमेरिकी सरकारच्या कारभाराविषयी एक पुस्तक लिहिलं. विसावं शतक उजाडून एक वर्ष झाल्यानंतर, आपल्या राहत्या घरी हॅरिसनचं निधन झालं. त्याची दुसरी पत्नी यानंतर तब्बल सत्तेचाळीस वर्षं जगली!

❖

विल्यम मॅकिन्ली

१८९७-१९०१
या काळातला अमेरिकेचा
पंचविसावा राष्ट्रपती

अल्प-परिचय

साल	घटना
१८४३	ओहायो राज्यातल्या नाईल्स इथं जन्म
१८६०	शाळेत शिक्षक आणि पोस्ट ऑफिसमध्ये कारकुनी
१८६१-६५	अमेरिकी यादवी युद्धात सहभाग
१८६७	वकिलीला सुरुवात
१८७१	इदा सॅक्स्टनशी लग्न
१८७७-९१	ओहायो राज्याच्या वतीनं 'हाऊस ऑफ रिप्रेझेंटेटिव्ह्ज' सभागृहाचा सदस्य
१८९२-९६	ओहायो राज्याचा गव्हर्नर
१८९७-१९०१	अमेरिकेचा पंचविसावा राष्ट्रपती
१९०१	न्यू यॉर्कमध्ये गोळीबारात जखमी आणि निधन

प्राथमिक ओळख

शांत, मृदू स्वभावाचा विल्यम मॅकिन्ली सगळ्यांना आवडे. राष्ट्रपतिपदासाठी फेरनिवड झाल्यानंतर काही महिन्यांतच त्याची हत्या झाली. कहर म्हणजे, स्वतःवर गोळ्या झाडल्या गेलेल्या असतानाची त्याची प्रतिक्रिया 'त्याला स्वतःला काही इजा करू देऊ नका' अशी हल्लेखोराविषयी काळजी व्यक्त करणारी होती! हत्या होणारा लिंकन आणि गारफिल्ड यांच्यानंतरचा तो तिसरा अमेरिकी राष्ट्रपती होता आणि त्याच्या हत्येच्या वेळीसुद्धा आधीच्या दोन्ही प्रसंगांप्रमाणेच, सगळ्या समाजानं विलक्षण शोक केला. असं असूनसुद्धा इतिहासाच्या नजरेत मॅकिन्लीचं नाव

चांगल्या अर्थाने घेतलं जात नाही. देशाला अधोगतीकडे नेणारी परंपरावादी धोरणं राबवण्याच्या कारणांवरून त्याच्यावर टीका केली जाते. स्पॅनिश-अमेरिकन युद्ध होण्यामागेसुद्धा तोच कारणीभूत होता, असं मानलं जातं. आपल्या कोटाच्या बटणाच्या काज्यामध्ये 'चांगल्या नशिबासाठी' जवळपास दोन वर्षं सुगंध टिकवून धरू शकणारं एक लाल रंगाचं छोटं फूल मॅकिन्ली घालत असे.

जडणघडण

नऊ भावंडांपैकी सातवा म्हणून विल्यम मॅकिन्लीचा जन्म झाला. लहानपणापासूनच त्याला वक्तृत्व आणि वादविवाद स्पर्धा यांच्यामध्ये विशेष रस असल्याचं आढळून आलं. तो चर्चमध्येही नियमितपणे जात असल्यामुळे पुढे तो चर्चच्या सेवेत रुजू होईल, अशी आशा त्याच्या आईला वाटे. सतरा वर्षांचा असताना, महाविद्यालयीन शिक्षण घ्यायला सुरुवात केलेल्या मॅकिन्लीला एका आजारपणामुळे हे शिक्षण अर्धवट सोडून द्यावं लागलं. त्यानं एके ठिकाणी कारकुनी सुरू केलेली असताना यादवी युद्ध सुरू झालं आणि तो त्यात सहभागी झाला. सुरुवातीला, लढणाऱ्या सैनिकांसाठी ताजं अन्न बनवून देण्याची जबाबदारी त्याच्यावर टाकण्यात आली; आणि कालांतरानं तो स्वतः युद्धभूमीवरही उतरला. हे यादवी युद्ध संपायच्या सुमाराला बावीस वर्षांच्या मॅकिन्लीमध्ये आमूलाग्र बदल घडल्याचं दिसून आलं. अशक्त दिसणारा आणि सतत आजारी पडणारा मॅकिन्ली आता एकदम उत्साही आणि तंदुरुस्त दिसत होता. त्याला लष्करात भरती होण्यासाठी आलेलं आमंत्रण नाकारून त्यानं कायद्याचा अभ्यास करायचा निर्णय घेतला. काही वर्षांनी त्यानं वकिली सुरू केली. हळूहळू तो रिपब्लिकन पक्षाच्या कामकाजातही रस घ्यायला लागला.

१८७१मध्ये एका प्रथितयश बँकरच्या निळेशार डोळे असलेल्या इदा सॅक्स्टन या मुलीशी मॅकिन्लीचं लग्न झालं खरं; पण ते खूपच दुःखद ठरलं. इदाच्या पोटी जन्मलेल्या दोन्ही मुली अकाली दगावल्या आणि स्वतः इदा काही काळानंतर बिछान्याला खिळून राहिली. मॅकिन्लीनं आयुष्यभर तिची काळजी घेतल्यामुळे लोकांच्या मनात त्याच्याविषयी सहानुभूती निर्माण झाली. दरम्यान, १८७६मध्ये यादवी युद्धामधला आपला वरिष्ठ सहकारी रदरफर्ड हेज राष्ट्रपतिपदासाठीचा उमेदवार बनला, त्याच सुमाराला मॅकिन्लीनं काँग्रेसमध्ये प्रवेश केला. सातत्यानं पंधरा वर्षं त्याची काँग्रेसमध्ये निवड होत राहिली. हाऊस ऑफ रिप्रेझेंटेटिव्ह्जच्या सभागृहात मॅकिन्लीकडे बघून अनेकांना नेपोलियनची आठवण येई. कारण त्याची शरीरयष्टी नेपोलियनसारखीच होती आणि त्याच्याप्रमाणेच

मॅकिन्लीसुद्धा बोलत असताना आपला एक हात आपल्या कोटाच्या खिशात घाले.

अमेरिकेमध्ये आयात होत असलेल्या मालावर मोठा कर लादला जावा यासाठी रिपब्लिकन पक्ष प्रयत्नशील होता. मॅकिन्ली लहान असताना त्यानं पोलादनिर्मितीशी संबंधित असलेला छोटा व्यवसाय करणाऱ्या आपल्या वडिलांची परिस्थिती अगदी जवळून बघितली होती. परदेशाहून स्वस्तात अमेरिकेमध्ये येत असलेल्या मालामुळे अमेरिकी उत्पादकांची कशी पंचाईत होते आणि त्यांचा माल कसा पडून राहतो, हे त्यानं प्रत्यक्षात अनुभवलं होतं. साहजिकच या प्रकाराविरुद्ध रिपब्लिकन पक्षानं उगारलेलं हत्यार टोकदार करण्यासंबंधीचं एक विधेयक तयार करण्यात त्यानं सिंहाचा वाटा उचलला. अशा प्रकारे, आयातीवर मोठा कर लादण्याचे दुष्परिणाम रिपब्लिकन पक्षाप्रमाणेच त्याला स्वतःलाही भोगावे लागले. काँग्रेससाठीच्या पुढच्या निवडणुकीत डेमोक्रॅटिक पक्षानं जोरदार मुसंडी मारली आणि स्वतः मॅकिन्लीसुद्धा त्यात पराभूत झाला. १८९१मध्ये ओहायो राज्याच्या गव्हर्नरपदासाठी रिपब्लिकन पक्षानं मॅकिन्लीच्या नावावर शिक्कामोर्तब केलं. मॅकिन्लीनं जोरदार प्रचार केला. तो दररोज खूप प्रवास करे आणि विक्रमी संख्येनं भाषणं देई. निसटत्या फरकानं तो पहिल्यांदा निवडून आला आणि दोन वर्षांची मुदत संपल्यानंतर त्याची जरा जास्त फरकानं फेरनिवड झाली. आर्थिक संकटाच्या काळात गोरगरिबांच्या मदतीला धावून जाण्याच्या त्याच्या स्वभावामुळे हे घडलं असावं. वैयक्तिक पातळीवर मात्र त्याची २० हजार डॉलर्सची शिल्लक व्यवसायातल्या भागीदाराच्या अपयशामुळे साफ झाली. इतकंच नव्हे, तर त्याच्यावर १ लाख डॉलर्सचं कर्जही साठलं. त्याच्या नशिबानं त्याच्या काही श्रीमंत मित्रांनी त्याचं हे कर्ज तर फेडलंच; पण पुन्हा त्याला त्याचे मूळ २० हजार डॉलर्स मिळवून दिले. दररोज दुपारी तीन वाजता आपण करत असलेलं कुठलंही काम थांबवून मॅकिन्ली आपल्या कार्यालयाच्या खिडकीपाशी जाई आणि तिथून आपला रुमाल जोरजोरात फडफडवत असे. समोरच्याच रस्त्यावरच्या हॉटेलमधल्या खोलीत पडून असलेली त्याची पत्नी या क्षणाची वाट बघत असे आणि आनंदानं मॅकिन्लीला उलट अभिवादन करत असे. दररोज सकाळी हॉटेलमधून आपल्या दिनक्रमासाठी बाहेर पडल्यानंतर, मॅकिन्ली रस्त्यावर येताच क्षणभर थांबून आपली हॅट हातात घेई आणि कंबरेत वाकून तिला अभिवादन करून, मगच पुढे जाई. यामुळे लोकांच्या मनात मॅकिन्लीविषयीचा आदर वाढला.

१८९२मध्ये राष्ट्रपतिपदासाठीचा उमेदवार बनण्याचा मॅकिन्लीनं केलेला प्रयत्न अयशस्वी ठरला असला, तरी चार वर्षांनी मात्र रिपब्लिकन पक्षानं अगदी सहजपणे त्याच्याच नावावर शिक्कामोर्तब केलं. 'अमेरिकेवरच्या आर्थिक संकटाच्या

पार्श्वभूमीवर अर्थव्यवस्थेमध्ये मोठ्या प्रमाणावर चलन उपलब्ध करून द्यावं,' असं मॅकिन्लीचं मत होतं. डेमोक्रॅटिक पक्षाचा मात्र याला पूर्ण विरोध होता. त्याचा राग स्वतःवर ओढवून घेण्यापेक्षा आपली भूमिका बदलण्याचं चातुर्य दाखवत मॅकिन्लीनं आपणही अमेरिकी डॉलरच्या स्थैर्याला जास्त महत्त्व देत असल्याचं सांगितलं. म्हणजेच 'गोल्ड स्टँडर्ड'शी एकनिष्ठ राहणं जास्त महत्त्वाचं असल्याचं मत त्यानं व्यक्त केलं. यामुळे विरोधकांचा अपप्रचारही काही प्रमाणात थंडावला. अखेर निवडणुकीत तो विल्यम जेनिंग्ज ब्रायन या डेमोक्रॅटिक उमेदवाराच्या विरोधात ७१,०२,२४६-६४,९२,५५९ अशा आघाडीद्वारा तर २७१-१७६ अशा 'इलेक्टोरल व्होट्स'च्या फरकानं विजयी झाला.

राष्ट्रपतिपद

लवकरच चौपन्न वर्षांच्या मॅकिन्लीनं राष्ट्रपतिपदाची शपथ घेतानाचं दृश्य, त्याची थकलेली आई आणि अपंग पत्नी या दोघींनीही पाहिलं. काँग्रेसमधल्या कामकाजाचा प्रदीर्घ अनुभव असल्याचा फायदा मॅकिन्लीला मिळाला. आपल्या विरोधकांना कसं हाताळायचं, याची त्याला जाण होती. विधेयकांवर सभागृहांमध्ये चर्चा तर व्हायला हवी; पण केवळ विरोधासाठी विरोध व्हायला नको, याची तो खबरदारी घेत असे. यासाठी तो निरनिराळ्या विधेयकांसंबंधीची चर्चा करण्यासाठी, तसंच आपली त्या संदर्भातली मतं मांडण्यासाठी, अनेक काँग्रेसपटूंना भेटीसाठी व्हाईट हाऊसमध्येच बोलावून घेई. तिथं वादग्रस्त मुद्द्यांवर चर्चा करून मध्यममार्ग शोधला जाई. साहजिकच, प्रत्यक्ष चर्चेनंतर संमत झालेल्या विधेयकाला आपला मताधिकार वापरून रद्द ठरवण्याचा प्रसंग मॅकिन्लीवर तुलनेनं कमी वेळा गुदरे. म्हणूनच त्यानं आयातीवरचा कर वाढवण्यासंबंधी मांडलेलं वादग्रस्त विधेयकसुद्धा सहजपणे मंजूर झालं. यानंतर अमेरिकी अर्थव्यवस्थेमध्ये खरंच जरा सुधारणा दिसून आल्यामुळे, त्याचं श्रेय मॅकिन्लीला मिळालं.

अर्थकारणामध्ये स्थैर्य आल्यानंतर अमेरिकेचं लक्ष क्यूबाच्या प्रश्नाकडे वळलं. क्यूबावर स्पेनची सत्ता होती. १८९५मध्ये क्यूबावासीयांनी या स्पॅनिश सत्तेच्या विरोधात बंड पुकारलं होतं. या प्रश्नात न पडण्याचं चातुर्य तेव्हाचा राष्ट्रपती क्लीव्हलंडनं दाखवलं. आता मात्र परिस्थिती चिघळत चालली होती. अमेरिकेमध्ये क्यूबन बंडखोरांविषयी सहानुभूतीचं वातावरण होतं. तरीसुद्धा 'घिसाडघाईने कुठलाही निर्णय घेता कामा नये' असा सावध पवित्रा मॅकिन्लीनं घेतला. सुरुवातीला त्यानं क्यूबामध्ये अडकून पडलेल्या अमेरिकी नागरिकांची सुखरूप सुटका करण्यासाठी ५०,००० डॉलर्सचा निधी मंजूर करून घेण्यासाठीचं विधेयक काँग्रेसमध्ये

मांडलं. दरम्यान क्यूबामधल्या अस्थिर परिस्थितीचा फायदा उठवण्यासाठी दोन अमेरिकी वर्तमानपत्रांमध्ये स्पर्धा सुरू झाली. तिथं आपले वार्ताहर धाडून तिथल्या परिस्थितीविषयी अतिरंजित आणि खोटी वार्तांकनं करण्याचे आदेश त्यांना देण्यात आले. यामुळे स्पॅनिश वसाहतवाद्यांच्या तथाकथित अत्याचारांच्या बातम्या छापण्याची चढाओढच या वर्तमानपत्रांमध्ये सुरू झाली. आपोआपच, राष्ट्रपती पोकच्या काळात वाढलेल्या अमेरिकी विस्तारवादाच्या संकल्पनांना आणखी खतपाणी मिळालं. 'आपला भौगोलिक विस्तार करण्याची व्यवस्था नियतीनेच करून ठेवली आहे,' असा अमेरिकी समज वेगानं पसरला. या गोंधळात स्थानिक क्यूबन नागरिक आणि स्पॅनिश वसाहतवादी यांच्यामधले मध्यस्थ म्हणून हा प्रश्न सोडवण्याच्या विचारात मॅकिन्ली होता.

१८९८च्या फेब्रुवारी महिन्यातल्या दोन घटनांमुळे क्यूबामधल्या प्रश्नामध्ये आपण पडलं पाहिजे, असं अमेरिकी लोकांना प्रकर्षानं जाणवायला लागलं. एका अमेरिकी वर्तमानपत्रात मॅकिन्लीच्या तथाकथित भित्रेपणाविषयी अपमानास्पद भाषेत एका स्पॅनिश नेत्यानं खासगीत व्यक्त केलेलं मत छापण्यात आलं. त्यापाठोपाठ 'मेन' ही अमेरिकी युद्धनौका गूढपणे क्यूबाच्या हवाना शहरानजीकच्या बंदरात तिच्यामधल्या प्रवाशांसह उद्‌ध्वस्त करण्यात आली. यामुळे अमेरिकेत स्पेनच्या विरोधात विखारी मत तयार झालं. या प्रकरणाचा तपास अमेरिकी हेरांनी सुरू केला; पण दरम्यान अमेरिकी लष्करामध्ये तातडीनं सुधारणा करण्यासाठी ५ कोटी डॉलर्सचा निधी ओतण्यासाठीचं विधेयक काँग्रेसनं युद्धपातळीवर मंजूर केलं. अमेरिकी लष्कर आपल्यावर क्यूबामध्ये हल्ला करण्याची चिन्हं दिसताच स्पेनमधल्या अमेरिकी राजदूतानं तारेनं स्पेनच्या वतीनं एक संदेश पाठवला. त्यात प्राणहानी आणि इतर नुकसान टाळण्यासाठी स्पेन आपली आक्रमक भूमिका सोडायला तयार असल्याचं आणि स्थानिक क्यूबन लोकांना आपलं भविष्य ठरवण्यासाठीची संधी द्यायला तयार असल्याचं सांगण्यात आलं. आता मात्र देशाला युद्धज्वर चढलेला असून, आपण या टप्प्यावर शांततामय मार्गानं जाणं, म्हणजे देशवासीयांचा राग ओढवून घेण्यासारखं आहे, याची मॅकिन्लीला जाणीव झाली होती. त्यानं क्यूबामधल्या स्पॅनिश तुकड्यांवर लष्करी हल्ला करण्यासाठीचं विधेयक काँग्रेसकडून मंजूर करून घेतलं. क्यूबाचं स्वातंत्र्य हिरावून या देशाला अमेरिकेचाच एक भाग बनवण्याची परवानगी मात्र काँग्रेसनं दिली नाही. क्यूबाच्या भूमीवरचं अमेरिकी-स्पॅनिश युद्ध जेमतेम चार महिने चाललं. अगदी सहजपणे अमेरिकेनं स्पॅनिश सैन्याला नमवलं. यात २९८ अमेरिकी सैनिक ठार झाले, तर सुमारे ५००० जण आजारांमुळे दगावले. क्यूबाखेरीज पोर्टो रिको आणि फिलिपिन्स इथंसुद्धा

अमेरिकी राष्ट्रध्वज झळकत होता. याच काळात हवाईला अमेरिकी संघराज्यात सहभागी करून घेण्याच्या विधेयकावर मॅकिन्लीनं सही करून टाकली. अर्थात, मॅकिन्लीला वाटलं तितका हा सोपा प्रकार नव्हता. अमेरिकी घुसखोरीला फिलिपिन्समध्ये जोरदार विरोध झाला.

दरम्यान, अमेरिकी डॉलरच्या स्थैर्यासाठीचं विधेयक मॅकिन्लीनं संमत करून घेतलं. यामुळे देशामध्ये उपलब्ध असलेल्या सोन्याच्या प्रमाणातच अमेरिकेला चलन छापणं शक्य झालं. आपोआपच, डॉलरच्या दरात घसरण होणं किंवा प्रमाणाबाहेर चलन छापलं जाऊन महागाई वाढणं, हे प्रकार अवघड झाले. अर्थातच, एका दृष्टीनं हे योग्य असलं, तरी दुसरीकडे संकटकाळात सरकारनं जास्त चलन उपलब्ध करून देत आर्थिक मंदी संपवण्याच्या दृष्टीनं पावलं टाकण्याच्या अत्यंत महत्त्वाच्या उपाययोजनेवर मर्यादाही आल्या.

१९००मध्ये चीनमध्ये एक विचित्र प्रकार घडला. चीनमध्ये विदेशी लोक घुसून स्थानिक लोकांच्या अडचणीत भर टाकत असल्यामुळे, त्यांना त्यांच्या देशांमध्ये परत धाडून देण्यासंबंधीचा विद्वेषी कार्यक्रम एका तथाकथित देशप्रेमी संघटनेनं हाती घेतला. हा धोकादायक प्रकार थांबवण्यासाठी एकूण आठ देशांनी गुप्त मोहीम आखली. त्यानुसार या देशांचे खास सैनिक चीनमध्ये घुसले आणि त्यांनी चिनी राजधानी आपल्या ताब्यात घेतली. नाइलाजानं, चिनी सरकारनं आपल्या इथं वास्तव्याला असलेल्या अन्य देशांच्या नागरिकांना अभय द्यायचं वचन दिलं आणि हा प्रकार थांबला. अमेरिकेच्या वतीनं मॅकिन्लीनं कणखर भूमिका घेऊन, इतर सात देशांना पूर्ण पाठिंबा दिला.

मॅकिन्लीनं आपल्या कार्यकालात अशा प्रकारे अनेक धडाकेबाज निर्णय घेतले असल्यामुळे त्याला राष्ट्रपतिपदासाठीच्या फेरनिवडीची उमेदवारी रिपब्लिकन पक्षानं दिली. त्याच्या जोडीला उपराष्ट्रपतिपदासाठी थिओडोर रुझवेल्ट उभा राहिला. मॅकिन्लीच्या विरोधात डेमोक्रॅटिक पक्षातर्फे पुन्हा एकदा ब्रायनच उमेदवार होता. मॅकिन्लीवर डेमोक्रॅटिक पक्षानं सर्वसामान्य जनतेच्या विरोधात असल्याचे आणि फक्त उद्योगपतींचे हित जपण्याचे आरोप केले. तसंच फिलिपिन्ससारख्या प्रकरणांमधून अमेरिकेला वर्चस्ववादी बनवण्याकडे मॅकिन्लीची वाटचाल झाली असल्याचेही जोरदार आरोप झाले. मॅकिन्ली मात्र आपल्या कारकिर्दीविषयी आणि म्हणूनच फेरनिवडीविषयी निश्चिंत होता. त्यानं म्हणूनच फारसा प्रचारही केला नाही. उलट, बराच काळ तो शांतपणे घरीच असे. त्याचा हा आत्मविश्वास योग्य ठरला. त्यानं ब्रायनचा मतांच्या संदर्भात ७२,१८,४९१-६३,५६,७३४ असा, तर 'इलेक्टोरल व्होट्स'च्या हिशेबानुसार २९२-१५५ असा दणदणीत पराभव केला.

दुसऱ्यांदा राष्ट्रपतिपदाची सूत्रं हाती घेणाऱ्या मॅकिन्लीचा हा कार्यकाल सुरुवातीला अगदी शांतपणे पार पडला. ५ सप्टेंबर १९०१ या दिवशी त्यानं न्यू यॉर्कमधल्या बफेलो भागातल्या उद्योगाशी संबंधित असलेल्या एका प्रदर्शनामध्ये केलेल्या भाषणात आंतरराष्ट्रीय व्यापाराच्या संदर्भात जास्त सहमतीचं वातावरण निर्माण करण्यावर भर देण्याविषयी भाष्य केलं. म्हणजेच, आधी त्यानं अमलात आणलेलं आयातीवर भरघोस कर लावण्याचं धोरण बदलण्याची भाषा तो करत होता. याच्या पुढच्या दिवशी आपल्याला भेटायला येत असलेल्या लोकांशी तो हस्तांदोलन करत होता. रांग पुढे सरकत असताना अचानकपणे आपला उजवा हात रुमालानं झाकलेला एक माणूस मॅकिन्लीपाशी आला. त्याला आपल्याशी हस्तांदोलन करायचं असेल, अशा समजापोटी मॅकिन्लीनं आपला उजवा हात त्याच्या दिशेनं पुढे केला खरा; पण त्या माणसानं आपल्या रुमालाखाली झाकलेल्या पिस्तुलातून मॅकिन्लीवर दोन गोळ्या झाडल्या. जखमांमुळे खाली कोसळत असलेल्या मॅकिन्लीला कसंबसं एका खुर्चीवर बसवण्यात आलं. तेवढ्यात, आपल्या पत्नीला यासंबंधी काहीही सांगू नका आणि हल्लेखोराला कसलीही इजा करू नका, असं त्यानं आपल्या सचिवाला बजावलं. मॅकिन्लीवर तातडीचे उपचार करून त्याला एका खासगी ठिकाणी हलवण्यात आलं. काही दिवस त्याच्या प्रकृतीत लक्षणीय सुधारणा होण्याची चिन्हं दिसत असतानाच अचानकपणे त्याची तब्येत पार बिघडत गेली. आपला मृत्यू जवळ आल्याची त्याला पुरेपूर जाणीव झाल्यामुळे, त्यानं मरता मरता आपल्या पत्नीच्या कानांमध्ये निरोपाचं भाष्य करून ही देवाची इच्छा असल्याचं सांगितलं. मॅकिन्लीची हत्या करणाऱ्या माणसाचं डोकं ठिकाणावर नव्हतं. त्याच्या असंतुलित मानसिक अवस्थेमुळे त्याला 'एका राज्यकर्त्याला' ठार करायचं होतं. अर्थातच, यामागे कसलंही तर्कशास्त्र चालवून उपयोग नव्हता. त्याच्यावर खटला भरून त्याला संपवण्यासाठी विजेचा झटका देण्यात आला. मॅकिन्लीच्या निधनामुळे अमेरिकेमध्ये शोककळा पसरली. लाखोंच्या संख्येनं त्याच्या मृतदेहाचं अंतिम दर्शन घेण्यासाठी जनसामान्यांनी गर्दी केली आणि अकाली दगावलेल्या आपल्या नेत्याविषयीची आपली भावना दाखवून दिली. यानंतर सहा वर्षं कसंबसं जगून त्याच्या पत्नीनं प्राण सोडले.

अमेरिकेने १९२८-४६ या काळातल्या ५०० डॉलर्सच्या नोटेवर मॅकिन्लीचं छायाचित्र झळकवून त्याला मानवंदना दिली.

❖

थिओडोर रुझवेल्ट

१९०१-०९
या काळातला अमेरिकेचा सव्विसावा राष्ट्रपती

अल्प-परिचय

साल	घटना
१८५८	न्यू यॉर्कमध्ये जन्म
१८८०	महाविद्यालयीन शिक्षण हार्वर्ड कॉलेजमधून पूर्ण
१८८०	ॲलिस हॅथवे लीशी लग्न
१८८२-८४	न्यू यॉर्कच्या स्थानिक राजकारणात सहभाग
१८८६	न्यू यॉर्कच्या महापौरपदासाठीच्या निवडणुकीत पराभव
१८८६	एडिथ कर्मिट कॅरोशी लग्न
१८९८	स्पॅनिश-अमेरिकन युद्धात सहभाग
१८९९-१९००	न्यू यॉर्कचा गव्हर्नर
१९०१	अमेरिकी उपराष्ट्रपती
१९०१-०९	अमेरिकेचा सव्विसावा राष्ट्रपती
१९१२	राष्ट्रपतिपदासाठीच्या निवडणुकीत पराभव
१९१९	निधन

प्राथमिक ओळख

थिओडोर रुझवेल्ट हा विसाव्या शतकातला पहिला अमेरिकी राष्ट्रपती, तोपर्यंतच्या इतिहासामधला सगळ्यांत तरुण राष्ट्रपती तर होताच; पण आपल्या वयाला साजेसा असलेला जोष आणि उत्साह व्हाईट हाऊसमध्ये आणून त्यानं खरंच एकोणिसाव्या शतकातल्या मानसिकतेला छेद दिला. कुठलीही गोष्ट घडण्यासाठीची वाट न बघता ती घडवून आणण्यासाठी तो प्रयत्नशील असे.

मॅकिन्लीनं बघितलेलं 'अमेरिकी सुपरपॉवर'चं स्वप्न साकार करण्यासाठी रुझवेल्टनं खूप प्रयत्न केले. 'मृदूपणे वागावं; पण गरज पडल्यास छडीचा वापर करावा' हे तत्त्व तो नेहमी बोलून दाखवे आणि वापरेसुद्धा. 'नोबेल पारितोषिक' मिळवणाराही तो पहिलाच अमेरिकी नागरिक ठरला. मोठ्या कंपन्या आणि अर्थकारण चालवणारे दादा लोक यांचं वर्चस्व मोडीत काढण्यासाठी त्यानं कंबर कसली. अर्थात, त्यांच्या विरोधात उघड भूमिका घेणं आपल्याला डोईजड ठरू शकतं, याची जाणीव चाणाक्ष रुझवेल्टला असल्यामुळे, त्यानं आपला हेतू वेगळ्या मार्गांनी साध्य केला. शारीरिक कष्टांची आवड असलेला रुझवेल्ट गिर्यारोहण, मुष्टियुद्ध, ज्यूदो अशा साहसी क्रीडाप्रकारांमध्ये रमत असे. कित्येकदा घाबरगुंडी उडालेल्या किंवा दमणूक झालेल्या मंत्रिमंडळालाही तो आपल्या धाडसी क्रीडाप्रकारांमध्ये सामील करत असे! व्हाईट हाऊसमधून बाहेर पडल्यावर विमानप्रवास करण्याचं धाडस दाखवणाराही तो पहिलाच अमेरिकी राष्ट्रपती ठरला. त्यानं ३० पुस्तकं आणि हजारो पत्रं, असं विपुल लिखाणही केलं. अनेक राष्ट्रपती आपल्या जबाबदाऱ्यांमुळे पार थकून जात असले, तरी रुझवेल्टला मात्र या कामात खूप मजा येई. म्हणूनच राष्ट्रपतिपदाचा कार्यकाल संपल्यानंतर त्यानं याची कबुली देत 'आपल्याइतकं हे पद इतर कुठल्याही राष्ट्रपतीनं आजवर उपभोगलं नसेल' असं मत व्यक्त केलं.

जडणघडण

एका श्रीमंत बँकरच्या घरी जन्मलेल्या चार मुलांपैकी रुझवेल्टचा क्रमांक दुसरा होता. लहानपणी अशक्त असलेल्या रुझवेल्टला दम्याचा त्रास असल्यामुळे तो वारंवार आजारी असे. त्याला सगळे 'टिडी' म्हणून संबोधत असत. नंतर 'टेडी' असं त्याचं टोपणनाव झालं खरं; पण त्याला ते अजिबात आवडत नसे. त्याचं बालपण एकदम मजेत गेलं. त्यानं मागितलेली प्रत्येक वस्तू त्याला सहजपणे मिळे. तसंच आपल्या कुटुंबाबरोबर त्यानं युरोपच्या अनेक सहली केल्या. युरोपविषयी रुझवेल्टचं मत फारसं चांगलं नव्हतं. त्यानं लिहिलेल्या दैनंदिनीमधलं एक वर्णन रुझवेल्ट कुटुंबीयांच्या घृणास्पद वर्चस्ववादी दृष्टिकोनाची साक्षच देतं. यानुसार, इटलीमध्ये भुकेल्या स्त्रियांना आणि त्यांच्या मुलांना रुझवेल्टचे वडील तोंड उघडं ठेवून रांगेत उभं करत. पक्षी जसं चोची उघडून आपलं भक्ष्य टिपण्याच्या तयारीत असतात, तसं हे दृश्य दिसे. यानंतर रुझवेल्टचे वडील त्यांची गंमत बघतबघत त्यांच्यापैकी काही जणांच्या दिशेनं केकचे तुकडे फेकत. आपल्या तोंडाच्या दिशेनं असा तुकडा आला,

तर संबंधित स्त्री किंवा तो मुलगा तो तुकडा खाण्यासाठी धडपड करत असल्याचं करुण दृश्य दिसे. ज्यांना खायला मिळत नसे, त्यांना अमेरिकेचा जयजयकार केल्यानंतरच खायला दिलं जाई. अख्खं रुझवेल्ट कुटुंब अगदी मजेनं हे सगळं अनुभवे. आपण काहीतरी चुकीचं करत असल्याची पुसटशी भावनाही कुणाच्याच मनात येत नसे. रुझवेल्टच्या खासगी शिकवण्या घेण्यासाठी शिक्षक त्याच्या घरी येत. तो १३ वर्षांचा असताना त्याला त्याच्या आई-वडिलांनी एक बंदूक दिली. ती वापरून तो योग्य नेम साधू शकत नसल्याचं आढळल्यावर, त्याच्या डोळ्यांची तपासणी करण्यात आली आणि त्याला चष्मा लागला. एका छोट्या प्रवासात बरोबरच्या चार टवाळ मुलांनी रुझवेल्टची खूप थट्टा केली.

आपण शारीरिकदृष्ट्या खूप दुबळे असल्यामुळे त्यांची थट्टा निमूटपणे सहन करण्यावाचून आपल्यासमोर दुसरा पर्याय नसल्याचं कटू सत्य त्यानं स्वीकारलं खरं; पण तेव्हाच आपल्या वडिलांच्या प्रोत्साहनाला प्रतिसाद देत, चांगलं शरीर कमावण्याचा निर्धारही त्यानं केला. यासाठी त्याच्या वडिलांनी आपल्या आलिशान घराच्या दुसऱ्या मजल्यावर एक व्यायामशाळा उभी केली. तिथं रुझवेल्ट आता जीव तोडून व्यायाम करे. एकूणच या अपमानास्पद प्रसंगानंतर रुझवेल्ट सातत्यानं ताकद आणि दम टिकवून धरणं, या बाबतींमध्ये इतर सगळ्यांवर मात करण्यासाठी आयुष्यभर धडपडे. सातत्यानं आपलं मत आग्रहानं मांडण्याचा स्वभाव असलेल्या रुझवेल्टला, एकदा एका प्राध्यापकानं 'हा अभ्यासक्रम मी शिकवत असल्यामुळे जरा मला बोलू दे' असं सुनावलं होतं!

महाविद्यालयीन शिक्षणासाठी रुझवेल्ट हार्वर्ड कॉलेजात दाखल झाला खरा; पण इतर सगळी मुलं टवाळक्या करण्यात मग्न असल्यामुळे त्यांना अभ्यासू रुझवेल्ट अजिबात आवडत नसे. विज्ञानाची विशेष आवड असलेल्या रुझवेल्टनं इथं खूप चांगली कामगिरी केली. मुष्टियुद्धामध्येही त्यानं थोडीफार प्रगती साधली. आपल्या वयाच्या बाविसाव्या वर्षी त्यानं १९ वर्षं वय असलेल्या ॲलिस हॅथवे ली या बॉस्टनमधल्या प्रथितयश कुटुंबात जन्मलेल्या आणि हार्वर्डमध्येच आपल्याबरोबर शिकलेल्या मुलीशी लग्न केलं. यानंतर त्यानं कायद्याचं शिक्षण घ्यायला सुरुवात केली खरी; पण त्यात त्याला रस वाटला नाही. आपल्या पत्नीसह त्यानं युरोपचा फेरफटका मारून आधीपासूनच लिहायला घेतलेल्या The Naval War of 1812 या पुस्तकासाठी बरीच माहिती गोळा केली. तिथून परत आल्यावर रुझवेल्ट अचानकपणे राजकारणात

ओढला गेला. खरं म्हणजे, निव्वळ गंमत म्हणून त्यानं काही काळापूर्वी रिपब्लिकन पक्षाचं सदस्यत्व घेतलं होतं; पण आता झालेल्या नाट्यमय घडामोडींमुळे त्याला पक्षानं राज्यपातळीवरच्या निवडणुकीसाठीचा आपला उमेदवार बनवलं. ही निवडणूक जिंकून २३ वर्षं वयाचा रुझवेल्ट एकदम अनपेक्षितपणे न्यू यॉर्क राज्याच्या विधानसभेत शिरला! त्याचा चष्मा आणि त्याचे हार्वर्डचा ठसा असलेले शब्दोच्चार यामुळे या सभागृहाचे इतर सदस्य त्याची थट्टा करत. याकडे दुर्लक्ष करून रुझवेल्टनं भ्रष्टाचारविरोधी भूमिका घेतली आणि सभागृह दणाणून सोडलं. यामुळे कार्यकाल संपल्यावर त्याची फेरनिवड झाली.

अशा रीतीनं राजकारणात आपला ठसा उमटवणाऱ्या रुझवेल्टला १४ फेब्रुवारी १८८४ या दिवशी दुहेरी धक्का बसला. एकमेकांशी संबंधित नसलेल्या आजारांमुळे रुझवेल्टची आई आणि त्याची पत्नी या दोघींचं एकाच दिवशी निधन झालं! त्याचे वडील पूर्वीच मरण पावले होते. अचानकपणे उद्‌भवलेल्या या परिस्थितीशी टक्कर देण्यासाठी रुझवेल्टनं स्वत:ला पूर्णपणे कामात झोकून दिलं. काही काळ राजकारणातून बाहेर पडून तो डेकोटा राज्यांमध्ये अगदी सर्वसामान्य माणसासारखं आयुष्य जगत राहिला. १८८६च्या ऑक्टोबर महिन्यात न्यू यॉर्कच्या महापौरपदासाठीच्या निवडणुकीसाठी उभं राहण्यासाठीचा प्रस्ताव, त्यानं अखेर स्वीकारला. रिपब्लिकन पक्षाचा उमेदवार खरं म्हणजे ही निवडणूक अगदी सातत्यानं हरत असला, तरी या खेपेला तीन पक्षांचे उमेदवार शर्यतीत असल्यामुळे मतांची विभागणी होऊन आपली सरशी होईल, अशी आशा रुझवेल्टला वाटत होती. प्रत्यक्षात मात्र रुझवेल्ट तिसऱ्या क्रमांकावर फेकला गेला आणि साहजिकच त्याचं राजकीय भवितव्य अंधकारमय असल्याचं सगळ्यांचं मत पडलं. या पराभवानंतर एकाच महिन्यात रुझवेल्टनं एडिथ कर्मिट कॅरो या आपल्याहून तीन वर्षांनी लहान असलेल्या बालमैत्रिणीशी पुनर्विवाह केला. त्यांचं लग्न लंडनमध्ये झालं आणि हे जोडपं काही महिने युरोपमध्येच राहिलं.

काही काळानंतर भ्रष्टाचारानं पार बरबटलेल्या 'न्यू यॉर्कच्या पोलिस दलाचा प्रमुख' म्हणून रुझवेल्टची नेमणूक करण्यात आली. त्यानं भ्रष्ट आणि कामचुकार पोलिसांना सरळ तर केलंच; पण त्याखेरीज सर्वसामान्य लोकांनाही कटकटीच्या वाटतील अशा अनेक कारवाया केल्या. यामुळे सुरुवातीला जनसामान्यांच्या नजरेत रुझवेल्टची प्रतिमा एकदम उजळली असली, तरी कालांतरानं ते त्याच्यावर खूप नाराज झाले. साहजिकच, त्याला दुसरं पद

मिळताच त्यांनी सुटकेचा निःश्वास सोडला. आता तो राष्ट्रीय पातळीवर गेला. तिथं त्याच्या प्रभावी वक्तृत्वामुळे सगळेच प्रभावित होत.

क्यूबामधला खडतर काळ

१८९८च्या एप्रिल महिन्यात क्यूबाच्या प्रश्नावरून अमेरिकेनं स्पेनशी युद्ध पुकारताच लढण्यासाठी रुझवेल्ट क्यूबामध्ये जाण्यासाठी सज्ज झाला. आपल्या घोड्यांविनाच रुझवेल्ट आणि त्याचे सहकारी जून महिन्याच्या अखेरीला क्यूबामध्ये दाखल झाले. तिथं रुझवेल्टनं चांगली चमक दाखवली. अमेरिकी सैन्यानं काही काळातच स्पेनला नमवलं. तेवढ्यात अचानकपणे पिवळ्या तापानं अमेरिकी सैनिक पटापट दगावायला लागताच, रुझवेल्टनं आपल्या तुकडीमधल्या सहकाऱ्यांना तातडीनं मायभूमीला परत पाठवून दिलं. त्याच्या क्यूबामधल्या कर्तबगारीमुळे त्याचा राजकीय वनवास संपला आणि रिपब्लिकन पक्षानं त्याला न्यू यॉर्कच्या गव्हर्नरपदासाठीची उमेदवारी दिली. अगदी निसटत्या फरकानं रुझवेल्ट ही निवडणूक जिंकला खरा; पण लवकरच त्यानं आपल्या धाडसी निर्णयांनी आपल्या पक्षाच्या नेत्यांच्या नाकी नऊ आणले. बलाढ्य उद्योगपतींना कायद्यापुढे झुकायला लावण्याची हिंमत त्यानं दाखवताच हे उद्योगपती चवताळले. त्यांनी आपल्या खिशात असलेल्या रिपब्लिकन पक्षाच्या नेत्यांकडे रुझवेल्टची तक्रार केली; पण रुझवेल्टला त्याच्याशी काही देणंघेणं नव्हतं. साहजिकच, स्वपक्षीय नेत्यांबरोबरचे रुझवेल्टचे संबंध बिघडले. यामुळे त्याच्या गव्हर्नरपदाची मुदत संपताच या नेत्यांनी सुटकेचा निःश्वास सोडला.

प्रकरण इथं संपलं नाही. नव्यानं राष्ट्रपतिपदासाठीची निवडणूक होऊ घातलेली असताना, रुझवेल्टनं मॅकिन्लीच्या समर्थनार्थ दणाणून भाषणं ठोकायला सुरुवात केली. या भाषणांना विलक्षण दाद मिळत असे. यामुळे रुझवेल्ट प्रचंड लोकप्रिय झाला आणि १९००च्या निवडणुकीमध्ये लोकाग्रहास्तव त्याला उपराष्ट्रपतिपदाचा उमेदवार बनवण्यात आलं. ४ मार्च १९०१ या दिवशी उपराष्ट्रपतिपद स्वीकारून सुरुवातीच्या जबाबदाऱ्या पार पाडल्यानंतर, डिसेंबर महिन्यापर्यंत फारसं काम नसल्याच्या कारणावरून रुझवेल्ट आपल्या घरी परतला. तिथं त्यानं काही काळ वकिली करणं आणि आपल्या सहा मुलांबरोबर वेळ घालवणं, यांत काही आठवडे व्यतीत केले. रुझवेल्ट व्हरमाँटमध्ये आपल्या कुटुंबीयांसह सहलीला गेलेला असताना, त्याला राष्ट्रपती मॅकिन्लीवर झालेल्या गोळीबाराची बातमी समजली. धक्का बसलेला रुझवेल्ट

तातडीनं मॅकिन्लीपाशी दाखल झाला खरा; पण त्याची तब्येत सुधारत असल्याचं बघून तो पुन्हा सुट्टीवर गेला.

राष्ट्रपतिपद

१३ सप्टेंबर १९०१ रोजी गिर्यारोहणाची एक मोहीम संपवून खाली उतरत असताना, रुझवेल्टला भेटलेल्या एका निरोप्यानं राष्ट्रपती मॅकिन्ली मरणाच्या दारात उभा असल्याची बातमी दिली. घाईघाईनं मॅकिन्लीपाशी जाण्यासाठीचा आधी घोड्यावरचा आणि त्यानंतर रेल्वेचा प्रवास सुरू करण्याच्या धडपडीत असलेल्या रुझवेल्टला, त्याच सुमाराला मॅकिन्ली मरण पावल्याचं कळलं. कसंबसं त्यानं मॅकिन्लीचं अंत्यदर्शन घेतलं आणि लगेचच त्याचा नवा राष्ट्रपती म्हणून तिथंच शपथविधी झाला. त्याबरोबर ४३ वर्षांचा हा आजवरचा सगळ्यांत तरुण राष्ट्रपती, आपल्याला पळती भुई थोडी करून सोडेल, अशी भीती अमेरिकी उद्योगपतींना आणि अर्थकारण्यांना वाटायला लागली. रुझवेल्टनं अशा प्रकारचे निर्णय घेतले, तर अमेरिकेमध्ये भीतीचं वातावरण पसरेल आणि आर्थिक संकट उभं ठाकेल, असा इशारा त्याला काही जणांनी दिला. मॅकिन्लीचंच कामकाज आपण पुढे चालवणार असल्याचं सांगून रुझवेल्टनं त्याच्या मंत्रिमंडळात कसलेच बदल केले नाहीत. खरं म्हणजे, काही मंत्री रुझवेल्टला अजिबात पसंत नव्हते. तरीसुद्धा त्यानं त्यांच्याशी जुळवून घ्यायचं ठरवलं.

रुझवेल्ट आपल्या उद्योगांवर बंधनं आणेल, अशी व्यापाऱ्यांना आणि उद्योजकांना वाटत असलेली भीती खरी ठरायची चिन्हं लवकरच दिसायला लागली. त्यानं व्यापार आणि उद्योग यांच्या संदर्भातलं कामकाज हाताळण्यासाठी एका नव्या खात्याची घोषणा करून, यासाठी एक मंत्री नेमला. तसंच आंतरराज्यीय पातळीवर व्यवहार करणाऱ्या सगळ्या व्यापाऱ्यांचे आणि उद्योजकांचे हिशेब तपासण्याचे त्यानं आदेश दिले. याखेरीज, एकदा त्यानं बुकर वॉशिंग्टन या गाजलेल्या कृष्णवर्णीय शिक्षणतज्ज्ञाला व्हाईट हाऊसमध्ये मेजवानीसाठी येण्याचं आमंत्रण दिल्यामुळे, वर्णद्वेषी गोऱ्या लोकांमध्ये असंतोष पसरला. खासकरून दक्षिणेकडच्या राज्यांमधले वर्चस्ववादी लोक तर पार चवताळले.

दुसरीकडे 'वॉल स्ट्रीट'मधल्या गैरव्यवहारांना आळा घालण्यासाठीच्या आपल्या मनसुब्यांना रुझवेल्टनं शांतपणे मूर्त रूप दिलं. जे. पी. मॉर्गनसारख्या बलाढ्य माणसाच्या एका कंपनीशी संबंधित असलेल्या गैरव्यवहारांची चौकशी

करण्यासाठी त्यानं हिरवा दिवा दाखवला. दोन वर्षं या प्रकरणाची न्यायालयीन सुनावणी झाल्यानंतर, या कंपनीला दोषी ठरवून तिचं विघटन करण्याचे आदेश न्यायाधीशानं दिले. १९०२मध्ये पेनसिल्व्हानियामधल्या खाणींमध्ये काम करणारे सुमारे १.४० लाख कामगार संप करत रस्त्यावर उतरले. आपल्याला मिळत असलेलं ६०० डॉलर्सचं वार्षिक वेतन खूप अपुरं असल्याचं त्यांचं म्हणणं होतं. शिवाय, त्यांना खूप खडतर परिस्थितीत काम करावं लागे. या प्रश्नातून मार्ग दिसत नसल्यामुळे रुझवेल्टनं आपली छडी उगारली आणि सगळ्यांना एकत्र आणून कामगारांना १०% वेतनवाढ मिळवून दिली. यामुळे संप मिटला.

अमेरिकी राष्ट्रपतींनी आपल्या विस्तारवादासाठी आणि वर्चस्ववादासाठी इतर देशांमध्ये केलेल्या अनधिकृत कारवायांची झलक रुझवेल्टच्या पनामा प्रकरणातून दिसून येते. पनामा हा तेव्हा कोलंबिया देशाच्या मालकीचा प्रदेश होता. इथं एक कालवा बांधण्याची गरज अमेरिकेला भासत होती. कोलंबियानं आपला या भागातला हक्क सोडण्यासाठी अमेरिकेकडे मागितलेल्या भरपाईपेक्षा कमी रक्कम देण्याचा प्रस्ताव रुझवेल्टनं कोलंबियासमोर ठेवला. कोलंबियाला अर्थातच हा प्रस्ताव अमान्य होता. यामुळे कोलंबियामध्ये फुटीरवाद्यांना फूस देण्याचं काम रुझवेल्टनं केलं. ३ नोव्हेंबर १९०३ या दिवशीच्या या उठावानंतर पनामानं आपण कोलंबियापासून फुटून वेगळे होत असल्याचा निर्णय जाहीर केला. अर्थातच, स्वतःच्या ताकदीवर हे साध्य करण्याची फुटीरवाद्यांमध्ये ताकद नव्हती; पण अमेरिकी मदतीच्या जोरावर त्यांना हे सहज शक्य झालं. रुझवेल्टनं तातडीनं फुटीरवाद्यांच्या या 'क्रांती'ला अमेरिकेचा पाठिंबा असल्याचं जाहीर केलं आणि पनामाच्या दोन्ही टोकांच्या सीमारेषांवरच्या बंदरांवर अमेरिकी युद्धनौका संरक्षणासाठी उभ्या केल्या. त्याचबरोबर पनामामधल्या नव्या सरकारबरोबर कालव्याच्या उभारणीविषयीचा करारही झाला. 'आपल्या मंत्रिमंडळाशी सल्लामसलत न करताच आपण पनामा अमेरिकेच्या खिशात टाकल्याचं' नंतर रुझवेल्टनं आपल्या आत्मचरित्रात नमूद केलं.

१९०४मध्ये रिपब्लिकन पक्षानं रुझवेल्टलाच राष्ट्रपतिपदाची उमेदवारी दिली. या खेपेला रुझवेल्टनं १९००च्या मॅकिन्लीच्या आघाडीपेक्षा मोठ्या फरकानं डेमोक्रॅटिक पक्षाच्या उमेदवाराचा पराभव केला. मतांचं बलाबल ७६,२८,४६१-५०,८४,२२३ असं होतं, तर 'इलेक्टोरल व्होट्स'ची आकडेवारी ३३६-१४० अशी होती. यामुळे आपण तत्कालीन राष्ट्रपतीच्या निधनामुळे राष्ट्रपतिपदावर आलेले नसून, आता लोकांनी आपल्याला निवडून

दिल्याचा आत्मविश्वास रुझवेल्टला लाभला. त्यानं याच्या जोरावर आधीपेक्षा जास्त धडाक्यानं काम सुरू केलं. इतर देशांच्या कारभारातली अमेरिकी लुडबूड वाढली. तसंच 'आंतरराष्ट्रीय पातळीवरचे पोलीस' आपणच असल्याचा अमेरिकी समज याच काळात वाढीला लागला. तेव्हा 'सँतो डोमिंगो' म्हणून आणि आता 'डोमिनिकन प्रजासत्ताक' म्हणून ओळखल्या जाणाऱ्या दक्षिण अमेरिकी देशानं, त्याच्यावरच्या परकीय कर्जांची परतफेड करणं टाळल्याच्या नावाखाली, अमेरिकी अधिकाऱ्यांकरवी या देशाचं कस्टम्सचं कार्यालय रुझवेल्टनं आपल्या ताब्यात घेतलं. सगळ्या कर्जांची वसुली झाल्यावरच रुझवेल्टनं ही घुसखोरी थांबवली. याचबरोबर १९०५मध्ये रशिया आणि जपान यांच्यामधल्या युद्धाला एक वर्ष उलटून गेलं होतं. हे युद्ध थांबवण्यासाठी मध्यस्थी करण्याचा प्रस्ताव रुझवेल्टनं दिला आणि या दोन देशांच्या प्रतिनिधींमध्ये अमेरिकी भूमीवर चर्चा घडवून आणली. त्यात मिळालेल्या यशामुळे हे युद्ध थांबलं आणि 'शांततेसाठीचा नोबेल पुरस्कार' रुझवेल्टला मिळाला. इतर ठिकाणची शांतता भंग करण्यासाठी अमेरिकी लष्कर वारंवार धाडणारा आणि आंतरराष्ट्रीय सीमारेषांची अजिबात तमा बाळगणारा नेता, शांततेचं नोबेल पारितोषिक मिळवू शकण्याचं अर्थातच हे शेवटचं उदाहरण ठरलं नाही!

१९०७च्या ऑक्टोबर महिन्यात रुझवेल्ट शिकारीसाठीच्या एका सफरीवर गेलेला असताना, अचानकपणे शेअर बाजारात विलक्षण खळबळ माजली. अनेक कंपन्यांच्या शेअर्सच्या किमती वेगानं घसरल्या आणि गुंतवणुकीशी संबंधित असलेल्या तसंच आर्थिक विषयांशी संबंधित असलेल्या अनेक कंपन्या तर पार कोसळल्याच. यापाठोपाठ अमेरिकेला आर्थिक मंदीनं घेरलं. यामुळे रुझवेल्टनं शेअर बाजारात सुरू असलेल्या सट्टेबाजीविषयी प्रचंड संताप व्यक्त केला. व्यावसायिक आणि उद्योजक मंडळींनी घोटाळे करणंही आपल्या सहनशक्तीच्या पलीकडचं असल्याचं सांगून, या प्रकारांवर आपण कठोर कारवाई करणार असल्याचं त्यानं सूचित केलं. प्रत्यक्षात मात्र, रिपब्लिकन पक्षानं त्याच्या प्रयत्नांकडे दुर्लक्षच केलं. रुझवेल्ट पुन्हा राष्ट्रपतिपदासाठी उभा राहणार नसल्याची कल्पना असल्यामुळे, काँग्रेसच्या दोन्ही सभागृहांमध्ये वर्चस्व असूनसुद्धा रिपब्लिकन पक्षानं रुझवेल्टचे सगळे प्रस्ताव हाणून पाडले. नाइलाजानं रुझवेल्टनं आपली सगळी ताकद १९०८च्या निवडणुकीत विल्यम हॉवर्ड ताफ्ट या आपल्या पसंतीच्या उमेदवाराच्या मागे लावली.

राष्ट्रपतिपदानंतरचा काळ

व्हाईट हाऊसमधून बाहेर पडताना फक्त ५० वर्षांच्या असलेल्या रुझवेल्टनं आपलं शारीरिक कष्टांच्या दृष्टीनं खडतर असलेलं आयुष्य, तसंच पुढे जगण्याचा निर्धार केला होता. राष्ट्रपतिपद सोडून तीन आठवडे उलटल्यानंतर तो जलप्रवास करून आफ्रिकेमध्ये शिकारीसाठी म्हणून रवाना झाला. साधारण एका वर्षभराच्या वास्तव्यात त्यानं तिथं जवळपास ३०० प्राण्यांची शिकार केली! यात ९ सिंह, ५ हत्ती, १३ गेंडे, ७ हिप्पोपोटॅमस यांचा समावेश होता. यानंतर आपल्या पत्नीसह तो युरोपमध्ये मौजमजा करण्यासाठी आणि उच्चभ्रूंबरोबर मिसळण्यासाठी गेला.

१९१०च्या जून महिन्यात न्यू यॉर्कला परतल्यावर, आपला उत्तराधिकारी ताफ्ट आपल्या तत्त्वांनुसार राज्यकारभार चालवत नसल्याचं रुझवेल्टच्या लक्षात आलं. उद्योजकांच्या दबावाखाली तो झुकला असल्याचं दृश्य दिसत होतं. यामुळे त्यानं भाषणं देण्यासाठी एक दौरा काढला. या भाषणांना तो राष्ट्रपती असतानाच्या काळात जमायची, तशी गर्दी जमे. आपला निडरपणा दाखवून देण्यासाठी त्यानं एका छोट्या विमानातून फेरफटकाही मारला. हळूहळू राष्ट्रपतिपदाच्या आशेनं त्याला पुन्हा भुरळ पाडली. १९१२च्या निवडणुकीसाठी रिंगणात उतरण्याचे संकेत त्यानं दिले. ताफ्टच्या समर्थकांनी मात्र रुझवेल्टचा पत्ता साफ करण्यासाठीची व्यूहरचना व्यवस्थितपणे आखली होती. दरम्यान, रुझवेल्टच्या काही समर्थकांनी रिपब्लिकन पक्षाचा नाद सोडून रुझवेल्टनं स्वतंत्रपणे निवडणूक लढवावी, असा आग्रहसुद्धा धरला होता. तेवढ्यात डेमोक्रॅटिक पक्षाच्या वतीनं वुड्रो विल्सनची उमेदवार म्हणून निवड झाल्यानंतर, यांपैकी काही जण रुझवेल्टची साथ सोडून विल्सनमागे गेले. उरलेल्या रुझवेल्टसमर्थकांनी शिकागोमध्ये १०,००० लोकांच्या साक्षीनं नव्या 'प्रोग्रेसिव्ह' पक्षाची स्थापना करून रुझवेल्टला आपला राष्ट्रपतिपदासाठीचा उमेदवार म्हणून जाहीर करत असल्याची घोषणा केली.

यासाठीच्या प्रचाराला तो जोमानं लागला. अशाच एका सभेमधल्या भाषणाआधी १४ ऑक्टोबर या दिवशी एका माथेफिरूनं मिल्वाकीमध्ये रुझवेल्टवर गोळी झाडली आणि ती त्याच्या फुफ्फुसात अडकली. कहर म्हणजे, अशा परिस्थितीतसुद्धा आपण आपलं भाषण पूर्ण करणार, असं सांगून रुझवेल्ट बोलत राहिला! हे भाषण संपल्यावर तातडीनं त्याला रुग्णालयात भरती करण्यात आलं. अशा परिस्थितीत निवडणुकीचा प्रचार

करत राहणं योग्य नसल्याचं सांगून ताफ्ट आणि विल्सन या रुझवेल्टच्या विरोधकांनी सगळ्या सभा थांबवल्या. रुझवेल्ट मात्र आपल्यावरच्या उपचारांना योग्य प्रतिसाद देत दोन आठवड्यांनी न्यू यॉर्कमधल्या मॅडिसन स्क्वेअर गार्डनमध्ये १२,००० लोकांसमोर भाषण द्यायला सज्ज होण्याइतका तंदुरुस्त झाला!

आपण ही निवडणूक जिंकणार नसल्याची रुझवेल्टला कल्पना होतीच; यामुळे विल्सनखालोखाल दुसरा क्रमांक मिळाल्यावर आणि ताफ्ट तिसऱ्या क्रमांकावर फेकला गेल्यावर त्याला समाधान लाभलं. १९१३च्या अखेरीला आधीच्या आफ्रिकन सफारीपेक्षा आणखी कष्टदायी आणि धोकादायक मोहिमेसाठी रुझवेल्ट दक्षिण अमेरिकेमध्ये गेला. तिथं एके ठिकाणी त्याच्या पायाला जोरदार दुखापत झाली. तसंच तो तापामुळेही फणफणला. अर्थातच आपल्या उत्कृष्ट शारीरिक क्षमतेच्या आणि मानसिक कणखरतेच्या जोरावर त्यानं वेळ निभावून नेली. दरम्यान, प्रोग्रेसिव्ह पक्षानं १९१६च्या राष्ट्रपतिपदासाठीच्या उमेदवारीसाठीसुद्धा रुझवेल्टला साद घातली; पण या खेपेला त्यानं याला नकार दिला. राष्ट्रपती विल्सननं अमेरिकी हित नजरेआड करून अनेक निर्णय घेतल्याच्या रागावरून, रुझवेल्टनं त्याच्या विरोधातल्या रिपब्लिकन पक्षाच्या उमेदवाराचा जोरदार प्रचार केला.

अखेरचा काळ

१९१७च्या एप्रिल महिन्यात अमेरिकेनं पहिल्या महायुद्धात अधिकृतपणे प्रवेश केला. जर्मनीवरुद्ध युद्ध पुकारण्याची विल्सननं घोषणा करताच, रुझवेल्टनं घाईघाईनं वॉशिंग्टनला जाऊन त्याची भेट घेतली आणि आपल्या नेतृत्वाखाली फ्रान्सला एक लष्करी तुकडी पाठवावी, अशी आक्रमक मागणी त्याच्याकडे केली. रुझवेल्टची ही मागणी विल्सननं मान्य केली नाही. यानंतर एक वर्ष उलटून गेल्यावर फ्रान्सच्या आघाडीवर आपला सगळ्यांत धाकटा मुलगा कामी आल्यानंतर, रुझवेल्ट खचल्यासारखा दिसत होता. आयुष्यात प्रथमच वय झाल्याच्या खुणा त्याच्या चेहऱ्यावर दिसत होत्या. त्याचा स्वतःचा मृत्यूही अत्यंत अनपेक्षितपणे झाला. ५ जानेवारी १९१९च्या संध्याकाळी त्यानं आपल्या एका लेखासाठीचा मजकूर आपल्या सहकाऱ्याला सांगितला आणि तो झोपायला गेला. दुसऱ्या दिवशी पहाट उजाडली, तेव्हा त्याच्या हृदयामधल्या रक्तवाहिनीमध्ये निर्माण झालेल्या गाठीमुळे त्याचा श्वास थांबला.

सगळ्या लहान मुलांना खेळण्यामधलं 'टेडी बेअर' हे अस्वल खूप

आवडतं. गंमत म्हणजे थिओडोर ऊर्फ 'टेडी' रुझवेल्टच याचा जन्मदाता ठरला. याची पार्श्वभूमी म्हणजे, राष्ट्रपती झाल्यावर एकदा मिसिसिपीमध्ये रुझवेल्ट काही अस्वलांची शिकार करण्यासाठी गेला. तीन दिवस प्रयत्न करूनही त्याला एकही अस्वल दिसलं नाही. यामुळे एका स्थानिक माणसानं रुझवेल्टला बरं वाटावं, म्हणून कुठूनतरी एक म्हातारं अस्वल पैदा केलं आणि त्याला खूप दमवून झाडाला बांधलं. आता त्याची 'शिकार' रुझवेल्टनं करावी, असा बेत होता. रुझवेल्टला मात्र यात अजिबात दम न वाटल्यामुळे त्यानं या अस्वलाची सुटका करण्याचे आदेश दिले. या प्रसंगाचं एक बहारदार व्यंगचित्र 'वॉशिंग्टन पोस्ट' वर्तमानपत्रानं छापलं आणि ते खूप गाजलं. तेव्हापासून खेळण्यातली अस्वलं 'टेडी बेअर' म्हणून ओळखली जातात.

❖

विल्यम हॉवर्ड टाफ्ट

१९०९-१३
या काळातला अमेरिकेचा सत्ताविसावा राष्ट्रपती

अल्प-परिचय

साल	घटना
१८५७	ओहायो राज्यातल्या सिनसिनाटी इथे जन्म
१८७८	महाविद्यालयीन शिक्षण पूर्ण
१८८०	वकिलीला सुरुवात
१८८६	हेलन हेरनशी लग्न
१८८७-९०	सिनसिनाटीमधल्या न्यायालयामध्ये न्यायाधीश
१८९०-१९००	कायदा आणि न्याय यांच्याशी संबंधित असलेल्या अनेक जबाबदाऱ्या सांभाळल्या
१९०१-०४	फिलिपिन्सचा प्रशासक
१९०४-०८	अमेरिकी संरक्षणमंत्री
१९०९-१३	अमेरिकेचा सत्ताविसावा राष्ट्रपती
१९१३	येल विद्यापीठात कायदा विषयाचा प्राध्यापक
१९२१-३०	अमेरिकेचा सर्वोच्च न्यायाधीश
१९३०	निधन

प्राथमिक ओळख

थिओडोर रुझवेल्टसारख्या उत्साही आणि सळसळत्या राष्ट्रपतीनंतर या पदाची सूत्रं हाती घेणारा कुठलाही माणूस तुलनेनं निरुत्साही आणि संथ वाटणं स्वाभाविकच होतं; पण विल्यम हॉवर्ड ताफ्टनं हा प्रकार अगदी दुसऱ्या टोकाला नेला. सहा फूट दोन इंच उंची लाभलेला आणि वॉलरससारखी जाडजूड मिशी

राखणारा ताफ्ट मजबूत शरीरयष्टीचा तर होताच; पण अत्यंत संथपणे वागण्याबोलण्याची त्याची शैली रुझवेल्टच्या अगदी विरुद्ध होती. त्याला 'राष्ट्रपती' बनण्याची फारशी इच्छा नव्हती; पण त्याच्या पत्नीनं त्याला यासाठी प्रोत्साहित केलं. साहजिकच, या पदाविषयी बोलताना त्याचं वर्णन त्यानं 'जगातली सगळ्यांत एकाकी भूमिका' अशा शब्दांमध्ये केलं. व्यवसायानं न्यायाधीश असलेला ताफ्ट, वागण्याबोलण्यातही तीच भूमिका निभावे. अमेरिकी राष्ट्रपतिपद सांभाळल्यानंतर 'अमेरिकेचा सर्वोच्च न्यायाधीश' म्हणून जबाबदारी सांभाळणारा तो एकमेव राष्ट्रपती ठरला. त्याला राष्ट्रपतिपद मिळण्याआधी भरपूर प्रशासकीय अनुभव असला, तरी राजकारणी म्हणून तो सपशेल अयशस्वी ठरला. मुळात, त्याला अमेरिकी सर्वोच्च न्यायालयाचा सरन्यायाधीशच व्हायचं होतं. साहजिकच, अमेरिकी राष्ट्रपतिपदाकडे तो 'नसती कटकट' म्हणूनच बघे. क्लिष्ट समीकरणांमधून मार्ग काढणं, आपल्या विरोधकांना योग्यपणे बाजूला ठेवणं, योग्य माणसांची मर्जी सांभाळणं या कला त्याला अजिबात जमत नसत. त्यातच ज्या रुझवेल्टनं जवळपास एकहाती प्रयत्नांद्वारा त्याला व्हाईट हाऊसपर्यंत नेलं होतं, त्याच रुझवेल्टची नाराजी ओढवून घेण्याचं पापही त्याच्या हातून घडलं. साहजिकच, दुसऱ्यांदा या पदासाठीची उमेदवारी त्याला मिळणं अशक्यप्राय होऊन बसलं!

जडणघडण

एका प्रथितयश वकिलाच्या घरी विल्यम हॉवर्ड ताफ्टचा जन्म झाला. ताफ्टच्या वडिलांच्या दुसऱ्या पत्नीच्या पोटी जन्मलेल्या चार मुलांपैकी विल्यम सगळ्यांत थोरला होता. ताफ्टच्या वडिलांची पहिली पत्नी क्षयरोगामुळे दगावल्यानंतर, त्यांनी दुसरं लग्न केलं होतं. ताफ्टचं बालपण शांततेत गेलं. फक्त तो नऊ वर्षांचा असताना घोडागाडीतून प्रवास करत असतानाच्या अपघातात मरतामरता कसाबसा वाचला, फक्त एवढंच काय ते वेगळं घडलं. शालेय जीवन संपायच्या आतच त्याची उंची आणि शरीरयष्टी इतकी दडपून टाकणारी झाली, की इतर मुलं त्याला घाबरत. यामुळे त्याला तब्येतीच्याही बऱ्याच तक्रारींनी भंडावून सोडलं. मुष्टियुद्धात प्रावीण्य मिळवल्यामुळे त्याचं नाव सगळीकडे झालं. याच्या जोडीला अभ्यासातही तो आघाडीवर होता. येल विद्यापीठात महाविद्यालयीन शिक्षण घेतानासुद्धा त्यानं उत्तम कामगिरी करून दाखवली. दरम्यानच्या काळात, त्याचे वडील राष्ट्रपती ग्रँटच्या मंत्रिमंडळात 'संरक्षणमंत्री' आणि नंतर 'अ‍ॅटर्नी जनरल' म्हणून चमकले. १८७८मध्ये वयाच्या विसाव्या वर्षी १९१ मुलांच्या वर्गात दुसऱ्या क्रमांक मिळवून ताफ्ट उत्तीर्ण झाला, तेव्हा त्याचा पहिला क्रमांक हुकल्यामुळे त्याचे आई-

वडील जरा नाराजच होते! यानंतर कायद्याचा अभ्यास करून ताफ्टनं वकिली सुरू केली. आपल्या वडिलांच्या ओळखीमुळे ताफ्टला लगेचच चांगलं काम मिळालं.

१८८६मध्ये अनेक वर्षांपासून आपली प्रेयसी असलेल्या हेलन ऊर्फ 'नेली' हेरनशी २८ वर्षांच्या ताफ्टनं लग्न केलं. त्या काळात मुलींनी अगदी दबून राहिलं पाहिजे, घरकामावरच सगळं लक्ष केंद्रित केलं पाहिजे, अशा जुनाट संकल्पना प्रचलित होत्या. नेलीला मात्र त्या अजिबात मान्य नव्हत्या. ती संगीत शिके. तसंच बिअर पिणं आणि धूम्रपान करणं, यात तिला काही वावगं वाटत नसे. यामुळे आपल्या या सगळ्या आवडीनिवडी खपवून घेणारा नवरा आपल्याला मिळणार नाही, या भीतीपोटी तिनं लग्नच करायचं नाही, असं खरं म्हणजे ठरवलं होतं. ताफ्टचं मात्र तिच्यावर मनापासून प्रेम तर होतंच; पण शिवाय माजी राष्ट्रपती रदरफर्ड हेजशी वकिलीच्या संदर्भात भागीदारी असलेला सासरा लाभल्यामुळे, ताफ्टचं भलं झालं. या लग्नातून ताफ्टला दोन मुलं आणि एक मुलगी अशी अपत्यप्राप्ती झाली. यानंतरच्या काळात न्यायाधीश, तसंच निष्णात वकील म्हणून ताफ्टनं बरंच नाव मिळवलं. त्याची थिओडोर रुझवेल्टशीही ओळख झाली. तसंच, कायद्याचा रक्षक म्हणून आपली प्रतिमा उजळ करण्यातही त्यानं याच काळात यश मिळवलं. अमेरिकेनं फिलिपिन्सचा कारभार आपल्याकडे घेतल्यानंतर तिथला प्रशासक म्हणून ताफ्टची नेमणूक केली. ही जबाबदारी सांभाळण्यासाठी आपल्या कुटुंबासह १९००मध्ये ताफ्ट फिलिपिन्सला रवाना झाला. फिलिपिन्समधले लोक आपले बांधव असल्याचं विधान ताफ्टनं करताच, या गोष्टीला साफ विरोध व्यक्त करणारी एक चारोळी तिथल्या अमेरिकी सैनिकांनी लिहिली. फिलिपिन्समधले लोक आपला राज्यकारभार सांभाळण्याच्या लायकीचे नसल्याचं मत लवकरच बनवून, ताफ्टनं तिथला 'प्रशासक' म्हणून आपलं काम सुरू केलं. १९०२मध्ये त्याला फिलिपिन्सशी संबंधित असलेल्या काही प्रकरणांविषयीच्या सुनावणीसाठी वॉशिंग्टनला परत यावं लागलं. तिथं त्याची पुन्हा एकदा थिओडोर रुझवेल्टशी भेट झाली. रुझवेल्टच्या आक्रमकतेमुळे तो जरा दबूनच गेला. तिथून तो फिलिपिन्सला परतला. १९०४मध्ये युद्धाशी संबंधित असलेल्या सगळ्या जबाबदाऱ्या ताफ्टवर सोपवण्याचा निर्णय रुझवेल्टनं घेतल्यामुळे, ताफ्ट अमेरिकेत परतला. त्यानं या काळात भन्नाट प्रवास केला. पनामा कालव्याच्या उभारणीच्या कामावर त्याची देखरेख होती. रशिया आणि जपान यांच्यामधलं युद्ध थांबवण्यासाठीच्या वाटाघाटी करण्यासाठी राष्ट्रपती रुझवेल्टनं सुरुवातीला ताफ्टलाच टोकियोला धाडलं. अशा अनेक देशांमधल्या अनेक घडामोडींची जबाबदारी ताफ्टवरच होती.

आपल्या आहारावर ताफ्टचं नियंत्रण नसे. यामुळे १९०५मध्ये त्याचं वजन

वाढून थेट १४३ किलोंवर जाऊन पोहोचलं! आता मात्र ताफ्ट खडबडून जागा झाला आणि त्यानं आपल्या आहारात प्रचंड मोठे बदल केले. यामुळे काही महिन्यांनंतर त्याचं वजन घटून १११ किलोंवर आलं. ही तात्पुरतीच सुधारणा ठरली. थोड्याच दिवसांनी ताफ्टचा आहार आणि त्याचं वजन या गोष्टी पूर्वपदाला आल्या! एकदा अंघोळ करताना ताफ्ट चक्क व्हाईट हाऊसमधल्या बाथटबमध्येच अडकून बसला! तरीसुद्धा खाण्यापिण्याची त्याची आवड आयुष्यभर टिकूनच राहिली. आपल्या कुटुंबाला ताजं दूध मिळावं म्हणून त्यानं व्हाईट हाऊसच्या हिरवळीवर चक्क एक गायच पाळली होती!

१९०६ सालापासूनच 'आपला उत्तराधिकारी' म्हणून राष्ट्रपती रुझवेल्टनं ताफ्टचं नाव निश्चित केल्याच्या अनेक खुणा दिसत होत्या. आपला मुलगा राष्ट्रपती व्हावा अशी ताफ्टच्या आईची अजिबात इच्छा नसली, तरी ताफ्टच्या पत्नीला मात्र ही गोष्ट खूप हवीहवीशी वाटत होती. तिच्या आग्रहापुढे त्याचा नाइलाज झाला. ताफ्टला राष्ट्रपतिपदापेक्षा सरन्यायाधीशाच्या पदामध्ये जास्त रस असल्यामुळे, त्याला राष्ट्रपतिपदाचा उमेदवार बनवण्यासाठी त्याच्या पत्नीच्या मदतीनं तत्कालीन राष्ट्रपती रुझवेल्टनं चक्क एक छोटंसं कारस्थानच रचलं! ताफ्ट कुटुंबासकट इतर काही जणांना रुझवेल्टनं व्हाईट हाऊसमध्ये मेजवानीसाठी बोलावलं. तिथं राष्ट्रपतिपदासाठी ताफ्टच कसा योग्य आहे, यावर रुझवेल्टनं एक छोटं भाषणच दिलं. ताफ्टची आई वगळता, इतर सगळ्यांनी रुझवेल्टच्या या सूचनेला अनुमोदन दिलं. ताफ्टच्या आईला मात्र आपला मुलगा राजकारणामधले डावपेच, हेवेदावे, वादविवाद वगैरे गोष्टींमध्ये अजिबात रमणार नाही, असं वाटत होतं. कालांतरानं तिचंच हे मत अखेर योग्य ठरलं.

दरम्यान, १९०८मध्ये रिपब्लिकन पक्षानं नाइलाजानं ताफ्टची उमेदवारी जाहीर केली. आधीच्या दोन निवडणुकांमध्ये मॅकिन्लीकडून दोन वेळा पराभूत झालेल्या विल्यम जेनिंग्ज ब्रायनलाच डेमोक्रॅटिक पक्षानं ताफ्टच्या विरोधात उभं केलं. ७६,७५,३२०-६४,१२,२९४ अशा मताधिक्यानं, तसंच 'इलेक्टोरल व्होट्स'च्या संदर्भात ३२१-१६२ अशा फरकानं ताफ्ट विजयी झाला.

राष्ट्रपतिपद

राष्ट्रपतिपद हाती घेतल्यानंतर ताफ्टनं घेतलेल्या काही महत्त्वाच्या निर्णयांमध्ये आयकर लागू करण्याविषयीची तरतूद महत्त्वाची होती. १९१३मध्ये याचं कायद्यात रूपांतर करण्यात आलं. तोपर्यंत ही संकल्पनाच कुणाला मान्य नव्हती. सरकारी कर्जात होत असलेली वाढ रोखण्यासाठी हे पाऊल आवश्यक असल्याचं ताफ्टनं

सांगितलं. अमेरिकेमध्ये होत असलेल्या मालाच्या आयातीवरच्या करांमध्ये कपात व्हावी अशी ताफ्टची इच्छा होती; पण रिपब्लिकन पक्षाचं वर्चस्व असलेल्या काँग्रेसनं याच्या बरोबर उलटा निर्णय घेतला. ताफ्टला हे मान्य नसलं, तरी त्यानं आपला खास नकाराधिकार वापरला नाही. ताफ्टनं काही बाबतींमध्ये चांगली पावलं टाकली. पोस्ट ऑफिसात बचत योजना सुरू करणं, पोस्टाद्वारा मोठी पार्सलं पाठवण्याची सोय उपलब्ध करून देणं, असे वरवर बारीकसारीक वाटणारे; पण प्रत्यक्षात महत्त्वाचे असलेले निर्णय त्यानं घेतले. ॲरिझोना आणि न्यू मेक्सिको यांचा अमेरिकी संघराज्यात समावेश झाल्यामुळे याच काळात एकूण राज्यांची संख्या ४८ झाली.

राष्ट्रपतिपद स्वीकारल्यानंतर काही महिने झाले असताना, आपली पत्नी आणि इतर काही जण यांच्यासह ताफ्ट जलविहाराला गेला होता. अचानकपणे त्याची पत्नी जागीच कोसळली. मेंदूच्या झटक्यामुळे तिची वाचा गेली. इतकी वर्षं तिच्यावर खूप मोठ्या प्रमाणावर अवलंबून असलेला ताफ्ट यामुळे एकदम गांगरून गेला आणि एकाकी पडल्यासारखा वागायला लागला.

दरम्यान, परंपरावादी रिपब्लिकन नेत्यांना ताफ्टची राजकारणातली भूमिका आवडत असली, तरी उदारमतवादी रिपब्लिकन नेते मात्र ताफ्टवर नाराज झाले. तो फक्त मोठे उद्योगपती आणि उच्चभ्रू लोक यांच्याच हितांचा विचार करतो, असं त्यांचं मत झालं. रुझवेल्टचीही ताफ्टवरची मर्जी खप्पा झाली होती. त्यानं स्वतःच ताफ्टच्या विरोधात स्वतंत्रपणे राष्ट्रपतिपदाच्या रिंगणात उतरण्याचा निर्णय घेतल्यावर स्वतः ताफ्ट थक्कच झाला. त्यानं आपली नाराजी खासगी पत्रांमधून व्यक्त केली. 'इतिहासच आपल्याला न्याय देईल आणि रुझवेल्टला त्याची खरी जागा दाखवून देईल,' असं कडवट भाष्य त्याच्या भावना सांगून जातं. ताफ्टचे समर्थक आणि रुझवेल्टचे समर्थक यांच्यात इतकी खडाजंगी व्हायची, की एकदा तर रिपब्लिकन पक्षाच्या अधिवेशनात प्रकरण हाणामारीवर गेलं! यामुळे विरोधी डेमोक्रॅटिक पक्षाचा उमेदवार जेनिंग्ज ब्रायन, 'मला वाटलं, हे आमच्या डेमोक्रॅटिक पक्षाचं अधिवेशन होतं की काय?' असं उपरोधाने म्हणाला. म्हणजेच तिथंही वातावरण असंच होतं.

अर्थात, रुझवेल्टनं आपल्या विरोधात जोरदार प्रचार केला असला तरी रिपब्लिकन पक्षानं आपल्यालाच उमेदवारी दिल्याचं समाधान त्याला लाभलं. सुमारे ५०० ठिकाणी भाषणं करूनसुद्धा आपण ही निवडणूक जिंकणार नाही, याचा त्याला अंदाज होता. किमान रुझवेल्ट तरी विजयी होऊ नये, एवढीच त्याची इच्छा होती. अर्थात या तिहेरी निवडणुकीत विल्सन आणि रुझवेल्ट यांच्यानंतरचा

शेवटचा तिसरा क्रमांक मिळाल्यामुळे तो जरा नाराज झाला; पण रुझवेल्ट पुन्हा राष्ट्रपती न झाल्याचं समाधान त्याच्यासाठी पुरेसं होतं. आपल्या आजारातून पूर्ण बरी झालेली नेली म्हणजेच ताफ्टची पत्नी मात्र या निकालामुळे खूप नाराज झाली.

नंतरचा काळ

राष्ट्रपतिपद सोडल्यानंतर आठ वर्षं येल विद्यापीठात 'कायदा' विषयाचा प्राध्यापक म्हणून ताफ्टनं जबाबदारी स्वीकारली. तिथं तो खूप विद्यार्थिप्रिय होता. नंतर आपला मित्र वॉरन हार्डिंग्जच्या राष्ट्रपतिपदासाठीच्या उमेदवारीच्या काळात ताफ्टनं त्याचा जोरदार प्रचार केला. हार्डिंग्ज 'राष्ट्रपती' म्हणून निवडून आल्यावर ताफ्ट खूप खूश झाला. काही काळातच तत्कालीन सर्वोच्च न्यायाधीशाचं निधन झाल्यामुळे ती जागा रिकामी झाली. 'या पदावर आपल्या मित्राहून दुसरा कुणी योग्य ठरूच शकणार नाही,' अशी हार्डिंगची खात्री असल्यामुळे, त्यानं लगेचच ताफ्टला या पदाची जबाबदारी स्वीकारण्याविषयी विचारणा केली आणि ताफ्टनं त्याला अनुकूलता दाखवली. पुढची नऊ वर्षं ताफ्टच्या आयुष्यातली सगळ्यांत समाधानकारक ठरली. १९३०मध्ये ७२ वर्षांच्या ताफ्टनं हृदयविकार बळावल्यामुळे हे पद सोडलं आणि एका महिन्यातच त्याचं याच विकारानं निधन झालं. त्याच्या पत्नीनं यानंतर आणखी १३ वर्षं आपलं आयुष्य मनमुराद उपभोगलं.

❖

वुड्रो विल्सन

१९१३-२१
या काळातला अमेरिकेचा अठ्ठाविसावा राष्ट्रपती

अल्प-परिचय

साल	घटना
१८५६	व्हर्जिनिया राज्यातल्या स्टाँटन इथे जन्म
१८७९	प्रिन्स्टन विद्यापीठातून पदवीचं शिक्षण पूर्ण
१८८२-८३	जॉर्जिया राज्यातल्या ॲटलांटामध्ये वकिलीला सुरुवात
१८८३-८५	पीएच.डी.
१८८५	एलिन लुईस ॲक्ससनशी लग्न
१८८५-१९०२	अनेक विषयांचा प्राध्यापक
१९०२-१०	प्रिन्स्टन विद्यापीठाचा प्रमुख
१९११-१३	न्यू जर्सीचा गव्हर्नर
१९१३-२१	अमेरिकेचा अठ्ठाविसावा राष्ट्रपती
१९१५	एडिथ बोलिंग गॅल्टशी लग्न
१९२४	निधन

प्राथमिक ओळख

अनेक जणांना अब्राहम लिंकन आणि वुड्रो विल्सन यांच्यामध्ये साम्यं आढळतात. पुरेशी 'पॉप्युलर व्होट्स' नसूनसुद्धा विरोधी पक्षातल्या फुटीमुळे हे दोघं राष्ट्रपती होऊ शकले. लिंकनप्रमाणेच विल्सनलाही अत्यंत सोप्या भाषेत जनतेशी संवाद साधण्याचं कसब साधलं होतं. लिंकननं यादवी युद्धात अमेरिकेचं नेतृत्व केलं, तर विल्सनच्या कार्यकालात पहिलं महायुद्ध सुरू झालं. अर्थात, इतर बाबतींमध्ये लिंकन आणि विल्सन यांच्यात अजिबातच साम्य नव्हतं. उदाहरणार्थ,

उच्चविद्याविभूषित असलेल्या विल्सननं व्हाईट हाऊसमध्ये प्रवेश करण्यापूर्वीच, अभ्यासू वृत्तीनं अनेक पुस्तकं लिहिली होती. लोकांशी संवाद साधण्यात विल्सन यशस्वी ठरत असला, तरी त्याचं वागणंबोलणं मोकळं नव्हतं. तो सगळ्यांशी अंतर राखून वागे आणि हिशेबी वृत्तीचा वाटे. यशस्वी नेत्यांभोवती जसं इतरांना आपल्याकडे आकर्षून घेण्याचं खास कौशल्य असतं, तसं कौशल्य विल्सनमध्ये नव्हतं. तसंच, लिंकन त्याच्या कारकिर्दीच्या आणि लोकप्रियतेच्या शिखरावर असतानाच त्याची हत्या झाली; विल्सनला मात्र त्याच्या राष्ट्रपतिपदाच्या अखेरच्या काळात सिनेटचा जोरदार विरोध सहन करावा लागला आणि त्याची मतं खोडून काढण्यात आली.

जडणघडण

मूळ नाव 'थॉमस वुड्रो विल्सन' असलं, तरी यातलं 'थॉमस' नंतर काढून टाकलेल्या वुड्रो विल्सनला लहानपणी 'टॉमी' म्हणायचे. तीन भावंडं असलेल्या विल्सनचे वडील चर्चच्या सेवेत होते. आपल्या लहानपणीची एक आठवण विल्सन आयुष्यभर विसरला नाही. त्याच्या घराच्या दारापाशी आलेला एक माणूस ओरडून 'लिंकन राष्ट्रपती झाला ... आता नक्की युद्ध होणार ...' असं म्हणून निघून गेला. या यादवी युद्धाच्या पुसट आठवणी त्याच्या मनावर कोरल्या गेल्या. या युद्धामुळे दक्षिणेकडच्या राज्यांमधल्या शाळा अनियमित स्वरूपात भरत असत. साहजिकच, वयाच्या नवव्या वर्षापर्यंत विल्सनला शाळेत जाता आलं नाही.

नंतरही त्याला शाळेतून काढून चर्चच्या सेवेत रुजू होण्यासाठीचं प्रशिक्षण देण्यात आलं. विल्सनच्या वडिलांनी आपला मुक्काम वारंवार एकीकडून दुसरीकडे हलवल्यामुळे विल्सनच्या शिक्षणात इतरही अनेक व्यत्यय आले. त्यातच तो आजारी आणि अशक्तही होता. त्याला 'डिस्लेक्सिया' होता; म्हणजेच कागदावरची अक्षरं त्याला उलटी दिसत. त्याच्या आईचं मात्र त्याच्यावर विलक्षण प्रेम असल्यामुळे, आपल्या इतर मुलांपेक्षा ती वुड्रोची जास्त काळजी घेत असे. आपल्या शारीरिक अडचणींवर मात करून वुड्रो विल्सननं कायद्याचं शिक्षण पूर्ण केलं आणि आपल्या वकिलीच्या व्यवसायाला सुरुवात केली. याच काळात, 'राष्ट्रपती लेचापेचा असेल, तर काँग्रेस त्याला कशी आपल्या खिशात ठेवते' या विषयावर त्यानं एक पुस्तकही लिहिलं.

लवकरच त्यानं प्राध्यापक म्हणून काम स्वीकारलं; तसंच २५ वर्षांच्या एलिन लुईस ॲक्ससनशी लग्न केलं. दोन वर्षं विल्सननं तिला आपल्याशी लग्न

करण्यासंबंधीची गळ घालण्याचा प्रयत्न केला होता. त्यांना तीन मुली झाल्या. वाढत्या खर्चाला तोंड देण्यासाठी विल्सननं आणखी कामं करायला सुरुवात केली. त्यानं या काळात आपली पीएच.डी.सुद्धा पूर्ण केली. तसंच त्यानं आपलं अत्यंत महत्त्वाकांक्षी असलेलं 'हिस्ट्री ऑफ द अमेरिकन पीपल' हे पाच खंडांमध्ये विभागलेलं पुस्तकही लिहायला सुरुवात केली. या पुस्तकाच्या लिखाणासाठी त्याला प्रकाशकाकडून १२,००० डॉलर्सचा 'ॲडव्हान्स' मिळाला.

१९०२ मध्ये प्रिन्स्टन विद्यापीठाच्या प्रमुखानं एका वादामुळे राजीनामा दिल्यावर त्याच्या जागी लगेचच विल्सनची निवड करण्यात आली. आपल्या विद्यापीठाचा दर्जा सुधारण्याच्या हेतूनं विल्सननं तिथली काठीण्यपातळी अगदी त्वरेनं वाढवली. यामुळे कष्ट घेण्याची तयारी नसलेले अनेक विद्यार्थी तिथून निसटले आणि काही काळ विद्यापीठात पुरेसे विद्यार्थी शिकत नसल्याचं दृश्य बघायला मिळालं. अर्थात नंतर विल्सनचं म्हणणंच बरोबर असल्याचं दिसून आलं. विल्सननं शिक्षण क्षेत्रात घडवून आणलेल्या इतर बदलांचीही वाहवा करण्यात आली.

हळूहळू विल्सनचं नाव सगळीकडे झालं. यामुळे डेमोक्रॅटिक पक्षाची नजर त्याच्याकडे वळली. सुरुवातीला न्यू जर्सीचा गव्हर्नर आणि कालांतरानं अमेरिकेचा राष्ट्रपती अशा पदांवर त्याला पोहोचवण्यासाठीचे डावपेच आखायला सुरुवात झाली. रिपब्लिकन विरोधकांनी भरपूर टीका करूनसुद्धा न्यू जर्सीच्या गव्हर्नरपदापर्यंत पोहोचण्यात विल्सन यशस्वी ठरला. आपल्या नव्या भूमिकेत विल्सननं एकामागून एक सुधारणावादी कार्यक्रम राबवायला सुरुवात केली.

१९११ सालानंतर राष्ट्रपतिपदासाठी आपण इच्छुक असल्याचं अगदी उघडपणे विल्सन सांगायला लागला. सुरुवातीला डेमोक्रॅटिक पक्षानं दुसऱ्या नेत्याला राष्ट्रपतिपदासाठीचा उमेदवार म्हणून घोषित करण्याच्या निर्णयावर जवळपास शिक्कामोर्तब केलं; पण शेवटी विल्सननं बाजी मारली. दरम्यान माजी राष्ट्रपती थिओडोर रुझवेल्टनं रिपब्लिकन पक्षाच्या निर्णयावर भडकून स्वतंत्रपणे 'प्रोग्रेसिव्ह पार्टी'च्या वतीनं निवडणुकीच्या मैदानात उडी घेतली. यामुळे रिपब्लिकन पक्षात मोठी फूट पडली आणि विल्सनच्या निवडीवर जवळपास शिक्कामोर्तब झालं. तरीसुद्धा विल्सन आणि रुझवेल्ट यांनी जोरदार प्रचार केला. आपला पराभव निश्चित असल्याचं मानून टाफ्टनं मात्र प्रचारच केला नाही. शेवटी, विल्सनला ६२,९६,५४७ मतं, रुझवेल्टला ४१,१८,५७१ मतं; तर टाफ्टला ३४,८६,७२० मतं मिळाली. 'इलेक्टोरल व्होट्स'चा विचार करता विल्सन-रुझवेल्ट-टाफ्ट यांच्या मतांची संख्या अनुक्रमे ४३५-८८-८ असा निकाल

लागला. आपल्या विजयानंतर जल्लोष करण्याऐवजी, आपल्यावर आलेल्या नव्या जबाबदारीची जाणीव झाल्याचं वक्तव्य विल्सननं केलं.

राष्ट्रपतिपद

वुड्रो विल्सननं ४ मार्च १९१३ या दिवशी राष्ट्रपतिपदाची शपथ घेतली, तेव्हा युरोपमध्ये होऊ घातलेल्या पहिल्या महायुद्धाची कुणाला कल्पना असणार? पुढची अनेक वर्षं जगामधले इतर सगळे प्रश्न झाकोळून, युरोपमध्ये सुरू झालेल्या या युद्धानं अक्षरशः थैमान घातलं. विल्सनला ब्रिटिश संसदीय कार्यपद्धती आवडे. त्यामुळे त्यानं काँग्रेसमध्ये एकी साधण्याच्या दृष्टीनं दोन्ही सभागृहांच्या सदस्यांना एकत्र बोलावलं आणि त्यांच्यासमोर संयुक्तपणे भाषण केलं. जॉन ॲडम्सच्या काळानंतर हा प्रकार प्रथमच घडला असल्यामुळे, त्याविषयी मोठ्या औत्सुक्याची भावना निर्माण झाली. त्यानंतर जवळपास एक शतकभर अमेरिकी राष्ट्रपती आपलं लिखित भाषण काँग्रेस सदस्यांना वाचण्यासाठी पाठवत. विल्सनला मात्र ही पद्धत अजिबात रुचली नाही. त्यापाठोपाठ, आयात केल्या जाणाऱ्या अनेक वस्तूंवरचा जबरी कर रद्द करण्यासंबंधीचा करार विल्सननं संमत करून घेतला. काही मोठ्या उद्योगपतींचा याला खूप विरोध असला, तरी आपला निर्णय जनहितवादी असल्यामुळे आपण मागे हटणार नसल्याचं सांगून विल्सननं हा मुद्दा रेटला. याखेरीज आर्थिक सुधारणा करण्यावरही विल्सननं भर दिला. चलन, व्याजदर, आर्थिक संकटांमधून मार्ग काढण्यासाठीचे प्रयत्न, महागाई, बेरोजगारी अशा अनेक मुद्द्यांवर साकल्यानं विचार करून निर्णय घेणारी एखादी संस्था असावी, असा विल्सनचा विचार होता. मध्यवर्ती बँकेची संकल्पना अमेरिकेमध्ये आधीपासूनच अमलात आलेली असली, तरी तिला एकदम महत्त्वाचं ठरवणारा '१९१३ सालचा फेडरल रिझर्व्हचा कायदा' यातूनच जन्मला.

याखेरीज उद्योगपतींच्या नियमबाह्य वर्तनाला आळा घालणं, एकाधिकारशाही गाजवणाऱ्यांवर वचक निर्माण करणं यासाठीचे अनेक कायदेही विल्सननं केले. नंतरच्या काळात बालकामगारविरोधी कायदा, तसंच शेतकऱ्यांना सरकारच्या वतीनं कर्ज मिळण्याची सोय उपलब्ध करून देणं, या संदर्भातली विधेयकंही त्यानं आणली. कृष्णवर्णीयांना समान हक्क मिळवून देण्याविषयी मात्र विल्सन अजिबात प्रयत्नशील नव्हता. सगळीकडे उघडपणे कृष्णवर्णीयांशी भेदभाव केला जात असताना आणि त्यांना वर्चस्ववादी गोऱ्यांच्या अत्याचारांना बळी पडावं लागत असताना विल्सन थंडपणे बघत राहिला. कदाचित तो स्वतः वर्चस्ववादी विचारसरणीचा असावा, असं अनेक लोकांना वाटायला लागलं.

काही काळानंतर अमेरिकेबाहेरच्या घडामोडींकडे विल्सन वळला. मेक्सिकोमध्ये सुरू झालेल्या यादवी युद्धामध्ये त्यानं लक्ष घातलं. प्रकरण चिघळलं आणि १९१६मध्ये अमेरिका आणि मेक्सिको यांच्यामध्ये युद्ध सुरू होण्याची चिन्हं दिसायला लागली. अगदी ऐन वेळी परिस्थिती कशीबशी आटोक्यात आली. याहून भयंकर प्रकार अर्थातच १९१४च्या जुलै महिन्यात युरोपमध्ये सुरू झालेल्या पहिल्या महायुद्धाच्या रूपानं घडला. आपण या युद्धात न पडता तटस्थ राहणार असल्याचं सांगून, विल्सननं यामागची कारणमीमांसा विस्तारानं मांडली. पुढचे काही महिने मित्रराष्ट्रं आणि जर्मनी यांनी सातत्यानं अमेरिकेच्या या भूमिकेला अजिबात महत्त्व न दिल्याच्या कारणामुळे विल्सन काही काळ विचलित झाला. अमेरिकी सैनिक आणि मालमत्ता यांचं या युद्धामध्ये नुकसान होऊ नये, यासाठी विल्सननं खूप प्रयत्न केले खरे; पण जर्मनीनं अमेरिकेच्या या भूमिकेसंबंधी अडचणी निर्माण करण्याचे वारंवार प्रयत्न केल्यानंतर अमेरिकेमध्ये मित्रराष्ट्रांच्या वतीनं सकारात्मक वातावरण निर्माण होत गेलं. त्यातच १९१४च्या ऑगस्ट महिन्यात आपल्या पत्नीचं निधन झाल्यामुळे विल्सन आणखी दुःखात बुडाला. काही महिन्यांनी त्याची वॉशिंग्टनमधल्याच एका आकर्षक विधवेशी ओळख झाली आणि त्यांचं लग्न झालं.

१९१६मध्ये राष्ट्रपतिपदच्या निवडणुकीसाठीचा उमेदवार म्हणून माजी राष्ट्रपती थिओडोर रुझवेल्टनं दाखल केलेला अर्ज रिपब्लिकन पक्षानं फेटाळून चार्ल्स इव्हान्स ह्यूज नावाच्या वेगळ्याच उमेदवाराची निवड केली. दरम्यानच्या काळात, अमेरिकी रेल्वे वाहतूक कर्मचाऱ्यांनी आपल्या कामाचे तास घटवून आठवर आणावेत, यासाठी संप पुकारला. तातडीनं बातचीत करून विल्सननं यामध्ये समझोता घडवून आणला; पण तो रेल्वे वाहतूक कंपन्यांच्या मालकांनी धुडकावून लावला. यामुळे त्यांच्या मागण्या मान्य करण्याच्या हेतूनं विल्सननं काँग्रेसपुढे एक विधेयक मांडलं आणि ते संमत करून घेण्यासाठी खूप प्रयत्न केले. त्याला यात यश मिळालं असलं तरी त्याचा हा नेभळटपणा असून आपल्याला तो अमान्य असल्याचं ह्यूजनं सांगितलं. यामुळे विल्सन आणि डेमोक्रॅटिक पक्ष यांच्यावरचा दबाव वाढला.

तरीसुद्धा, पहिलं महायुद्ध हाच या निवडणुकीमधला सगळ्यांत मोठा मुद्दा असल्याचं हेरून डेमोक्रॅटिक पक्षानं 'विल्सननं अमेरिकेला युद्धापासून लांब ठेवलं' असा आपल्या प्रचाराचा मुख्य गाभा ठेवला. तिकडे रुझवेल्ट मात्र सातत्यानं अमेरिकेच्या पहिल्या महायुद्धातल्या समावेशाच्या गरजेविषयी बोलत असल्यामुळे, जर रिपब्लिकन पक्षाचा उमेदवार राष्ट्रपती झाला, तर अमेरिका विनाकारण

पहिल्या महायुद्धात ओढली जाईल, असं डेमोक्रॅटिक पक्ष म्हणत राहिला.

राष्ट्रपतिपदासाठीची निवडणूक झाल्यानंतरच्या मतमोजणीच्या वेळी पूर्वेकडची जवळपास सगळी राज्यं ह्यूजनं जिंकली असल्याच्या बातम्या आल्या आणि डेमोक्रॅटिक पक्षानं आपला पराभव जवळपास मान्य केला. दुसऱ्या दिवशी पश्चिमेकडच्या राज्यांमधले निकाल हाती येत गेले, तेव्हा मात्र चित्र वेगानं बदलत गेलं. विल्सननं या राज्यांमध्ये अपेक्षेपेक्षा खूप उत्तम कामगिरी करून दाखवली. शेवटी ९१,२७,६९५-८५,३३,५०७ अशा मताधिक्यानं तर २७७-२५४ अशा 'इलेक्टोरल व्होट्स'मधल्या फरकासह विल्सननं विजय मिळवला.

राष्ट्रपतिपदाच्या आपल्या पहिल्या कार्यकालातले उरलेले दिवस पहिलं महायुद्ध थांबवण्याच्या हेतूनं प्रयत्न करण्यात विल्सननं घालवले. त्याला यात यश आलं नाही. उलट, आपण अमेरिकेसकट कुठल्याही देशाच्या पाणबुड्या आणि त्यांची जहाजं बुडवून टाकू, असा इशारा जर्मनीनं दिला. याला प्रत्युत्तर म्हणून काँग्रेसच्या दोन्ही सभागृहांच्या संयुक्त अधिवेशनात बोलताना विल्सननं जर्मनीबरोबरचे सगळे राजकीय संबंध आपण तोडत असल्याची घोषणा केली; पण तरीसुद्धा हा प्रश्न शांततेच्या मार्गानं सुटेल, अशी आपल्याला अजूनही आशा वाटत असल्याचं सांगितलं.

विल्सनची ही आशा लवकरच मावळली. जर्मनीच्या झिमरमन या संरक्षणमंत्र्यानं मेक्सिकोला सांकेतिक भाषेत एक तार पाठवली होती. 'झिमरमन्स टेलिग्राम' म्हणून ओळखल्या जाणाऱ्या या ऐतिहासिक संदेशाद्वारा मेक्सिकोनं अमेरिकेवर हल्ला चढवण्यासाठी जर्मनी मेक्सिकोला फूस लावत असल्याचं स्पष्ट झालं. त्याचा सारांश असा होता : 'टेक्सास, ॲरिझोना आणि न्यू मेक्सिको हे मेक्सिकन प्रदेश पुन्हा परत मिळवण्याच्या हेतूनं, मेक्सिकोनं अमेरिकेवर हल्ला करायचा आणि अमेरिकेला गुंतवून ठेवायचं. म्हणजे मग अमेरिका युरोपमध्ये सुरू असलेल्या युद्धात फार लक्ष घालू शकणार नाही. दरम्यान, जर्मनीनं सर्व ताकदीनिशी युरोपमधलं युद्ध जिंकायचं. त्यानंतर जर्मनी अमेरिकेमध्ये मेक्सिकोबरोबर सुरू असलेल्या युद्धामध्ये उतरेल आणि मेक्सिकोला तिचे प्रदेश परत मिळवून देईल.' हा संदेश ब्रिटिशांच्या हाती लागला आणि त्यांनी तो अमेरिकेच्या हवाली केला. यामुळे काँग्रेसकडून वेळप्रसंगी पहिल्या महायुद्धात उतरण्यासंबंधीचा प्रस्ताव मंजूर करण्यासाठी विल्सननं धडपड सुरू केली. विल्सन नव्यानं राष्ट्रपतिपदाची शपथ घेईपर्यंत अमेरिकेकडून जर्मनीवरचा हा हल्ला होता कामा नये, अशी अट घालून काँग्रेसनं हा प्रस्ताव सशर्त मंजूर केला.

पुन्हा राष्ट्रपती

दुसऱ्यांदा राष्ट्रपतिपदाची शपथ घेताच, काँग्रेसच्या परवानगीची वाट न बघताच आपण युरोपमार्गे जाणाऱ्या मालवाहतुकीसाठीच्या अमेरिकी जहाजांना शस्त्रसज्ज करणार असल्याची घोषणा विल्सननं केली. १८ मार्च १९१७ या दिवशी जर्मनीनं कुठलीही पूर्वसूचना न देता युरोपमधून प्रवास करत असलेली तीन अमेरिकी व्यापारी जहाजं बुडवताच अमेरिकी संयमाचा कडेलोट झाला. रुझवेल्टनं, याचा बदला अमेरिकेनं घेतलाच पाहिजे, अशी मागणी केली. इतर प्रभावशाली लोकांनीही त्याच्या सुरात सूर मिसळला. विल्सनसुद्धा याच दिशेनं विचार करत असल्यामुळे त्यानं काँग्रेसचं खास अधिवेशन बोलावलं आणि त्यात पहिल्या महायुद्धात अमेरिकेला उतरवण्यासंबंधीचं विधेयक मांडलं. याला काँग्रेसनं समर्थन दिल्यामुळे संबंधित आदेशावर विल्सननं सही केली. शांततेच्या काळात ज्या नेटानं विल्सन राज्यकारभार करत होता, तोच कणखरपणा त्यानं आक्रमक होण्याच्या काळातही दाखवला. याच काळात रशियामध्ये क्रांती घडून बोल्शेव्हिकांनी राजसत्ता उलथून टाकली. त्यासरशी आधीच्या झार रशियन राजवटीनं इंग्लंड आणि फ्रान्स यांच्याशी केलेल्या गुप्त करारांचे तपशील जाहीर केले. पहिल्या महायुद्धातला विजय नक्की कशासाठी आवश्यक आहे आणि त्यानंतर काय करायचं, याचं विवेचन त्यात होतं. विल्सननं याचाही धिक्कार केला आणि या गोष्टी सर्वसमावेशक, तसंच खुल्या असल्या पाहिजेत, अशी मागणी केली.

आता अमेरिकी लष्कर मोठ्या संख्येनं आणि विलक्षण ताकदीनिशी युरोपीय भूमीवर उतरलं. त्यामुळे जर्मनीची सरशी होईल की काय, अशी दिसत असलेली परिस्थिती पार बदलली. अकरा महिन्यांतच जर्मनी शरण आली.

११ नोव्हेंबर १९१८ या दिवशी पहिलं महायुद्ध संपलं. युद्धानंतरच्या परिस्थितीविषयी विल्सननं आपला १४ कलमी कार्यक्रम आधीच जाहीर केला होता. त्यात कुठंही बदल घडू नये किंवा आपल्या नकळत भलत्याच गोष्टी घडू नयेत, यासाठी स्वतः विल्सन मित्रराष्ट्रांची चर्चा करण्यासाठी युरोपमध्ये दाखल झाला. कुठल्याही अमेरिकी राष्ट्रपतीनं चर्चेसाठी स्वतः युरोपमध्ये दाखल होण्याचा तो पहिलाच प्रसंग ठरला. त्याचं फ्रान्समध्ये जल्लोषात स्वागत झालं. प्रत्यक्ष चर्चा सुरू झाल्यानंतर मात्र, आपल्या १४ कलमी कार्यक्रमांमधली अनेक कलमं गळून पडणार, हे विल्सनच्या लक्षात आलं. कारण आपल्या इच्छेनुसार 'लीग ऑफ नेशन्स' ही जागतिक पातळीवरची संघटना उभी करायची असेल, तर त्यासाठी आपण मित्रराष्ट्रांच्या मागण्याही मान्य करणं आवश्यक आहे, हे त्याला जाणवत

होतं. शेवटी, अमेरिका आणि मित्रराष्ट्रं यांनी 'व्हर्सायचा करार' म्हणून ओळखला जाणारा करार, पराभूत जर्मनी आणि इतर देश यांच्यावर लादला. जेव्हा या कराराची कलमं अमेरिकेमध्ये जाहीर करण्यात आली, तेव्हा विरोधकांनी विल्सनवर टीकेची झोड उठवली. खरं म्हणजे, यात विल्सनचीही चूक होती. अमेरिकेमध्ये आपल्या मित्रराष्ट्रांबरोबरच्या चर्चेनंतरच्या निर्णयांना विरोध होता कामा नये, यासाठी त्यानं मुळात आपल्याबरोबर अमेरिकी सिनेटमधले काही वरिष्ठ लोक चर्चेसाठी न्यायला हवे होते. खासकरून यात रिपब्लिकन नेत्यांचाही समावेश असायला हवा होता. म्हणजे मग सर्वसंमतीनुसारच युद्धपश्चात परिस्थितीविषयीचे निर्णय आपण घेतले असल्याचं त्याला सहजपणे सांगता आलं असतं.

पहिल्या महायुद्धात अमेरिकेचं यशस्वी नेतृत्व करूनसुद्धा, व्हर्सायच्या करारामुळे अमेरिकेचा विश्वासघात केल्याच्या त्याच्यावरच्या आरोपांमुळे विल्सन व्यथित झाला. लोकांना आपली भूमिका थेट समजावून सांगण्यासाठी त्यानं काही ठिकाणी भाषणदौरे काढले. त्यातल्याच एका भाषणानंतर २५ सप्टेंबर १९१९ या दिवशी तो अतिश्रम आणि ताणतणाव यांच्या मिश्रणामुळे खाली कोसळला आणि त्याचे उरलेले दौरे रद्द करावे लागले. वॉशिंग्टनला परतल्यानंतर त्याला पक्षाघाताचा झटका आला आणि त्याच्या शरीराची डावी बाजू पूर्णपणे निकामी झाली. आता पलंग आणि व्हीलचेअर यांना खिळून राहावं लागणारा विल्सन अशा रीतीनं अचानकपणे एकदम अडचणीत आला.

याचा फायदा उठवून रिपब्लिकन पक्षानं रान माजवलं. व्हर्सायच्या करारामध्ये दुरुस्त्या करणारी कलमं रिपब्लिकन नेत्यांनी काँग्रेसमध्ये मांडली. विल्सननं आपल्या डेमोक्रॅटिक पक्षाच्या सहकाऱ्यांना ही कलमं फेटाळून लावण्यासाठीचं मतदान करण्याचा आग्रह केला. यामुळे दोन वेळा हे विधेयक रिपब्लिकन पक्षाच्या वतीनं मांडण्यात आलं आणि दोन्ही वेळा ते फेटाळून लावण्यात आलं. यामुळे १९२०च्या राष्ट्रपतिपदाच्या निवडणुकीचा मुख्य मुद्दा हाच असेल, असं म्हणून डेमोक्रॅटिक पक्षानं वॉरन हार्डिंगला उमेदवारी दिली. हार्डिंगनं डेमोक्रॅटिक पक्षाच्या उमेदवाराचा सपशेल पराभव केल्यामुळे विल्सनची पार निराशा झाली. आंतरराष्ट्रीय पातळीवर मात्र विल्सनच्या प्रयत्नांची दखल घेण्यात आली. १९२०च्या डिसेंबर महिन्यात विल्सनला 'शांततेसाठीचं नोबेल पारितोषिक' देऊन गौरवण्यात आलं.

अखेरचा काळ

तब्येतीच्या बाबतीत पार पिचलेला विल्सन मानसिकदृष्ट्या मात्र चांगलाच कणखर होता. तो आपल्या पत्नीसह वॉशिंग्टनमध्येच एका छोट्या घरात स्थलांतरित झाला. आपल्या राष्ट्रपतिपदाच्या कार्यकालात 'परराष्ट्रमंत्री' म्हणून काम केलेल्या वकिलाबरोबर त्यानं भागीदारी सुरू केली. अर्थात, यात त्याची फक्त आर्थिक गुंतवणूक आणि सल्लागाराची भूमिका यांचंच महत्त्व होतं. तो प्रत्यक्ष कामकाजात भाग घेत नसे. अखेर, वयाच्या सदुसष्टाव्या वर्षी झोपेतच त्याचं निधन झालं.

वॉरन हार्डिंग

१९२१-२३
या काळातला अमेरिकेचा एकोणतिसावा राष्ट्रपती

अल्प-परिचय

साल	घटना
१८६५	ओहायो राज्यातल्या मॉरो कौंटी इथे जन्म
१८८२	महाविद्यालयीन शिक्षण पूर्ण
१८८४	एका वर्तमानपत्राचा संपादक आणि प्रकाशक
१८९१	फ्लॉरेन्स क्लिंग डिल्फशी लग्न
१९००-०९	ओहायो राज्याच्या राजकारणात सहभाग
१९१५-२०	ओहायोतर्फे अमेरिकेचा सिनेटर
१९२१-२३	अमेरिकेचा एकोणतिसावा राष्ट्रपती
१९२३	निधन

प्राथमिक ओळख

अमेरिकेच्या इतिहासात अल्पकालीन ठरलेली वॉरन हार्डिंगची राष्ट्रपती म्हणून झालेली कारकीर्द 'एक काळा डाग' म्हणून ओळखली जाते. १९२०च्या राष्ट्रपतिपदासाठीच्या निवडणुकीचा उमेदवार ठरवताना रिपब्लिकन पक्षाच्या नेत्यांमध्ये एकवाक्यता नसल्यामुळे हार्डिंगच्या नावावर नाइलाजानं सगळ्या नेत्यांनी सहमती दर्शवली. पहिल्या महायुद्धाच्या कठीण कालखंडातून जात असलेल्या जगाला आणि अमेरिकेला हार्डिंगच्या रूपानं आधार मिळेल, अशी आशा लावून बसलेल्या लोकांच्या पदरी पार निराशा आली. अमेरिकी सिनेटरपासून थेट राष्ट्रपतिपदापर्यंत पोहोचणारा हार्डिंग पहिला माणूस ठरला. राष्ट्रीय पातळीवर स्त्रियांना मतदान करण्याची संधी प्रथमच उपलब्ध झाली होती. त्यांनी बव्हंशी

हार्डिंगलाच मतं दिली. आपण खूप मोठी चूक केली असल्याचं हार्डिंगच्या मतदारांच्या लवकरच लक्षात आलं. ठाम राहणं आणि वेळप्रसंगी कठोर वाटतील असे निर्णय घेणं हार्डिंगच्या स्वभावातच नव्हतं. उलट, कुणालाच न दुखावता सहमतीनं वाटचाल करण्यावर त्याचा सतत भर असे. त्यामुळे आपल्या पदाला साजेसा कणखरपणा तो दाखवू शकला नाही.

जडणघडण

एकंदर आठ भावंडांपैकी वॉरन हार्डिंग सगळ्यांत ज्येष्ठ होता. शेतात राहणाऱ्या आपल्या कुटुंबाच्या दैनंदिन कामात मदत करून हार्डिंग कंटाळून जाई. काही वर्षांनी हार्डिंगच्या वडिलांनी होमिओपॅथीचा एक अभ्यासक्रम पूर्ण केला. यामुळे त्यांना अधूनमधून उपचारांसाठी बोलावणं यायचं. अशा वेळी बग्गीतून जाणाऱ्या आपल्या वडिलांसोबत जाणं आठ-नऊ वर्षांच्या हार्डिंगला आवडे. याच्या जोडीला अधूनमधून प्रकाशित होणाऱ्या एका साप्ताहिकामध्ये हार्डिंगच्या वडिलांनी भागीदारी स्वीकारल्यामुळे छपाईशी संबंधित कामातले सगळे बारकावे शिकून घेण्याची संधी हार्डिंगला मिळाली. यानंतर शालेय शिक्षण पूर्ण करून १७ वर्षीय हार्डिंगनं एका शाळेत मासिक ३० डॉलर्सच्या पगारावर मास्तरकी सुरू केली; पण शेतकरी कुटुंबातल्या आडदांड पोरांना शिकवण्याचं काम जमत नसल्याच्या सबबीवरून त्यानं हे काम सोडून दिलं. काही महिन्यांनी त्यानं आठवड्याला एका डॉलरच्या पगारावर एका साप्ताहिकात वार्ताहराची नोकरी धरली. त्याच्या दुर्दैवानं डेमोक्रॅटिक विचारसरणी असलेला एक माणूस या वर्तमानपत्राच्या संपादकपदी होता आणि हार्डिंग मात्र उत्साहानं १८८४च्या निवडणुकीसाठी रिपब्लिकन पक्षाच्या जेम्स ब्लेनला जोरदार पाठिंबा देत होता. या कारणावरून हार्डिंगला कामावरून काढून टाकण्यात आलं.

यानंतर हार्डिंगनं आपल्या तीन मित्रांच्या साथीत ३०० डॉलर्स जमवून बंद पडलेल्या एका वर्तमानपत्राचा ताबा आपल्याकडे घेतला आणि हे वर्तमानपत्र पुन्हा सुरू केलं. काही काळ गेल्यावर हार्डिंगचे दोन भागीदार हळूहळू या भागीदारीतून सटकले. हार्डिंगनं मात्र नेटानं हे वर्तमानपत्र सुरूच ठेवलं. मोठ्या खुबीनं त्यानं 'स्टार' याच नावाचं एक साप्ताहिकसुद्धा सुरू केलं. आपलं दैनिक निःपक्षपाती भूमिका घेणार असल्याचं त्यानं जाहीर केलं असलं, तरी आपल्या साप्ताहिकामध्ये मात्र त्यानं अगदी उघडपणे रिपब्लिकन पक्षाची बाजू घेतली. यामुळे रिपब्लिकन पक्षाच्या जाहिराती त्याला मिळायला लागल्या. आपल्या

वयाच्या पंचविसाव्या वर्षी हार्डिंगनं घटस्फोट झालेल्या ३० वर्षांच्या फ्लॉरेन्स क्लिंग डिवूल्फशी लग्न केलं. त्या गावातल्या सगळ्यांत श्रीमंत कुटुंबात जन्मलेल्या फ्लॉरेन्सला तिचे वडील आणि तिचा नवरा या दोघांनीही बेदखल केलं होतं. यामुळे तिची आर्थिक अवस्था बिकट झाली होती. पियानोच्या शिकवण्या घेऊन ती आपलं आणि आपल्या बाळाचं पोट कसंबसं भरत असे. हार्डिंगशी लग्न झाल्यावर मात्र तिनं त्याच्या वर्तमानपत्राची व्यावसायिक बाजू उत्तमरीत्या सांभाळायला सुरुवात केली. हार्डिंगसकट सगळ्यांवर वर्चस्व गाजवण्याच्या तिच्या स्वभावामुळे हार्डिंग तिला गमतीनं कधीकधी 'राजकन्या' म्हणत असे. मुळात हार्डिंगच्या बहिणीला पियानो शिकवायला फ्लॉरेन्स येत असताना तिची हार्डिंगशी ओळख झाली होती.

हळूहळू हार्डिंग राज्यपातळीवरच्या राजकारणात घुसला. दिसायला रुबाबदार असलेल्या हार्डिंगमध्ये वक्तृत्वकौशल्यही होतं. यामुळे रिपब्लिकन पक्षातर्फे 'राज्यपातळीवरचा सिनेटर' म्हणून १९००मध्ये त्याची निवड झाली. हे काम कुठलीही खास कामगिरी न करता अनेक वर्षं निभावल्यानंतर, तो ओहायोचा गव्हर्नर होण्यासाठीच्या निवडणुकीतही उभा राहिला; पण त्यात त्याचा पराभव झाला. त्यामुळे आपण राजकारणातून बाहेर पडावं, असा विचार त्याच्या मनात घोळत असतानाच, १९१४मध्ये अमेरिकी सिनेटसाठीच्या निवडणुकीसाठी उभं राहण्याचा प्रस्ताव त्याच्याकडे आला.

खरं म्हणजे, आपण आपलं वर्तमानपत्रच चालवावं, असा हार्डिंगचा विचार असला तरीसुद्धा, त्याच्या जवळचे मित्र आणि त्याची पत्नी यांनी हे प्रकरण रेटून धरल्यामुळे हार्डिंगनं निवडणुकीला उभं राहायचं ठरवलं. त्यात तो विजयी ठरला. अमेरिकी सिनेटर म्हणून हार्डिंगनं कुणालाही न दुखावता आपला आब राखण्याचं कसब साधलं. कधीकधी इतर सिनेटर त्याची कुचेष्टाही करत; पण हार्डिंग कधीच आपला तोल सोडून वागत-बोलत नसे. तो सिनेटच्या कामकाजातही फारसा सहभाग दाखवत नसे. आपलं पद काहीही करून राखायचं, एवढंच ध्येय त्याच्यासमोर कायम असे. याच काळात नॅन ब्रिटन नावाच्या आपल्याहून वयानं तीस वर्षांनी लहान असलेल्या मुलीशी हार्डिंगचं प्रेमप्रकरण सुरू झालं. या लफड्याविषयी तिनं लिहिलेलं 'द प्रेसिडेंट्स डॉटर' हे पुस्तक १९२७मध्ये प्रसिद्ध झालं आणि ते खूप गाजलं. या पुस्तकात हार्डिंगनं आपल्याला नोकरी कशी मिळवून दिली, आपण दोघं वारंवार कसे भेटायचो आणि हार्डिंगची 'भाची' म्हणून आपण त्याच्याबरोबर सगळीकडे कसं जायचो, याविषयी तिनं अगदी मोकळेपणानं लिहिलं.

हार्डिंगच्या मृत्यूनंतर त्याच्या संपत्तीमधला हिस्सा आपल्याला आणि कथितपणे हार्डिंगपासून आपल्याला झालेल्या मुलाला मिळावा, यासाठी ब्रिटननं खटलाही भरला; पण तो ती हरली. हार्डिंगच्या मृत्यूला ४० वर्षं उलटून गेल्यावर ब्रिटनबरोबरच्या प्रकरणाखेरीज, आणखी एका स्त्रीशी हार्डिंगचं लफडं सुरू असल्याचे पुरावे देणारी प्रेमपत्रं सापडली.

सिनेटर राहणं पसंत असल्यामुळे आणि स्वतःमधल्या मर्यादा ठाऊक असल्यामुळे, हार्डिंगनं राष्ट्रपतिपदासाठीच्या उमेदवारीची स्वप्नं बघायचं टाळलं. त्याचे काही मित्र मात्र हात धूवून त्याच्या मागेच लागले. आपण राष्ट्रपतिपदाची निवडणूकच काय, या निवडणुकीसाठीची रिपब्लिकन पक्षाची उमेदवारीसुद्धा जिंकू शकणार नाही, याची त्याला खात्री होती. यामुळे जर हार्डिंगनं हा प्रयत्न केला नाही, तर त्याला दुसऱ्यांदा सिनेटरपदसुद्धा मिळू शकणार नाही, असा इशारा त्याच्या मित्रांनी दिला. अखेर, हार्डिंगनं राष्ट्रपतिपदासाठीची आपली उमेदवारी जाहीर केली. प्रचंड उलथापालथी आणि राजकीय घोडेबाजार झाल्यानंतर हार्डिंगला ही उमेदवारी मिळाली. निवडणुकीसाठीचा प्रचार मात्र एकदम थंड होता. पहिल्या महायुद्धामुळे पार थकलेल्या अमेरिकी नागरिकांना कुणीतरी राष्ट्रपतिपदाच्या खुर्चीत आलेलं लवकर बघायचं होतं. १,६१,४३,४०७-९१,३०,३२८ अशा मताधिक्यानं आणि ४०४-१२७ अशा 'इलेक्टोरल व्होट्स'च्या फरकानं हार्डिंगनं विजय मिळवला.

राष्ट्रपतिपद

आपल्या मंत्रिमंडळात हार्डिंगनं अनेक प्रथितयश लोकांना समाविष्ट केलं. कुणीही दुखावलं जाणार नाही, याची खात्री त्यानं आपल्या नेहमीच्या स्वभावाला अनुसरून केलीच होती. प्रत्यक्षात मात्र आपला राज्यकारभार या लोकांद्वारा तो अजिबात चालवत नसे. रोज संध्याकाळी आपल्या खास मर्जीतल्या लोकांबरोबर दारू पीत गप्पा ठोकण्याचा कार्यक्रम हार्डिंगला खूप आवडे. तिथंच राज्यकारभाराशी संबंधित असलेले अनेक महत्त्वाचे निर्णय घेतले जात. साहजिकच, मंत्रिमंडळ नावापुरतंच उरलं आणि खरा कारभार भलतेच लोक चालवायला लागले. ओहायोमधल्या हार्डिंगच्या जुन्या दोस्तांनी आता वॉशिंग्टनमध्ये ठिय्या मांडला. ते एकत्र जमून सरकारी नोकऱ्यांसाठीच्या नेमणुका, महत्त्वाच्या कंत्राटांचं वाटप अशा सगळ्या गोष्टी ठरवत. यात हार्डिंगचा प्रत्यक्ष सहभाग असल्याचे थेट पुरावे मिळाले नसले, तरी आपण घेतलेल्या निर्णयांना हार्डिंग अजिबात आक्षेप घेणार नाही, याची खात्री मात्र त्यांना निश्चितच असे.

रिपब्लिकन पक्षानं 'व्हर्सायच्या करारा'तल्या अनेक तरतुदींना विरोध केलेला असल्यामुळे, या करारामधून हार्डिंगच्या नेतृत्वाखाली अमेरिका बाहेर पडली आणि तिनं जर्मनीशी स्वतंत्र करार केला. यामुळे 'लीग ऑफ नेशन्स' या जागतिक पातळीवरच्या संघटनेमधून अमेरिकेला बाहेर राहावं लागलं. हार्डिंगच्या कार्यकालामधला एक अत्यंत महत्त्वाचा निर्णय म्हणजे, प्रथमच देशानं आपला अर्थसंकल्प सादर करण्याची प्रथा रुजली. याखेरीज पोलादनिर्मिती कंपन्यांनी आपल्याकडे राबत असलेल्या कामगारांना १२ तासांची पाळी सक्तीची न करता त्यांच्या कामाचे तास कमी करावेत, यासाठी हार्डिंगनं खूप प्रयत्न केले. या कंपन्यांच्या मालकांनी सुरुवातीला हार्डिंगला बराच विरोध केला; पण त्याच्या मृत्यूनंतर त्याचं म्हणणं मान्य केलं. दरम्यानच्या काळात, काँग्रेसच्या दोन्ही सभागृहांमधला रिपब्लिकन पक्षाचा वरचष्मा संपुष्टात आल्यामुळे हार्डिंग काळजीत पडला. १९२३मध्ये मतदारांशी संवाद साधण्यासाठी एक देशव्यापी दौरा आखण्याचा बेत त्यानं पक्का केला.

मृत्यू आणि वाद

१९२२च्या अखेरीला अमेरिकी लष्करातून निवृत्त झालेल्या लोकांना लागणाऱ्या वस्तूंच्या खरेदी-विक्रीच्या व्यवहारांमध्ये मोठ्या आर्थिक अफरातफरी झाल्याची बातमी हार्डिंगच्या कानांवर आली. आपला खास मित्र या विभागाचा प्रमुख असल्यामुळे, हार्डिंग एकदम काळजीत पडला. हार्डिंगनं तातडीनं त्याला कामावरून काढून टाकलं. जेसी स्मिथ नावाचा आपला ओहायोमधला जुना मित्रसुद्धा एका आर्थिक प्रकरणात गुंतला असल्याची बातमी कानांवर आल्यावर, हार्डिंगनं त्याला तातडीनं वॉशिंग्टन सोडून जायला सांगितलं. 'या प्रकरणात पाय एकदम खोलात गेल्यामुळे त्याच्या चौकशीत आपण एकदम अडचणीत सापडू', या धसक्यापोटी या मित्रानं स्वतःवर गोळी झाडून घेत आत्महत्या केली.

या धक्क्यांमधून सावरण्याचा प्रयत्न करत असलेला हार्डिंग, १९२३च्या जून महिन्यात आपल्या दौऱ्यावर निघाला. तो कॅन्सस शहरामध्ये पोहोचला, तेव्हा त्याच्या मंत्रिमंडळातल्या एका माजी मंत्र्याची पत्नी त्याला भेटायला आली. आपला पती त्याच्या कार्यकालात तेलकंपन्यांशी संबंधित असलेल्या गैरव्यवहारांमध्ये सहभागी झाला असल्याचे पुरावे आपल्याकडे असल्याचं तिनं सांगताच, हार्डिंगला आणखी धक्का बसला.

जुलै महिन्यात अलास्काला पोहोचल्यानंतर वॉशिंग्टनहून आलेल्या सांकेतिक

भाषेतल्या एका संदेशानं इतर काही घोटाळ्यांविषयीची माहिती हार्डिंगला मिळाली. यामुळे तो पुरता हादरला. आपल्या मित्रांनी आणि सहकाऱ्यांनी आपल्याला प्रचंड अडचणीत आणलं असल्याची पुटपुट त्यानं सुरू केली. अलास्काहून परतल्यावर हार्डिंग आजारी पडला. त्याला खेकड्याचं मांस बाधलं असल्याचं वैद्यकीय निदान करण्यात आलं. नंतर, यात चूक झाली असावी आणि कदाचित हा हृदयविकाराचा झटका असावा, असं मत व्यक्त करण्यात आलं. हार्डिंगचे सगळे कार्यक्रम रद्द करण्यात आले. थोड्या विश्रांतीनंतर हार्डिंगची प्रकृती सुधारत असल्याचं दृश्य दिसत असतानाच, आता न्यूमोनियानं त्याला पुन्हा झोपवलं. निष्णात डॉक्टरांना हार्डिंगवर उपचार करण्यासाठी पाचारण करण्यात आलं. काही काळातच हार्डिंगच्या तब्येतीत सुधारणा होत असल्याचं समाधान त्यांनी व्यक्त केलं.

तेवढ्यात २ ऑगस्ट १९२३ या दिवशी संध्याकाळी ७.३५ वाजता आपल्या पत्नीकडून एक पुस्तक वाचून घेत असतनाच हार्डिंग बिछान्यातच मरण पावला. हार्डिंगच्या मेंदूत रक्ताची गुठळी झाल्यामुळे तो दगावला असल्याची शक्यता व्यक्त करून, त्याच्या मृत्यूचं नेमकं कारण शोधून काढण्यासाठी त्याचं शरीरविच्छेदन करण्याची परवानगी डॉक्टरांनी मागितली. हार्डिंगच्या पत्नीनं याला नकार दिल्यामुळे, हार्डिंगच्या मृत्यूचं कोडं उलगडू शकलं नाही. कदाचित, आपल्याविरुद्ध साक्ष देण्याच्या आणि आपल्यावर कारवाई करण्याच्या भीतीपोटी, त्याच्या भ्रष्टाचारी मित्रांनीच त्याच्यावर विषप्रयोग केल्याची अफवा यामुळे पसरत राहिली.

हार्डिंगचा मृत्यू झाला, तेव्हा त्याच्या कारकिर्दीमधल्या भ्रष्टाचाराविषयी सर्वसामान्य लोकांना फारसं काही माहीत नव्हतं. साहजिकच, त्याच्या अंत्यदर्शनासाठी लोकांनी खूप गर्दी केली. नंतरच्या काळात मात्र ही सगळी प्रकरणं एकामागून एक उघडकीला आली. हार्डिंगच्या मित्रपरिवारातल्या लोकांवरचे बरेच आरोप पूर्णपणे सिद्ध झाले. त्यांना दंड आणि तुरुंगवास अशी शिक्षा देण्यात आली.

या सगळ्या प्रकरणांची हार्डिंगला जिवंतपणी कितपत कल्पना होती, हे ठामपणे सांगणं मुश्कील असलं, तरी त्याला याचा निदान अंदाज तरी नक्कीच होता, यात शंका नाही. त्याच्या मृत्यूनंतर त्याच्या पत्नीनं त्याची सगळी कागदपत्रं आणि वैयक्तिक पत्रव्यवहार हे सगळंच नष्ट करून टाकल्यामुळे महत्त्वाचा दस्ताऐवज नष्ट झाला आणि हे रहस्य रहस्यच राहिलं. कहर म्हणजे, ज्या डॉक्टरच्या गलथानपणामुळे हार्डिंगचा मृत्यू झाल्याचा संशय व्यक्त केला

जात होता, त्या डॉक्टरचंच निधन हार्डिंगच्या निधनानंतर एका वर्षानं झालं. आश्चर्य म्हणजे, या वेळी या डॉक्टरच्या घरी हार्डिंगची पत्नी हजर होती आणि त्यानंतर सहा महिन्यांनी तिचंही निधन झालं! एकूण काय; तर नक्कीच काहीतरी काळंबेरं होतं, एवढंच आपण म्हणू शकतो.

❖

कॅल्व्हिन कूलिज

१९२३-२९
या काळातला अमेरिकेचा तिसावा राष्ट्रपती

अल्प-परिचय

साल	घटना
१८७२	व्हरमाँट राज्यातल्या प्लायमाऊथ नॉच इथे जन्म
१८९७	वकिलीला सुरुवात
१९०५	ग्रेस ॲना गुडह्यूशी लग्न
१९०७-०८	मॅसॅच्युसेट्सच्या राजकारणामध्ये सहभाग
१९१०-११	नॉर्दम्पटनचा महापौर
१९१९-२०	मॅसॅच्युसेट्स राज्याचा गव्हर्नर
१९२१-२३	अमेरिकेचा उपराष्ट्रपती
१९२३-२९	अमेरिकेचा तिसावा राष्ट्रपती
१९३३	निधन

प्राथमिक ओळख

ज्या काळाला 'Roaring twenties' म्हणून संबोधलं जातं, अशा अत्यंत संपन्न आणि उज्ज्वल भविष्याची ग्वाही आहे असं वाटत असलेल्या काळात, अमेरिकेचं राष्ट्रपतिपद भूषवण्याची संधी कॅल्व्हिन कूलिजला मिळाली. श्रीमंत होण्याची घाई आणि त्यानंतर श्रीमंतीचं प्रदर्शन करण्यासाठीची स्पर्धा, दारूचा महापूर आणि लैंगिकतेचं थैमान असं वातावरण असलेल्या काळात, कूलिज जरा कालबाह्यच वाटावा इतका नीतिमत्तेला महत्त्व देतो, असं काही जण म्हणत. आपली शासन व्यवस्था शक्य तितकी दुरूनच कामकाज चालवेल तितकं चांगलं, अशा समजापोटी कूलिजनं सगळ्या गोष्टींमध्ये लुडबूड करण्याचं टाळलं. आपल्याला

नको असलेल्या लोकांशी संवादच साधायचा नाही, अशी सोपी युक्ती वापरून तो त्यांना दूर ठेवे. एकूणच मूग गिळून गप्प राहण्याच्या त्याच्या स्वभावामुळे, त्याच्याकडून काहीतरी खमंग ऐकायला मिळेल अशी आशा बाळगणाऱ्यांना बहुतेक वेळा निराशेचा सामना करावा लागे. कूलिजचा स्वभाव अत्यंत शांत आणि अबोल असला, तरी त्याची विनोदबुद्धी वाखाणण्याजोगी होती. एकदा व्हाईट हाऊसमधल्या एका पार्टीत एक स्त्री कूलिजपाशी आली आणि 'मी तुला दोन शब्दांपेक्षा जास्त बोलायला भाग पाडणार आहे,' अशी पैज लावली असल्याचं त्याला सांगितलं. आता कूलिज यावर काय म्हणतो आणि आपण ही पैज कशी जिंकतो, अशा औत्सुक्यानं ही स्त्री कूलिजकडे बघत होती. त्याबरोबर 'You lose' एवढे दोनच शब्द उच्चारून कूलिजनं तिच्या उत्साहातली हवाच काढून घेतली!

जडणघडण

घराला जोडलेलं एक दुकान चालवणाऱ्या कुटुंबाच्या घरी कूलिजचा जन्म झाला. तो फक्त सहा वर्षांचा असताना त्याला त्याच्या आजोबांकडून ४० एकरांचं शेत भेट मिळालं. त्यांनी त्याला शेती करण्याचं तंत्रही शिकवलं. यामुळे कष्ट करणं आणि काटकसरीत राहणं, याचं महत्त्व लहानपणापासूनच त्याच्या मनावर ठसलं. कूलिज लहानपणापासूनच एकदम शांत असे. लाजऱ्या स्वभावामुळे तो इतरांमध्ये फारसा मिसळत नसे आणि एकटाच खेळत राही. त्यातच कुणी अनोळखी माणूस दिसला, तर त्याच्याशी बोलण्याची तो कल्पनाही करू शकत नसे. कूलिज १२ वर्षांचा असताना आजारपणामुळे बिछान्याला खिळून असलेली त्याची आई दगावली. यामुळे कूलिज खचला. आयुष्यभर त्यानं तिचं छोटं छायाचित्र आपल्या हातातल्या घड्याळाच्या मागच्या बाजूला लावलं. अभ्यासात फार हुशार नसलेल्या कूलिजला सरासरी गुण मिळत. वक्तृत्व आणि वादविवाद यांच्यामध्ये मात्र त्याचं कौशल्य या काळात अगदी उठून दिसे. आपल्या भाषणांमध्ये नर्मविनोदी कोट्या करून तो श्रोत्यांना हसवत राही. आश्चर्य म्हणजे, त्याचं वक्तृत्व नंतर फुललंच नाही आणि ते निष्प्रभ ठरत गेलं. नोकरी करून कायद्याचा अभ्यासक्रम पूर्ण करून त्यानं वकिलीला सुरुवात केली. तसंच रिपब्लिकन पक्षाच्या राजकारणामध्येही तो शिरला.

लाजाळू असलेल्या ३३ वर्षीय कूलिजनं १९०५मध्ये २६ वर्षांच्या, अत्यंत आकर्षक दिसणाऱ्या ग्रेस ॲना गुडह्यूला प्रेमात पाडून आपल्याशी लग्न करायला भाग पाडलं, तेव्हा सगळे जण आश्चर्यचकित झाले. बहिऱ्या मुलांसाठीच्या एका

शाळेत शिक्षिकेचं काम करणाऱ्या ग्रेसच्या पोटी दोन मुलं जन्मली. इतरांना आपल्यामधलं संभाषण कळू नये म्हणून कूलिज कुटुंब कित्येकदा हातवाऱ्यांची गूढ सांकेतिक भाषा वापरत असे. यानंतर राज्य पातळीवरच्या सिनेटमध्ये कूलिजनं प्रवेश केला. त्यानंतर तीन वेळा त्याची या पदावर फेरनिवड झाली. आपल्या पक्षामधल्या सहकाऱ्यांची मर्जी सांभाळणं, चतुरपणे राजकारण करणं आणि आपला नावलौकिक वाढवणं या गोष्टी कूलिजनं सहजपणे साध्य केल्या. त्याच्या हजरजबाबीपणाचा एक नमुना म्हणजे, राज्य पातळीवरच्या सिनेटच्या अध्यक्षपदी कूलिज असताना, एका सिनेटरनं दुसऱ्या सिनेटरविषयीची तक्रार त्याच्याकडे आणली.

त्या दुसऱ्या सिनेटरनं आपल्याला 'Go to hell' असं म्हटल्यामुळे हा सिनेटर वैतागला होता. यावर कूलिजनं आपल्या नेहमीच्याच थंडपणाला अनुसरून 'मी राज्यघटना आणि सिनेटचे नियम यांचा हवाला देऊन, तुझ्यावर त्या सिनेटरच्या म्हणण्यानुसार कृती करणं बंधनकारक नसल्याची खात्री देतो' असं विलक्षण उत्तर दिलं! १९१८मध्ये तर त्यानं रिपब्लिकन पक्षाचा उमेदवार म्हणून मॅसॅच्युसेट्स राज्याचा 'गव्हर्नर' बनण्यापर्यंत मजल मारली. यातली एक गंमत म्हणजे, प्रभावहीन वक्तृत्व असलेल्या कूलिजसह या निवडणुकीत सहायक गव्हर्नरपदासाठी अमोघ वक्तृत्व लाभलेला मॅक्कॉल उभा होता. यामुळे लोक विनोदानं 'मॅक्कॉलमुळे कुठलंही सभागृह पूर्ण भरतं आणि कूलिज ते पूर्ण रिकामं करू शकतो' असं म्हणत!

याच्या पुढच्या वर्षी बॉस्टनमध्ये घडलेल्या एका प्रसंगामुळे कूलिजचं नाव राष्ट्रीय पातळीवर जाऊन पोहोचलं. आपल्या मागण्या मान्य होईपर्यंत आपण संपावर जाणार असल्याचं स्थानिक पोलिसांनी जाहीर केलं. बंदोबस्तासाठी पोलीस नसल्याचा फायदा उठवून काही समाजकंटकांनी लुटालूट सुरू केली आणि दंगली माजवल्या. यामुळे चिंतित झालेल्या कूलिजनं सरळ लष्कराला पाचारण केलं आणि कायदा आणि सुव्यवस्था परत आणली. या घटनेमुळे प्रकाशझोतात आलेल्या पोलीसप्रमुखानं कूलिजसमोर आपल्या विभागावर होत असलेल्या अन्यायाला वाचा फोडण्याचा प्रयत्न केला.

या प्रसंगी पोलिसांनी सर्वसामान्य लोकांची सुरक्षा वाऱ्यावर सोडून संपावर जाणं आपल्याला कधीच मान्य नसल्याचा घणाघाती प्रहार कूलिजनं केला. कामगार चळवळी आणि इतर संप यामुळे सातत्यानं जनजीवन विस्कळीत होत असलेल्या या काळात, कूलिजनं दाखवलेला कणखरपणा सर्वसामान्य अमेरिकी नागरिकांना खूप धीर देणारा होता. खरं म्हणजे, कूलिज इतकी टोकाची भूमिका घेणारा आणि

धाडस दाखवणारा माणूस नव्हता; पण त्या प्रसंगात त्याच्या हातून हे घडून गेलं आणि त्याचा फायदा त्याची प्रतिमा उंचावण्याच्या रूपानं झाला.

कूलिज हा परंपरावादी विचारसरणीचा असला, तरी त्यानं घेतलेल्या काही निर्णयांचं उदारमतवादी, प्रगतिशील लोकांनीही स्वागत केलं. खासकरून घरमालकांनी आपल्या घरात राहणाऱ्या भाडेकरूंवर अन्याय करू नये, यासाठीचे कायदे त्यानं आणले. १९२०च्या राष्ट्रपतिपदासाठीच्या निवडणुकीत हार्डिंगला राष्ट्रपतिपदाची; तर कूलिजला उपराष्ट्रपतिपदाची उमेदवारी देण्यात आली. आपल्या वयाच्या अठ्ठेचाळिसाव्या वर्षी 'उपराष्ट्रपती' म्हणून लवकरच कूलिजनं पदग्रहण केलं. मंत्रिमंडळाच्या बैठकांना हजेरी लावण्याचं आमंत्रण मिळणारा तो पहिलाच उपराष्ट्रपती ठरला.

राष्ट्रपतिपद

व्हरमाँटमध्ये आपल्या मूळ गावी कुटुंबाबरोबर उन्हाळ्याची सुट्टी घालवण्यात मग्न असलेल्या कूलिजला ३ ऑगस्ट १९२३च्या मध्यरात्रीनंतर अचानकपणे उठवून हार्डिंगचं निधन झाल्याची वार्ता देणारी तार मिळाली असल्याचं सांगण्यात आलं. त्यासरशी त्यानं आपल्या नोटरी असलेल्या वडिलांना झोपेतून उठवलं. कूलिजच्या वडिलांनी कूलिजला राष्ट्रपतिपदाची शपथ दिली आणि त्यानंतर दोघंही पुन्हा शांतपणे झोपी गेले! कधीही पटकन झोप लागू शकणाऱ्या कूलिजला म्हणूनच 'आपली झोप उडू न देणारा राष्ट्रपती' असं म्हटलं जाई.

व्हाईट हाऊसमध्ये प्रवेश करताच कूलिजनं हार्डिंगच्या कार्यकालातल्या काही घृणास्पद प्रथा बंद करून टाकल्या. आता व्हाईट हाऊसमध्ये दारूचे फवारे उडणं आणि पत्ते खेळत बसणाऱ्या लोकांच्या पार्ट्या दररोज होणं, असले प्रकार बंद झाले. हार्डिंगच्या मंत्रिमंडळात कूलिजनं काही बदल केले. आपली विचारसरणी त्यानं नंतर प्रसिद्ध झालेल्या 'द बिझिनेस ऑफ अमेरिका, इज बिझिनेस' असं म्हणून लोकांसमोर मांडली. कूलिजनं देशाची सूत्रं हाती घेतल्यावर काही काळातच, हार्डिंगच्या काळातली भ्रष्टाचाराची आणि गैरव्यवहारांची अनेक प्रकरणं उघडकीला आली. यामुळे सर्वत्र खळबळ माजली. कूलिजवर मात्र यातलं काही शेकलं नाही. उलट, त्यानं दोषी आढळणाऱ्यांची किंवा ज्यांच्यावर संशय ठेवायला पुरेशी जागा आहे, अशा लोकांची हकालपट्टी केली. तसंच, सगळ्या प्रकरणांची चौकशी करण्यासाठी दोन मान्यवर अधिकाऱ्यांची नेमणूकही केली. दरम्यानच्या काळात, पहिल्या महायुद्धात लढलेल्या आणि आता निवृत्त झालेल्या सैनिकांसाठीच्या खास भत्त्यासंबंधीचं विधेयक काँग्रेसनं मांडल्यावर, कूलिजनं ते आपल्या खास मताधिकारानं

हाणून पाडण्याचा अयशस्वी प्रयत्न केला. यापाठोपाठ, हा भत्ता फक्त पहिल्या महायुद्धातच नव्हे, तर कुठल्याही युद्धात लढलेल्या सैनिकांना मिळावा, अशा प्रकारचं विधेयक काँग्रेसनं संमत केल्यावर मात्र कूलिजनं ते निर्धारपूर्वकरीत्या हाणून पाडलं.

१९२४च्या राष्ट्रपतिपदासाठीच्या निवडणुकीसाठी रिपब्लिकन पक्षातर्फे उमेदवारी कूलिजलाच मिळणार, याविषयी कुणाच्याच मनात शंका नव्हती. जरी काही बाबतींमध्ये पक्षाच्या विचारसरणीशी कूलिजनं फारकत घेतली असल्याचं त्याच्या निर्णयांमधून दिसून येत असलं, तरी या गोष्टीचा त्याच्या उमेदवारीवर परिणाम होऊ शकला नाही. त्यातच विरोधी डेमोक्रॅटिक पक्षामध्ये या काळात पडलेल्या वैचारिक फुटीचा फायदा कूलिजला मिळाला. दरम्यान, थिओडोर रुझवेल्टच्या प्रोग्रेसिव्ह पक्षानंही आपला उमेदवार उभा केला. अखेर, मतांच्या संदर्भात १,५७,१८,२११-८३,८५,२८३-४०,३१,२८९ अशा, तर इलेक्टोरल व्होट्सच्या हिशेबानं ३८२-१३६-१३ अशा फरकानं कूलिज विजयी झाला. याच सुमाराला व्हाईट हाऊसच्या हिरवळीवर टेनिस खेळताना झालेल्या जखमेमध्ये विषबाधा झाल्यामुळे कूलिजचा १६ वर्षांचा सगळ्यांत धाकटा मुलगा मरण पावला. यामुळे कूलिजच्या विजयाच्या आनंदावर विरजण पडलं. नंतर आपल्या आत्मचरित्रात कूलिजनं आपल्याला झालेल्या अतीव दुःखाचं वर्णन केलं.

निवडणूक जिंकून राष्ट्रपतिपदाची सूत्रं हाती घेतल्यावर रिपब्लिकन पक्षामधल्या सुधारणावादी लोकांनी डेमोक्रॅटिक पक्षातल्या अशाच विचारसरणीच्या लोकांशी संधान बांधून आपले हात बांधले असल्याची जाणीव कूलिजला झाली. त्यानं केलेल्या काही नेमणुकी यामुळे काँग्रेसनं हाणून पाडल्या. सरकारी खर्च कमी करण्यासाठी कूलिजनं वायफळ खाती बंद करून टाकली. यामुळे सरकारच्या डोक्यावरचं कर्ज कमी झालं. अगदी व्हाईट हाऊसमधले वायफळ खर्चसुद्धा त्यानं बंद करून टाकले. तसंच वाया जाणाऱ्या अनेक गोष्टींवरही त्यानं बारीक लक्ष ठेवायला सुरुवात केली. मोठे उद्योजक आणि आर्थिक क्षेत्रात वावरत असलेली मंडळी यांना कूलिजचा उघड पाठिंबा होता. त्यांच्या भल्यासाठी तो संबंधित विधेयकं लगेचच संमत करे. या लोकांना कूलिजची भेटसुद्धा बऱ्यापैकी सहजपणे मिळत असे. सर्वसामान्य माणसाच्या प्रश्नांशी मात्र कूलिजला फारसं देणंघेणं नसे. एकीकडे विलक्षण भरभराटीचं दृश्य दिसत असताना, म्हणूनच दुसरीकडे शेतकरी वर्गाला हालअपेष्टांना तोंड देत राहावं लागे. शेतकऱ्यांचं कठीण आयुष्य जरा सोपं करण्याच्या हेतूनं मांडण्यात आलेली काही विधेयकं कूलिजनं हाणून पाडली.

स्वतः निवडून आल्यानंतर कूलिजनं राष्ट्रपतिपद एकदाच उपभोगलेलं असल्यामुळे

त्याच्या फेरनिवडीसाठीची उमेदवारी जाहीर करण्याचं रिपब्लिकन पक्षाच्या मनात होतं. स्वतः कूलिजला मात्र त्यात रस नसावा. म्हणूनच १९२७च्या ऑगस्ट महिन्यात सुट्टीवर असताना त्यानं '१९२८च्या राष्ट्रपतिपदासाठीच्या निवडणुकीला उभं राहायचं नाही, असं मी ठरवलं आहे,' असं वाक्य लिहिलेला कागद पत्रकारांकडे सोपवला. यामुळे रिपब्लिकन पक्षात काहीशी खळबळ माजली. याचा अर्थ, 'कूलिजला स्वतःहून आपली उमेदवारी जाहीर करायची नसली, तरी जर पक्षानं त्याच्यावर यासाठी दबाव टाकला, तर तो निवडणुकीला उभं राहण्यासाठी तयार होईल,' असाही काही जणांनी लावला. शेवटी, कूलिजच्या मंत्रिमंडळात 'वाणिज्यमंत्री' म्हणून काम करणाऱ्या हर्बर्ट हूव्हरच्या नावावर रिपब्लिकन पक्षाचा उमेदवार म्हणून शिक्कामोर्तब करण्यात आलं आणि हा प्रश्न मिटला. तरीसुद्धा उमेदवारनिश्चिती करण्यासाठीच्या पक्षाच्या अधिवेशनात कदाचित अचानकपणे आपलं नाव पुढे येईल, अशी आशा कूलिजला वाटत राहिली, असं दिसून येतं. त्याच्या जवळच्या लोकांनी यासाठी प्रयत्नसुद्धा केले; पण ते फसले. म्हणूनच हूव्हरच्या प्रचारात कूलिजनं अजिबात मदत केली नाही. तसंच, हूव्हर राष्ट्रपती झाल्यानंतर कूलिजला खूप आनंद झाल्याचंही आढळून आलं नाही. इतकंच नव्हे, तर हूव्हरनं राष्ट्रपतिपदाची शपथ घेण्याआधी 'मी माझं तोंड बंद ठेवणं, हेच हूव्हरच्या राष्ट्रपतिपदाच्या कार्यकालासाठी पुरेसं आहे,' असंही त्यानं एका खास मित्राला सांगितलं. शपथग्रहण समारंभ झाल्यावर त्याच संध्याकाळी आपल्या पत्नीसह कूलिज मॅसॅच्युसेट्सला रेल्वेनं परतला.

कूलिजच्या काळात अमेरिकी अर्थव्यवस्थेमध्ये प्रचंड भरभराट झाल्याचं दृश्य ठळकपणे दिसत होतं. अर्थातच, याचं श्रेय कूलिजनं स्वतःकडे घेण्याचा प्रयत्न केला असला, तरी त्यात त्याला फार यश मिळालं नाही. शेअर बाजारातही जोरदार तेजी आली होती. घरांच्या किमतीसुद्धा वाढत चालल्या होत्या. अर्थातच, हे सगळं उच्च मध्यमवर्ग आणि त्याच्या वरचे लोक यांच्यापुरतं मर्यादित होतं. असं असूनही, हे अर्थकारण फार काळ यशोशिखरावर राहू शकणार नाही आणि लवकरच यातला फुगा फुटेल याची जाणीव कूलिजला झाल्यामुळेच, त्याने १९२८च्या निवडणुकीला स्वतःहून उभं राहायचं नाही असं ठरवलं असावं, असं काही जण म्हणतात. इतिहासानं आपली नोंद 'अर्थकारणात अमेरिकेला सर्वोच्च पदावर नेणारा राष्ट्रपती' म्हणून करावी आणि त्यानंतरच्या संकटाला मात्र आपण कारणीभूत ठरू नये, यासाठी तो प्रयत्नशील होता, असा निष्कर्ष यातून काढला जातो. त्यात कितपत तथ्य आहे, हे सांगणं कठीण आहे.

निवृत्ती

आपल्या आत्मचरित्राच्या विक्रीतून हाती आलेली मोठी रक्कम वापरून कूलिजनं एक आलिशान बंगला बांधला. तिथं तो आपल्या पत्नीसह शांत आयुष्य जगत असे. आपल्या वकिलीच्या व्यवसायासाठीच्या कार्यालयात तो अधूनमधून जात असला, तरी प्रत्यक्ष कामकाजात तो अजिबात सहभागी होत नसे. एकूणच प्रसिद्धीपासून दूर जाण्याचा त्याचा प्रयत्न असावा, असं वाटत होतं. लवकरच त्यानं न्यू यॉर्कच्या एका आयुर्विमा कंपनीच्या संचालक मंडळाचा सदस्य बनण्यासाठीचं आमंत्रण स्वीकारलं आणि राजकीय विश्लेषण करणारं एक सदरही तो एका वर्तमानपत्रामध्ये लिहायला लागला.

१९२९मध्ये अमेरिकी शेअर बाजारामध्ये महाभयानक संकट आलं. यापाठोपाठ 'द ग्रेट डिप्रेशन' म्हणून ओळखली जाणारी आणि सगळ्यांचा थरकाप उडवून सोडणारी जागतिक महामंदी सुरू झाली. या सगळ्याला आपण कारणीभूत असल्याची जाणीव कदाचित कूलिजला आतून खात असावी. कारण त्याचा सार्वजनिक आयुष्यातला आवाज एकदमच बंद झाला. थेट १९३२मध्ये हूव्हर नव्यानं राष्ट्रपतिपदासाठी उमेदवार म्हणून प्रचार करायला लागला, तेव्हा त्याच्या समर्थनार्थ एक भाषण कूलिजनं दिलं. हूव्हर या निवडणुकीत पराभूत झाल्यानंतर, त्यापुढच्या म्हणजे १९३६च्या निवडणुकीत, 'कूलिजला आपली उमेदवारी जाहीर करण्यात रस आहे का?' असं एका मित्रानं विचारल्याक्षणी 'कदापि नाही' असं उत्तर लगेचच त्यानं दिलं. या घटनेनंतर काही महिन्यांनी, आपल्या घरी सकाळी दाढी करत असताना अकस्मातपणे आलेल्या हृदयविकाराच्या झटक्यानं ६० वर्षांच्या कूलिजचं जागीच निधन झालं.

❖

हर्बर्ट हूवर

१९२९-३३
या काळातला अमेरिकेचा एकतिसावा राष्ट्रपती

अल्प-परिचय

साल	घटना
१८७४	आयोवा राज्यातल्या वेस्ट ब्रँच इथे जन्म
१८८४	आई-वडिलांच्या निधनामुळे ओरेगॉन इथल्या नातेवाइकांकडे मुक्काम हलवला
१८९५	इंजिनिअर
१८९७-९८	ऑस्ट्रेलियात सोन्याच्या खाणींच्या कामाचं व्यवस्थापन
१८९९	लाऊ हेन्रीशी लग्न
१८९९-१९१४	अनेक देशांमध्ये इंजिनिअरिंगशी संबंधित असलेलं काम
१९१७-१९	अमेरिकेमधल्या खाद्यनियमन विभागाचा संचालक
१९२१-२८	हार्डिंग आणि कूलिज यांच्या मंत्रिमंडळात वाणिज्यमंत्री
१९२९-३३	अमेरिकेचा एकतिसावा राष्ट्रपती
१९४६-४९	राष्ट्रपती ट्रूमनने स्थापन केलेल्या काही समित्यांचा प्रमुख
१९५३-५६	केंद्र सरकारच्या रचनेमधल्या फेरबदलांविषयी राष्ट्रपती आयसेनहॉव्हरने नेमलेल्या समितीचा प्रमुख
१९६४	निधन

प्राथमिक ओळख

भन्नाट आशावादाच्या काळात राष्ट्रपतिपदाची शपथ घेणं आणि निराशेच्या

गर्तेत असताना हे पद सोडणं, असा अत्यंत टोकाचा अनुभव हर्बर्ट हूव्हरला घ्यावा लागला. निवडणूक जिंकून एखादं पद सांभाळण्याचा त्याच्या आयुष्यातला तो एकमेव प्रसंग ठरला. हाच हूव्हरच्या कारकिर्दीला अपयशाकडे नेणारा मुद्दा ठरला. म्हणूनच माजी राष्ट्रपती ताफ्टनं अचूकपणे 'हूव्हरला राजकारण्यांची भाषा जमत नाही' असं केलेलं वर्णन समर्पक ठरतं. वैयक्तिक पातळीवर हूव्हर 'रंकाचा राजा' झालेला असला, तरी त्याच्या कार्यकालात अमेरिकेची अवस्था 'राजाचा रंक' अशी झाली! अनाथ म्हणून वाढलेल्या हूव्हरनं 'यशस्वी इंजिनिअर' म्हणून नावलौकिक मिळवला आणि आपल्या वयाच्या चाळिशीतच तो लक्षाधीश झाला. तसंच पहिल्या महायुद्धाच्या काळात, युरोपमध्ये मदतकार्यात खूप हातभार लावणाऱ्या हूव्हरला 'मानवतावादी माणूस' म्हणून खूप मान मिळाला.

हूव्हरनं राष्ट्रपतिपदाची सूत्रं हाती घेतल्यानंतर काही महिन्यांनी सुरू झालेल्या भीषण आर्थिक संकटामुळे त्याची पुरती बदनामी झाली. असाच काहीसा प्रकार सुमारे एका शतकापूर्वी व्हॅन ब्युरेनच्या बाबतीत घडला होता. या महासंकटातून कसा मार्ग काढायचा याची पुरती जाण नसल्यामुळे आणि दिशाहीन अवस्थेमध्ये असल्यासारखं त्याकडे नुसतं बघत बसण्याच्या प्रवृत्तीमुळे, हूव्हरचा कार्यकाल संपण्याच्या सुमाराला अमेरिकी अर्थकारण आणि त्याचबरोबर जनजीवनसुद्धा ठप्प झाल्यासारखं चित्र दिसत होतं. तरीसुद्धा आपल्या कार्यकालाच्या अखेरीला जवळपास दोन दशकं उलटून गेल्यानंतर, आपल्या उपाययोजनांचं त्यानं समर्थनच केलं. 'जर आपण राष्ट्रपती म्हणून टिकून राहिलो असतो, तर लवकरच अमेरिका या महासंकटातून सावरली असती आणि पुन्हा प्रगतिपथावर गेली असती,' असं अतर्क्य विधान त्यानं केलं.

जडणघडण

एका लोहाराच्या घरी जन्मलेला हर्बर्ट हूव्हर आठ वर्षांचा होईपर्यंत त्याचे आई-वडील हे जग सोडून गेले. यामुळे अनाथ झालेला हूव्हर आणि त्याची दोन भावंडं यांना निरनिराळ्या नातेवाइकांनी आपल्याकडे ठेवून घेतलं. खरं म्हणजे, फक्त दोन वर्षांचा असताना हूव्हर घशाच्या विकारामुळे इतका आजारी पडला, की तो मरणच पावला, असं त्याच्या आई-वडिलांना वाटलं. हूव्हरच्या एका डॉक्टर काकानं मात्र शर्थीचे प्रयत्न करून त्याला कसंबसं वाचवलं. नंतर हूव्हर आपल्या आत्याकडे राहायला गेला. तिथं त्यानं परिस्थितीशी झुंजत शिक्षण सुरू ठेवलं. काही काळानंतर दिवसा एका कंपनीत ऑफिसबॉय म्हणून काम करत, रात्री बिझिनेस स्कूलमध्ये शिक्षण घेण्याचं दिव्य त्यानं पार पाडलं. गणितात त्याला

गती होती. काही दिवसांनी कॅलिफोर्नियाच्या स्टॅनफर्ड विद्यापीठात इंजिनिअरिंगचं एक नवं महाविद्यालय सुरू होणार असल्याचं कळताच, हूव्हरनं त्यासाठीची पात्रता परीक्षा दिली. त्याला गणितात चांगलीच गती असली, तरी इतर विषयांमध्ये तो सर्वसाधारण पातळीचा असल्याचं परीक्षकांचं मत झालं; पण तरीसुद्धा त्याला प्रवेश मिळाला. स्टॅनफर्डमध्ये हूव्हरनं अभ्यासात तर चांगली कामगिरी दाखवलीच; शिवाय खेळ आणि विद्यार्थ्यांच्या पातळीवरचं राजकारण, यातही तो सहभागी झाला. आश्चर्य म्हणजे, सभाधीटपणा किंवा उत्तम वक्तृत्व हे गुण हूव्हरमध्ये अजिबातच नव्हते. तरीसुद्धा तो राजकारणात प्रचंड यशस्वी ठरला. लोकांसमोर बोलताना तो त्यांच्याकडे न बघता आपल्या भाषणाच्या मजकुराकडे बघत राही. तसंच आपल्या आवाजातले चढउतार, नर्मविनोद, प्रसंगावधान यातलं काहीच त्याला साध्य झालं नाही आणि त्यानं हे आत्मसात करण्यासाठी कधीच प्रयत्नसुद्धा केले नाहीत.

इंजिनिअरची पदवी असूनसुद्धा नोकरी मिळत नसल्यामुळे हूव्हरनं काही फुटकळ कामं केली. नंतर खाणकामाशी संबंधित असलेले प्रकल्प हाती घेणाऱ्या एका कंपनीत त्यानं नोकरीसाठी अर्ज केला; पण तिथं फक्त टायपिस्टची गरज असल्यामुळे त्यानं नाइलाजानं हे काम स्वीकारलं. लवकरच 'सहायक इंजिनिअर' म्हणून त्याला काम मिळालं. २३ वर्षांचा असताना, एका ब्रिटिश कंपनीनं हूव्हरला नोकरी दिली. सोन्याच्या खाणींमधल्या खोदकामासाठी त्याला ऑस्ट्रेलियाला पाठवण्यात आलं. आपली प्रतिभा दाखवत त्यानं या कामाचं शब्दशः सोनं केलं. यामुळे खूश झालेल्या कंपनीनं त्याला या कामातून मिळत असलेल्या नफ्यामध्ये वाटेकरी करतानाच, त्याचा वार्षिक पगार १०,००० डॉलर्स केला. १८९९मध्ये चीन सरकारनं आपल्या खाणकाम उद्योगासाठीचा प्रमुख इंजिनिअर, म्हणून दिलेली नोकरी त्यानं स्वीकारली. त्याआधी तो अमेरिकेला काही काळासाठी परतला आणि महाविद्यालयातल्या काळापासूनची आपली प्रेयसी असलेल्या लाऊ हेन्रीशी त्यानं लग्न केलं. चीनला जाताना जहाजामध्येच त्यांचा मधुचंद्र साजरा झाला! पुढची अनेक वर्षं हूव्हर आणि त्याची पत्नी कामासाठी देशोदेशी फिरले. अंटार्क्टिकाचा अपवाद वगळता अक्षरशः सगळ्या जगभरात त्यांचा प्रवास झाला. हूव्हरची प्रचंड आर्थिक भरभराटही झाली. आपल्या कामाच्या अनुभवाच्या आधारे हूव्हरनं खाणकामाच्या तत्त्वांविषयी एक संदर्भग्रंथसुद्धा लिहिला. एके काळी जेमतेम खायचीप्यायची सोय होते आहे, यावर समाधान मानावं लागणारा हूव्हर, रंकाचा राजा झाला.

पहिल्या महायुद्धानं इंजिनिअर म्हणून हूव्हरची कारकीर्द संपुष्टात आणली;

पण मानवतावादी कार्यकर्ता म्हणून त्याची नवी ओळखही जगासमोर आणली. युरोपमध्ये अडकलेल्या लाखो अमेरिकी लोकांना मायदेशी सुखरूप आणण्याच्या कामात त्यानं महत्त्वाचं योगदान दिलं. याहून महत्त्वाचं म्हणजे, यापाठोपाठ जर्मनीच्या अतिक्रमणामुळे हतबल झालेल्या बेल्जियन नागरिकांना अन्नधान्य पुरवण्याच्या कामाचं व्यवस्थापन त्यानं केलं. १९१७मध्ये अमेरिकेनं जर्मनीविरुद्ध युद्ध पुकारल्यानंतर अमेरिकेमध्ये अन्नधान्याचे भाव प्रमाणाबाहेर वाढून, जनसामान्यांचे हाल होऊ नयेत, यासाठी राष्ट्रपती विल्सननं हूव्हरला नवी जबाबदारी दिली. ही जबाबदारी आपल्या एकट्याकडे दिली जावी आणि एखादी समिती नेमून तिचं प्रमुखपद आपल्याकडे देण्यात येऊ नये, अशी हूव्हरनं केलेली मागणी विल्सननं मान्य केली. समिती म्हटलं की अनेक लोकांचे हितसंबंध आणि आक्षेप यांच्या गर्तेत आपण अडकून पडणार, अशी रास्त भीती हूव्हरला वाटत होती. हे पद स्वीकारताच हूव्हरनं लगेचच परिस्थितीचा गैरफायदा उठवू पाहणाऱ्या व्यापाऱ्यांच्या गैरकृत्यांना आळा घालण्यासाठीची पावलं उचलली.

पहिलं महायुद्ध संपल्यानंतर 'लीग ऑफ नेशन्स' या आंतरराष्ट्रीय पातळीवरच्या संघटनेमध्ये सहभागी होण्यासाठी, अमेरिकेला काही गोष्टींमध्ये तडजोड करावी लागली तरी चालेल, अशा मतांचा हूव्हर होता. त्यानं राष्ट्रपती विल्सनला त्यासाठी तयार करण्याचेही प्रयत्न केले; पण विल्सन मात्र आपल्या मतांवर ठाम राहिला. हळूहळू १९२०च्या निवडणुकीत हूव्हर राष्ट्रपतिपदासाठीचा आपला उमेदवार असावा, या दृष्टीनं रिपब्लिकन पक्षानंच नव्हे; तर डेमोक्रॅटिक पक्षानंसुद्धा हालचाली सुरू केल्या. हूव्हरनं मात्र आपण सुरुवातीपासून रिपब्लिकन पक्षाशीच एकनिष्ठ असल्याचं स्पष्ट केलं. ही उमेदवारी मिळावी म्हणून त्यानं अजिबात धडपड केली नाही. यामुळे हार्डिंग रिपब्लिकन पक्षाचा उमेदवार झाला. हूव्हरला गृहमंत्री करण्याचं हार्डिंगच्या मनात असलं, तरी स्वतः हूव्हरला वाणिज्यमंत्री होण्यात रस होता. त्याची ही मागणी हार्डिंगनं मान्य केली. हार्डिंगच्या निधनानंतरच्या वादग्रस्त कालखंडात, कूलिज राष्ट्रपती झाल्यानंतरही ही जबाबदारी हूव्हरकडेच टिकून राहिली. खरं म्हणजे, अशा प्रकारे राजकारणात पूर्णपणे बुडून जाण्याऐवजी, खाणकाम व्यवसायामधल्या जगातल्या सगळ्यांत मोठ्या कंपनीनं दिलेला प्रस्ताव स्वीकारणं, हूवरच्या दृष्टीनं सहज शक्य आणि जास्त लाभदायक होतं. या प्रस्तावानुसार, हूव्हरनं हा व्यवसाय सांभाळायचा आणि त्याच्या मोबदल्यात वर्षाला पाच लाख डॉलर्सची घसघशीत रक्कम पगार म्हणून कमवायची, असा अत्यंत आकर्षक मोह हूव्हरनं सोडला. याऐवजी बालआरोग्य, शिक्षण, समाजातल्या वंचित गटांना वर येण्यासाठीची मदत, धरणप्रकल्प, जलविद्युतनिर्मिती प्रकल्प

अशा अनेक गोष्टींमध्ये हूव्हरनं सुधारणा घडवून आणल्या. १९२७मध्ये आपण फेरनिवडीसाठी इच्छुक नसल्याचं राष्ट्रपती कूलिजनं स्पष्ट केल्यानंतर, रिपब्लिकन पक्षाच्या एका गटानं पुढच्या वर्षीच्या निवडणुकीसाठी हूव्हरचं नाव पुढे केलं. या निवडणुकीसाठीच्या प्रचारात हूव्हरनं खूप भाषणं केली नाहीत आणि आपल्या प्रचारासाठी तो रिपब्लिकन पक्षाच्या कार्यकर्त्यांवरच अवलंबून राहिला. तरीसुद्धा, त्याची काही विधानं नंतरच्या काळात त्याला खूप अडचणीत आणणारी ठरली. उदाहरणार्थ, अमेरिकेच्या भरभराटीविषयी बोलताना त्यानं, 'आजवर जगात कुठंही दारिद्र्यावर कायमस्वरूपी मात झाल्याचं दिसून आलेलं नाही... आपण अमेरिकी लोक मात्र याच्या अगदी जवळ येऊन ठेपलो आहोत... आपल्याला अजून हे साध्य झालेलं नसलं, तरी गेल्या आठ वर्षांमधली धोरणं आपण पुढे राबवली, तर देवाच्या मदतीनं आपण दारिद्र्य ही संकल्पना आपल्या देशातून कायमसाठी हद्दपार करू...' असं म्हटलं. प्रत्यक्षात जे घडलं, ते याच्या अगदीच उलटं होतं. २,१३,९१,९९३-१,५०,१६,१६९ अशा मताधिक्याने आणि ४४४-८७ अशा महाप्रचंड फरकाच्या इलेक्टोरल व्होट्सच्या आघाडीनं, हूव्हर व्हाईट हाऊसमध्ये पोहोचला.

राष्ट्रपतिपद

आपला पदभार स्वीकारल्यावरच्या भाषणात हूव्हरनं अत्यंत आशादायी भविष्याचं चित्र मांडलं. 'कूलिजच्या कार्यकालात आर्थिक सुधारणांचा कार्यक्रम आणखी जोरानं राबवणं गरजेचं असूनसुद्धा, तसं घडू शकलं नाही,' असं विधान करून आपण या सुधारणा घडवून आणण्यावर लक्ष केंद्रित करू, असं तो म्हणाला. यानंतर सात महिन्यांनी, म्हणजेच १९२९च्या ऑक्टोबर महिन्यात अकस्मातपणे शेअर बाजार पुरता कोसळला. खरं म्हणजे, शेअर बाजार धोकदायक पातळीवर गेला असल्याचं कानांवर आल्यामुळे, कर्ज घेऊन शेअर्सची खरेदी करण्यासंबंधीच्या धोकादायक 'मार्जिन' व्यवहारांवर बंदी घालण्याची सूचना हूव्हरनं मांडली होती; पण ती फेटाळून लावण्यात आली. हे संकट फक्त शेअर बाजार कोसळण्यापुरतं मर्यादित नसून, त्याचं रूपांतर भीषण महामंदीमध्ये होणार असल्याची कल्पना हूव्हरसकट कुणालाच आली नाही. झपाट्यानं १.२० कोटी अमेरिकी लोक बेरोजगारीच्या जाळ्यात अडकले आणि हजारो उद्योग साथीचा रोग पसरल्यासारखे बंद पडले. ही परिस्थिती बघून, आपल्या प्रचलित मतांना चिकटून राहणाऱ्या अर्थतज्ज्ञांच्या साहाय्यानं काही मार्ग काढण्याचे प्रयत्न हूव्हरनं करून बघितले; पण ते साफ फसले. सरकारी प्रकल्प हाती घेतल्यामुळे बेरोजगारांना काम मिळेल,

अशा आशेपोटी त्यानं काही हालचाली केल्या. तसंच आयकराच्या दरांमध्ये घट करण्यासाठीचं विधेयक काँग्रेसनं संमत करावं, यासाठी त्यानं खूप प्रयत्न केले. या उपाययोजना योग्यच होत्या; पण त्यांचा जोर खूपच क्षीण होता. प्रचंड मोठ्या प्रमाणावर हे काम हाती घेण्याची गरज होती. तसा आत्मविश्वास हूव्हरमध्ये नव्हता आणि या उपाययोजना फसल्या, तर आपण आणखी संकटात सापडू, अशा विचारांपोटी कुणीच त्यांना बिनधोकपणे संमत करायला तयार नव्हतं.

अमेरिकेसमोरचं आर्थिक संकट बिकट होत चाललेलं असताना पहिल्या महायुद्धात लढलेल्या आणि आता निवृत्त झालेल्या सैनिकांना बोनस मिळू न शकल्यामुळे ते बिथरले. त्यांच्या मागण्या मान्य होत नसल्याचं पाहून त्यांनी थेट वॉशिंग्टनमध्ये मोर्चा काढला. आणि तिथंच तात्पुरते तंबू ठोकून ते आपल्या कुटुंबांसह निषेध म्हणून राहायला लागले. शेवटी, लष्कराच्या मदतीनं हूव्हरनं या निवृत्त सैनिकांना सहकुटुंब आपापल्या घरी पाठवलं आणि त्यांनी उभे केलेले तंबू जाळून टाकले.

अशा परिस्थितीत १९३२ची राष्ट्रपतिपदाची निवडणूक हूव्हरनं जिंकणं म्हणजे काहीतरी अघटित घडण्यासारखंच होतं. अपेक्षेप्रमाणे डेमोक्रॅटिक पक्षाचा उमेदवार फ्रँकलिन डेलॅनो रुझवेल्टनं हूव्हरचा दणदणीत पराभव केला. ज्या औत्सुक्यानं आणि आशेनं अमेरिकी जनतेनं हूव्हरला निवडून दिलं होतं, तितक्याच नैराश्यानं आणि आतुरतेनं अमेरिकी जनता आता हूव्हरचा कार्यकाल संपण्याची वाट बघत होती. निवडणुकीचा निकाल जाहीर झाल्यानंतर रुझवेल्टनं शपथ घेण्यापर्यंतचे चार महिने कधी एकदा संपतात आणि हूव्हर व्हाईट हाऊसमधून कधी एकदा बाहेर पडतो, असं लोकांना वाटत होतं. यामुळेच २ जानेवारी या दिवशीच नवनिर्वाचित राष्ट्रपतीचा शपथविधी कार्यक्रम व्हावा आणि ३ जानेवारी या दिवशी नव्या काँग्रेसचं कामकाज सुरू व्हावं, असे बदल अमेरिकी राज्यघटनेत करण्यात आले; पण ते अमलात येण्यासाठी १९३३ साल उजाडावं लागलं. रुझवेल्टकडे राष्ट्रपतिपदाची सूत्रं सोपवेपर्यंत, त्यानं महामंदीचा भीषण प्रश्न सोडवण्यासाठी प्रयत्न करावेत, यासाठी हूव्हर खूप झगडला; पण रुझवेल्टनं यात फारसं स्वारस्य न दाखवल्यामुळे महामंदी अजूनच त्रासदायक होत गेली. राष्ट्रपतिपदावर असताना मिळणारं सगळं वेतन हूव्हरनं सेवाभावी संस्थांना दान केलं.

नंतरही व्यग्रच

राष्ट्रपतिपद सोडल्यानंतर हूव्हर पती-पत्नी कॅलिफोर्नियामधल्या पॉल अल्टोमधल्या आपल्या घरामध्ये राहायला आले. काही काळ हूव्हरनं जवळच्याच स्टॅनफर्ड

विद्यापीठात उभ्या केलेल्या 'हूव्हर लायब्ररी' या आता प्रसिद्ध असलेल्या ग्रंथालयाच्या कामकाजात घालवले. त्यानंतर राष्ट्रपती रुझवेल्टच्या आर्थिक महामंदीतून बाहेर येण्यासाठीच्या उपाययोजनांवर टीका करण्याचा कार्यक्रम त्यानं हाती घेतला. सरकारी कामं काढून अर्थव्यवस्थेमधल्या मंदीला दूर करण्यासाठी रुझवेल्टनं केलेल्या उपाययोजना कशा चुकीच्या आहेत, याचं विश्लेषण करणारं एक पुस्तक त्यानं पुढच्या काही महिन्यांमध्ये लिहून पूर्ण केलं.

१९४४मध्ये आपल्या पत्नीचं निधन झाल्यानंतर हूव्हरनं आपला मुक्काम न्यू यॉर्क शहरातल्या घरात हलवला. तीन खंडांच्या आत्मचरित्रासह त्यानं इतर अनेक पुस्तकं लिहिली. त्यांत एका राष्ट्रपतीनं दुसऱ्या राष्ट्रपतीविषयी लिहिलेल्या पुस्तकाचाही समावेश होता; कारण हूव्हरनं वुड्रो विल्सनच्या कार्यकालाविषयीचं पुस्तकही लिहिलं. दुसऱ्या महायुद्धानंतर राष्ट्रपती ट्रूमननं हूव्हरला पुन्हा काही महत्त्वाच्या जबाबदाऱ्या स्वीकारण्याची विनंती करून सक्रिय राजकारणात आणलं. यानंतर राष्ट्रपती आयसेनहॉव्हरनंही हूव्हरच्या अनुभवाचा फायदा करून घेण्यासाठी केंद्र सरकारच्या रचनेमधल्या काही सुधारणांविषयी एक समिती नेमून तिचं अध्यक्षपद हूव्हरकडे दिलं. अखेर ९० वर्षं वय असताना हूव्हरचं निधन झालं.

❖

फ्रँकलिन रुझवेल्ट

१९३३-४५
या काळातला अमेरिकेचा
बत्तिसावा राष्ट्रपती

अल्प-परिचय

साल	घटना
१८८२	न्यू यॉर्कमधल्या हाईड पार्क इथे जन्म
१९०४	हार्वर्ड विद्यापीठातून शिक्षण पूर्ण
१९०४-०७	कोलंबिया विद्यापीठाच्या लॉ कॉलेजमध्ये शिक्षण
१९०५	एलिनॉर रुझवेल्टशी लग्न
१९०७	वकिलीला सुरुवात
१९११-१२	न्यू यॉर्कच्या राज्य पातळीवरचा सिनेटर
१९१३-२०	विल्सनच्या हाताखाली अमेरिकी नौदल विभागाचा उपमंत्री
१९२०	उपराष्ट्रपतिपदासाठीचा अयशस्वी प्रयत्न
१९२१	पोलिओमुळे शारीरिक व्यंग
१९२९-३२	न्यू यॉर्कचा गव्हर्नर
१९३३-४५	अमेरिकेचा बत्तिसावा राष्ट्रपती
१९४५	निधन

प्राथमिक ओळख

अमेरिकेच्या इतिहासामधल्या 'सगळ्यांत खडतर काळांपैकी एक' म्हणून ओळखल्या जाणाऱ्या काळात, आत्मविश्वासानं भारून गेलेला स्वभाव, समोरच्या माणसाला विश्वास देणारं स्मितहास्य आणि ऐकणाऱ्यांच्या मनाची पकड घेणारा धीरगंभीर आवाज, यांच्या जोरावर फ्रँकलिन डी रुझवेल्ट यानं आपलं नाव

अजरामर केलं. थेट जॉर्ज वॉशिंग्टन आणि अब्राहम लिंकन यांच्याशी तुलना व्हावी, इतका पराक्रम आपल्या कर्तृत्वामुळे त्यानं गाजवला. जागतिक महामंदीच्या भीषण संकटात सापडलेल्या अमेरिकेला खोल गर्तेतून तर त्यानं बाहेर काढलंच; पण त्यानंतर तीन खंडांना हादरून सोडणाऱ्या दुसऱ्या महायुद्धाला निर्णायक वळण देण्यातही अत्यंत मोलाची कामगिरी त्यानं गाजवली. अशा दोन पूर्णपणे वेगळ्या; पण तितक्याच खडतर प्रसंगांमधून त्यानं ज्या जिगरीनं आपल्या देशवासीयांना एकत्र आणून प्रवास केला, त्याला इतिहासात तोड नाही! साहजिकच, अमेरिकेनं त्याला तब्बल चार वेळा आपला राष्ट्रपती म्हणून निवडलं. दुसऱ्या कुणाच्याही वाट्याला अमेरिकी जनतेचं इतकं प्रेम आणि अमेरिकी जनतेचा इतका विश्वास, हे आलं नाही.

'न्यू डील' या नावानं चालू केलेल्या कार्यक्रमाद्वारा त्यानं समाजातल्या सगळ्या घटकांची प्रगती साधण्याच्या हेतूनं केलेल्या सुधारणा, अमेरिकेमध्ये मूलभूत बदल घडवणाऱ्या ठरल्या. यामुळे वृद्ध, निवृत्त, अनाथ, कष्टकरी या सगळ्यांच्या वाट्याला काहीतरी आलं. केंद्र सरकारची पुनर्रचना करून, त्यानं त्यात अनेक नवे विभाग स्थापन केले. डेमोक्रॅटिक पक्षामध्येही त्यानं अनेक फेरबदल केले. दुबळं केंद्र सरकार आणि मजबूत राज्यं, असा अमेरिकेमध्ये रूढ झालेला प्रकार मोडीत काढून त्यानं केंद्राला मोठं बळ दिलं.

मृत्यू ही एकच गोष्ट त्याच्या मार्गातला अडथळा ठरली. याचं कारण म्हणजे, वयाच्या एकोणचाळिसाव्या वर्षी पोलिओमुळे त्याचे दोन्ही पाय निकामी झाले आणि उर्वरित आयुष्य त्याला व्हीलचेअरवर बसूनच काढावं लागलं. असं असूनसुद्धा, धडाडीनं त्यानं आधी न्यू यॉर्कचा गव्हर्नर आणि नंतर अमेरिकी राष्ट्रपती, अशी अतिमहत्त्वाची पदं मिळवली. आपल्या 'न्यू डील'च्या धडाक्याच्या मार्गात येणारे परंपरावादी नेते आणि उद्योगपती, सिनेटर्स आणि थेट सर्वोच्च न्यायालयामधले न्यायाधीश यांचीही त्यानं अजिबात पर्वा केली नाही. जर्मनी, इटली आणि जपान या हुकूमशाही देशांशी अमेरिकेचं युद्ध होणार, याची खात्री पटल्यामुळे, त्यानं अनेक जणांचा रोष पत्करून अमेरिकी लष्कर मजबूत करण्यावर खूप भर दिला. जपाननं पर्ल हार्बरवर हल्ला केल्यानंतर दुसरं महायुद्ध संपवणारी धडाकेबाज कामगिरी त्याच्याच नेतृत्वाखाली अमेरिकेनं करून दाखवली.

जडणघडण

रुझवेल्टच्या वडिलांनी हार्वर्ड विद्यापीठातून वकिलीचा अभ्यासक्रम पूर्ण केला. १८७६मध्ये त्यांच्या पहिल्या पत्नीचं निधन झाल्यावर, त्यांनी सारा डेलॅनो

नावाच्या आपल्या एका दूरच्या बहिणीशी दुसरं लग्न केलं. त्यांच्या वयात तब्बल २६ वर्षांचं अंतर होतं. त्यांना फ्रँकलिन हे एकमेव अपत्य झाल्यामुळे 'श्रीमंत वडिलांचा एकमेव मुलगा' अशा परिस्थितीत फ्रँकलिन रुझवेल्ट जन्मला. रुझवेल्टची आई त्याच्यावर आयुष्यभर प्रभाव टाकत राहिली. गंमत म्हणजे, रुझवेल्ट अमेरिकेचा राष्ट्रपती झाल्यानंतरसुद्धा, तो एखादा लहान मुलगा असावा, अशा प्रकारे ती त्याच्याशी कधीकधी वागत असे! शाळेत जवळपास कधीच न गेलेल्या रुझवेल्टला शिकवायला घरीच शिक्षक येत. त्याचा सांभाळ करायला आया-दाया असत. दर वर्षी रुझवेल्टचं कुटुंब युरोपच्या सहलीवर जात असल्यामुळे लहान वयापासूनच त्याला अनेक निरनिराळे अनुभव मिळाले आणि खूप काही शिकायला मिळालं. नंतर हार्वर्डमधून शिक्षण पूर्ण करताकरता तो अनेक अभ्यासक्रमबाह्य गोष्टी करून बघे. तिथं असतानाच, आपल्याहून दोन वर्षांनी लहान असलेल्या दूरच्या नात्यातल्या एलेनॉर रुझवेल्टशी त्याचं लग्न ठरलं. त्यांना झालेल्या सहा मुलांपैकी एक लहानपणीच दगावलं. रुझवेल्ट राष्ट्रपती झाल्यावर एलेनॉरनं 'फर्स्ट लेडी'ची भूमिका नुसतीच नटूनथटून न मिरवता, प्रत्यक्ष लोकांमध्ये मिळून मिसळून आणि त्यांचे प्रश्न सोडवण्यासाठी धडपडून पार पाडली.

आपल्या वयाच्या अठ्ठाविसाव्या वर्षी रुझवेल्टनं राजकारणात प्रवेश केला. डेमोक्रॅटिक पक्षाला त्यानं खूप आर्थिक मदत केली. १९१०मध्ये पक्षानं राज्य पातळीवरच्या सिनेटसाठीचा उमेदवार म्हणून रुझवेल्टची निवड केल्यावर, त्याला आनंदाचा धक्काच बसला. त्यानं अत्यंत नेटानं प्रचार करून ही निवडणूक जिंकली. आपला चुलतभाऊ थिओडोर रुझवेल्टच्या धर्तीवर, फ्रँकलिन रुझवेल्टनंसुद्धा पक्षात फेरबदल घडवून आणण्यासाठी नेटानं लढा दिला. दरम्यान, अमेरिकी राष्ट्रपती विल्सननं नौदलाशी संबंधित असलेली महत्त्वाची जबाबदारी फ्रँकलिन रुझवेल्टकडे दिली. पहिलं महायुद्ध सुरू असल्यामुळे, रुझवेल्ट या कामात पूर्णपणे बुडून गेला. त्यानं या काळात राजकारणाकडे पूर्ण दुर्लक्ष केलं. १९२०मध्ये डेमोक्रॅटिक पक्षानं रुझवेल्टला उपराष्ट्रपतिपदाची उमेदवारी दिली खरी; पण रिपब्लिकन पक्षाच्या हार्डिंग-कूलिज जोडगोळीनं अगदी जोरदार विजय मिळवला. या निकालाचं रुझवेल्टला आश्चर्य वाटलं नाही.

अपंगत्व

१९२१च्या ऑगस्ट महिन्यात ३९ वर्षांचा रुझवेल्ट कॅनडामध्ये आपल्या कुटुंबीयांसमवेत सुट्टी मजेत घालवत असताना, त्याला पोलिओची बाधा झाली आणि त्याचे दोन्ही पाय निकामी झाले. यानंतर तो कधीच चालू शकला नाही.

स्वाभाविकपणे, सुरुवातीला तो पार निराश झाला आणि 'आपण आपल्या आयुष्यात फारसं काहीच भरीव करू शकणार नाही' अशा खिन्न करून सोडणाऱ्या भावनेनं त्रस्त झाला; पण लवकरच तो यातून बाहेर आला. आता निराश न होता कुबड्या आणि व्हीलचेअर यांची त्यानं लगेचच सवय करून घेतली. कोमट-गरम पाण्यात पोहून आपल्या शरीराला आणि खासकरून लुळ्या पडलेल्या पायांना चांगला व्यायाम होतो हे लक्षात आल्यावर, त्यानं नियमितपणे अशा पाण्यात पोहायला सुरुवात केली. तसंच पोलिओमुळे त्रस्त असलेल्या रुग्णांना माफक दरात उपचार मिळावेत, यासाठी त्यानं एक संस्थाही स्थापन केली. या आजारामुळे त्याच्या व्यक्तिमत्त्वात आणि वागण्याबोलण्यात फरक झाल्याचं मत त्याला जवळून ओळखणाऱ्यांनी व्यक्त केलं. रुझवेल्टमध्ये आता अधिक सोशीकपणा जाणवे. तसंच, इतरांना समजून घेण्याचाही तो जास्त प्रयत्न करे. राजकारणातला आपला सहभाग अपंगत्वामुळे कमी होता कामा नये, असा निर्धार करून त्यानं १९२४च्या राष्ट्रपतिपदाचा उमेदवार ठरवण्यासाठीच्या डेमोक्रॅटिक पक्षाच्या अधिवेशनात व्हीलचेअरवरून थेट व्यासपीठावर जात एकदम नाट्यमय प्रवेश केला. तिथं कुबड्यांच्या साहाय्याने व्हीलचेअरवरून उठून चालत त्यानं भाषण दिलं. आपल्या अपंगत्वावर मात करत रुझवेल्टनं हळूहळू आपला दबदबा पुन्हा एकदा प्रस्थापित केला. १९२८मध्ये डेमोक्रॅटिक पक्षानं त्याला 'न्यू यॉर्कचा गव्हर्नर' बनण्यासाठीची उमेदवारी दिली. निसटत्या फरकानं रुझवेल्ट ही निवडणूक जिंकला आणि आणखी दोन वर्षांनी आपला कार्यकाल संपल्यावर खूप बहुमतानं फेरनिवड झाल्यामुळे एकंदर चार वर्षं त्यानं ही जबाबदारी पार पाडली. गरीब, बेरोजगार, वृद्ध, शेतकरी अशा समाजातल्या दुर्लक्षित आणि अडचणीत असलेल्या लोकांसाठी त्यानं अनेक योजना राबवल्या. अमेरिका आर्थिक महासंकटाच्या फेऱ्यात सापडलेली असताना रुझवेल्टनं अशा उपाययोजना करणं खरोखरच धाडसाचं होतं; पण सरकार हे लोकांसाठी असतं ही गोष्ट नेत्यांनी कधीच विसरता कामा नये, असं रुझवेल्ट कायम म्हणत राहिला. १९३२मध्ये डेमोक्रॅटिक पक्षानं राष्ट्रपतिपदासाठीचा आपला उमेदवार म्हणून रुझवेल्टची निवड करताच, नाट्यमयरीत्या त्यानं शिकागोला विमानानं जात आपल्या उमेदवारीचा स्वीकार करण्यासाठीचं आभारप्रदर्शनात्मक भाषण केलं. अशा प्रकारची कृती करणारा तो पहिलाच ठरला. तिथंच त्यानं 'अमेरिकेला संकटातून बाहेर काढण्यासाठी आपण 'न्यू डील' हा कार्यक्रम राबवण्यासाठी कटिबद्ध असू', असं विधान केलं.

तत्कालीन राष्ट्रपती आणि रुझवेल्टच्या विरोधात रिपब्लिकन पक्षातर्फे निवडणुकीला उभ्या असलेल्या हर्बर्ट हूव्हरनं मतदारांच्या मनात रुझवेल्टविषयी भीती पसरवण्याचा

प्रयत्न केला. रुझवेल्ट आधुनिक काळाशी एकदम विसंगत असून, तो अमेरिकेला पुन्हा जुन्यापुराण्या काळात नेईल, असा प्रचार त्यानं केला. जर मतदारांनी रुझवेल्टच्या बाजूनं कौल दिला, तर अमेरिकेमध्ये रस्तोरस्ती गवत उगवेल आणि शेतांमध्ये सगळीकडे फक्त निरुपयोगी गवत वाढेल, अशा शब्दांमध्ये त्यानं रुझवेल्टच्या धोरणांची खिल्ली उडवण्याचा प्रयत्न केला. मतदारांनी मात्र रिपब्लिकन पक्ष आणि हूव्हर हेच भीषण महामंदीला कारणीभूत आहेत, अशा धारणेपोटी रुझवेल्टला विक्रमी फरकानं जिंकून दिलं. त्याला मिळालेल्या मताधिक्याची आकडेवारी २,२८,०९,६३८-१,५७,५८,९०१ अशी, तर इलेक्टोरल व्होट्सच्या फरकाची आकडेवारी ४७२-५९ अशी एकतर्फी होती. राष्ट्रपती म्हणून निवडून आल्यावर फ्लॉरिडा राज्यातल्या मायामीमध्ये मानसिक संतुलन गमावलेल्या एका माणसानं रुझवेल्टवर केलेल्या गोळीबारातून तो आश्चर्यकारकरीत्या बचावला! गाडीत रुझवेल्टबरोबर असलेला शिकागोचा महापौर मात्र ठार झाला.

राष्ट्रपती

४१ वर्षांच्या रुझवेल्टनं राष्ट्रपतिपद स्वीकारलं, तेव्हाची अमेरिकेची परिस्थिती महाभयानक होती. लाखो लोक बेरोजगार होते. हजारो शेतकरी कर्जबाजारी झाले होते. शेकड्यांनी बँका बंद पडल्या होत्या. देशोधडीला लागलेल्या उद्योगांची संख्या चार आकडी होती. अर्थव्यवस्थेमधला जो काही मोजका कारभार सुरू होता, तोसुद्धा अत्यवस्थ स्थितीतला होता आणि केव्हाही बंद पडू शकेल, अशा परिस्थितीत होता. आपल्या धीरगंभीर आणि आश्वासक आवाजात रुझवेल्टनं रेडिओवरून जनतेशी संवाद साधला. आपल्या देशाची आर्थिक परिस्थिती महाबिकट असल्याची खुली कबुली त्यानं सुरुवातीलाच दिली. असं असूनसुद्धा, आता जे काही वाईट घडायचं होतं ते घडून गेलं असल्याचा दिलासा देत, या संकटातून बाहेर येण्यासाठी जे काही करावं लागेल, ते करायला आपण तयार असल्याचं त्यानं सांगितलं. या कामात काँग्रेसची आपल्याला समर्थ साथ मिळेल, असा विश्वास त्यानं व्यक्त केला; पण जर काही कारणामुळे हे शक्य झालं नाही, तर अमेरिकी राज्यघटनेची पायमल्ली न करता, आपण यापुढेही जाऊन सर्वसामान्य अमेरिकी लोकांना या भीषण संकटातून बाहेर काढण्यासाठी जे काही करावं लागेल, ते करणार असल्याचा निर्धार त्यानं व्यक्त केला. बेरोजगारी दूर करणं आणि नफेखोरांनी आर्थिक बाजारांमध्ये घातलेल्या धुमाकुळामुळे निर्माण झालेल्या परिस्थितीची साफसफाई करणं, यांत कसलीही कमी राहणार नाही, असा आत्मविश्वास त्यानं व्यक्त केला. अमेरिकी जनतेनं या संकटकाळी लोकशाहीचा मार्ग न सोडता,

मोठ्या विश्वासानं आपल्याला 'नेता' म्हणून निवडून दिलं असल्याचा आदर करून, आपण अत्यंत जोरकसपणे मुसंडी मारू आणि हे संकट दूर करू, असं त्यानं लोकांना सांगितलं.

नुसतेच शाब्दिक बुडबुडे न सोडता पुढचे १०० दिवस रुझवेल्टनं अमेरिकी सरकारमध्ये आजवर शांततेच्या काळात कधीच न दिसून आलेल्या धडाक्यानं काम करून दाखवलं. सगळ्या बँकांची तपासणी करून मगच कुठल्या बँकांचं कामकाज सुरू करायचं हे ठरवणं गरजेचं असल्याचं सांगून, त्यानं सगळ्या बँका काही काळासाठी बंद करून टाकल्या. काँग्रेसचं तातडीचं अधिवेशन त्यानं बोलावलं. सगळ्या राज्यांच्या गव्हर्नरांची एक बैठक बोलावून, त्यांना तातडीनं लोकांच्या मदतीसाठी हालचाली करण्याचे आदेश रुझवेल्टनं दिले. त्यांनी हे काम न केल्यास, आपण केंद्र सरकारच्या वतीनं आवश्यक असलेल्या गोष्टी थेट संबंधित राज्यांमध्ये सुरू करू, अशी सुप्त धमकीही त्यानं दिली. ४ मार्च १९३३ या दिवशी राष्ट्रपती म्हणून काम सुरू करताच, एका आठवड्याच्या आत त्यानं हे सगळं करून दाखवलं आणि १२ मार्चला पुन्हा एकदा रेडिओवरून जनतेशी संवाद साधला. त्यात बँका तात्पुरत्या बंद करण्यामागची कारणं त्यानं लोकांना समजावून सांगितली आणि आपण समर्थपणे लोकांच्या पाठीशी उभे असल्याचा पुनरुच्चार केला. पुढच्याच दिवशी अजूनही बऱ्यापैकी भरभक्कम असलेल्या बँका उघडण्यात आल्या. शेतकऱ्यांना आर्थिक मदत पुरवण्यात आली. नियमांचं खुलेआम उल्लंघन करणाऱ्या आणि नफेखोरीसाठी कुठल्याही पातळीवर जाणाऱ्या उद्योगांना वेसण घालण्यासाठी त्यानं नवे कायदे केले. महामंदीमुळे गृहकर्जांची परतफेड करू शकायला असमर्थ झालेल्या लोकांना, काही काळासाठी आर्थिक सवलती देण्याचं धोरण त्यानं जाहीर केलं. महामंदीमुळे अमेरिकी चलनावरचा विश्वास उडालेला असल्यामुळे, लोक या चलनाऐवजी सोन्याचा साठा करण्यावर भर देत होते. डॉलरवरचं हे संकट दूर करण्यासाठी आणि सोन्याचे साठे अमेरिकेबाहेर वेगानं जाण्याचा प्रकार थांबवण्यासाठी 'गोल्ड स्टँडर्ड'मधून त्यानं अमेरिकेला बाहेर काढलं. बेरोजगार झालेल्या लोकांना मदत मिळावी, यासाठी संबंधित राज्य सरकारांबरोबर काम करणारी एक समिती त्यानं नेमली. बेरोजगार तरुणांना काम मिळवून देण्यासाठीसुद्धा एक समिती त्यानं तयार केली. देशांतर्गत संकटांशी झुंजण्यासाठी त्यानं अशा प्रकारे अक्षरशः युद्धपातळीवर झंझावाती काम करतानाच, रशियन क्रांतीपासून रशियाशी अमेरिकेचे विस्कटलेले संबंध सुधारण्यासाठी यशस्वी प्रयत्नही केले.

रुझवेल्टनं अशा प्रकारे हाती घेतलेल्या उपक्रमांचे फायदे हळूहळू दिसायला

लागले. दरम्यान, काँग्रेसच्या मदतीनं रुझवेल्टनं सर्वसामान्य लोकांचं आयुष्य सुकर व्हावं, यासाठी आणखी अनेक बदल केले. अनेक नव्या समित्या त्यानं नेमल्या. शेअर बाजार आणि इतर अर्थकारण यांच्यामधली बेबंदशाही नियंत्रित करण्यासाठी त्यानं 'सिक्युरिटीज एक्स्चेंज कमिशन (एसईसी)' या महत्त्वाच्या संस्थेची स्थापना केली. वृद्धांना दरमहा ठरावीक रक्कम मिळावी, यासाठी 'सोशल सिक्युरिटी'ची कल्पना त्यानं राबवली. याखेरीज बेरोजगार भत्ता, लहान मुलांना सांभाळण्यासाठी येणाऱ्या खर्चाला तोंड देण्यासाठीचा भत्ता, आरोग्यसेवांमध्ये सुधारणा अशा अनेक योजनाही त्यानं सुरू केल्या. अर्थातच, या उपाययोजनांमुळे अमेरिकी सरकारची व्याप्ती आणि तिचा आकार यात प्रचंड वाढ झाली. आपला अनिर्बंध कारभार यामुळे अडचणीत आल्याच्या भावनेपोटी आणि आपल्या नफेखोरीला आळा बसल्याच्या नैराश्यापोटी अतिश्रीमंत लोक आणि उद्योगपती पार वैतागले. रुझवेल्टला त्याची अजिबात फिकीर नव्हती. आपण सर्वसामान्य अमेरिकी नागरिकांना अंधकारातून बाहेर काढण्यासाठी जीवतोड धडपड करायची, एवढाच त्याचा प्रामाणिक हेतू होता. तसंच मुळात त्यांच्यावर ही वेळ येण्यासाठी कारणीभूत असलेल्या नफेखोरांना याची रास्त शिक्षा मिळालीच पाहिजे, याबद्दलही त्याच्या मनात कुठलीच शंका नव्हती.

१९३६च्या निवडणुकीत तर रुझवेल्टचं मताधिक्य अजूनच वाढलं. मतांच्या संदर्भात आपल्या रिपब्लिकन विरोधकांचा त्यानं २,७७,५२,८६९-१,६६,७४,६६५ अशा फरकानं, तर इलेक्टोरल व्होट्सच्या दृष्टीनं ५२३-८ अशा एकतर्फी फरकानं पराभव केला. मेन आणि व्हरमाँट या राज्यांचा अपवाद वगळता, इतर सगळ्या राज्यांमधून रुझवेल्ट जिंकला.

पुन्हा राष्ट्रपती

२० जानेवारी १९३७ या दिवशी 'राष्ट्रपती' म्हणून नव्यानं पदग्रहण करणाऱ्या रुझवेल्टनं परत एकदा रेडिओवरून जनतेशी संवाद साधला. अमेरिका अजूनही आर्थिक महासंकटातून पूर्णपणे बाहेर पडलेली नसल्याची स्पष्ट कबुली त्यानं दिली. म्हणूनच आपण या संकटाशी झुंजण्याचा आपला निर्धार कायम ठेवलेला असून, एक तृतीयांश अमेरिकी जनतेला तिच्या हालअपेष्टांमधून बाहेर काढण्याचा विश्वास त्यानं व्यक्त केला. खरं म्हणजे, १९३५ सालापासूनच अमेरिकेच्या सर्वोच्च न्यायालयानं रुझवेल्टच्या 'न्यू डील'मधल्या काही महत्त्वाच्या कार्यक्रमांना बेकायदा ठरवून, त्याच्यासमोर अडचणी निर्माण केल्या होत्या. यामागचं मुख्य कारण म्हणजे, सर्वोच्च न्यायाधीशांपैकी बहुतेक जण वयानं

सत्तरच्या वरचे होते आणि त्यांची नेमणूक आधीच्या रिपब्लिकन राष्ट्रपतींनी केली होती. साहजिकच, या न्यायाधीशांची विचारसरणीसुद्धा परंपरावादी आणि सुधारणाविरोधी होती. सर्वसामान्य लोकांवर ओढवलेल्या संकटांपेक्षा, त्यांना मोठ्या उद्योगपतींच्या आणि अर्थकारण चालवणाऱ्या लोकांच्या मार्गात निर्माण झालेल्या अडचणींची जास्त काळजी वाटत होती. रुझवेल्टनं मात्र आपल्यावर घेतल्या जाणाऱ्या या आक्षेपांमुळे खचून न जाता, उलट न्यायाधीशांनी ७० वर्षं वय झाल्यावर निवृत्त व्हावं, अशा प्रकारची तरतूद करण्याची मागणी केली. 'नव्या प्रश्नांकडे नव्या चष्म्यातून बघणाऱ्या लोकांची' देशाला गरज असल्याचं सूचक विधान त्यानं केलं. रुझवेल्टच्या या नाट्यमय विधानामुळे अमेरिकी काँग्रेस हादरली आणि सर्वोच्च न्यायालयाचा आब न राखण्याविषयी त्याच्यावर टीका झाली. रुझवेल्ट मात्र आपल्या मतांवर ठाम राहिला. कदाचित यामुळे सर्वोच्च न्यायालयातल्या या न्यायाधीशांची घाबरगुंडी उडली असावी; कारण त्यांनी आपलं मत बदलून रुझवेल्टनं घेतलेले निर्णय 'तसे कायद्याच्या चौकटीतलेच' असल्याची पुस्ती जोडली. हळूहळू वाढत्या वयामुळे एकेक पिकलं पान गळत गेल्याचा फायदा उठवून, दरम्यानच्या काळात रुझवेल्टनं या परंपरावादी न्यायाधीशांच्या जागी सुधारणावादी न्यायाधीश नेमण्याची संधीसुद्धा साधली.

अमेरिकेमधलं हे महासंकट पुरेसं नव्हतं म्हणून की काय; पण युरोपमध्ये दुसरं महासंकट उभं ठाकलं होतं. १९३०च्या दशकात जर्मनी, इटली आणि जपान या देशांनी अतिआक्रमक धोरण स्वीकारून आपल्या शेजाऱ्यापाजाऱ्यांना वेठीला धरलं होतं. आपलं स्वसंरक्षण करू न शकणारे दुबळे देश त्यांनी एकापाठोपाठ एक गिळंकृत केले. जर हा प्रकार सुरू राहिला आणि या आक्रमक देशांनी आपली भूमिका बदलली नाही, तर 'इतिहास यासाठी तुम्हाला जबाबदार धरेल' अशी तंबी हिटलर आणि मुसोलिनी यांना रुझवेल्टनं दिली. गरज भासल्यास मित्रराष्ट्रांना शस्त्रपुरवठा करता यावा आणि इतर प्रकारची रसदसुद्धा पुरवता यावी, यासाठीच्या कायदेशीर तरतुदी रुझवेल्टनं काँग्रेसच्या मदतीनं करून घेतल्या. कारण तोपर्यंत अमेरिकेनं त्रयस्थ भूमिका स्वीकारण्याचं ठरवलं होतं. आता यात बदल करावे लागणार, असं स्पष्टपणे दिसत होतं. १९३९च्या सप्टेंबर महिन्यात हिटलरनं जर्मन फौजांना पोलंडमध्ये घुसण्याचे आदेश देताच, भडकलेल्या रुझवेल्टनं आपल्या देशवासीयांशी रेडिओवरून संवाद साधला. त्यात त्यानं आपण आधी युद्ध अनुभवलेलं असल्याचं आणि आपल्याला युद्ध करण्याची संकल्पना अजिबात पसंत नसल्याचं सांगितलं. अमेरिका शक्यतो त्रयस्थ आणि निःपक्षपाती भूमिका स्वीकारेल, अशी ग्वाही त्यानं दिली. पुढच्या वर्षी जर्मनीनं

नाट्यमयरीत्या बलाढ्य समजल्या जाणाऱ्या फ्रान्सचा ताबा घेतल्यावर सगळे अवाक् झाले. आता फक्त अशक्त होत चाललेल्या इंग्लंडचाच अडसर नाझी हिटलरसमोर होता.

या पार्श्वभूमीवर रुझवेल्टला सलग तिसऱ्यांदा अमेरिकी राष्ट्रपतिपदासाठीची उमेदवारी डेमोक्रॅटिक पक्षानं दिली. स्वतः रुझवेल्टलाही अशा परिस्थितीत आपण राष्ट्रपतिपद सोडून चालणार नाही, असं वाटत होतं. विरोधी रिपब्लिकन पक्षानं, दुसऱ्या महायुद्धामध्ये अमेरिकेनं मित्रराष्ट्रांच्या मदतीला धावून जाण्यामध्ये खूप अडचणी आणल्या असल्याची खरमरीत टीका रुझवेल्टनं आपल्या प्रचारात केली. अपेक्षेप्रमाणेच त्यानं विजयाची 'हॅट ट्रिक' साजरी केली. तरी या खेपेला त्याचं मताधिक्य जरा घटलं. २,७३,०७,८१९-२,२३,२१,०१८ असा मतांचा फरक, तर ४४९-८२ असा इलेक्टोरल व्होट्सचा फरक अशा आकडेवारीनिशी रुझवेल्टनं व्हाईट हाऊसमधला आपला मुक्काम वाढवला. १९४१च्या ऑगस्ट महिन्यात उत्तर ॲटलांटिक समुद्रातल्या एका जहाजात रुझवेल्टनं ब्रिटिश पंतप्रधान विन्स्टन चर्चिलची भेट घेतली. युद्धपश्चात परिस्थिती नीटपणे आणि शांततेच्या मार्गानं हाताळण्यासाठी या दोन नेत्यांनी आठ मुद्द्यांविषयी सहमती व्यक्त केली. या कराराला 'ॲटलांटिक चार्टर' असं नाव पडलं. दरम्यानच्या काळात, जपाननं सातत्यानं जलमार्गाद्वारा अमेरिकेच्या कुरापती काढण्याचं धोरण स्वीकारल्यामुळे, जपानबरोबरचे सगळे व्यापारी संबंध रुझवेल्टनं तोडून टाकले. ७ डिसेंबर १९४१ या दिवशी अमेरिकी नौदलाच्या हवाईमधल्या 'पर्ल हार्बर' या तळावर, तसंच फिलिपिन्सवर जपाननं हल्ला केला. इतके दिवस दुसऱ्या महायुद्धापासून कसंबसं दूर राहिलेल्या अमेरिकेच्या संतापात आग ओतण्याचा हा प्रकार आता असह्य झाला. काँग्रेसच्या सहमतीनं रुझवेल्टनं जपानशी युद्ध पुकारलं. काही दिवसांनी जर्मनी आणि इटली यांच्याशीही आपण आता लढणार असल्याचं अमेरिकेनं जाहीर केलं. रुझवेल्टच्या नेतृत्वाखाली अमेरिकी लष्करानं जय्यत तयारी केली. युद्ध लढताना इतर वायफळ गोष्टींवर खर्च होऊ नये, यासाठी अनेक निर्बंध लादण्यात आले. सेन्सॉरशिप आली. जोरदार लष्करभरती झाली. बंद आणि संप यांच्यावरच बंदी घालण्यात आली. अणुबाँबची निर्मिती करण्यात आली; पण हे जनसामान्यांपासून लपवून ठेवण्यात अमेरिकेला चांगलंच यश आलं. १९४२च्या नववर्षदिनी 'ॲटलांटिक चार्टर'च्या आधारे जर्मनी आणि तिचे मित्र यांचा पराभव करण्याच्या निर्धारानं एकत्र लढण्याचा संकल्प एकंदर २६ देशांनी सोडला. रुझवेल्टनं या देशांच्या समूहाचं नाव 'युनायटेड नेशन्स (यूएन)' असं ठेवण्याचा प्रस्ताव मांडला आणि सगळ्यांनी तो मान्य केला. यातच भविष्यातल्या

संयुक्त राष्ट्रसंघाची पाळंमुळं रचली गेली.

युद्धकाळात रुझवेल्टनं चर्चिल तसंच इतर मित्रराष्ट्रांचे नेते यांच्याशी वेळोवेळी चर्चा केली. जर्मनी आणि तिचे साथीदार बिनशर्त माफी मागेपर्यंत त्यांच्यावरचं आक्रमण थांबवायचं नाही, असं रुझवेल्ट आणि चर्चिल यांनी ठरवलं. १९४३ साल उजाडलं, तसे एक कोटीहून जास्त अमेरिकी लोक लष्करात भरती झाले होते. दरम्यान, मित्रराष्ट्रांनी जोरदार मुसंडी मारून जर्मनी आणि तिचे साथीदार यांची पीछेहाट केली होती. १९४४च्या जून महिन्यात अमेरिकी लष्करप्रमुख ड्वाईट आयसेनहॉव्हरच्या नेतृत्वाखाली मित्रराष्ट्रांच्या फौजा फ्रान्सची सीमा पार करून आत घुसल्या. आता अमेरिकी राष्ट्रपतिपदासाठीच्या निवडणुकीची पुन्हा वेळ झाली. आपण राष्ट्रपती म्हणून काम करत राहायला तयार असल्याचं रुझवेल्टनं जाहीर केलं. मिझुरीचा सिनेटर हॅरी ट्रूमन या उपराष्ट्रपतिपदासाठीच्या उमेदवारासह डेमोक्रॅटिक पक्षानं सलग चौथ्यांदा रुझवेल्टला राष्ट्रपतिपदाची उमेदवारी देत नवा विक्रमच केला! २,५६,०६,५८५-२,२०,१४,७४५ अशा मताधिक्यानं, तर ४३२-९९ अशा इलेक्टोरल व्होट्सच्या फरकानं रुझवेल्ट लागोपाठ चौथ्यांदा अमेरिकी राष्ट्रपती बनला.

आता दुसरं महायुद्ध निर्णायक अवस्थेत येऊन ठेपलं होतं. मित्रराष्ट्र जर्मनी आणि तिचे मित्र यांचा पराभव करणार, ही गोष्ट अगदी स्पष्ट दिसत होती. १९४५च्या फेब्रुवारी महिन्यात रुझवेल्ट रशियानजीकच्या याल्टामध्ये गेला. तिथं युद्धपश्चात शांतता प्रस्थापित करण्यासंबंधी रुझवेल्ट, ब्रिटिश पंतप्रधान विन्स्टन चर्चिल आणि सोव्हिएत हुकूमशहा जोसेफ स्टॅलिन यांची ऐतिहासिक भेट झाली. यातून २५ एप्रिल १९४५ या दिवशी संयुक्त राष्ट्रसंघाची स्थापना करण्याचा निर्णय घेण्यात आला. याल्टाहून परतल्यावर ६३ वर्षांचा रुझवेल्ट एकदम निस्तेज आणि वय झाल्यासारखा दिसत होता. मार्च महिन्यात तो विश्रांतीसाठी सुट्टीवर गेला. अनेक वर्षांची जीवघेणी दगदग, विलक्षण ताणतणाव आणि आधुनिक काळातल्या सगळ्यांत अवघड परिस्थितीत, प्रचंड कणखरपणा दाखवत, अमेरिकेसकट काही प्रमाणात सगळ्या जगाचं नेतृत्व यशस्वीपणे करत राहण्याची जबाबदारी पेलून जमा झालेलं ओझं, हे सगळं आता त्याच्या शरीरावर आणि मनावर दिसत होतं. याल्टा परिषदेत रुझवेल्ट, चर्चिल आणि स्टॅलिन यांच्यामधले मतभेद अगदी स्पष्टपणे दिसून आले. पूर्व युरोप आधीपासूनच स्टॅलिनच्या आधिपत्याखाली आहे, असं जवळपास मान्य करून, इतर मुद्द्यांविषयी चर्चा करण्याची रुझवेल्टची इच्छा होती; पण त्यात त्याला फार यश आलं नाही. याचं कारण म्हणजे, युद्धोत्तर युरोपवर दादागिरी करण्याचं या तिन्ही नेत्यांच्या मनात

होतं. याल्टा परिषदेत सहमती झालेल्या मुद्द्यांवर नंतर चालढकल सुरू झाली. उदाहरणार्थ, पोलंडवर वर्चस्व गाजवणाऱ्या स्टॅलिननं लगेचच पोलंडमध्ये आपण निःपक्ष निवडणुका घेऊ, असं दिलेलं आश्वासन मोडीत काढलं. यामुळे रुझवेल्ट निराश झाला.

१२ एप्रिल १९४५ या दिवशी आपल्या टेबलाजवळ रुझवेल्ट व्हीलचेअरमध्ये बसलेला असताना, एक कलाकार त्याचं चित्र रेखाटत होता. एकाएकी आपल्याला असह्य डोकेदुखी होत असल्याचं रुझवेल्टनं सांगितलं. यानंतर काही तासांनी संध्याकाळी पावणेपाच वाजता त्याचं मेंदूमधल्या रक्तस्त्रावामुळे निधन झालं. या काळात रुझवेल्टबरोबर ल्युसी मर्सर रदरफर्ड ही त्याची प्रेयसी आणि इतर मित्रपरिवार हे उपस्थित होते. सुमारे २५ वर्षांपूर्वी ल्युसीशी रुझवेल्टचं प्रेमप्रकरण सुरू झालं आणि हे रुझवेल्टच्या पत्नीला समजलं. त्यामुळे रुझवेल्टचा घटस्फोट होण्याची शक्यता निर्माण झाली; पण यामुळे त्याची राजकीय कारकीर्द धोक्यात येण्याचा इशारा त्याच्या आईनं दिल्यामुळे, त्यानं आपण ल्युसीबरोबरचे संबंध कायमसाठी तोडत असल्याचं आपल्या पत्नीला सांगितलं. प्रत्यक्षात मात्र त्यानं हे संबंध नंतरही सुरू ठेवले.

रुझवेल्टच्या निधनाची बातमी कळताच बर्लिनमधल्या एका बंकरमध्ये लपून बसलेल्या हिटलरला विलक्षण आनंद झाला आणि जर्मनी पुन्हा सगळ्या जगावर राज्य करणार असल्याची दिवास्वप्नं त्यानं काही तास रंगवली. प्रत्यक्षात आणखी तीन आठवड्यांच्या आतच त्यानं रशियन सैनिकांच्या आपल्यापासून काही फूट अंतरापर्यंतच्या धडकेमुळे आत्महत्या केली.

हॅरी ट्रूमन

१९४५-५३
या काळातला अमेरिकेचा तेहतिसावा राष्ट्रपती

अल्प-परिचय

साल	घटना
१८८४	मिझुरी राज्यातल्या लमार इथे जन्म
१९१७-१९	पहिल्या महायुद्धात सहभाग
१९१९	एलिझाबेथ वॉलेसशी लग्न
१९१९-२२	पुरुषांच्या कपड्यांच्या दुकानात भागीदारी
१९२३-३४	निरनिराळ्या पातळ्यांवर न्यायाधीश
१९३५-४५	मिझुरीमधून अमेरिकी सिनेटर
१९४५	उपराष्ट्रपती
१९४५-५३	अमेरिकेचा तेहतिसावा राष्ट्रपती
१९७२	निधन

प्राथमिक ओळख

युद्ध सुरू असताना राष्ट्रपतिपदाची शपथ घेणारा पहिला राष्ट्रपती ठरल्यामुळे, हॅरी ट्रूमननं आपली प्रतिक्रिया 'चंद्र आणि सगळे ग्रहतारे माझ्यावर कोसळत आहेत असं मला वाटलं' अशा शब्दांमध्ये दिली. रुझवेल्टसारख्या राष्ट्रपतीची जागा घेणारा ट्रूमन आपल्यावरची ही जबाबदारी खरंच पेलू शकेल का, याविषयी अनेक जणांच्या मनात शंका होती. ट्रूमनची पार्श्वभूमी आणि वरकरणी तयार झालेली त्याची प्रतिमा हे बघता, तो फार काही करू शकेल, असं कुणाला वाटत नव्हतं. महाविद्यालयीन शिक्षण न घेतलेला पाच दशकांमधला तो पहिलाच राष्ट्रपती होता. त्याची भाषा एखाद्या नेत्याला शोभून दिसेल अशी नव्हती. तो

राष्ट्रपती वाटत नसून, एखाद्या बँकेमधला कारकून वाटतो, असं काही जण म्हणत. खरंच त्यानं बँकेमध्ये कारकुनीही केली होती. त्यातच जवळपास दोन दशकं 'एका अत्यंत भ्रष्ट नेत्याचा खास माणूस' म्हणूनही त्याची ओळख होती.

ट्रूमनचं वरकरणी दिसणारं हे रूप फसवं होतं. तो अत्यंत अभ्यासू आणि प्रामाणिक माणूस होता. त्याला इतिहासाची प्रचंड माहिती होती. राष्ट्रपतिपदाची ताकद त्यानं अचूकपणे जोखली आणि काही लोक हे पद सांभाळताना एकदम का चमकले, तर इतर काही जण का पार झाकोळले, याचा त्यानं नीटपणे विचार केला. अमेरिकी प्राणहानी वाचवण्यासाठी आणि आपल्या शत्रूंना एकदम गपगार करण्यासाठी त्यानं जपानवर अणुबॉंब टाकण्याचा आदेश दिला. नंतरच्या काळात त्याच्यावर यासाठी कडाडून टीका झाली. एकट्या माणसानं इतका मोठा निर्णय घेणं योग्य नसल्याचं मतही अनेक जणांनी मांडलं. ट्रूमन मात्र आपल्या मतांवर ठाम राहिला. आपण प्राप्त परिस्थितीत एकदम योग्य निर्णय घेतला असल्याचं मत त्याने शेवटपर्यंत व्यक्त केलं. दुसरं महायुद्ध जिंकल्यानंतर अमेरिकेला त्यानं शांततामय प्रगतीकडे नेण्याचा प्रयत्न केला. कुठल्याही युद्धानंतर मंदीचा सामना करावा लागण्याचा अनुभव असलेल्या अमेरिकेला, प्रथमच युद्धपश्चात भरभराट बघायला मिळाली.

दुसरं महायुद्ध संपल्यानंतर 'अमेरिकेची त्यामधली भूमिका संपली' असं जाहीर करून ट्रूमननं अमेरिकी लष्कराला परत बोलवावं, अशी काही जणांनी मागणी केली. तसंच युरोपीय देशांमधले प्रश्न त्यांनी सोडवावेत आणि अमेरिकेनं त्यात लुडबूड करू नये, असंही त्यांचं मत होतं. ट्रूमननं मात्र याकडे साफ दुर्लक्ष केलं. अमेरिकेनं जागतिक पातळीवर शांतता राखण्यासाठी आणि आपल्या विचारसरणीनुसार पुढचा प्रवास व्हावा यासाठी झटलं पाहिजे, असं तो म्हणत राहिला. म्हणूनच त्यानं अमेरिकी लष्कराचा काही हिस्सा इतर देशांमध्ये कायमस्वरूपी राखायचं ठरवलं. वुड्रो विल्सननं बघितलेलं संयुक्त राष्ट्रसंघाचं स्वप्न ट्रूमनच्या कारकिर्दीत साकार झालं. याखेरीज उद्ध्वस्त युरोपच्या पुनर्निर्माणामध्येही त्यानं अमेरिकेची महत्त्वाची भूमिका राहील, हे स्पष्ट केलं. दोन महायुद्धं लढून खिळखिळा झालेला इंग्लंड, तसंच दुसऱ्या महायुद्धातल्या विलक्षण प्राणहानीमुळे दुबळा झालेला रशिया, यांच्या तुलनेत अमेरिका एकदम मजबूत होती. याचा फायदा उठवून, आंतरराष्ट्रीय राजकारणात आपला दबदबा निर्माण करण्यात अमेरिकेला यश मिळावं, म्हणून ट्रूमननं खूप प्रयत्न केले. रशिया आणि चीन या साम्यवादी देशांनी नव्यानं सुरू झालेल्या शीतयुद्धात अमेरिकेला आव्हान देण्याचा प्रयत्न करताच, ट्रूमननं कणखरपणे त्यांना जोरकस उत्तर दिलं. रशिया युरोपमध्ये आपलं

वर्चस्व प्रस्थापित करणार, या भीतीपोटी ट्रूमननं 'नॉर्थ अॅटलांटिक ट्रिटी ऑर्गनायझेशन (नाटो)' या संघटनेची स्थापना केली. यात अमेरिकी आणि पश्चिम युरोपीय देशांच्या लष्करी तुकड्यांचा समावेश होता. एकूणच युरोप साम्यवादाला बळी पडू नये, यासाठीची ही तजवीज होती. तसंच दक्षिण कोरियामध्ये घुसलेलं साम्यवादी लष्कर हुसकून लावण्यासाठी त्यानं अमेरिकी लष्कर धाडलं.

जागतिक पातळीवर ट्रूमननं खूप आक्रमक भूमिका स्वीकारून अमेरिकेचं स्थान जागतिक पातळीवर उंचावलं असलं, तरी अमेरिकेत मात्र त्याच्या विरोधातलं वातावरण खूप तापलं. त्याच्या धोरणांना अनेक राजकीय गटांनी कडाडून विरोध केला. यात डेमोक्रॅटिक आणि रिपब्लिकन अशा दोन्ही पक्षांमधल्या लोकांचा समावेश होता. साहजिकच, १९४८च्या निवडणुकीत ट्रूमनचा पराभव होणार याची बहुतेक सगळ्यांना खात्रीच होती. तरीसुद्धा सर्वसामान्य नागरिकांचा ट्रूमनवरच विश्वास होता. त्यांनी बहुमतानं ट्रूमनला निवडून दिलं.

जडणघडण

खेचरांचा व्यापार करणाऱ्या सर्वसामान्य माणसाच्या घरी हॅरी ट्रूमनचा जन्म झाला. या व्यवसायात फार मतलब नसल्यामुळे निरनिराळी कामं करण्याच्या उद्देशानं ट्रूमनच्या वडिलांनी घरं बदलली आणि वेगवेगळे व्यवसाय करून बघितले. आपल्या वयाच्या आठव्या वर्षी शाळेत जायला सुरुवात करण्याआधीच ट्रूमनला डोळ्यांच्या एका विकारामुळे जाडजूड चष्मा लागला. साहजिकच, इतर मुलांबरोबर खेळणं त्याला शक्य होत नसे. त्याऐवजी तो सतत वाचत असे किंवा आपल्या चुलत-मामेबहिणींशी खेळत बसे. १६ वर्षांचा असताना डेमोक्रॅटिक पक्षाच्या एका अधिवेशनात सटरफटर कामं करत असताना, त्यानं विल्यम जेनिंग्ज ब्रायनचं भाषण ऐकलं आणि तो खूप प्रभावित झाला. वडिलांना भेडसावत असलेल्या आर्थिक अडचणींमुळे ट्रूमननं अनेक निरनिराळी दुय्यम स्वरूपाची कामं केली.

१९०६मध्ये आपल्या आईचं ६०० एकरांचं शेत सांभाळण्यासाठी ट्रूमनच्या वडिलांनी त्याला बोलावून घेतलं. पुढची ११ वर्षं ट्रूमननं या शेतात पीक घेण्याबरोबरच गुरंढोरं सांभाळण्यात घालवली. पहिलं महायुद्ध सुरू झाल्यावर ट्रूमन त्यात सहभागी झाला आणि नंतर त्यानं एका लष्करी तुकडीसाठी उपाहारगृह चालवण्याचं काम केलं. कालांतरानं तो फ्रेंच आघाडीवरही लढून आला. यानंतर ३५ वर्षांच्या ट्रूमननं एलिझाबेथ वॉलेस या आपल्या बालमैत्रिणीशी लग्न केलं. एका मित्रासह त्यानं पुरुषांसाठीच्या कपड्यांचं दुकान कॅन्सस शहरात उघडलं खरं;

पण त्यात त्याला चांगलंच नुकसान सोसावं लागलं. पुढची १५ वर्षं ३०,००० डॉलर्सचं कर्ज तो फेडू शकला नाही.

१९२२मध्ये राजकारणात आपली कारकीर्द घडवायचा निर्धार ट्रूमननं केला. त्यानं काही वर्षं वेगवेगळ्या पातळ्यांवरच्या न्यायालयांमध्ये 'न्यायाधीश' म्हणून जबाबदारी सांभाळली. यात हळूहळू प्रगती करत, त्यानं आश्चर्यकारकरीत्या १९३४च्या सिनेटरपदासाठीच्या निवडणुकीसाठी डेमोक्रॅटिक पक्षाच्या वतीनं मिझुरीची उमेदवारी मिळवली. प्रत्यक्ष निवडणूकही त्यानं जिंकली आणि अशा प्रकारे ५० वर्षांच्या ट्रूमननं राष्ट्रीय पातळीवर आपलं नाव कोरलं. सिनेटमध्ये फ्रँकलिन रुझवेल्टच्या 'न्यू डील' या सुधारणांच्या कार्यक्रमाला त्यानं नेहमी पाठिंबा दर्शवला. सिनेटवर आणखी एकदा निवडून आल्यानंतर १९४४मध्ये उपराष्ट्रपतिपदासाठीच्या निवडणुकीसाठी त्याचं नाव पुढे आलं. अगदी शेवटपर्यंत रुझवेल्ट खरंच आपला साथीदार म्हणून ट्रूमनची निवड करेल का, याविषयी खात्रीलायकरीत्या सांगता येत नव्हतं; पण ऐन वेळी ट्रूमननं बाजी मारली. चौथ्यांदा राष्ट्रपती झालेला रुझवेल्ट वॉशिंग्टनमध्ये फारसा नसल्यामुळे, ट्रूमनला त्याच्याबरोबर काम करण्याची जास्त संधी मिळू शकली नाही.

राष्ट्रपतिपद

१२ एप्रिल १९४५ या दिवशी सिनेटचं दिवसाचं कामकाज संपवून ट्रूमन आवराआवर करत असताना त्याला व्हाईट हाऊसमधून तातडीनं बोलावणं आलं. तिथं ५.२५ वाजता ट्रूमन पोहोचताच, रुझवेल्टच्या पत्नीनं त्याला 'हॅरी, राष्ट्रपतींचं निधन झालं आहे' अशा त्रोटक शब्दांमध्ये परिस्थितीची कल्पना दिली. त्याआधी बराच काळ रुझवेल्ट एकदम थकल्यासारखा आणि आजारीच दिसत होता. त्याचं काही खरं नाही, असं बहुतेक जणांना वाटत होतं. याल्टाची अपयशी ठरलेली परिषद संपल्यावर रुझवेल्टनं एक-दोन वेळा अमेरिकी काँग्रेसमध्ये हजेरी लावली खरी; पण तिथं समोरचा पेला हातात घेताना किंवा भाषण करताना त्याच्या हालचाली पार मंदावल्याचं अगदी स्पष्ट दिसत होतं. तसंच, त्याच्या बोलण्यात अजिबातच सुसूत्रता जाणवत नव्हती. रुझवेल्टच्या निधनाची बातमी ऐकताच त्याच्या पत्नीला धीर देण्याच्या हेतूनं ट्रूमननं तिला काही मदत हवी आहे का, असं विचारलं. त्यावर "ते जाऊ दे; मीच तुझ्यासाठी काही करू का ते सांग... कारण अडचणीत आता तू सापडला आहेस..." असं उत्तर तिनं दिलं!

संध्याकाळी सात वाजेपर्यंत ट्रूमननं राष्ट्रपतिपदाची शपथ ग्रहण केली. ट्रूमननं

अमेरिकेची सूत्रं हाती घेण्याला जेमतेम २५ दिवस उलटल्यावर जर्मनी दुसऱ्या महायुद्धात शरण आली. जुलै महिन्यात चर्चिल आणि स्टॅलिन यांना पोस्टडॅम इथं भेटण्यासाठी ट्रूमन रवाना झाला. ही 'पोस्टडॅम कॉन्फरन्स' खूप गाजली. गंमत म्हणजे, ५ फूट १० इंच उंचीच्या ट्रूमनला तिथं गेल्यावर चर्चिल आणि स्टॅलिन या दोघांचीही उंची आपल्याहून कमी असल्याचं लक्षात आलं आणि त्याला आश्चर्याचा धक्काच बसला. जुलै महिन्याच्या मध्यावर सुरू झालेली ही परिषद ऑगस्ट महिन्यापर्यंत भरत राहिली. 'जर्मनीमध्ये युद्धपश्चात स्थिती कशी असावी आणि जपाननं विनाशर्त शरण न आल्यास काय करावं' याविषयी सहमती झाली. राजकारणामधल्या अनिश्चितता कशा असतात, याचं ठळक उदाहरणही या सुमाराला बघायला मिळालं. विन्स्टन चर्चिल दुसऱ्या महायुद्धात ब्रिटिशांचं यशस्वी नेतृत्व करून या परिषदेला हजर राहिलेला असताना, तिकडे मायदेशी त्याच्या काँझर्व्हेटिव्ह पक्षाचा निवडणुकीत पराभव झाला आणि क्लेमेंट ॲटलीनं त्याच्या जागी पंतप्रधानपद मिळवलं.

ट्रूमन पोस्टडॅममध्ये असतानाच अमेरिकेत अणुबॉंबची घेण्यात आलेली चाचणी यशस्वी ठरल्याची बातमी त्याच्या कानांवर आली. जपान अजूनही शरण येत नसल्यामुळे आणि 'पर्ल हार्बर'चा प्रसंग सगळ्या अमेरिकी लोकांच्या मनात टिकून राहिलेला असल्यामुळे, जपानवर अणुबॉंब टाकण्याची परवानगी ट्रूमननं दिली. पोस्टडॅमहून येताना ॲटलांटिक समुद्रातून परतीचा प्रवास करत असलेल्या ट्रूमनला ६ ऑगस्ट या दिवशी हिरोशिमावर पहिला अणुबॉंब टाकण्यात आल्याची बातमी समजली. यानंतर तीन दिवसांनी नागासाकीवर दुसरा अणुबॉंब टाकण्यात आला. १४ ऑगस्टला जपान शरण आला.

दुसरं महायुद्ध संपल्यामुळे ट्रूमननं आपलं लक्ष अमेरिकी अर्थव्यवस्था सुधारण्याकडे वळवलं. बेरोजगारी दूर करणं आणि महागाईशी लढा देणं, या दोन प्रश्नांवर त्यानं आपलं लक्ष केंद्रित केलं. यासाठी त्यानं आवश्यक असलेली विधेयकं काँग्रेसकडून संमत करून घेतली. रुझवेल्टनं आखून दिलेल्या मार्गावरूनच जायचं असल्याचं ट्रूमननं ठरवलेलं असलं तरी, आपल्यावरची रुझवेल्टची छाया दूर करण्याचा निर्धारही त्यानं केला होता. म्हणूनच १९४५ साल संपेपर्यंत त्यानं आपल्या मंत्रिमंडळातल्या रुझवेल्टनं नेमलेल्या मंत्र्यांपैकी बहुतेकांच्या जागी आपल्या मर्जीतली माणसं आणली. याच्या पुढच्या वर्षी कामगार संघटनांच्या उठावांचा प्रश्न निर्माण झाला. महागाई वाढू नये म्हणून एकीकडे ट्रूमननं वस्तूंच्या किमतींच्या वाढीवर कृत्रिम नियंत्रण आणलं होतं, तर दुसरीकडे लोकांच्या वेतनामध्ये वाढ होऊ नये यासाठीचे कायदेही केले होते. आपलं वेतन खूपच कमी असून ते

वाढलंच पाहिजे, या मागणीसाठी कामगार रस्त्यावर उतरले. त्यांच्या मागण्यांना अजिबात दाद न द्यायचा निर्धार केलेल्या ट्रूमननं, संपकरी कामगारांच्या कंपन्यांचं राष्ट्रीयीकरण करण्याचा सपाटा सुरू केला. यामुळे कामगार बधेनात, तेव्हा या कामगारांना लष्करात भरती होण्याचे आदेश देण्यासंबंधीचं विधेयक त्यानं काँग्रेसकडे सहमतीसाठी पाठवलं. आपली डाळ शिजत नसल्याचं बघून शेवटी कामगार शरण आले.

१९४६च्या काँग्रेससाठीच्या निवडणुकांमध्ये मोठं यश मिळवून काँग्रेसच्या दोन्ही सभागृहांवर रिपब्लिकन पक्षानं नियंत्रण मिळवलं. साहजिकच, ट्रूमनला अडचणीत आणण्याची एकही संधी रिपब्लिकन नेत्यांनी सोडली नाही. ट्रूमन भडकेल अशा स्वरूपाची अनेक विधेयकं त्यांनी मुद्दाम संमत केली. सातत्यानं ती रद्द करण्यासाठी नकाराधिकार वापरण्याची वेळ ट्रूमनवर आली. ट्रूमननं अनेक भ्रष्टाचारी लोकांना आपल्या मंत्रिमंडळात, तसंच इतर महत्त्वाच्या सरकारी पदांवर नेमलं असल्याचा जोरदार प्रचार विरोधकांनी केला. ट्रूमनच्या नकाराधिकाराला न जुमानता, वार्षिक उत्पन्न ५००० डॉलर्सपेक्षा कमी असलेल्या लोकांना करसवलती देणं आणि कामगार संघटनांच्या हक्कांमध्ये खूप घट करणं, यासाठीच्या विधेयकांचं काँग्रेसनं कायद्यांमध्ये रूपांतर केलं.

आंतरराष्ट्रीय पातळीवर अमेरिकी वर्चस्ववादाला सोव्हिएत युनियनकडून जोरदार विरोध सुरू होता. याल्टा आणि पोस्टडॅम इथं संमत झालेल्या कराराच्या कलमांचं उल्लंघन करून, आपला साम्यवाद जगभर पसरवण्याच्या दृष्टीनं सोव्हिएत युनियनकडून पावलं पडत होती. याचा सामना करण्यासाठी, १९४७च्या मार्च महिन्यात काँग्रेसमध्ये भाषण करताना, आपलं गाजलेलं 'ट्रूमन डॉक्ट्राईन' राष्ट्रपती ट्रूमननं सादर केलं. 'मुक्त विचारसरणीच्या जगावर एका विशिष्ट प्रकारची विचारसरणी जबरदस्तीनं लादली जाण्याच्या प्रकाराला आळा घालण्यासाठी अमेरिकेनं प्रयत्न केले पाहिजेत,' असं सांगून ट्रूमननं यासाठी साम्यवादाशी लढा देण्याच्या गरजेवर भर दिला. काँग्रेसनं ट्रूमनच्या या मुद्द्यांवर सहमती दर्शवून, ग्रीस आणि तुर्कस्तान यांना साम्यवादी राजवटी जबरदस्तीनं स्थापन करण्याच्या दबावातून मुक्त करण्यासाठीचा निधी मंजूर केला. यानंतर दोन महिन्यांनी, 'ट्रूमन डॉक्ट्राईन'ची संकल्पना युद्धामुळे जर्जर झालेल्या युरोपचं पुनर्निमाण करण्यासाठीसुद्धा वापरली जावी, असा प्रस्ताव परराष्ट्रमंत्री जॉर्ज मार्शलनं मांडला. याला 'मार्शल प्लॅन' म्हणून ओळखलं जातं. १९४८च्या मे महिन्यात दुसऱ्या महायुद्धामुळे अशक्त झालेल्या आणि पॅलेस्टिनी भूमीवर स्थानिक अरबांशी तसंच बाहेरून आलेले ज्यू लोक यांच्याशी लढून दमलेल्या ब्रिटिशांनी पॅलेस्टाईनमधून काढता पाय घेतला. आधीपासूनच या

संधीचा फायदा घेण्यासाठी टपून बसलेल्या ज्यू लोकांनी ही भूमी आमचीच आहे, असं सांगून, इस्त्राईल या ज्यू राष्ट्राची निर्मिती करत असल्याची घोषणा केली. इस्त्राईलला मान्यता देणं, म्हणजे अरब देशांशी वैर ओढवून घेणं असल्याचं परराष्ट्रमंत्री मार्शलचं मत असलं, तरी त्याला न जुमानता, अगदी लगेचच ट्रूमननं इस्त्राईलला पाठिंबा दिला.

१९४८च्या राष्ट्रपतिपदासाठीच्या निवडणुकीची धामधूम सुरू होण्याच्या सुमारालाच जर्मनीमध्ये एक मोठा पेचप्रसंग निर्माण झाला. जर्मनीमध्ये रशियन सैनिकांबरोबरच अमेरिकी सैनिकसुद्धा मोठ्या प्रमाणावर होते. त्यांनी जर्मनीला तात्पुरतं आपसात वाटून घेतलं होतं. बर्लिन आणि आजूबाजूच्या भागांवर कब्जा केलेल्या रशियानं अचानकपणे बर्लिनकडे जाण्याचे सगळे मार्ग बंद करून टाकले. यामुळे जर्मनीत असलेल्या अमेरिकी सैनिकांना रसद मिळणं अशक्य होऊन बसलं. आपोआपच त्यांनी जर्मनीतून आपला मुक्काम हलवण्याशिवाय दुसरं गत्यंतर नसल्यासारखी परिस्थिती निर्माण झाली. ट्रूमननं परिस्थितीला अजिबात शरण न जाता रशियाला धडा शिकवण्याचा निर्धार करत, विमानं पाठवून जर्मनीमधल्या आपल्या सैनिकांना रसद पुरवण्याचे आदेश आपल्या वायुदलाला दिले. जवळपास पुढचं वर्षभर हा प्रकार सुरू राहिल्यानंतर रशियानं आपल्या भूमिकेत बदल करून नरमाईचं धोरण स्वीकारलं.

ट्रूमनला राष्ट्रपतिपदासाठीची उमेदवारी मिळणं खूप अवघड झाल्याचं चित्र दरम्यानच्या काळात ठळक होत गेलं. अमेरिकी लष्कराच्या वतीनं दुसऱ्या महायुद्धात महत्त्वाची भूमिका बजावणाऱ्या जनरल ड्वाईट आयसेनहॉव्हरला उमेदवारी देण्याविषयीची चर्चा डेमोक्रॅटिक पक्षात रंगली होती. कृष्णवर्णीय लोकांचा संघर्ष टोकाला पोहोचल्यामुळे, आपल्याला समान हक्क मिळाले नाहीत, तर आपण डेमोक्रॅटिक पक्षावर बहिष्कार टाकू, अशी भूमिका त्यांनी घेण्याची दाट चिन्हं दिसत होती. एका नव्या पक्षाची स्थापना करून माजी उपराष्ट्रपती हेन्री वॉलेसला राष्ट्रपतिपदाची उमेदवारी देण्याचा घाट डेमोक्रॅटिक पक्षामधल्या काही नवउदारमतवादी लोकांनी घातला होता. असं असूनही लढायचं ठरवून ट्रूमननं आपल्या उमेदवारीसाठी जोरदार प्रयत्न केले. त्यात शेवटी त्याला यश आलं.

प्रत्यक्ष निवडणुकीत ट्रूमनचा पराभव होण्याविषयी तज्ज्ञांना आणि विश्लेषकांना पूर्ण खात्री होती. या सगळ्याकडे साफ दुर्लक्ष करत ट्रूमननं देशभर झंझावाती प्रचार केला. देशाच्या कानाकोपऱ्यात रेल्वे आणि रस्ता अशा दोन्ही मार्गांनी प्रवास करून त्यानं सगळे मतदारसंघ अक्षरशः पिंजून काढले. रिपब्लिकन पक्षानं आपल्या विरोधात केलेल्या खोट्या प्रचाराचे दाखले त्यानं वारंवार दिले. रिपब्लिकन

पक्षानंही अर्थातच ट्रूमनच्या धोरणांवर सातत्यानं कडाडून टीका केली. यामुळे ही निवडणूक खूपच गाजली. मतमोजणीचे सुरुवातीचे निकाल हाती आले, तेव्हा ट्रूमनला आघाडी मिळत असल्याचं चित्र दिसत असूनसुद्धा, विश्लेषक ट्रूमनचा पराभव होणार या आपल्या तर्कावर ठाम होते. हळूहळू चित्र बदलत गेलं आणि ट्रूमनच बाजी मारणार, असं वातावरण पक्कं होत गेलं. अखेर २,४१,०५,८१२-२,१९,७०,०६५ अशा मताधिक्यानं आणि इलेक्टोरल व्होट्समधल्या ३०३-१८९ अशा फरकानं ट्रूमन व्हाईट हाऊसमध्ये टिकून राहिला.

पुन्हा राष्ट्रपती

पुन्हा राष्ट्रपती झाल्यानंतर लगेचच रशियावर वचक ठेवण्यासाठी स्थापन करण्यात आलेल्या 'नॉर्थ अॅटलांटिक ट्रिटी ऑर्गनायझेशन (नाटो)' या संघटनेला मूर्त स्वरूप देण्याचा निर्णय ट्रूमननं घेतला. ४ एप्रिल १९४९ या दिवशी 'नाटो'च्या स्थापनेविषयीच्या करारावर सह्या झाल्या. अमेरिका, इंग्लंड, फ्रान्स, कॅनडा आणि इतर आठ देशांनी, आपली लष्करी ताकद रशियाला युरोपमध्ये आपले पंख पसरवण्यापासून रोखण्यासाठी वापरण्याचं या कराराद्वारा निश्चित केलं. एकंदर डझनभर देशांच्या या संयुक्त लष्करी तुकड्यांचं नेतृत्व एकाच माणसाकडे असेल, असं ठरलं. अमेरिकी लष्करप्रमुख जनरल आयसेनहॉव्हरकडे नाटोची सूत्रं सुरुवातीला देण्यात आली.

प्यूर्टो रिको या छोट्या देशाच्या दोन कट्टरवादी लोकांनी, १९५०च्या नोव्हेंबर महिन्यात, व्हाईट हाऊसची रंगरंगोटी सुरू असल्यामुळे शेजारच्याच ब्लेअर हाऊसमध्ये राहायला गेलेल्या ट्रूमनची हत्या या नव्या घरात करण्याचा प्रयत्न केला. अमेरिकी सुरक्षारक्षकांनी हा डाव हाणून पाडत हल्लेखोरांना ठार केलं. ट्रूमनला कसलीही इजा झाली नाही.

सकाळी लवकर उठून उशिरापर्यंत काम करण्याची आपली सवय ट्रूमननं याही काळात टिकवली. सकाळी साडेपाच वाजता उठून तो साधारण दोन किलोमीटर्स चालत जाई. त्यानंतर थोडा वेळ पोहून मगच तो न्याहरी करे. त्याच्या सकाळच्या फेरफटक्यादरम्यान त्याच्याशी बोलण्याची संधी साधण्यासाठी अधूनमधून काही पत्रकार येत. मात्र ट्रूमनच्या भराभर चालण्याच्या सवयीमुळे त्याच्या वेगानं चालताना या पत्रकारांची अक्षरशः त्रेधातिरपीट होई!

आता रशियानंही अणुबॉंबची चाचणी घेतल्यामुळे ट्रूमननं अमेरिकी शास्त्रज्ञांना अणुबॉंबहून कैकपटींनी जास्त भेदक आणि नुकसानकारक असलेल्या हायड्रोजन बॉंबची चाचणी घेण्याची परवानगी दिली. १९५२च्या अखेरीला ती यशस्वी

ठरली. अशा प्रकारे, या दोन महासत्तांमध्ये जगाला काळजीत टाकणारी शस्त्रास्त्रस्पर्धा अगदी वेगानं सुरू झाली. या दरम्यान, चीननं साम्यवादाकडे वळू नये यासाठी ट्रूमन खूप प्रयत्नशील होता. यादवी युद्ध भडकल्यानंतर चिनी सत्ता कुणाकडे जाणार, हे अनिश्चित होतं. ही सत्ता साम्यवाद्यांकडे जाता कामा नये, यासाठी चियँग काई-शेक या साम्यवादविरोधकाला अमेरिकेनं पाठिंबा दिला. ट्रूमनच्या या प्रयत्नांना यश आलं नाही. १९४९च्या अखेरीला चियँगला पळ काढून, तेव्हाच्या फॉर्मोसाचा म्हणजेच आताच्या तैवानचा आश्रय घ्यावा लागला. सगळ्या चीनभर आता साम्यवादी राजवट आली. ट्रूमनसाठी हा मोठाच धक्का होता. याचा फायदा उठवून, अमेरिकेमध्येसुद्धा साम्यवाद पसरवण्यासाठी सरकारमध्ये काही लोक गुप्तपणे आपले पंख पसरवत असल्याची जहरी टीका विरोधकांनी सुरू केली. साम्यवादाशी सहानुभूती दाखवल्याच्या आरोपांवरून अनेक लोकांची चौकशी झाली. फक्त एकदा अगदी सहजपणे साम्यवादी विचारसरणीच्या लोकांच्या बैठकीत सहभागी झाल्याच्या संशयापोटी कित्येक लोकांना कंपन्यांनी कामावरून काढून टाकलं आणि त्यांना दुसरीकडे कुठेही नोकरी मिळू नये यासाठी 'ब्लॅकलिस्ट'मध्ये टाकून दिलं. साम्यवादी विचारसरणी असल्याच्या संशयावरून अनेक लोकांना अटक करण्यात आलं. त्यांच्या विरोधात साक्ष देण्याला नकार देणाऱ्या त्यांच्या मित्रांनाही अटक करण्यात आली.

१९५०च्या जून महिन्यात ट्रूमनसमोर त्याच्या कारकिर्दीमधला सगळ्यांत अवघड प्रसंग उभा राहिला. अमेरिकी पाठिंब्याच्या जोरावर उभ्या असलेल्या दक्षिण कोरियामध्ये २५ तारखेला साम्यवादी उत्तर कोरियाचं लष्कर घुसलं. संयुक्त राष्ट्रसंघाच्या सुरक्षा परिषदेनं रशियाच्या विरोधाला न जुमानता, दक्षिण कोरियाच्या बचावासाठी लष्करी मदत पाठवण्याचा निर्णय घेतला. याचाच एक भाग म्हणून ट्रूमननं अमेरिकी लष्करही तिथं धाडलं. पुढची तीन वर्षं सुरू राहिलेल्या या युद्धात सुमारे ५४,००० अमेरिकी सैनिक कामी आले. १९५०च्या ऑक्टोबर महिन्यात संयुक्त राष्ट्रसंघाचं हे लष्कर अमेरिकी जनरल डग्लस मॅकऑर्थरच्या नेतृत्वाखाली लढत असताना, विजय मिळवण्याच्या बेतात असताना, अचानकपणे बलवान चिनी लष्कर उत्तर कोरियाच्या बाजूनं युद्धात उतरलं. यामुळे संयुक्त राष्ट्रसंघाच्या फौजांचा जोरदार पराभव झाला. मॅकऑर्थरनं भडकून चीनमध्ये संयुक्त राष्ट्रसंघाचं लष्कर नव्या ताकदीनिशी पाठवण्यासाठी ट्रूमनवर खूप दबाव आणला; पण ट्रूमननं त्याला नकार दिला. तरीसुद्धा सातत्यानं मॅकऑर्थरनं हा मुद्दा रेटून धरल्यामुळे, शेवटी १९५१च्या एप्रिल महिन्यात ट्रूमननं मॅकऑर्थरला पदमुक्त केलं.

कोरियाई युद्धाचे पडसाद अमेरिकी अर्थव्यवस्थेवरही उमटले. महागाईनं तोंड वर काढलं. यावर ट्रूमननं केलेल्या उपाययोजना फारशा यशस्वी ठरल्या नाहीत. थकून त्यानं आपण दुसऱ्यांदा राष्ट्रपतिपदासाठी उमेदवारी जाहीर करणार नसल्याचं स्पष्ट केलं. दरम्यान, रुझवेल्टच्या चार कार्यकालांचा एक प्रकारे बदला घेण्याच्या हेतूनं रिपब्लिकन पक्षानं इथून पुढे अमेरिकी राष्ट्रपतीला जास्तीत जास्त दोन वेळाच आपला चार वर्षांचा कार्यकाल सांभाळता येईल, अशी कायदेशीर तरतूद करून घेतली होती. अर्थातच ट्रूमनला हे गैरलागू होतं; कारण त्याचा पहिला कार्यकाल चार वर्षांचा नव्हता. रुझवेल्टच्या मृत्यूमुळे उपराष्ट्रपती असलेला ट्रूमन तेव्हा राष्ट्रपती झाला होता आणि त्यानंतर स्वतः राष्ट्रपतिपदाची निवडणूक जिंकून तो दुसऱ्यांदा राष्ट्रपती झाला होता. साहजिकच, त्याला आणखी एकदा राष्ट्रपतिपदाचा उमेदवार बनणं शक्य होतं; पण त्यानंच याला नकार दिला. रिपब्लिकन पक्षानं जनरल ड्वाईट आयसेनहॉव्हरला उमेदवारी दिली आणि तो मोठ्या आघाडीनिशी निवडून आला. यामुळे आपण निवडणुकीला उभं राहायला हवं असल्याची प्रतिक्रिया ट्रूमननं दिली.

निवृत्ती

राष्ट्रपतिपद सोडल्यानंतरचा काळ ट्रूमननं आपल्या राष्ट्रपतिपदाच्या वेळच्या आठवणींविषयीचं दोन खंडांचं पुस्तक लिहिण्यात प्रामुख्यानं घालवला. १९५५-५६मध्ये हे खंड प्रसिद्ध झाले. काही वर्षांनी कोलंबिया विद्यापीठातल्या विद्यार्थ्यांना आपल्या राष्ट्रपतिपदाच्या काळात उद्भवलेल्या प्रश्नांविषयी आणि अडचणींविषयी माहिती देणारी व्याख्यानं त्यानं दिली. नंतर या व्याख्यानांचंही एक पुस्तक छापून आलं. १९६१मध्ये डेमोक्रॅटिक पक्षाच्या जॉन एफ. केनेडीनं पुन्हा राष्ट्रपतिपद आपल्याकडे खेचून घेतल्यानंतर ट्रूमन खूश झाला. आपल्या वयाच्या अठ्ठ्याऐंशीव्या वर्षी ट्रूमनचं निधन झालं. त्याआधी काही आठवड्यांपासून त्याला श्वसनाचा विकार जडला होता आणि यामुळे त्याचे एकामागून एक अवयव निकामी होत गेले.

❖

ड्वाईट आयसेनहॉव्हर

१९५३-६१
या काळातला अमेरिकेचा
चौतिसावा राष्ट्रपती

अल्प-परिचय

साल	घटना
१८९०	टेक्सास राज्यातल्या डेनिसन इथे जन्म
१९०९	महाविद्यालयीन शिक्षण पूर्ण
१९११-१५	लष्करी प्रशिक्षण
१९१६	मॅमी जीनिव्हा दौडशी लग्न
१९४२	युरोपमधल्या अमेरिकी फौजांचा 'कमांडिग जनरल' म्हणून नेमणूक
१९४५-४८	अमेरिकी लष्करप्रमुख
१९४८-५०	कोलंबिया विद्यापीठाचा अध्यक्ष
१९५१-५२	युरोपमधल्या नाटो फौजांचा प्रमुख
१९५३-६१	अमेरिकेचा चौतिसावा राष्ट्रपती
१९६९	निधन

प्राथमिक ओळख

आपल्या आधीच्या राष्ट्रपतींपैकी युलिसिस ग्रँटशी ड्वाईट आयसेनहॉव्हरचं सगळ्यांत जास्त साम्य होतं. दोघांनीही लष्करात प्रगती साधल्यानंतर कुठल्याही राजकीय अनुभवाविना, तसंच कुठलीही महत्त्वाची निवडणूक न जिंकता, अमेरिकी राष्ट्रपतिपदापर्यंत मजल मारली. तसंच, रिपब्लिकन पक्षाच्या उमेदवारीवर दोन वेळा निवडणूक जिंकून आपला दोन्ही वेळचा कार्यकाल पूर्ण करणारेही ते तोपर्यंतचे दोघेच राष्ट्रपती ठरले. दुसऱ्या महायुद्धात मित्रराष्ट्रांच्या मदतीला

अमेरिका धावून गेल्यानंतर जर्मनीला नमवण्यामध्ये महत्त्वाची भूमिका निभावणाऱ्या आयसेनहॉव्हरकडे अमेरिकी जनता, तो आपला तारणहार असावा, अशा नजरेनं बघत होती. अमेरिकी लोकांनी आयसेनहॉव्हरला १९५२ आणि १९५६ असं लागोपाठ दोन वेळा निवडून दिलं. अंतराळयुगाचा प्रारंभ आयसेनहॉव्हरच्याच कालखंडात झाला. रशिया आणि अमेरिका यांनी पृथ्वीला प्रदक्षिणा घालणारे उपग्रह अंतराळात सोडले. अणुऊर्जानिर्मितीचीही याच काळात सुरुवात झाली. अणूच्या शक्तीचा विध्वंसकारक उपयोग होऊ नये, यासाठी 'ॲटॉमिक एनर्जी एजन्सी' या संघटनेची स्थापनाही आयसेनहॉव्हरच्याच आग्रहामुळे झाली. अलास्का आणि हवाई यांचा समावेश झाल्यामुळे आयसेनहॉव्हरच्या देखरेखीखाली अमेरिकी संघराज्यातल्या एकूण राज्यांची संख्या पन्नासवर गेली. ट्रूमनच्या काळापासून चालत आलेला सोव्हिएत साम्यवाद आणि अमेरिकी भांडवलशाही यांच्यामधला संघर्ष, आयसेनहॉव्हरच्या काळात शिगेला जाऊन पोहोचला. क्यूबामध्ये क्रांती घडवून फिडेल कॅस्ट्रोनं पाश्चिमात्य जगात साम्यवाद आणला आणि अमेरिकेमध्ये प्रचंड अस्वस्थता निर्माण केली.

राष्ट्रपतिपदाचा कारभार आयसेनहॉव्हरनं एखाद्या लष्करप्रमुखाच्या धर्तीवरच चालवला. कुठलाही निर्णय घेताना तो इतर पर्यायांचा विचार करे. तसंच, आपल्या सहकाऱ्यांनी आपल्याला ठळक मुद्द्यांविषयीची कल्पना द्यावी आणि घटनाक्रमाविषयी अद्ययावत ठेवावं, अशी त्याची अपेक्षा असे. अर्थात, अंतिम निर्णय घेण्याची आणि तो निभावण्याची जबाबदारी आपली असेल, यावर तो ठाम असे. आपण एका राजकीय पक्षाचे नेते आहोत याचा त्याला विसर पडला की काय, असं त्याच्या काम करण्याच्या आणि बोलण्याच्या पद्धतीवरून अनेक जणांना वाटे!

जडणघडण

एकूण सहा भावंडांमधल्या तिसऱ्या क्रमांकावर ड्वाईट डेव्हिड आयसेनहॉव्हरचा जन्म झाला. त्याचे वडील कॅन्सस राज्यात नोकरी करत आणि तिथं त्यांनी आपलं कुटुंबही स्थलांतरित केलं. अपुरं उत्पन्न आणि मोठं कुटुंब, अशा दुहेरी पेचात सापडल्यामुळे आयसेनहॉव्हरचे वडील सतत धडपडत असत. त्यांची मुलं थोडी मोठी झाली की, आपल्या बागेतल्या छोट्या शेतात फळभाजी पिकवायला लागत. तसंच आणखी मोठं झाल्यावर ती सटरफटर कामं करून थोडंफार उत्पन्नही कमावत. धार्मिक वातावरणात वाढलेल्या आयसेनहॉव्हरच्या घरी आक्रमकपणे वागणंसुद्धा खपवून घेतलं जात नसे. आयसेनहॉव्हरच्या आईनं

आपल्या मुलांना घरकामाचं व्यवस्थित प्रशिक्षण दिलं होतं. प्रत्येक मुलाला दर आठवड्यात ती ठरावीक कामं देई. नंतरच्या आठवड्यात कामांची अदलाबदल होई. यामुळे सगळ्या मुलांमध्ये शिस्त आणि कामाची सवय या गोष्टी रुजल्या. लहानपणीच एका विषारी जखमेमुळे आयसेनहॉव्हरचा पाय कापावा लागेल, असं डॉक्टरांनी सांगितलं. याला आयसेनहॉव्हर आणि त्याचे वयानं मोठे असलेले भाऊ यांनी विरोध केला आणि नशिबानं आयसेनहॉव्हरचा पाय काही दिवसांनी आपोआपच बरा झाल्यामुळे बचावला.

शालेय जीवनात इतिहास हा आवडता विषय असलेल्या आयसेनहॉव्हरला लष्करी पराक्रम गाजवलेल्या वीरांच्या कामगिरीविषयी वाचन करताना खूप त्वेष चढे. 'हा नक्की येल विद्यापीठात इतिहासाचा प्राध्यापक होणार' असं त्याचे वर्गमित्र म्हणत असत. पदवीचं शिक्षण घेण्याइतकी आयसेनहॉव्हरची ऐपत नसल्यामुळे, त्यानं अमेरिकी नौदलात भरती होण्यासाठीची परीक्षा दिली आणि त्यात तो यशस्वी ठरला. काही काळानंतर एका प्रथितयश उद्योजकाच्या १९ वर्षांच्या मॅमी जीनिव्हा दौड या मुलीशी त्याचं लग्न ठरलं. आपल्या नोकरीत बढती मिळाल्यादिवशीच आयसेनहॉव्हरनं तिच्याशी लग्न केलं. तिच्या पोटी जन्मलेल्या दोन मुलांपैकी एक लहानपणीच दगावलं.

पहिल्या महायुद्धादरम्यान अमेरिकेतच निरनिराळ्या लष्करी कामांसाठीचं प्रशिक्षण देण्यासाठी आयसेनहॉव्हरची नेमणूक करण्यात आली. हळूहळू त्याची लष्करामध्ये प्रगती होत गेली. कालांतरानं फिलिपिन्समध्ये अमेरिकी लष्कर दाखल झालं, तेव्हा त्यात आयसेनहॉव्हरचाही समावेश होता. १९४०मध्ये अमेरिकेत परतल्यानंतर अमेरिकी पायदळात फक्त ५०,००० सैनिक असल्याचं बघून आयसेनहॉव्हरला धक्काच बसला. अर्थातच पहिलं महायुद्ध संपून बराच काळ लोटून गेल्यानंतरच्या शांततेचा हा काळ असल्यामुळे आपल्या लष्करात वाढ करण्याची गरज अमेरिकेला भासत नसल्याचा हा परिणाम होता. आपल्यालासुद्धा लष्करात काही भविष्य आहे का, असा प्रश्न स्वाभाविकपणे आयसेनहॉव्हरला पडला. तेवढ्यात युरोपमध्ये हिटलरनं आपल्या आक्रमणानं मोठी खळबळ माजवली आणि यामुळे अमेरिकेनंही आपल्या लष्करात भरती सुरू केली. आयसेनहॉव्हरलाही बढती मिळाली.

पर्ल हार्बरवरच्या जपानी आक्रमणानंतर ताबडतोब वॉशिंग्टनला दाखल होण्याचे आदेश आयसेनहॉव्हरला मिळाले. फिलिपिन्समधला आयसेनहॉव्हरचा लष्करी अनुभव आताच्या पॅसिफिक महासागरामधल्या अमेरिकी लष्करी कारवाईची आखणी करण्यात उपयोगी पडेल, असं लष्करप्रमुखाला वाटलं.

१९४२च्या जून महिन्यात आपण यासाठीचे आराखडे पूर्ण केल्याची माहिती आयसेनहॉव्हरनं देताच 'मग तू कधी निघू शकतोस?' असा प्रश्न विचारून लष्करप्रमुखानं त्याला युद्धभूमीवर जाण्याचे आदेश दिले. केवळ दोन वर्षांच्या अवधीत, लष्करामध्ये साधारण पदावर असलेल्या आयसेनहॉव्हरने विलक्षण मोठी झेप घेतली होती. १९४२च्या नोव्हेंबर महिन्यात उत्तर आफ्रिकेमध्ये घुसलेल्या जर्मन सैनिकांना पराभूत करण्यासाठी आयसेनहॉव्हरची सेना चाल करून गेली. तिथल्या विजयानंतर आयसेनहॉव्हरचा मोर्चा सिसिली आणि इटली इथं वळला. आयसेनहॉव्हरनं दाखवलेल्या कौशल्यामुळे १९४३च्या डिसेंबर महिन्यात राष्ट्रपती फ्रँकलिन रुझवेल्टनं युरोपमधल्या मित्रराष्ट्रांच्या संयुक्त फौजांचं प्रमुखपद आयसेनहॉव्हरकडे दिलं. तीस लाख सैनिकांचं नेतृत्व करून फ्रान्समध्ये घुसण्याची आणि जर्मनांना तिथून हुसकावून लावण्याची जबाबदारी आयसेनहॉव्हरकडे आली होती.

६ जून १९४४ या दिवशी नॉर्मंडीची ऐतिहासिक लढाई सुरू झाली. यानंतर आयसेनहॉव्हरनं जोरदार चढाई करून जर्मनांना जेरीला आणलं. याचा सुखद शेवट १९४५च्या मे महिन्यात जर्मन लष्करानं अधिकृतपणे शरणागती पत्करण्यात झाला. युरोपमधल्या या विजयामुळे अमेरिकी जनतेच्या मनातली आयसेनहॉव्हरची प्रतिमा कमालीची उंचावली. वॉशिंग्टनला बोलावून घेत राष्ट्रपती ट्रूमननं आयसेनहॉव्हरला अमेरिकी लष्करप्रमुख बनवलं. आपल्या या कारकिर्दीत आयसेनहॉव्हरनं अमेरिकी लष्कराच्या तिन्ही विभागांना एका छत्राखाली आणून, 'संरक्षण विभाग' नावाचं नवं खातं बनवलं. दुसऱ्या महायुद्धातल्या आपल्या अनुभवांविषयी आयसेनहॉव्हरनं 'क्रूसेड इन युरोप' नावाचं पुस्तक लिहिलं आणि ते विलक्षण लोकप्रिय झालं.

१९४८मध्ये लष्कराला रामराम ठोकून आयसेनहॉव्हरनं कोलंबिया विद्यापीठाचा अध्यक्ष म्हणून जबाबदारी स्वीकारली. डेमोक्रॅटिक आणि रिपब्लिकन पक्षांकडून आयसेनहॉव्हरला सातत्यानं राष्ट्रपतिपदासाठीची उमेदवारी स्वीकारण्यासाठीची आमंत्रणं आली; पण त्यानं ती दर वेळी नाकारली. आपण या दोन पक्षांपैकी कुणाच्या विचारसरणीचे आहोत, हेसुद्धा त्यानं कधी जाहीर केलं नाही. १९५०मध्ये राष्ट्रपती ट्रूमननं आयसेनहॉव्हरला पुन्हा एकदा लष्करी कामाची जबाबदारी घेण्याविषयी विचारलं. याही खेपेला त्यानं युरोपमध्येच जाणं आणि नाटोच्या फौजांचं नेतृत्व करणं अपेक्षित होतं. आधीप्रमाणेच त्यानं ही कामगिरी अगदी चोखपणे पार पाडली.

१९५२च्या राष्ट्रपतिपदासाठीची निवडणूक जवळ येण्याआधीपासूनच

डेमोक्रॅटिक तसंच रिपब्लिकन पक्ष उमेदवारीसाठी आयसेनहॉव्हरच्या मागे लागले होते. याच सुमाराला आपण रिपब्लिकन विचारसरणीचे असल्याचं त्यानं जाहीर केलं. यामुळे आयसेनहॉव्हरची राष्ट्रपतिपदाच्या उमेदवारीसाठी, तर रिचर्ड निक्सनची उपराष्ट्रपतिपदाच्या उमेदवारीसाठी रिपब्लिकन पक्षानं निवड केली. निवडणुकीत ३,३९,३६,२३४-२,७३,१४,९९२ अशा मताधिक्यानं आणि इलेक्टोरल व्होट्सच्या संदर्भात ४४२-८९ अशा फरकानं आयसेनहॉव्हरनं अगदी मोठा विजय मिळवला. आपण राष्ट्रपती झाल्यास कोरियामध्ये स्वतः जाऊन तिथलं युद्ध संपुष्टात आणू, असं प्रचारादरम्यान आयसेनहॉव्हरनं सांगितलं होतं. राष्ट्रपतिपदाची शपथ घेण्याआधीच खरंच स्वतः कोरियामध्ये जाऊन आयसेनहॉव्हरनं परिस्थितीची पाहणी केली. प्रत्यक्षात युद्ध संपुष्टात आणण्यासाठीच्या करारावर १९५३च्या जुलै महिन्यात सह्या झाल्या.

राष्ट्रपतिपद

रिपब्लिकन पक्षाचा उमेदवार म्हणून राष्ट्रपतिपदाची निवडणूक जिंकलेली असूनसुद्धा आपण कट्टर परंपरावादी नसून मध्यममार्ग स्वीकारणारे असल्याची चुणूक आयसेनहॉव्हरनं आपल्या निर्णयांद्वारा लगेचच दिली. किमान वेतनदरात वाढ करणं, सोशल सिक्युरिटी या अमेरिकेमधल्या निवृत्तीनंतरच्या भत्त्याच्या संदर्भातल्या कायद्यांमध्ये सुधारणा करणं, अशा गोष्टी त्यानं केल्या. राज्यांना एकमेकांशी जोडणारे महामार्ग बनवण्याच्या अत्यंत महत्त्वाकांक्षी आणि दूरदर्शी निर्णयावर त्यानं शिक्कामोर्तब केलं. कृष्णवर्णीय लोकांना समान हक्क मिळावेत, यासाठीच्या हालचालींना वेग आला. सरकारी शाळांमध्ये गौरवर्णीय आणि कृष्णवर्णीय मुलांना एकत्र बसतासुद्धा येत नसे. या घृणास्पद नियमांना रद्दबातल ठरवण्यात आलं.

१९५७मध्ये अर्कान्सामधल्या लिटल रॉक इथल्या एका शाळेत वर्णभेद संपुष्टात आणण्यासाठीची कृती प्रत्यक्ष करायचं ठरलं, तेव्हा वर्चस्ववादी गौरवर्णीय लोक ती हाणून पाडतील आणि हिंसाचार करतील, अशी भीती व्यक्त करण्यात आली. यामुळे आयसेनहॉव्हरनं आधीच काही लष्करी जवानांना तिथं धाडलं. ही घटना अमेरिकेच्या गुलामगिरीच्या आणि वर्णद्वेषाच्या इतिहासात गाजली. लिटल रॉक प्रकरणानं इतर ठिकाणच्या कृष्णवर्णीयांना प्रोत्साहित केलं. १९५७ मध्ये संयुक्त राष्ट्रसंघाच्या आमसभेत नाट्यमयरीत्या प्रवेश करून अणुऊर्जेचा वापर शांततामय आणि उपयुक्त गोष्टींसाठीच व्हावा, यासाठी आपण प्रयत्नशील असलं पाहिजे, असं आयसेनहॉव्हरनं

सांगितलं. यामुळे 'इंटरनॅशनल ॲटॉमिक एनर्जी एजन्सी' या संस्थेची स्थापना होऊ शकली.

आपल्या राष्ट्रपतिपदाच्या कार्यकालात आयसेनहॉव्हरला तीन वेळा आरोग्याच्या गंभीर समस्यांना तीन वेळा तोंड द्यावं लागलं. १९५५च्या सप्टेंबर महिन्यात सुट्टीवर असताना, त्याला हृदयविकाराचा झटका आला. तरीही तीनच महिन्यांनंतर त्यानं आपलं कामकाज सुरू केलं. यानंतर ९ महिन्यांनी पोटात सूज आल्यामुळे त्याच्यावर तातडीची शस्त्रक्रिया करण्यात आली आणि ती यशस्वी ठरली. त्यानंतर सव्वा वर्षांनी त्याला पक्षाघाताचा सौम्य झटका आल्यामुळे काही काळ त्याच्या बोलण्यामध्ये अस्पष्टपणा जाणवत राहिला.

१९५६च्या निवडणुकीत डेमोक्रॅटिक पक्षाच्या १९५२च्याच आपल्या विरोधकाचा, म्हणजे अदलाई स्टीव्हन्सनचा परत एकदा पराभव केला; पण या खेपेला आधीच्या तुलनेत मोठ्या फरकानं. मतांच्या हिशेबानं ३,५५,९०,४७२-२,६०,२२,७५२ तर इलेक्टोरल व्होट्सच्या संदर्भात ४५७-७३ असा दणदणीत विजय आयसेनहॉव्हरनं संपादित केला. ही निवडणूक होण्याच्या काही दिवस आधी इजिप्तमधल्या सुवेझ कालव्याच्या प्रश्नावरून जगात खळबळ माजली. या कालव्यावरचं आपलं नियंत्रण परत मिळवण्यासाठी इजिप्तचा राष्ट्रपती अब्देल गमाल नासर यानं या कालव्याचं अचानकपणे राष्ट्रीयीकरण करून टाकलं. यामुळे राजकीय आणि व्यापारी आघाड्यांवर अडचणीत सापडलेल्या इंग्लंड, फ्रान्स आणि इस्राईल या देशांनी इजिप्तवर आक्रमण केलं. रशियानं या आक्रमणाचा निषेध केला. अमेरिकेनं रशियाचं म्हणणं उचलून धरत संयुक्त राष्ट्रसंघाच्या अखत्यारीत हा प्रश्न सोडवला जाण्याची मागणी केली. काही काळानंतर हा कालवा खुला झाला आणि हा प्रश्न मिटला.

४ ऑक्टोबर १९५७ या दिवशी रशियाने 'स्पुटनिक' नावाचा उपग्रह अंतराळात सोडून जगभर खळबळ माजवली आणि अमेरिकेला प्रचंड हादरा दिला. यामुळे अमेरिका आणि सोव्हिएत युनियन यांच्यातल्या रोमहर्षक अंतराळस्पर्धेची सुरुवात झाली. सोव्हिएत युनियनच्या या करामतीमुळे अमेरिकेमध्ये शिक्षण पद्धतीवर जोरदार टीका सुरू झाली. अमेरिकी विज्ञान मागे पडलेलं असून, अमेरिकी संशोधनसुद्धा मागासलेलं असल्याचं मत अनेक जणांनी व्यक्त केलं. साम्यवाद आणि एकाधिकारशाहीतून जन्मलेली दडपशाही, यांनी पिचलेल्या सोव्हिएत युनियनमध्ये जर इतकी अत्याधुनिक गोष्ट घडू शकते, तर विज्ञान-तंत्रज्ञानात आघाडीवर असल्याच्या फुशारक्या मारणाऱ्या अमेरिकेत हे का घडू शकत नाही, असा बोचरा प्रश्न माध्यमांनी उचलून धरला. यामुळे खडबडून

जागं झालेल्या अमेरिकेनं १९५८च्या जानेवारी महिन्यात 'एक्स्प्लोरर-१' हा उपग्रह अंतराळात सोडला आणि अंतराळस्पर्धेत अत्यंत वेगानं पुढे जाण्यासाठीची धडपड सुरू केली.

हळूहळू अमेरिकेच्या वर्चस्ववादाला आणि साम्राज्यशाहीला अनुकूल अशी पावलं आयसेनहॉव्हरनं टाकली. यासाठी १९५७मध्ये काँग्रेसकडून 'आयसेनहॉव्हर डॉक्ट्राईन' नावाचं विधेयक आयसेनहॉव्हरनं संमत करून घेतलं. त्यानुसार 'कुठल्याही इतर देशांत साम्यवाद पसरू नये, यासाठी अमेरिका त्या देशाच्या विनंतीवरून लष्करी मदत पाठवू शकेल,' असा ठराव मंजूर करण्यात आला. अर्थातच वरवर साम्यवादाशी लढण्यासाठी म्हणून आपण हे विधेयक संमत करत असल्याचं आयसेनहॉव्हर आणि काँग्रेस या दोघांनीही भासवलं असलं, तरी प्रत्यक्षात जगभरातला आपला वरचष्मा आणखी जोरानं प्रस्थापित करण्यासाठी आणि आपल्या विचारसरणीशी सहमत नसलेल्यांना दाबून टाकण्यासाठी या विधेयकाचा वापर होणार, हे निश्चित होतं. १९५८मध्ये मध्यपूर्व आशियामधल्या लेबेनॉननं अमेरिकेकडे याच कारणापोटी मदत मागितल्यावर, आयसेनहॉव्हरनं आपल्या नौसैनिकांना तिथं पाठवून दिलं. तसंच १९५८च्या सप्टेंबर महिन्यात चीनमधल्या साम्यवादी विचारसरणीच्या काही हल्लेखोरांनी फॉर्मोसामध्ये घुसण्याची तयारी सुरू केल्यानंतर आणि चीन तसंच फॉर्मोसा यांच्यामधल्या भागांवर जोरदार हल्ले सुरू केल्यावर, आयसेनहॉव्हरनं तिथं तातडीची मदत पाठवून हा प्रयत्न हाणून पाडला.

अमेरिकेच्या वर्चस्ववादाला आणि इतर देशांमधल्या कारवायांना खतपाणी घालणारा जॉन फॉस्टर डलिस हा १९५९मध्ये मरण पावल्यानंतर आयसेनहॉव्हरची परराष्ट्र धोरणांसंबंधीची थेट भूमिका लोकांना दिसायला लागली. खासकरून अमेरिका आणि रशिया यांच्यामधलं पार विकोपाला गेलेलं वातावरण निवळावं, यासाठी आयसेनहॉव्हरनं प्रयत्न सुरू केले. १९५९मध्ये रशियन सर्वेसर्वा ख्रुश्चेव्हच्या अमेरिकी दौऱ्यात आयसेनहॉव्हरनं अगदी उत्साहानं त्याची भेट घेतली. आयसेनहॉव्हरला रशियाला येण्याचं आमंत्रण ख्रुश्चेव्हनं दिलं आणि पॅरिसमध्ये आणखी एक संयुक्त बैठक घेण्याविषयीही दोघांचं सहमत झालं. अशा रीतीनं, या दोन शत्रूंमधले संबंध सुधारण्याची चिन्हं दिसत असतानाच, १९६०च्या मे महिन्यात वातावरण एकदम बिघडलं.

रशियन भूमीवरचं अमेरिकी गुप्तहेरांचं एक विमान रशियन लष्करानं

पाडलं. हे विमान रशियाच्या नजरेला येणार नाही अशा उंचीवरून घिरट्या घालत होतं. या खळबळजनक बातमीपाठोपाठ, गेली चार वर्षं अशी विमानं रशियन भूमीवर घिरट्या घालत असल्याची कबुली आयसेनहॉव्हरनं दिली. भडकलेल्या खुश्चेव्हनं अगदी तातडीनं आयसेनहॉव्हरकडून दिलगिरी व्यक्त करण्याची अपेक्षा जाहीर केली. आयसेनहॉव्हरनं याला नकार दिला. त्यामुळे आयसेनहॉव्हरला दिलेलं रशियाभेटीचं आमंत्रण खुश्चेव्हनं मागे घेतलं आणि पॅरिसमध्येही आयसेनहॉव्हरची भेट घेण्यात आपल्याला स्वारस्य नसल्याचं सांगून टाकलं. यामुळे अमेरिका आणि रशिया यांच्यामधले संबंध पुन्हा विकोपाला गेले.

आपला कार्यकाल संपत आल्यावर आयसेनहॉव्हरनं तिसऱ्यांदा राष्ट्रपतिपदासाठीची उमेदवारी जाहीर करण्याचा प्रश्नच उद्‌भवत नव्हता; कारण आता कायद्यानुसार याला परवानगीच नव्हती. रिपब्लिकन पक्षानं आपल्यानंतर रिचर्ड निक्सनला उमेदवारी द्यावी, यासाठी आयसेनहॉव्हरनं खूप प्रयत्न केले आणि त्यात त्याला यश आलं. निक्सनसाठी आयसेनहॉव्हरनं तसा फारसा प्रचार मात्र केला नाही. निवडणुकीत डेमोक्रॅटिक पक्षाच्या जॉन एफ केनेडीनं निक्सनचा पराभव केल्यानंतर आयसेनहॉव्हर निराश झाला.

गेल्या आठ वर्षांमधल्या सगळ्या कामाचा काहीच उपयोग झाला नाही, असं आपल्याला वाटत असल्याचं सांगतानाच, आपल्याला कुणीतरी जोरदार फटका दिला असल्याची भावना सतावत असल्याची प्रतिक्रिया त्यानं दिली. आयसेनहॉव्हरचा कार्यकाल संपण्याच्या सुमाराला क्यूबामध्ये बॅतिस्ता नावाच्या अमेरिकी समर्थनाच्या जोरावर कारभार चालवणाऱ्या हुकूमशहाला पदच्युत करून, फिडेल कॅस्ट्रोनं जिगरबाज पद्धतीनं क्रांती घडवून आणली. साम्यवादी विचारसरणीनं भारलेला कॅस्ट्रो आणि त्याचा सहकारी चे गव्हेरा यांच्या पराक्रमाची वर्णनं छायाचित्रांसह सगळीकडे प्रकाशित झाली. युवा वर्ग त्यांच्याकडे आकृष्ट होत असलेला बघून आयसेनहॉव्हर हताश झाला. आपल्या इतक्या जवळच्या देशात साम्यवाद फोफावला असल्याचं बघून हात चोळत राहण्यावाचून दुसरं काही करू न शकण्याच्या भावनेनं तो आणखी निराश झाला. क्यूबाशी सगळे राजकीय संबंध तोडणं आणि आर्थिक पातळीवर क्यूबा अडचणीत येईल अशा प्रकारची धोरणं राबवणं, एवढंच त्याच्या हातात होतं.

अखेरचा काळ

राष्ट्रपतिपद सोडल्यानंतर पेनसिल्व्हानियामधल्या गेटिसबर्ग इथल्या आपल्या फार्महाऊसवर आयसेनहॉव्हर राहायला गेला. तिथं त्यानं आपल्या राष्ट्रपतिपदाच्या काळातल्या आठवणींचे दोन खंड लिहिले. वयाच्या अठ्ठ्याहत्तराव्या वर्षी हृदयविकाराच्या झटक्यानं त्याचं निधन झालं.

जॉन ऊर्फ जॅक केनेडी

१९६१-६३
या काळातला अमेरिकेचा पस्तिसावा राष्ट्रपती

अल्प-परिचय

साल	घटना
१९१७	मॅसॅच्युसेट्स राज्यातल्या ब्रुकलिन इथे जन्म
१९३५-१९४१	हार्वर्ड आणि स्टॅनफर्ड इथे शिक्षण
१९४०	'व्हाय इंग्लंड स्लेप्ट' नावाच्या गाजलेल्या पुस्तकाचं प्रकाशन
१९४१-४५	पहिल्या महायुद्धात अमेरिकी नौदलातर्फे सहभाग
१९४५	वर्तमानपत्राचा वार्ताहर
१९४७-६०	मॅसॅच्युसेट्स राज्यातर्फे अमेरिकी हाऊस ऑफ रिप्रेझेंटेटिव्हज आणि सिनेट यांचं प्रतिनिधित्व
१९५३	जॅकलिन ली बिव्हुयेशी लग्न
१९५६	'प्रोफाईल्स इन करेज' या गाजलेल्या पुस्तकाचं प्रकाशन; मानाचा पुलित्झर पुरस्कार
१९६१-६३	अमेरिकेचा पस्तिसावा राष्ट्रपती
१९६३	जीवघेणा हल्ला आणि निधन

प्राथमिक ओळख

जॉन फिट्झगेराल्ड केनेडी हा विसाव्या शतकात जन्मणारा पहिलाच अमेरिकी राष्ट्रपती ठरला. आपल्या राष्ट्रपतिपदाचा कार्यकाल संपला, तेव्हा आयसेनहॉव्हर हा तोपर्यंतचा सगळ्यांत वयस्कर अमेरिकी राष्ट्रपती होता. राष्ट्रपतिपदाची सूत्रं हाती घेताना केनेडी फक्त ४३ वर्षांचा असल्यामुळे तोपर्यंतचा सगळ्यांत तरुण राष्ट्रपती

बनला. म्हणजेच एका अर्थानं जुन्या पिढीकडून नव्या पिढीने सूत्रं हाती घ्यावीत अशी परिस्थिती होती. आपलं तारुण्य, आपला उत्साह आणि आपली मोकळीढाकळी प्रतिमा यांच्या जोरावर केनेडीनं अमेरिकेला वेडं केलं. जेमतेम २ वर्षं १० महिने राष्ट्रपतिपदाची जबाबदारी सांभाळल्यानंतर केनेडीची हत्या झाली. या धक्कादायक प्रसंगाची टीव्हीवरची दृश्यं तसंच छायाचित्रं अजूनही लोक विसरू शकलेले नाहीत.

केनेडीनं राष्ट्रपतिपदापर्यंत मजल मारण्याचं एक मोठं वैशिष्ट्य म्हणजे, अमेरिकी निवडणुकांच्या इतिहासात राष्ट्रपतिपदाच्या प्रतिस्पर्धी उमेदवारांमधल्या वादविवादांच्या कार्यक्रमांचं टीव्हीवर प्रथमच झालेलं थेट प्रक्षेपण, हे होतं. या वादविवादांमध्ये केनेडीनं लोकांना आपलंसं केलं. त्याच्या तुलनेत रिपब्लिकन पक्षाचा उमेदवार रिचर्ड निक्सन फिका पडला. यामुळे आयसेनहॉव्हरनंतर पुन्हा रिपब्लिकन पक्षाचा उमेदवार व्हाईट हाऊसमध्ये येईल, असा अनेक जणांनी व्यक्त केलेला अंदाज चुकीचा ठरला. अत्यंत निसटत्या फरकानं केनेडीनं ही निवडणूक जिंकली. यामुळे काँग्रेसचं सहकार्य मिळवण्यात केनेडीला खूप अडचणी आल्या.

केनेडीच्या राष्ट्रपतिपदाच्या काळात अमेरिकेमध्ये तसे फारसे अंतर्गत प्रश्न नव्हते. भरभराटीचं वातावरण असल्यामुळे फारशी चिंता करण्याचं कारण नव्हतं. आंतरराष्ट्रीय पातळीवर मात्र परिस्थिती बिकट होती. अमेरिका आणि रशिया यांच्यामधले संबंध आयसेनहॉव्हरच्या काळात विकोपाला गेले होतेच; आता त्यांचा स्फोट व्हायची चिन्हं दिसत होती. दोघांमध्ये सुरू असलेली अणुबाँबनिर्मितीची आणि त्यांना घेऊन जाऊ शकणाऱ्या क्षेपणास्त्रनिर्मितीची स्पर्धा धोकादायक पातळीवर गेली. १९६२च्या ऑक्टोबर महिन्यात रशियानं गुप्तपणे, फिडेल कॅस्ट्रोच्या क्यूबामध्ये अमेरिकेच्या दिशेनं अणुबाँब टाकू शकणारी क्षेपणास्त्रं उभी करण्याचा कार्यक्रम हाती घेतल्यावर, सगळ्या जगाचा थरकाप उडाला. तिसऱ्या महायुद्धासकट अणुसंहाराच्या कल्पनेनं सगळे हादरून गेले. कुणीच मागे हटण्याची चिन्हं दिसत नसताना, काही महिन्यांनंतर परिस्थिती जरा निवळत गेली. क्यूबामधून रशियानं आपली क्षेपणास्त्रं काढून घेतली. त्यानंतर अमेरिका, रशिया आणि इंग्लंड यांनी पृथ्वीच्या वातावरणात अणुबाँबची चाचणी न घेण्यासंबंधीच्या करारावर सह्या केल्यामुळे जगानं सुटकेचा निःश्वास सोडला.

जडणघडण

थिओडोर आणि फ्रँकलिन रुझवेल्ट यांच्याप्रमाणेच जॉन केनेडीसुद्धा आर्थिकदृष्ट्या संपन्न कुटुंबात जन्मला. नऊ भावंडांमध्ये त्याचा दुसरा क्रमांक होता. फ्रँकलिन

रुझवेल्टच्या सरकारमध्ये अनेक निरनिराळ्या महत्त्वाच्या पदांवर काम केलेले त्याचे वडील अमेरिकेमधल्या सगळ्यांत धनाढ्य लोकांपैकी एक होते. त्याच्या आईचे वडील पूर्वी बॉस्टनचे महापौर होते. जॉन केनेडीला घरी 'जॅक' म्हणून संबोधत आणि पुढे हेच नाव त्याला चिकटलं. केनेडीच्या वडिलांची काही दुय्यम दर्जाच्या अभिनेत्रींशी सुरू असलेली लफडी जगजाहीर होती. केनेडीची आई मात्र अत्यंत धार्मिक आणि कोरड्या स्वभावाची होती. आपल्या मुलांना ती प्रेमानं जवळही घेत नसे. यामुळे आणि आपल्यापेक्षा आपला मोठा भाऊच आई-वडिलांचा जास्त लाडका असल्याच्या भावनेपोटी जॉन केनेडी सतत अस्वस्थ असे. यामुळे त्याच्या तब्येतीवरही दुष्परिणाम होत. पोटाच्या त्रासामुळे त्याला अनेकदा इस्पितळात भरती करावं लागे.

शालेय शिक्षणामध्ये केनेडीनं फार चमक दाखवली नाही. तो सरासरी गुणवत्तेचा विद्यार्थी मानला जाई. अर्थातच, इतर श्रीमंत मुलांप्रमाणे त्याला खूप सोयीसुविधा मिळत. तो अनेक खेळ खेळे. तसंच सुट्टीच्या काळात तो भरपूर प्रवास करे. महाविद्यालयीन शिक्षणानंतर केनेडी इंग्लंडच्या 'लंडन स्कूल ऑफ इकॉनॉमिक्स'मध्ये शिकायला गेला; पण तिथं असताना कावीळ झाल्यामुळे त्याला नाइलाजानं मायदेशी परतावं लागलं. अमेरिकेत प्रिन्स्टनमध्ये त्यानं प्रवेश घेतला खरा; पण त्याचा काविळीचा विकार पुन्हा उफाळून आल्यामुळे काही काळ त्याला झोपून राहावं लागलं. प्रिन्स्टनमध्ये केनेडीनं सुरुवातीला अजिबात चमक दाखवली नाही. नंतरच्या काळात अर्थशास्त्र आणि राजकारण या विषयांमध्ये मात्र तो खूप रमला आणि त्याच्यामधले सुप्त गुण दिसायला लागले. ब्रिटिश आणि फ्रेंच नेत्यांनी म्यूनिक कराराच्या वेळी हिटलरला विनाकारण खूप मानसन्मान देत, त्याच्या म्हणण्यानुसार पुढची पावलं टाकल्याचे दुष्परिणाम जगाला कसे भोगावे लागले, यावर त्यानं एक प्रबंध लिहिला. तो प्रचंड गाजला आणि अगदी सन्मानानं केनेडीला त्याची पदवी देण्यात आली. आपल्या या प्रबंधाला मिळत असलेला प्रतिसाद बघून केनेडीनं त्यात आणखी भर टाकली आणि त्याचं 'व्हाय इंग्लंड स्लेप्ट' नावाचं पुस्तक केलं. १९४०मध्ये प्रकाशित झालेलं हे पुस्तक जोरदार खपलं.

याच दरम्यान, केनेडीचे वडील 'इंग्लंडमधले अमेरिकी राजदूत' म्हणून काम बघत असत. त्यांनी काही कारणामुळे ब्रिटिशांच्या विरोधात वक्तव्यं केली. यामुळे भडकून राष्ट्रपती फ्रँकलिन रुझवेल्टनं केनेडीच्या वडिलांना पदच्युत केलं. दरम्यान, केनेडी स्टॅनफर्ड विद्यापीठाच्या 'बिझिनेस स्कूल'मध्ये शिकत होता. त्यानं लष्करात भरती होण्यासाठी केलेले प्रयत्न त्याच्या पूर्वीच्या पाठीच्या दुखण्यामुळे अयशस्वी

ठरले. खूप व्यायाम करून त्यानं या दुखण्याची तीव्रता कमी केली आणि अमेरिकी नौदलात प्रवेश मिळवला. नौदलात सेवा करताना केनेडीला काहीच खास करायला मिळत नसल्यामुळे आपल्या वडिलांचा वशिला वापरून त्यानं जरा धाडसी मोहिमांमध्ये प्रवेश करण्यात यश मिळवलं. यामागे दुसरंही एक कारण होतं. या काळात इंगा अर्वड नावाच्या मुलीबरोबर केनेडीचं प्रेमप्रकरण सुरू होतं. जर्मनीच्या बर्लिन शहरामधल्या एका सौंदर्यवती स्पर्धेत इंगाला हिटलरच्या खास माणसांपैकी एक म्हणून ओळखल्या जाणाऱ्या हर्मन गोरिंगच्या हस्ते पहिल्या क्रमांकाचं बक्षीस मिळालं होतं. यामुळे 'फेडरल ब्यूरो ऑफ इन्व्हेस्टिगेशन्स (एफबीआय)' या अमेरिकी गुप्तचर संस्थेची इंगावर बारीक नजर होती. म्हणूनच केनेडीलाही तिच्यापासून दूर करण्यात आलं असावं, असं मानलं जातं.

दक्षिण पॅसिफिक समुद्रात असताना २ ऑगस्ट १९४३ या दिवशी एका जपानी युद्धनौकेनं केनेडी आणि त्याचे साथीदार असलेली युद्धनौका उद्ध्वस्त केली. केनेडीचे दोन साथीदार जागीच ठार झाले. केनेडी आणि इतर दहा जण मात्र कसाबसा आपला जीव वाचवण्यात यशस्वी ठरले. स्वतः केनेडीच ही युद्धनौका चालवत होता. त्याच्या नवशिकेपणामुळे हा अपघात झाला, असं काही जण म्हणतात; तर इतर काही जणांनी मात्र केनेडी या दुर्घटनेला अजिबात जबाबदार नसल्याबद्दल, उलट त्यानं अत्यंत गंभीर परिस्थितीतसुद्धा डोकं ठिकाणावर ठेवून काम केल्याबद्दल, त्याची प्रशंसा केली.

पुढचे १५ तास पाण्यात काढून ते कसेबसे एका छोट्या बेटावर पोहोचले. तिथे पोहोचल्यावर केनेडीनं आपल्या सहकाऱ्यांना धीर दिला. पुढचे काही दिवस ते एका बेटावरून पोहत दुसऱ्या बेटावर जात राहिले. चार दिवसांनंतर त्यांना एका बेटावर स्थानिक माणसं दिसली. 'आपल्या बचावासाठी यावं' असा निरोप जवळच्या नौदलाच्या तळापर्यंत पोहोचवण्यासाठी एका नारळावर कोरून या माणसांकडे केनेडीने दिला. नौदलानं या समरप्रसंगातून केनेडी आणि त्याचे सहकारी यांची सुटका केली. तेव्हाच 'आपला मृत्यू झाला असणार याविषयी नौदलाची खात्री पटली होती आणि तसं आपल्याला कुटुंबीयांना कळवण्यात आलं होतं' असं केनेडी आणि त्याचे कसेबसे वाचलेले सहकारी यांना समजलं. मलेरियामुळे आजारी पडलेल्या केनेडीला आता त्याच्या जुन्या पाठदुखीनंही भंडावून सोडलं. यामुळे तो अमेरिकेत परतला.

नौदलाच्या बॉस्टनजवळच्या एका रुग्णालयात उपचार घेत असलेल्या केनेडीला आपला जो नावाचा मोठा भाऊ युरोपमध्ये बॉंबर विमान चालवत असताना दगावल्याची दुःखद बातमी समजली. उपचारांनंतर केनेडीनं आपल्या खराब

प्रकृतीमुळे नौदलाचा नाद सोडून दिला आणि काही काळ तो एका वर्तमानपत्राचा वार्ताहर बनला. काही काळातच त्यानं राजकारणात प्रवेश केला.

राजकारण

आपला जो हा मोठा भाऊ अकाली दगावल्यामुळे आपण राजकारणात प्रवेश केल्याचं केनेडी सांगत असे. याचं कारण म्हणजे, जो राजकारणात जाईल अशी त्याच्या कुटुंबीयांची अपेक्षा होती. त्याच्या पश्चात आपण हे काम केलं, असं केनेडी म्हणत असे. २८ वर्षांचा, करडे डोळे आणि कुरळे केस असलेला केनेडी डेमोक्रॅटिक पक्षाच्या वतीने काँग्रेसमध्ये जाण्यासाठीची धडपड करायला लागला. त्याला ही उमेदवारी मिळावी यासाठी त्याच्या सगळ्या कुटुंबीयांनीही जोरदार प्रयत्न केले. यामुळे १९४६मध्ये त्याला ही उमेदवारी मिळाली. रिपब्लिकन पक्षाच्या उमेदवाराचा सलग तीन निवडणुकांमध्ये पराभव करून १९४६, १९४८ आणि १९५० अशी काँग्रेसमधली हॅट ट्रिक केनेडीनं साजरी केली.

मॅसॅच्युसेट्स प्रांताच्या वतीनं हाऊस ऑफ रिप्रेझेंटेटिव्ह्ज या सभागृहात सलग तीन वेळा निवडून गेलेला केनेडी आपल्या अविवाहित तारुण्याची भरपूर मजा घेत असे. त्याचबरोबर तो आपल्या कामाविषयीही जागरूक असे. मोठ्या उद्योगपतींपेक्षा सर्वसामान्य अमेरिकी नागरिकांचं आयुष्य सुकर करण्यासाठी राजकारण्यांनी झटलं पाहिजे, यावर त्याचा विश्वास होता. साहजिकच, सर्वसामान्य लोकांच्या प्रश्नांना तो खूप महत्त्व देई. अमेरिकेनं परकीय धोरणांमध्येही घोडचुका केल्या असल्याचं मत मांडून, तो या संदर्भातल्या विधेयकांवर आपल्याला हवं तसंच मतदान करे. १९५२मध्ये त्याने 'सिनेटर' बनण्यासाठीची मोहीम हाती घेतली आणि त्यासाठीच्या प्रचारावर भर दिला. केनेडीसमोरचं आव्हान मोठं होतं. दुसऱ्या महायुद्धात लष्कराची सेवा करतानाचा थोडा काळ वगळता १९३६ सालापासून सिनेटवर निवडून गेलेल्या रिपब्लिकन उमेदवाराशी केनेडीची झुंज होती. प्रचंड मोठ्या प्रमाणात प्रचार करून आणि खर्च करून केनेडीनं तरीसुद्धा ही निवडणूक जिंकली. यामुळे डेमोक्रॅटिक पक्षातलं केनेडीचं पारडं एकदम जड झालं आणि राष्ट्रीय पातळीवर त्याच्या नावाची चर्चा जोरात सुरू झाली. सिनेटरपदी निवड झालेल्या केनेडीच्या कामाविषयी भाष्य करण्याऐवजी माध्यमांनी 'तो कसा आकर्षक दिसतो आणि म्हणूनच अनेक मुली त्याच्याशी लग्न करायला कशा उत्सुक आहेत' अशा गोष्टींवर खूप भर दिला. यामुळे केनेडी नाराज झाला खरा; पण याच्या दोन वर्षं आधी जॅकलिन ऊर्फ जॅकी ली बुव्हिये या आकर्षक मुलीशी केनेडीचं सूत जुळलं होतं. एका वर्तमानपत्रासाठी छायाचित्रकार म्हणून काम करणाऱ्या २४ वर्षीय

जॅकीशी ३६ वर्षांच्या केनेडीचं १९५३मध्ये लग्न झालं. त्यांना झालेल्या तीन अपत्यांपैकी एक बालपणीच दगावलं.

पूर्वीपासूनच केनेडीला पाठदुखीचा खूप त्रास होता. १९५४च्या ऑक्टोबर महिन्यात त्यानं यासाठीची शस्त्रक्रिया करून घेतली; पण त्याला आणखी एक आजार असल्यामुळे ही शस्त्रक्रिया जिवावर बेतण्याची चिन्हं दिसायला लागली. केनेडीचे कुटुंबीय इस्पितळात दाखल झाले आणि कुठल्याही क्षणी तो हे जग सोडून जाऊ शकतो, अशी सगळ्यांची मानसिक तयारीही झाली. तेवढ्यात अचानकपणे हा धोका टळला आणि केनेडीची तब्येत सुधारत गेली.

सिनेटर म्हणून काम करताकरता केनेडीनं अमेरिकेच्या इतिहासात धाडसी भूमिका घेणाऱ्या सिनेटर्सची चरित्रं 'प्रोफाईल्स इन करेज' नावाच्या पुस्तकात शब्दबद्ध केली. १९५६मध्ये प्रकाशित झालेलं हे पुस्तकसुद्धा, त्याच्या पहिल्या पुस्तकाप्रमाणे खूप यशस्वी ठरलं. या पुस्तकाला तर 'पुलित्झर पुरस्कार' हा अत्यंत मानाचा सन्मानही लाभला. प्रत्यक्षात, या पुस्तकाचं लिखाण केनेडीनं केलं नसल्याच्या बातम्या मात्र वारंवार येत असत. केनेडी त्या सहन करू शकत नसे. दरम्यान, याच वर्षी केनेडीनं डेमोक्रॅटिक पक्षाच्या वतीने उपराष्ट्रपतिपदाची उमेदवारी मिळवण्यासाठी प्रयत्न केले; पण त्यात तो अपयशी ठरला. तरीसुद्धा ज्यांना राष्ट्रपतिपदाची आणि उपराष्ट्रपतिपदाची उमेदवारी मिळाली, त्या डेमोक्रॅटिक पक्षाच्या नेत्यांच्या प्रचारात तो हिरिरीनं उतरला. दरम्यानच्या काळात, त्याला सिनेटर म्हणून आंतरराष्ट्रीय पातळीवरच्या प्रश्नांविषयी काम करण्याची संधी मिळाली. ती साधून त्यानं राष्ट्रपती आयसेनहॉव्हरच्या धोरणांवर कडाडून टीका केली. आयसेनहॉव्हर पुरेसा आक्रमक नसल्यामुळे, अण्वस्त्रनिर्मितीच्या बाबतीत रशियानं आपल्याला मागे टाकलं असल्याची प्रतिक्रिया त्यानं दिली. कृष्णवर्णीयांच्या हक्कांविषयी केनेडीनं एकदम उदारमतवादी भूमिका स्वीकारली. कृष्णवर्णीयांना समाजात सहभागी करून घेतलंच पाहिजे, असं मत त्यानं निरनिराळ्या माध्यमांमधून मांडलं. १९६०च्या राष्ट्रपतिपदासाठीच्या निवडणुकीसाठी जोरदार मोर्चेबांधणी करण्याच्या दृष्टीनं केनेडीनं निर्णायक पावलं टाकली. त्याचं अख्खं कुटुंबच यासाठी प्रयत्न करायला लागलं. त्याची लोकप्रियता वाढत होती आणि दुसरीकडे मतं खेचून घेण्याची त्याच्यामधली क्षमताही डेमोक्रॅटिक पक्षातल्या प्रभावशाली नेत्यांना जाणवत होती. साहजिकच, पुढच्या निवडणुकीत त्यालाच उमेदवारी मिळणार, असं डेमोक्रॅटिक पक्षाचे अनेक समर्थक म्हणायला लागले. लिंडन जॉन्सन या उमेदवारीसाठीच्या आपल्या स्पर्धकाला अखेर राष्ट्रपतिपदाऐवजी उपराष्ट्रपतिपदाची उमेदवारी मिळवून देण्यासाठी प्रयत्न करण्याचं आश्वासन देत,

केनेडीनं स्वतः राष्ट्रपतिपदासाठीची उमेदवारी मिळवलीच. रिपब्लिकन पक्षातर्फे रिचर्ड निक्सनची उमेदवारी जाहीर करण्यात आली.

टीव्हीवर प्रथमच दोन्ही प्रमुख पक्षांच्या राष्ट्रपतिपदासाठीच्या उमेदवारांमध्ये होणाऱ्या वादविवादांच्या चार फेऱ्यांचं थेट प्रक्षेपण करण्यात आलं. कमालीच्या औत्सुक्यानं लोकांनी ते बघितलं. इतिहासात प्रथमच अमेरिकी नागरिकांना आपल्या संभाव्य राष्ट्रपतींची मतं थेट ऐकता आली. तसंच प्रतिस्पर्धी उमेदवारानं उपस्थित केलेल्या प्रश्नांना उत्तरं देण्याचा आत्मविश्वास, त्यामधला खरेखोटेपणा, देहबोली या सगळ्यांचा अनुभव अमेरिकी जनतेनं प्रथमच घेतला. वादविवादाच्या पहिल्या फेरीच्या वेळी टीव्हीवर प्रेक्षकांना दिसणाऱ्या दृश्याची पार्श्वभूमी गडद रंगाची असणार या गैरसमजापोटी फिक्या रंगाचा सूट घालून आलेला निक्सन फिक्या रंगाच्या पार्श्वभूमीत एकदम हरवून गेल्यासारखा दिसला; तर गडद रंगाच्या सूटमधला केनेडी एकदम उठून दिसला. खूप उकाड्यामुळे घामेघूम होत असलेला निक्सन, वारंवार आपल्या कपाळावरचा घाम रुमालानं टिपत राहिला. अमेरिकी जनतेला मात्र निक्सन असं आत्मविश्वासाच्या अभावापोटी करतो आहे, असं वाटलं आणि यामुळे मतदार वर्ग त्याच्यापासून आणखी दूर गेला. केनेडी आणि जॉन्सन यांनी डेमोक्रॅटिक पक्षाच्या वतीनं विलक्षण उदारमतवादी भूमिका मांडली. समान नागरी हक्क प्रस्थापित करणारा कायदा आणण्याविषयी आपण वचनबद्ध असल्याचं केनेडीनं जाहीर केलं. तसंच सोशल सिक्युरिटीचा जनसामान्यांना होत असलेला लाभ आणखी विस्तारण्यावर त्यानं भर दिला. तुलनेनं रिपब्लिकन पक्षाच्या वतीनं निक्सननं विद्यमान राष्ट्रपती आयसेनहॉव्हरच्या कार्यकालाचे गोडवे गाण्यावर भर दिला. त्याच्या कारकिर्दीत रिपब्लिकन पक्षानं अमेरिकेला भरभराटीच्या आणि स्थैर्याच्या मार्गावर नेलं असल्याचं आणि आपण तीच परंपरा पुढे चालवणार असल्याचं त्यानं सांगितलं. ही निवडणूक अटीतटीची होणार, याविषयी कुणाच्याच मनात शंका नसली, तरी प्रत्यक्ष मतदान झाल्यानंतर सगळ्यांनी अक्षरशः श्वास रोखून या निकालाकडे बघितलं. काही जणांनी तर निकालाविषयी शंकासुद्धा उपस्थित केली! याचं कारण म्हणजे, केनेडीला ३,४२,२७,०९६ तर निक्सनला ३,४१,०८,५४६ अशी मतं मिळाली. मतमोजणीचा निकाल कुणाच्या बाजूनं लागणार हे माहीत नसलेल्या अवस्थेतच त्या रात्री केनेडी झोपी गेला; पण दुसऱ्या दिवशी सकाळी 'सुप्रभात, राष्ट्रपती महोदय!' असं म्हणून त्याच्या मुलीनं त्याला झोपेतून उठवलं! अर्थातच, इलेक्टोरल व्होट्समधला फरक इतका सूक्ष्म नव्हता. केनेडीनं या निकषावर निक्सनचा ३०३-२१९ असा तुलनेने सहज पराभव केला.

राष्ट्रपतिपद

आत्तापर्यंतची परंपरा मोडीत काढत राष्ट्रपती केनेडीनं आपला धाकटा भाऊ रॉबर्ट याची नेमणूक आपल्या मंत्रिमंडळाचा 'ॲटर्नी जनरल' म्हणून केली. महत्त्वाच्या निर्णयांसंबंधीची सल्लामसलत करण्यासाठी केनेडी रॉबर्टवर कायमच अवलंबून असे. यानंतर एडवर्ड हा केनेडीचा सगळ्यांत धाकटा भाऊ 'सिनेटर' म्हणून निवडून आल्यामुळे, एकाच कुटुंबातल्या तिघांनी अमेरिकी राजकारणाच्या सर्वोच्च पातळीवर एकाच वेळी काम करण्याची ही पहिलीच वेळ ठरली. याचा फायदा उठवून विरोधकांनी केनेडीवर टीकेची झोड उठवली; पण त्यानं याकडे साफ दुर्लक्ष केलं.

१९६१च्या एप्रिल महिन्यात केनेडीला परकीय धोरणांच्या संदर्भात जोरदार नामुष्कीला सामोरं जावं लागलं. फिडेल कॅस्ट्रोनं क्यूबामध्ये क्रांती घडवून आणल्यामुळे अमेरिकेची चांगलीच पंचाईत झाली होती. कॅस्ट्रोला अटक किंवा ठार करून त्याच्या जागी पुन्हा आपल्या मर्जीतला बाहुला क्यूबाच्या सत्तेवर बसवणं अमेरिकेच्या दृष्टीनं गरजेचं होतं. यासाठी कॅस्ट्रोच्या क्रांतीमुळे क्यूबामधून बाहेर पडलेल्या आणि अमेरिकेत– खासकरून फ्लॉरिडा राज्यात– वास्तव्याला आलेल्या कॅस्ट्रोविरोधकांना एकत्र करून लष्करी प्रशिक्षण देण्यात आलं. याची जबाबदारी 'सेंट्रल इन्व्हेस्टिगेशन्स एजन्सी (सीआयए)' या अमेरिकेच्या कुख्यात गुप्तचर संस्थेनं घेतली. प्रशिक्षणानंतर हे लोक रात्रीच्या अंधारात जलप्रवास करून क्यूबामध्ये घुसले. तिथं त्यांनी क्यूबन लष्कराला पराभूत करून सत्ता आपल्याकडे खेचून घेण्याचा प्रयत्न केला खरा; पण कॅस्ट्रो त्यांना भारी पडला. त्याच्या क्यूबन सैनिकांनी या घुसखोरांना नमवलं. किमान १००० घुसखोरांना अटक करण्यात आलं. या प्रकरणामुळे कॅस्ट्रोची प्रतिमा भलतीच उजळली आणि अमेरिकेसारख्या बलाढ्य देशाचं पार हसं झालं. या घटनाक्रमाची सुरुवात खरं म्हणजे आयसेनहॉव्हरच्या काळात झालेली असली, तरी त्याची जबाबदारी स्वतःकडे घेण्याचा दिलदारपणा केनेडीनं दाखवला. त्यातच १९६१च्या ऑगस्ट महिन्यात आपल्या आधिपत्याखालच्या पूर्व बर्लिनमधल्या नागरिकांना पश्चिम बर्लिनमध्ये जाता येणं अशक्य व्हावं, यासाठी मोठी भिंत बांधण्याचं काम रशियानं हाती घेतलं. या ऐतिहासिक 'बर्लिन वॉल'मुळे जर्मनीचे पूर्व आणि पश्चिम असे दोन तुकडे पडले. पूर्व जर्मनीत साम्यवाद; तर पश्चिम जर्मनीत आधुनिक पाश्चिमात्य विचारसरणी, अशी विचित्र परिस्थिती निर्माण झाली. म्हणजेच, रशिया आपल्यासमोर मान झुकवणार नसल्याचं केनेडीच्या परत एकदा लक्षात आलं. याआधी व्हिएतनाममध्ये केनेडी आणि

ख्रुश्चेव्ह यांची भेट झाली. सोव्हिएत युनियनला आपली मान झुकवावी लागणार नाही, यासाठी अत्यंत चतुराईनं ख्रुश्चेव्ह आपल्यावर दबाव टाकत असल्याचं केनेडीच्या लक्षात आलं खरं; पण त्याचा काही उपयोग झाला नाही. ख्रुश्चेव्ह आपल्याला लहान मुलगा असल्यासारखं वागवत असल्याची तक्रारही केनेडीनं वैतागून आपल्या सहकाऱ्यांपाशी केली. केनेडीमध्ये पुरेसा कणखरपणा नसल्याचं मत ख्रुश्चेव्हनं आपल्या सहकाऱ्यांपाशी बोलून दाखवलं.

क्यूबामधल्या मानहानीच्या पाच दिवस आधी युरी गागरिन हा अंतराळवीर अंतराळयानातून पृथ्वीला तीन फेऱ्या मारून परतला. ही बातमी जगभर पसरली. अमेरिकेच्या दृष्टीनं ही प्रचंड मानहानी ठरली. उपराष्ट्रपती लिंडन जॉन्सन तेव्हा अमेरिकेच्या अंतराळभरारीच्या कार्यक्रमासाठीच्या समितीचा अध्यक्ष होता. त्याला केनेडीनं चांगलंच झापलं.

काही काळानंतर मात्र केनेडीची प्रशंसा करण्याची संधी अमेरिकी जनतेला मिळाली. क्यूबामध्ये फिडेल कॅस्ट्रो हा अमेरिकेच्या कट्टर विरोधात असल्याचा आणि आपल्या साम्यवादी विचारसरणीशी जोडला गेल्याचा फायदा उठवून रशियानं क्यूबन भूमीवर क्षेपणास्त्रं उभी करण्याचा कार्यक्रम सुरू केला. यामुळे क्यूबाकरवी अमेरिकेवर अण्वस्त्रांचा आणि इतर संहारक अस्त्रांचा मारा करणं रशियाला शक्य झालं असतं. केनेडीनं या प्रकरणात अत्यंत कठोर भूमिका घेतली. जर हा क्षेपणास्त्रांचा तळ रशियानं उद्ध्वस्त केला नाही, तर आपण तो उद्ध्वस्त करू, अशी धमकी त्यानं अप्रत्यक्षरीत्या दिली. याचा योग्य परिणाम झाला आणि क्यूबाच्या भूमीवरची ही क्षेपणास्त्रं काढून घेण्यात आली.

कृष्णवर्णीयांना समाजाच्या मुख्य प्रवाहात सामील करून घेण्यासाठीचा समान नागरी कायदा केनेडीला हवा होता. त्यानं यासाठी खूप प्रयत्न केले. १९६१मध्ये अलाबामा राज्यातल्या 'मॉंटगोमेरी' इथं, बसप्रवासादरम्यान आपल्याला वर्णभेदाला सामोरं जावं लागतं या कारणावरून, कृष्णवर्णीयांनी स्थानिक बससेवेवर बहिष्कार टाकला. यामुळे वर्चस्ववादी गोऱ्यांनी हा बहिष्कार हाणून पाडण्यासाठी प्रयत्न सुरू केले. या वेळी परिस्थिती आटोक्याबाहेर जाऊ नये, यासाठी केनेडीनं तिथं लगेच लष्करी मदत पाठवली. याच धर्तीवर १९६२मध्ये युनिव्हर्सिटी ऑफ मिसिसिपीमध्ये फक्त गौरवर्णीयांना प्रवेश दिला जाण्याला विरोध करून, जेम्स मेरेदिथ या कृष्णवर्णीय विद्यार्थ्यानं 'आपल्यालाही तिथे प्रवेश मिळाला पाहिजे' यासाठी जोरदार आंदोलन सुरू केलं. पुन्हा वर्चस्ववादी गौरवर्णीयांनी दंगल सुरू करताच, केनेडीनं तिथं लष्करी तुकडी पाठवून परिस्थिती नियंत्रणाखाली आणली. पुढच्या वर्षीच्या ऑगस्ट महिन्यात सुमारे दोन लाख लोकांनी समान नागरी कायद्यासाठी वॉशिंग्टनमध्ये

प्रचंड मोठा मोर्चा काढला. यामुळे टीव्हीवर भाषण करताना अब्राहम लिंकननं गुलामगिरीची प्रथा नष्ट करण्यासाठीची पावलं उचलून एक शतकाहून जास्त काळ उलटून गेल्यानंतरसुद्धा, अजूनही कृष्णवर्णीय लोकांना समाजात दुय्यम स्थान मिळत असल्याविषयी केनेडीनं खेद व्यक्त केला.

अंतराळस्पर्धेत आपण सोव्हिएत युनियनच्या तुलनेत पिछाडीवर राहू नये यासाठी केनेडीनं जोरदार प्रयत्न केले. १९६१च्या एप्रिल महिन्यात सोव्हिएत युनियननं प्रथमच माणसाला अंतराळाची सफर घडवून आणल्यानंतर एक महिना उजाडून जाण्याच्या आत, पहिला अमेरिकी अंतराळवीरसुद्धा पृथ्वीबाहेरच्या विश्वात जाऊन आला. यामुळे केनेडीला जरा हुरूप आला.

या काळात केनेडीच्या प्रेमप्रकरणांची जोरदार चर्चा सुरू असे. १९ मे १९६२ या दिवशी केनेडीनं आपला चव्वेचाळिसावा वाढदिवस जोरात साजरा केला. ५००० डॉलर्स किमतीचा अत्यंत दिमाखदार पोषाख घातलेल्या मर्लिन मन्रोनं 'हॅपी बर्थडे'चं गीत गाऊन सगळ्यांचं लक्ष वेधून घेतलं. तिचं केनेडीशी लफडं सुरू असल्याची जोरदार चर्चा सुरू तर होतीच; पण इतर अनेक स्त्रियांशी केनेडीची प्रेमप्रकरणं सुरू होती. यामुळे केनेडी आणि त्याची पत्नी जॅकी यांच्यामधले संबंध विलक्षण ताणले गेले. आपल्या मुलांना बरोबर घेऊन जॅकी बराच काळ व्हर्जिनियामध्ये राहायला जाई.

हत्या

१९६३च्या नोव्हेंबर महिन्यात केनेडीनं टेक्सस प्रांतात एक भाषणदौरा काढला. २२ तारखेला दुपारी डॅलसमधल्या एका कार्यक्रमात त्याचं भाषण आयोजित करण्यात आलं होतं. त्यासाठी त्याच्या मोटारींचा ताफा जात असताना एका हल्लेखोरानं केनेडीचं डोकं आणि मान यांच्यावर गोळ्या झाडल्या. काही मिनिटांनी त्याचा जागीच मृत्यू झाला. साम्यवादी विचारसरणीनं भारून गेलेल्या आणि काही काळ आपल्या अमेरिकी नागरिकत्वाचा त्याग करून रशियामध्ये राहायला गेलेल्या ली हार्वे ओसवाल्डनं केनेडीवर गोळ्या झाडल्या होत्या. त्याचं डोकं ठिकाणावर नव्हतं. ओसवाल्डनं पूर्वी अमेरिकी नौदलात सेवा केली होती. पोलिसांनी ओसवाल्डला पकडण्याचा प्रयत्न केला, तेव्हा त्यानं एका पोलिसालाही गोळी मारून ठार केलं. यानंतर दोन दिवसांनी ओसवाल्डला तुरुंगात नेलं जात असताना, एका नाईटक्लबच्या मालकानं ओसवाल्डला गोळ्या घालून ठार केलं. केनेडीच्या हत्येविषयी अनेक शंकाकुशंका व्यक्त करण्यात आल्या. बऱ्याच लोकांवर संशय व्यक्त करण्यात आला. शेवटी यातून काहीच निष्पन्न झालं नाही.

४६ वर्षीय केनेडीचा मृतदेह विमानानं वॉशिंग्टनला नेण्यात आला. त्याची पत्नी जॅकी त्याच्यावरच्या हल्ल्याच्या वेळी त्याच्या शेजारीच होती. केनेडीवरच्या हल्ल्यादरम्यान तिच्या कपड्यांवर केनेडीच्या रक्ताचे थेंब उडाले होते. व्हाईट हाऊसमध्ये केनेडीचा मृतदेह ठेवलेला असतानासुद्धा जॅकी आपल्या रक्ताचे डाग असलेले कपडे घालूनच तिथं हजर होती. केनेडीच्या मोटारींच्या ताफ्यातल्या एका मोटारीत असलेल्या उपराष्ट्रपती लिंडन जॉन्सननं डॅलसमधून वॉशिंग्टनला जातानाच्या विमानसफरीतच राष्ट्रपतिपदाची शपथ घेतली. २५ नोव्हेंबरला केनेडीच्या मृतदेहावर अंतिम संस्कार करण्यात आल्याचं दृश्य कोट्यवधी अमेरिकी लोकांनी साश्रू नयनांनी टीव्हीवर बघितलं.

जॅकीनं यानंतरचं आयुष्य प्रसिद्धीच्या झगमगाटापासून दूर राहून काढण्याचा प्रयत्न केला. १९६८मध्ये तिनं एका ग्रीक उद्योगपतीशी पुनर्विवाह केला. यानंतर सात वर्षांनी त्याचं निधन झाल्यावर तिनं एका प्रकाशन संस्थेत 'संपादक' म्हणून जबाबदारी स्वीकारली. १९९४च्या जानेवारी महिन्यात तिला कर्करोगाच्या एका प्रकाराची लागण झाल्याचं लक्षात आलं आणि यानंतर चारच महिन्यांनी तिचं निधन झालं.

लिंडन जॉन्सन

१९६३-६९
या काळातला अमेरिकेचा
छत्तिसावा राष्ट्रपती

अल्प-परिचय

साल	घटना
१९०८	टेक्सस राज्यातल्या स्टोनवॉलजवळ जन्म
१९३०	विज्ञानाची पदवी
१९३४	क्लॉडिया टेलरशी लग्न
१९३७-४८	टेक्सस राज्यातर्फे अमेरिकेच्या 'हाऊस ऑफ रिप्रेझेंटेटिव्ह्ज' सभागृहाचा सदस्य
१९४१-४२	दुसऱ्या महायुद्धात अमेरिकी नौदलात काम
१९४९-६०	टेक्सस राज्यातर्फे अमेरिकी सिनेटर
१९६१-६३	अमेरिकी उपराष्ट्रपती
१९६३-६९	अमेरिकेचा छत्तिसावा राष्ट्रपती
१९७३	निधन

प्राथमिक ओळख

विद्यमान राष्ट्रपतीचं अकाली निधन झाल्यामुळे, उपराष्ट्रपतिपदावरून बढती मिळून राष्ट्रपती होणारा लिंडन बेन्स जॉन्सन हा आठवा ठरला. आपल्या आधीच्या सात जणांच्या मानानं ही जबाबदारी सांभाळण्यासाठी जॉन्सन खूप सज्ज होता. राष्ट्रपती केनेडीनं त्याला आपल्या कारभारात चांगल्यापैकी सहभागी करून घेतलं होतं आणि सगळ्या निर्णयप्रक्रियेमध्येही त्याचा कायम संबंध असे. काँग्रेसमध्ये डझनभर वर्षं हाऊस ऑफ रिप्रेझेंटेटिव्ह्जचा सभासद म्हणून आणि तितकीच वर्षं 'सिनेटर' म्हणून काम केल्याच्या दांडग्या अनुभवाचाही त्याला

फायदा झाला. केनेडीच्या धक्कादायक हत्येनंतर त्याने राष्ट्रपतिपदाची सूत्रं हाती घेतली खरी; पण यानंतर दोन वर्षांनी विक्रमी मताधिक्यानं त्यानं स्वतः राष्ट्रपतिपदाची निवडणूक जिंकून आपली लोकप्रियता सिद्ध केली. त्यानं अनेक बाबतींमध्ये सुधारणा घडवून आणल्या. कृष्णवर्णीय लोकांना समान हक्क मिळवून देण्यासाठी त्यानं खूप महत्त्वाचे कायदे संमत करून घेतले. अर्थव्यवस्थेमध्ये चैतन्य आणण्यासाठी त्यानं करांमध्ये कपात केली. गरिबीशी लढा देण्यासाठी त्यानं कोट्यवधी डॉलर्सची तरतूद केली. शिक्षणामध्ये सुधारणा घडवून आणण्यासाठी त्यानं निधी उपलब्ध करून दिला. वृद्ध लोकांसाठी आरोग्यसेवांचा समावेश असलेल्या सुधारित सोशल सिक्युरिटी पद्धतीचीही त्यानं अंमलबजावणी केली.

परराष्ट्र धोरणांच्या बाबतीत जॉन्सननं आपल्या आधीच्या राष्ट्रपतींची री ओढत साम्यवादाशी लढा देण्याचं धोरण अवलंबलं. डॉमिनिक प्रजासत्ताकामध्ये साम्यवादी क्रांतिकाऱ्यांनी सत्ताबदल घडवून आणण्याचा प्रयत्न त्यानं हाणून पाडला. असाच प्रयत्न दक्षिण व्हिएतनाममध्ये त्यानं केला; पण या खेपेला त्यात साफ अपयश आलं. व्हिएतनाम युद्धामध्ये अमेरिकेचा दारुण पराभव झाला. मानहानीखेरीज अमेरिकेनं विनाकारण प्रचंड आर्थिक आणि मनुष्यबळाची हानी करून घेतली. याचा फटका जॉन्सनची लोकप्रियता पार ओसरण्यात झाला. साहजिकच, त्यानं राष्ट्रपतिपदासाठीच्या फेरनिवडीसाठी प्रयत्न करायचेच नाहीत, असं ठरवलं. सव्वासहा फुटी जॉन्सनची कारकीर्द यामुळे संपली.

जडणघडण

पाच भावंडांपैकी सगळ्यांत मोठा असलेल्या लिंडन बेन्स जॉन्सनचे आई-वडील दोघंही पेशानं शिक्षक होते. यामुळे शाळेत जाण्यापूर्वीच जॉन्सन वाचायला शिकला. जॉन्सनचे वडील आणि आजोबा यांनी पूर्वी स्थानिक राजकारणात काम केलेलं असल्यामुळे, जॉन्सनला लहानपणापासूनच राजकारणाविषयी बरंच काही ऐकायला मिळे. जॉन्सन कुटुंब आर्थिकदृष्ट्या फार संपन्न नसल्यामुळे, जेमतेम पोट भरण्याइतपत कमाई त्याचे वडील करू शकत. त्यातच अनेकदा ते आपली कमाई दारूमध्ये उडवून टाकत. यामुळे जॉन्सनला मौजमजा करण्यासाठी पैसे मिळत नसत. याची भरपाई लोकांच्या बुटांना पॉलिश करणं, कुणाच्या शेतात काम करणं अशी छोटीमोठी कामं करून पैसे कमावून जॉन्सन करी. तासन्तास रडणाऱ्या आपल्या आईची तो समजूत घाले आणि आपण आपल्या वडिलांसारखे बेजबाबदारपणे वागणार नसल्याचं वचनही त्यानं तिला दिलं. त्याला शाळेचा कंटाळा असल्यामुळे त्यानं लवकरच शालेय शिक्षणाला रामराम ठोकून आपल्या

काही मित्रांसोबत कॅलिफोर्नियाचा रस्ता धरला. तिथं भांडी घासणं, शेतकऱ्यांना शेतातली पिकलेली संत्री काढून देणं, अशी कामं करून त्यानं फुटकळ कमाई केली. बाहेरचं आयुष्य किती अवघड असतं, याचा त्याला या काळात जवळून अनुभव घेता आला. इथं एक वर्ष काढल्यानंतर तो घरी परतला आणि त्यानं काही काळ असंच थातूरमातूर काम केलं. त्यानं पुढचं शिक्षण घ्यावं, यासाठी त्याचे आई-वडील आग्रही असूनसुद्धा, त्यानं त्यांच्याकडे बराच काळ दुर्लक्ष केलं.

अखेर एका बँकेकडून ७५ डॉलर्स उधार घेत त्यानं आपल्या पुढच्या शिक्षणाला प्रारंभ केला. तिथं असताना त्यानं निरनिराळी कामं करून जमेल तितकं उत्पन्न कमावण्याचा आणि किमान आपला खर्च स्वतः भागवण्याचा प्रयत्न केला. यानंतर एका शाळेत वर्षभर नोकरी केल्यानंतर, त्याला राजकारणात शिरण्याची संधी मिळाली. एका कोट्यधीश राजकारण्यानं जॉन्सनला आपला सचिव म्हणून वार्षिक ३००० डॉलर्सच्या पगारावर वॉशिंग्टनला येण्याची नोकरी दिली. ती आनंदानं स्वीकारून १९३२-३५ या काळात जॉन्सननं अमेरिकी काँग्रेसचा कारभार अगदी जवळून बघितला.

१९३४मध्ये सुट्टीसाठी टेक्ससमधल्या आपल्या घरी परतत असताना क्लॉडिया अल्ता टेलर या २० वर्षांच्या मुलीशी २६ वर्षांच्या जॉन्सनची ओळख झाली. दुसऱ्याच दिवशी जॉन्सननं तिला लग्नाविषयी विचारल्यामुळे, तिनं हा विषय थट्टेवारीवजा समजून त्याकडे दुर्लक्ष केलं. जॉन्सननं मात्र आपला हेका कायम ठेवल्यामुळे, याचं रूपांतर लवकरच प्रेमप्रकरणात झालं. यानंतर फक्त दोनच महिन्यांमध्ये त्यांचं लग्न झालं. त्यांना दोन मुली झाल्या. १९३५मध्ये महामंदीमधून बाहेर पडण्यासाठी राष्ट्रपती फ्रँकलिन रुझवेल्टनं जाहीर केलेल्या योजनांचा फायदा उठवून जॉन्सननं एका पदासाठी अर्ज केला. त्याची या पदावर निवड होताच, टेक्ससमध्ये हजारो रोजगार उपलब्ध करून देण्याची संधी त्यानं साधली. यामुळे जॉन्सन हळूहळू प्रभावशाली राजकारण्यांच्या कळपात सामील झाला.

१९३७मध्ये तत्कालीन काँग्रेसपटूचं निधन झाल्यानंतर त्यानं थेट 'हाऊस ऑफ रिप्रेझेंटेटिव्ह्ज' या सभागृहाचा सदस्य होण्यापर्यंत मजल मारली. जॉन्सन सातत्यानं रुझवेल्टच्या सुधारणावादी कार्यक्रमांना जोरदार पाठिंबा देत असे. यामुळे त्याचं नाव रुझवेल्टपर्यंत पोहोचलं. रुझवेल्टनं औत्सुक्यापोटी जॉन्सनची भेट घेतली आणि त्याला प्रोत्साहन दिलं. आपल्या प्रांतामध्ये सुधारणा घडवून आणण्यासाठी आणि तिथल्या समस्या सोडवण्यासाठी जॉन्सननं खूप चांगलं

काम केल्यामुळे १९३८, ४०, ४२मध्ये त्याची 'हाऊस ऑफ रिप्रझेंटेटिव्ह्ज' या सभागृहामध्ये बिनविरोध फेरनिवड झाली. यानंतर त्यानं सिनेटर बनण्याकडे लक्ष वळवलं; पण या निवडणुकीत त्याचा निसटता पराभव झाला.

यानंतर काही महिने उलटून गेल्यावर जपाननं पर्ल हार्बरवर हल्ला केला. हे ऐकताच, आपल्याला जपानच्या या कृत्याचा बदला घेण्यासाठी युद्धभूमीवर जायचं असल्याचं जॉन्सननं जाहीर केलं. नौदलाच्या राखीव फौजांमध्ये त्याचा समावेश असल्यामुळे, हे सहज शक्य होतं. दुसऱ्या महायुद्धात प्रत्यक्ष उतरणारा जॉन्सन हा पहिलाच काँग्रेसपटू ठरला. १९४२च्या मे महिन्यात दक्षिण पॅसिफिक समुद्रातली परिस्थिती नीटपणे समजून घेण्यासाठीच्या एका खास मोहिमेवर जॉन्सनला राष्ट्रपती रुझवेल्टनं धाडलं. या मोहिमेदरम्यान जॉन्सन प्रवास करत असलेल्या अमेरिकी बॉंबर विमानावर जपानी बॉंबर विमानानं हल्ला करून हे विमान पाडण्याचा प्रयत्न केला. तरी जॉन्सन आणि त्याचे सहप्रवासी आश्चर्यकारकरीत्या बचावले. खरं म्हणजे, अशा दोन विमानांवर जपाननं हल्ला केला. त्यामधलं एक विमान पूर्ण बेचिराख झालं आणि त्यामधले सगळे अमेरिकी सैनिक ठार झाले. जॉन्सनच्या विमानाच्या उजव्या बाजूचं इंजिन उद्‌ध्वस्त होऊनसुद्धा ते कसंबसं जमिनीवर उतरू शकलं. कहर म्हणजे, मुळात जे विमान पडून नष्ट झालं त्यात सुरुवातीला जॉन्सन बसला होता; पण लघुशंकेसाठी तो त्या विमानातून खाली उतरल्यानंतर परत आल्यावर त्याला दुसऱ्या विमानात बसवण्यात आलं; अन्यथा, उद्‌ध्वस्त झालेल्या विमानासह जॉन्सनही जागीच मरण पावला असता. नंतर ऑस्ट्रेलियामध्ये जॉन्सन प्रवास करत असलेलं विमान जवळपास कोसळलंच; पण पुन्हा एकदा तो वाचला. यामुळे जॉन्सनला अमेरिकी लष्करप्रमुखाच्या हस्ते शौर्यपदक देण्यात आलं. जुलै महिन्यात रुझवेल्टनं युद्धभूमीवरच्या सगळ्या काँग्रेसपटूंना परत एकदा आपली वॉशिंग्टनमधली जबाबदारी पार पाडण्यासाठी परत बोलावून घेतलं.

१९४८मध्ये ३९ वर्षांच्या जॉन्सननं परत एकदा 'सिनेटर' बनण्याचा प्रयत्न करायचं ठरवलं. डेमोक्रॅटिक पक्षाच्या वतीनं सिनेटरपदाच्या या निवडणुकीसाठी उमेदवारी मिळवण्यासाठी एकंदर अकरा जण प्रयत्न करत होते. त्यांपैकी नऊ जणांना उमेदवारी ठरवण्यासाठीच्या पक्षाच्या अंतर्गत निवडणुकीत अगदी जुजबी मतं मिळाली; पण जॉन्सननं आपल्या तोलामोलाच्या प्रतिस्पर्ध्याचा फक्त २७ मतांनी निसटता पराभव केला. यामुळे निवडणुकीच्या मतमोजणीत गोलमाल झाल्याचा आरोप या प्रतिस्पर्ध्यानं केला. या प्रकरणाची चौकशी करण्यात आली; पण शेवटी जॉन्सनच विजयी ठरला. यामुळे डेमोक्रॅटिक पक्षाची उमेदवारी त्याला

मिळाली. साहजिकच, जॉन्सनच्या या भडकलेल्या प्रतिस्पर्ध्यानं सिनेटरपदासाठीच्या निवडणुकीत आपल्या पक्षाच्या जॉन्सनच्या विरोधात प्रचार करून, रिपब्लिकन पक्षाच्या उमेदवाराला विजयी करण्यासाठी कंबर कसली; पण शेवटी जॉन्सनचाच विजय झाला. सिनेटर म्हणून जबाबदारी सांभाळताना कोरिया युद्धाशी संबंधित असलेल्या खर्चांचा पडताळा करण्यासाठी नेमण्यात आलेल्या एका समितीचं अध्यक्षपद जॉन्सनकडे आलं. त्यानं मोठ्या कौशल्यानं काम करून वायफळ खर्च रद्द करण्यात आणि अमेरिकी जनतेचे सुमारे ५०० कोटी डॉलर्स वाचवण्यात यश मिळवलं, असं मानलं जातं. लवकरच सिनेटमधल्या डेमोक्रॅटिक पक्षाचं नेतृत्वही त्याच्याकडे आलं.

१९५२च्या राष्ट्रपतिपदासाठीच्या निवडणुकीत टेक्सस राज्यात डेमोक्रॅटिक पक्षाच्या अनेक नेत्यांनी आपल्या पक्षाच्या उमेदवाराला पाठिंबा देण्याऐवजी रिपब्लिकन पक्षाच्या ड्वाईट आयसेनहॉव्हरलाच पाठिंबा दिला. जॉन्सनला मात्र हे पसंत नव्हतं. त्यानं हिरिरीनं आपल्या पक्षाच्या उमेदवाराचा प्रचार केला. आयसेनहॉव्हरच्या लाटेत तो अपुरा पडला आणि यामुळे आयसेनहॉव्हरच राष्ट्रपती बनला. टेक्सस राज्याची मतंही रिपब्लिकन पक्षाच्या खात्यात पडली. तरीसुद्धा प्रतिकूल परिस्थितीशी झुंजत राहण्याचा आणि आपल्या पक्षाशी कायम एकनिष्ठ राहण्याचा जॉन्सनचा बाणा डेमोक्रॅटिक पक्षाच्या वरिष्ठ नेत्यांच्या नजरेतून निसटला नाही आणि त्याला पक्षांतर्गत बढती देण्यात आली. डेमोक्रॅटिक पक्षाचं नेतृत्व सिनेटमध्ये करताना जॉन्सननं रिपब्लिकन पक्षाशी वैरभावनेनं वागण्याचं टाळलं.

तसंच, निव्वळ राजकारण करण्यासाठी सत्ताधारी रिपब्लिकन पक्षाच्या चांगल्या विधेयकांना विरोध करण्याचं टाळलं पाहिजे, असंही त्यानं आपल्या पक्षाच्या सिनेटर्सना सांगितलं. यामुळे देशहितकारक धोरणांना त्यानं कायम पाठिंबा दिला. याचा फायदा कुठल्या पक्षाला मिळतो आहे, हा दुय्यम मुद्दा असल्याचं मत टिकवून धरण्याचा दुर्मीळ दिलदारपणा त्यानं दाखवला. अत्यंत कौशल्यानं त्यानं अनेक नाजूक प्रसंग हाताळले आणि आपल्या विरोधकांनाही आपली प्रशंसा करायला भाग पाडलं. उंचापुरा, शिडशिडीत अंगकाठीचा जॉन्सन वरवर अगदी सहजपणे आणि आरामात आपलं कामकाज पार पाडतो असं दिसत असलं, तरी यामागे त्यानं घेतलेले प्रचंड कष्ट आणि त्याचा त्याला आतून जाणवत असलेला ताण लोकांसमोर येत नसे. जॉन्सनचं शरीर मात्र हे फार काळ सहन करू शकलं नाही. ४६ वर्षीय जॉन्सनला १९५५च्या जुलै महिन्यात हृदयविकाराचा तीव्र झटका आला. 'चेनस्मोकर' असलेल्या जॉन्सनला

धूम्रपानबंदीची सक्ती डॉक्टरांनी केली आणि पुढचे सहा महिने त्याला थोडी विश्रांती घ्यावी लागली. तरीसुद्धा त्याच्या कामाच्या झपाट्यात कसलाच बदल झाला नाही. यामुळे एका पत्रकारानं 'आईनस्टाईनचं समीकरण $E=mc^2$ असं असलं तरी वॉशिंग्टनमध्ये मात्र E=LBJ असं समीकरण आहे' असं म्हणून जॉन्सनच्या LBJ या आद्याक्षरांवर कोटी केली. त्यानंतर मात्र सिनेटमधली आपली जबाबदारी त्यानं पुन्हा स्वीकारली. या काळात समान नागरी कायद्यासंबंधीचं विधेयक संमत करणं आणि अमेरिकेला अंतराळ स्पर्धेत पुढे नेण्यासाठीच्या प्रकल्पांना वेगानं मंजुरी देणं, यासाठी त्यानं महत्त्वाची भूमिका निभावली.

उपराष्ट्रपती

१९६०च्या राष्ट्रपतिपदाच्या निवडणुकीच्या रिंगणात आपण उतरावं असं मनातून वाटत असलं, तरी त्यासाठी आवश्यक असलेल्या हालचाली जॉन्सननं बराच काळ केल्या नाहीत. साहजिकच, त्याचे समर्थक संभ्रमात पडले. दरम्यानच्या काळात, जॉन एफ. केनेडीनं आपली उमेदवारी जाहीर तर केलीच; पण झपाट्यानं अन्य डेमोक्रॅटिक नेत्यांचा आणि कार्यकर्त्यांचा पाठिंबाही त्यानं मिळवला. दरम्यान, आपलीही उमेदवारी जाहीर करण्याचा निर्णय जॉन्सननं बराच उशिरा घेतला. साहजिकच, पक्षांतर्गत निवडणुकीच्या पहिल्या फेरीत जॉन्सनवर केनेडीनं मोठी आघाडी घेतली. पुढच्या फेऱ्यांमध्ये आपल्यातलं वैर वाढत जाऊ नये या हेतूनं, जॉन्सननं आपल्या विरोधात लढण्याऐवजी आपला उपराष्ट्रपती म्हणून उमेदवारी जाहीर करावी, यासाठी केनेडीनं त्याला तयार केलं. या निवडणुकीत टेक्सास, लुईझियाना, न्यू मेक्सिको, नेवाडा ही दक्षिणेकडची आणि पश्चिमेकडची राज्यं निर्णायक ठरतील, असा वैयक्तिक अंदाज असल्यामुळे, जॉन्सननं या भागांमध्ये जोरदार प्रचार करण्यावर भर दिला. याचा चांगला परिणाम झाला आणि या राज्यांच्या मतांच्या जोरावर केनेडी-जॉन्सनचा विजय झाला.

खरं म्हणजे केनेडीपेक्षा आपणच जास्त लायक उमेदवार आहोत, अशी जॉन्सनची धारणा कायमच टिकून राहिली. केनेडी नुसत्या बडबडीच्या जोरावर आपल्यापुढे गेल्याची भावना जॉन्सनला सतत टोचत राहिली. म्हणूनच केनेडीच्या हत्येनंतर यामागे कुणाचा हात असावा, या संदर्भात सुरू असलेल्या चर्चांमध्ये काही जणांनी चक्क जॉन्सनवरही आळ घेतला!

१९६१च्या जानेवारी महिन्यात उपराष्ट्रपतिपदाची शपथ घेतल्यानंतर जॉन्सननं आधीप्रमाणेच जोमानं काम केलं. राष्ट्रपती केनेडीनं दिलदारपणे जॉन्सनला

सगळ्या महत्त्वाच्या कामांमध्ये तसंच मंत्रिमंडळाच्या बैठकांमध्ये सहभागी करून घेतलं. याखेरीज अमेरिकेचा प्रतिनिधी म्हणून जॉन्सननं अनेक देशांचे दौरेही केले. जॉन्सन व्हिएतनामला गेलेला असताना त्यानं एका पत्रकार परिषदेत कमालच केली! ही पत्रकार परिषद सुरू असताना त्यानं कमरेभोवती टॉवेल गुंडाळून सगळ्यांसमोर आपले कपडे बदलले! एकूणच आपल्याला केनेडीच्या हाताखाली काम करावं लागतं आणि दुय्यम स्थान मिळतं, याविषयी जॉन्सन कायम नाराज असे. त्याच्या वागण्याबोलण्यातूनही हे स्पष्टपणे जाणवत राही. केनेडीलाही याची कल्पना होती. म्हणूनच त्यानं आपल्या सहकाऱ्यांना जॉन्सनचा ईगो न दुखावण्याविषयीच्या स्पष्ट सूचना दिल्या होत्या.

राष्ट्रपतिपद

२२ नोव्हेंबर १९६३ या दिवशीच्या धक्कादायक हल्ल्यामध्ये राष्ट्रपती जॉन एफ. केनेडीची हत्या झाली, तेव्हा केनेडीच्या मोटारीच्याच मागच्या ताफ्यामधल्या एका मोटारीत जॉन्सन होता. गोळ्या झाडण्याचे आवाज ऐकू येताच जॉन्सनच्या गाडीतल्या सुरक्षारक्षकानं तातडीनं जॉन्सनला गाडीच्या सीटवरून गाडीतच खाली ढकलून दिलं आणि स्वतःचं कवच त्याच्याभोवती उभं केलं. काही मिनिटांमध्येच इस्पितळाकडे वेगाने जाणाऱ्या केनेडीच्या गाडीच्या मागे जॉन्सनची गाडीसुद्धा गेली. तिथं पोहोचल्यानंतर काही वेळातच केनेडीचं निधन झाल्याची अधिकृत घोषणा डॉक्टरांनी केली. त्याच दुपारी २.३९ वाजता, म्हणजेच केनेडीचं निधन झाल्यानंतर दोन ताससुद्धा झालेले नसताना राष्ट्रपतीच्या अधिकृत विमानातून प्रवास करण्यासाठी सज्ज होणाऱ्या जॉन्सननं राष्ट्रपतिपदाची शपथ घेतली आणि विमान सुरू झालं. वॉशिंग्टनला आपल्या पत्नीसह पोहोचल्यानंतर विमानतळावर उतरताच टीव्हीवर हे दृश्य बघत असलेल्या लाखो अमेरिकी नागरिकांना धीर देण्यासाठी चार-पाच वाक्यं जॉन्सन बोलला.

जॉन्सनमधल्या धूर्त राजकारण्याला लोकांच्या भावनांची चांगलीच कदर होती. यामुळे त्यानं केनेडीच्या हत्येनंतर अमेरिकी लोकांच्या मनात होत असलेल्या भावनिक उद्रेकाच्या पार्श्वभूमीवर स्वतः प्रकाशझोतात येण्याचं जाणीवपूर्वकरीत्या टाळलं. उलट, केनेडीचाच कारभार आपण त्याच्या पश्चात सांभाळणार असल्याचं जाहीर करण्याचं राजकीय कसब त्यानं साधलं. केनेडीचं बलिदान व्यर्थ जाऊ नये, यासाठी आपण समान नागरी कायदा लवकर आणला पाहिजे आणि बेरोजगार लोकांना आधार मिळेल यासाठीची विधेयकं तातडीनं

संमत केली पाहिजेत, असं त्यानं सांगितलं. केनेडीच्या मंत्रिमंडळात बदल करण्याचा मोहही त्यानं टाळला. यामुळे केनेडीचा भाऊ रॉबर्टसुद्धा जॉन्सनच्या मंत्रिमंडळात राहिला. दरम्यान, अमेरिकी काँग्रेसनं जॉन्सनच्या बहुतेक सगळ्या विधेयकांवर संमती दर्शवून त्यांचं कायद्यांमध्ये रूपांतर केलं.

१९६४च्या राष्ट्रपतिपदासाठीच्या निवडणुकीत रिपब्लिकन पक्षानं कट्टर विचारसरणी स्वीकारली. साहजिकच, या पक्षाच्या उमेदवारानं वर्णद्वेषाला पूरक असलेली भूमिका मांडली. वैयक्तिक स्वातंत्र्याचा चुकीचा अर्थ डेमोक्रॅटिक पक्ष काढत असून, समान नागरी कायदा लोकांच्या दृष्टीनं मारक असल्याचा विखारी प्रचार रिपब्लिकन पक्षानं सुरू केला. याचा फायदा उठवून रिपब्लिकन पक्षाचं धोरण हे गौरवर्णीय वर्चस्वाला विखारी पातळीवर नेणाऱ्या 'क्लू क्लक्स क्लॅन' सारख्या दहशतवादी संघटनांसारखं किंवा साम्यवादी विचारसरणीसारखं असल्याचं डेमोक्रॅटिक पक्षानं सांगितलं. जॉन्सनलाच डेमोक्रॅटिक पक्षाची उमेदवारी मिळणार, हे उघड होतं. निवडणुकीत जॉन्सननं ४,३१,२९,४८४-२,७१,७८,१८८ अशा विक्रमी मताधिक्यानं पुन्हा व्हाईट हाऊसकडे चाल केली. इलेक्टोरल व्होट्समध्ये तर ४८६-५२ असा अगदीच एकतर्फी सामना झाला.

स्वतः निवडणूक जिंकून राष्ट्रपती होताच, जॉन्सननं सुधारणावादी कार्यक्रम जोरानं राबवण्याचा धडाकाच सुरू केला. सगळ्या पातळींवर शाळा आणि ग्रंथालयं यांच्या दर्जामध्ये सुधारणा घडवून आणण्यासाठी मोठा निधी मंजूर करण्यात आला. ६५ वर्षांहून जास्त वयाच्या ज्येष्ठ नागरिकांना आरोग्यसेवा मिळण्यासाठीची तरतूद सोशल सिक्युरिटी उपक्रमांतर्गत करण्यात आली. गरिबीच्या विरोधातला लढा तीव्र करण्यासाठी वाढीव निधी देण्यात आला. कृष्णवर्णीय अमेरिकी लोकांना मतदान करता यावं, यासाठीच्या सुधारणा मंजूर करण्यात आल्या. याच्या जोडीला डॉमिनिक प्रजासत्ताकामध्ये उफाळून आलेली क्रांती शमवण्यासाठी, जॉन्सननं अमेरिकी नौदलाच्या २८,००० सैनिकांना पाठवलं. यामुळे त्याच्यावर जोरदार टीका झाली. दक्षिण अमेरिकी देशामधल्या एका अंतर्गत प्रश्नामध्ये अमेरिकेनं पडू नये, असं मत अनेक जणांनी व्यक्त केलं. क्यूबाप्रमाणेच तिथं साम्यवादी सत्ता प्रस्थापित होण्याचा धोका टाळण्यासाठी आपण हे पाऊल उचलल्याची मखलाशी जॉन्सननं केली खरी; पण ती कुणाच्या फारशी पचनी पडली नाही.

व्हिएतनाम युद्ध

देशांतर्गत समस्यांच्या बाबतीत जॉन्सननं धोरणी निर्णय घेतले असले तरी,

डॉमिनिक प्रजासत्ताकाच्या संदर्भातल्या चुकीनंतर व्हिएतनाम प्रकरणी तर त्यानं मोठी घोडचूकच केली. त्याचे सगळे अंदाज खोटे ठरले. याची पार्श्वभूमी म्हणजे, १९५५ सालापासून उत्तर व्हिएतनाममधले साम्यवादी नेते दक्षिण व्हिएतनाममध्येही क्रांती घडवून आणण्याचा प्रयत्न करत होते आणि तिथंही साम्यवादी विचारसरणीचं सरकार प्रस्थापित करण्याची त्यांची योजना होती. तेव्हापासूनच आयसेनहॉव्हर आणि केनेडी यांच्या कार्यकालात, अमेरिकेनं साम्यवाद्यांचा हा प्रयत्न हाणून पाडण्यासाठी अमेरिकी हेर आणि लष्कर व्हिएतनाममध्ये धाडलं होतं. आता हा प्रश्न आणखी चिघळत चालला होता.

२-४ ऑगस्ट १९६४ या काळात उत्तर व्हिएतनामी क्रांतिकाऱ्यांच्या युद्धनौकांनी अमेरिकी नौदलावर यशस्वी हल्ले केल्याच्या बातम्या अमेरिकेपर्यंत पोहोचताच जॉन्सन चवताळला. त्यानं काँग्रेसला भरीला पाडून उत्तर व्हिएतनामवर हवाई हल्ले सुरू केले. याच्या जोडीला अमेरिकेच्या वतीनं दक्षिण व्हिएतनामला आणखी भरीव मदत पाठवण्यात आली. उत्तर व्हिएतनामी योद्धे मात्र एकदम चलाख होते. त्यांनी गनिमी काव्यानं व्हिएतनामी भूमीवरच्या अमेरिकी लष्करी तुकड्यांवर जोरदार हल्ले करून अमेरिकेला जेरीला आणलं. जॉन्सननं भडकून उत्तर व्हिएतनामवर प्रचंड मोठ्या प्रमाणावर बाँबवर्षाव करण्याचे आदेश आपल्या हवाई दलाला दिले. याचा काही फायदा होत नसल्याचं दिसून आल्यावर, २८ जून १९६५ या दिवशी अमेरिकी पायदळाला व्हिएतनाममध्ये घुसून कारवाया करण्याचे आदेश जॉन्सननं दिले. आपल्या लष्करी सामर्थ्याच्या आणि अत्याधुनिक शस्त्रास्त्रांच्या जोरावर काही दिवसांमध्येच आपण हे प्रकरण निकालात काढू, असा आत्मविश्वास त्याला जाणवत होता. यात जॉन्सन आणि त्याचे सल्लागार यांच्याकडून तीन घोडचुका झाल्या : अमेरिकी पायदळाची व्हिएतनाममधल्या नव्या ठिकाणी गनिमी काव्यानं लढण्याची क्षमता न जोखता येणं, दक्षिण व्हिएतनामी लष्कराची ताकद जास्त असल्याचा अनाठायी आत्मविश्वास बाळगणं आणि आशिया खंडातल्या अंतर्गत स्वरूपाच्या यादवी युद्धात आपल्या सैनिकांचा हकनाक बळी जात असल्याचं दृश्य अमेरिकी नागरिक शांतपणे सहन करतील, असं समजणं.

व्हिएतनाम युद्धावरून अमेरिकेमध्ये अक्षरशः रणकंदन माजलं. आपलेच देशवासीय आपल्या विरोधात इतक्या त्वेषानं पेटून उठतील, याचा जॉन्सनलाही अंदाज आला नसावा. व्हिएतनाममध्ये आपले सैनिक विनाकारण मरत असल्याचा अमेरिकी नागरिकांना राग तर होताच; पण शिवाय अमेरिकेनं जागतिक पातळीवरच्या पोलिसांची भूमिका घेण्याचं नाटकही थांबवावं, असं बहुतेकांचं मत होतं. उत्तर

व्हिएतनामवर सुरू असलेला बॉंबवर्षाव तातडीनं थांबवण्याच्या मागणीनं जोर धरला. संयुक्त राष्ट्रसंघानंही अमेरिकेचा जोरदार निषेध केला. जॉन्सन मात्र आपल्या मतांवर ठाम राहिला. 'जोपर्यंत उत्तर व्हिएतनाम आपल्या कारवाया थांबवत नाही, तोपर्यंत अमेरिकेची लष्करी कारवाई सुरूच राहील' असं त्यानं जाहीर केलं. जॉन्सनच्या या पावित्र्यामुळे अमेरिकी तरुणांनी अभिनव पद्धतीनं आंदोलन सुरू केलं. अमेरिकी लष्कराला तरुणांची गरज असल्यामुळे लष्करभरती सुरू होती. त्यांनी जॉन्सनच्या अडेलतट्टूपणाला विरोध करण्यासाठी लष्करात भरती होण्याला नकार दिला. यामुळे लष्करभरतीची सक्ती करण्यात आली, तेव्हा हे तरुण हजारोंच्या संख्येनं कॅनडा आणि युरोप येथे पळून गेले. अर्थात, काही वर्चस्ववादी लोकांनी मात्र जॉन्सनचीच धोरणं योग्य असून, अमेरिकेनं हे युद्ध जिंकण्यासाठी पूर्ण जोर लावला पाहिजे, असं म्हणून जॉन्सनला पाठिंबाही दिला. एकूण जनमत मात्र निर्विवादपणे जॉन्सनच्या विरोधात गेलं.

परिस्थिती चिघळत चालल्याचं बघून जॉन्सन चिंतित झाला. त्यानं उत्तर व्हिएतनामच्या नेत्यांना चर्चेसाठी अनेकदा आमंत्रित केलं. या नेत्यांना मात्र अमेरिकेशी वाटाघाटी करण्यात कसलंच स्वारस्य नव्हतं. आधी आपल्यावर सुरू असलेला बॉंबवर्षाव अमेरिकेनं थांबवावा आणि दक्षिण व्हिएतनामच्या भूमीवरचं अमेरिकी सैन्य काढून घ्यावं; तरच आपण चर्चेचा विचार करू, असं त्यांनी ठामपणे सांगितलं. १९६८ उजाडलं, तसं जवळपास पाच लाख अमेरिकी सैनिक व्हिएतनामी भूमीवर लढत होते. असं असूनही उत्तर व्हिएतनामी फौजांनी ३० जानेवारी या दिवशी दक्षिण व्हिएतनाममध्ये तब्बल तीस ठिकाणी गनिमी काव्यानं विलक्षण प्रभावी हल्ले केले. यात अमेरिकी लष्कराची जबर हानी झाली. त्यासरशी अमेरिकेमध्ये या युद्धाला सुरू असलेला विरोध आणखी तीव्र झाला. जॉन्सन पुरता अडचणीत सापडला. अखेर ३१ मार्च १९६८ या दिवशी टीव्हीवरच्या आपल्या भाषणात, आपण उत्तर व्हिएतनामवर सुरू असलेल्या बॉंबवर्षावात बऱ्याच अंशी घट करण्याचा निर्णय घेतल्याची मानहानीकारक घोषणा त्यानं केली. अर्थातच, वरकरणी आपण उत्तर व्हिएतनामी नेत्यांनी आपल्याशी चर्चेला तयार व्हावं यासाठी हा दिलदार निर्णय घेतला असल्याची थाप त्यानं मारली असली, तरी त्याची हतबलता आणि त्याची नामुष्की हे अगदी ठळकपणे दिसत होतं! याच वेळी आपण राष्ट्रपतिपदाच्या फेरनिवडीसाठी ही चाल रचत असल्याची टीका आपल्यावर होऊ नये, यासाठी जॉन्सननं आपण पुन्हा राष्ट्रपतिपदाच्या निवडणुकीला उभं राहणार नसल्याचं जाहीर केलं. जॉन्सनच्या या कृतींना मात्र उत्तर व्हिएतनामनं सकारात्मक प्रतिसाद दिला. यामुळे मे

महिन्यात पॅरिसमध्ये अमेरिका आणि उत्तर व्हिएतनाम यांच्यामध्ये समोरासमोर चर्चा सुरू झाली.

दरम्यान, अमेरिकेमध्ये प्रचंड हिंसाचार सुरू होता. व्हिएतनाम युद्धासंबंधीची अमेरिकीची आततायी भूमिका आणि कृष्णवर्णीय लोकांच्या बाबतीत केला जाणारा भेदभाव या दोन मुद्द्यांवरून जिथंतिथं रान पेटलं. त्यातच ४ एप्रिल १९६८ या दिवशी टेनेसी राज्यातल्या मेम्फिस इथं लोकप्रिय कृष्णवर्णीय नेता मार्टिन ल्यूथर किंग (ज्यूनियर) याची हत्या करण्यात आली आणि यामुळे प्रचंड गदारोळ माजला. आंतरवर्णीय दंगल सुरू झाली. ती नियंत्रणाखाली आणणं जॉन्सनला खूप जड झालं. यामुळे त्यानं राष्ट्रपतिपदासाठीच्या निवडणुकीला पुन्हा उभं राहण्याची बारीकशी शक्यताही पूर्णपणे मावळली. जॉन्सननं आपलं नाव राष्ट्रपतिपदाच्या उमेदवारीच्या शर्यतीतून बाहेर काढल्यामुळे, जॉन केनेडीचा धाकटा भाऊ रॉबर्ट केनेडीचं नाव पुढे आलं. रॉबर्ट केनेडीनं आपल्या भावाच्या कार्यकालात आणि नंतर जॉन्सन राष्ट्रपती असतानासुद्धा महत्त्वाच्या पदांवर काम केलं होतं. त्याचा व्हिएतनाम युद्धाला जोरदार विरोध होता आणि कृष्णवर्णीय तसंच गरीब अमेरिकी लोकांविषयी त्याला खूप कणव होती. डेमोक्रॅटिक पक्षाच्या वतीनं रॉबर्ट केनेडीची उमेदवारी जाहीर होण्यासाठीच्या जोरदार हालचाली सुरू असतानाच ४ एप्रिल १९६८ या दिवशी मोठ्या भावाप्रमाणेच रॉबर्ट केनेडीलाही एका हल्लेखोरानं गोळ्या घातल्या आणि पुढच्याच दिवशी त्याचं निधन झालं. रॉबर्ट केनेडीच्या धक्कादायक घटनाक्रमामधल्या या निधनामुळे डेमोक्रॅटिक पक्षाचं चित्र पार बदललं. आपल्या हाताखाली उपराष्ट्रपती म्हणून काम करणाऱ्या हम्फ्री याला राष्ट्रपतिपदाची उमेदवारी मिळवून देण्यासाठी जॉन्सननं घाईघाईनं प्रयत्न केले. दरम्यान, व्हिएतनाम युद्धाला सुरू असलेला अमेरिकी जनतेचा विरोध टोकाला जाऊन पोहोचला. जागोजागी निदर्शनं सुरू झाली. हिंसाचारही झाला. पोलिसांनी सुव्यवस्था राखण्यासाठी हत्यारं वापरली आणि या घटनाक्रमाची दृश्यं टीव्हीवरून घरोघरी पोहोचली. दरम्यान उत्तर व्हिएतनामबरोबर पॅरिसमध्ये सुरू असलेली अमेरिकी चर्चा फसली. 'उत्तर व्हिएतनामवर सुरू असलेला बॉंबवर्षाव अमेरिकेनं पूर्णपणे थांबवेपर्यंत, आपण कुठल्याही प्रकारची चर्चा करणार नाही,' अशी कठोर भूमिका उत्तर व्हिएतनामनं घेतली. यामुळे नाइलाजानं ३१ ऑक्टोबर १९६८ या दिवशी उत्तर व्हिएतनामवरचे बॉंबहल्ले पूर्णपणे बंद करण्याची आणि आपल्या चर्चेत इतर काही मुद्दे समाविष्ट करण्याची घोषणा जॉन्सननं केली. आता या चर्चेत दक्षिण व्हिएतनामसुद्धा सहभागी होईल, असं जॉन्सननं सांगितलेलं असलं, तरी आपल्या उत्तर व्हिएतनामी शत्रूंसमवेत चर्चा

करण्याची दक्षिण व्हिएतनामची अजिबात तयारी नव्हती. यामुळे सगळे बेत फिस्कटले. तरीसुद्धा उत्तर व्हिएतनामवरचे बाँबहल्ले थांबवण्याचा फायदा राष्ट्रपतिपदासाठीच्या निवडणुकीत डेमोक्रॅटिक पक्षाचा उमेदवार हम्फ्रीला मिळेल, अशी आशा जॉन्सनला वाटत राहिली. निवडणुकीत रिपब्लिकन पक्षाच्या रिचर्ड निक्सननं अटीतटीच्या झुंजीत हम्फ्रीला पराभूत करून, जॉन्सनची ही आशा धुळीला मिळवली. आपल्या राष्ट्रपतिपदाच्या अखेरच्या काळात अशा प्रकारे एकामागून एक झटके सहन कराव्या लागलेल्या जॉन्सनला विज्ञान-तंत्रज्ञान क्षेत्रातल्या प्रगतीमुळे मात्र समाधान लाभलं. १९६८च्या नाताळाच्या सुमाराला 'अपोलो ८' या अंतराळयानातून तीन अमेरिकी अंतराळवीर 'अंतराळात फेरफटका मारणारे पहिलेच मानव' ठरले. चंद्राला १० फेऱ्या मारून हे अंतराळयान पृथ्वीवर सुखरूप परतलं. अत्यंत ऐतिहासिक आणि सनसनाटी अशा या घटनाक्रमामुळे अमेरिकेनं सोव्हिएत युनियनवर अंतराळशर्यतीत मोठी बाजी मारल्याचं चित्र निर्माण झालं. आपल्या कारकिर्दीत हे घडल्यामुळे जॉन्सन अर्थातच खूप सुखावला. इतर राजकीय आणि सामाजिक प्रश्न, तसंच आंतरराष्ट्रीय पातळीवरच्या विलक्षण घडामोडी आणि त्यांचे अमेरिकेमध्ये उमटणारे पडसाद यामुळे तो पार वैतागून गेला होता. अशा निराश वातावरणात या अंतराळभरारीनं एकदम त्याला मोठी उभारी दिली. अर्थातच, त्याचा कार्यकाल संपल्यामुळे आणि नवा राष्ट्रपती रिपब्लिकन पक्षाचा असल्यामुळे या घटनेला वैयक्तिक समाधान वगळता, इतर कसलंच महत्त्व नव्हतं; पण किमान त्याचं श्रेय आपल्या नावावर इतिहासात नोंदवलं जाईल, एवढं तरी तो खात्रीलायकरीत्या म्हणू शकत होता.

अखेरचा काळ

राष्ट्रपतिपदातून मुक्त झाल्यावर टेक्ससमध्ये शांततेत राहायचं जॉन्सननं ठरवलं. त्यानं लोकांसमोर सार्वजनिक कार्यक्रमांमध्ये फार यायचंही टाळलं. याच काळात त्यानं लिहिलेलं आत्मचरित्र १९७१मध्ये प्रकाशित झालं. २२ जानेवारी १९७३ या दिवशी, म्हणजेच माजी राष्ट्रपती ट्रूमनच्या निधनाला एक महिनाही झालेला नसताना, ६४ वर्षांच्या जॉन्सनचं आपल्या घरी हृदयविकाराच्या झटक्यानं निधन झालं. दैवदुर्विलास म्हणजे, याच्या आदल्याच दिवशी व्हिएतनाम प्रश्न कायमसाठी सोडवण्यासंबंधीची बैठक पॅरिसमध्ये सुरू झाली होती. हा प्रश्न आता खात्रीनं सुटणार, असं विद्यमान राष्ट्रपती रिचर्ड निक्सननं जॉन्सनला त्याच्या मृत्यूच्या काही तास आधी फोनवर सांगितल्यामुळे कदाचित जॉन्सनला

खूप समाधान वाटलं असावं. किमान हे जग सोडताना तरी त्याच्या डोक्यातून व्हिएतनामचा मुद्दा जरा गेला असावा! आपल्या राष्ट्रपतिपदाची एकदम जोरदार सुरुवात करणाऱ्या जॉन्सनची ओळख इतिहासात 'अमेरिकेच्या सगळ्यांत यशस्वी राष्ट्रपतींपैकी एक' अशी होण्याची दाट चिन्हं पहिल्यांदा दिसत असली, तरी व्हिएतनाम संकटानं यावर पुरतं पाणी पडलं आणि जॉन्सनच्या कारकिर्दीवर मोठा डाग उमटवला!

रिचर्ड निकसन

१९६९-७४
या काळातला अमेरिकेचा सदतिसावा राष्ट्रपती

अल्प-परिचय

साल	घटना
१९१३	कॅलिफोर्निया राज्यातल्या योर्बा लिंडा इथे जन्म
१९३७	कायद्याचा पदवीधर
१९३७-४१	वकिली
१९४०	थेल्मा कॅथरिन रायनशी लग्न
१९४२-४६	दुसऱ्या महायुद्धात अमेरिकी नौदलाची सेवा
१९४७-५३	कॅलिफोर्नियातर्फे हाऊस ऑफ रिप्रेझेंटेटिव्ह्ज आणि सिनेट या सभागृहांचा सदस्य
१९५३-६१	अमेरिकी उपराष्ट्रपती
१९६३-६८	वकिली
१९६९-७४	अमेरिकेचा सदतिसावा राष्ट्रपती
१९७४	पदच्युत होण्याची मानहानी टाळण्यासाठी राजीनामा
१९९४	निधन

प्राथमिक ओळख

आपल्या पदाचा गैरवापर केल्याप्रकरणी पदच्युत व्हावं लागेल असं स्पष्टपणे दिसत असल्यामुळे राजीनामा देण्याची पाळी आलेला रिचर्ड निक्सन हा पहिलाच अमेरिकी राष्ट्रपती ठरला. १९६९-७३ या काळातल्या आपल्या पहिल्या कार्यकालात परकीय संबंधांमध्ये निक्सननं चांगली कामगिरी करून दाखवली. सोव्हिएत युनियन तसंच चीन यांच्याबरोबरच्या अमेरिकी संबंधांमध्ये सुधारणा घडवून

आणणं आणि व्हिएतनामचं कुख्यात युद्ध संपवणं अशी लक्षणीय कामगिरी त्यानं करून दाखवली. राष्ट्रपतिपदी फेरनिवड झाल्यानंतर मात्र 'वॉटरगेट' म्हणून ओळखल्या जाणाऱ्या प्रकरणात तो चांगलाच अडकला आणि त्याच्यावर राजीनामा देण्याची नामुष्की ओढवली.

रिपब्लिकन पक्षामध्ये १४ वर्षं राजकारणाचा अनुभव घेतल्यानंतर आणि अमेरिकी काँग्रेसमध्ये बरीच वर्षं सहभागी झाल्यावर आणि उपराष्ट्रपती असताना १९६०मध्ये निक्सन राष्ट्रपतिपदाच्या निवडणुकीला उभा राहिला; पण जॉन केनेडीनं अटीतटीच्या लढतीत त्याचा पराभव केला. यानंतर काही काळ राजकारणापासून दूर राहिल्यानंतर अचानकपणे १९६८मध्ये राजकीय पुनरागमन करून त्यानं सगळ्यांनाच चक्रावून सोडलं आणि थेट राष्ट्रपतिपद पटकावलं. १९७२मध्ये तर त्यानं राष्ट्रपतिपदासाठीची फेरनिवडणूक विक्रमी मताधिक्यानं जिंकली. या निवडणुकीमधल्या गैरप्रकारांसह इतर अवैध प्रकरणं यानंतर लवकरच उघडकीला आल्यामुळे निक्सनला आपलं पद सोडावं लागलं. आपल्या राष्ट्रपतिपदाच्या कार्यकालात डेमोक्रॅटिक पक्षाचं काँग्रेसवर वर्चस्व असल्यामुळे निक्सनला दैनंदिन कारभार चालवणं, तसंच कुठलेही दीर्घकालीन निर्णय घेणं खूप अवघड झालं.

आपण राष्ट्रपती झालो, तर व्हिएतनाम युद्ध संपुष्टात आणू, असं आश्वासन पहिल्या निवडणुकीच्या प्रचारादरम्यान निक्सननं दिलं होतं. ते त्यानं पाळलं. एकदम घिसाडघाईनं कुठलाही निर्णय न घेता, सावकाशीनं त्यानं हा प्रश्न सोडवला. यामुळे व्हिएतनाममध्ये लढणारे सुमारे पाच लाख अमेरिकी जवान हळूहळू मायदेशी परतले. याच्या जोडीला हा प्रश्न नव्यानं उद्भवू नये, म्हणून दक्षिण व्हिएतनामी लष्कर मजबूत करण्यावर निक्सननं भर दिला. यामुळे उत्तर व्हिएतनामच्या हल्ल्यांना तोंड देण्याची क्षमता दक्षिण व्हिएतनामी लष्करामध्ये आली. यासाठी हेन्री किसिंजर या निक्सनच्या खास मोहऱ्यानं प्रचंड मेहनत घेतली. निक्सनची राष्ट्रपतिपदावर फेरनिवड झाल्यानंतर एका आठवड्याच्या आत व्हिएतनाम प्रश्न सोडवण्यासाठीचा करार झाला.

पूर्वीपासून साम्यवादाला कट्टर विरोध करणाऱ्या निक्सननं राष्ट्रपती झाल्यानंतर आपली भूमिका पार बदलली. साम्यवादाच्या अमलाखाली असलेल्या चीनला संयुक्त राष्ट्रसंघाचं सदस्यत्व मिळवून देण्यासाठी निक्सननं धडपड केली आणि त्यानंतर तो थेट बीजिंगमध्ये गेला. तोपर्यंत साम्यवादी राजवटीमुळे अमेरिकेनं चीनशी कुठलेच राजकीय संबंध प्रस्थापित करायला नकार दिला होता. यापाठोपाठ निक्सन थेट मॉस्कोमध्ये गेला. तिथं त्यानं अण्वस्त्रनिर्मितीच्या शर्यतीतली चढाओढ संपवण्यासाठीचा करार सोव्हिएत युनियनशी केला. त्यापाठोपाठ दोन्ही देशांच्या

प्रतिनिधींच्या अमेरिकेमध्येही भेटी झाल्या. यामुळे किमान अधिकृत पातळीवर तरी अमेरिका आणि सोव्हिएत युनियन यांच्यातल्या जगाला बेजार करून सोडणाऱ्या शीतयुद्धाची अखेर झाली.

जडणघडण

लिंबाची शेती करणाऱ्या कुटुंबाच्या घरी रिचर्ड मिल्हॉस निक्सनचा जन्म झाला. निक्सनची आई अत्यंत शांत स्वभावाची आणि धार्मिक विचारसरणीची होती. तिच्या पोटी जन्मलेल्या पाचही मुलांना तिनं शांतपणे वागण्याचे धडे दिले. रिचर्ड ऊर्फ 'डिक' निक्सन नऊ वर्षांचा असताना, त्याच्या वडिलांनी कॅलिफोर्निया राज्यात आपला मुक्काम हलवला. तिथं ते एक पेट्रोल पंप आणि त्यालाच जोडून असलेलं जनरल स्टोअर चालवत. सुटीच्या काळात त्यांची मुलं त्यांना या कामात मदत करत. निक्सनची शालेय कामगिरी चांगली होती. अभ्यासाव्यतिरिक्त इतर गोष्टींमध्येही तो उत्साहानं सहभागी होई. खासकरून वक्तृत्व स्पर्धा आणि वादविवाद स्पर्धा तो गाजवे. इतकंच नव्हे, तर नाटकात काम करणं आणि माऊथऑर्गन तसंच पियानो वाजवणंही त्याला चांगलं जमे. शालेय शिक्षणानंतर शिष्यवृत्ती मिळवून आणि आपल्या डीनच्या संशोधनात मदत केल्याचा मोबदला मिळवून, निक्सननं कायद्याची पदवी मिळवली.

वकिली करताकरता निक्सन एका हौशी प्रयोग करणाऱ्या नाटक संस्थेच्या नाटकांमध्ये काम करायला लागला. तिथं त्याची ओळख एका शाळेत विद्यार्थ्यांना टायपिंग शिकवणाऱ्या थेल्मा कॅथरिन रायनशी झाली. कहर म्हणजे, ज्या संध्याकाळी निक्सनची थेल्माशी ओळख झाली, त्यानंतर काही तास उलटून गेल्यावर त्यानं तिला लग्नाविषयी विचारलं! अर्थातच, असं अचानकपणे कुणा अनोळखी माणसाशी लग्न करण्याचा तिचा विचार नसल्यामुळे, पुढची दोन वर्षं तिनं त्याला झुलवत ठेवलं. अखेर दोघंही २७ वर्षांचे असताना त्यांचं लग्न झालं. त्यांना दोन मुली झाल्या.

१९४१च्या डिसेंबर महिन्यातल्या जपानच्या पर्ल हार्बरवरच्या हल्ल्यानंतर निक्सन दुसऱ्या महायुद्धात लढण्यासाठी म्हणून नौदलात सामील झाला. त्याला दक्षिण पॅसिफिक समुद्रातल्या अमेरिकी नौदलाच्या हवाई वाहतुकीचं व्यवस्थापन करण्यासाठीच्या टीममध्ये स्थान मिळालं. तिथं १५ महिने काम करून झाल्यावर त्याला अमेरिकेमध्येच नौदलाशी संबंधित असलेली नवी जबाबदारी सांभाळण्यासाठी म्हणून परत पाठवण्यात आलं. १९४५मध्ये नौदलातून बाहेर पडण्याच्या विचारात असलेल्या निक्सननं आता राजकारणात उडी घ्यावी, असं त्याच्या एका मित्रानं

त्याला सुचवलं. रिपब्लिकन पक्षानं त्याला अमेरिकेच्या हाऊस ऑफ रिप्रेझेंटेटिव्ह्जचा प्रतिनिधी बनण्यासाठीची उमेदवारी द्यायची तयारी दर्शवली. सुमारे दशकभर डेमोक्रॅटिक पक्षाचा एक नेता या पदावर कायम होता. त्याच्याशी निवडणुकीच्या प्रचारादरम्यान समोरासमोर झालेल्या वादविवादांमध्ये निक्सननं अत्यंत आक्रमक भूमिका स्वीकारली. तसंच तो कट्टर डाव्या विचारसरणीचा समाजवादी माणूस असून, काँग्रेसमधली त्याची कामगिरी अत्यंत सुमार असल्याची टीकाही निक्सननं केली. याचा मतदारांवर चांगला परिणाम झाला आणि ३३ वर्षांचा निक्सन अमेरिकी काँग्रेसमध्ये निवडून गेला. इथंच त्याची स्वतःप्रमाणेच प्रथमच काँग्रेसमध्ये निवडून आलेल्या जॉन एफ. केनेडीशी ओळख झाली. याच सुमाराला अमेरिका आणि सोव्हिएत युनियन यांच्यामधलं शीतयुद्ध रुद्रावतार धारण करण्याची चिन्हं दिसत होती. खासकरून दुसऱ्या महायुद्धात जर्मनी आणि तिच्या विचारसरणीचे इतर देश यांनी आक्रमण करून आपल्या ताब्यात घेतलेल्या देशांची 'सुटका' केल्यानंतर, या देशांना स्वातंत्र्य देण्याच्या मनःस्थितीत रशिया नसल्याचं स्पष्टपणे दिसत होतं. उलट, या देशांचा घास गिळून त्यांना आपल्या सोव्हिएत युनियनच्या छत्रछायेखाली आणायचा घाट रशियानं घातला होता. या पार्श्वभूमीवर निक्सनची काँग्रेसमधली राजकीय वाटचाल सुरू झाली. अमेरिकी जनजीवनावर अमेरिकेतर घटकांचा काय परिणाम होतो, याची तपासणी करण्यासाठी काँग्रेसच्या वतीनं एक समिती स्थापन करण्यात आली. त्यात निक्सनही होता. उदाहरणार्थ, साम्यवाद अमेरिकी सरकारमध्ये आणि अमेरिकी लोकांच्या मानसिकतेत कितपत शिरला आहे आणि त्याचे अमेरिकेवर काय परिणाम होतात, याचा अभ्यास या समितीनं करायचा होता. आपली बुद्धी, वकिलीतला आपला अनुभव, तसंच पूर्वीपासून वादविवाद स्पर्धांमध्ये आपण मिळवलेलं यश या जोरावर निक्सननं उत्कृष्ट कामगिरी करून दाखवली. यामुळे त्याचं नाव अमेरिकेच्या राष्ट्रीय पटलावर झळकायला लागलं. या समितीसमोर उभ्या करण्यात आलेल्या साक्षीदारांची उलटतपासणी करण्याच्या कामात निक्सननं खास कामगिरी करून दाखवल्यामुळे, त्याविषयी विस्तारानं बोलणं गरजेचं आहे.

१९४८च्या ऑगस्ट महिन्यात 'टाईम' मासिकाच्या व्हिटेकर चेम्बर्स नावाच्या वरिष्ठ संपादकानं सात आजी-माजी अधिकारी साम्यवादी विचारसरणीचे आणि कम्युनिस्ट पक्षाचे सदस्य असल्याचा आरोप केला. यात संयुक्त राष्ट्रसंघाची स्थापना करण्यासाठीच्या अमेरिकेच्या प्रयत्नांमध्ये पूर्वी सामील झालेला वरिष्ठ अधिकारी अल्गर हिस, याचाही समावेश होता. हिसची चौकशी करण्यासाठी, त्याची निक्सनचा समावेश असलेल्या समितीपुढे जबानी घेण्यात आली. त्यादरम्यान

हिसनं आपल्यावरचे आरोप फेटाळून लावले आणि आपण व्हिटेकर चेम्बर्स नावाच्या माणसाला ओळखतसुद्धा नसल्याचं सांगितलं. हिसनं आपल्यावरचे आरोप खोडून काढताना इतक्या प्रभावीपणे आणि आक्रमकरीत्या आपला बचाव केला, की कुणालाच त्याच्यावरच्या आरोपांमधल्या चुकांविषयी शंका वाटली नाही. हिसवर विनाकारण संशय घेतल्याची जहरी टीका वर्तमानपत्रांनी केली. यामुळे काँग्रेसनं नेमलेल्या समितीच्या बहुतेक सदस्यांनी हे हिस-चेम्बर्स प्रकरण गुंडाळून टाकण्याचा निर्णय घेतला. निक्सनचा मात्र याला विरोध होता. समितीवर होत असलेल्या टीकेकडे दुर्लक्ष करून हे प्रकरण धसाला लावलं पाहिजे, असं त्यानं आपल्या सहकाऱ्यांना सांगितलं. त्याच्या आग्रहापुढे इतर सदस्यांचा नाइलाज झाला आणि निक्सनच्या अध्यक्षतेखालच्या एका उपसमितीनं ही चौकशी सुरू ठेवावी, असं ठरलं. १९४८च्या ऑगस्ट महिन्यात सातत्यानं निक्सन, हिस आणि चेम्बर्स यांची नावं वर्तमानपत्रांच्या मथळ्यांमध्ये झळकत राहिली. निक्सननं १७ ऑगस्ट या दिवशी हिस आणि चेंबर्स यांना आपल्या उपसमितीबरोबरच्या एका बैठकीला बोलावलं. तिथं बऱ्याच सारवासारवीनंतर आपण १३ वर्षांपासून चेंबर्सला ओळखत असल्याची कबुली हिसनं दिली; पण आपण कधीच साम्यवादी नसल्याचा दावाही केला. यानंतर २५ ऑगस्टला हिस आणि चेंबर्स यांच्यामध्ये समोरासमोर झालेल्या उलटतपासणीचं थेट प्रक्षेपण टीव्हीवर करण्यात आलं. चेंबर्स आपल्या आरोपांवर ठाम राहिल्यानंतर शेवटी हिसनं त्याच्यावर खटला भरणार असल्याचं जाहीर केलं. दरम्यान, आपल्या हाऊस ऑफ रिप्रेझेंटेटिव्ह्जच्या सदस्यत्वाच्या फेरनिवडीसाठी निक्सन प्रचारात गुंतला. त्यानं ही निवडणूक सहजपणे जिंकली. तिकडे हिसवरचे आरोप सिद्ध करण्यासाठी चेम्बर्सनं काही महत्त्वाची कागदपत्रं सादर केली. न्यायालयानं त्यांची तपासणी केल्यानंतर हिसवरचे आरोप खरे असल्याचं सांगून, त्याला पाच वर्षं तुरुंगवासाची शिक्षा ठोठावली. साहजिकच, निक्सनचा या प्रकरणात खूप मोठा नैतिक विजय झाला. त्यातच साम्यवादी विचारसरणीनं प्रेरित झालेल्या काही गुप्तहेरांनी अमेरिकी अणुबाँबशी संबंधित असलेली गुप्त कागदपत्रं चोरली असल्याचं, अमेरिकी 'फेडरल ब्यूरो ऑफ इन्व्हेस्टिगेशन्स (एफबीआय)'नं जाहीर केल्यामुळे निक्सनच्या आग्रही भूमिकेचं महत्त्व नव्यानं अधोरेखित झालं. अनेक जणांना अटक करण्यात आली आणि त्यापैकी दोघांना मृत्युदंड देण्यात आला.

या घटनाक्रमामुळे 'साम्यवाद ठेचून काढणारा नेता' म्हणून निक्सनची प्रतिमा अमेरिकी जनमानसात एकदम उजळली. याचा फायदा उठवून निक्सननं आता सिनेटर बनण्यासाठीचे प्रयत्न सुरू केले. ही निवडणूक तो अगदी सहजपणे

जिंकला आणि आपल्या वयाच्या सदतिसाव्या वर्षी रिपब्लिकन पक्षाच्या वतीनं सिनेटमध्ये प्रवेश करणारा, तोपर्यंतचा तो सगळ्यांत तरुण नेता ठरला. तिथं त्याची ओळख ड्वाईट आयसेनहॉव्हरशी झाली. १९५२च्या जुलै महिन्यात रिपब्लिकन पक्षानं राष्ट्रपतिपदासाठीचा आपला उमेदवार म्हणून आयसेनहॉव्हरला निवडलं. आयसेनहॉव्हरनं आपला उप राष्ट्रपतिपदासाठीचा उमेदवार म्हणून निक्सनला पसंती दिली.

उपराष्ट्रपती

साम्यवादाचा कट्टर विरोधक असल्याच्या आपल्या प्रतिमेचा चांगला फायदा उठवण्याचा प्रयत्न निक्सननं आपल्या प्रचारात केला. यामुळे त्याला जनतेकडून चांगला प्रतिसाद मिळत असल्याचं चित्र निर्माण होत असतानाच, १९५२च्या सप्टेंबर महिन्यात एका वर्तमानपत्राच्या पहिल्या पानावर छापून आलेल्या एका बातमीमुळे एकदम खळबळ माजली. काही लक्षाधीशांनी गुप्तपणे गोळा केलेल्या निधीमधले १८,००० डॉलर्स निक्सननं स्वतःच्या खासगी स्वरूपाच्या खर्चासाठी वापरून गैरप्रकार केल्याचा आरोप, या बातमीमध्ये करण्यात आला होता. यामुळे निक्सनला उपराष्ट्रपतिपदासाठीच्या उमेदवारीवरून हटवावं, यासाठीच्या मागणीनं जोर धरला. निक्सननं आपण निरपराध असल्याचं सिद्ध केलंच पाहिजे, अशी भूमिका आयसेनहॉव्हरनंही घेतली; कारण निक्सनवरच्या या आरोपांमुळे भ्रष्टाचाराला पाठीशी घातल्याच्या कारणांवरून, विनाकारण आपली उमेदवारीसुद्धा धोक्यात यायची शक्यता असल्याचं त्याला जाणवत होतं. यानंतर पाच दिवसांनी आपल्या पत्नीसह टीव्हीवर अवतरून निक्सननं या प्रकरणासंबंधीचा खुलासा दिला. त्यात त्यानं ही रक्कम आपण वैयक्तिक खर्चासाठी अजिबात वापरली नसल्याचं निक्षून सांगितलं. आपल्या प्रचारासाठी ही रक्कम वापरली गेली असल्याचा दावा करत, त्यानं आपल्या संपत्तीचे सगळे तपशील दिले. विक्रमी संख्येनं लोकांनी निक्सनचं हे भाषण ऐकलं आणि त्यांच्या मनात निक्सन निर्दोष असल्याची सहानुभूतीपर भावना पक्की झाली. यामुळे आपल्या उपराष्ट्रपतिपदाच्या दाव्याभोवती आलेलं सावट दूर करण्यात आणि उलट आपला दावा आणखी भरभक्कम करण्यात निक्सनला यश लाभलं. आपल्या प्रचारादरम्यान निक्सननं डेमोक्रॅटिक पक्षातर्फे राष्ट्रपतिपदासाठी उभ्या असलेल्या नेत्यावर कडाडून टीका केली. या नेत्यानं हिस-चेंबर्स प्रकरणात हिसच्या बाजूनं साक्ष दिल्याचं सांगून, 'अशा साम्यवादाला प्रोत्साहन देणाऱ्या नेत्याला अमेरिका आपला राष्ट्रपती म्हणून स्वीकारेल का,' असा बोचरा प्रश्न विचारला. अपेक्षेप्रमाणे आयसेनहॉव्हर-निक्सन जोडगोळी

अगदी एकतर्फी मतदान होऊन निवडून आली आणि याच्या पुढच्या म्हणजेच १९५६च्या निवडणुकीतसुद्धा याचीच पुनरावृत्ती झाली.

उपराष्ट्रपती म्हणून आठ वर्षं काम बघताना निक्सननं प्रत्यक्ष कामकाजात खूप सहभाग दर्शवला. व्हिएतनाम प्रश्नासंबंधी अगदी सुरुवातीलाच त्यानं निर्णायक भूमिका घेतली. फ्रेंचांनी व्हिएतनाममधली आपली वसाहत बंद करायचं १९५४मध्ये ठरवल्यावर, तिथं तातडीनं अमेरिकी लष्कर पाठवण्याचा आग्रह निक्सननं धरला. व्हिएतनाम साम्यवादाला बळी पडू नये, यासाठी हे गरजेचं असल्याचं मत त्यानं मांडलं. राष्ट्रपती आयसेनहॉव्हरनं आपला प्रतिनिधी म्हणून निक्सनला एकंदर ५४ देशांच्या दौऱ्यावर पाठवलं. १९५८च्या दक्षिण अमेरिकेच्या अशाच एका दौऱ्यादरम्यान, तिथल्या साम्यवादी लोकांनी निक्सनची निर्भर्त्सना केली. त्याच्यावर थुंकून त्यांनी त्याची गाडी उलथून टाकण्याचा प्रयत्न केला. आपला जीव कसाबसा वाचवण्यात यशस्वी झालेल्या निक्सननं, अशा प्रसंगीसुद्धा आपलं डोकं शांत ठेवल्यामुळे त्याची अमेरिकी जनमानसातली प्रतिमा आणखी उजळली. रशियाच्या आपल्या १९५९च्या दौऱ्यात रशियन नेता निकिता ख्रुश्चेव्ह आणि निक्सन यांच्यात काही जाहीर वादविवाद झाले. त्यामध्ये आपले मुद्दे ख्रुश्चेव्हच्या तुलनेत जास्त ठळकपणे मांडण्यात निक्सन यशस्वी झाला असल्याचं बहुतेक जणांचं मत पडलं.

राजकीय वनवास

१९५९ साल संपायच्या सुमाराला पुढच्या निवडणुकीमध्ये निक्सन आणि केनेडी एकमेकांविरुद्ध राष्ट्रपतीचे उमेदवार म्हणून उभे ठाकतील, असं दृश्य ठळकपणे दिसत होतं. बहुतेक सर्वेक्षणांमध्ये निक्सननं केनेडीवर आघाडी घेतली असल्याचं चित्र सुरुवातीला दिसत होतं; पण हळूहळू केनेडी या शर्यतीत पुढे जात असल्याचं दिसून आलं. प्रथमच राष्ट्रपतिपदासाठीच्या दोन उमेदवारांमध्ये टीव्हीवर थेट प्रक्षेपित केल्या जाणाऱ्या वादविवादांच्या चार फेऱ्या आयोजित करण्यात आल्या. खरं म्हणजे, निक्सन याच्या विरोधात होता. जो माणूस आक्रमकपणे बोलतो, त्याला अशा गोष्टींचा विनाकारण फायदा मिळतो, असं त्याचं मत होतं. काहीशा नाराजीनंच तो यासाठी तयार झाला; कारण आपण या गोष्टीला नकार दिला, तर गेल्या आठ वर्षांमधल्या आपल्या सरकारच्या कामगिरीविषयी आपल्यालाच आत्मविश्वास वाटत नाही, असं चित्र यामुळे निर्माण व्हायची भीती त्याला सतावत होती. एकंदर आठ कोटी अमेरिकी लोकांनी निक्सन-केनेडी वादविवाद टीव्हीवर 'लाईव्ह' बघितले. आपण टीव्हीवर चांगलं दिसण्यासाठी मेकअप केला

पाहिजे, हे निक्सनच्या लक्षात आलं नाही. यामुळे पहिल्या फेरीनंतर त्याच्या आईनं त्याला फोन करून त्याला बरं वाटत नव्हतं का, असं विचारल्यावर आपली चूक त्याला उमगली. एकूणच, या निवडणुकीचा निकाल केनेडीच्या बाजूनं लागण्यामागे टीव्हीवरच्या या थेट प्रक्षेपणाचा मोठा हात असल्याचं अनेक विश्लेषकांनी नंतर नमूद केलं. अटीतटीच्या लढतीत निक्सन पराभूत झाला. त्यानं कॅलिफोर्नियाला परतून पुन्हा वकिली सुरू केली आणि आपल्या आजवरच्या राजकीय प्रवासासंबंधी एक पुस्तकही लिहिलं. राष्ट्रपतिपदासाठीची निवडणूक हरल्यानंतर ११ महिन्यांनी निक्सन कॅलिफोर्नियाचा गव्हर्नर बनण्यासाठीची निवडणूकसुद्धा धक्कादायक रीतीनं हरला. यामुळे त्याचा राजकीय आलेख एकदम खाली उतरला आणि त्याची कारकीर्द संपुष्टात आल्याचं मत अनेक जणांनी व्यक्त केलं.

ऐतिहासिक पुनरागमन आणि राष्ट्रपतिपदी निवड

कॅलिफोर्नियाच्या गव्हर्नरपदासाठीची निवडणूक हरल्याच्या नामुष्कीनंतर निक्सननं आपला मुक्काम न्यू यॉर्कमध्ये हलवला. १९६४मध्ये राष्ट्रपतिपदासाठी रिपब्लिकन पक्षाची उमेदवारी मिळवण्याचा प्रयत्न न करता, त्यानं निवड झालेल्या उमेदवाराचा प्रचार प्रामाणिकपणे केला. डेमोक्रॅटिक पक्षाच्या लिंडन जॉन्सनकडून या उमेदवाराचा पराभव झाल्यानंतर रिपब्लिकन पक्ष एकदम खिळखिळा झाला असल्याचं चित्र निर्माण झालं. अशा वेळी पक्षाची पुनर्बांधणी करण्याचं काम निक्सननं स्वतःकडे घेतलं. यामुळे परत एकदा तो प्रकाशझोतात आला. १९६८च्या निवडणुकीसाठी रिपब्लिकन पक्षानं त्याला उमेदवारी द्यावी यासाठी वातावरणनिर्मिती सुरू झाली. यामुळे राष्ट्रपती जॉन्सनपेक्षा निक्सनच जास्त लोकप्रिय असल्याचं दृश्य निर्माण झालं. त्यातच व्हिएतनाम युद्धाच्या प्रश्नावरून डेमोक्रॅटिक पक्षामध्ये दुफळी निर्माण झाली होती. यामुळे डेमोक्रॅटिक पक्षाकडून कुणाला उमेदवारी मिळणार हे नक्की नव्हतं. व्हिएतनामच्या मुद्द्यावरून रॉबर्ट केनेडी या माजी राष्ट्रपती जॉन केनेडीच्या भावानं राष्ट्रपती जॉन्सनला जोरदार विरोध करून आपली उमेदवारी जाहीर केली. दरम्यान विलक्षण दबावाखाली असलेल्या जॉन्सननं आपण उमेदवार नसल्याचं स्पष्ट केलं आणि आपला उपराष्ट्रपती हम्फ्रीला उमेदवारी मिळावी म्हणून प्रयत्न सुरू केले. दरम्यान मॅकार्थी नावाच्या सिनेटरनंही रिंगणात उडी घेतली होती. अशा संभ्रमाच्या वातावरणात रॉबर्ट केनेडीची हत्या झाली. यामुळे नुसता गोंधळ माजला. अखेर हम्फ्रीच्या नावावर शिक्कामोर्तब झालं.

या निवडणुकीच्या प्रचारात 'अमेरिकन इन्डिपेंडन्स पार्टी' नावाच्या नव्या पक्षाच्या सहभागामुळे आणखी गुंता झाला. वर्चस्ववादी गौरवर्णीय लोकांनी स्थापन

केलेल्या या पक्षाचा, कृष्णवर्णीय लोकांना अमेरिकी समाजात समान स्थान देण्याला विरोध होता. तसंच निक्सन आणि हम्फ्री हे दोघेही खूपच उदारमतवादी असल्याचा त्यांचा आरोप होता. 'व्हिएतनामवर अमेरिकी पंजा आणखी घट्ट तर केलाच पाहिजे; पण गरज पडल्यास तिथं अणुबाँब टाकला पाहिजे,' अशी अत्यंत धोकादायक आणि आततायी विधानं या पक्षाच्या वतीनं केली जात होती. मतांमध्ये फूट पाडून आपली धोरणं राबवून घेण्याच्या मोबदल्यात निवडणूक झाल्यावर निक्सन किंवा हम्फ्री यांच्यापैकी एका उमेदवाराला पाठिंबा द्यायचा, असं या पक्षाचं स्पष्ट धोरण होतं. दरम्यान, निक्सन ही निवडणूक सहजपणे जिंकणार असं वाटत होतं. स्वतः निक्सनलाही या खेपेला त्याविषयीचा आत्मविश्वास जाणवत असल्यामुळे, प्रचारादरम्यान तो अगदी शांत वाटत होता. त्यानं व्हिएतनाम प्रश्न प्रचारात आणलाच नाही. तसंच टीव्हीवर हम्फ्रीशी वादाविवाद करण्यालाही आधीच्या अनुभवांवरून त्यानं नकार दिला. तेवढ्यात मतदानाला पाच दिवस उरले असताना, उत्तर व्हिएतनामवरचा बाँबवर्षाव थांबवण्याची घोषणा करून राष्ट्रपती जॉन्सननं निक्सनला मोठा धक्का दिला. तसंच व्हिएतनामच्याच प्रश्नावरून शांततामय भूमिका स्वीकारण्याचा आग्रह धरलेल्या आणि यासाठीच राष्ट्रपतिपदासाठीची उमेदवारी मिळवण्याचा अयशस्वी प्रयत्न केलेला मॅकार्थी यामुळे खूश झाला. त्यानं आपल्या पक्षाच्याच हम्फ्रीला पाठिंबा द्यायचा नाही, असं इतके दिवस ठरवलं होतं. आता बदललेल्या परिस्थितीत त्यानंही आपली भूमिका बदलून हम्फ्रीच्या बाजूनं उभं राहायचं ठरवलं. अशा रीतीनं, पारडं अचानकपणे फिरलं आणि निक्सनसमोर परत एकदा अडचण निर्माण झाली. तो दुसऱ्यांदा पराभूत होणार असं वाटायला लागलं. अखेर ३०१-१९१ अशा इलेक्टोरल व्होट्सच्या फरकानं निक्सननं ही निवडणूक जिंकली. नव्या पक्षाला ४६ जागा मिळाल्या.

राष्ट्रपतिपद

५६ वर्षांचा निक्सन अखेर राष्ट्रपतिपदावर आरूढ झाला. तब्बल आठ वर्षांच्या वनवासानंतर त्यानं केलेलं हे पुनरागमन खरोखरच अभूतपूर्व होतं. त्यातच खचलेल्या रिपब्लिकन पक्षाला उभारी देत, विद्यमान उपराष्ट्रपतीला पराभूत करून त्यानं मिळवलेला हा विजय कौतुकास्पद होता. निक्सननं राष्ट्रपतिपदाची शपथ घेण्याच्या एक आठवडा आधी, विद्यमान राष्ट्रपती जॉन्सनच्या म्हणण्याला उचलून धरत अमेरिकी काँग्रेसनं राष्ट्रपतीचा वार्षिक पगार एक लाख डॉलर्सवरून थेट दुप्पट करून दोन लाख डॉलर्सवर नेला असल्यामुळे निक्सनची अक्षरशः चांदी झाली!

कुठलेच निर्णय घिसाडघाईनं घ्यायचे नाहीत असा निश्चय करून, पहिले काही महिने निक्सननं शांततेत घालवले. पॅरिसमध्ये सुरू असलेल्या चर्चेद्वारा व्हिएतनाम प्रश्न सुटायची आशा वाटत असली, तरी प्रत्यक्षात युद्ध सुरू राहिल्यामुळे ती पार धुळीला मिळाली. अनेक अमेरिकी महाविद्यालयांमध्ये सरकारच्या निषेधार्थ चळवळी सुरू होत्या. यामुळे व्हिएतनाममधल्या परिस्थितीमध्ये फारसा फरक पडला नसला, तरी आपण स्वतःहून तिथलं अमेरिकी लष्कर हळूहळू परत बोलावून घेऊ, असा निर्णय निक्सननं जाहीर केला आणि त्याची अंमलबजावणीही केली. दरम्यान, १९६९च्या जुलै महिन्यात नील आर्मस्ट्राँग आणि एडविन ऑल्ड्रिन ही चंद्रावर पाऊल टाकणारी पहिली माणसं ठरण्याचा अभिमानास्पद पराक्रम अमेरिकेला करून दाखवणं शक्य झालं. यामुळे व्हिएतनाम प्रकरणाच्या पार्श्वभूमीवर माजलेल्या खळबळीपासून लोकांचं लक्ष काही काळ दूर गेलं. यानंतर अंतराळप्रवासाच्या अनेक मोहिमा अमेरिकेनं यशस्वीपणे पार पाडल्या.

मॅकार्थीला राष्ट्रपतिपदासाठी पाठिंबा देणाऱ्या लाखो विद्यार्थ्यांनी आता व्हिएतनाम युद्धाच्या विरोधात अमेरिकेत सगळीकडे निदर्शने सुरू केली. अनेक मान्यवर लोकांनीही विद्यार्थ्यांनी या संदर्भात आयोजित केलेल्या निषेधसभांमध्ये भाषणं केली. यामुळे आपण अजिबात बधणार नसल्याचं आणि आपल्या निर्णयांवर ठाम असल्याचं निक्सननं लगेचच सांगून टाकलं. या काळात निक्सननं या विषयावर जणू मौनव्रतच स्वीकारलं होतं. अखेर ३ नोव्हेंबर १९६९ या दिवशी अमेरिकी जनतेशी टीव्हीवरून संवाद साधत निक्सननं आपलं हे मौनव्रत सोडलं. आपल्याला व्हिएतनाम युद्ध संपवायचं असून त्यासाठी आपल्याला सगळ्या देशाचा पाठिंबा हवा असल्याचं त्यानं सांगितलं. यामुळे भडकून काही दिवसांनंतर तीन लाखांहून जास्त नागरिकांनी वॉशिंग्टनमध्ये मोर्चा काढला. यामुळे पोलिसांना व्हाईट हाऊसभोवती संरक्षणाचं कोंडाळं उभं करावं लागलं. बाहेर मोर्चेकरी लोकांची जोरदार निदर्शनं सुरू असताना निक्सन आतमध्ये आरामात फुटबॉलचा सामना बघत बसला होता. आपल्याला असल्या मोर्च्यांना तसंच निदर्शनांना महत्त्व द्यायची गरज वाटत नसल्याचं त्याला या कृतीतून सूचित करायचं होतं. यातच काही दिवसांनी अमेरिकी सैनिकांकडून झालेल्या व्हिएतनाममधल्या निरपराध लोकांच्या हत्येच्या बातम्या पसरल्यामुळे अमेरिकेमध्ये जनक्षोभ उसळला.

व्हिएतनाम प्रश्नामुळे पार कोंडी झालेल्या निक्सननं लोकांचं लक्ष दुसरीकडे वळवण्यासाठी पर्यावरणाची चर्चा सुरू केली. 'तातडीने याविषयी काही केलं नाही, तर पुढच्या पिढीला याचे खूप दुष्परिणाम भोगावे लागतील,' असं मत त्यानं मांडलं. अमेरिकेमधलं प्रदूषण कमी करण्यासाठी त्यानं पुढच्या दशकभरासाठी

भरीव निधी मंजूर केला. तिकडे गौरवर्णीय आणि कृष्णवर्णीय अशा दोन्ही वर्णांच्या लोकांच्या मनात निक्सनच्या विरोधात राग वाढत गेला. याचं कारण म्हणजे, निक्सननं या दोन्ही प्रकारच्या लोकांच्या भावनांकडे जवळपास दुर्लक्षच केलं. एका निकटच्या सल्लागारानंच निक्सनला अशा प्रकारे वागण्याचा सल्ला दिला होता.

दरम्यान, १९७०च्या वसंत ऋतूतल्या घटनाक्रमामुळे व्हिएतनाम प्रश्न आणखी जटिल झाला. कंबोडिया देशात साम्यवादी विचारसरणीच्या देशप्रमुखाला काही विरोधकांनी कट रचून पदच्युत केलं. याचा बदला घेण्यासाठी आणि कंबोडियामध्ये पुन्हा साम्यवादी राजवट प्रस्थापित करण्यासाठी उत्तर व्हिएतनामनं मदत पाठवली. यामुळे कंबोडियामधल्या नव्या साम्यवाद विरोधक सरकारनं अमेरिकेकडे मदत मागण्यासाठी धावा केला. अमेरिकी काँग्रेसमध्ये हा मुद्दा चर्चेला आलेला असताना अमेरिकी परराष्ट्रमंत्र्यानं आपण कंबोडियामध्ये आपलं लष्कर पाठवणार नसल्याची ग्वाही दिली. यानंतर काही दिवसांनी अचानकपणे निक्सननं पलटवार करत दक्षिण व्हिएतनामी आणि अमेरिकी लष्कर कंबोडियामध्ये चाल करून जात असल्याची माहिती काँग्रेसला देत, मोठा धक्काच दिला. ही कारवाई अगदी थोड्या काळासाठी असेल आणि लवकरच अमेरिकी लष्कर मायभूमीत परतेल, अशी ग्वाही त्यानं दिली. याला काँग्रेसच्या सदस्यांनी आक्षेप घेतला. अमेरिकेतर्फे इतर कुठल्याही देशाकडे लष्करी मदत पाठवण्यासंबंधीचा निर्णय घेण्याचा अधिकार राज्यघटनेनं फक्त काँग्रेसला दिला असल्याचं, त्यांनी निक्सनच्या निदर्शनाला आणलं. अर्थातच आता याला खूप उशीर झाला होता. ठरल्या तारखेला कंबोडियामधून अमेरिकी लष्कर मागे घेण्यात आल्यावर, इथून पुढे कंबोडियामध्ये कुठलीही लष्करी मदत पाठवली जाणार नाही, असं जाहीर करून काँग्रेसनं निक्सनला जोरदार चपराक दिली. यानंतर तीन वर्षं उलटून गेल्यावर, म्हणजे १९७३मध्ये एका समितीनं केलेल्या चौकशीत, खरं म्हणजे १९६९ सालापासूनच अमेरिकी हवाई दल कंबोडियामधल्या साम्यवादी टोळ्यांच्या तळांवर बाँबहल्ले करत असल्याची माहिती उघड झाली. अर्थातच, अमेरिकी काँग्रेसला आणि जनतेला विश्वासात न घेता हा प्रकार करण्यात आलेला असल्यामुळे, नवं वादळ निर्माण झालं. हे कमी म्हणून की काय; पण १९७०च्या मे महिन्यात ओहायोमधल्या एका विद्यापीठात विद्यार्थ्यांची व्हिएतनाम प्रश्नावरून निदर्शनं सुरू असताना पोलिसांनी केलेल्या गोळीबारात चार विद्यार्थी ठार झाले आणि वातावरण एकदम तापलं. हजारो विद्यार्थी वॉशिंग्टनमधल्या रस्त्यांवर उतरले. या खेपेला विद्यार्थी प्रतिनिधींची भेट घेण्याइतपत मानवता निक्सननं दाखवली असली, तरी व्हिएतनाम प्रश्नासंबंधीच्या आपल्या भूमिकेत कसलाही बदल झाल्याचे संकेत

त्यानं अजिबात दिले नाहीत. कदाचित विद्यार्थ्यांना आपल्या बाजूनं वळवायचं, म्हणून लवकरच मतदान करण्यासाठीचं किमान वय २१ वर्षांवरून १८ वर्षांवर आणण्यासाठीचा कायदा निक्सननं काँग्रेसच्या मदतीनं लवकरच आणला.

द पेंटॅगॉन पेपर्स

१९७१च्या मे महिन्यात पुन्हा एकदा प्रचंड मोठ्या संख्येनं व्हिएतनाम युद्धाचा निषेध करण्यासाठी जनता वॉशिंग्टनच्या रस्त्यांवर उतरली. अमेरिकेच्या इतिहासात सगळ्यांत मोठ्या प्रमाणावर पोलिसांनी सामूहिक अटकसत्र आरंभलं आणि तब्बल १३,४०० तरुणांना तुरुंगात टाकलं. निक्सननं पोलिसांची या कामाबद्दल प्रशंसा केली खरी; पण या संदर्भातल्या खटल्याचा निकाल चार वर्षांनी लागल्यानंतर अटक करण्यात आलेल्या तरुणांच्या मानवी हक्कांची पायमल्ली झाली असल्याच्या कारणावरून, न्यायालयानं त्यांना तब्बल १.२० कोटी डॉलर्सची भरपाई देण्याचे आदेश सरकारला दिले. हळूहळू व्हिएतनाम युद्ध थांबवण्यासाठीची पावलं निक्सननं टाकली असल्याचे अंदाज काही जणांनी बांधले. निक्सनच्या विरोधकांनी मात्र यामधल्या निक्सनच्या धूर्तपणावर टीका केली. निक्सन व्हिएतनाम युद्ध मुद्दाम लांबवत असल्याचं आणि १९७१च्या राष्ट्रपतिपदाच्या निवडणुकीच्या आधी ते थांबवायचं त्यांचं म्हणणं होतं. अर्थातच, निवडणुकीत याचा आपल्याला फायदा मिळेल असा त्याचा सोपा हिशेब होता, असं हे विरोधक म्हणत होते.

तेवढ्यात 'पेंटॅगॉन पेपर्स' म्हणून ओळखलं जाणारं प्रकरण बाहेर आलं आणि ते विलक्षण गाजलं. १९७१च्या जून महिन्यात न्यू यॉर्क टाइम्स आणि इतर वर्तमानपत्रं व्हिएतनाम युद्धासंबंधीच्या काही गोपनीय कागदपत्रांमधला धक्कादायक मजकूर छापण्याच्या बेतात असताना, सरकारनं त्यांना रोखलं. मानवी हक्कांची पायमल्ली होत असताना, आता माध्यमांवरही कमालीची बंधनं सरकार घालत असल्याचं चित्र यामुळे निर्माण झालं. या कागदपत्रांमधला मजकूर छापला, तर अमेरिकेच्या सुरक्षिततेला धोका पोहोचू शकतो, असा सरकारचा दावा होता. सर्वोच्च न्यायालयानं मात्र सरकारचं हे म्हणणं फेटाळून लावत, वर्तमानपत्रांना या कागदपत्रांमधला मजकूर छापण्याचं स्वातंत्र्य असल्याचा निकाल दिला. अमेरिकेच्या लष्करी मुख्यालयानं, म्हणजेच पेंटॅगॉननं, व्हिएतनाम युद्धाचा इतिहास या कागदपत्रांमध्ये शब्दबद्ध केला होता आणि तो गोपनीय असल्याचं लेबल त्यावर लावलं होतं. पूर्वी सरकारी नोकरीत असलेल्या आणि व्हिएतनाम युद्धाचा कडवा विरोधक असलेल्या डॅनियल एल्सबर्गच्या हाती ही कागदपत्रं पडली. त्यानं विलक्षण धोका पत्करून

आणि पदरचे २०,००० डॉलर्स खर्चून त्यांच्या फोटोकॉपी काढल्या आणि त्यांचं बाइंडिंग करून ती बाडं वर्तमानपत्रांकडे दिली. या कागदपत्रांमधून अमेरिकी सरकार व्हिएतनाम युद्धासंबंधी आपल्या जनतेची पूर्णपणे दिशाभूल करत असल्याचं आणि खोटी किंवा अर्धवट माहिती जनतेपर्यंत पोहोचवत असल्याचं, अगदी स्पष्टपणे दिसून येत होतं.

सरकारनं ही गोपनीय कागदपत्रं चोरल्याच्या आरोपावरून एल्सबर्ग आणि त्याचा साथीदार अँथनी रुसो यांच्यावर खटला भरला; पण न्यायालयानं तो दोन वर्षांनी रद्दबातल ठरवला. यामागचं कारण म्हणजे, सरकारनं अनधिकृतपणे एल्सबर्गच्या फोनचं टॅपिंग केल्याचा आणि त्याच्या मानसोपचारतज्ज्ञाच्या कार्यालयामध्ये अवैध घुसखोरी केल्याचा दावा सिद्ध झाला. या प्रकरणात निक्सनच्या अनेक सहायकांना तुरुंगवास झाला.

मंदी आणि महागाई

निक्सनच्या राष्ट्रपतिपदाच्या सुरुवातीलाच अमेरिकेमध्ये मंदी पसरली. तसंच महागाईनंही आपलं डोकं वर काढलं. महागाईचा वार्षिक दर १० टक्क्यांवर गेला. यातून मार्ग काढण्यासाठी निक्सननं दोन वर्षं व्याजदर चढे ठेवणं आणि सरकारी खर्चात कपात करणं, अशी उपाययोजना करून बघितली. बेरोजगारी कमी करण्यासाठी सरकारी प्रकल्प हाती घेणं, म्हणजेच सरकारी खर्च वाढवणं, हा पर्याय असूच शकत नाही, असं तो म्हणत राहिला. वेतन आणि वस्तूंच्या किमती यांच्या वाढीवर अंकुश आणला पाहिजे, असं काही जणांनी त्याला सुचवलं; पण त्यानं त्याला साफ नकार दिला. यामुळे परिस्थिती अजिबात सुधारत नसल्याचं लक्षात आल्यावर, १५ ऑगस्ट १९७१ या दिवशी निक्सननं अचानकपणे आपण आपलं आर्थिक धोरण पार बदलून टाकत असल्याचं जाहीर केलं. महागाईवर नियंत्रण प्रस्थापित करण्यासाठी निक्सननं वेतन आणि वस्तूंच्या किमती यांच्या पातळ्यांवर सरकारी नियंत्रण आणलं. आयात केल्या जाणाऱ्या बहुतेक सगळ्या वस्तूंवर १०टक्के कर लावण्याची घोषणा त्यानं केली. तसंच इतर देशांना केल्या जाणाऱ्या आर्थिक मदतीत आणि सरकारी खर्चात कपात करण्याचं धोरण त्यानं जाहीर केलं. अत्यंत महत्त्वाची गोष्ट म्हणजे, अमेरिकी डॉलरचं सोन्याशी निगडित असलेलं नातं त्यानं तोडून टाकलं. म्हणजेच, आता इतर देशातलं कुणी आपल्याकडचं सोनं परत करून त्याच्या मोबदल्यात ठरावीक डॉलर्स मागू शकणार नव्हतं. आंतरराष्ट्रीय बाजारपेठ सोनं आणि डॉलर्स यांच्यामधला जो दर ठरवत राहील त्यानुसार, म्हणजेच बाजारभावानुसार आता सोन्याच्या

मोबदल्यात डॉलर्स मिळणार होते. हा अत्यंत महत्त्वाचा निर्णय होता. कारण तो घेईपर्यंत अमेरिकी डॉलरचं कागदोपत्री मूल्य खूप जास्त होतं. म्हणजेच डॉलर हे ताकदवान चलन मानलं जात होतं. साहजिकच, इतर चलनं डॉलरच्या तुलनेत स्वस्त होती आणि त्यामुळे या देशांमधून जास्त निर्यात होत होती. महाग डॉलरच्या पार्श्वभूमीवर अमेरिकेमधून वस्तू आयात करणं, इतर देशांना सोयीस्कर नव्हतं. आता मात्र डॉलरचं मूल्य इतर चलनांच्या मानानं घसरू शकत असल्यामुळे, अमेरिकी निर्यात वाढायला आणि आयात कमी व्हायला मदत होणार होती. आपोआपच याचा परिणाम अमेरिकी अर्थव्यवस्था सुधारण्यामध्ये होईल, असं अनेक अर्थतज्ज्ञांचं मत होतं. काही काळ आर्थिक घडी खरोखर सुधारल्यासारखं चित्र निर्माण झालं खरं; पण १९७३मध्ये परिस्थिती पुन्हा पार बिघडत गेली. महागाईचं संकट 'आ'वासून अमेरिकेच्या समोर उभं ठाकलं.

चीन आणि सोव्हिएत युनियन

दरम्यान, व्हिएतनाम प्रकरणामुळे आंतरराष्ट्रीय पातळीवरची आपली घसरलेली प्रतिमा उंचावण्यासाठी निक्सननं काही धाडसी पावलं उचलली. १९७२च्या फेब्रुवारी महिन्यात त्यानं चीनचा आठ दिवसांचा दौरा केला. यात अमेरिका आणि चीन यांच्यामध्ये सौहार्दाचे संबंध निर्माण करणं, व्यापारी, औद्योगिक तसंच सांस्कृतिक संबंध वाढवणं अशा मुद्द्यांचा समावेश होता. साम्यवादी असूनसुद्धा चीन हा जगातला सगळ्यांत मोठा देश असल्याची आणि त्याच्याशी वाकडं घेणं आपल्याला फार काळ परवडण्यासारखं नसल्याची जाणीव निक्सनला जाणीव झाली असावी. म्हणूनच जवळपास दोन दशकं चीनमधल्या साम्यवादी राजवटीला आपण मान्यता देत नसल्याचं अमेरिका तोपर्यंत म्हणत होती; ते धोरण आता निक्सननं बदललं. खुद्द निक्सन इतकी वर्षं चीनविरोधी वक्तव्यं करण्यात आघाडीवर होता. चीनचा कोंडमारा करण्यावर त्याचा भर होता. आता त्याची भाषा पार बदलली. यासाठीची पार्श्वभूमी १९७१च्या जुलै महिन्यात हेन्री किसिंजरच्या गुप्त चीन दौऱ्यानं तयार केली. चाऊ एन लाय या चिनी सम्राटाची किसिंजरनं भेट घेतल्यानंतर टीव्हीवर आपल्या चीन दौऱ्याची घोषणा करून निक्सननं सगळ्या जगाला थक्क करून सोडलं. साम्यवादी चीनला संयुक्त राष्ट्रसंघाचं सदस्यत्व देण्यासाठी अमेरिकेनं योग्य तजवीजसुद्धा केली आणि त्याचबरोबर 'राष्ट्रवादी' चीनची म्हणजेच तैवानची संयुक्त राष्ट्रसंघातून हकालपट्टी व्हावी, याचीही व्यवस्था तिनं केली. अमेरिकी जनतेनं आपल्या चीन दौऱ्याकडे अवाक होऊन बघावं, यासाठी तिथली दृश्यं थेट टीव्हीवर बघण्याची सोय होईल, याची व्यवस्था

निक्सननं करून घेतली. यासाठी एक नवा उपग्रह अवकाशात सोडण्यात आला.

यापाठोपाठ २२ मे १९७२ या दिवशी अधिकृत भेटीसाठी रशियन भूमीवर पाऊल ठेवणारा पहिला अमेरिकी राष्ट्रपती, म्हणून निक्सनचं नाव इतिहासात कोरलं गेलं. व्हिएतनाम प्रश्न चिघळत असतानाही निक्सननं आपल्या रशिया दौऱ्यात बदल करायला नकार दिला. व्हिएतनाममधली आपली लढाई सोव्हिएत युनियनशी नसल्याचं त्यानं स्पष्ट केलं. आपल्या आठवड्याभराच्या दौऱ्यात निक्सननं रशियाबरोबर अनेक महत्त्वाचे करार केले. त्यामधला सगळ्यांत ठळक करार अण्वस्त्रांच्या भडकत चाललेल्या संकटावर नियंत्रण आणण्यासंबंधीचा होता. पुढच्या वर्षी सोव्हिएत नेता लिओनिड ब्रेझ्नेव्हच्या अमेरिकी दौऱ्यानं या करारांना मूर्त रूप दिलं. यामुळे अमेरिका आणि सोव्हिएत युनियन यांच्यामध्ये जवळपास तीन दशकं सुरू असलेलं आणि इतर जगालाही वेठीला धरणारं शीतयुद्ध संपुष्टात आल्याची प्रतिक्रिया काही जणांनी व्यक्त केली.

फेरनिवडणूक

आपल्या विरोधात पेटलेलं जनमत शांत करण्यासाठी चीन आणि सोव्हिएत युनियन यांच्याशी संबंध सुरळीत करण्यासाठीचे निक्सनचे प्रयत्न यशस्वी झाल्यासारखं चित्र निर्माण झालं. यामुळे १९७२च्या राष्ट्रपतिपदासाठीच्या निवडणुकीत फेरनिवडीसाठी त्याला उमेदवारी मिळाली. आपल्या प्रचारासाठी आणि फेरनिवडीसाठी एक समिती स्थापन करून निक्सननं सुमारे ६ कोटी डॉलर्सचा विक्रमी निधी उभा केला. नंतर त्याला भोवलेल्या 'वॉटरगेट प्रकरण' म्हणून ओळखल्या जाणाऱ्या घोटाळ्यामध्ये या निधीमधला मोठा हिस्सा अवैध मार्गांनी गोळा करण्यात आल्याचं आणि तशाच प्रकारे अवैध कामांसाठी वापरला गेला असल्याचं दिसून आलं. निधी गोळा करण्यासाठी स्थापन करण्यात आलेल्या समितीनंच विरोधी डेमोक्रॅटिक पक्षाच्या 'वॉटरगेट' या मुख्यालयात अवैध मार्ग वापरून गुप्तपणे घुसखोरी केल्याचं आणि तिथं सुरू असलेली चर्चा आपल्याला समजावी, यासाठी वायरटॅपिंग केल्याचं नंतर आढळून आलं. यामुळे निक्सनची गच्छंती झाली. खरं म्हणजे, १९७२च्या निवडणुकीच्या प्रचारादरम्यानच हे गैरप्रकार सुरू असल्याच्या बातम्या वर्तमानपत्रांमध्ये छापून येत होत्या. खासकरून 'वॉशिंग्टन पोस्ट'नं तर ही भानगड अगदी चव्हाट्यावरच आणली. निक्सन आणि त्याचे साथीदार मात्र या निव्वळ अफवा असल्याचं सांगत राहिले. अमेरिकी नागरिक संभ्रमात पडले असले तरी, आपला राष्ट्रपती इतकं खोटं बोलू शकेल, असं त्यांना वाटलं नाही. तसंच चीन आणि रशिया यांच्याशी चांगले संबंध प्रस्थापित करण्याचा प्रयत्न करणं आणि

व्हिएतनाम युद्ध संपवणं यासाठी निक्सन धडपडत असल्याच्या प्रतिमेमुळे, त्यांनी निक्सनवरचा आपला विश्वास ढळू दिला नाही. व्हिएतनाम प्रकरणी जे झालं, ते विसरून जाण्याचीही जनतेची तयारी होती. २६ ऑक्टोबर १९७२ या दिवशी म्हणजेच मतदानाला १२ दिवस बाकी असताना हेन्री किसिंजरनं व्हाईट हाऊसमध्ये एक पत्रकार परिषद बोलावली आणि त्यात आपण उत्तर व्हिएतनामशी शांतता करार करण्याच्या अगदी जवळ आल्याचं जाहीर केलं. अर्थातच, निवडणूक जिंकण्याच्या दृष्टीनं साधलेलं हे अचूक 'टायमिंग' होतं आणि विरोधक असलेल्या डेमोक्रॅटिक पक्षानं या संदर्भातलं भाकीत खूप आधीच केलं होतं. यामुळे निवडणुकीत निक्सनला मोठा विजय मिळाला.

निवडणूक जिंकल्यावर निक्सननं पुन्हा एकदा किसिंजरला उत्तर व्हिएतनामशी चर्चा करण्यासाठी पॅरिसला पाठवलं. आता उत्तर व्हिएतनाम अचानकपणे अडेलतट्टूपणाची भूमिका घेत असल्याचं सांगून, किसिंजरनं या चर्चेतून फार काही निष्पन्न होत नसल्याचा दावा केला. त्यामुळे दोन दिवस उलटून गेल्यावर १८ डिसेंबरला उत्तर व्हिएतनामवर खूप मोठ्या प्रमाणावर बाँबहल्ले सुरू करण्याचे आदेश निक्सननं दिले. सुमारे दोन आठवडे हा बाँबवर्षाव सुरू राहिला. अमेरिकेच्या अनेक मित्रराष्ट्रांनी अमेरिकेच्या या कृत्याचा तीव्र निषेध केला. दरम्यान, पुन्हा एकदा पॅरिसमध्ये सकारात्मक चर्चा सुरू होण्याचे संकेत देत अमेरिकेनं हे बाँबहल्ले थांबवले. अखेर २७ जानेवारी १९७३ या दिवशी आपण उत्तर व्हिएतनामशी शांतता करार केला असल्याचं अमेरिकेनं जाहीर केलं. अमेरिकेचे जवान दक्षिण व्हिएतनामी भूमीवरून परतले. अमेरिका आणि उत्तर व्हिएतनाम यांनी एकमेकांचे युद्धकैदी परत केले. काही काळ शांतता प्रस्थापित झाल्यामुळे सगळ्यांनी सुटकेचा निःश्वास सोडला खरा; पण लवकरच दक्षिण आणि उत्तर व्हिएतनाम यांच्यात नव्यानं संघर्ष सुरू झाला.

निक्सननं लपूनछपून केलेल्या अनेक गोष्टींपैकी एक म्हणजे, युद्ध थांबवलं, तर आपण देशाची पुनर्बांधणी करण्यासाठी ४७५ कोटी डॉलर्सचा निधी पुरवू, असं निक्सननं उत्तर व्हिएतनामी नेत्यांना दिलेलं आश्वासन होतं. या आश्वासनापोटी उत्तर व्हिएतनामी नेत्यांनी अखेर अमेरिकेच्या आवाहनाला प्रतिसाद दिला असावा, असं म्हटलं जातं. निक्सननं ही गोष्ट सगळ्यांपासून लपवून ठेवली. लवकरच निक्सन पदच्युत झाल्यामुळे, त्यानं उत्तर व्हिएतनामला दिलेलं हे वचन पूर्ण होऊ शकलं नाही आणि त्याविषयी चार वर्षांनी अमेरिकी जनतेसमोर खुलासा करण्यात आला. दरम्यान, उत्तर व्हिएतनामी नेत्यांनी वैतागून पुन्हा दक्षिण व्हिएतनाम आपल्या ताब्यात घेण्यासाठीच्या हालचाली सुरू केल्या आणि त्यांना या चार

वर्षांच्या काळात त्यात यश आलं.

अर्थातच, निक्सननं व्हिएतनाम युद्धामधली अमेरिकी लुडबूड थांबवण्यासाठीचा करार केल्याची घोषणा झाल्याबरोबर, अमेरिकेमध्ये विलक्षण समाधान व्यक्त करण्यात आलं. अनेक वर्षं देशातलं वातावरण पार बिघडलं होतं. सुमारे दोन लाख तरुणांनी सक्तीच्या लष्करभरतीला नकार दिला होता. तसंच पाच लाख तरुणांची लष्करभरती झाल्यानंतर त्यांनी लष्करात सेवा करण्याला नकार दिला होता. देशभर तरुण तसंच शांततावादी अमेरिकी नागरिकांनी असंख्य मोर्चे काढले होते. एक-दोन पिढ्या अमेरिकी वर्चस्ववादाच्या विरोधातलं जनमत आयुष्यभरासाठी पक्कं करून बसल्या. 'देशप्रेम बेगडी असतं' असा विचार अमेरिकेमध्ये जोरात फोफावला. यामुळे जनतेमध्ये फूट पडली. आपल्या नेत्यांवर आपण अजिबात विश्वास ठेवता कामा नये, अशी भावना पक्की होत गेली. वायफळ खर्च आणि निरर्थक मनुष्यहानी यांचं मिश्रण असलेल्या व्हिएतनाम युद्धानं, अमेरिकी जनतेला प्रक्षोभाच्या कडेलोटाच्या सीमारेषेवर नेलं. याचे दूरगामी परिणाम झाले. चळवळी ताकदवान होत गेल्या. कहर म्हणजे, एवढं सगळं झाल्यानंतरही अतिबलाढ्य अमेरिकेला नाइलाजानं आपलं नाक घासत उत्तर व्हिएतनामसारख्या चिमुकल्या राजवटीसमोर जवळपास शरण जावं लागलं. ही मानहानी फिडेल कॅस्ट्रोनं क्यूबामध्ये अमेरिकेच्या विरोधात तापवलेल्या वातावरणात भर टाकणारी होती. क्यूबामध्ये बंडखोरांना घुसवून कॅस्ट्रोची क्रांती उलथून टाकण्याचा अमेरिकी प्रयत्न जसा फसला, तसंच व्हिएतनामच्या प्रश्नामध्ये ढवळाढवळ करण्याची अमेरिकेची धडपडही तिलाच अडचणीत टाकणारी ठरली. एकूणच व्हिएतनाम युद्धाचा डाग अमेरिकेच्या इतिहासावर कायमसाठी पडला, यात शंकाच नाही.

वॉटरगेट प्रकरण

आधी उल्लेख केल्याप्रमाणे १९७२च्या निवडणुकीच्या काळात निक्सननं नेमलेल्या एका समितीनं 'त्याच्या प्रचारासाठी' सुमारे ६ कोटी डॉलर्सचा घसघशीत निधी उभा केला. यापैकी ४० लाख डॉलर्स एवढी रक्कम खर्च वजा जाता शिल्लक राहिली. निक्सनची फेरनिवड झाल्यानंतर त्यानं पुन्हा राष्ट्रपतिपदाची सूत्रं हाती घेताच या आणि इतर प्रकरणांनी अमेरिकेमध्ये जोरदार खळबळ माजवली. १७ जून १९७२च्या रात्री डेमोक्रॅटिक पक्षाचे प्रमुख नेते वॉशिंग्टनमधल्या ज्या 'वॉटरगेट' हॉटेलमध्ये स्थापन केलेल्या आपल्या कार्यालयातून कामकाज बघायचे, तिथून पाच घुसखोरांना अटक करण्यात आली. त्यांच्याकडून फोनटॅपिंग करण्यासाठीची यंत्रणा, तसंच गुप्त कॅमेरे जप्त करण्यात आले. या पाच जणांपैकी एक जण पूर्वी

कुख्यात 'सीआयए'साठी काम करत असे आणि आता तर तो निक्सननं निवडणुकीसाठी निधी गोळा करण्याच्या दृष्टीनं स्थापन केलेल्या समितीचा सुरक्षाप्रमुख होता. या समितीच्या अध्यक्षानं अगदी लगेचच, घडलेल्या प्रकाराशी समितीचा कसलाच संबंध नसल्याचं स्पष्टीकरण दिलं. व्हाईट हाऊसच्या प्रवक्त्यानंही घडलेल्या प्रकाराचं वर्णन 'किरकोळ चोरीचा प्रयत्न' अशा शब्दांमध्ये केलं. तसंच पाच दिवसांनंतर याच्याशी व्हाईट हाऊसचा अजिबात संबंध नसल्याचा दावा निक्सननं एका पत्रकार परिषदेत केला.

निक्सन आणि त्याचे सहकारी यांनी अगदी ठामपणे केलेल्या या खुलाशांमुळे काहीतरी काळंबेरं असल्याचा संशय जनमानसात पक्का करण्यात डेमोक्रॅटिक पक्षाला अपयश आलं. कहर म्हणजे, निक्सनच्या प्रचारासाठी गोळा करण्यात आलेल्या निधीपैकी १.१४ लाख डॉलर्सची रक्कम अटक करण्यात आलेल्या पाच जणांपैकी एकाच्या बँक खात्यात चेकनं भरण्यात आली असल्याचं आढळून आल्यानंतरही जनता शांतच राहिली! निक्सनला सातत्यानं आपल्या बाजूनं खुलासे करण्याची गरज वाटत असल्यामुळे, २९ ऑगस्ट १९७२ या दिवशी त्यानं परत एकदा या विचित्र घटनाक्रमाशी आपला किंवा आपल्या कुठल्याही सहकाऱ्याचा दुरूनही संबंध नसल्याचं सांगितलं. यामुळे अमेरिकी जनतेच्या मनातलं शंकेचं थोडंफार तयार झालेलं मळभ दूर झालं. खुद्द राष्ट्रपतीवर इतक्या वेळा खुलासा करण्याची वेळ यावी, हे त्यांनाही आवडत नव्हतं. दरम्यान, घुसखोरी करणाऱ्या पाच जणांखेरीज आणखी दोन जणांना अटक झाली. या सात जणांपैकी कुणीच आपलं तोंड उघडायला तयार नसल्यामुळे आणि निक्सन अगदी जोरकसपणे आपले मुद्दे मांडत असल्यामुळे, प्रकरण आपोआप दाबलं गेलं. तेवढ्यात भूतपूर्व एफबीआय कर्मचारी आणि या प्रकरणात नाव गोवलं गेल्यामुळे त्यामधला आठवा साथीदार असलेल्या आल्फ्रेड बॉल्डविन, यानं माफीचा साक्षीदार बनायची तयारी दाखवली आणि या गोष्टीला एकदम कलाटणी मिळाली. ४ ऑक्टोबरच्या आपल्या अंकात 'लॉस एंजेलिस टाइम्स' या वर्तमानपत्रानं बॉल्डविनचा खुलासा छापला. त्यात सनसनाटीपूर्ण खुलासे होते. निवडणुकीच्या काळात निक्सननं नेमलेल्या समितीची फोनटॅपिंग प्रकरणात सगळ्यांत महत्त्वाची भूमिका असल्याचं सांगून, फोनटॅपिंग केलेली संभाषणं ऐकून ती कागदांवर उतरवण्याचं काम आपण स्वतःच केल्याची कबुली बॉल्डविननं दिली. डेमोक्रॅटिक पक्षाच्या उमेदवारांचे डावपेच समजून घेण्यासाठी आणि त्यांचा पराभव करण्यासाठीच्या चाली रचण्यासाठी याचा वापर करण्यात आला होता. सगळे धागेदोरे हळूहळू जुळत गेले आणि याचा संबंध थेट निक्सनशी जोडला गेला असल्याचं स्पष्ट झालं.

कहर म्हणजे, ही माहिती मतदानापूर्वी छापण्यात आली आणि त्यानंतर इतर नियतकालिकांनीसुद्धा अशाच स्वरूपाचा खळबळजनक मजकूर छापला. तरीसुद्धा निक्सनवर माध्यमं विनाकारण अतिरेकी टीका करतात, असा समज पूर्वीपासूनच जनमानसात पसरला होता. त्याचीच ही पुढची कडी असल्याचं समजून लोकांनी निक्सन आणि त्याचे सहकारी निर्दोष असल्याच्या समजापोटी ७ नोव्हेंबर १९७२ या दिवशी निक्सनच्या बाजूनं मतदान केलं. ८ जानेवारी १९७३ या दिवशी वॉटरगेट प्रकरणात अटक करण्यात आलेल्या संशयितांवरचा खटला सुरू झाला. काही जणांनी लगेचच आपला गुन्हा कबूल केला, तर इतरांवरचे आरोप खटल्यात सिद्ध झाले. तरीसुद्धा आपल्याला या प्रकरणाविषयी नक्की काय माहिती आहे, हे सांगायला या सगळ्यांनी एकसाथ नकार दिला. कदाचित त्यांना सुबुद्धी सुचेल आणि त्यांचं मतपरिवर्तन होईल, अशा आशेपोटी न्यायाधीशानं २३ मार्चपर्यंत या लोकांना शिक्षा ठोठावायचं टाळलं. व्हिएतनाम युद्धाची अखेर आणि निक्सनची फेरनिवड या गदारोळात सर्वसामान्य नागरिकांचं वॉटरगेट प्रकरणाकडे फारसं लक्ष नव्हतं. अमेरिकी काँग्रेसमध्ये मात्र या संदर्भातलं वातावरण तापलं. सिनेटनं ७०-० अशा अगदी निर्विवादी बहुमतानं एका डेमोक्रॅटिक सिनेटरच्या अध्यक्षतेखाली सात-सदस्यीय समिती वॉटरगेट प्रकरणाच्या चौकशीसाठी नेमली. या समितीनं एका वर्षाच्या आत आपला अहवाल सादर करावा, असं तिला सांगण्यात आलं. हळूहळू वॉटरगेट प्रकरणाशी संबंधित असलेल्या अनेक धक्कादायक गोष्टी जवळपास दररोज बाहेर यायला लागल्या. प्रकरण चिघळत गेलं. निक्सनच्या खास लोकांपैकी अनेकांच्या कृष्णकृत्यांवरचं पांघरूण दूर झालं. या लोकांना राजीनामा देणं भाग पडलं.

३० एप्रिलला निक्सननं अमेरिकी जनतेशी भावपूर्ण संवाद साधला. त्यात त्यानं वॉटरगेट प्रकरणात आपल्या खास विश्वासातले लोक सहभागी असल्याचं उघडकीला आल्यामुळे आपल्याला मोठा धक्का बसला असल्याचं नमूद केलं. जनता आपल्या बाजूनं उभी राहील अशी आशा व्यक्त करून, या प्रकरणाचा तपास नीटपणे केला जाईल, अशी ग्वाही त्यानं दिली. दरम्यान, या प्रकरणाचा तपास करणाऱ्या सिनेटच्या समितीनं आपल्यासमोर उभ्या केल्या जाणाऱ्या आरोपींच्या आणि साक्षीदारांच्या साक्षी टीव्हीवर 'लाईव्ह' दाखवायला सुरुवात केली. यामुळे अमेरिकी जनतेला घरबसल्या अत्यंत सनसनाटीपूर्ण प्रकरण बघायला मिळालं. जी नावं ते फक्त वर्तमानपत्रांमध्ये इतके दिवस वाचत, ती नावं म्हणजेच ती माणसं त्यांना आता समोर बघायला मिळत. अजूनही निक्सन राजीनाम्याची भाषा करत नव्हता. त्यामुळे काँग्रेसनं मतदानाकरवी निक्सनला पदच्युत करण्याची वेळ

येणार, असं काही जणांना वाटलं. सिनेटर्सच्या चौकशी समितीला वॉटरगेट प्रकरणाच्या तळाशी जायचं असल्यामुळे, समितीनं फक्त निक्सनलाच उपलब्ध करून देण्यात आलेली काही अतिगुप्त स्वरूपाची कागदपत्रं निक्सनकडे मागितली. निक्सननं ही कागदपत्रं चौकशी समितीकडे द्यायला नकार दिला. तसंच, या चौकशी समितीपुढे आपण हजर राहणार नसल्याचंही कळवलं. यासाठी अमेरिकेच्या राज्यघटनेमध्ये तरतूद असल्याचा त्याचा दावा होता. दरम्यान, व्हाईट हाऊसमध्ये झालेली सगळी टेलिफोन संभाषणंही मुद्रित केली असल्याची माहिती चौकशी समितीला मिळाली. ही ध्वनिमुद्रणं आपल्याला मिळावीत, अशी मागणी चौकशी समितीनं केली आणि तीही फेटाळण्यात आली.

हे प्रकरण आधीच तापलेलं असताना ऑगस्ट महिन्यात निक्सनबरोबर उपराष्ट्रपती म्हणून काम करत असलेल्या ॲग्न्यूनं, हे पद स्वीकारण्याआधी आणि त्यानंतरसुद्धा लाचखोरी केल्याचं सिद्ध झालं. या प्रकरणाची चौकशी सुरू झाली. ती थांबवण्यासाठी ॲग्न्यूनं हरप्रकारे प्रयत्न करून बघितले; पण त्याला या कामात यश आलं नाही. १० ऑक्टोबर १९७३ रोजी अचानकपणे ॲग्न्यूनं उपराष्ट्रपतिपदाचा राजीनामा दिला. त्यानं आपल्यावरच्या आरोपांच्या विरोधात आपल्याला लढायचं नसल्याचं सांगितल्यामुळे, त्याला १०,००० डॉलर्सचा दंड आणि तीन वर्षांची समाजसेवा करण्याची सक्ती, अशी शिक्षा करण्यात आली. आपण कसलाही गुन्हा केलेला नसून, केवळ निक्सनला अडचणीत आणायचं नसल्यामुळे आपण राजीनामा देत असल्याचा दावा त्यानं केला. यानंतर दोन दिवसांनी गेराल्ड फोर्ड या मिशिगनमधल्या रिपब्लिकन नेत्याची नेमणूक आपण उपराष्ट्रपतिपदावर करत असल्याची घोषणा निक्सननं केली. अमेरिकेच्या इतिहासात उपराष्ट्रपतीनं राजीनामा दिल्यामुळे त्याच्या जागी नवा माणूस नेमला जाण्याची ही पहिलीच वेळ होती. काँग्रेसच्या दोन्ही सभागृहांमध्ये 'फोर्ड या पदासाठी लायक आहे का' यावर विस्तृत चर्चा झाली. अखेर काँग्रेसनं फोर्डच्या निवडीवर शिक्कामोर्तब केलं आणि डिसेंबर महिन्यात त्यानं आपल्या पदाची शपथ घेतली.

आपल्या पहिल्या कार्यकालापासूनच निक्सननं काँग्रेसमध्ये संमत झालेल्या ठरावांना आपला विशेष नकाराधिकार वापरून रद्द ठरवलं होतं. या विधेयकांमध्ये शिक्षण आणि सामाजिक कार्यक्रम यांच्यासाठीच्या वाढीव खर्चाच्या तरतुदींचाही समावेश होता. ज्या सामाजिक कार्यक्रमांमध्ये निक्सनला रुची नव्हती, अशा कार्यक्रमांसाठीच्या विधेयकांवर तो सरळ फुली मारे. कालांतरानं व्हिएतनाम प्रश्न चिघळत गेल्यावर आणि त्यात वॉटरगेट प्रकरणाची भर पडल्यावर काँग्रेसनं निक्सनवर आपला अधिकार गाजवायला सुरुवात केली. अशी प्रकरणं वारंवार

होत राहिली. त्यात व्हिएतनाम युद्ध, कंबोडिया प्रकरण, १९७३ सालचं अरब-इस्रायली युद्ध, महागाई आणि बेरोजगारी अशा अनेक मुद्द्यांचा समावेश होता. त्यामुळे आधीपासूनच निक्सन आणि काँग्रेस यांच्यामधले संबंध विकोपाला गेले होते, त्यात वॉटरगेट प्रकरणाची ठिणगी पडली.

२० ऑक्टोबर १९७३ या दिवशी वॉटरगेट प्रकरणानं नवी कलाटणी घेतली. या प्रकरणामधल्या आपल्या सहभागाविषयीची काही धक्कादायक माहितीनं भरलेली कागदपत्रं चौकशी समितीसमोर जाऊ नयेत, यासाठी निक्सननं खूप प्रयत्न केल्याचं स्पष्ट झालं. या संदर्भात त्यानं आपल्या हाताखालच्या लोकांना दिलेले आदेश या लोकांनी न स्वीकारता, राजीनामा देणं पसंत केलं. म्हणजेच सगळे कायदेकानून धुडकावून आणि अत्यंत गैरमार्गानं निक्सन आपल्यावरचा डाग पुसण्याची धडपड करत असल्याचं दिसून आलं. निक्सनच्या या वागण्यामुळे त्याच्यावरचे आरोप आपोआपच सिद्ध होतात आणि त्याच्या पदाच्या दुरुपयोगाची शिक्षाही त्याला मिळालीच पाहिजे, असं काँग्रेसचं मत झालं. यामुळे काँग्रेसनं निक्सनचा राजीनामा मागायचं ठरवलं आणि त्यानं तो दिला नाही, तर त्याची हकालपट्टी करण्याचा निर्णय घेतला. यासाठी काँग्रेसनं एक समिती नेमली. नेहमीप्रमाणेच याही समितीशी सहकार्य करणार नसल्याची भूमिका निक्सननं घेतली. नवनवे पुरावे येत राहिले आणि त्यामुळे निक्सनची परिस्थिती अधिकाधिक बिकट होत गेली. टीव्हीवर पुन्हा एकदा भाषण करून निक्सननं आपण निर्दोष असल्याचा केविलवाणा दावा केला. निक्सन अडचणींच्या गर्तेत खोल बुडालेला असताना, वर्तमानपत्रांनी निक्सनच्या उत्पन्नाविषयीची नवी प्रकरणं खोदून काढली. राष्ट्रपतिपदावर आल्यानंतर निक्सन 'मिलियॉनेयर' झाल्याचा; म्हणजेच त्याची मालमत्ता १० लाख अमेरिकी डॉलर्सहून जास्त झाल्याचा व्हाईट हाऊसच्या वतीनं खुलासा करण्यात आला. असं असताना निक्सननं १९७० आणि १९७१ या दोन वर्षी फक्त १,६७१ डॉलर्स एवढाच प्राप्तिकर भरला असल्याचं निष्पन्न झालं. काँग्रेसनं हेही प्रकरण धसाला लावल्यामुळे आपण चुकवलेल्या प्राप्तिकरापोटी ४,३७,७८७ डॉलर्सचा दंड भरू, असं निक्सननं सांगितलं. भ्रष्टाचार आणि गैरव्यवहार यांना नुसता ऊत आला होता, हेच खरं!

६ जून १९७४ या दिवशी वॉटरगेट प्रकरणाचा तपास करणाऱ्या ज्यूरीनं निक्सनचा यात सहभाग असल्याचा निकाल दिला. आता त्याची हकालपट्टी करण्यासंबंधीचा निर्णय काँग्रेसनं घ्यावा, असं ज्यूरीनं म्हटलं. त्यातच निक्सननं आपल्या प्रचारासाठी म्हणून गोळा केलेल्या निधीतून आपल्या पत्नीसाठी हिऱ्याची कानांमधली आभूषणं आणि फ्लॉरिडामध्ये बंगला या गोष्टी विकत घेतल्याचं

प्रकरण उघडकीला आलं. २४ जुलै या दिवशी काँग्रेसमध्ये निक्सनच्या हकालपट्टीसंबंधीचा निर्णय घेण्यासाठीची प्रक्रिया सुरू झाली आणि तिचं टीव्हीवर थेट प्रक्षेपण करण्यात आलं. निक्सनच्या हकालपट्टीसंबंधीचं विधेयक बहुमतानं संमत करण्यात आलं. आता निक्सननं इतके दिवस चौकशी समितीपासून लांब ठेवलेल्या टेप्सही त्याला खुल्या करणं भाग पडलं. या टेप्समधून त्याचा वॉटरगेट प्रकरणाशी अगदी थेट संबंध असल्याचंही निष्पन्न झालं. आता आपण यातून वाचू शकणार नाही हे लक्षात आल्यामुळे, ९ ऑगस्ट १९७४ या दिवशी अमेरिकेच्या इतिहासात राजीनामा देणारा पहिला राष्ट्रपती बनण्याची नामुष्की रिचर्ड मिल्हॉस निक्सनवर आली. याच्या आदल्या रात्री टीव्हीवरून अमेरिकी जनतेशी ६१ वर्षांच्या निक्सननं संवाद साधला. आपल्याला काँग्रेसकडून पुरेसं विश्वासमत नसल्याचं स्पष्टपणे दिसत असल्यामुळे आपण राजीनामा देत असल्याचं त्यानं नमूद केलं. आपण राजीनामा दिला नाही, तर आपली हकालपट्टी होईल याचा उल्लेख करणं त्यानं सुज्ञपणे टाळलं. तसंच आपल्यावरच्या आरोपांमध्ये आपण दोषी असल्याचंही त्यानं अजिबात म्हटलं नाही. कहर म्हणजे, निक्सननं राजीनामा दिल्यानंतर राष्ट्रपतिपदाची सूत्रं हाती घेणाऱ्या गेराल्ड फोर्डनं यानंतर एका महिन्याच्या आतच, निक्सनच्या कार्यकालात घडलेल्या सगळ्या गैरप्रकारांप्रकरणी आपण त्याच्यावर कुठलाही ठपका ठेवत नसल्याचं जाहीर करून टाकलं. यामुळे निक्सनवर खटला चालवणं किंवा त्याच्यावरच्या आरोपांसंबंधीचा तपास करणं, या सगळ्या गोष्टी आपोआपच रद्द झाल्या. निक्सननं सोयीस्कररीत्या आपल्या हातून काही गैरप्रकार घडल्याची कबुली देण्याचा प्रश्नच यामुळे उद्‌भवला नाही!

नंतरचा काळ

निक्सननं राष्ट्रपतिपदाचा राजीनामा दिल्यानंतर, त्याच्या जवळच्या वर्तुळातल्या १९ जणांना तुरुंगवासाची शिक्षा मिळाली. आपली डागाळलेली प्रतिमा धुवून काढण्यासाठी पुढची दोन दशकं निक्सन खूप झगडला. १९७७मध्ये त्यानं टीव्हीवर मुलाखत देतानाच आपलं दुर्मीळ दर्शन अमेरिकी नागरिकांना घडवलं. वॉटरगेट प्रकरणाचा नीट अर्थ लावण्यात न्याय व्यवस्थेकडूनच चुकांची मालिका लागली आणि त्यामुळे आपल्यावर राजीनामा देण्याची वेळ आली, असं विधान त्यानं केलं. आपल्या हातून कुठलाही दंडनीय अपराध घडला नसल्याचं त्याचं पालुपद सुरूच राहिलं. १९७८मध्ये त्याचं आत्मचरित्र प्रसिद्ध झालं. यानंतर त्यानं आणखी आठ पुस्तकं लिहिली. न्यू यॉर्क आणि न्यू जर्सी भागांमध्ये निक्सन आणि त्याची पत्नी निरनिराळ्या घरांमध्ये वास्तव्याला होते. त्यानं न्यू यॉर्कमधलं

आपलं कार्यालय सुरू ठेवलं असलं, तरी न्यू यॉर्क आणि कॅलिफोर्निया या राज्यांनी त्याच्या वकिलीवर बंदी घातली असल्यामुळे, या कार्यालयाला तसा फारसा अर्थ नव्हता.

व्हिएतनाम युद्धापासून सुरू झालेली निक्सनची मानहानी, वॉटरगेट प्रकरणामुळे प्रचंड वाढली. हळूहळू आपली प्रतिमा सुधारण्याचे प्रयत्न त्यानं केले. त्यात त्याला काही प्रमाणात यश आलं. खासकरून अमेरिकेबाहेर ही प्रतिमा जरा उजळली. सोव्हिएत युनियनचं विघटन झाल्यानंतर रशिया आणि पूर्वीच्या सोव्हिएत युनियनमधले इतर देश यांच्या मदतीला निक्सन धावून गेला. त्यानं तिथल्या राजकीय परिस्थितीचा बारकाईनं अभ्यास केला. यमुळे नव्या परिस्थितीत विघटित अवस्थेतल्या सोव्हिएत देशांशी नक्की कशा प्रकारचे संबंध प्रस्थापित करायचे, याविषयी राष्ट्रपती बुश आणि क्लिंटन यांनी निक्सनचा सल्ला घेतला. अमेरिकेत मात्र निक्सनची प्रतिमा डागाळलेलीच राहिली. कुठल्याही राजकीय कार्यक्रमामध्ये त्याला सहभागी होण्यासाठीचं आमंत्रण मिळालं नाही. तसंच कुठल्याही उमेदवारानं आपल्या प्रचारासाठी त्याला कधी बोलावलं नाही. फक्त एकदा १९९२मध्ये रिपब्लिकन पक्षाच्या अधिवेशनात त्याच्या नावाचा पुसटचा उल्लेख झाला.

१९९३मध्ये निक्सनच्या पत्नीचं फुप्फुसाच्या कर्करोगामुळे निधन झालं. याच्या पुढच्या वर्षी वयाच्या एक्क्याऐंशीव्या वर्षी निक्सनला मेंदूचा झटका आला आणि तो कोमात गेला. काही दिवसांनी त्याचं निधन झालं.

गेराल्ड फौर्ड

१९७४-७७
या काळातला अमेरिकेचा अडतिसावा राष्ट्रपती

अल्प-परिचय

साल	घटना
१९१३	नेब्रास्का राज्यातल्या ओमाहा इथे जन्म
१९४१	येल विद्यापीठातून कायद्याचा पदवीधर
१९४२-४६	दुसऱ्या महायुद्धात अमेरिकी नौदलाची सेवा
१९४६-४८	वकिलीचा व्यवसाय
१९४८	एलिझाबेथ ब्लूमर वॉरनशी लग्न
१९४९-७३	मिशिगन राज्यातर्फे अमेरिकेच्या हाऊस ऑफ रिप्रेझेंटेटिव्ह्ज या सभागृहाचा सदस्य
१९७३	विद्यमान उपराष्ट्रपतीच्या राजीनाम्यामुळे उपराष्ट्रपती बनला
१९७४-७७	विद्यमान राष्ट्रपतीच्या राजीनाम्यामुळे अमेरिकेचा अडतिसावा राष्ट्रपती बनला
२००६	निधन

प्राथमिक ओळख

गेराल्ड फोर्ड हा निवडणूक न जिंकता उपराष्ट्रपतिपदावर पोहोचलेला पहिला माणूस ठरला. विद्यमान उपराष्ट्रपतीला राजीनामा द्यावा लागल्यामुळे, फोर्ड या पदावर पोहोचला. कहर म्हणजे, ज्या राष्ट्रपतीनं फोर्डला या पदावर नेमलं, त्या राष्ट्रपतीवरच नंतर स्वतः राजीनामा देण्याची पाळी आल्यामुळे फोर्ड आपोआपच राष्ट्रपती बनला! अत्यंत धार्मिक आणि प्रामाणिक वृत्तीच्या फोर्डनं असं कधी घडू

शकेल, असं स्वप्नातही बघितलं नसेल. निक्सनच्या कार्यकालात दररोज नवनवी वादळं निर्माण होत असल्यामुळे आणि सातत्यानं भ्रष्टाचाराची तसंच गैरव्यवहारांची प्रकरणं उघडकीला येत असल्यामुळे, अमेरिकी जनता पार वैतागली होती. फोर्ड यात बदल घडवेल, अशी आशा तिला वाटत होती, ती फोल ठरली. राष्ट्रपतिपदाची सूत्रं हाती घेतल्यानंतर फोर्डनं काँग्रेसमधले नेते, वॉटरगेट प्रकरणाचा तपास करणारे अधिकारी किंवा इतर कुणीही संबंधित यांचा अजिबात सल्ला न घेता, निक्सन पूर्णपणे निर्दोष असल्याचं प्रमाणपत्र स्वतःच दिलं! तसंच ज्या टेप्समुळे निक्सनची गच्छंती निश्चित झाली, त्या टेप्स नष्ट करण्याची परवानगीसुद्धा फोर्डनं निक्सनला दिली! काँग्रेसनं त्याचा हा दुसरा निर्णय मात्र रद्दबातल ठरवला.

एकूणच फोर्डच्या या विचित्र सुरुवातीमुळे जनतेचा त्याच्याकडून पार अपेक्षाभंग झाला. माध्यमांनीही त्याची जोरदार खिल्ली उडवली आणि त्याच्यावर टीकेचा भडिमार केला. काँग्रेसनं तर फोर्ड आपल्याला मिळालेल्या सत्तेचा दुरुपयोग करत असल्याच्या गंभीर आरोपावरून, निक्सनपाठोपाठ त्याचीही हकालपट्टी करण्यासंबंधीची चाचपणी सुरू केली. न्यायालयामध्ये एखाद्या प्रकरणाचा खटला सुरू असताना आणि न्यायालयानं त्यासंबंधीचा निर्णय अजून घेतलेला नसताना, मध्येच कुणीही त्याविषयीचा निकाल स्वतःच जाहीर करण्याची फोर्डची ही कृती, एकदम नियमबाह्य आणि बेकायदा असल्याचं मत बहुतेक जणांनी व्यक्त केलं. अर्थातच, राष्ट्रपतिपद पटकावण्यासाठी फोर्डनं निक्सनबरोबर केलेल्या हातमिळवणीचा हा एक भाग असल्याची जहरी टीका फोर्डवर झाली. फोर्डला मात्र आपला निर्णयच योग्य वाटला. आपण कुठलाही गैरप्रकार केला नसल्याचं आणि राष्ट्रपतिपद पटकावण्याच्या मोबदल्यात निक्सनला निष्पाप घोषित केलं नसल्याची त्यानं ग्वाही दिली. आपल्याला निक्सन खरंच निर्दोष आहे असं वाटल्यामुळे, आपण हा निर्णय घेतला असल्याचं पालुपद त्यानं सुरू ठेवलं.

राष्ट्रपतिपद स्वीकारल्यानंतर लगेचच आपल्या प्रामाणिकपणाविषयी शंका निर्माण होईल, अशा प्रकारचा धक्कादायक निर्णय घेतल्यानंतर, पुढचे उरलेले २९ महिने फोर्डनं देशावर आलेल्या आर्थिक मंदी, बेरोजगारी आणि महागाई यांच्या तिहेरी संकटाशी झुंज देण्याच्या फोल प्रयत्नांत घालवले. १९३०च्या जागतिक महामंदीच्या काळात अमेरिकेमध्ये असलेल्या बेरोजगारीची पातळी पुन्हा एकदा अमेरिकेने सहन केली. डेमोक्रॅटिक पक्षाचं काँग्रेसवर वर्चस्व असतानाच्या या काळात रिपब्लिकन फोर्डला काहीही करता आलं नाही. त्यानं तब्बल ६६ वेळा आपला विशेष नकाराधिकार वापरून काँग्रेसनं घेतलेल्या निर्णयांवर बोळा फिरवण्याचा प्रयत्नही केला. याला प्रत्युत्तर म्हणून काँग्रेसनं १२ वेळा बहुमतानं

त्याच्या नकाराधिकाराला केराची टोपली दाखवली. आडमार्गानं राष्ट्रपतिपदावर आल्याचा आपल्यावरचा डाग पुसून काढण्यासाठी १९७६च्या निवडणुकीत फोर्ड उभा राहिला खरा; पण त्यात त्याचा पराभव झाला.

जडणघडण

नेब्रास्का राज्यातल्या ओमाहा या गावात विसाव्या आणि एकविसाव्या शतकातला सगळ्यांत महान गुंतवणूकदार म्हणून प्रसिद्ध झालेला वॉरन बफे जन्मला आणि आयुष्यभर राहिला. याच गावात फोर्डचा जन्म झाला. खरं म्हणजे, कापडाचा व्यापार करणाऱ्या लेस्ली किंगच्या घरी फोर्डचा जन्म झाला होता. फोर्डचं जन्मनाव लेस्ली लिंच किंग असं होतं; पण तो दोन वर्षांचा असताना त्याच्या पालकांचा घटस्फोट झाला. त्याच्या आईनं आपल्या मूळ गावी परतून गेराल्ड फोर्ड नावाच्या रंगविक्रेत्याशी दुसरं लग्न केल्यामुळे, हेच नाव भावी राष्ट्रपतीला चिकटलं. फोर्डचे सावत्र वडील मध्यमवर्गीय होते. त्यांनी शालेय शिक्षण अर्धवट सोडलेलं असल्यामुळे, त्यांच्या घरी फारशी पुस्तकं वगैरे नसत. यामुळे इतर राष्ट्रपतींपेक्षा फोर्डची जडणघडण जरा वेगळी झाली. तो जास्त करून घराबाहेरच असे आणि खेळण्यात त्याचा बहुतेक सगळा वेळ जाई. स्काऊट म्हणून काम करण्याची त्याला विशेष आवड होती. फोर्डच्या आईला या दुसऱ्या लग्नातून आणखी तीन मुलं झाली.

१९२०च्या दशकात अमेरिकी अर्थव्यवस्था वेगानं प्रगतीच्या मार्गावरून प्रवास करत असल्याचा फायदा फोर्डच्या वडिलांना झाला. त्यांचा रंगविक्रीचा व्यवसाय एकदम तेजीत आला. त्यांनी नवी गाडी विकत घेतली आणि आपल्या कुटुंबासह ते मायामीला सुट्टीसाठीही काही वेळा जाऊन आले. १९२९मध्ये त्यांनी स्वतःच रंगनिर्मिती करण्यासाठीची कंपनी सुरू केली. आता फोर्डनं स्वतःसाठी एक मोटार विकत घेण्याइतकी आर्थिक समृद्धी त्याच्या वडिलांकडे होती. अर्थातच, यानंतर निर्माण झालेल्या आर्थिक महासंकटामुळे इतर लाखो अमेरिकी कुटुंबाप्रमाणेच फोर्ड कुटुंबही पार अडचणीत आलं. आपल्या घराच्या कर्जाचे हप्ते भरणं फोर्डच्या वडिलांना अशक्य होऊन बसलं. यामुळे त्यांनी आपल्या कुटुंबाचा बाडबिस्तारा एका छोट्या घरात हलवला. त्यातच, एका गार हवा असलेल्या रात्री मोटारीचं इंजिन तापलेलं असतानाच, फोर्डनं आपल्या गाडीवर उबदार ब्लँकेट अंथरल्यामुळे तिनं पेट घेतला आणि गाडी जळून खाक झाली. वयाच्या सोळाव्या वर्षी बसलेला हा धक्का पचवणं फोर्डच्या दृष्टीनं खूप अवघड ठरलं. हा प्रकार एकदम क्षुल्लक वाटावा, असा प्रसंग पुढच्याच वर्षी घडला. पॉकेटमनी कमावण्यासाठी म्हणून फोर्ड एका सँडविचविक्री करणाऱ्या दुकानात काम करत असे. तेव्हा अचानकपणे

एक माणूस फोर्डपाशी आला आणि आपण त्याचे वडील असल्याचा दावा त्यानं केला. यामुळे फोर्डला क्षणभर तर काही उमगलंच नाही. त्याचा गोंधळ उडालेला पाहून त्या माणसानं आपलं नाव फोर्डला सांगितलं आणि फोर्डच्या आईशी झालेल्या आपल्या घटस्फोटाविषयीची माहिती दिली. फोर्डला यातलं काहीच माहीत नव्हतं. त्या काळातल्या बालमानसिक तज्ज्ञांच्या सल्ल्यानुसार फोर्डच्या आईनं ही माहिती त्याच्यापासून दडवून ठेवली होती. आपल्या आई-वडिलांचा घटस्फोट झाला असल्याचं आणि आता आपण सावत्र वडिलांबरोबर राहत असल्याचं त्याला समजलं, तर त्याच्या मनावर याचे खूप दुष्परिणाम होतील, असं त्याच्या आईला सांगण्यात आलं होतं. आता मात्र फोर्डनंच थेट हा प्रश्न विचारल्यानंतर, सत्य परिस्थिती सांगण्यावाचून फोर्डच्या आईसमोर दुसरा मार्गच नव्हता. हे समजल्यावरसुद्धा आपल्या आईविषयी किंवा सावत्र वडिलांविषयी फोर्डची कसलीच तक्रार नव्हती. उलट, आपल्या सावत्र वडिलांनी आपल्याला स्वतःच्या मुलाप्रमाणेच वाढवलं असल्यामुळे त्यांच्याविषयी फोर्डच्या मनातला आदर अजून वाढला. त्यानं आता आपल्या खऱ्या, म्हणजेच रक्ताच्या नात्याच्या सधन वडिलांशी पुन्हा संपर्क साधला आणि अडचणीत असलेल्या आपल्या सावत्र वडिलांच्या कुटुंबाला आर्थिक मदत करण्याची मागणी त्यांच्याकडे केली.

दरम्यान, एकदम धट्टीकट्टी शरीरयष्टी लाभलेल्या फोर्डनं फुटबॉलमध्ये प्रावीण्य मिळवलं. त्याचे प्रतिस्पर्धी त्याला टरकून असत. सगळे जण त्याला आपल्या संघात घेण्यासाठी धडपडत. असं असूनही खेळांमध्ये सगळं लक्ष ओतून अभ्यासाकडे साफ दुर्लक्ष करणाऱ्यांपैकी फोर्ड नव्हता. त्यानं आपल्या शालेय निकालांमध्ये सातत्याने सरासरी गुणवत्ता राखतच फुटबॉलकडे लक्ष दिलं. त्याच्या फुटबॉलमधल्या कौशल्याचा त्याला महाविद्यालयामध्ये प्रवेश करण्यासाठी फायदाच झाला. याचं कारण म्हणजे, महामंदीमुळे अर्थव्यवस्था ठप्प झाली होती आणि फोर्डचे वडील कर्जबाजारी झाल्यामुळे आपल्या मुलाची पुढची फी भरण्याची त्यांची ऐपत नव्हती. फुटबॉलमधल्या कौशल्यामुळे फोर्डला शिष्यवृत्ती मिळाली आणि हा प्रश्न सुटला. महाविद्यालयीन शिक्षण घेता घेता फोर्डनं वेटर म्हणून, तसंच भांडी घासण्याचं काम करून आपले खर्च भागवण्याचा प्रयत्नही केला. आपलं महाविद्यालयीन शिक्षण पूर्ण केल्यानंतर महामंदीच्या काळात नोकरी मिळवण्याच्या विवंचनेत असलेला फोर्ड तसा नशीबवानच ठरला. फुटबॉलमधल्या त्याच्या कौशल्यामुळे त्याला २४०० डॉलर्सच्या वार्षिक पगाराची एक प्रशिक्षकाची नोकरी मिळाली. ही नोकरी करताना आणि कमाई करण्यासाठी इतर मिळतील ती कामं करताना, येल विद्यापीठात कायद्याची पदवी घेण्यासाठीचा प्रवेश मिळवण्यासाठीची त्याची धडपडही

सुरू होती. अखेर, त्याच्या प्रामाणिक प्रयत्नांना आणि चिवटपणाला यश लाभलं. कायद्याची पदवी संपादित केल्यानंतर त्यानं वकिली सुरू केली.

राजकारणात प्रवेश

जपानच्या पर्ल हार्बरवरच्या हल्ल्यानंतर लष्करी सेवा करण्यासाठीचा अर्ज फोर्डनं दाखल केला. सुरुवातीला त्याच्यावर अमेरिकी नौसैनिकांच्या एका तुकडीला शारीरिक प्रशिक्षण देण्यासाठीची जबाबदारी सोपवण्यात आली. अमेरिकेत राहूनच हे काम करायचं असल्यामुळे, फोर्ड काही काळात कंटाळला आणि आपल्याला आणखी धाडसी काम हवं, असं त्यानं आपल्या वरिष्ठांना सांगितलं. त्यानुसार, पॅसिफिक समुद्रातल्या अमेरिकी मोहिमेवर फोर्डला धाडण्यात आलं. तिथं १९४४च्या डिसेंबर महिन्यात आलेल्या महाभयंकर वादळामुळे सगळ्यांची नुसती तारांबळ उडाली. जहाजाच्या इंजिननं पेट घेतला. ताशी १६० किलोमीटर्स वेगानं वाहणाऱ्या वाऱ्यामुळे फोर्ड जहाजातून फेकला जाण्यापासून अगदी कसाबसा वाचला. त्यानं यानंतर काही लष्करी चकमकींमध्ये यशस्वी कामगिरी केली. तिथून अमेरिकेत परतल्यानंतर त्यानं हळूहळू राजकारणात प्रवेश केला.

१९४८मध्ये रिपब्लिकन पक्षाच्या वतीनं काँग्रेसमध्ये प्रवेश मिळवण्यासाठीची मोर्चेबांधणी लवकरच फोर्डनं सुरू केली. मुळात यासाठी रिपब्लिकन पक्षाची उमेदवारी मिळवणं गरजेचं होतं. मतदारांचा विश्वास संपादित करण्यासाठी फोर्ड अभिनव संकल्पना राबवे. उदाहरणार्थ, शेतकऱ्यांचा पाठिंबा मिळावा, यासाठी तो त्यांच्याबरोबर शेतात काही काळ काम करता करता त्यांच्याशी चर्चा करे. फोर्ड ज्या प्रस्थापित राजकारण्याच्या विरोधात उभा होता, त्याला असलं काही करणं अजिबात गरजेचं वाटलं नाही. त्यातच त्याचा राष्ट्रपती ट्रूमनच्या दुसऱ्या महायुद्धामधल्या भूमिकेला विरोध होता. यामुळे रिपब्लिकन पक्षाचा उमेदवार म्हणून फोर्डची निवड झाली. प्रत्यक्ष निवडणुकीत फोर्डचा विजय जवळपास निश्चित होता; कारण या भागातून १९१० सालानंतर कायम रिपब्लिकन पक्षाचा उमेदवारच हाऊस ऑफ रिप्रेझेंटेटिव्हजच्या सभागृहात गेला होता. या काळात बेटी ब्लूमर वॉरन या तीस वर्षीय घटस्फोटित नृत्यांगनेशी फोर्डचं लग्न झालं. त्या काळात फोर्ड राहत असलेल्या भागात घटस्फोटाच्या संकल्पनेला लोकांचा विरोध असल्यामुळे, हा प्रकार आपल्या अंगावर शेकण्याच्या भीतीनं फोर्डनं मतदान होईपर्यंत आपल्या लग्नाची बातमी गुप्त ठेवली. फोर्डचा संसार आनंदाचा झाला. त्याच्या घरी चार मुलं जन्मली. दरम्यान निवडणूक जिंकून फोर्ड काँग्रेसमध्ये गेला. पुढची तब्बल अडीच दशकं किमान ६०टक्के मतांनिशी फोर्ड चक्क डझनभर वेळा काँग्रेससाठीची

निवडणूक जिंकत राहिला.

काँग्रेसमधल्या आपल्या पहिल्या प्रवेशानंतर काही दिवसांमध्येच फोर्डची ओळख रिचर्ड निक्सनशी झाली. प्रसिद्धी मिळवण्यासाठी निक्सन हपापलेला असून, साम्यवादी धोरणांच्या विरोधात तो याच कारणासाठी आक्रस्ताळेपणा करतो, अशी फोर्डची योग्य धारणा झाली. स्वतः फोर्डला मात्र असले प्रकार करणं अजिबात पसंत नसल्यामुळे, तो यापासून लांब राही. हाऊस ऑफ रिप्रेझेंटेटिव्ह्ज या सभागृहात आपलं स्थान भरभक्कम करण्याच्या दृष्टीनं त्याचे प्रयत्न सुरू राहिले. यामुळेच काही वर्षांनंतर सिनेटर बनण्यासाठीचा रिपब्लिकन पक्षानं दिलेला प्रस्तावही त्यानं अमान्य केला. धोरणांच्या संदर्भात फोर्डनं कायम परंपरावादी भूमिका स्वीकारली. उदाहरणार्थ, अमेरिकेच्या लष्करी ताकदीमधल्या वाढीला त्याचा कायम पाठिंबा होता. लष्कराच्या अंदाजपत्रकाविषयी त्याला खूप रस असल्यामुळे, त्यानं याचा बारकाईनं अभ्यास केला आणि लवकरच तो या विषयामधला तज्ज्ञ म्हणून ओळखला जाई. यामुळे अमेरिकी राष्ट्रपतींनी त्याला या विषयावरच्या समित्यांवर नेमलं आणि परदेशांमधल्या अमेरिकी लष्करासंबंधीच्या कामांसाठीसुद्धा पाठवलं. शिक्षण, आरोग्य, गरीब तसंच वृद्ध लोकांना आर्थिक पाठबळ देणं, अशा प्रश्नांमध्ये फोर्डला अजिबात रस नसे. यासाठी काँग्रेसमध्ये मांडण्यात आलेल्या विधेयकांच्या विरोधात तो कायम मतदान करे. असं असूनही तो स्वतःला कायम 'मध्यममार्ग स्वीकारणारा माणूस' म्हणवून घेई. अर्थातच यात अजिबात तथ्य नव्हतं. फोर्ड एकदम कट्टर रिपब्लिकन विचारसरणीचाच राजकारणी होता, यात शंका नाही. काही काळानंतर राष्ट्रपती जॉन केनेडीच्या हत्येनंतर नेमण्यात आलेल्या चौकशी समितीमध्ये फोर्डचा समावेश होता.

फोर्ड हाऊस ऑफ रिप्रेझेंटेटिव्ह्जच्या कामकाजात खूप आवडीनं सहभागी होत असला आणि निरनिराळ्या जबाबदाऱ्या सहजपणे पेलत असला, तरी तो भाषणं अजिबात करत नसे. साहजिकच, १९६७मध्ये राष्ट्रपती जॉन्सनच्या व्हिएतनाम युद्धासंबंधीच्या धोरणांवर जोरदार टीका करणारं भाषण फोर्डने केलं, तेव्हा सगळ्यांच्याच भुवया आश्चर्यामुळे उंचावल्या. अमेरिकेनं स्वीकारलेलं हे दुबळं धोरण एकदम अयोग्य असल्याचं आणि उत्तर व्हिएतनामला आपण ठेचून काढलं पाहिजे, अशी प्रतिक्रिया देणारं त्याचं हे भाषण गाजलं. अर्थातच, यातून त्याची परंपरावादी आणि वर्चस्ववादी भूमिका परत एकदा अगदी स्पष्टपणे दिसून येते. यानंतर निक्सनच्या राष्ट्रपतिपदाच्या काळात फोर्ड त्याचा विश्वासू सहकारी बनला. विधेयकं संमत करून घेण्यासाठी विरोधी डेमोक्रॅटिक पक्षाच्या नेत्यांशी सल्लामसलत करणं, सगळी कामं व्यवस्थितपणे पार पाडण्यासाठीची जबाबदारी

उचलणं, हे सगळं तो निभावून नेत असे. याही काळात त्यानं व्हिएतनाम युद्धाला विरोध करणाऱ्या लोकांवर कडाडून टीका सुरू ठेवली. तसंच उदारमतवादी लोकांच्या विचारसरणीला प्रचंड विरोध केला. उदाहरणार्थ, पॉर्नोग्राफीवर बंदी घातली पाहिजे, असं मत त्यानं टिच्चून मांडलं. १९७२मध्ये निक्सनची राष्ट्रपतिपदी फेरनिवड झाली असली तरी रिपब्लिकन पक्षाला काँग्रेसमध्ये बहुमत मिळवणं शक्य झालं नाही. अगदी पहिल्यापासून 'हाऊस ऑफ रिप्रेझेंटेटिव्ह्ज' या सभागृहाचा अध्यक्ष बनण्याचं फोर्डचं स्वप्न होतं. ते आता कायमसाठी भंगलं, अशा समजुतीपोटी फोर्डनं राजकारणातून संन्यास घ्यायचा आणि पुन्हा आपली वकिली सुरू करायची, असा जवळपास निश्चय केला आणि तेवढ्यात वॉटरगेट प्रकरणाच्या नाट्यमयतेनं त्याचं आयुष्य पार ढवळूनच काढलं!

उपराष्ट्रपती

१९७३मध्ये विद्यमान उपराष्ट्रपती ॲग्न्यू यानं भ्रष्टाचार प्रकरणातल्या सहभागामुळे राजीनामा दिल्यावर फोर्डसमोर अचानकपणे उपराष्ट्रपतिपद चालून आलं. अमेरिकी राज्यघटनेमधली तरतूद या प्रसंगी कामी आली. त्यानुसार, काही कारणामुळे उपराष्ट्रपतिपद खाली झालं, तर ते पद भरण्यासाठी अमेरिकी राष्ट्रपती उमेदवाराचं नाव सुचवू शकतो आणि त्यावर काँग्रेसचं शिक्कामोर्तब पुरतं. वॉटरगेट प्रकरण आणि ॲग्न्यूच्या लाचखोरीची भानगड यांच्यामधून सावरण्यासाठी निक्सननं अगदी युद्धपातळीवर प्रयत्न सुरू केले. उपराष्ट्रपतिपदासाठी आपण ज्या नेत्याचं नाव सुचवू, त्याची जनमानसातली प्रतिमा एकदम स्वच्छ असली पाहिजे, तो माणूस आपल्याशी एकदम एकनिष्ठ राहिला पाहिजे आणि काँग्रेसला त्याचं नाव पसंत पडलं पाहिजे, अशा तीन मुद्द्यांआधारे निक्सननं फोर्डला पसंती दिली. १२ ऑक्टोबर १९७३ या दिवशी काँग्रेससमोर निक्सननं फोर्डचं नाव सुचवलं आणि दोन्ही पक्षांच्या नेत्यांनी टाळ्यांच्या कडकडाटात त्याला संमती दर्शवली. अर्थातच, फोर्डच्या नावाला लगेचच संमती मिळाली, असा त्याचा अर्थ नव्हता. पुढचे दोन महिने काँग्रेसच्या एका समितीनं फोर्डच्या पार्श्वभूमीची सखोल तपासणी केली. आजवर त्याच्याकडून अगदी बारीकसा गुन्हा किंवा घोटाळा यांच्यापैकी काहीच न झाल्याची खात्री पटल्यानंतर उपराष्ट्रपती बनण्याचा त्याचा मार्ग खुला झाला.

आठ महिने 'उपराष्ट्रपती' म्हणून काम करताना फोर्डची परिस्थिती खूपच अवघड होती. एकीकडे निक्सनवर आपली पूर्ण श्रद्धा असल्याचं त्याला सिद्ध करत राहणं भाग असलं, तरी दुसरीकडे जनमानसातली निक्सनची ढासळत चाललेली प्रतिमा बघता त्याकडेही पूर्ण दुर्लक्ष करणं त्याला अशक्य होऊन बसलं.

या दोलायमान परिस्थितीत आपण वाहून जाणारे नसल्याचं तसंच देशासाठी योग्य असेच निर्णय घेणारे असल्याचं भान राखणं, त्याला खूप महत्त्वाचं वाटे. लोकांचा आपल्यावरचा विश्वास उडू नये, यासाठी तो प्रयत्नशील असे. या काळात त्याने देशभरात जवळपास ४० राज्यांमध्ये प्रवास करून अनेक सार्वजनिक कार्यक्रमांना हजेरी लावली. त्यामुळे लोकांशी त्याची चांगली नाळ जुळली आणि त्याची प्रतिमा उजळली.

राष्ट्रपती

९ ऑगस्ट १९७४ या दिवशी अगदी नाट्यमय परिस्थितीमध्ये फोर्ड अमेरिकेचा राष्ट्रपती बनला. अत्यंत अपमानास्पद परिस्थितीत निक्सननं राष्ट्रपतिपदाचा राजीनामा देण्याची घोषणा केली आणि टीव्हीवर त्यासंबंधीची घोषणा केली. डोळ्यांमधून वाहणारे अश्रू कसेबसे आवरत त्यानं व्हाईट हाऊसमधल्या आपल्या कर्मचाऱ्यांचा निरोप घेतला आणि निराश मनःस्थितीत तो तिथून निघून गेला. आता सगळा प्रकाशझोत फोर्डवर आला. त्यानं राष्ट्रपतिपदाची शपथ घेतल्यानंतर भावनापूर्ण भाषण केलं. सुरुवातीलाच त्यानं अमेरिकी लोकांची मनं जिंकून घेतली; पण हाच त्याच्या कारकिर्दीचा सर्वोच्च बिंदू ठरणार, याची कुणाला कल्पना होती?

८ सप्टेंबर १९७४च्या शांत रविवारी चर्चमधून आल्यानंतर राष्ट्रपती फोर्डनं एक पत्रकार परिषद बोलावली. त्यात त्यानं अचानकपणे निक्सन पूर्णपणे निर्दोष असल्याचं आणि आपण त्याला माफीनामा देत असल्याचं धक्कादायक मत व्यक्त करून, मोठी सनसनाटी निर्माण केली. हे करताना त्यानं अमेरिकी जनता, आपल्या पक्षातले नेते, काँग्रेसचे सदस्य किंवा वॉटरगेट प्रकरणाचा तपास करणारे लोक यांच्यापैकी कुणाचाच सल्ला घेतला नाही. यामुळे सगळ्यांनाच मोठा धक्का बसला. फोर्डच्या माध्यम सचिवासह काही जवळच्या लोकांनी तातडीनं आपल्या पदाचा राजीनामा दिला. सर्वसामान्य नागरिकांनी फोन, तार, पत्र या माध्यमांचा वापर करून आपल्या नाराजीचा महापूरच फोर्डसमोर रिता केला. दोन्ही पक्षांचे काँग्रेसपटू फोर्डच्या वक्तव्यामुळे पार वैतागून गेले. त्यातच वॉटरगेट प्रकरणाशी संबंधित असलेल्या सगळ्याच आरोपींना फोर्ड माफीनामा देणार असल्याची बातमी कानांवर आल्यामुळे, सिनेटनं फोर्डला असं करण्यापासून परावृत्त करणारं विधेयक संमत करून टाकलं.

निक्सनला माफीनामा देण्याचा प्रकार फोर्डनं केल्यानंतर आठ दिवसांनी त्यानं नवं वादळ निर्माण केलं. व्हिएतनाम युद्धाला विरोध केलेल्या आणि या युद्धात लढण्यासाठी लष्करात भरती व्हायला नकार दिलेल्या हजारो अमेरिकी तरुणांना

त्यांच्यावरच्या खटल्यांमधून सशर्त माफी देण्याची आपली तयारी असल्याचं त्यानं जाहीर केलं. त्यासाठी या तरुणांनी दोन वर्षं एकदम कमी पगाराच्या सरकारी नोकरीत सेवाभावी स्वरूपाचं काम करावं, अशी अपेक्षा फोर्डनं व्यक्त केली. या निर्णयामुळे फोर्डच्या विरोधकांमध्ये मोठीच भर पडली. व्हिएतनाम युद्धाला पाठिंबा असलेल्या लोकांनी ही 'शिक्षा' फारच सौम्य असल्याचं मत व्यक्त केलं; तर युद्धाच्या विरोधकांना मात्र विनाशर्त माफीची अपेक्षा होती. यामुळे कुणीच खूश झालं नाही. तसंच प्रत्यक्षात व्हिएतनाम युद्धाला विरोध केलेल्या तरुणांपैकी अगदी मोजक्या लोकांनीच फोर्डच्या या योजनेचा लाभ घेतला. यामुळे फोर्ड बुचकळ्यातच पडला. आपण मानवतावादी दृष्टिकोन नजरेसमोर ठेवला आणि देशामध्ये वैचारिक दुफळी माजवणाऱ्या व्हिएतनाम युद्धाच्या पार्श्वभूमीवर वातावरण जरा बरं करण्यासाठी हा निर्णय घेतला असूनही, त्याला एवढा विरोध का व्हावा, हे त्याला समजत नव्हतं. दरम्यान, निक्सनला निर्दोष ठरवून त्याला पूर्णपणे माफ करण्याच्या आपल्या निर्णयाच्या समर्थनार्थ फोर्डनं काँग्रेसच्या एका समितीसमोर साक्ष दिली. विद्यमान राष्ट्रपतीनं अशा प्रकारे साक्ष देण्याचा हा पहिलाच प्रसंग होता. टीव्हीवर थेट प्रक्षेपण झालेल्या या साक्षीदरम्यान फोर्डनं अत्यंत प्रामाणिकपणे आणि आत्मविश्वासानं आपल्याला विचारण्यात आलेल्या प्रश्नांची उत्तरं दिली. निक्सनला निर्दोष ठरवण्याच्या मोबदल्यातच आपल्याला राष्ट्रपतिपद मिळालं असल्याचा त्यानं साफ इन्कार केला.

फोर्डनं राष्ट्रपतिपदाची सूत्रं हाती घेतल्यापासून अमेरिकेमधली भडकणारी महागाई शिगेला जाऊन पोहोचली. यासाठी नव्या उपाययोजना जाहीर करण्यासाठीची धडपड फोर्डनं सुरू केली. तसंच अमेरिकी नागरिकांनी आपला खर्च कमी करून आपल्या बचतीत वाढ करावी, असं आवाहन त्यानं केलं. याला प्रतिसाद देत अनेक अमेरिकी नागरिकांनी नव्या गाड्या, नवे टीव्ही आणि नवी उपकरणं विकत घेण्याचं प्रमाण कमी केलं. याच्या पुढच्या वर्षी महागाईच्या वाढीचा दर १२ टक्क्यांवरून घसरून ७.८ टक्क्यांवर आला. अर्थातच, एकीकडे महागाई कमी झाली असली, तरी ग्राहकांनी आपले हात आखडते घेण्याचे दुष्परिणाम अमेरिकी अर्थव्यवस्थेला लवकरच भोगावे लागले. मागणी कमी झाल्यामुळे १९७४च्या नोव्हेंबर महिन्याच्या सुमाराला वाहननिर्मिती कंपन्या बंद पडायला सुरुवात झाली. बेरोजगारी वाढली. डिसेंबर महिन्यात रोजगार शोधणाऱ्यांच्या संख्येत दहा लाखांहून जास्त लोकांची भर पडली. शेअर बाजार निम्म्यावर उतरला. पुढचं वर्ष सुरू झालं, तेव्हा अमेरिकेवरचं आर्थिक संकट आणखी गडद होत गेलं आणि या मंदीचं रूपांतर महामंदीत होण्याची दाट चिन्हं दिसायला लागली. बेरोजगारीचा दर आता

८.९ टक्क्यांवर गेला. १९४१ सालानंतरची ही सगळ्यांत दारुण परिस्थिती होती. तीनच महिन्यांपूर्वी करवाढ करण्यासंबंधीचा प्रस्ताव काँग्रेससमोर ठेवणाऱ्या फोर्डनं आता आपलं मत पार बदलून करकपात करण्यासंबंधीचं विधेयक तातडीनं संमत करण्याचा आग्रह काँग्रेसकडे धरला. तसंच अर्थव्यवस्थेमध्ये चैतन्य आणण्यासाठी सरकारनं कर्ज काढून सार्वजनिक प्रकल्प हाती घ्यावेत, यासाठीचं विधेयकही त्यानं आणलं. काँग्रेसनं याला हिरवा दिवा दाखवला. अमेरिकेमध्ये आणि इतर जगातही आर्थिक परिस्थिती नाजूक होण्यामागे तेलाचे भाव भडकण्याचं प्रमुख कारण होतं. हे भाव एकदम चौपट झाल्यामुळे सगळीकडे परिस्थिती आवाक्याबाहेर गेली होती. तेलाची आयात कमी करणं आणि अमेरिकेचं तेलाच्या आयातीवरचं परावलंबित्व कमी करणं अत्यावश्यक असल्याचं सांगून, त्यासाठी तातडीची पावलं टाकणं गरजेचं असल्याचं फोर्डनं जाहीर केलं. या घटनाक्रमादरम्यान फोर्डचं काँग्रेसशी पूर्वी असलेलं सौहार्दपूर्ण नातं अधिकाधिक बिघडत गेलं. फोर्डनं आपला विशेष नकाराधिकार वापरायचा आणि काँग्रेसनं तो बहुमतानं फेटाळून लावायचा, अशी एक परंपराच रूढ होत गेली.

देशांतर्गत परिस्थिती आपल्या नियंत्रणाबाहेर असल्याची जाणीव झाल्यामुळे, निदान आंतरराष्ट्रीय पातळीवर चांगली कामगिरी करून आपण आपल्या प्रतिमेमध्ये सुधारणा करावी, असं फोर्डला वाटायला लागलं. जपानला भेट देणारा तो पहिला अमेरिकी राष्ट्रपती ठरला. त्यानंतर दक्षिण कोरियाचा दौराही त्यानं केला. तिथून तो रशियामध्ये गेला. अमेरिका आणि सोव्हिएत युनियन यांच्यामधली अण्वस्त्रनिर्मितीची स्पर्धा संपुष्टात आणण्यासाठी त्यानं प्रयत्न केले; पण ते अयशस्वी ठरले. व्हिएतनाम युद्धाचा शेवटसुद्धा अमेरिकेची प्रचंड मानहानी करणारा ठरला. कोट्यवधी डॉलर्स आणि किमान ५६,००० जवानांचे प्राण अमेरिकेनं या युद्धात निष्कारण वाया घालवले होते. अशा पार्श्वभूमीवर १९७३ सालचा शांतता करार मोडीत काढणारं आक्रमण उत्तर व्हिएतनामनं दक्षिण व्हिएतनामी भूमीवर केलं, तेव्हा फोर्डनं काँग्रेसची तातडीची बैठक बोलावून उत्तर व्हिएतनामच्या या ताज्या आक्रमणाला प्रत्युत्तर देण्यासाठीचा निधी मंजूर करून घेण्याचा प्रयत्न केला. अमेरिकी नागरिकच नव्हे, तर काँग्रेसपटूसुद्धा व्हिएतनाममधल्या दारुण परिस्थितीला आणि सातत्यानं सुरू असलेल्या युद्धजन्य परिस्थितीला पार कंटाळून गेले असल्यामुळे, काँग्रेसनं फोर्डचा हा प्रस्ताव साफ धुडकावून लावला. अमेरिकी मदतीच्या जोरावर उभी असलेली दक्षिण व्हिएतनाम, कंबोडिया आणि लाओस इथली सरकारं यामुळे झपाट्यानं कोसळली. या देशांमध्ये अजूनही टिकून असलेली अमेरिकी राजकीय मंडळी आणि अमेरिकी लष्करामधले जवान, मिळतील त्या मार्गांनी घाईघाईनं हे

देश सोडून पळाले. त्यांच्यासाठी हेलिकॉप्टर्स पाठवण्यात आली. या देशांमध्ये पुन्हा युद्ध सुरू झाल्यामुळे तिथले लाखो नागरिक आपला जीव वाचवण्यासाठी सैरावैरा पळायला लागले. शक्य तितके लोक इतरत्र स्थलांतरित झाले. सुमारे १.३० लाख लोक अमेरिकेमध्ये पोहोचले.

अमेरिकेची अशा प्रकारे झालेली मानहानी फोर्डला बोचत राहिली. आपल्या कार्यकालावरचा हा काळा डाग असल्याचं मानून तो पुसून काढण्यासाठी त्यानं योग्य संधीची वाट पाहायचं ठरवलं. लवकरच अशी संधी त्याच्यासमोर चालून आली. थायलंडला लागून असलेल्या समुद्रामध्ये अमेरिकी व्यापाऱ्यांच्या एका जहाजावर कंबोडियाच्या नौदलानं हल्ला करून, हे जहाज त्यामधल्या प्रवाशांसह आपल्या ताब्यात घेतलं. यामुळे काँग्रेसच्या परवानगीनिशी फोर्डनं अमेरिकी नौदलाला या जहाजाची सुटका करण्यासाठी पाठवलं. कंबोडियाच्या नौदलाशी अमेरिकी नौदलाची जोरदार चकमक झाली आणि बऱ्याच प्राणहानीनंतर आपलं व्यापारी जहाज परत मिळवण्यात अमेरिकेला यश आलं. यामुळे फोर्डला जरा दिलासा मिळाला असला, तरी यातून आणखी एक नवं प्रकरण उद्भवलं. आपल्या हद्दीतून अमेरिकी नौदलानं आपल्या परवानगीशिवायच ही कारवाई केल्याचा थायलंडला राग आला. थायलंडनं तातडीनं अमेरिकी नौदलाला आणि लष्कराला आपल्या हद्दीमधून बाहेर जायला सांगितलं. नाइलाजानं ५०,००० अमेरिकी सैनिकांना परत बोलावण्यावाचून दुसरा पर्यायच फोर्डसमोर उरला नाही.

निवडणूक

१९७५च्या मतदारांच्या सर्वेक्षणांमध्ये फोर्डची प्रतिमा अगदी स्पष्टपणे घसरत चालल्याचं जाणवत होतं. यामुळे, पुढच्या राष्ट्रपतिपदासाठीच्या निवडणुकीत रिपब्लिकन पक्ष त्याला उमेदवारी देण्याची शक्यता धूसर असल्याचं मत झालं. कॅलिफोर्नियाचा माजी गव्हर्नर आणि माजी चित्रपट अभिनेता रोनाल्ड रीगनला उमेदवारांची पसंती मिळणार, असं वाटत होतं. असं असूनसुद्धा आपल्या सगळ्या ताकदीनिशी आणि प्रयत्नांची पराकाष्ठा करण्याच्या निर्धारासह फोर्डनंत रिपब्लिकन पक्षाची उमेदवारी मिळवण्यासाठीची धडपड खूप आधीच सुरू केली. या काळात त्याच्यावर दोन वेळा खुनी हल्ला झाला आणि विशेष म्हणजे दोन्ही वेळा तो महिलांनी केला. ५ सप्टेंबर १९७५ या दिवशी पक्षाची उमेदवारी मिळवण्यासाठीच्या भाषणदौऱ्यांदरम्यान, एके ठिकाणी जमलेल्या प्रेक्षकांमधून वाट काढत फोर्ड चाललेला असताना, २७ वर्षांच्या लिनेट फ्रॉमनं दोन फूट अंतरावर असलेल्या फोर्डच्या दिशेनं आपलं रिव्हॉल्व्हर रोखलं. ती फोर्डवर गोळ्या झाडणार, तेवढ्यात

तिथं परिस्थितीवर नजर ठेवून असलेल्या सुरक्षारक्षकांनी तातडीनं हे रिव्हॉल्व्हर तिच्या हातून खेचून घेतलं आणि फोर्ड बचावला. नंतरच्या चौकशीदरम्यान फ्रॉमचा मानसिक तोल काहीसा ढळलेला असल्याचं आणि सामूहिक हत्याप्रकरणी तुरुंगवास भोगत असलेल्या एका विकृत माणसाला ती आपला आदर्श मानत असल्याचं आढळून आलं. यानंतर तीन आठवडेसुद्धा झालेले नसताना सॅनफ्रान्सिस्कोमधल्या एका हॉटेलमधून फोर्ड बाहेर पडत होता. मानवी हक्कांविषयी आग्रही असणारी आणि त्यासाठी लढा देणारी ४५ वर्षांची सारा जेन मूर अचानकपणे समोर आली आणि तिनं फोर्डच्या दिशेनं गोळी झाडली. फोर्डच्या नशिबानं तिथं उपस्थित असलेल्या एका नागरिकानं ही गोळी फोर्डच्या दिशेने जात असताना, त्याला वाचवण्यात यश मिळवलं.

१९७६च्या पूर्वार्धात रीगनऐवजी आपल्यालाच रिपब्लिकन पक्षाची उमेदवारी मिळावी, यासाठी फोर्डनं देश अक्षरशः पिंजून काढला. या दोघांमधली पक्षांतर्गत लढत खूप अटीतटीची झाली आणि अखेर फोर्डचा त्यात निसटता विजय झाला. आता रिपब्लिकन पक्षातर्फे उमेदवारी मिळवण्याचा अडसर दूर झाल्यानंतर, फोर्डनं डेमोक्रॅटिक पक्षाच्या उमेदवाराला नमवण्याचा निर्धार केला. इथंही अडचण होती. डेमोक्रॅटिक पक्षानं उमेदवारी दिलेला जिमी कार्टर, आपल्याहून खूप लोकप्रिय होत चालल्याची फोर्डला जाणीव झाली. यामुळे त्यानं कार्टरला आपल्याबरोबर टीव्हीवर 'लाईव्ह' वादविवादांमध्ये सहभागी होण्याचं आव्हान दिलं. या मार्गानं जनतेसमोर आपली बाजू भरभक्कम करण्याची त्याची इच्छा होती. याखेरीज आपल्या प्रचारावर फोर्डनं प्रचंड भर दिला. काहीही करून ही निवडणूक जिंकायचीच, असा निर्धारच त्यानं मनाशी केला होता. प्रत्यक्षात खरंच कार्टरवर तो आघाडी घेत असल्याचं दिसूनही आलं. शेवटी मात्र उमेदवारांनी आपला कौल कार्टरला दिला. तो फोर्डनं नाइलाजानं; पण दिलदारपणे स्वीकारला आणि तो कॅलिफोर्नियामध्ये राहायला गेला.

१९८०च्या निवडणुकीसाठी पुन्हा एकदा उमेदवारी मिळवण्यासाठी फोर्डला त्याच्या मित्रांनी बराच आग्रह केला; पण त्यानं या गोष्टीला नकार दिला. यामुळे १९७६मध्ये ज्या रीगनचा फोर्डनं पक्षांतर्गत निवडणुकीमध्ये पराभव करून रिपब्लिकन पक्षाची उमेदवारी मिळवली होती, त्या रीगनचा मार्ग मोकळा झाला. १९८०मध्ये रीगनची राष्ट्रपतिपदासाठीचा उमेदवार म्हणून रिपब्लिकन पक्षानं निवड करताच, अचानकपणे रीगनच्या नेतृत्वाखाली उपराष्ट्रपती म्हणून काम करायला फोर्ड उत्सुक असल्याची बातमी आली. यामुळे रिपब्लिकन पक्षामध्ये एकदम उत्साहाचं वातावरण पसरलं आणि या निवडणुकीसाठी रीगन-फोर्ड यांची

लढत डेमोक्रॅटिक पक्षाच्या उमेदवारांशी होणार, असं मानून कार्यकर्त्यांनी जल्लोष केला. प्रत्यक्षात मात्र जेव्हा या संदर्भात रीगन आणि फोर्ड यांची चर्चा झाली, तेव्हा त्यांचे दृष्टिकोन वेगवेगळे असल्याचं स्पष्ट झालं. अनेक बाबतींमध्ये त्यांच्यात मतभेद होते. साहजिकच, फोर्डला आपला उपराष्ट्रपतिपदासाठीचा उमेदवार म्हणून निवडण्यासाठी रीगन उत्सुक नसल्याचं स्पष्ट झालं. फोर्डची जागा जॉर्ज एच. डब्ल्यू. बुशनं घेतली.

इथंच फोर्डमधला राजकारणी संपला आणि त्यानं आपलं निवृत्तीनंतरचं आयुष्य शांतपणे जगायला सुरुवात केली.

जिमी कार्टर

१९७७-८१
या काळातला अमेरिकेचा एकोणचाळिसावा राष्ट्रपती

अल्प-परिचय

साल	घटना
१९२४	जॉर्जिया राज्यातल्या प्लेन्स इथे जन्म
१९४६	अमेरिकी नौदल प्रशिक्षण केंद्रातून प्रशिक्षण पूर्ण
१९४६	रोझॅलिन स्मिथशी लग्न
१९४६-५३	अमेरिकी नौदलाची सेवा
१९६३-६७	जॉर्जियाचा राज्य पातळीवरचा सिनेटर
१९७१-७५	जॉर्जियाचा गव्हर्नर
१९७७-८१	अमेरिकेचा एकोणचाळिसावा राष्ट्रपती
२००२	शांततेसाठीचा नोबेल पुरस्कार

प्राथमिक ओळख

राष्ट्रपती बनण्यासाठी इतरांच्या तुलनेत पुरेसा अनुभव गाठीशी नसलेला जिमी कार्टर, उदारमतवादी धोरणं राबवण्यासाठी अत्यंत उत्सुक होता. कृष्णवर्णीय लोक, स्त्रिया, समाजातले इतर दुर्लक्षित घटक या सगळ्यांना जास्त संधी मिळाव्यात आणि त्यांचं आयुष्य सुखकर व्हावं, यासाठी तो प्रयत्नशील होता. फक्त अमेरिकेपुरतीच आपली ही उदारमतवादी भूमिका मर्यादित न ठेवता, इतर देशांमधल्या अशाच प्रकारच्या मागे पडलेल्या समाजघटकांसाठीही त्याच्या मनात कणव होती. आपल्या चेहऱ्यावरच्या स्मितहास्यानं तो लोकांना जिंकून घेई. तसंच इतर राजकारण्यांच्या तुलनेत पक्का राजकारणी वाटत नसलेला कार्टर, देशाला योग्य मार्गावर घेऊन जाईल, अशी आशाही त्यानं अमेरिकी नागरिकांच्या मनात

निर्माण केली. म्हणूनच राष्ट्रपतिपदाचा उमेदवार म्हणून त्याचं नाव जेव्हा डेमोक्रॅटिक पक्षानं जाहीर केलं, तेव्हा बहुसंख्य अमेरिकी लोकांनी त्याच्याविषयी प्रथमच ऐकलं. कष्ट करून आपलं आयुष्य घडवलेला आणि 'जॉर्जियाचा गव्हर्नर' म्हणून प्रामाणिकपणे काम केलेला माणूस, अशी त्याची प्रतिमा लवकरच लोकांच्या मनावर ठसली. समान नागरी कायद्यासाठी आणि हक्कांसाठी लढणाऱ्या कृष्णवर्णीय नेत्यांनाही तो आपलासा वाटला. विज्ञान-तंत्रज्ञान क्षेत्रामधले बारकावेही त्याला माहीत असल्यामुळे अणुऊर्जा, अंतराळाचं विज्ञान अशा गोष्टींवरही तो अधिकारवाणीनं बोलू शकतो, अशी त्याची ओळख झाली.

ज्या अननुभवासाठी आणि प्रामाणिकपणासाठी कार्टरला अमेरिकी जनतेनं आपला राष्ट्रपती म्हणून निवडलं, त्याच दोन गोष्टी त्याच्या वाटचालीतले अडथळे ठरल्या. राजकारणातल्या वाकड्या वाटा कशा सर करायच्या, याची त्याला पुरेशी जाण नव्हती. तसंच वॉशिंग्टनच्या प्रभावशाली वर्तुळात त्याचा दबदबा नव्हता. साहजिकच आपल्या दृष्टीनं महत्त्वाच्या असलेल्या विधेयकांवर, काँग्रेसकडून शिक्कामोर्तब करून घेणं त्याला जमलं नाही. याचा परिणाम कार्टरमध्ये निर्णयक्षमता नसल्याचा गैरसमज पसरण्यात झाला. ज्या आशेपोटी लोकांनी त्याला निवडून दिलं होतं, त्या आशेचं रूपांतर प्रत्यक्ष बदलांमध्ये दिसत नसल्याचा फटका कार्टरला बसला. निराश होत चाललेल्या नागरिकांच्या मनातून हळूहळू तो उतरला.

कार्टरच्या कारकिर्दीतला सर्वोच्च आणि सगळ्यांत धक्कादायक, असे दोन्ही क्षण आंतरराष्ट्रीय राजकारणाच्या संदर्भात आले. इस्राईलच्या निर्मितीपासूनच बऱ्याच मध्यपूर्व आशियाई देशांशी इस्राईलचं पार वाकडं होतं. खासकरून इजिप्त या सगळ्यांत बलवान मध्यपूर्व आशियाई देशानं तर सातत्यानं इस्राईलच्या विरोधात कडवी भूमिका घेतली होती. पॅलेस्टाईनच्या वतीनं काही काळ इजिप्त आणि इतर मध्यपूर्व आशियाई देश लढलेसुद्धा. अमेरिकेनं मात्र पहिल्यापासूनच इस्राईलची बाजू घेतल्यामुळे या देशांचा नाइलाज झाला. तरीसुद्धा इस्राईलचं इजिप्त आणि इतर मध्यपूर्व आशियाई देश यांच्याबरोबरचं कट्टर वैर कायम राहिलं. १९७९मध्ये या दोन देशांच्या प्रमुखांना अमेरिकेमध्ये एकत्र आणण्याची आणि त्यांच्यामध्ये शांतता करार घडवून आणण्याची अभूतपूर्व कामगिरी कार्टरनं करून दाखवली. यामुळे १९४७ सालापासून म्हणजेच इस्राईलच्या निर्मितीपासून निर्माण झालेलं हे वैर अचानकपणे संपुष्टात आलं. कार्टरच्या कारकिर्दीचा हा सर्वोच्च क्षण होता.

१९७९मध्येच कार्टरला प्रचंड मोठा धक्का सहन करावा लागला. १९५३मध्ये इराणमध्ये दखलबाजी करून अमेरिकेनं आपल्याला अनुकूल असलेला हुकूमशहा सत्तेवर बसवला होता. इराणी जनतेनं या हुकूमशहाला आणि अमेरिकी वर्चस्ववादाला

कंटाळून १९७९मध्ये क्रांती घडवली. प्रस्थापित हुकूमशहा तर यामुळे देश सोडून पळालाच; पण भडकलेल्या इराणी तरुणांनी तेहरानमधल्या अमेरिकी दूतावासाचा ताबा आपल्याकडे घेतला आणि तिथल्या शेकडो अमेरिकी कर्मचाऱ्यांना तब्बल १४ महिने ओलीस ठेवलं. त्यांची सुटका करण्याचे कार्टरचे सगळे प्रयत्न निष्फळ ठरले आणि यामुळे कार्टरची आणि अमेरिकेची पार बदनामी झाली. कार्टरच्या कारकिर्दीतला हा काळ अत्यंत अवघड आणि नामुष्कीचा ठरला. अमेरिकेचं जगभर हसं झालं. इराणसारखा देश अमेरिकेला अशा प्रकारे सहज नमवू शकतो, यावर कुणाचाच विश्वास बसू शकला नाही. फक्त विदेशी राजकारणातच कार्टरची अशी पंचाईत झाली असं नाही; तर देशांतर्गत प्रश्नांनीसुद्धा तो अडचणीत आला. खासकरून १९८०मध्ये महागाईनं जोरात डोकं वर काढणं आणि बेरोजगारीचं प्रमाण वाढणं यामुळे सर्वसामान्य लोकांच्या नजरेतून तो उतरला. यामुळे १९८०च्या राष्ट्रपतिपदाच्या निवडणुकीसाठीची उमेदवारी डेमोक्रॅटिक पक्ष कार्टरला देईल का नाही, अशी शंका निर्माण झाली. धडपड करून आपल्या पक्षांतर्गत प्रतिस्पर्ध्यांवर कार्टरनं मात केली खरी; पण निवडणुकीत रिपब्लिकन पक्षाच्या रोनाल्ड रीगननं त्याचा दणदणीत पराभव करून फेरनिवडीचं त्याचं स्वप्न धुळीला मिळवलं. कार्टरला फक्त ४९ इलेक्टोरल व्होट्स पडली!

जडणघडण

जॉर्जियामधल्या एका छोट्या गावात जेम्स अर्ल ऊर्फ 'जिमी' कार्टरचा जन्म झाला. आश्चर्य म्हणजे, घरी न जन्मता इस्पितळात जन्मणारा तो पहिला अमेरिकी राष्ट्रपती होता. घरातल्या चार मुलांपैकी जिमी कार्टर सगळ्यांत मोठा होता. कार्टर चार वर्षांचा असताना त्याच्या कुटुंबानं जवळच्याच भागामध्ये स्थलांतर केलं. या नव्या तात्पुरत्या स्वरूपाच्या घरात वीज नव्हती. तसंच तिथं घराच्या आत मोरीसुद्धा नव्हती. पाणी जवळच्या विहिरीतून आणावं लागे. यामुळे शेतातल्या इतर मुलांप्रमाणेच कार्टरला शारीरिक कष्टांची सवय लागली. लहानपणीच आपण यशस्वी उद्योजक व्हायचा निर्धार त्यानं आपल्या मनाशी केला. वयाच्या नवव्या वर्षी उकडलेल्या शेंगा विकून त्यानं थोडी कमाई केली. या पैशांमधून त्यानं कापूस विकत घेतला आणि अनेक वर्षं तो तसाच जपून ठेवला. कापसाचा भाव या काळात तिपटीनं वाढल्यानंतर, कार्टरनं तो विकून भरपूर कमाई केली. जवळच राहणाऱ्या कृष्णवर्णीय शेतमजुरांच्या मुलांशी कार्टर खेळे. त्यामुळे त्याला वर्णद्वेष जाणवत नसे. नंतरच्या काळात समाजातल्या इतर लोकांचं कृष्णवर्णीय लोकांशी असलेलं घृणास्पद वागणं बघून मात्र तो निराश होई आणि हा वर्णभेद संपवण्यासाठी आपण काहीतरी

केलं पाहिजे, असं त्याला राहून राहून वाटे. कार्टरला त्याची आई आणि शाळेतले शिक्षक यांच्या प्रोत्साहनामुळे वाचनाची गोडी लागली. याचाच एक भाग म्हणून वयाच्या बाराव्या वर्षी त्यानं लिओ टॉलस्टॉयची 'वॉर अँड पीस' ही गाजलेली कादंबरी वाचली आणि ती खूप आवडल्यामुळे त्यानं नंतरही ती अनेकदा वाचली.

शालेय शिक्षण पूर्ण केल्यानंतर पुढच्या शिक्षणाचा खर्च आपल्या कुटुंबाला परवडण्यासारखा नसल्याची जाणीव असल्यामुळे कार्टरनं अमेरिकी नौदलाच्या प्रशिक्षण केंद्रात जागा मिळवायचं ठरवलं. इथं शिक्षण फुकट होतं. धडपड करून कार्टरनं तिथं प्रवेश मिळवला आणि तीन वर्षांचा अभ्यासक्रम पूर्ण केला. १९४६मध्ये हे प्रशिक्षण पूर्ण केल्यावर एका महिन्यातच २१ वर्षांच्या कार्टरनं १८ वर्षांच्या रोझॅलिन स्मिथशी लग्न केलं. कार्टरच्या बहिणीची रोझॅलिन एकदम खास मैत्रीण होती. रोझॅलिनच्या पोटी चार मुलं जन्मली. तिनं कार्टरला खूप उत्तम साथ दिली. घरातल्या जबाबदाऱ्या सांभाळण्याबरोबरच आयुष्यभर त्याच्या कारकिर्दीतल्या निरनिराळ्या टप्प्यांवर तिनं त्याला त्याच्या कामात थेट मदतसुद्धा केली.

नौदलातलं प्रशिक्षण पूर्ण केल्यावर कार्टरला निरनिराळ्या कामांवर पाठवण्यात आलं. एकदा त्याचं जहाज समुद्रात असताना जहाजावर वीज पडली आणि त्याबरोबर मोठं वादळ आलं. यामुळे कार्टर जहाजाबाहेर फेकला जात असताना त्यानं कसंबसं जहाजातल्या एका तोफेला घट्ट धरून ठेवलं. यामुळे समुद्रात वाहून मरण पावता पावता तो बचावला. नंतरच्या काळात कार्टरनं इतर सागरी मोहिमांमध्ये सहभाग दर्शवला. आता अमेरिकी नौदल अणुशक्तीवर चालणाऱ्या पाणबुड्यांच्या निर्मितीमध्ये गुंतलं होतं. यात रस असल्यामुळे कार्टर त्यात घुसला. या कामामधले बारकावे समजून घेण्यासाठी त्यानं अणुविज्ञानाचा अभ्यासक्रम पूर्ण केला. त्याला या विषयात इतकी गती आली, की नंतर कॅनडामध्ये अणुऊर्जानिर्मिती करणाऱ्या एका 'रिॲक्टर' यंत्रणेत दोष निर्माण झाल्यानंतर, त्याची दुरुस्ती करण्यासाठी पाठवण्यात आलेल्या टीममध्ये कार्टरचाही समावेश होता. १९५३मध्ये कार्टरच्या वडिलांचं कर्करोगामुळे निधन झालं. त्यांच्या अखेरच्या दिवसांमध्ये किती लोक आपुलकीनं आपल्याला धीर द्यायला आणि मदत करायला आले, हे बघून कार्टर गहिवरून गेला. त्यानं नौदलामधली आपली कारकीर्द संपवून, आपल्या प्लेन्स याच आपल्या मूळ गावात परतायचा निर्णय घेतला. खरं म्हणजे, कार्टरच्या पत्नीनं त्याच्या या निर्णयाला विरोध केला; पण कार्टरनं तिचं ऐकलं नाही.

नौदलात काम करत असताना कार्टर आणि त्याची पत्नी यांनी दरमहा ७५ डॉलर्सचे बाँड्स विकत घेतले होते. या गुंतवणुकीचा उपयोग आता कार्टरनं आपल्या आईबरोबर शेती करण्यासाठी आणि ती वाढवण्यासाठी केला. सुरुवातीला

कार्टरला फारसा नफा मिळाला नाही; पण हार न मानता मोठ्या जिद्दीनं कार्टरनं आपलं काम सुरू ठेवलं. शेती करण्याच्या नव्या पद्धती त्यानं शिकून घेतल्या. त्यामुळे त्याला अखेर यश मिळालं. हळूहळू त्याचा शेतीव्यवसाय बहरायला लागला. यातूनच तो समाजकारणातही आला. १९६३-६७ या काळात कार्टरनं जॉर्जिया राज्याच्या सिनेटमध्ये काम केलं. राज्यकारभारात अनेक त्रुटी आणि प्रचंड भ्रष्टाचार असल्याचं जाणवल्यामुळे, या गोष्टींवर मात करण्यासाठी जॉर्जिया राज्याचा गव्हर्नर बनण्यासाठी प्रयत्न करायचं कार्टरनं ठरवलं. यासाठी त्यानं सातत्यानं प्रचार केला. रात्रंदिवस तो यातच गुंग असे. तरीसुद्धा १९६६ची उमेदवारी त्याला मिळाली नाही. यामुळे निराश न होता, त्यानं पुढच्या वेळच्या उमेदवारीसाठी खूप परिश्रम घेतले आणि डेमोक्रॅटिक पक्षाच्या वतीनं उमेदवारी मिळवून रिपब्लिकन पक्षाच्या उमेदवाराचा पराभव करून निवडणूकसुद्धा जिंकली.

जॉर्जियाचा गव्हर्नर म्हणून काम करताना कार्टरनं अगदी लगेचच कृष्णवर्णीय लोकांना नोकरशाहीमध्ये सामील करून घेतलं. कार्टरनं आपलं पद स्वीकारलं, तेव्हा फक्त तीनच कृष्णवर्णीय लोक जॉर्जिया राज्याच्या नोकरशाहीमध्ये होते. हा आकडा कार्टरनं थेट ५३वर नेला. गव्हर्नरपदासाठीचा प्रचार करत असताना, आपण 'वायफळ सरकारी खर्च कमी करणार असल्याचं आणि बिनकामाचे विभाग बंद करून टाकणार असल्याचं' आश्वासन कार्टरनं दिलं होतं. त्याला अनुसरून त्यानं खरोखरच ३०० सरकारी विभागांपैकी फक्त २२ विभाग शिल्लक ठेवले. यामुळे जॉर्जिया राज्याच्या खजिन्यात बऱ्याच काळानंतर शिल्लक असल्याची परिस्थिती निर्माण झाली. आता कार्टरची नजर व्हाईट हाऊसकडे वळली. त्या काळातल्या नियमाप्रमाणे कार्टरला सलग दुसऱ्यांदा जॉर्जिया राज्याच्या गव्हर्नरपदाचा उमेदवार बनणं शक्य नव्हतं. यामुळे त्यानं १९७६च्या राष्ट्रपतिपदासाठीच्या निवडणुकीत उभं राहायचं ठरवलं. कुठलीही पूर्ण वेळची जबाबदारी नसल्यामुळे कार्टरला आता प्रचारासाठी भरपूर वेळ मिळाला. कार्टरनं आपली उमेदवारी जाहीर करताच, बव्हंशी लोकांच्या भुवया आश्चर्यानं उंचावल्या. त्यांची प्रतिक्रिया 'कोण आहे हा जिमी?' अशी होती. राजकीय विश्लेषकांनी तर कार्टरची पार खिल्लीच उडवली. हा एक 'पब्लिसिटी स्टंट' असल्याचं मत काहींनी व्यक्त केलं. तसंच, यात भर म्हणजे १८४४मध्ये पोकची राष्ट्रपतिपदावर निवड झाल्यानंतर, दक्षिणेकडच्या राज्यातला गव्हर्नर अमेरिकी राष्ट्रपती बनू शकला नव्हता. कार्टरने आपली उमेदवारी जाहीर केल्यानंतर आणखी डझनभर नेत्यांनी डेमोक्रॅटिक पक्षाच्या वतीनं आपली उमेदवारी जाहीर केली.

आपल्याला फारसं कुणी ओळखत नसल्याची जाणीव मनात ठेवत कार्टरनं

आपला प्रचार अगदी साधेपणानं केला. आपल्या चेहऱ्यावरचं स्मितहास्य झळकवत तो आपल्या भाषणाची सुरुवात 'माझं नाव जिमी कार्टर आहे आणि मी राष्ट्रपतिपदाचा उमेदवार बनण्यासाठी उत्सुक आहे' अशा शब्दांनी करे. कुणीच कार्टरला अजिबात महत्त्व दिलं नाही. डेमोक्रॅटिक पक्षाची उमेदवारी दुसऱ्या एका प्रथितयश नेत्याला मिळणार, असं जवळपास नक्की मानलं जात होतं. हळूहळू परिस्थिती बदलत गेली. डेमोक्रॅटिक पक्षाचा उमेदवार ठरवण्यासाठी सुरू असलेल्या पक्षांतर्गत निवडणुकांमध्ये कार्टरची सरशी होण्याची चिन्हं दिसायला लागली. शांतपणे बोलणारा आणि अगदी कटाक्षानं आक्रस्ताळेपणा टाळणारा कार्टर अशा रीतीनं अखेर डेमोक्रॅटिक पक्षाचा उमेदवार बनला. उमेदवारी मिळाल्यानंतर तिचा स्वीकार करण्यासाठीच्या भाषणाची सुरुवातसुद्धा कार्टरनं 'माझं नाव जिमी कार्टर आहे आणि मी राष्ट्रपतिपदाचा उमेदवार बनण्यासाठी उत्सुक आहे' अशाच शब्दांनी केली! यामुळे सभागृहात हास्याचे फवारे उडाले आणि टाळ्यांच्या गजरात डेमोक्रॅटिक पक्षाच्या सदस्यांनी आणि नेत्यांनी कार्टरचं अभिनंदन केलं.

तिकडे रिपब्लिकन पक्षातर्फे उमेदवारी मिळवण्यासाठीची राष्ट्रपती गेराल्ड फोर्ड आणि रोनाल्ड रीगन यांच्यामधली झुंज फोर्डनं जिंकली. यानंतर लगेचच घेण्यात आलेल्या एका सर्वेक्षणात कार्टरने फोर्डवर ४९-३९ अशी आघाडी घेतल्याचं दिसून आलं. उरलेल्या १२ लोकांनी अजून आपलं मत पक्कं केलं नव्हतं. कार्टरसारख्या नवख्या प्रतिस्पर्ध्यापुढे आपण कमजोर ठरू नये, यासाठी फोर्डनं त्याला टीव्हीवर वादविवादाचं आव्हान दिलं. कार्टरनं ते स्वीकारलं. फोर्डनं अत्यंत आत्मविश्वासानं पहिल्या फेरीत आपले मुद्दे मांडले. त्या तुलनेत कार्टर जरा डळमळीत वाटला. त्यानं जरा बिचकतच आपली मतं मांडली. यामुळे कार्टर जरा मागे पडला असं वाटत असतानाच, दुसऱ्या फेरीत मात्र फोर्डनं बोलताना एक चुकीचा संदर्भ दिला आणि यामुळे कार्टरला पुन्हा लोकांची पसंती मिळाली. फोर्ड आणि कार्टर यांच्यामधली ही रस्सीखेच अशीच सुरू राहिली. २ नोव्हेंबर १९७६ या दिवशी झालेलं मतदान इतकं समसमान होतं की, त्याचा हिशेब लावणारे संगणकसुद्धा गोंधळात पडले की काय, असं काही जणांना वाटलं! कार्टरला ५०.०२% तर फोर्डला ४७.९७% इतकी 'पॉप्युलर व्होट्स' मिळाली. कार्टर अखेर व्हाईट हाऊसमध्ये शिरला.

राष्ट्रपतिपद

राष्ट्रपतिपदाचा शपथविधी सोहळा एकदम साधा असला पाहिजे, असा कार्टरचा आग्रह होता. आपल्या आधीच्या राष्ट्रपतीच्या नावाचा उल्लेख करणं

बहुतेक सगळे नवनिर्वाचित राष्ट्रपती टाळायचे. खासकरून तो विरोधी पक्षातर्फे निवडून आलेला राष्ट्रपती असेल, तर हे हमखास व्हायचंच. कार्टरनं मात्र या प्रथेला फाटा देत सुरुवातीलाच फोर्डचा उल्लेख केला. त्याच्या या दिलदारपणामुळे उपस्थितांनी टाळ्यांचा कडकडाट केला. तिथं उपस्थित असलेल्या फोर्डचे डोळे पाणावले. शपथविधीचा कार्यक्रम झाल्यानंतर आपल्या बुलेटप्रूफ लिमोझिनमधून व्हाईट हाऊसपर्यंतचा जवळपास दोन किलोमीटर्सचा रस्ता पार न करता, कार्टर तिथपर्यंत चालत गेला. तोपर्यंत कुठल्याही राष्ट्रपतीनं असं केलं नव्हतं. आपल्या कुटुंबीयांसमवेत लोकांना अभिवादन करत स्मितहास्य झळकवणारा कार्टर अमेरिकी जनतेला यामुळे एकदम आपलासा वाटला. राष्ट्रपतिपदाची सूत्रं हाती घेताच कार्टरनं व्हिएतनाम युद्धाच्या काळात लष्करभरतीला नकार देणाऱ्या सुमारे १०,००० अमेरिकी तरुणांना माफीनामा देत, आपल्या निवडणुकीच्या जाहीरनाम्यातल्या एका महत्त्वाच्या आश्वासनाची पूर्तता केली. यानंतर व्हिएतनाम युद्धात लढलेल्या लोकांवर पूर्वी झालेला अन्याय दूर करण्यासाठीची एक योजनाही त्यानं जाहीर केली.

कार्टरच्या कार्यकालाच्या पहिल्या वर्षात 'बर्ट लान्स' म्हणून ओळखलं गेलेलं प्रकरण गाजलं. 'गैरव्यवहार टाळणारा आणि नेहमीच देशाच्या भल्यासाठी योग्य काम करणारा राष्ट्रपती' म्हणून तयार झालेली कार्टरची प्रतिमा यामुळे डागाळली. बरट्रॅम लान्स नावाच्या आपल्या जवळच्या सहकाऱ्याची नेमणूक कार्टरनं एका महत्त्वाच्या पदावर केली. या लान्सनं जॉर्जियामधल्या एका बँकेच्या शेअर्सच्या व्यवहारात भ्रष्टाचार केल्याची कुजबूज सुरू होती; ती आता वाढली. नंतर या बँकेचा अध्यक्ष म्हणून काम बघत असताना, त्यानं अवैध कर्ज मंजूर केल्याचा ठपका त्याच्यावर ठेवण्यात आला. यामुळे लान्सच्या राजीनाम्याची मागणी करण्यात आली; पण लान्सनं त्याला नकार दिला. आपली खुली चौकशी करण्याचं आव्हान त्यानं दिलं आणि कार्टरनंही त्याची बाजू उचलून धरली. खरं म्हणजे, डेमोक्रॅटिक पक्षातूनच लान्सच्या हकालपट्टीच्या मागणीनं जोर धरला होता. १९७७च्या सप्टेंबर महिन्यात सिनेटच्या चौकशी समितीसमोर उभ्या करण्यात आलेल्या लान्सनं आपला जोरदार बचाव केला. टीव्हीवर थेट प्रक्षेपण करण्यात आलेल्या या घटनाक्रमामुळे लान्सचं पारडं जड झालं असं वाटलं खरं; पण ते अगदी अल्पायुषीच ठरलं. अगदी लगेचच लान्सच्या विरोधात नवे पुरावे मिळाले. यामुळे चारच दिवसांनी व्हाईट हाऊसमध्ये पत्रकार परिषद बोलावून, लान्सनं आपल्या पदाचा राजीनामा दिला असल्याचं कार्टरनं साश्रू नयनांनी जाहीर केलं. लान्सच्या निर्दोषी कामाविषयी आपल्या मनात कुठलीच शंका नसली, तरी विनाकारण निर्माण झालेल्या वादळामुळे

त्यानं हा निर्णय घेतला असल्याचं कार्टरनं सांगितलं. नंतरही लान्सची चौकशी सुरूच राहिली; पण त्यातून फारसं काही निष्पन्न झालं नाही.

कार्टरच्या कार्यकालात खरं म्हणजे काँग्रेसच्या दोन्ही सभागृहांवर डेमोक्रॅटिक पक्षाचं वर्चस्व होतं. तरीसुद्धा निक्सन आणि फोर्ड यांच्या कार्यकालात राष्ट्रपतीच्या विरोधात भूमिका घेण्याची जणू काँग्रेसला सवयच झाली होती आणि ती कार्टरच्या कार्यकालातही सुरू राहिली. त्यामुळे कुठलंही विधेयक काँग्रेसकडून संमत करून घेताना कार्टरला अनंत अडचणी येत राहिल्या. यात आणखी दोन मुद्दे होते. एक तर स्वतः कार्टर राष्ट्रीय पातळीवर काँग्रेसचा कधीच सदस्य नव्हता. यामुळे त्याला या सभागृहांच्या कामकाजामधल्या राजकीय बारकाव्यांची पुरेशी जाण नसावी. दुसरं म्हणजे, स्वतःच्या स्वच्छ प्रतिमेच्या जोरावर कार्टर राष्ट्रपतिपदावर आरूढ झालेला असल्यामुळे, त्याला कुठल्या काँग्रेसपटूच्या ऋणांची परतफेड करायची नव्हती. साहजिकच, त्यानं कुणाच्याही हिताचा किंवा लाभाचा विचार करून निर्णय घेण्याची गरज नव्हती. याच्याच उलटा प्रकार म्हणजे, काँग्रेसच्या सदस्यांना कार्टरविषयी खास आपुलकी वाटण्याचं काही कारण नव्हतं. यामुळे कार्टरची नोकरशाही आणि काँग्रेस यांच्यामध्ये अजिबातच समन्वयाची भावना निर्माण होऊ शकली नाही. सातत्यानं एकमेकांचा विरोध करणं, एवढंच त्यांचं काम असल्यासारखा कारभार रडतखडत पुढे जात राहिला. काँग्रेसनं मोठ्या बहुमतानं कार्टरचे विशेष नकाराधिकार फेटाळून लावण्याची वेळही एकाहून जास्त प्रसंगांमध्ये आली.

सरकारमधल्या महत्त्वाच्या पदांवर कार्टरनं महिला, सामाजिक कार्यकर्ते, ग्राहकहितासाठी लढणारे अशा अनेक लोकांना नेमलं. अर्थातच, अनेक राजकारण्यांना हे सहन झालं नाही. सरकारी पदावर काम करणाऱ्या लोकांना आपोआप बढती मिळत जाण्याची पद्धत बंद करून, त्यांच्या कामगिरीनुसारच त्यांना ही बढती देण्याचा निर्णय घेण्यात यावा, अशी महत्त्वाची सुधारणा कार्टरनं केली. याखेरीज ऊर्जा मंत्रालय आणि शिक्षण मंत्रालय असे दोन नवे महत्त्वाचे विभाग कार्टरनं सुरू केले. तोपर्यंत या दोन महत्त्वाच्या मुद्द्यांसंबंधीची धोरणं ठरवण्यासाठी स्वतंत्र कार्यभार असलेले मंत्री असले पाहिजेत, हा विचारच कुणी केला नव्हता. कार्टरची दूरदृष्टी यातून दिसून येते. अर्थव्यवस्थेमधली मंदी आणि बेरोजगारी दूर करण्यासाठी प्राप्तिकरामध्ये कपात करण्याचं धोरण कार्टरनं स्वीकारलं. महत्त्वाची गोष्ट म्हणजे, ही करकपात जास्त करून कमी उत्पन्न कमावणाऱ्या लोकांसाठी होती. अर्थातच, काँग्रेस सदस्यांना अमेरिकी समाजातल्या गरीब आणि मध्यमवर्गीय लोकांसाठी फार काही करण्याची इच्छा नव्हती. त्यांचा डोळा उद्योगपती आणि श्रीमंत लोकांना आणखी मदत करण्याकडे होता. त्यांच्याच देणग्यांवर आणि वैध/अवैध व्यवहारांमधून

मिळत असलेल्या नफ्याच्या हिश्श्याच्या जोरावर त्यांचं राजकारण सुरू असे. यामुळे कार्टरनं सातत्यानं समाजातल्या गरजू घटकांना प्राप्तिकरातल्या कपातीचा लाभ मिळावा यासाठीची धोरणं राबवण्याचा प्रयत्न केला असला, तरी काँग्रेसनं मात्र समाजातल्या अगदी वरच्या गटातल्या लोकांनाच याचा फायदा होईल, अशी पावलं उचलायचं ठरवलं. उदाहरणार्थ, मध्यमवर्गीय लोकांच्या करांच्या दरात कपात करण्याऐवजी भांडवली कराच्या दरात कपात करण्याचं धोरण काँग्रेसनं स्वीकारलं. अर्थातच जे लोक घर, शेअर्स, म्युच्युअल फंड किंवा इतर मालमत्ता यांची विक्री करतात, त्याला भांडवली कर लागू होतो. तो मध्यमवर्गीय किंवा गरीब लोक यांना लागू होण्याचा फारसा प्रश्नच उद्‌भवत नव्हता. या गोंधळात अमेरिकेमधला महागाईचा दर वाढतच गेला. यामुळे करात कपात होऊनसुद्धा त्याचा फायदा मध्यमवर्गीयांना मिळूच शकला नाही. कारण महागाईमुळे वस्तूंचे भाव सातत्यानं वाढत गेले. त्याच्या जोडीला उत्पन्नाचे आकडे वाढत गेले. यामुळे आपोआपच अनेक जणांचं कागदोपत्री उत्पन्न आधीच्या तुलनेत वरच्या पातळीवर गेलं आणि त्या पातळीवरचा प्राप्तिकर त्यांना भरावा लागला. साहजिकच, कार्टरनं केलेल्या आर्थिक उपाययोजनांचा कसलाच लाभ आपल्यापर्यंत पोहोचत नाही, अशी भावना जनतेच्या मनात निर्माण झाली.

देशासमोर उभ्या ठाकलेल्या ऊर्जा प्रश्नातून मार्ग काढण्यासाठी कार्टरनं खूप प्रयत्न केले; पण ते जणू हाणून पाडायचे, असा काँग्रेसनं निर्धारच केला असावा. ऊर्जेच्या प्रश्नाशी युद्धपातळीवर लढल्याशिवाय गत्यंतर नाही, असं कार्टरनं टीव्हीवरून अमेरिकी लोकांना सांगितलं. आपण खूप ऊर्जा वाया घालवतो आणि आपली जीवनशैली ऊर्जेच्या तुटवड्याच्या समोर उभ्या ठाकलेल्या संकटाला तोंड देण्याला अजिबातच पूरक नाही, असं स्पष्ट मत त्यानं धाडसानं मांडलं. लोकांना या प्रश्नाची तीव्रता नुसतीच समजावी असं नाही, तर त्यांनी त्याला तोंड देण्याला हातभार लावावा, यासाठी इंधनावरच्या करात ५०% वाढ करण्याचा काळाशी सुसंगत असलेला निर्णय त्यानं घेतला; पण काँग्रेसनं तो फेटाळून लावला. यामुळे अमेरिकेमध्ये आयात होत असलेल्या तेलावर जास्तीचा अधिभार लावण्याचा निर्णय कार्टरनं घेतला; तोही काँग्रेसनं कचऱ्याच्या टोपलीत टाकला.

अमेरिकेच्या संरक्षणासाठी नेमकी काय उपाययोजना करायला हवी, या मुद्द्यावरूनही कार्टर आणि काँग्रेस यांच्यात एकवाक्यता नव्हती. अर्थातच, यातही लष्करासाठी उत्पादनं आणि यंत्रासामग्री बनवणाऱ्या मोठ्या कंपन्यांचे हितसंबंध गुंतले होते. अमेरिकी नौदलासाठीच्या एका मोठ्या प्रकल्पाला कार्टरचा विरोध होता. हा वायफळ खर्च आपण टाळला पाहिजे, असं त्याचं मत होतं. त्याकडे

कानाडोळा करत काँग्रेसनं त्यासाठीचं विधेयक संमत केलं. शेवटी नाइलाजानं कार्टरनं अमेरिकी लष्कराला आणखी मजबूत करण्यासंबंधीच्या विधेयकांना अनुकूलता दाखवायला सुरुवात केली. त्यातल्या त्यात समाधानाची गोष्ट म्हणजे, पर्यावरणाची जपणूक करण्यासाठीच्या दोन विधेयकांच्या बाबतीत कार्टर आणि काँग्रेस यांच्यात सहमती झाली. अमेरिकेमधल्या खुल्या जागा आणि बागा यांच्यासाठीची राखीव जागा दुप्पट करण्यात आली आणि धोकादायक वस्तूंच्या वापरामुळे पर्यावरणाचं झालेलं नुकसान भरून काढण्यासाठीच्या निधीमध्येही भरघोस वाढ करण्यात आली.

आपल्या प्रचारादरम्यान कार्टरनं अमेरिकेचं अर्थकारण सावरण्याचं वचन दिलं होतं. खासकरून देशाच्या अर्थसंकल्पामध्ये सातत्यानं येत असलेली तूट भरून काढण्यासाठी आपण प्रयत्न करू, असं त्यानं मतदारांना सांगितलं होतं. प्रत्यक्षात मात्र कार्टरला हे जमलं नाही. यामुळे ही तूट वाढत गेली आणि अमेरिकेच्या डोक्यावरच्या एकूण कर्जाचा आकडा १९७७च्या ७०,९०० कोटी डॉलर्सवरून १९८०मध्ये ९१,४०० कोटी डॉलर्सवर गेला.

परकीय धोरणं

इतर देशांमधल्या नागरिकांनासुद्धा समान हक्क मिळावेत आणि त्यांना अधिक सन्मानानं जगता यावं, यासाठी कार्टरनं राष्ट्रपतिपदाची सूत्रं हाती घेताच प्रयत्न सुरू केले. अर्जेंटिना, ब्राझील, उरुग्वे या देशांमध्ये तेव्हा लष्करी साम्राज्यं होती आणि साहजिकच तिथल्या नागरिकांच्या आयुष्यावर लष्करी सरकारचा अंकुश होता. यावर कार्टरनं टीका केली. सोव्हिएत युनियन तर पूर्वीपासूनच मानवी हक्कांच्या उल्लंघनासाठी अत्यंत कुप्रसिद्ध होती. कार्टरनं मानवी हक्कांच्या पायमल्लीविषयी केलेली टिप्पणी आपल्यासाठीच असल्याचा सोव्हिएत युनियनचा समज होणं स्वाभाविक होतं. यामुळे अमेरिका आणि सोव्हिएत युनियन यांच्यामधले संबंध पुन्हा ताणले गेले. यासंबंधी खुलासा करताना संयुक्त राष्ट्रसंघातल्या आपल्या भाषणात, आपलं विधान सगळ्याच देशांना लागू पडत असल्याचं त्यानं सांगितलं.

१९६१ सालापासून क्यूबाशी बिघडलेले संबंध सुधारण्यासाठीसुद्धा कार्टरनं प्रयत्न केले. राजदूत म्हणून आंतरराष्ट्रीय स्तरावर ओळखल्या जाणाऱ्या पदाच्या एक पाऊल खाली असलेल्या अधिकाऱ्याची, दोन्ही देशांच्या वतीनं नेमणूक करण्यात आली. १९८०मध्ये अमेरिकेला जाण्यासाठी इच्छुक असलेल्या क्यूबन नागरिकांना आपण आता थांबवून ठेवणार नसल्याचं क्यूबानं जाहीर केलं आणि अमेरिकेमध्ये आपण अशा लोकांचं स्वागतच करू, असं कार्टरनं जाहीर केलं.

यात कार्टरचा उद्देश चांगला असला, तरी याचा फायदा घेऊन अचानकपणे मोठ्या संख्येनं घुसखोर आणि गुन्हेगार लोकही अमेरिकेत शिरले. एकंदर १.२५ लाख क्यूबन नागरिक या काळात अमेरिकेत स्थलांतरित झाले आणि यावर वचक आणण्यासाठी नौदलाला सतर्कतेचे आदेश देणं कार्टरला भाग पडलं. याखेरीज चीनबरोबरचे सुधारत चाललेले संबंध कार्टरनं आणखी पुढे नेले. संयुक्त राष्ट्रसंघामध्ये अमेरिकेचा प्रतिनिधी म्हणून अँड्र्यू यंगची नेमणूक करून, कार्टरनं प्रथमच कृष्णवर्णीय माणसाला कॅबिनेट पदाचा दर्जा देण्याचा इतिहास घडवला. झिम्बाब्वे आणि दक्षिण आफ्रिका इथं गौरवर्णीयांनी कृष्णवर्णीयांवर पूर्वीपासून केलेल्या अन्यायामध्ये सुधारणा घडवण्यासाठी यंगनं खूप धडपड केली.

१९०३मध्ये थिओडोर रुझवेल्टच्या कारकिर्दीत अमेरिकेनं पनामा कालव्यावर कब्जा केला होता. अर्थातच, अमेरिकी वर्चस्ववाद आणि इतर देशांच्या अंतर्गत प्रश्नांमध्ये ढवळाढवळ या नेहमीच्या गुणधर्मांना हे अनुसरूनच होतं. कार्टरला हे अमान्य असल्यामुळे, त्यानं या कालव्याचा ताबा १९९९मध्ये पनामाकडे सोपवण्यासंबंधीचा करार केला. माजी राष्ट्रपती फोर्डनं कार्टरच्या या निर्णयाला आपला पाठिंबा असल्याचं जाहीर केलं; पण पुराणमतवादी रिपब्लिकन नेत्यांनी आपल्याला हे अमान्य असल्याचं सांगून, सिनेटला हा निर्णय रद्द ठरवण्यासाठी त्यांच्यावर दबाव आणला. सिनेटच्या आग्रहावरून काही मुद्दे आपल्या मसुद्यामध्ये समाविष्ट करून, कार्टरनं हे विधेयक संमत करून घेतलं. कार्टरनं अनेक आफ्रिकी देशांनाही भेटी दिल्या.

कार्टरनं अमेरिकी राष्ट्रपतिपदाची सूत्रं हाती घेतली, तेव्हा मध्यपूर्व आशियामधलं पेटलेलं वातावरण हा जागतिक शांतीच्या दृष्टीनं सगळ्यांत मोठा धोका असल्याचं चित्र दिसत होतं. १९४८ सालापासून इस्राईल आणि अरब देश यांच्यात चार युद्धं झाली होती. ही युद्धं १९७४ सालापासून थांबली असली, तरी भविष्यात ही युद्धं पुन्हा पेटतील, अशी दाट चिन्हं दिसत होती. इस्राईलचं अस्तित्वच अरब देश अमान्य करत होते; तर पॅलेस्टाईनची मूळ भूमी आपलीच आहे, असा इस्राईलचा हट्ट होता. अरब देशांपैकी पूर्वीपासून त्यातल्या त्यात ताकदवान असलेल्या इजिप्तच्या मदतीच्या जोरावर, दुबळ्या पॅलेस्टाईनचा लढा सुरू असल्याचं चित्र दिसून येत होतं. यामुळे इजिप्तची भूमिका जर इस्राईलला अनुकूल झाली, तर हा प्रश्न काही प्रमाणात सुटू शकेल, असं अमेरिकेला वाटत होतं. यामागचं सोपं कारण म्हणजे, इस्राईलच्या निर्मितीपासूनच अमेरिकेचा इस्राईलला पाठिंबा होता आणि पॅलेस्टाईनला विरोध होता. मुळात इस्राईलची निर्मिती व्हावी, यासाठी अमेरिकेनेच कटकारस्थान रचलं होतं. कार्टरनं अमेरिकेची सूत्रं हाती

घेण्याच्या सुमाराला, इजिप्तची सत्ता अन्वर अल-सादातकडे आली. सादातनं सगळी परिस्थिती बघून इस्त्राईलशी समझोता करण्याचा निर्णय घेतला. अमेरिकेच्या आग्रहावरून १९७७च्या एप्रिल महिन्यात सादातनं वॉशिंग्टनचा दौरा केला. कार्टरशी झालेल्या चर्चेत सादातनं या प्रश्नावर आपण निर्णायक भूमिका घ्यायला आणि आपला कट्टर शत्रू असलेल्या इस्त्राईलमध्ये जाऊन यायलाही तयार असल्याचं सांगितलं. मेनाचिम बिगिन या इस्त्रायली पंतप्रधानानं कार्टरच्या म्हणण्यानुसार सादातला आमंत्रण दिलं. १९-२१ नोव्हेंबर १९७७ या काळात सादात इस्त्राईलला जाऊन आला. ही ऐतिहासिक घटना होती! सगळं जग अवाक झालं. यानंतर डिसेंबर महिन्यात इजिप्तच्या कैरोमध्ये इस्त्राईल, इजिप्त आणि अमेरिका यांच्या प्रतिनिधींची बैठक झाली. इतर अरब देशांनी आपले प्रतिनिधी या बैठकीला पाठवणार नसल्याचं जाहीर केलं. उलट सादातनं आपल्याला दगा दिला असल्याचं सांगून त्यांनी सादातची निर्भर्त्सना केली. या बैठकीतून फारसं काही निष्पन्न झालं नाही. यातून मार्ग काढण्यासाठी १९७८च्या सप्टेंबर महिन्यात कार्टरनं सादात आणि बिगिन यांना अमेरिकाभेटीचं आमंत्रण दिलं. या बैठकीकडे सगळं जग श्वास रोखून बघत होतं! या बैठकीत अनेक वादविवाद झाले. सादात तर बैठक सोडून इजिप्तमध्ये परतायच्याही बेतात होता; पण कार्टरनं कसंबसं त्याला रोखून धरलं. अखेर १७ सप्टेंबर १९७८ या दिवशी कार्टर, सादात आणि बिगिन हे तिघे पत्रकारांसमोर आले. 'शांतता करारावर सही करण्यासाठी स्वतंत्र अरब पॅलेस्टिनी देशाची निर्मिती झाली असल्याचं जाहीर करावं,' अशी सादातची मागणी होती; पण त्यानं ती मागे घेतली. बिगिननं इजिप्तकडून इस्त्राईलनं हिरावून घेतलेला सायनाई प्रांत इजिप्तला परत करण्याचं आश्वासन दिलं. व्हाईट हाऊसमध्ये परतून तिघांनी संबंधित कराराच्या मनसुब्यावर सह्या केल्या आणि मध्यपूर्व आशियामध्ये शांतता निर्माण झाल्याचं चित्र जगभर पसरलं. अर्थातच, प्रत्यक्षात हे घडू शकलं नाही. कार्टरनं इजिप्त आणि इस्त्राईल या देशांना अनेक भेटी दिल्या. दोन्हीकडच्या नेत्यांची समजूत घालण्याचे भरपूर प्रयत्न त्यानं केले. अखेर २६ मार्च या दिवशी हा करार झाला. यामुळे इतर अरब देशांनी इजिप्तवर एकप्रकारे बहिष्कारच टाकला.

या काळात अमेरिका आणि सोव्हिएत युनियन यांच्यामधले संबंधसुद्धा सुधारत चालल्याचं चित्र निर्माण होत होतं. तेवढ्यात १९७९च्या नाताळाच्या दिवशी ८५,०० सैनिक अफगाणिस्तानात घुसवून रशियानं मोठी खळबळ निर्माण केली. अफगाणी राष्ट्रपतीला पदच्युत करून त्याचा वध करण्यात आला. त्याच्या जागी सोव्हिएत युनियननं आपला साम्यवादी बाहुला बसवला. सोव्हिएत

युनियनच्या या आक्रमणामागचं कारण म्हणजे, अफगाणिस्तानमध्ये या आक्रमणापूर्वी साम्यवादी सरकार होतं. ते उद्ध्वस्त करण्यासाठी अमेरिका प्रयत्नशील होती. जगभरात कुठंही साम्यवादाला धोका निर्माण झाला, तर त्या विरोधात सोव्हिएत युनियन उभं ठाकणार हे उघड होतं. त्यालाच अनुसरून, सोव्हिएत युनियननं अफगाणिस्तानमध्ये ही कारवाई केली होती. यामुळे २ जानेवारी १९८० या दिवशी सोव्हिएत युनियन आणि अमेरिका यांच्यामधल्या कराराविषयी फेरविचार करण्याची घोषणा कार्टरनं केली. याखेरीज तातडीनं सोव्हिएत युनियनबरोबरचे व्यापारी संबंध बेमुदत काळासाठी तोडून टाकण्याची आणि सोव्हिएत युनियनला उच्च तंत्रज्ञान पुरवलं जाण्यावर बंदी घालण्याची घोषणा त्यानं यानंतर दोन दिवसांनी टीव्हीवर केली. मॉस्कोमध्ये होऊ घातलेल्या उन्हाळी ऑलिम्पिक स्पर्धांमध्ये अमेरिका सहभागी होणार नसल्याचंही त्यानं जाहीर केलं. यावर सोव्हिएत युनियनची प्रतिक्रिया 'अमेरिकेने शीतयुद्धाला पुन्हा सुरुवात केली' अशी होती.

या घडामोडींहून प्रचंड गाजलेला घटनाक्रम इराणच्या बाबतीत घडला. तो इतका महत्त्वाचा ठरला की, कार्टरची राष्ट्रपतिपदावर फेरनिवडसुद्धा होऊ शकली नाही. याची पार्श्वभूमी म्हणजे, १९५३मध्ये अमेरिकेनं इराणमध्ये सत्ताबदल घडवला. लोकशाही मार्गानं निवडून आलेल्या पंतप्रधानाची उचलबांगडी करून, आपल्या मर्जीतल्या शहा महंमद रझा पेहलावीकडे अमेरिकेनं सत्ता सोपवली. हुकूमशाही पद्धतीनं आपली सत्ता चालवणाऱ्या शहानं, अनेक दशकं अमेरिकेची मर्जी सांभाळत तिला खूश ठेवलं. अमेरिकेला तेल पुरवणं आणि त्याच्या मोबदल्यात अमेरिकी शस्त्रास्त्रं विकत घेणं, हा कार्यक्रम शहानं अगदी चोखपणे बजावला. या विरोधात इराणी जनमत पेटत गेलं. याचा उद्रेक १९७८मध्ये झाला. एकीकडे कार्टर जगभरात सगळ्या लोकांना समान वागणूक मिळाली पाहिजे अशी हाक देत असताना, दुसरीकडे शहा आपल्या नागरिकांवर दडपशाही करणं, गुप्त पोलीस नेमणं आणि त्यांच्याकरवी जनतेवर अत्याचार करणं, असे अनेक प्रकार करत होता. अमेरिकेला आपला सगळ्यांत मोठा शत्रू मानणारा आणि इराणमधून हद्दपार करण्यात आलेला अयातुल्ला खोमेनी हा इराणी नेता फ्रान्समधून शहाविरुद्धच्या या मोहिमेची सूत्रं हलवत होता. जर आपल्याकडे इराणचा कारभार आला, तर आपण अमेरिकेला तेल पुरवणं बंद करून टाकणार असल्याचं खोमेनीनं जाहीर केलं होतं. प्रत्यक्षात मात्र त्याच्याशी तडजोड करणं शक्य असल्याचं, आपल्या गुप्तचरांच्या इराणी गुप्तचरांशी झालेल्या चर्चेतून कार्टरच्या कानांवर आलं असल्यामुळे, तो जरा निश्चिंत राहिला. म्हणूनच १९७९च्या जानेवारी महिन्यात, शहाच्या विरोधातला उद्रेक टोकाला पोहोचला असताना, कार्टरनं शहाला देश सोडून

जाण्याचा सल्ला दिला. इराणी लष्कराला देशातली क्रांती ठेचून काढण्यापासून त्यानं परावृत्त केलं. यामुळे शहा आधी इजिप्तला आणि तिथून मेक्सिकोला गेला. खोमेनीच्या हाती कोलीत नको, म्हणून शहानं अमेरिकेत येता कामा नये, असं शहाला सांगण्यात आलं. फेब्रुवारी महिन्यात फ्रान्समधून खोमेनी इराणला गाजावाजासह परतला आणि त्यानं देशाच्या कारभाराची सूत्रं स्वतःकडे घेतली. शहाच्या कारकिर्दीतले हजारो सरकारी लोक आणि लष्करी अधिकारी यांना ठार करण्यात आलं. इराणमध्ये काम करत असलेल्या हजारो अमेरिकी लोकांना तातडीनं देश सोडण्याच्या अटीवर मायदेशी परतू देण्यात आलं.

१४ फेब्रुवारी १९७९ या दिवशी तेहरानमधल्या अमेरिकी दूतावासावर इराणमधल्या हल्लेखोरांनी आक्रमण केलं आणि ती आपल्या ताब्यात घेतली. खोमेनीच्या लष्करानं सुटका करेपर्यंत अमेरिकी राजदूत आपल्या सुमारे १०० अमेरिकी कर्मचाऱ्यांसह तिथं अडकून पडला. अशा परिस्थितीतसुद्धा इराणकडून अमेरिकेला तिच्या दैनंदिन तेलाच्या गरजेचा चौथा हिस्सा म्हणजेच साधारण ७ लाख पिंपं इतकं तेल मिळत राहिलं. कार्टरनं इराणमधल्या आपल्या राजदूताला मायदेशी बोलावून घेतलं. इराणशी नक्की कशी चर्चा करावी, यासाठीचे डावपेच त्याला आखायचे होते. दरम्यान, अमेरिकी सिनेटनं इराणमध्ये सुरू असलेल्या शहाच्या कारकिर्दीतल्या अधिकाऱ्यांच्या वधाची निंदा करणारा प्रस्ताव संमत केला. यामुळे २० मे या दिवशी आपल्याला नवा अमेरिकी राजदूत गरजेचा वाटत नसल्याचा निरोप इराणनं अमेरिकेला दिला. तरीसुद्धा इराणशी राजकीय संबंध पूर्णपणे न तोडता, जरा कमी हुद्द्याचे कर्मचारी, तेहरानमधल्या अमेरिकी दूतावासामध्ये कायम ठेवण्याचं धोरण अमेरिकेनं स्वीकारलं. या परिस्थितीतून काय मार्ग निघेल, हे सांगणं कठीण होऊन बसलेलं असतानाच, वैद्यकीय उपचारांसाठी शहाला अमेरिकेमध्ये येण्याची परवानगी देण्याचा निर्णय कार्टरनं घेतला. माजी अमेरिकी परराष्ट्रमंत्री हेन्री किसिंजर आणि अब्जाधीश बँकर डेव्हिड रॉकफेलर यांच्या सल्ल्यानुसार कार्टर वागला, असं मानलं जातं. इराणमधल्या अमेरिकी दूतावासातल्या कर्मचाऱ्यांनी आधीपासूनच कार्टरला असा निर्णय घेण्यापासून परावृत्त करण्याचे खूप प्रयत्न केले होते. 'खोमेनी राजवट यामुळे चवताळेल आणि घिसाडघाईनं कुठलाही आततायी निर्णय घेऊ शकेल,' असा त्यांनी कार्टरला इशारा दिला होता; पण कार्टरनं हा धोका पत्करलाच.

शहानं न्यू यॉर्कमध्ये पाऊल ठेवताच त्याचे पडसाद तेहरानमध्ये उमटले. हजारोंच्या संख्येनं चिडलेले इराणी युवक 'कार्टर मुर्दाबाद' आणि 'शहा मुर्दाबाद'च्या घोषणा देत आक्रमकरीत्या रस्त्यांवर उतरले. २३ ऑक्टोबरच्या या घटनेनंतर

वातावरण विलक्षण तापत गेलं आणि ३ नोव्हेंबरला अमेरिकी सुरक्षारक्षकांची फळी मोडून काढत आक्रमक इराणी युवक अमेरिकी दूतावासाच्या इमारतीत शिरले. तिथं त्यांनी इमारतीचा बहुतेक सगळा भाग आपल्या ताब्यात घेतला. तिथल्या सगळ्या अमेरिकी कर्मचाऱ्यांना त्यांनी अटक केली आणि त्यांच्या डोळ्यांवर काळी पट्टी बांधून त्यांची धिंड काढण्यात आली. याला उत्स्फूर्तपणे प्रतिसाद देणाऱ्या इमारतीबाहेरच्या प्रेक्षकांसमोर हल्लेखोरांनी कार्टरला धमकी दिली. जर शहा आणि त्यानं अमेरिकेच्या मदतीनं लुटलेली इराणी संपत्ती या गोष्टी अमेरिकेनं आपल्या हवाली केल्या नाहीत, तर आपण या बंधकांना ठार करू, अशी थरारक घोषणा या हल्लेखोरांनी केली. यामुळे चिंतित झालेल्या कार्टरनं चर्चेसाठी आपले दूत इराणला पाठवायचं ठरवलं; पण त्यांना आपल्या देशात प्रवेश देण्याला खोमेनीनं नकार दिला.

अमेरिकेमध्ये तीव्र संतापाचं आणि काळजीचं वातावरण निर्माण झालं. इराणच्या विरोधात कठोर कारवाई करण्याची मागणी अमेरिकी काँग्रेसनं केली. इराणला आर्थिकदृष्ट्या वाकवण्यासाठी, आपण इराणी तेलाच्या आयातीवर बेमुदत काळासाठी बंदी घालत असल्याचं कार्टरनं जाहीर केलं. अमेरिकी बँकांमधले आपले ६०० कोटी डॉलर्स काढून घेण्याच्या बेतात इराण असल्याचं समजताच, यामधला बहुतेक सगळा निधी गोठवण्यात आला. तरीसुद्धा चर्चा सुरू ठेवणं महत्त्वाचं असल्याचं ओळखून कार्टरनं इराणशी राजकीय संबंध कायम ठेवले. दरम्यान, अमेरिकाविरोधी वातावरण इराणपुरतं मर्यादित न ठेवता, ते जगभरात इतरत्रही पसरवण्याचा खोमेनीनं जोरदार प्रयत्न केला. यामुळे खासकरून मुस्लिम देशांमध्ये अमेरिकेच्या विरोधात उग्र निदर्शनं सुरू झाली. २१ नोव्हेंबरला पाकिस्तानच्या इस्लामाबादमधल्या अमेरिकी दूतावासाच्या इमारतीवर हल्लेखोरांनी आक्रमण केलं आणि बरीच नासधूस केली. असाच प्रकार इतर देशांमधल्या अमेरिकी दूतावासांच्या बाबतीतही घडला. इराणला खूश करण्यासाठी शहाला अमेरिका सोडून पनामामध्ये जायला सांगण्यात आलं. नंतर पनामाशी वाटाघाटी करून त्याला इराणमध्ये परत आणण्यासाठी खोमेनी सरकारनं प्रयत्न सुरू करताच, शहा इजिप्तमध्ये गेला. २७ जुलै १९८० या दिवशी तिथंच कर्करोगानं त्याचं निधन झालं. त्याच्या अंत्यविधीला हजेरी लावणारा एकमेव प्रथितयश अमेरिकी नागरिक, म्हणजे माजी राष्ट्रपती रिचर्ड निक्सन होता. कार्टरनं हे प्रकरण 'लज्जास्पद' प्रकारे हाताळल्याची त्यानं टीका केली.

दरम्यान तेहरानमधल्या अमेरिकी दूतावासामध्ये असलेल्या ५२ कर्मचाऱ्यांना ओलीस ठेवण्यात आलं होतं. सुरुवातीला, या लोकांची सुटका करण्यासाठी

आपण कार्टरच्या पाठीशी उभं राहिलं पाहिजे असं वाटून, अमेरिकी नागरिकांनी त्याला पूर्ण पाठिंबा दिला. जसजसं हे प्रकरण मारुतीच्या शेपटासारखं लांबत गेलं आणि ओलीस ठेवण्यात आलेल्या अमेरिकी कर्मचाऱ्यांची सुटका होत नसल्याचं स्पष्ट होत गेलं, तसतसं मात्र जनमत फिरलं. जगातल्या सगळ्यांत ताकदवान देशाला अशा प्रकारे अपमानास्पद वागणुकीला तोंड द्यावं लागत असल्याचा आणि इराणसारखा देश आपल्याला हवं तसं वाकवत असल्याचा हा धक्का, अमेरिका पचवू शकत नव्हती. साहजिकच, कसलाच मार्ग समोर दिसत नसल्याचं आणि चर्चेतून हा प्रश्न सुटत नसल्याचं जाणवून, कार्टरनं तेहरानच्या दूतावासामध्ये अडकलेल्या अमेरिकी कर्मचाऱ्यांची सुटका करण्यासाठी आपल्या हवाई दलाला गुप्तपणे हल्ला करण्याचे आदेश दिले. २५ एप्रिल १९८० या दिवशी ही मोहीम फसल्याची धक्कादायक कबुली कार्टरनं टीव्हीवर अमेरिकी जनतेला दिल्याबरोबर मात्र, देश पार हादरून गेला. या मोहिमेसाठी गेलेल्या आठपैकी तीन हेलिकॉप्टर्समध्ये अडचणी निर्माण होताच, कार्टरनं आणखी धोका न पत्करता ही मोहीम थांबवण्याचे आदेश दिले होते. कहर म्हणजे, तातडीने ही मोहीम रद्द करण्याच्या प्रयत्नांत एक लष्करी हेलिकॉप्टर आणि सामानसुमान घेऊन जाणारं एक विमान यांची हवेतच टक्कर झाली आणि त्यात ८ अमेरिकी जवान ठार झाले, तर इतर काही जण जखमी झाले. आपला इशारा धुडकावून कार्टरनं या मोहिमेला हिरवा दिवा दाखवला असल्याच्या निषेधार्थ अमेरिकी परराष्ट्रमंत्र्यानं आपल्या पदाचा राजीनामा दिला.

अमेरिकेला शिक्षा देण्यापेक्षा, कार्टरला चांगली अद्दल घडवण्याचा खोमेनीचा बहुधा हेतू असावा. याचं कारण म्हणजे, १९८०च्या अमेरिकी राष्ट्रपतिपदासाठीच्या निवडणुकीच्या दोनच दिवस आधी, अमेरिकी दूतावासामधल्या कर्मचाऱ्यांची सुटका करण्याच्या मोबदल्यात विलक्षण कठीण अटी घालण्याचा निर्णय खोमेनीनं जाहीर केला. कार्टरच्या फेरनिवडीमधला हा शेवटचा मोठा अडथळा ठरला. ४ नोव्हेंबर १९८० या दिवशी मतदान झालं आणि त्याच तारखेला कार्टरच्या दृष्टीनं अत्यंत लज्जास्पद ठरलेल्या इराणमधल्या ओलीस प्रकरणाचा वाढदिवसही साजरा झाला! कार्टरचा निवडणुकीत पराभव झाल्यानंतरच, अमेरिकेला इराणशी गांभीर्यानं हा प्रश्न सोडवण्यासाठीची चर्चा करण्याची संधी, अल्जेरियाच्या मदतीने मिळू शकली. कार्टरनं नाइलाजानं इराणच्या जवळपास सगळ्या अटी मान्य केल्या असल्या, तरी बारीकसारीक मुद्द्यांवर खोमेनी मुद्दामच अडून बसला. अखेर, कार्टर व्हाईट हाऊसमधून बाहेर पडल्यानंतरच या ओलीस कर्मचाऱ्यांची सुटका करण्यात आली आणि ते अमेरिकेला परतू शकले.

दरम्यान, राष्ट्रपतिपदाच्या फेरनिवडीसाठीच्या प्रचारात कार्टर फारसा सहभागी झाला नाही. डेमोक्रॅटिक पक्षाच्या वतीनं ही उमेदवारी मिळवण्यासाठी त्याच्यासमोर माजी राष्ट्रपती जॉन एफ केनेडीचा सगळ्यांत धाकटा भाऊ एडवर्ड एम. केनेडी याचं आव्हान होतं. एडवर्ड केनेडीनं आत्मविश्वासानं कार्टरला आपल्याबरोबर जाहीरपणे वादविवाद करण्याचं आव्हान दिलं; पण कार्टरनं ते अमान्य केलं. सुरुवातीला डेमोक्रॅटिक पक्षाचे समर्थक कार्टरच्या बाजूनं उभे राहिले; पण जसजसा इराणमधला ओलीस प्रश्न भडकत गेला, तसतसं त्यांचं मत बदलत गेलं. तरीसुद्धा अखेर डेमोक्रॅटिक पक्षाची उमेदवारी मिळवण्यात कार्टरला यश आलं. रिपब्लिकन पक्षाचा उमेदवार रोनाल्ड रीगन याच्याशी कार्टरचा टीव्हीवर थेट प्रक्षेपित करण्यात आलेला ९० मिनिटांचा वादविवाद झाला. यात कार्टरनं रीगन 'धोकादायक आणि आततायी' असल्याची टीका केली. स्मितहास्य करत रीगननं याला शांतपणे प्रतिसाद दिला. तसंच 'अमेरिकी जनतेने चार वर्षांपूर्वी आपण सध्याच्या परिस्थितीपेक्षा जास्त सुखात होतो का, एवढाच विचार करावा' असं अत्यंत सूचक विधान केलं. अखेर निवडणुकीत पराभव झाल्यानंतर रीगननं राष्ट्रपतिपदाची सूत्रं हाती घेण्यापर्यंतच्या काळात, कार्टरनं इराणशी चर्चा करून ओलीस प्रश्न सोडवण्यासाठी खूप प्रयत्न केले.

निराश झालेला कार्टर राष्ट्रपतिपद सोडून जॉर्जियात परतला. त्याला आपलं आत्मचरित्र लिहायचं होतं. याचबरोबर आंतरराष्ट्रीय पातळीवरच्या चकमकींमधून आणि प्रश्नांमधून मार्ग काढण्यासाठीची एक स्वयंसेवी संस्था उभी करण्याची कल्पना त्याच्या डोक्यात आली. यासाठी कार्टरनं काही दक्षिण अमेरिकी देशांना भेटी दिल्या. तिथं त्यानं प्रस्थापित राजवटीचे प्रमुख आणि विरोधक या दोन्ही गटांच्या नेत्यांच्या गाठीभेटी घेतल्या आणि स्थानिक प्रश्न सोडवण्याचे प्रयत्न केले. तसंच गरीब देशांमधल्या शुद्ध पाण्याचा तुटवडा आणि रोगराई अशा प्रकारच्या मूलभूत प्रश्नांवर तोडगा शोधण्याचे प्रयत्नही त्यानं केले. यामुळे १९८९मध्ये पनामा देशातल्या राष्ट्रपतिपदासाठीच्या निवडणुकीवर देखरेख ठेवण्याची जबाबदारी कार्टरवर सोपवण्यात आली. यानंतर जगभरात मूलभूत मानवी हक्क आणि लोकशाही यांचा प्रसार करण्यासाठी कार्टर झटला. अनेक देशांमधून त्याला निवडणुकांवर देखरेख ठेवण्यासाठी, तसंच महत्त्वाच्या प्रश्नांमधून मार्ग काढण्यासाठीचं मार्गदर्शन करण्यासाठी निमंत्रण आलं. २००२मध्ये थिओडोर रुझवेल्ट आणि वुड्रो विल्सन यांच्यानंतर शांततेसाठीचं 'नोबेल पारितोषिक' मिळवणारा तो तिसरा अमेरिकी राष्ट्रपती ठरला.

❖

रोनाल्ड रीगन

१९८१-८९
या काळातला अमेरिकेचा चाळिसावा राष्ट्रपती

अल्प-परिचय

साल	घटना
१९११	इलिनॉय राज्यातल्या टॅम्पिको इथे जन्म
१९३२	महाविद्यालयीन शिक्षण पूर्ण
१९३७	चित्रपटात प्रथमच भूमिका
१९४०	जेन विमन या अभिनेत्रीशी लग्न
१९४२-४५	अमेरिकी हवाई दलात सेवा
१९४८	जेन विमनपासून घटस्फोट
१९५२	नॅन्सी डेव्हिसशी लग्न
१९६७-७५	कॅलिफोर्निया राज्याचा गव्हर्नर
१९८१-८९	अमेरिकेचा चाळिसावा राष्ट्रपती
१९८१	खुनी हल्ल्यात जखमी; पण बचावला
२००४	निधन

प्राथमिक ओळख

६९व्या वर्षी राष्ट्रपतिपद मिळालेला रोनाल्ड रीगन, हे पद स्वीकारतानाचा सगळ्यांत वृद्ध अमेरिकी राष्ट्रपती ठरला. यानंतर ७३ वर्षांचा असताना या पदावर फेरनिवड झाल्यामुळे त्यानं आणखी एक नवा विक्रम केला. या वयाचा अडथळा आपल्या कामकाजात मात्र त्यानं कधीच जाणवू दिला नाही. अत्यंत कठोरपणे निर्णय घेत त्यानं देशासमोरचे प्रश्न सोडवण्याचा प्रयत्न केला. याच्याच जोडीला त्यानं आंतरराष्ट्रीय राजकारण आणि अर्थकारण यांच्या संदर्भात टोकाची

धोरणं राबवून जगाला त्यांचे दुष्परिणाम दीर्घ काळासाठी भोगायला भाग पाडलं.

सुमारे ५० चित्रपटांमध्ये काम केलेला अभिनेता आणि दोन टीव्ही कार्यक्रमांचं सूत्रसंचालन केलेल्या रीगनला पडद्यावर बघायची अमेरिकी नागरिकांना सवय होती. १९६०च्या दशकात रीगननं रिपब्लिकन पक्षामध्ये 'अतिपरंपरावादी धोरणांचा पुरस्कर्ता' म्हणून आपली ओळख निर्माण केली. कॅलिफोर्नियाचा गव्हर्नर म्हणून काम केल्यानंतर, त्यानं दोन वेळा आपल्या पक्षातर्फे राष्ट्रपतिपदासाठीची उमेदवारी मिळवण्याचा अयशस्वी प्रयत्न केला. अखेर, १९८०मध्ये या प्रयत्नांना यश लाभल्यानंतर त्यानं अमेरिकेची आंतरराष्ट्रीय पातळीवरची डागाळलेली प्रतिमा पुन्हा सुधारण्याच्या आणि अमेरिकी अर्थकारण नव्यानं रुळांवर आणण्याच्या आपल्या आश्वासनांच्या जोरावर, बदनाम झालेल्या तत्कालीन राष्ट्रपती जिमी कार्टरचा सहजपणे पराभव केला.

राष्ट्रपतिपदाची सूत्रं हाती घेण्याच्या सुमारालाच इराणमध्ये एका वर्षाहून जास्त काळ ओलीस ठेवण्यात आलेल्या ५२ अमेरिकी नागरिकांची सुखरूप सुटका होण्यासंबंधीची खुशखबर, आपल्या देशवासीयांना देण्याची संधी रीगनला मिळाली. यामुळे आपला नवा राष्ट्रपती खरोखरच कणखर असल्याची भावना अमेरिकी नागरिकांमध्ये आली. तेवढ्यात रीगनवर खुनी हल्ला झाल्यानंतर त्यातून तो वेगानं बरा झाला आणि याही काळात त्यानं अजिबात कसलाच दुबळा संदेश आपल्याकडून लोकांपर्यंत न जाऊ दिल्यामुळे, त्याची लोकप्रियता झपाट्यानं वाढत गेली. रीगननं आपल्या राष्ट्रपतिपदाचे दोन्ही कार्यकाल पूर्ण केल्यानंतर अमेरिकेमधली महागाई अखेर थंडावल्याचं, अर्थकारण सुरळीत झाल्याचं आणि अमेरिकेची ताकदवान देश म्हणून पुन्हा प्रतिमा निर्माण झाल्याचं फसवं चित्र निर्माण झालं. या जोडीला सोव्हिएत युनियनबरोबरचा शस्त्रसंधीचा ऐतिहासिक कराराही त्याच्याच कारकिर्दीत झाला. म्हणूनच अजूनही कट्टर विचारसरणी असलेल्या रिपब्लिकन पक्षातल्या अनेक जणांकडून रीगनच्या आठवणी वारंवार काढल्या जातात.

जडणघडण

फक्त १००० लोकसंख्या असलेल्या गावात रोनाल्ड विल्सन रीगनचा जन्म झाला. चपला-बुटांच्या दुकानात त्याचे वडील 'हिशेबनीस' म्हणून काम करायचे. त्यांच्या तुटपुंज्या उत्पन्नात भर टाकण्यासाठी रीगनची आईसुद्धा अधूनमधून मिळेल त्या ठिकाणी कारकुनी करायची. रीगनच्या वडिलांना दारूचं व्यसन होतं. यामुळे त्यांना वारंवार कामावरून काढलं जाई आणि पैसे कमावण्यासाठी

सातत्यानं नोकरी बदलावी लागे. असं करतच ते इलिनॉय राज्यातल्या डिक्सन इथं स्थायिक झाले. पैसे उधार घेऊन त्यांनी एका दुकानात भागीदारी मिळवली. हा आपल्या आयुष्यातला सगळ्यांत आनंददायी काळ होता, असं रीगननं नंतर म्हटलं. तो फुटबॉल चांगलं खेळे. नंतर त्यानं जीवरक्षक म्हणून काम केलं आणि अनेक लोकांचे प्राण वाचवले. यानंतर त्यानं क्रीडा स्पर्धांचं रेडिओवरून वार्तांकन करण्याची नोकरी धरली. या कामामुळे तो चांगलाच लोकप्रिय झाला. हे काम करत असतानाच १९३७मध्ये रीगनला हॉलिवूडला भेट देण्याची संधी मिळाली. एका मित्रानं त्याची तिथं सहजच 'स्क्रीन टेस्ट' आयोजित केली.

ती बघितल्यावर वॉर्नर ब्रदर्स कंपनीनं रीगनला आठवड्याला २०० डॉलर्सच्या मोबदल्यावर करारबद्ध केलं. आपल्या 'लव्ह इज ऑन द एयर' या चित्रपटात रीगननं आपल्या खऱ्या आयुष्यात वठवत असलेली, म्हणजेच रेडिओवरच्या कार्यक्रमांच्या निवेदकाची भूमिका केली. अर्थात ही भूमिका तशी दुय्यमच होती. याच्या पुढच्या वर्षीचा 'ब्रदर रॅट' हा चित्रपट मात्र जरा जास्त चांगल्या दर्जाचा होता. या चित्रपटातली आपली सहअभिनेत्री जेन विमन हिच्याशी दोन वर्षांनी रीगननं लग्न केलं. आठ वर्षांच्या त्यांच्या संसारात त्यांना एक मुलगी झाली; तर एक मुलगा त्यांनी दत्तक घेतला. १९४८मध्ये रीगनचा घटस्फोट झाला.

आपल्या अभिनयाच्या कारकिर्दीत हळूहळू यश मिळवत चाललेल्या रीगनच्या कामात दुसऱ्या महायुद्धाचा अडथळा आला. त्यानं अमेरिकेच्या राखीव सुरक्षा दलात सहभागी होण्यासाठी नोंदणी केली खरी; पण जवळचं नीट दिसत नसल्यामुळे त्याला प्रत्यक्ष रणांगणावर पाठवण्यात धोका असल्याचं त्याच्या वरिष्ठांचं मत होतं. पर्ल हार्बरवरच्या हल्ल्यानंतर मात्र त्याला रणांगणामध्ये दाखल होण्यासाठीचा निरोप धाडण्यात आला. तिथंही प्रत्यक्ष लढण्यापेक्षा, अमेरिकी लष्कराच्या मनोरंजनासाठी छोटे चित्रपट बनवण्याचं काम त्याला देण्यात आलं. दुसरं महायुद्ध संपल्यावर रीगन पुन्हा आपल्या अभिनेत्याच्या भूमिकेत शिरला. त्यानं जवळपास आणखी दोन डझनभर चित्रपटांमध्ये काम केलं. या दुसऱ्या टप्प्यात तुलनेनं त्याला कमी यश मिळालं. आपल्या पिढीतल्या इतर अनेक जणांप्रमाणेच दुसऱ्या महायुद्धात लढून रीगनमधलं देशप्रेम आणि कामावरची निष्ठा, यांच्यामध्ये प्रचंड वाढ झाली. त्यानं चित्रपट उद्योगाच्या कामगार संघटनेमध्ये सहभाग दर्शवला. या काळात साम्यवादी विचारसरणी हॉलिवूडमध्ये रुजवण्यासाठी प्रयत्न सुरू होते. त्यांच्या विरोधात रीगननं 'कामगार संघटनेचा अध्यक्ष' या

नात्यानं नावांसकट साक्षी दिल्याचं नंतर उघडकीला आलं. या काळात खरं म्हणजे, रीगन उदारमतवादी डेमोक्रॅटिक विचारसरणीचा होता. त्यानं १९४८मध्ये हॅरी ट्रूमनच्या उमेदवारीला पाठिंबा दिला.

यानंतर अभिनेत्यांशी संबंधित असलेल्या एका संघटनेचं अध्यक्षपद रीगनकडे असताना साम्यवाद्यांच्या घुसखोरीच्या प्रयत्नांना कंटाळून नॅन्सी डेव्हिस नावाच्या एका तरुण अभिनेत्रीनं रीगनची मदत मागितली. यातून त्यांचं प्रेम जुळलं आणि १९५२मध्ये ते विवाहबद्ध झाले. या दोघांनी एकत्र असा एकच चित्रपट केला आणि यानंतर नॅन्सीनं आपल्या कुटुंबाची जबाबदारी सांभाळण्यासाठी कामाला रामराम ठोकला. तिच्या पोटी दोन मुलं जन्मली. दरम्यान, चित्रपटांमधली आपली कारकीर्द संपुष्टात आल्याच्या जाणिवेपोटी रीगननं टीव्हीकडे लक्ष वळवलं. तेव्हा लोकप्रिय होत चाललेल्या टीव्ही या माध्यमाचा फायदा उठवून, रीगननं कार्यक्रमांचा संचालक म्हणून आपलं नाव सर्वदूर पोहोचवलं. यांपैकी एका कार्यक्रमाचं प्रायोजकत्व जनरल इलेक्ट्रिक कंपनीचं होतं. यामुळे या कंपनीचा 'गुडविल ॲम्बॅसॅडर' म्हणूनही त्यानं काम केलं.

१९५०च्या दशकात रीगनची विचारसरणी बदलत गेली. उदारमतवादी मतं झिडकारून तो आता पुराणमतवादी बनला. हळूहळू त्यानं आयसेनहॉव्हर आणि निक्सन अशा रिपब्लिकन पक्षाच्या राष्ट्रपतिपदाच्या उमेदवारांना पाठिंबा द्यायला सुरुवात केली. पुराणमतवादी विचारसरणीला अनुसरून सरकारचा सर्वसामान्य जनतेवरचा पगडा कमी करण्यावर, तसंच सरकारचा वायफळ खर्च कमी करण्यावर भर देण्याच्या मुद्द्यांवर तो आग्रही होता. पूर्वी डेमोक्रॅटिक पक्षानं अशा प्रकारची विचारसरणी अंगीकारली असल्यामुळे, रीगनचा या पक्षाला पाठिंबा होता; पण आता या पक्षानं आपली भूमिका पार बदलून याच्या उलट केल्यामुळे, आपण रिपब्लिकन पक्षाला पाठिंबा देत असल्याचं मत त्यानं व्यक्त केलं.

१९६४ सालानं रीगनच्या आयुष्याला एकदम कलाटणी दिली. त्या वर्षीच्या रिपब्लिकन पक्षाच्या राष्ट्रपतिपदाच्या उमेदवाराच्या प्रचारासाठी रीगननं केलेलं भाषण टीव्हीवर दाखवण्यात आलं. अत्यंत खुसखुशीत शब्दांची आणि वाक्यांची पेरणी असलेल्या या भाषणानं अमेरिकी जनतेला पुरतं जिंकून घेतलं. सरकारनं राज्यकारभारात प्रमाणाबाहेर दखल देणं, तसंच करांचं प्रमाण जास्त असणं, या दोन मुद्द्यांसंबंधी त्यानं खूप नाराजी व्यक्त केली. यामुळे कॅलिफोर्नियामधल्या श्रीमंत उद्योगपतींना, आपलं भलं करण्याची क्षमता रीगनमध्ये असल्याचा विश्वास वाटायला लागला. सुरुवातीला कॅलिफोर्नियाचा गव्हर्नर बनण्यासाठीची

निवडणूक लढवावी, असा सल्ला देणाऱ्यांना रीगननं हसण्यावारी नेलं खरं; पण हळूहळू खरोखर आपण यासाठी प्रयत्न करायला हरकत नाही, असं त्याला वाटायला लागलं.

१९६६मध्ये रिपब्लिकन पक्षाची उमेदवारी मिळवल्यानंतर, त्यानं सलग दोन वेळा गव्हर्नरपदाची निवडणूक जिंकलेल्या डेमोक्रॅटिक पक्षाच्या उमेदवाराचा सहज पराभव केला. एखाद्या कंपनीच्या संचालक मंडळाच्या अध्यक्षाच्या धर्तीवर रीगन 'गव्हर्नर' म्हणून आपला कारभार चालवत असे. आठवड्यातून दोनदा आपल्या वरिष्ठ सहकाऱ्यांची बैठक बोलावणं, त्यांची मतं ऐकून घेणं आणि त्यांच्या तसंच इतर अहवालांच्या आधारे निर्णय घेणं, अशी त्याची कामाची पद्धत होती. आधीच्या गव्हर्नरनं प्रमाणाबाहेर खर्च करून राज्य सरकारच्या डोक्यावर खूप मोठं कर्ज साचवलं असल्याच्या खात्रीमुळे रीगनने शिक्षण, आरोग्य आणि गरजूंना मदत यात मोठी घट केली. महागाईमुळे सरकारकडे गोळा होत असलेल्या निधीत वाढ झाली. त्यामधला काही हिस्सा करदात्यांना परत करण्यात आला. यानंतर रीगनची 'कॅलिफोर्नियाचा गव्हर्नर' म्हणून लोकांनी फेरनिवड केली.

पहिल्यांदा कॅलिफोर्नियाचा गव्हर्नर झाल्या झाल्या, रीगनच्या समर्थकांनी त्याला अमेरिकी राष्ट्रपतिपदासाठी प्रयत्न करायचा आग्रह सुरू केला. आपण हे गव्हर्नरपद लोकांची सेवा करण्यासाठी स्वीकारलेलं असल्याचं आणि राष्ट्रपतिपदाकडे जाण्यासाठीचा मार्ग म्हणून त्याच्याकडे बघत नसल्याचं रीगननं स्पष्ट केलं. म्हणूनच आपला कार्यकाल पूर्ण केल्यानंतरच त्यानं रिपब्लिकन पक्षातर्फे राष्ट्रपतिपदाचा उमेदवार बनण्याविषयी जरा गांभीर्यानं विचार सुरू केला.

१९७२च्या निवडणुकीसाठीची ही उमेदवारी मिळवण्याचा प्रयत्न रीगननं खूप उशिरा केल्यामुळे, तोपर्यंत रिचर्ड निक्सननं सहज बाजी मारली. आता १९७६ सालापर्यंत वाट बघण्यावाचून आपल्यासमोर पर्याय नसल्याचं रीगनच्या समर्थकांच्या लक्षात आलं. पुन्हा आपलं गव्हर्नरपद याच मोहिमेचा अडसर ठरू नये, यासाठी १९७४मध्ये रीगननं सलग तिसऱ्यांदा कॅलिफोर्नियाच्या गव्हर्नरपदासाठी रिंगणात न उतरण्याचा निर्णय घेतला. याऐवजी आता श्रीमंत झालेल्या रीगननं काही काळ आरामात घालवला. यानंतर त्यानं रिपब्लिकन पक्षाची राष्ट्रपतिपदा साठीची उमेदवारी मिळवण्यासाठी प्रयत्न सुरू केले. रीगनची लोकप्रियता लक्षात घेता, त्याला ही उमेदवारी मिळेल, असं मत अनेक जण व्यक्त करत असले, तरी निक्सनला पदच्युत केल्यानंतर त्याची जागा घेणारा उपराष्ट्रपती गेराल्ड फोर्डसुद्धा उमेदवारीच्या रिंगणात होता. त्यानं रीगनवर मात

केली. निवडणुकीत तो डेमोक्रॅटिक पक्षाच्या जिमी कार्टरकडून पराभूत झाला. रीगनचं स्वप्न मात्र पुन्हा भंगलं. आणखी चार वर्षं वाट बघण्यावाचून त्याच्यासमोर दुसरा पर्यायच नव्हता.

१९७९मध्ये रीगननं आपली उमेदवारी जाहीर केली खरी; पण त्याच्यासमोरचं आव्हान एकदम तगडं होतं. राष्ट्रपती कार्टर, सिनेटर एडवर्ड केनेडी आणि माजी राष्ट्रपती फोर्ड यांना निरनिराळ्या सर्वेक्षणांमध्ये मतदारांची रीगनपेक्षा जास्त पसंती असल्याचं तर दिसून येत होतंच; पण शिवाय फोर्डखेरीज आणखी नऊ जण रिपब्लिकन पक्षातर्फे उमेदवारी मिळवण्यासाठीच्या रिंगणात उतरले होते. इराणमधला ओलीस प्रश्न, प्रचंड महागाई, तेलाचा तुटवडा, बेरोजगारी अशा अनेक प्रश्नांनी अमेरिकेत थैमान घातलं होतं. 'आपण करांमध्ये घट करू, सरकारी ताळेबंद ठिकाणावर आणू, शस्त्रास्त्रांच्या खासगी वापराला होत असलेला विरोध हाणून पाडू आणि अमेरिकी लष्कर एकदम ताकदवान बनवू,' अशी आश्वासनं रीगननं दिली. अखेर त्याला उमेदवारी मिळाली. आता खासकरून इराणप्रश्नी नुसतं वादळ माजलं होतं. तरीसुद्धा रीगनला ही निवडणूक सोपी जाणार नाही आणि कार्टर निसटत्या फरकानं विजयी होईल, असा अंदाज काही जणांनी व्यक्त केला. प्रत्यक्षात चित्र एकदम उलटंच होतं. ८.६० कोटी मतांपैकी निम्म्याहून जास्त मतं वाट्याला आलेल्या रीगननं, इलेक्टोरल व्होट्सच्या हिशेबानं कार्टरचा ४८९-४९ असा दणदणीत पराभव केला!

राष्ट्रपतिपद

२० जानेवारी १९८१ या दिवशी राष्ट्रपतिपदाची शपथ घेतानाच्या भाषणादरम्यान इराणमधल्या ओलीस प्रकरणात रीगन कोणती घोषणा करतो, याकडे सगळे अमेरिकी नागरिक श्वास रोखून बघत होते. आपल्या वीस मिनिटांच्या भाषणात रीगननं आपल्या धोरणांविषयीची माहिती दिली. यामुळे लोकांची उत्कंठा शिगेला पोहोचली. त्यानंतर स्मितहास्य करत इराणमध्ये ४४४ दिवस ओलीस ठेवण्यात आलेल्या ५२ अमेरिकी लोकांची मुक्तता करण्यात आल्याचं आणि लवकरच ते मायदेशी परतणार असल्याचं रीगननं जाहीर केलं.

आपल्या कारकिर्दीची चुणूक रीगननं आपल्या मंत्रिमंडळाच्या पहिल्याच बैठकीत दिली. अमेरिकी सरकारचं तोट्यात चालणारं अर्थकारण आपल्याला रुळांवर आणायचं असल्याचं त्यानं जाहीर केलं. यासाठी वायफळ खर्च बंद करणं गरजेचं असल्याचं त्यानं सांगितलं. सरकारी अर्थसंकल्पातली तूट काढून टाकणं, प्राप्तिकराच्या दरांमध्ये एक तृतीयांश कपात करणं आणि अमेरिकी

संरक्षण दलावरचा खर्च वाढवणं, अशी तीन उद्दिष्टं रीगननं आपल्या प्रचारादरम्यान अमेरिकी जनतेसमोर जाहीर केली होती. आता ती पूर्ण करण्यावर आपला भर असेल, असं त्यानं आपल्या सहकाऱ्यांना सांगितलं. अर्थातच, सरकारी योजनांमध्ये भरमसाट कपात केल्याशिवाय हे शक्य नव्हतं. रीगनच्या या संकल्पनांना 'रीगनॉमिक्स' म्हणून ओळखलं जातं.

सरकारी खर्चामध्ये आणि करांमध्ये कपात करण्यावर रीगनचा खूप भर होता. करांमध्ये कपात केल्यामुळे अर्थव्यवस्थेला चालना मिळेल, सरकारी उत्पन्नामध्ये भर पडेल आणि सरकारी तुटीमध्ये घट होईल, असा त्याचा ठाम विश्वास होता. याच संकल्पनांना 'ट्रिकल डाऊन थिअरी' असं म्हणतात. म्हणजेच मोठे उद्योगपती आणि श्रीमंत लोक यांच्या करांमध्ये कपात झाल्यावर, ते अनुक्रमे गुंतवणूक आणि खरेदी यांच्यात वाढ करतील. याचे फायदे झिरपत झिरपत तळागाळापर्यंत पोहोचतील. कारण यातून नव्या रोजगारांची निर्मिती होईल आणि सर्वसामान्य लोकांना नोकऱ्याही मिळायला लागतील, असं ही संकल्पना सांगत होती. यातला फोलपणा अनेक जणांनी तेव्हाच सांगितला होता; पण रीगननं दणक्यानं हा कार्यक्रम राबवत नेल्यामुळे, त्याच्या विरोधकांचं काहीच चाललं नाही. अनेक वर्षांनंतर अशा आर्थिक धोरणांमुळे श्रीमंत आणि गरीब यांच्यामधली दरी कमी होण्याऐवजी, ती अजूनच रुंदावत चालल्याचं स्पष्ट होत गेलं आणि तेव्हा यामधला खोटेपणा उघडकीला आला.

सातत्यानं येत असलेल्या आर्थिक मंदीतून आणि बेरोजगारीच्या वाढत्या प्रश्नातून मार्ग काढण्यासाठी अमेरिकी काँग्रेसनं अखेर रीगनच्या सांगण्यानुसार, १९८१मध्ये अमेरिकेच्या करांमध्ये आमूलाग्र फेरबदल केले. करचुकवेगिरीचे अनेक मार्ग बंद करण्याचा चांगला निर्णय घेण्यात आला. याखेरीज सर्वसामान्य लोकांसाठी करांच्या दरांमध्ये काही प्रमाणात घट झाली; पण सगळ्यांत उच्चभ्रू लोकांच्या करांच्या दरांमध्ये प्रचंड घट झाली. यामुळे अमेरिकेच्या अर्थव्यवस्थेच्या अगदी वरच्या टोकाला असलेल्या अतिश्रीमंत लोकांच्या कराचा सरासरी दर ३७% पातळीवरून घसरून फक्त २७.७% इतका झाला. यामुळे सरकारकडे जमा होत असलेल्या उत्पन्नात घट होणार, हे उघडच होतं. ही घट भरून काढण्यासाठी रीगननं सार्वजनिक आरोग्यसेवा, शिक्षण, दुर्बल घटकांना दिलं जाणारं अर्थसाहाय्य, वृद्धांना फायदे मिळवून देणाऱ्या सरकारी योजना, अपंगांना मिळणाऱ्या सवलती, बेरोजगार असलेल्यांना पुन्हा कामावर येण्यासाठी प्रशिक्षण घेण्याची सोय, अशा कल्याणकारी कार्यक्रमांमध्ये विलक्षण घट केली. लष्करी खर्चात मात्र मोठी वाढ करण्यात आली. यामुळे तीन वर्षांमध्ये लष्करावरचा

खर्च दरसाल तब्बल ७% इतक्या वेगानं वाढला. कहर म्हणजे, या उपाययोजनांमुळे सरकारी खर्चात बचत होण्याऐवजी सरकारी अर्थसंकल्पामधली तूट सहा वर्षांच्या कालावधीत ७९०० कोटी डॉलर्सवरून वाढून १७,३०० कोटी डॉलर्सवर गेली.

३० मार्च १९८१ या दिवशी रीगनवर झालेल्या खुनी हल्ल्यातून तो आश्चर्यकारकरीत्या बचावला. जॉन हिंकली नावाच्या माणसानं झाडलेली गोळी रीगनच्या छातीवर लागूनसुद्धा तो दगावला नाही. आपण काही काळ वेडसर अवस्थेत असल्यामुळे, आपल्या हातून हे कृत्य घडल्याचा बचाव हल्लेखोरानं नंतर केला. वॉशिंग्टनमधल्या एका हॉटेलमधून रीगन बाहेर पडत असताना झालेल्या या गोळीबारात, रीगनच्या ताफ्यामधले इतर काही लोकसुद्धा जखमी झाले. रीगनला तातडीनं इस्पितळात भरती करण्यात आलं. ही बातमी कळल्यामुळे धक्का बसलेली त्याची पत्नी नॅन्सी जेव्हा इस्पितळात पोहोचली, तेव्हा 'मी खाली वाकायलाच विसरलो' असं म्हणून त्यानं या धक्कादायक घटनेतलं गांभीर्य पार काढून टाकलं. आपल्यावरच्या उपचारांना उत्तम प्रतिसाद देत, रीगन लवकरच बरा झाला. यामुळे रीगनचं वय त्याच्या कामकाजाच्या आड येतं की काय, अशी लोकांना वाटत असलेली भीती दूर झाली.

सोव्हिएत युनियनबरोबर सुरू असलेल्या शीतयुद्धामधल्या अण्वस्त्रनिर्मितीच्या कार्यक्रमात, सोव्हिएत युनियन आपल्यावर कुरघोडी करत असल्याचं रीगनचं मत होतं. सर्वसामान्य जनतेचे प्रश्न सोडवण्यावर भर देण्यापेक्षा, काल्पनिक आणि देशप्रेमाची साद घालणाऱ्या प्रतीकात्मक गोष्टींवर वायफळ खर्च करण्याच्या त्याच्या प्रवृत्तीला हे साजेसं होतं. यामुळे एकीकडे सर्वसामान्य अमेरिकी नागरिकांचं आयुष्य अवघड होत चाललं असल्याच्या महत्त्वाच्या प्रश्नाकडे साफ दुर्लक्ष करून, १९८१च्या ऑक्टोबर महिन्यात रीगननं अमेरिकेच्या लष्करी खर्चात प्रचंड वाढ केली. यामुळे लष्करी साधनसामग्री तयार करणाऱ्या कंपन्यांना अर्थातच आनंद झाला.

त्यांचं राजकारण्यांशी असलेलं साटंलोटं जपण्यासाठी, रीगनआधीही अनेक राष्ट्रपतींनी हा मार्ग चोखाळलेला होताच. अमेरिकेपुरती ही शस्त्रास्त्रांची निरर्थक स्पर्धा कायम न ठेवता, रीगननं जेव्हा नाटो फौजांनाही मध्यम पल्ल्याच्या क्षेपणास्त्रांची गरज असल्याचं सांगून त्यासाठीचं कामकाज सुरू केलं, तेव्हा युरोपीय देशांमध्ये याचा तीव्र निषेध झाला. यावर सोव्हिएत युनियननं जर आपल्याकडची मध्यम पल्ल्याची क्षेपणास्त्रं नष्ट केली, तर आपण आपल्या निर्णयावर फेरविचार करू, असं रीगननं सांगितलं. यानंतर दोन्ही देशांमध्ये या प्रश्नावर चर्चा सुरू झाली.

आधीच्या रिपब्लिकन राष्ट्रपतींनी सोव्हिएत युनियनशी चर्चा करण्यावर आणि शांततामय मार्गाने तोडगा काढण्यावर भर दिला असला, तरी रीगनला हे अजिबात पसंत नव्हतं. आक्रमकपणे आणि चिथावणीखोर मार्ग अवलंबूनच सोव्हिएत युनियनशी वागलं पाहिजे, असा त्याचा दृष्टिकोन होता. सोव्हिएत युनियनचा उल्लेख तो 'दुष्ट राजवट' तसंच 'जगामधल्या दुष्ट प्रवृत्तींचा केंद्रबिंदू' असा सर्रास करत असे!

दरम्यान जिमी कार्टरच्या कारकिर्दीत इस्राईल आणि अरब देश यांच्यामधलं वैर कमी करण्याच्या हेतूनं करण्यात आलेल्या प्रयत्नांना एक मोठा धक्का बसला. इजिप्तचा राष्ट्रपती अन्वर अल-सादात यानं इस्रायली पंतप्रधान मेनाचिम बिगिन याची भेट घेतली होती आणि त्याच्याशी शांतता करार करून जगाला अवाक केलं होतं. यामुळे अनेक अरब देशांमध्येच नव्हे, तर खुद्द इजिप्तमध्येसुद्धा सादातच्या विरोधात वातावरण तापलं होतं. सादात इजिप्तच्या लष्कराच्या एका संचलनानंतर सलामी देत असताना, एका हल्लेखोराने गोळ्या झाडून त्याचा खून केला. १९८१च्या या घटनेमुळे वातावरण एकदम बिघडलं. रीगननं इस्राईल आणि अरब देश यांना चर्चेसाठी एकत्र बोलावण्यासाठीचे प्रयत्न निष्फळ ठरायला लागले. या काळात १९७५ सालापासून यादवी युद्धानं जर्जर झालेल्या लेबेनॉनचा वापर, पॅलेस्टिनी संघटना इस्राईलशी लढण्यासाठी करत होत्या. त्यातही खासकरून 'पॅलेस्टिनी लिबरेशन ऑर्गनायझेशन (पीएलओ)'चा यासर अराफात हा पॅलेस्टिनी नेता आघाडीवर होता. लेबेनॉनच्या भूमीवरून इस्राईलवर छोटेमोठे हल्ले करण्याचे प्रयत्न पीएलओ करत असे.

या कारणापोटी १९८२मध्ये इस्राईलनं लेबेनॉनवरच हल्ला केला. लेबेनॉन पीएलओला आश्रय देत असल्याच्या कारणावरून, इस्राईलनं लेबेनॉनची राजधानी बैरुत आपल्या ताब्यात घेतली आणि पीएलओच्या सुमारे १४,००० लढवय्यांना तिथून हुसकून बाहेर काढलं. अमेरिकेनं काही युरोपीय देशांसह इस्राईलच्या याकारवायांवरलक्षठेवण्यासाठी'शांतिसेना'पाठवली.यामुळेपॅलेस्टिनीनागरिकांच्या वतीनं लढणाऱ्या आक्रमक संघटना चवताळल्या. इस्राईलच्या कारवाया साफ चुकीच्या असूनही हे देश इस्राईलला पाठीशी घालत असल्याच्या भावनेपोटी, या संघटनांच्या काही सदस्यांनी १९८३च्या ऑक्टोबर महिन्यात अमेरिकी आणि फ्रेंच शांतिसेनेच्या तळांवर हल्ले करून, २४१ अमेरिकी तर ५८ फ्रेंच सैनिकांना ठार केलं. यामुळे नाइलाजानं अमेरिका आणि युरोपीय देश एकदमच लेबेनॉनमधून बाहेर पडले.

एकूणच आपल्या साम्राज्यवादी धोरणांचा अनिर्बंध प्रसार करण्याची एकही

संधी रीगननं सोडली नाही. खासकरून, सोव्हिएत युनियनला ठेचून काढण्यासाठी तो सज्जच असे. कुठंही साम्यवादी विचारसरणी फोफावताना दिसली, की सगळे नैतिक संकेत गुंडाळून टाकत अतिआक्रमक भूमिका घेणं, एवढा एकच मार्ग त्यालादिसतअसे. १९८१च्याजानेवारीमहिन्यातक्रांतिकाऱ्यांनीमध्यअमेरिकेमधला निकारागुआ आणि कॅरीबियन बेटांमधला ग्रेनेडा या देशांमध्ये उठाव घडवून आणला. डाव्या विचारसरणीच्या या क्रांतिकारी नेत्यांच्या प्रभावामुळे आता हे देश आपल्या विरोधात जाणार याची जाणीव होताच, रीगननं या देशांचा इतर जगाशी सुरू असलेला व्यापार बंद होईल, याची तजवीज केली. इतकंच नव्हे, तर या देशांशी लढण्यासाठी त्यांच्या शेजाऱ्यांना शस्त्रपुरवठा आणि आर्थिक मदत यांची लालूच दाखवली. नंतर आंतरराष्ट्रीय पातळीवरच्या न्यायालयानं रीगनच्या या कृतीची कडक शब्दांमध्ये निर्भर्त्सना केली आणि हे अत्यंत चुकीचं असल्याचं मत व्यक्त केलं. अर्थातच, या सगळ्याच्या वर आपण असल्याची भावना रीगनच्या मनात असल्यामुळे, त्याला याची फिकीर करण्याची फारशी गरज नव्हतीच!

१९८३च्या ऑक्टोबर महिन्यात तर ग्रेनेडामधल्या अमेरिकी विद्यार्थ्यांची सुटका करण्यासाठी म्हणून रीगननं अमेरिकी लष्करालाच तिथं उतरवलं! अमेरिकी विद्यार्थ्यांना सुखरूप अमेरिकेमध्ये परत आणण्याच्या तथाकथित कामाबरोबरच, स्थानिक साम्यवादी नेत्यांना अटक करून ग्रेनेडामध्ये 'लोकशाही तत्त्वांना अनुसरून' साम्यवादविरोधी सरकार स्थापन होईल, यासाठीची व्यवस्था करूनच अमेरिकी लष्कर बाहेर पडलं.

दरम्यान, १९७९मध्ये अफगाणिस्तानमध्ये घुसलेल्या सोव्हिएत लष्कराच्या विरोधात 'मुजाहिदीन' म्हणून ओळखल्या जाणाऱ्या स्थानिक टोळ्या लढत होत्या. अफगाणिस्तानच्या अत्यंत अवघड भौगोलिक प्रदेशातल्या डोंगरदऱ्यांमध्ये लपून सोव्हिएत फौजांच्या नाकीनऊ आणण्याचं काम हे अतिरेकी करत होते. रीगनने गुप्तपणे या मंडळींना आर्थिक आणि लष्करी मदत पाठवायला सुरुवात केली. तसंचपाकिस्तानसकटआजूबाजूच्यादेशांमधल्याअतिरेक्यांनाही, अफगाणिस्तानमध्ये सोव्हिएत युनियनशी लढण्यासाठी प्रशिक्षित करण्याचं काम अमेरिकी मदतीच्या आधारे सुरू झालं.

यामागे त्यांना आर्थिक आमिषं दाखवण्याचा प्रकार तर होताच; शिवाय अफगाणिस्तानसारख्या मुस्लिम देशावरची सोव्हिएत युनियनसारख्या मुस्लिमेतर देशाची सत्ता हटवण्यासाठीचं हे धर्मयुद्ध असल्याची फूसही त्यांना लावण्यात आली. अशाच लोकांपैकी एक म्हणजे, मूळचा सौदी अरेबियामधला श्रीमंत

असलेला ओसामा बिन लादेनही होता. आपल्या संपत्तीचा वापर त्यानं सोव्हिएत युनियनशी लढण्यासाठी स्थानिक तरुणांना प्रशिक्षित करण्यासाठी केला. अमेरिकेनं गुप्तपणे लादेनला पाठिंबा दिला. त्याला शस्त्रास्त्रं पुरवणं, आर्थिक मदत करणं आणि त्याची विचारसरणी इतर ठिकाणी पसरवणं, या मार्गांनी अमेरिकेची फूस होती. अमेरिकेच्या पाठिंब्याच्या जोरावर या टोळ्यांनी गनिमी काव्यानं लढून, सोव्हिएत युनियनला जर्जर केलं. त्यातच इतर अनेक प्रश्नांनी सोव्हिएत महासत्ता आधीच पिचून गेली असल्यामुळे, अखेर सोव्हिएत फौजा अफगाणिस्तानमधून हटवण्याचा निर्णय घेण्यात आला.

फेरनिवड

१९८४मध्ये आपण राष्ट्रपतिपदावरच्या फेरनिवडीसाठी उत्सुक असल्याचं रीगननं जाहीर केलं. रिपब्लिकन पक्षातर्फे परत एकदा रीगन-बुश यांच्याच जोडीला राष्ट्रपती-उपराष्ट्रपती म्हणून उमेदवारी मिळणार, हे जवळपास नक्कीच होतं. दरम्यान, डेमोक्रॅटिक पक्षाची ताकद घटली होती आणि पक्षात खूप दुफळी माजली होती. प्रत्यक्ष निवडणुकीत डेमोक्रॅटिक पक्षाच्या उमेदवाराचा दणदणीत पराभव करून रीगननं पुन्हा राष्ट्रपतिपद पटकावलं. त्याला ५८.८% मतं मिळाली, तर 'इलेक्टोरल व्होट्स'च्या हिशेबानं त्यानं ५२५-१३ असा अगदी एकतर्फी विजय मिळवला.

रीगनच्या कार्यकालात अमेरिकेनं स्वीकारलेल्या अतिकडव्या आणि आक्रमक धोरणांमुळे अनेक देशांमध्ये दहशतवादी निर्माण झाले. उदाहरणार्थ, लीबियाची भूमी समजल्या जात असलेल्या भागात, अमेरिकेनं लीबियाची दोन जेट विमानं पाडली. लेबेनॉनमध्ये इस्राईलची बाजू घेत अमेरिकेनं आपलं लष्कर तिथं पाठवलं. अफगाणिस्तानमध्ये संभाव्य दहशतवाद्यांना अमेरिकेनं पोसलं. यामुळे बैरुत आणि लेबेनॉन इथं सात अमेरिकी नागरिकांना पकडून ओलीस बनवण्यात आलं. त्यांच्यापैकी एका अमेरिकी गुप्तचर अधिकाऱ्याचे हाल करून त्याला ठार करण्यात आलं. एकूणच अमेरिकाविरोधी वातावरण अनेक देशांमध्ये पेटत गेलं. इराण, लीबिया अशा देशांनी वारंवार अमेरिकी साम्राज्यवादाचा आणि विस्तारवादाचा निषेध केला.

१९८५च्या जून महिन्यात अथेन्सहून निघालेल्या एका विमानाचं अतिरेक्यांनी अपहरण करून, त्यामधल्या ४० अमेरिकी प्रवाशांना आपल्या ताब्यात घेतलं. त्यांना क्रूर वागणूक देण्यात आली. धमक्या, शारीरिक छळ आणि मारहाण यांचा वापर करण्यात आला. १७ दिवस चाललेल्या या धक्कादायक घटनाक्रमामुळे

रीगन सरकार पेचात सापडलं होतं. तेवढ्यात, १३ जुलै रोजी पोटामध्ये कर्करोग पसरण्याच्या धोक्यामुळे रीगनवर मोठी शस्त्रक्रिया करण्यात आली. यात त्याचं बरंवाईटसुद्धाहोऊशकण्याच्याभीतीपोटी, आठतासांसाठीराष्ट्रपतिपदाचेसर्वाधिकार उपराष्ट्रपती बुशकडे अधिकृतरीत्या सोपवण्यात आले. या शस्त्रक्रियेमुळे रीगनला आराम पडला.

ऑक्टोबर महिन्यात अतिरेक्यांनी अपहरणाचं आणखीनच थरकाप उडवणारं नाट्य घडवून आणलं. इजिप्तमधून चाललेलं इटलीचं समुद्रसफरीचं जहाज अतिरेक्यांनी आपल्या ताब्यात घेतलं. त्यावरच्या ४०० प्रवाशांपैकी अमेरिकी प्रवाशांकडे त्यांची नजर होती. या प्रवाशांचे अतिरेक्यांनी हाल केले आणि एका अपंग अमेरिकी प्रवाशाचा खून करून, त्याचा मृतदेह समुद्रात फेकून देण्यात आला. रीगननं आपल्या हवाई दलाला तातडीनं तिथं पाठवून, अतिरेक्यांना इटलीमध्ये पकडण्यात यश मिळवलं. त्यांच्यावर जर्मनीत खटला चालवण्यात आला. अत्यंत कठोर भूमिका घेत, या सगळ्याच अतिरेक्यांना 'तुम्ही कुठेही पळून जाण्याचा प्रयत्न केलात तरी तुम्हाला आम्ही शोधून काढू' असा इशारा असल्याचं, रीगननं जाहीर केलं.

यानंतरही अतिरेकी हल्ले सुरूच राहिल्यानंतर, अमेरिकी गुप्तचरांना यामागे प्रामुख्यानं लीबियाचा सर्वेसर्वा मुहम्मर गद्दाफी असल्याची माहिती मिळाली. त्यामुळे रीगननं लीबियाबरोबरचे सगळे अमेरिकी संबंध पूर्णपणे तोडून टाकले आणि लीबियाचा अमेरिकेमधला सगळा निधी गोठवून टाकला. समुद्रामध्ये अमेरिकी नौदलाची जहाजं पाठवून लीबियाला धमकीचा इशारा देण्याचा निर्णय रीगननं जाहीर केला. जर या जहाजांनी एका मर्यादेपलीकडे येण्याचा प्रयत्न केला, तर आपण त्याला जोरदार प्रत्युत्तर देणार असल्याचं आणि अमेरिकेशी युद्ध छेडणार असल्याचं, गद्दाफीनं जाहीर केलं.

२३-२८ मार्च १९८६ या काळात घडलेल्या या घटनाक्रमात लीबिया आणि अमेरिका यांच्या नौदलांदरम्यान चकमकी उडाल्या. यानंतर बर्लिनमध्ये मोठ्या प्रमाणावर अमेरिकी नागरिक जात असलेल्या डिस्कोथेकमध्ये, ५ एप्रिलला झालेल्या बॉंबस्फोटात एक अमेरिकी सैनिक ठार झाला आणि इतर १५५ लोक जखमी झाले. या प्रकरणात लीबियाचा हात असल्याचे आणखी ठोस पुरावे मिळाल्यामुळे रीगननं गद्दाफीची संभावना 'मध्यपूर्व आशियातला पिसाळलेला कुत्रा' अशी केली! इंग्लंडमध्ये तळ ठोकून असलेल्या अमेरिकी हवाई दलाच्या विमानांद्वारा लीबियाची राजधानी त्रिपलीवर हल्ला करण्याचे आदेश रीगननं दिले. गद्दाफीच्या आलिशान निवासस्थानासकट त्रिपलीमधल्या महत्त्वाच्या

ठिकाणांवर अमेरिकी बाँबवर्षाव झाला. गद्दाफीच्या १५ महिने वयाच्या तान्ह्या मुलीसकट एकंदर १५ जणांचा यात मृत्यू झाला.

१९८५च्या नोव्हेंबर महिन्यात मिखाईल गोर्बाचेव्ह या नव्या सोव्हिएत नेत्याशी चर्चा करण्यासाठी रीगन जीनिव्हामध्ये दाखल झाला. गोर्बाचेव्हची विचारसरणी आणि त्याची भूमिका या गोष्टी आधीच्या सोव्हिएत नेत्यांपेक्षा पूर्णपणे वेगळ्या होत्या. अमेरिकेशी संबंध सुधारणं, शस्त्रास्त्रांची निरर्थक शर्यत थांबवणं, सोव्हिएत युनियनचं कालबाह्य साम्राज्य नष्ट करून या साम्राज्यातल्या देशांना योग्य प्रकारे स्वातंत्र्य देणं, अशा सुधारणावादी मतांचा गोर्बाचेव्ह बघून सगळं जग थक्क झालं. सोव्हिएत युनियनच्या पोलादी पंज्याच्या निर्दयी राजवटीची सवय झालेली असल्यामुळे, हा नवा प्रकार सगळ्यांनाच आशेची किनार दाखवणारा होता. यानंतर साधारण वर्षभरात रीगन आणि गोर्बाचेव्ह यांची पुन्हा भेट झाली. उदारपणे गोर्बाचेव्हने आपल्याकडची अण्वस्त्रं नष्ट करण्याची तयारी दाखवली; पण याच्या मोबदल्यात अमेरिकेने अंतराळामध्ये आपल्या संरक्षणासाठी बचावफळी उभी करण्याचा घातलेला घाट रद्द करायला नकार दिल्यामुळे बोलणी फिस्कटली.

१२ जून १९८७ या दिवशी बर्लिनच्या प्रसिद्ध भिंतीशेजारच्या जागेत भाषण करताना, रीगनने अत्यंत आक्रमकपणे गोर्बाचेव्हसमोर ही भिंत तोडण्याचं आव्हान ठेवलं. जर गोर्बाचेव्हला खरी शांतता हवी असेल, तर आधी या पोलादी भिंतीचा अडथळा नष्ट केला पाहिजे, असं त्यानं वारंवार सांगितलं. रीगनचं हे भाषण खूप गाजलं. हळूहळू रीगन आणि गोर्बाचेव्ह यांच्यामधले संबंध सुधारत गेले. गोर्बाचेव्ह दांपत्यानं अमेरिकेला भेट दिल्यानंतर, रीगन दांपत्यानं सोव्हिएत युनियनचा ऐतिहासिक दौरा केला. अनेक दशकांपासून कमालीचे ताणलेले अमेरिका-सोव्हिएत युनियन संबंध यामुळे चांगले होत असल्याचं चित्र ठळक झालं. दोघांमधली शस्त्रास्त्रनिर्मितीस्पर्धाही कमी होत गेली.

दरम्यान, १९८६च्या जानेवारी महिन्यात 'चॅलेंजर' या अत्यंत महत्त्वाच्या अमेरिकी उपग्रहाचा अंतराळप्रवास घडवण्याच्या निर्णयावर शिक्कामोर्तब झालं. यामधला ऐतिहासिक प्रकार म्हणजे, अंतराळवीरांसोबत प्रथमच एक शालेय शिक्षिका सर्वसामान्य नागरिकाच्या भूमिकेतून अंतराळात जाणार होती. या अंतराळयानाच्या उड्डाणाकडे सगळ्यांची नजर लागलेली असताना, उड्डाण करताच एका मिनिटातच या अंतराळयानानं पेट घेतला आणि त्यामधल्या सातही अंतराळवीरांचा जागीच मृत्यू झाला. हे भयंकर दृश्य अमेरिकी जनता बरेच महिने विसरू शकली नाही. पुढच्या सगळ्या अंतराळमोहिमा अनिश्चित काळासाठी रद्द करण्यात

आल्या. यानंतर अडीच वर्षांनी अमेरिकेनं पुन्हा अंतराळप्रवासाची मोहीम हाती घेतली आणि या खेपेला ती यशस्वी ठरली.

नंतरच्या काळात रीगनच्या अनेक नेमणुकांविषयी प्रश्नचिन्ह निर्माण झालं, कारण यामधल्या अनेक जणांवर भ्रष्टाचाराचे गंभीर आरोप होते. या आरोपांचा तपास झाल्यावर त्यात खरंच तथ्य असल्याचं दिसून आलं. यामुळे रीगनच्या नीतिमत्तेविषयी प्रश्नचिन्ह निर्माण झालं. या लोकांना तुरुंगाची हवा खाण्यासाठी पाठवण्यात आलं. रीगनची स्वच्छ आणि देशप्रेमी प्रतिमा धुळीला मिळवणारी आणखी एक गोष्ट लवकरच उघडकीला आली. अमेरिकी सरकारमधल्या राष्ट्रीय सुरक्षा परिषदेचा एक वरिष्ठ अधिकारी, १९८६च्या नोव्हेंबर महिन्यात गुप्तपणे इराणचा दौरा करून आल्याचं स्पष्ट झालं. यामागचं कारण म्हणजे, अमेरिकेनं इराणलालपूनछपूनशस्त्रास्त्रंविकलीहोतीआणियातूनमिळालेलेपैसेनिकारागुआमध्ये साम्यवादी क्रांतिकाऱ्यांशी लढा देणाऱ्या लोकांना लष्करी मदत म्हणून पाठवले होते. अमेरिकी काँग्रेसनं खरं म्हणजे निकारागुआला अशा प्रकारची मदत पाठवण्यावर बंदी घालणारा ठराव मंजूर केला होता. यामुळे प्रचंड खळबळ माजली. रीगनबरोबर काम करणाऱ्या महत्त्वाच्या लोकांना आपल्या पदाचा राजीनामा देणं भाग पडलं. कहर म्हणजे, आपण यासंबंधीची कागदपत्रं नष्ट केल्याचं कलंकित अधिकाऱ्यानं सांगताच, या प्रकरणाचे धागेदोरे थेट रीगनपर्यंत पोहोचले आणि त्याची प्रतिमा एकदम मलिन झाली.

रीगनच्या कार्यकालात सुरुवातीला अमेरिकी अर्थव्यवस्था मंदीच्या फेऱ्यात असली, तरी हळूहळू परिस्थिती सुधारत गेली. बेरोजगारीचा दरही घटला. अमेरिकेच्या इतर देशांशी असलेल्या व्यापारामध्ये असलेली तूट मात्र रुंदावत गेली. यामुळे अमेरिका जगामधला सगळ्यांत ऋणको देश बनला; म्हणजेच इतर कुठल्याही देशाच्या तुलनेत अमेरिकेच्या डोक्यावरच्या एकूण कर्जाचा आकडा सगळ्यांत मोठा झाला. असं असूनही, अमेरिकी अर्थव्यवस्थेवरच्या विश्वासामुळे इतर देशांनी अमेरिकेला आपला माल निर्यात करण्यात अजिबात कपात केली नाही आणि डॉलर हे भरभक्कम चलन असल्याच्या समजापोटी या निर्यातीतून मिळणारे डॉलर्स साठवून ठेवण्यावर भर दिला. अमेरिकेची आयात प्रचंड वाढली आणि निर्यात घटली. यामुळे डॉलरची किंमत इतर देशांच्या चलनांच्या तुलनेत आणखी फुगत गेली. अमेरिकी चंगळवादाला नुसता ऊत आला. याचा परिणाम अमेरिकीकंपन्यांच्याकामगिरीमध्येसुधारणाहोण्यात, तसंचसर्वसामान्यनागरिकांच्या खिशात कर्जाऊ पैसे खुळखुळण्यात झाला. आपोआपच शेअर बाजारही वेगाने वर गेला. १९८२च्या ऑगस्ट महिन्यात डाऊ जोन्स हा अमेरिकी शेअर

बाजारामधला मुख्य निर्देशांक ८००च्या घरात होता. तिथून पाच वर्षांमध्ये तो २७०० ची पातळी ओलांडून पुढे गेला. हा फुगा लवकरच फुटणार असं काही मोजके विश्लेषक म्हणत असले, तरी सर्वसामान्य लोकांना चढलेली धुंदी काही औरच होती. ते शेअर बाजारामध्ये शब्दशः दिवाळी साजरी करत राहिले. १९ ऑक्टोबर १९८७ या दिवशी डाऊ जोन्स निर्देशांकामध्ये एकाच दिवशी तब्बल ५०८ अंकांची घट झाली आणि हा फुगा फुटला! एकूणच १९८७मध्ये काही दिवसांमध्येच या निर्देशांकात थेट ३६% एवढी जबरदस्त घसरण झाली. यामुळे इतर देशांमध्येही भीतीचं वातावरण पसरलं. तरीसुद्धा काही दिवसांनी परिस्थिती निवळली आणि अमेरिकी अर्थव्यवस्था पुन्हा जोमानं वर आली.

दरम्यान, मध्य अमेरिका आणि मध्यपूर्व आशिया इथली परिस्थिती सुधारण्याची चिन्हं दिसतच नव्हती. पनामा देशातला हुकूमशहा डॅनियल नोरिएगा याच्या विरोधात जनता खवळून उठली. त्याच्या भ्रष्टाचाराला आणि इतर अवैध उद्योगांना स्थानिक जनता पार कंटाळून गेली होती. त्यानं पदत्याग करावा, यासाठी अमेरिकेनं त्याच्याशी वाटाघाटी सुरू केल्या. १९८८च्या फेब्रुवारी महिन्यात अमली पदार्थांशी संबंधित असलेल्या एका प्रकरणात त्याच्यावर ठपका आला आणि त्याच्या हकालपट्टीसाठीचा अमेरिकी दबाव वाढला. खरं म्हणजे, यात अमेरिकेचा उदात्त हेतू वगैरे अजिबातच नव्हता. उलट नोरिएगाच्या विरोधात अमली पदार्थांच्या तस्करीसंबंधीचे अनेक पुरावे पूर्वीपासूनच मिळत असूनही, रीगननं त्याकडे साफ दुर्लक्ष करण्याची भूमिका स्वीकारली होती. यामागचं मुख्य कारण म्हणजे, मध्य अमेरिकेमधल्या इतर देशांशी लढण्यासाठी अमेरिकेनं नोरिएगाचा प्यादं म्हणून वापर केला होता. खासकरून निकारागुआमध्ये साम्यवादी क्रांतिकाऱ्यांना नेस्तनाबूद करण्यासाठी अमेरिकेनंच त्याला भरीला पाडलं होतं.

आता नोरिएगाच्या कारनाम्यांविषयीची माहिती प्रसिद्ध झाल्यामुळे, त्याला केली जाणारी मदत बंद करणं रीगनला भाग पाडलं. त्यानुसार रीगननं नोरिएगाला केली जाणारी सगळी मदत थांबवून, त्याच्यावर राजीनामा देण्यासाठी दबाव टाकला. नोरिएगानं तर याला अजिबात प्रतिसाद दिलाच नाही; पण उलट पनामाची जनता आर्थिक दुरवस्थेमुळे विनाकारण भरडली गेली. साहजिकच, नोरिएगासमोर आणखी झुकून त्याच्यावरचे सगळे आरोप आपण रद्द करत असून, त्याच्यावर खटलासुद्धा भरणार नाही आणि त्याला पनामामध्येच राहण्याची परवानगी देणार असल्याचं अमेरिकेनं जाहीर करून बघितलं. याचाही नोरिएगावर अजिबात परिणाम झाला नाही. यामुळे अमेरिकेची विदेशी धोरणं आणि आपल्या

हितासाठी इतर देशांना एकमेकांच्या विरोधात झुंजवण्याचा इतिहास, याविषयी मोठी प्रश्नचिन्हं निर्माण झाली. हाच प्रकार मध्यपूर्व आशियामध्येही सुरूच राहिला. इराण-इराक युद्धात लुडबूड करण्याच्या अमेरिकी धोरणामुळे अस्थिरता वाढली. तिथल्या समुद्रामध्ये आपल्या युद्धनौका तैनात करण्याच्या धाडसामुळे अमेरिकेचं बरंच नुकसान झालं. एकमेकांच्या युद्धनौका नष्ट करण्यासाठी इराण-इराकनं पाण्याखाली स्फोटकं पेरली होती. त्यांच्या स्फोटांना अमेरिकी युद्धनौका हकनाक बळी पडत.

तसंच ३ जुलै १९८८ या दिवशी युद्धनौका असल्याच्या गैरसमजातून अमेरिकी युद्धनौकेनं २९० प्रवासी असलेलं इराणी विमान पाडल्यामुळे तणाव विलक्षण वाढला. डिसेंबर महिन्यात संयुक्त राष्ट्रसंघाच्या आमसभेत पॅलेस्टिनी नेता यासर अराफात भाषण करणार होता. त्याची 'पॅलेस्टिनी लिबरेशन ऑर्गनायझेशन (पीएलओ)' ही संघटना दहशतवादी असल्याचा आरोप, स्वतः दहशतवादाच्या जोरावर उभा राहिलेला इस्राईल सातत्यानं करत असे. इस्राईलची बाजू उचलून धरत जोपर्यंत अराफात दहशतवादाचा धिक्कार करत नाही आणि आपली संघटना दहशतवादाचा आसरा घेणार नसल्याचं जाहीर करत नाही, तोपर्यंत त्याला अमेरिकेत प्रवेश करण्यासाठीचा व्हिसा देणार नसल्याचं अमेरिकेनं जाहीर केलं. अमेरिकेच्या या दुटप्पी वागण्याचा आणि इस्राईलला प्रमाणाबाहेर मदत करण्याचा, आंतरराष्ट्रीय समुदायानं धिक्कार केला. तसंच संयुक्त राष्ट्रसंघानं अराफातचं भाषण काही केल्या होणारच असं जाहीर करून, आपल्या बैठकीचं ठिकाण बदलून जीनिव्हाला नेलं. तिथं अमेरिकेच्या नाकावर टिच्चून अराफातचं भाषण झालं. अशा प्रकारे आंतरराष्ट्रीय संबंधांच्या बाबतीत रीगनच्या वर्चस्ववादी आणि खुनशी धोरणांना एकामागून एक हादरे बसत राहिले.

निवृत्ती आणि शेवट

राष्ट्रपतिपद सोडण्यापूर्वी आपल्या पूर्ण कार्यकालात आपल्याबरोबर उपराष्ट्रपती म्हणून काम करणाऱ्या जॉर्ज एच. डब्ल्यू. बुशची पुढच्या राष्ट्रपतिपदासाठी निवड व्हावी, यासाठी रीगननं बरीच धडपड केली. बुश राष्ट्रपती झाल्यावर त्याच्या शपथविधी समारंभाला हजेरी लावून, रीगन लगेचच कॅलिफोर्नियाला रवाना झाला. तिथं भाषणांचे दौरे, घोडेस्वारी आणि आत्मचरित्राचं लिखाण यात त्यानं स्वतःला पूर्णपणे गुंतवून टाकलं. १९९४मध्ये आपल्याला विस्मरणाचा म्हणजेच 'अल्झायमर्स'चा असाध्य विकार जडलेला असल्याचं आणि यातच आपला शेवट होणार याची आपल्याला खात्री असल्याचं भावपूर्ण पत्र त्यानं अमेरिकी

नागरिकांना उद्देशून लिहिलं. या पत्रानंतर साधारण एक दशकाचा काळ उलटून गेल्यावर रीगन हे जग सोडून गेला. ९३ वर्षं जगल्यामुळे, तो तेव्हापर्यंतचा सगळ्यांत दीर्घायुष्य लाभलेला अमेरिकी राष्ट्रपती ठरला. त्याच्या अंत्यविधींचं आणि कारकिर्दीचं प्रक्षेपण टीव्हीवर एक आठवडाभर होत राहिलं. २०१६ मध्ये नॅन्सी या रीगनपत्नीचं निधन झालं.

❖

जॉर्ज एच डब्ल्यू बुश
PRESIDENT of THE UNITED

१९८९-९३
या काळातला अमेरिकेचा एक्केचाळिसावा राष्ट्रपती

अल्प-परिचय

साल	घटना
१९२४	मॅसॅच्युसेट्स राज्यातल्या मिल्टन इथे जन्म
१९४२-४५	दुसऱ्या महायुद्धात अमेरिकी नौदलात सेवा
१९४५	बार्बरा पीयर्सशी लग्न
१९४८	महाविद्यालयीन शिक्षण पूर्ण
१९४८-६४	टेक्सासमध्ये स्वतःची तेल उत्पादन कंपनी चालवली
१९६६	अमेरिकेच्या हाऊस ऑफ रिप्रेझेंटेटिव्ह्ज सभागृहाचा सदस्य
१९७१-७२	संयुक्त राष्ट्रसंघात अमेरिकेचा राजदूत
१९७४-७५	अमेरिकेतर्फे चीनमध्ये राजकीय नेमणूक
१९७६-७७	'सेंट्रल इंटेलिजन्स एजन्सी (सीआयए)' या गुप्तचर संस्थेचा संचालक
१९८१-८९	अमेरिकी उपराष्ट्रपती
१९८९-९३	अमेरिकेचा एक्केचाळिसावा राष्ट्रपती

प्राथमिक ओळख

१८३८च्या मार्टिन व्हॅन ब्युरेनच्या यशानंतर, उपराष्ट्रपतिपद सांभाळल्यानंतर निवडणूक जिंकून राष्ट्रपती बनणारा जॉर्ज हर्बर्ट वॉकर बुश हा पहिलाच माणूस ठरला. प्रथितयश कुटुंबात जन्मलेला आणि आरामात बालपण जगलेला बुश स्वतः यशस्वी उद्योजक होता. त्यानं स्वतःची तेल उत्पादनाची कंपनी चालवली.

त्याचे वडील १९५२-६२ या काळात अमेरिकी सिनेटर असल्यामुळे, त्याला राजकारण घरीच बघायला मिळे. १९६२मध्ये जॉर्ज बुशनं स्वतः राजकारणात प्रवेश केला. दोनच वर्षांमध्ये आपल्या वडिलांच्या पावलावर पाऊल ठेवत त्यानं सिनेटर बनण्यासाठीची धडपड सुरू केली; पण त्यात त्याला अपयश आलं. निराश न होता त्यानं आणखी दोन वर्षं झाल्यावर अमेरिकी 'हाऊस ऑफ रिप्रेझेंटेटिव्ह्ज' या सभागृहात प्रवेश मिळवलाच. या पदाचा एक कार्यकाल पूर्ण केल्यावर दुसऱ्या वेळी तो परत निवडणुकीला उभा राहिला; पण हरला. यामुळे निवडणुकांच्या गदारोळापासून दूर राहून त्यानं निक्सन आणि फोर्ड या राष्ट्रपतींच्या कार्यकालात अनेक अधिकृत सरकारी पदांवर काम करणं पसंत केलं. यात संयुक्त राष्ट्रसंघाचा अमेरिकी राजदूत, चीनबरोबरचे अमेरिकी संबंध सुधारण्यासाठीचं पद, सीआयएसारख्या अतिमहत्त्वाच्या संस्थेचं अध्यक्षपद अशा अनेक जबाबदाऱ्यांचा समावेश होता. १९८०मध्ये रिपब्लिकन पक्षातर्फे राष्ट्रपतिपदासाठीची उमेदवारी मिळवण्याचा अयशस्वी प्रयत्न केल्यावर त्यानं रीगनच्या हाताखाली 'उपराष्ट्रपती' बनण्याचा प्रस्ताव स्वीकारला. सर्वसामान्य माणसाच्या दृष्टिकोनातून अत्यंत यशस्वी ठरलेल्या लोकप्रिय रीगनच्या कार्यकालानंतर, राष्ट्रपतिपदासाठी नव्यानं प्रयत्न करण्याची संधी बुशसमोर चालून आली. रीगननंच आपला उत्तराधिकारी म्हणून बुशचं नाव जाहीर केलेलं असल्यामुळे, लोकांना त्याविषयी शंका घेण्याचं काही कारणच नव्हतं. यामुळे बुश सहजपणे राष्ट्रपतिपद मिळवू शकला. आपण रीगननं आखून दिलेल्या मार्गावरूनच जाणार असल्याचं त्यानं जाहीर केलं.

जडणघडण

जॉर्ज बुशचे वडील 'यूएस रबर' नावाच्या प्रसिद्ध कंपनीत अधिकारी होते. त्याला चार भावंडं होती. त्याचं बालपण एकदम आरामात गेलं. सुट्टी घालवण्यासाठी त्यांना एक मोठा बंगलाही लाभला होता. प्राथमिक शालेय शिक्षणानंतर बुश आणि त्याची भावंडं यांना उच्च दर्जाच्या बोर्डिंग स्कूलमध्ये दाखल करण्यात आलं. नंतर बुशचे वडील दहा वर्षं 'अमेरिकी सिनेटर' म्हणून काम करत होते. बुशचं महाविद्यालयीन शिक्षण संपण्याच्या सुमारालाच जपाननं पर्ल हार्बरवर हल्ला केला. यामुळे १८ वर्षांच्या बुशनं आपलं शिक्षण संपताच अमेरिकी नौदलात भरती होण्यासाठीचा अर्ज दाखल केला. त्याला 'नौदलासाठीच्या खास विमानांचा चालक' म्हणून नेमण्यात आलं. पॅसिफिक महासागरात प्रत्यक्ष युद्धात सहभागी होण्यासाठी बुश दाखल झालेला असताना मरतामरता वाचला. तो चालवत असलेलं विमान शत्रूच्या बॉंबमुळे उद्‌ध्वस्त झालं. हा बॉंब आपल्या विमानावर आदळण्याआधीच

बुशनं आपली सुटका करून घेत समुद्रात उडी मारली. तिथल्या परिसरात असलेल्या पाणबुडीनं समुद्राच्या पृष्ठभागावर आपल्या जीवरक्षक बोटीत कसंबसं तरंगत राहिलेल्या बुशची काही वेळातच सुटका केली. बुशचे विमानातले इतर सहकारी मात्र दगावले. यानंतर फिलिपिन्ससंबंधीच्या युद्धातही त्यानं वैमानिक म्हणून धाडसी मोहिमांमध्ये भाग घेतला. १९४४मध्ये त्याला नाताळाच्या सुट्टीसाठी घरी जाण्याची परवानगी मिळाली. दोनच आठवड्यांनंतर त्यानं महाविद्यालयीन काळापासूनची आपली प्रेयसी असलेल्या बार्बरा पीयर्सशी लग्न केलं.

नौदलातली सेवा संपल्यावर बुशनं पदवीचं शिक्षण घेण्यासाठी आपल्या वडिलांप्रमाणेच येल विद्यापीठात प्रवेश घेतला. तिथं त्यानं अर्थशास्त्राची पदवी घेतली. लवकरच, बार्बराच्या पोटी जॉर्ज. डब्ल्यू. बुश हा भावी राष्ट्रपती जन्मला. येलमध्ये असताना जॉर्ज एच.डब्ल्यू.बुशला खेळाची खूप आवड लागली. खासकरून बेसबॉल आणि फुटबॉल या खेळांमध्ये तो बुडून जाई. त्यात त्यानं बरीच प्रगती केली आणि या काळात 'व्यावसायिक खेळाडू' म्हणून आपल्याला संधी मिळेल, अशी आशाही तो आपल्या मनाशी बाळगून होता. त्यात त्याला यश आलं नाही. तरीसुद्धा क्रीडाप्रकारांमध्ये सहभागी होणं आणि यश मिळवणं हे त्याच्या जनुकांमध्येच होतं, असं म्हणायला हरकत नाही. कारण ज्या जॉर्ज हर्बर्ट वॉकर या त्याच्या मामाच्या नावावरून त्याचं नाव ठेवण्यात आलं होतं, त्या मामानं मुष्टियुद्ध आणि गोल्फ या खेळांमध्ये खूप प्रावीण्य संपादित केलं होतं. बुशची आईसुद्धा क्रीडाप्रकारांमध्ये चांगलं यश मिळवत असे.

काही कंपन्यांमध्ये अनुभवासाठी नोकऱ्या करून झाल्यावर १९५१मध्ये जॉन ओव्हर्बी या आपल्या मित्राच्या भागीदारीमध्ये बुशनं एक तेलनिर्मिती करणारी कंपनी टेक्सासमध्ये सुरू केली. नंतर आणखी एका छोट्या कंपनीलाही या कंपनीत समाविष्ट करण्यात आलं. या कंपनीची चांगली भरभराट झाली. आर्थिकदृष्ट्या बुश कुटुंब अत्यंत सुस्थितीत होतं. यामुळे निव्वळ आणखी पैसे कमावण्यासाठीची धडपड करत राहण्यापेक्षा, नवी आव्हानं स्वीकारण्यासाठी बुश उत्सुक होता. रिपब्लिकन पक्षाच्या स्थानिक शाखेला असं कुणीतरी हवंच होतं. यामुळे त्यांनी बुशला पक्षाचं सदस्यत्व तर दिलंच; पण मानाचं पदही दिलं. यानंतर १९६४मध्ये टेक्सास राज्याच्या सिनेटसाठीच्या निवडणुकीत बुशचा पराभव झाला. तरीसुद्धा आपण राजकारणातच भव्यदिव्य असं काहीतरी करायचं, अशा भावनेपोटी बुशनं आपल्या तेलनिर्मिती कंपनीच्या प्रमुखपदाचा राजीनामा दिला. सिनेटमध्ये शिरण्याचा त्याचा सलग दुसरा प्रयत्न फसला असला तरी, राष्ट्रपती निक्सननं त्याला 'संयुक्त राष्ट्रसंघामधला अमेरिकी राजदूत' म्हणून पाठवलं. तसंच आपली राष्ट्रपतिपदावर

फेरनिवड झाल्यानंतर, निक्सननं बुशला रिपब्लिकन पक्षामध्येही महत्त्वाची भूमिका दिली. यानंतर उद्भवलेल्या वॉटरगेट प्रकरणामुळे रिपब्लिकन पक्षाची अवस्था नाजूक झाली. निक्सनची जागा घेणाऱ्या फोर्डनं बुशला अमेरिकेचा एखाद्या परदेशातला राजदूत म्हणून काम करण्याविषयी विचारलं. काहीशा आश्चर्यकारकरीत्या बुशनं चीनची निवड केली. अमेरिकेचे चीनशी अजून अधिकृत राजकीय संबंध नसल्यामुळे बुशला कागदोपत्री 'राजदूत' असं पद मिळालं नाही; पण तो प्रत्यक्षात तीच भूमिका निभावत होता.

चीनमध्ये बुश कुटुंबानं जेमतेम १३ महिने घालवल्यावर राष्ट्रपती फोर्डनं बुशला मायदेशी परत बोलावलं. आता त्याच्यावर 'सेंट्रल इंटेलिजन्स एजन्सी (सीआयए)' या अमेरिकी गुप्तचर संस्थेची जबाबदारी सोपवण्यात आली. व्हिएतनाम आणि त्यापाठोपाठ वॉटरगेट प्रकरणांमुळे सीआयएची पुरती बदनामी झाली होती. अनेक छुपे उद्योग करूनसुद्धा सीआयएनं त्याविषयी खोटेपणा केल्याचं उघड झालं होतं. साहजिकच अमेरिकी जनतेच्या नजरेत या संस्थेविषयी अनेक शंकाकुशंका निर्माण झाल्या होत्या. ही भावना दूर करून सीआयएला पुन्हा विश्वासार्हता प्राप्त करून देण्याची जबाबदारी फोर्डनं बुशवर सोपवली. ही नाजूक जबाबदारी हाताळताना आधीच्या प्रकरणांची काँग्रेसकडून चौकशी सुरूच राहिली. यामुळे बुशला काँग्रेससमोर साक्षीसाठी आणि जबानी देण्यासाठी तब्बल ५१ वेळा हजर राहावं लागलं.

१९७६मध्ये डेमोक्रॅटिक पक्षाच्या जिमी कार्टरनं रिपब्लिकन राष्ट्रपती गेराल्ड फोर्डच्या फेरनिवडीच्या प्रयत्नांवर पाणी टाकल्यामुळे बुशची सद्दीही काही काळासाठी संपुष्टात आली. वॉशिंग्टनचा निरोप घेत बुशनं पुन्हा आपलं खासगी आयुष्य जगायला प्रारंभ केला. १९८०च्या दशकात आपल्या पक्षाची पुनर्बांधणी करून, पुन्हा राष्ट्रपती बनू शकेल, अशा तगड्या उमेदवाराचा रिपब्लिकन पक्ष शोध घेत होता. सगळीकडे तेव्हा रोनाल्ड रीगनचा बोलबाला असल्यामुळे त्याच्याकडेच रिपब्लिकन पक्षाची नजर वळली. साहजिकच राष्ट्रपतिपदासाठी रिपब्लिकन पक्षाची उमेदवारी मिळवायची असेल, तर आधी इतर सगळ्या संभाव्य उमेदवारांवर कुरघोडी करून, रीगनशी पक्षांतर्गत द्विपक्षी सामना होण्यासाठीचे प्रयत्न करणं, बुशच्या दृष्टीनं गरजेचं झालं. त्यात बुशला यशही आलं. त्यानं रीगनच्या आर्थिक संकल्पनांची खिल्ली उडवून, त्यांच्या धोरणांचं वर्णन 'हास्यास्पद अर्थशास्त्र' असं केलं. नंतर त्याला ही संज्ञा वापरणं सातत्यानं महागात पडलं. याचं कारण म्हणजे, रीगनचा प्रतिस्पर्धी अशी भूमिका सोडून त्याला 'रीगनचा साथीदार' आणि त्यानंतर त्याचा 'उत्तराधिकारी' म्हणून काम करावं लागलं. अशा परिस्थितीत रीगनच्या

संकल्पनांवर पूर्वी खरमरीत टीका केल्यामुळे, त्याला विरोधकांकडून सातत्यानं भरपूर काही ऐकावं लागलं. सुरुवातीला आपण रीगनला राष्ट्रपतिपदाच्या उमेदवारीसाठीच्या शर्यतीत मागे टाकू असा आत्मविश्वास बुशला आला असला, तरी हळूहळू परिस्थिती बदलत गेली. रिपब्लिकन पक्ष रीगनला पसंती देणार असल्याचं स्पष्ट होत गेलं. रीगन आणि बुश यांच्या संकल्पना आणि त्यांची धोरणं यांच्यात फारसा फरकच नसल्याचं दिसून आलं. यामुळे फक्त त्या दोघांची शैली आणि त्यांची व्यक्तिमत्त्वं यांची तुलना करून त्यांच्यापैकी रीगनचं पारडं जड असल्याचा कौल बहुतेकांनी दिला. हे वारं ओळखून बुशनंही राष्ट्रपतिपदाच्या उमेदवारीच्या शर्यतीतून माघार घ्यायचं ठरवलं. आता रीगन आपल्यासह उपराष्ट्रपतिपदाचा उमेदवार म्हणून आता कुणाची निवड करतो, याकडे सगळ्यांचं लक्ष लागून राहिलं होतं. हे ठरवण्यासाठी रीगननं देशभर मतदारांचा अनधिकृतपणे कौल घेतला. त्यात सगळ्यांत वरच्या क्रमांकावर माजी राष्ट्रपती फोर्डचं नाव होतं आणि त्याखालोखाल बुश होता. हळूहळू फोर्डच्या बाजूनं कौल लागणार असं वाटत असतानाच, आपल्याला उपराष्ट्रपतिपद मिळणार असेल, तर त्यासाठी आपण काही अटी घालणार असल्याचं फोर्डनं स्पष्ट केलं. थोडक्यात म्हणजे, फोर्डला उपराष्ट्रपती बनत असताना खूप जास्त अधिकार हवे होते. रीगननं यावर बराच विचार केला आणि अगदी शेवटच्या क्षणी, 'ही कटकट आपल्यामागे नको' असं म्हणून बुशला पसंती द्यायचं ठरवलं. उपराष्ट्रपतिपदासाठीचा उमेदवार जाहीर करण्यासाठीची वेळ काही मिनिटांवर आलेली असताना, म्हणजेच अगदी ऐन वेळी रीगननं हा निर्णय घेतला आणि बुशला तसं सांगितलं. १९८०ची निवडणूक रीगन-बुश जोडगोळीनं अपेक्षेपेक्षा खूपच सहजपणे आणि मोठ्या फरकानं जिंकली.

उपराष्ट्रपतिपद

जॉर्ज एच. डब्ल्यू. बुश हा राष्ट्रपती रीगनचा अत्यंत जिवाभावाचा सहकारी बनला. रीगननं त्याला आपल्या कामकाजात सातत्यानं सहभागी करून घेतलं. मंत्रिमंडळाच्या सगळ्या बैठकांमध्ये बुश नेहमीच असे. उपराष्ट्रपती म्हणून आठ वर्षं कामकाज बघताना, बुशनं त्याच्याकडून अपेक्षित असलेली कामगिरी अत्यंत व्यवस्थितपणे पार पाडली. अनेक वेगवेगळ्या देशांना भेट देणं आणि तिथं अमेरिकेचं वर्चस्व प्रस्थापित करणं, हे त्याचं मुख्य काम असे. अर्थातच हे काम करत असताना, अमेरिकेच्या वर्चस्ववादी आणि विस्तारवादी धोरणांचा बुशला अनेकदा फटका बसत असे. उदाहरणार्थ, पनामाचा नेता डॅनियल नोरिगा अमली पदार्थांच्या तस्करीमध्ये अडकल्यानंतर त्याला सातत्यानं पाठीशी घातल्याबद्दल

अमेरिकेची सगळीकडे खूप निंदा झाली. अर्थातच या प्रकरणाचा मुख्य ठपका रीगन आणि बुश यांच्यावर आला. खासकरून अमेरिकी उपराष्ट्रपतीला या सगळ्याची आधीपासून कल्पना असायलाच हवी होती, असं टीकाकारांचं म्हणणं होतं. इराणला शस्त्रास्त्रं पुरवून त्यांच्या विक्रीतून मिळालेले पैसे निकारागुआमध्ये साम्यवाद्यांच्या विरोधात लढण्यासाठी वापरण्याप्रकरणीसुद्धा बुशवर खूप टीका झाली. त्यानं या प्रकरणामधलं आपल्याला फारसं माहीत नसल्याचं सांगताच लोकांनी त्याच्यावर कडाडून टीका केली.

रीगनच्या राष्ट्रपतिपदाच्या कार्यकालात, बुश हे पद मिळवण्याच्या दोन वेळा अगदी जवळ आला होता. पहिल्यांदा १९८१मध्ये रीगनवर गोळीबार करण्यात आल्यानंतर त्याच्यावर सुरू असलेल्या कठीण शस्त्रक्रियेच्या वेळी बुश टेक्सासला जाण्यासाठीचा आपला प्रवास थांबवून वॉशिंग्टनला तातडीनं परतला. बुशचं विमान वॉशिंग्टनमध्ये उतरण्याच्या आधीच रीगनला ऑपरेशन थिएटरच्या बाहेर आणण्यात आलं आणि कठीण प्रसंग टळला. यानंतर चार वर्षांनी रीगनवर कर्करोगाची कठीण शस्त्रक्रिया करायचं ठरल्यानंतर, बुशकडे आठ तासांसाठी राष्ट्रपतिपदाची सूत्रं अधिकृतपणे देण्यात आली. रीगनची प्रकृती झपाट्यानं सुधारत गेल्यामुळे अर्थातच हे प्रकरण लगेचच मिटलं.

राष्ट्रपतिपद

१९८८ची निवडणूक जवळ आली, तसं १९८७मध्ये शेअर बाजार कोसळल्याचा धक्का नव्यानं जाणवतो की काय, अशी भीती अमेरिकेमध्ये पसरली. तसंच इराण-निकारागुआ प्रकरणामुळे बुशची प्रतिमा डागाळली होती. रिपब्लिकन पक्षाची उमेदवारी बुशला मिळण्याची दाट शक्यता असली, तरी या बाकीच्या घटनांमुळे इतरही कुणीतरी या स्पर्धेत उतरू शकेल, असं चित्र दिसत होतं. रिपब्लिकन पक्षाच्या इतर स्पर्धकांशी बुशची तुल्यबळ लढत होणार असं वाटत असतानाच, बुशनं हळूहळू आपलं स्थान पक्कं करत आणलं. यामुळे शेवटी राष्ट्रपतिपदाच्या उमेदवारीची शर्यत तो अखेर जिंकला. डेमोक्रॅटिक पक्षाची लोकांच्या मनातली प्रतिमा या काळात फार चांगली नसल्यामुळे, राष्ट्रपतिपदासाठीच्या लढतीत बुशचीच सरशी होणार, असं वाटत होतं. अखेर ५४ टक्के मतं मिळवून तो राष्ट्रपतिपदावर आरूढ झाला. राष्ट्रपतिपदी निवड झाल्याच्या पुढच्याच दिवशी जेम्स बेकर आपल्या मंत्रिमंडळातला परराष्ट्रमंत्री असेल, असं बुशनं जाहीर केलं. बेकर हा बुशचा बऱ्याच वर्षांपासूनचा चांगला मित्र आणि विश्वासू सल्लागार होता. आंतरराष्ट्रीय संबंध आणि राजकारण यांच्या संदर्भात आपण अत्यंत गांभीर्यानं

पुढची पावलं टाकणार असल्याचं बुशला यातून सूचित करायचं होतं. लवकरच इतर अनेक राष्ट्रप्रमुखांशी बुशनं वैयक्तिक पातळीवर चांगले संबंध प्रस्थापित केले.

बुश राष्ट्रपती झाल्यानंतर काही काळातच चीनमध्ये विद्यार्थ्यांनी लोकशाहीवादी निदर्शनं केली. मोठ्या संख्येनं रस्त्यांवर उतरून विद्यार्थी आपल्याला लोकशाही हवी असल्याचं सांगत होते. खासकरून बीजिंगमधल्या 'तिएनमेन' स्क्वेअर भागात तर जवळपास एक लाख विद्यार्थी यासाठी जमले. त्यांनी स्वातंत्र्यदेवतेची एक प्रतिकृती बनवली आणि उपोषणासह ठिय्या मारून त्यांनी आंदोलन सुरू केलं. चिनी सरकारनं आपल्या देशातला हा लोकशाहीवादी उत्स्फूर्त उठाव मोडून काढण्यासाठी केलेले प्रयत्न अयशस्वी ठरले. याच काळात चीनबरोबरचे संबंध पूर्ववत करण्यासाठीची घोषणा करण्यासाठी सोव्हिएत नेता मिखाईल गोर्बाचेव्हची चीनभेटसुद्धा स्थानिक घटनाक्रमामुळे झाकोळून गेली. खरं म्हणजे, तब्बल तीन दशकांच्या अवधीनंतर एखाद्या सोव्हिएत नेत्यानं चीन दौरा करण्याचा हा ऐतिहासिक प्रसंग होता. गोर्बाचेव्ह परतल्यानंतर चिनी सरकारनं आपल्या विरोधातला उठाव ठेचून काढण्यासाठी निर्णायक पाऊल उचलून लष्कराला बीजिंगमधल्या रस्त्यांवर उतरवलं. याला विरोध करण्यासाठी तब्बल दहा लाखांहून जास्त चिनी नागरिक रस्त्यांमध्ये जमले. या हलकल्लोळात ३०० पेक्षा जास्त लोकांचा मृत्यू झाला. किमान आठ विद्यार्थी संघटनानेत्यांना मृत्युदंडाची शिक्षा ठोठावण्यात आली आणि आणखी तिघांना तर जाहीरपणे ठार करण्यात आलं. काही जण सरकारी धरपकडीतून निसटण्यात आणि पाश्चिमात्य देशांमध्ये आसरा घेण्यात यशस्वी ठरले. चीनमधल्या या धक्कादायक प्रकारामुळे पाश्चिमात्य देशांमध्ये तीव्र प्रतिक्रिया उमटल्या. अत्यंत निषेधार्ह आणि मानवतेला काळिमा फासणारं चिनी सरकार खलनायक ठरलं. एकीकडे मुक्त अर्थव्यवस्थेचे गोडवे गाणारं चिनी सरकार दुसरीकडे आपल्या नागरिकांना आणि त्यातही विद्यार्थ्यांना उघडपणे दडपत होतं. खरं म्हणजे, प्रगतीसाठी चीनला अमेरिकेसारख्या देशांची मदत हवी होती. अशा परिस्थितीत 'अमेरिकेनं चीनच्या या दंडेलशाहीला विरोध करावा आणि आर्थिक तसंच राजकीय मदत अजिबात करू नये,' अशा मागणीनं अमेरिकेमध्ये जोर धरला. बुशनं मात्र संयमाचं धोरण स्वीकारलं. अमेरिकी काँग्रेसनं चीनशी सगळे संबंध तातडीनं तोडण्यासंबंधीचं विधेयक संमतसुद्धा केलं; पण बुशनं आपला विशेष नकाराधिकार वापरून ते रद्द ठरवलं. नंतर बुशनं या काळात आपले दोन राजदूत गुप्तपणे चीनला पाठवले असल्याचं उघडकीला आलं. त्यांच्याकरवी तो चीनशी वाटाघाटी घडवून आणण्याच्या प्रयत्नांत होता. साहजिकच जाहीरपणे चीनचा निषेध करणारी

भूमिका घेणं त्याला शक्य नव्हतं. हे गुपित उघडकीला आल्यानंतर बुशवर अपेक्षेप्रमाणे टीका झाली. लोकशाहीला कलंक ठरलेल्या चिनी राजवटीचा निषेध करणं तर दूर; उलट तिच्याशी गुप्तपणे चर्चा करण्याचा हा प्रकार अत्यंत अयोग्य असल्याची प्रतिक्रिया बहुतेक जणांनी दिली. बुश मात्र आपलंच धोरण योग्य असल्याच्या मतावर ठाम राहिला.

आपल्या कार्यकालात बुशनं अमेरिकी लष्कराला तीन वेळा परदेशच्या कारवायांमध्ये गुंतवलं. १९८९मध्ये पनामा देशामधली अस्थिरता दूर करण्यासाठी त्यानं १०,००० अमेरिकी सैनिक तिथं पाठवले. याची पार्श्वभूमी म्हणजे, पूर्वी अमेरिकेनंच मोठ्या केलेल्या डॅनियल नोरिएगानं पनामामध्ये नुसतं थैमान घातलं होतं. रीगनच्या काळात आपणच मोठा केलेला राक्षस, आपली बदनामी घडवून आणत असल्याची जाणीव अमेरिकेला झाली. रीगननं नोरिएगाला दाखवलेली सगळी गाजरं निष्प्रभ ठरली. अखेर, काही काळानंतर आंतरराष्ट्रीय दबावापोटी पनामामध्ये निवडणुका झाल्या. त्यावर देखरेख ठेवण्यासाठी हजर झालेल्या माजी अमेरिकी राष्ट्रपती जिमी कार्टरच्या नेतृत्वाखालच्या निरीक्षक समितीनं या निवडणुका रद्द ठरवल्या. त्यात उघडपणे गैरप्रकार झाले होते. नोरिएगानं हे करूनसुद्धा, त्याचा विरोधी पक्ष या निवडणुकांमध्ये विजयी ठरावा, इतके लोक त्याला वैतागले होते. कहर म्हणजे, हे झाल्यानंतर नोरिएगानं या निवडणुकाच बेकायदा ठरवल्या आणि आपणच पनामाचं नेतृत्व करत राहणार असल्याचं जाहीर केलं. आता चर्चेनं किंवा धमक्यांनी हा प्रश्न सुटणार नाही, असं म्हणून बुशनं अचानकपणे पनामामध्ये अमेरिकी लष्कर घुसवलं आणि बेसावध नोरिएगाला अटक करून त्याला अमेरिकेत आणण्यात आलं. निवडणुकांमध्ये विजयी ठरलेल्या विरोधी पक्षाच्या नेत्याकडे सत्ता सोपवण्यात आली. नोरिएगावर अमेरिकेमध्ये अमली पदार्थांच्या तस्करीसंबंधीचा खटला चालवून, त्याला शिक्षा देण्यात आली. बुशनं पनामामध्ये घडवून आणलेल्या या कारवाईला अमेरिकी नागरिकांनी जोरदार पाठिंबा दिला. डळमळीत आणि लेचीपेची भूमिका न घेता, निर्णायकपणे पनामा प्रश्न दीर्घ मुदतीसाठी सोडवण्याचा बुशचा निर्णय योग्य असल्याचं मत, अनेक सर्वेक्षणांमधून दिसून आलं. त्याची लोकप्रियताही आपोआपच वाढली.

पनामा प्रकरण संपून एक वर्षसुद्धा झालेलं नसताना, अचानकपणे अमेरिकी लष्कराला पुन्हा एकदा परदेशी भूमीवर लढावं लागलं. २ ऑगस्ट १९९० या दिवशी इराकचा हुकूमशाही नेता सद्दाम हुसेन यानं अचानकपणे इराकच्या दक्षिणेकडच्या अतिशय छोट्या आणि विलक्षण समृद्ध असलेल्या कुवेतवर आक्रमण केलं. इराणबरोबरच्या घातक आणि दीर्घकालीन युद्धामुळे सद्दाम हुसेनला प्रचंड आर्थिक

चणचण भासत होती. आपल्या नागरिकांनी आपल्या विरोधात उठाव करू नये, यासाठी तो कायम दक्ष असे. इराणबरोबरच्या युद्धामुळे बिघडलेली आर्थिक स्थिती लक्षात घेता, असा उठाव होण्याची शक्यता होती. तसंच आपली सत्ता टिकवून धरण्यासाठी आणि आपलं वर्चस्व कायम राखण्यासाठी, सद्दामला आपल्या लष्करात कायम वाढ करत राहण्याची गरज होती. पैशांअभावी हे शक्य होत नसल्यामुळे त्यानं तेलविक्रीतून अफाट श्रीमंत झालेल्या कुवेतकडे आपली नजर वळवली. कुवेतनं तेलाचं उत्पादन कमी करावं आणि तेलाचे भाव वाढण्यासाठी हातभार लावावा, असं सद्दामचं मत होतं. यामुळे इराकी तेलाला आंतरराष्ट्रीय बाजारपेठेत मिळत असलेल्या किमतीतही वाढ होईल आणि आपल्याला जास्त निधी उपलब्ध होईल, असा त्याचा यामागचा हेतू होता. कुवेत मात्र इतर अनेक देशांप्रमाणे अमेरिकेच्या इशाऱ्यांवर नाचत होता. अमेरिकेला स्वस्त दरात तेल उपलब्ध करून देण्याच्या मोबदल्यातच आपली सुरक्षा टिकू शकते, याची कुवेतला कल्पना होती. अमेरिकेनं कुवेतला तेलाचे भाव वाढवण्यापासून परावृत्त केल्यामुळे, सद्दामच्या मागणीला नकार देण्यावाचून दुसरा पर्याय कुवेतसमोर नव्हताच. यामुळे भडकून सद्दामनं कुवेतमध्ये आपले रणगाडे घुसवले आणि जेमतेम २४ तासांच्या आत तिथली सत्ता आपल्या ताब्यात घेतली. कुवेतचे राज्यकर्ते कसाबसा आपला जीव वाचवून सौदी अरेबियामध्ये आश्रय घेण्यासाठी पळ काढण्यात यशस्वी ठरले. लगेचच कुवेत हा आता वेगळा देश नसून, तो आपल्या देशामधलाच एक प्रांत असल्याची घोषणा करून सद्दाम मोकळा झाला. त्यापाठोपाठ कुवेत आणि सौदी अरेबिया यांच्यातल्या सीमारेषेनजीक सद्दामनं इराकी फौजा आणायला सुरुवात केली. सौदी अरेबिया तर पूर्णपणे तेलविक्रीवरच अवलंबून होता. तसंच अमेरिकेला सौदी तेलाखेरीज आपला कारभार हाकणंसुद्धा अशक्य होतं. साहजिकच सद्दामनं अत्यंत अनपेक्षितपणे उचललेल्या या पावलांमुळे अमेरिका एकदम चक्रावून गेली. बुश संतापानं बेभान झाला. इराकवर त्यानं तातडीनं आर्थिक निर्बंध घातले. यावर भागणार नसून कुवेतची मुक्तता केली पाहिजे, यासाठी त्यानं आंतरराष्ट्रीय पातळीवर जनमत तयार केलं. अनेक नेत्यांशी असलेल्या आपल्या चांगल्या संबंधांचा फायदा उठवून त्यानं स्वतः फोनवर त्यांच्याशी बोलणी केली. याचा परिणाम म्हणून, एकंदर २८ देशांनी सद्दामच्या लष्कराशी लढण्यासाठी म्हणून आपल्या फौजा पाठवण्याची तयारी दाखवली. ज्या धनाढ्य देशांकडे पुरेशी लष्करी तयारी नव्हती, त्यांनी लष्कराऐवजी आर्थिक मदत पाठवली. संयुक्त राष्ट्रसंघाच्या सुरक्षा परिषदेनं एकमतानं सद्दामचा निषेध करून, कुवेतमधून इराकी फौजा हटवण्यासाठी जे काही करावं लागेल ते करण्यासाठीची

संमती दिली. यासाठी १५ जानेवारी १९९१ची मुदत सद्दामला देण्यात आली. दुसऱ्या महायुद्धानंतर प्रथमच अमेरिका आणि सोव्हिएत युनियन यांच्यात एकवाक्यता दिसून आली. गोर्बाचेव्हनंसुद्धा इराकच्या या कृतीचा निषेध करून, संयुक्त राष्ट्रसंघाच्या निर्णयाला पाठिंबा दिला.

व्हिएतनाम युद्धानंतरच्या अमेरिकी लष्कराच्या या सगळ्यांत मोठ्या मोहिमेमध्ये तब्बल पाच लाख सैनिक सामील झाले. या सैनिकांना सौदी अरेबिया आणि तिच्या आजूबाजूच्या भागांमध्ये तैनात करण्यात आलं. या कारवाईला 'ऑपरेशन डेझर्ट स्टॉर्म' असं नाव देण्यात आलं. ११ सप्टेंबर १९९० या दिवशी काँग्रेसच्या दोन्ही सभागृहांना उद्देशून बुशनं कुवेत प्रश्नासंबंधी भाषण केलं. त्याचं टीव्हीवर थेट प्रक्षेपण करण्यात आलं. या प्रश्नासंबंधी काँग्रेसमध्ये वादळी चर्चा झाली. अखेर २१ जानेवारी १९९१ या दिवशी कुवेतमधून इराकी फौजांना हुसकावून लावण्यासाठी आवश्यक असलेली कृती करण्यासाठीचे अधिकार काँग्रेसनं बुशला दिले. १५ जानेवारीला संयुक्त राष्ट्रसंघानं सद्दाम हुसेनला दिलेली मुदत संपली. याच्या पुढच्याच दिवशी बगदादच्या दिशेनं अमेरिका आणि तिचे साथीदार देश यांची लढाऊ विमानं घोंघावत यायला सुरुवात झाली. ४३ दिवस चाललेल्या तुंबळ युद्धात एकूण एक लाखांहून जास्त लढाऊ विमानउड्डाणं बाँबहल्ल्यांसाठी वापरण्यात आली. अत्याधुनिक क्षेपणास्त्रांचा मारा इराकवर करण्यात आला. त्यासमोर इराकचा बचाव अगदीच तोकडा ठरला. या युद्धाची दृश्यं टीव्हीवर थेट प्रक्षेपित करण्यात आली. असा हा पहिलाच प्रसंग असल्यामुळे श्वास रोखून सर्वसामान्य लोकांनी हे युद्ध घरबसल्या बघितलं! हवाई हल्ल्यांनी इराकला पार वाकवल्यानंतर २३ फेब्रुवारी रोजी इराकवर पायदळानं आक्रमण केलं आणि ते फक्त १०० तास चाललं. इराकी सैन्याकडे या आक्रमणाशी झुंजण्याची ताकद अजिबातच नव्हती. तरीसुद्धा शत्रूच्या हाती आपले तेलसाठे पडू नयेत, म्हणून ६००पेक्षा जास्त तेलविहिरींना आग लावण्याचं दुष्कृत्य त्यांनी केलं. याखेरीज पाणीपुरवठा यंत्रणा आणि पर्यावरण विषारी करण्यासाठीही त्यांनी प्रयत्नांची शिकस्त केली. लवकरच इराकवर अमेरिकी सैन्यांनी आपलं नियंत्रण प्रस्थापित केलं. ३ मार्च या दिवशी इराकला विनाशर्त माफी मागून माघार घ्यायला भाग पाडण्यात आलं. या मोहिमेमध्ये २००पेक्षा कमी अमेरिकी सैनिकांना प्राण गमवावे लागले.

बुशच्या राष्ट्रपतिपदाच्या अखेरच्या टप्प्यात सोमालिया या आफ्रिकन देशामधला प्रश्न तीव्र झाला. १९९१च्या सुरुवातीला सोमालियाचं सरकार कोसळल्यानंतर, तिथं अफरातफरी आणि अंदाधुंदी यांचं वातावरण निर्माण झालं. रस्त्यारस्त्यांवर स्थानिक टोळ्या हिंसाचार करत फिरायला लागल्या. सगळा देश पार अस्थिर

झाला. आंतरराष्ट्रीय पातळीवर मदतकार्य करणाऱ्या संघटनांनी सोमालियामधल्या जनतेला मदत करण्यासाठी अन्नधान्यं आणि औषधं यांचा पुरवठा करण्याचा प्रयत्नसुद्धा, धुडगूस घालणाऱ्या लोकांनी उधळून लावला. संयुक्त राष्ट्रसंघानं पाठवलेल्या शांतिसेनेच्या ५०० लोकांना मोठमोठ्या जमावापुढे काहीच करणं शक्य होईना. लाखो स्थानिक लोक भूक आणि आजार यामुळे दगावले आणि त्याहून जास्त संख्येनं लोक आजारी पडले. अखेर सोमालियामध्ये लष्करी बळाच्या जोरावर शांतता प्रस्थापित करण्याच्या संकल्पनेला संयुक्त राष्ट्रसंघानं मान्यता दिली आणि ४ डिसेंबरला अमेरिकी सैन्य तिथं दाखल होणार असल्याचं बुशनं जाहीर केलं. अमेरिकेला राजकीय किंवा आर्थिक लाभ नसूनसुद्धा, केवळ मानवतावादी निकषांवर तिनं लष्करी मदत पाठवण्याचा हा पहिलाच प्रसंग होता.

सोव्हिएत घडामोडी

दरम्यान, सोव्हिएत युनियनमध्ये घड्याळाचे काटे उलटे फिरवणारी पावलं पडायला लागली होती. इतकी वर्षं आपल्या साम्राज्याखालच्या देशांमध्ये आपल्या राजवटीच्या विरोधात सुरू झालेले उठाव ठेचून काढण्यासाठी सोव्हिएत युनियन नेहमीच प्रयत्नशील असे. आपला हा पोलादी पंजा अजिबात कमकुवत होऊ नये यासाठी जुलमी राजवटी राबवणं, आपल्या मर्जीतले हुकूमशहा नेमणं असे प्रकार सुरू असत. लोकशाहीला अजिबात थारा नसे. मिखाईल गोर्बाचेव्हनं मात्र या अन्यायी गोष्टी आता कालबाह्य असल्याचं सांगून, सोव्हिएत युनियनच्या छत्राखाली असलेल्या देशांना आपलं भवितव्य स्वतः घडवण्याची संधी दिली पाहिजे, असा पवित्रा घेतला. यामुळे निरनिराळ्या देशांमध्ये सुरू असलेल्या क्रांतिकारी विचारसरणींना पाठबळ मिळालं. यामुळे हंगेरी, पोलंड, झेकोस्लोवाकिया, पूर्व जर्मनी, रोमेनिया, बल्गेरिया आणि युगोस्लाविया या देशांमधली साम्यवादी सरकारं खिळखिळी झाली आणि त्यांनी सत्तेवरची आपली एकाधिकारशाही संपुष्टात आणली. जिथेतिथे लोकशाही मार्गानं निवडणुका घेतल्या गेल्या. हे नाट्यमय बदल अत्यंत अनपेक्षित तर होतेच; पण या बदलांचा झपाटा तर अवाक करून सोडणाराच होता! यांपैकी फक्त रोमेनियामध्ये सत्तांतराच्या वेळी प्रचंड हिंसाचार झाला. हुकूमशाही सत्ताधाऱ्यानं सहजासहजी आपलं पद न सोडता, हजारो निदर्शकांना आपल्या लष्कराकरवी ठार केल्यावरच नाइलाजानं आपली पोलादी मूठ सैल केली. अखेर त्याला आणि त्याच्या पत्नीला निदर्शकांनी अटक करून ठार करण्यात यश मिळवलं.

१९८९च्या नोव्हेंबर महिन्यातल्या बदलांमुळे, पूर्व आणि पश्चिम जर्मनी यांच्यामधली बर्लिनची कुप्रसिद्ध पोलादी भिंत सैल व्हायला लागली. दुसऱ्या

महायुद्धानंतर प्रथमच पूर्व जर्मनीमधले नागरिक पश्चिम जर्मनीमध्ये जायला लागले. २३ डिसेंबर या दिवशी बर्लिनला आणि त्याबरोबर जर्मनीला विभागणाऱ्या या भिंतीचं बंद केलेलं प्रवेशद्वार उघडण्यात आलं. त्याबरोबर नुसता जल्लोष झाला. दोन्ही बाजूचे नागरिक हातोड्या आणि इतर मिळतील ती हत्यारं घेऊन ही भिंत तोडायला आणि आठवणी म्हणून तिचे अवशेष गोळा करायला म्हणून नुसती झुंबड माजवायला लागले. जगभरात थेट प्रक्षेपित होणाऱ्या या दृश्यांनी बर्लिनची भिंत आणि त्याचबरोबर पोलादी सोव्हिएत पगडा नष्ट होत असल्याचा संदेश सगळीकडे पोहोचवला. त्यासरशी विभाजन झालेल्या जर्मनीनं एकत्रीकरणासाठी प्रयत्न सुरू केले. १९३३ सालानंतर प्रथमच जर्मनीमध्ये मुक्त वातावरणात निवडणुका घेण्यात आल्या. पूर्व आणि पश्चिम जर्मनीच्या सरकारांनी एकत्रीकरणासाठी सकारात्मक पावलं टाकण्याच्या निर्णयावर शिक्कामोर्तब केलं, आणि १ जुलै १९९० या दिवशी आर्थिक आणि सामाजिक पातळ्यांवरसुद्धा आपल्यात ऐक्य निर्माण करण्याला प्रारंभ करायचं ठरवलं. आता एक अडचण शिल्लक होती. नाटोमध्ये जर्मनीचा समावेश करण्यावर सोव्हिएत युनियनचा आक्षेप होता. याचं कारण म्हणजे, अमेरिकेला अनुकूल असलेल्या पश्चिम जर्मनीकडे मोठ्या प्रमाणावर शस्त्रसाठे होते. ते आपल्या विरोधात वापरण्याची अमेरिकेची चाल असल्याचं सोव्हिएत युनियनला माहीत होतं. मुळात नाटोची स्थापनाच तर त्यासाठी करण्यात आली होती. यातून मार्ग काढण्यासाठी पश्चिम जर्मनीनं आपल्याकडच्या शस्त्रास्त्रांच्या साठ्यामध्ये घट करावी, असं बुशनं सुचवलं. त्यानुसार पुढची पावलं टाकण्यात आली आणि संयुक्त झालेल्या जर्मनीला नाटोचं सदस्यत्व देण्यात आलं. ३ ऑक्टोबर १९९० या दिवशी जर्मनी ४५ वर्षांच्या फाळणीच्या काळानंतर पुन्हा एकसंध देश झाला. बर्लिनमधल्या जुन्या संसदभवनापाशी सुमारे दहा लाख लोकांनी एकत्र जमून मोठ्या जल्लोषात या घटनेचं जोरदार स्वागत केलं. या घटनाक्रमामुळे दुसऱ्या महायुद्धापासून जगाला अस्वस्थ करून सोडणाऱ्या अमेरिका आणि सोव्हिएत युनियन यांच्यामधल्या शीतयुद्धाचीसुद्धा अखेर झाली. १९९१मध्ये गोर्बाचेव्हचा शांततेसाठीच्या नोबेल पारितोषिकानं गौरव करण्यात आला. जागतिक पातळीवरची अशांतता संपुष्टात आणण्यामध्ये गोर्बाचेव्हनं मोठी भूमिका निभावलेली असली, तरी सोव्हिएत युनियनमध्ये मात्र विलक्षण खळबळ माजली होती!

१९८९मध्ये सोव्हिएत युनियननं सात दशकांच्या अवधीनंतर प्रथमच मुक्त वातावरणात निवडणुका घेतल्या. गोर्बाचेव्हचा पूर्वी कट्टर समर्थक असलेला बोरिस येल्त्सिन आता मध्यवर्ती सोव्हिएत सरकारवर कडाडून टीका करत होता. त्याची निवड रशिया प्रजासत्ताकाच्या नेतेपदी झाली. निवडणुकांमध्ये सोव्हिएत साम्यवादी

पक्षाच्या अनेक दिग्गज नेत्यांना पराभवाचा सामना करावा लागला. नव्या सरकारनं सोव्हिएत युनियनच्या राष्ट्रपतिपदी गोर्बाचेव्हची निवड केली. प्रचंड मोठ्या प्रमाणावर सुधारणांचे वारे वाहायला लागले. चर्चना मुक्तता मिळाली. कामगार संघटनांना अन्याय झाल्यावर संप करण्याचे हक्क पुन्हा देण्यात आले. याचं पश्चिमात्य देशांनी भरभरून स्वागत केलं असलं, तरी अशा भन्नाट बदलांना इतक्या वेगानं सामोरं जाण्याची ताकद नसलेली सोव्हिएत युनियन मात्र कोलमडत गेली. संप, दंगे आणि गोंधळ यामुळे औद्योगिक प्रकल्प, तसंच वाहतूकसेवा यांत विलक्षण गदारोळ माजला.

दरम्यान, सोव्हिएत साम्राज्याचा भाग असलेल्या 'लिथुआनिया' या बाल्टिक देशाने एकपक्षीय पद्धत अमान्य करून, विरोधी पक्षांनाही देशात स्थान असलं पाहिजे, यासाठीचं विधेयक संमत केलं. आपोआपच कम्युनिस्ट पक्षाचा एकछत्री अंमल यामुळे संपुष्टात आला. सोव्हिएत सरकारने याचा तीव्र निषेध केला. याला महत्त्व न देता, उलट लिथुआनियाने आपण सोव्हिएत युनियनपासून फारकत घेत असल्याचं आणि स्वतंत्र देश असल्याचं जाहीर केलं. अशा प्रकारे सोव्हिएत युनियनचा अंमल नष्ट होऊ देणं गोर्बाचेव्हला परवडण्यासारखं नसल्यामुळे, त्याने तातडीने लिथुआनियामध्ये सोव्हिएत रणगाडे घुसवले. तसंच लिथुआनियाला केला जाणारा तेलपुरवठा खंडित करून, त्याने त्या देशाचा बाह्य जगाशी असलेला दळणवळणाचा रस्ताही बंद करून टाकला. या आक्रमकतेला न जुमानता, लिथुआनियाच्या जनतेने उत्स्फूर्तपणे आपल्याला आता सोव्हिएत युनियनचा अंकुश काही झालं तरी नको असल्याचंच सांगितलं. त्यापाठोपाठ लॅटव्हिया आणि इस्टोनिया या देशांनीही स्वातंत्र्याची ललकारी दिली. अर्थातच गोर्बाचेव्हला हे अजिबात परवडण्यासारखं नव्हतं. त्याने सोव्हिएत अंमल या देशांवर कायम ठेवण्यासाठीची धडपड सुरूच ठेवली. यातून पुरता गोंधळ माजला आणि गोर्बाचेव्हचंच स्थान धोक्यात आलं.

इतके दिवस गोर्बाचेव्हला आपला नेता मानणाऱ्या येल्त्सिनलाही आता सोव्हिएत पोलादी पंजा नकोसा झाला. आपल्या हजारो समर्थकांसह त्याने गोर्बाचेव्हच्या राजीनाम्याची मागणी केली आणि नव्या सत्ताधाऱ्यांना पूर्ण स्वातंत्र्य मिळालं पाहिजे, अशी मागणी केली. सोव्हिएत युनियनचं अस्तित्व कायम राखायचं, का आता सोव्हिएत युनियनचं विघटन करून त्यामधल्या देशांना पुन्हा पूर्ण स्वातंत्र्य द्यायचं, याविषयी चर्चा सुरू झाली. लगेचच यासाठी मतदानसुद्धा घेण्यात आलं; पण त्याचा निकाल नक्की काय लागला, याविषयी गोंधळाचं वातावरण निर्माण झालं. यानंतर घेण्यात आलेल्या निवडणुकांमध्ये रशियाच्या राष्ट्रपतीपदी येल्त्सिनची

निवड झाली. १९ ऑगस्ट १९९१ या दिवशीच्या बातमीमुळे तर जगभरात पार खळबळच माजली. आंतरराष्ट्रीय पातळीवर अत्यंत लोकप्रिय असलेल्या गोर्बाचेव्ह या नेत्याला पदच्युत करण्यात आल्याचं मॉस्कोने कळवलं. याची पार्श्वभूमी म्हणजे, सोव्हिएत युनियनच्या अधिपत्याखाली असलेल्या देशांना जास्त मुक्तता आणि स्वातंत्र्य देण्याच्या मोबदल्यात या देशांनी आपल्या डोक्यावरचं सोव्हिएत युनियनचं राज्य मान्य करावं, असा करार करून घेण्यात गोर्बाचेव्हला यश मिळालं होतं. आता गोर्बाचेव्ह सुट्टीसाठी क्रायमिया प्रांतात होता. पुढच्याच दिवशी मॉस्कोला परतून गोर्बाचेव्ह या देशांच्या प्रमुखांना जास्त अधिकार देण्यासंबंधीच्या करारावर सही करणार होता. त्याआधीच गोर्बाचेव्हला नजरकैदेत टाकण्यात आलं. कट्टर साम्यवादी नेत्यांना गोर्बाचेव्हचा हा निर्णय मान्य नव्हता. सोव्हिएत युनियनच्या अधिपत्याखालच्या देशांना जास्त मोकळीक देणं, म्हणजेच सोव्हिएत सत्ता लेचीपेची करणं, असा त्यांचा समज होता. यामुळे सोव्हिएत युनियनमधल्या साम्यवादी नेत्यांनी गोर्बाचेव्हला जोरदार विरोध केला. आणीबाणी घोषित करून त्यांनी सोव्हिएत लष्कराला पाचारण केलं.

कट्टर साम्यवादी नेत्यांनी गोर्बाचेव्हच्या विरोधात ही कारवाई केली असली, तरी त्यांना बहुधा येल्त्सिनच्या लोकप्रियतेचा, निर्धाराचा आणि ताकदीचा अंदाज आला नसावा. शेकडो लोकांनी मॉस्कोमधल्या संसदेच्या इमारतीभोवती आपलं कोंडाळं उभं करून येल्त्सिनला संरक्षणाचं कवच दिलं. रशियन सैन्याला त्यानं आपल्या बाजूनं लढण्याचे आदेश दिले. संसदेच्या इमारतीबाहेरच्या एका रणगाड्यातून येल्त्सिननं बाहेर जमलेल्या हजारो लोकांसमोर भाषण केलं आणि त्यांना आपल्या पाठीमागे उभं राहण्याचं आवाहन केलं. गोर्बाचेव्ह आणि येल्त्सिन यांच्या विरोधात कट रचणाऱ्या नेत्यांचा निषेध करून, त्यानं त्यांच्या धरपकडीची आणि त्यांच्यावर खटला भरला जाण्याची मागणी केली. रशियन जनतेनं संसदेच्या इमारतीभोवती संरक्षक कवच आणि इतर अडथळे उभे करून लष्करी हल्ल्यांपासून तिचा बचाव करण्यासाठी जोरदार धडपड केली.

२१ ऑगस्ट या दिवशी येल्त्सिनला फोन करून बुशनं आपला पाठिंबा जाहीर केला. 'रशियामध्ये कट रचलेल्या नेत्यांनी उभ्या केलेल्या सरकारला कुणीच मान्यता देता कामा नये' असं सांगून, लोकशाही मार्गानं निवडून आलेल्या येल्त्सिनच्या पाठीशी ठामपणे उभं राहण्याचं आवाहन बुशनं रशियन जनतेला केलं. २२ ऑगस्ट या दिवशी कट फसला. मॉस्कोला परतून गोर्बाचेव्हनं आपला विरोधक बनलेल्या येल्त्सिनचे आभार मानले. यानंतर पुन्हा सत्ता आपल्याकडे खेचून घेण्यात गोर्बाचेव्हला यश आलं नाही. ज्या कम्युनिस्ट पक्षाच्या काही

नेत्यांनी आपल्या विरोधात कट रचला होता, त्या कम्युनिस्ट पक्षाला दूषणं देण्याचं गोर्बाचेव्हनं टाळलं. यामुळे भडकून येल्त्सिन आणि रशियन संसद यांनी कम्युनिस्ट पक्षाची इमारत सीलबंद करण्याचे आदेश दिले. २५ ऑगस्ट या दिवशी गोर्बाचेव्हला कम्युनिस्ट पक्षाच्या सदस्यत्वाचा राजीनामा देणं भाग पडलं. यानंतर पाच दिवसांनी रशियन संसदेनं कम्युनिस्ट पक्षावर पूर्ण बंदी घातली. तब्बल सात दशकं अत्यंत निर्दयीपणे सत्ता चालवलेल्या आणि सगळ्या विरोधकांना अगदी सहजपणे ठेचून काढलेल्या, एके काळच्या अत्यंत बलाढ्य कम्युनिस्ट पक्षाचा अशा प्रकारे अचानक अंत झाला.

दरम्यान, युरोपीय समूहानं लिथुआनिया या देशाला 'स्वतंत्र देश' म्हणून मान्यता दिली. बुशचा या संदर्भातला निर्णय अजून होत नव्हता. गोर्बाचेव्हला पुन्हा सत्तेवर आणावं आणि सोव्हिएत युनियनचं विघटन टाळावं, असा त्याचा प्रयत्न होता. एका गुप्त बैठकीत येल्त्सिन आणि इतर काही नेत्यांनी स्वतंत्र होत असलेल्या सोव्हिएत देशांचं एक संघराज्य बनवावं, असा निर्णय घेतला. या सगळ्या देशांचं एक समान चलन असावं, असा ठराव त्यांनी संमत केला. तसंच, आता अस्तंगत झालेल्या सोव्हिएत युनियननं पूर्वी केलेले सगळे आंतरराष्ट्रीय पातळीवरचे ठराव आपण मान्य करू, असा निर्णयही त्यांनी घेतला. यानुसार २२ डिसेंबर या दिवशी 'कॉमनवेल्थ ऑफ इंडिपेंडंट स्टेट्स (सीआयएस)'ची निर्मिती स्वतंत्र झालेल्या ११ देशांनी केली. यामुळे सोव्हिएत युनियनचं अधिकृतपणे विघटन झालं आणि गोर्बाचेव्हचे सगळे अधिकार गेले. गोर्बाचेव्हनं सगळे अधिकार सोडल्याची घोषणा करत महत्त्वाचे अधिकार येल्त्सिनकडे सुपूर्त केले. ७४ वर्षांपासून अस्तित्वात असलेली सोव्हिएत युनियन लयाला गेली.

या घटनाक्रमाच्या पार्श्वभूमीवर बुशनं सोव्हिएत युनियन/रशिया यांच्या संदर्भातला अमेरिकी दृष्टिकोन पार बदलण्यासाठीची धोरणं अमलात आणायचं ठरवलं. अनेक देश स्वतंत्र होत असल्यामुळे, त्यांच्याशी थेट संबंध प्रस्थापित करण्यावर भर देण्याचा निर्णय त्यानं घेतला. मध्यवर्ती सरकारशीच चर्चा करण्याचं धोरण बंद करून, विकेंद्रीकरण करण्याकडे आता बुशचा कल होता. रशियानंही आपल्याशी अमेरिकेचे थेट संबंध असावेत, यासाठी प्रयत्न सुरू केल्यामुळे, आपोआपच गोर्बाचेव्हचा अस्त झाला आणि येल्त्सिनचा उदय झाला. गोर्बाचेव्हनं आपला राजीनामा जाहीर करण्यासाठीचं भाषण करेपर्यंत बुशनं वाट बघितली आणि त्यानंतर लगेचच स्वायत्त झालेला रशिया आणि स्वतंत्र झालेले इतर देश, यांना मान्यता दिली.

निश्चल अर्थकारण आणि फेरनिवडीमध्ये अपयश

बुशनं राष्ट्रपतिपद हाती घेतल्यावर काही काळातच सरकारी विम्याच्या छत्रछायेखाली असलेल्या काही बँका बुडण्यासंबंधीचं प्रकरण वर आलं. खातेदारांनी जमा केलेले कोट्यवधी डॉलर्स या बँकांनी धोकादायक स्वरूपाच्या गुंतवणुकी करून आणि बेजबाबदारपणे कर्जवाटप करून उडवून लावले. या बँकांना पुन्हा आर्थिक स्थैर्य मिळवून देण्यासाठी त्यांच्यामध्ये एका दशकभराच्या काळात तब्बल १६,६०० कोटी डॉलर्सचा निधी ओतण्याची एक योजना बुशनं तयार केली. काँग्रेसनं ती संमत केली. हळूहळू ही रक्कम पुरेशी नसून, याच्या जवळपास दुप्पट आकड्यावर म्हणजे ३०,००० कोटी डॉलर्सवर ती गेली. बुश सरकारच्या कार्यकालात पहिले १८ महिने अमेरिकी अर्थव्यवस्था अगदी मंद गतीनं प्रगती करत होती. सरकारी अर्थसंकल्पीय तुटीचा आकडा १५,५२० कोटी डॉलर्सवरून वाढून चार वर्षांमध्ये, म्हणजे १९९२मध्ये ४०,००० कोटी डॉलर्सवर पोहोचेल, असा अंदाज व्यक्त केला जात होता. त्यातच करांमध्ये वाढ करण्याच्या मुद्द्यावरून बुश आणि अमेरिकी काँग्रेस यांच्यामध्ये मतभेद निर्माण झाले. यामुळे निरनिराळ्या प्रसंगांच्या वेळी बुशला आपला खास नकाराधिकार वापरावा लागला.

१९९०मध्ये कुवेतच्या प्रश्नावरून होऊ घातलेल्या आखाती युद्धामुळे तेलाचे भाव भडकले. अस्थिर आंतरराष्ट्रीय बाजारपेठ आणि अनेक देशांनी स्वीकारलेली कठोर धोरणं यामुळे अमेरिकी अर्थव्यवस्था मंदीच्या घेऱ्यात सापडली. प्रत्यक्षात हे युद्ध अगदी झपाट्यानं संपुष्टात आल्यामुळे आणि त्यामध्ये अमेरिकेचं तुलनेनं मामुली नुकसान झाल्यामुळे, तेलाचे भडकलेले भाव निवळले आणि अमेरिकी अर्थव्यवस्थेमध्ये चैतन्य निर्माण होण्याची चिन्हं दिसायला लागली. तेवढ्यात आधी उल्लेख केलेलं बँकबुडीचं संकट डोकं वर काढून उभं ठाकलं. तसंच, सरकारच्या डोक्यावरच्या कर्जाच्या आकड्यात मोठी वाढ होत गेली. अमेरिकी मध्यवर्ती बँकेनंही तिच्या ध्येयधोरणांनुसार व्याजदर वाढवले. या सगळ्यांचा एकत्रित परिणाम म्हणजे, परत एकदा अमेरिकी अर्थव्यवस्था मंदी आणि बेरोजगारी यांच्या गर्तेत सापडली.

१९९२मध्ये राष्ट्रपतिपदासाठीच्या निवडणुकीचा प्रचार सुरू होण्याच्या सुमाराला अमेरिकी अर्थव्यवस्थेची परिस्थिती नाजूकच होती. अधूनमधून सुधारणेचं चित्र दिसत असलं, तरी एकूण फार काही आशावाद कुठेच नव्हता. मंदी एकदम तीव्र नसली, तरी एकंदर वातावरण निराशेचं होतं. शीतयुद्ध संपुष्टात आल्यामुळे अमेरिकेचा संरक्षण क्षेत्रातला खर्च कमी होत गेलेला असला आणि यामुळे सरकारी

खर्चात बचत होत असली, तरी यामुळे बेरोजगारीतसुद्धा वाढ झाली होती. बुशनं मात्र ही अर्थकारणातली तात्पुरती घसरण असून, काही काळातच परिस्थिती पूर्वपदावर येईल, असा विश्वास अमेरिकी जनतेला द्यायचा प्रयत्न वारंवार केला. अर्थातच, लोकांना बुशच्या या दाव्यामध्ये दम नसल्याचं जाणवत होतं. आपल्या प्रचारादरम्यान बुशनं अर्थव्यवस्था सुरळीत होण्याच्या आश्वासनाखेरीज, आंतरराष्ट्रीय पातळीवरच्या आपल्या निरनिराळ्या प्रश्नांसंबंधीच्या यशाविषयी खूप भाष्य केलं. शीतयुद्ध संपुष्टात आणणं, साम्यवादाला आळा घालणं, शस्त्रास्त्रस्पर्धा कमी करणं, आखाती युद्धादरम्यान सद्दाम हुसेनसारख्या हुकूमशहाला नमवणं, अशा अनेक मुद्द्यांवरून त्यानं मतदारांना मतांसाठी साकडं घातलं. हे सगळे प्रश्न महत्त्वाचे असले, तरीसुद्धा आपल्या आर्थिक भविष्याची आपल्याला जास्त काळजी असल्याचं अमेरिकी मतदारांचं मत होतं. एकविसाव्या शतकामध्ये अमेरिकेचं नेतृत्व करण्यासाठी बुश हा सगळ्यांत सक्षम नेता असल्याविषयी त्यांच्या मनात शंका होती. अखेर त्यांनी अर्कान्सा राज्याचा गव्हर्नर 'बिल क्लिंटन' या फारशा माहीत नसलेल्या उमेदवाराची निवड आपला 'नवा राष्ट्रपती' म्हणून केली.

❖

बिल क्लिंटन

१९९३-२००१
या काळातला अमेरिकेचा बेचाळिसावा राष्ट्रपती

अल्प-परिचय

साल	घटना
१९४६	अर्कान्सा राज्यातल्या होप इथे जन्म
१९६८	महाविद्यालयीन शिक्षण पूर्ण
१९६८-७०	इंग्लंडच्या ऑक्सफर्ड विद्यापीठात 'स्कॉलर'
१९७३	येल विद्यापीठातून कायद्याचा पदवीधर
१९७३-७६	कायद्याचा प्राध्यापक
१९७५	हिलरी रॉडहॅमशी लग्न
१९७८	अर्कान्सा राज्याचा गव्हर्नर
१९८०	गव्हर्नरपदाच्या फेरनिवडीसाठीच्या प्रयत्नांत पराभवामुळे अपयश
१९८३-९२	अर्कान्सा राज्याचा गव्हर्नर म्हणून फेरनिवड
१९९३-२००१	अमेरिकेचा बेचाळिसावा राष्ट्रपती

प्राथमिक ओळख

१९९३मध्ये बिल क्लिंटन दुसऱ्या महायुद्धानंतर जन्मलेला पहिला अमेरिकी राष्ट्रपती बनला. लष्करसेवा अजिबात न केलेला फ्रँकलिन रुझवेल्टनंतरचा तो पहिला राष्ट्रपती ठरला. 'सिंगल मदर' असलेल्या त्याच्या विधवा आईनं आपल्या मर्यादित उत्पन्नाच्या जोरावर क्लिंटनला वाढवलं. क्लिंटनचे वडील त्याच्या जन्माच्या तीन महिने आधी एका वाहन अपघातात ठार झाले होते. आपल्या शैक्षणिक आयुष्यात चमक दाखवत आणि नेतृत्वगुण झळकवत

क्लिंटननं पुढचं शिक्षण ऑक्सफर्डमध्ये घेतलं आणि त्यानंतर येलमधून त्यानं कायद्याची पदवीही मिळवली. यानंतर कायदाविषयक प्राध्यापकी करून झाल्यानंतर त्यानं राजकारणात प्रवेश केला. वयाच्या बत्तिसाव्या वर्षी राज्याचा गव्हर्नर बनून त्यानं एक विक्रमच केला. आपल्या राष्ट्रपतिपदासाठीच्या प्रचारादरम्यान, त्यानं आपल्याप्रमाणेच परिस्थितीशी झगडून वर आलेल्या मध्यमवर्गीय अमेरिकी जनतेकडे सगळं लक्ष केंद्रित केलं.

जडणघडण

अर्कान्सा राज्यामधल्या होप नावाच्या अगदी छोट्या गावात बिल क्लिंटनचा जन्म झाला. क्लिंटनच्या वडिलांनी दुसऱ्या महायुद्धाच्या काळात अमेरिकी लष्करसेवा केली. युद्ध संपल्यानंतर ते आपला उदरनिर्वाह कशाच्या आधारे करायचा या विचारात असताना, त्यांना शिकागोमध्ये चांगली संधी मिळाली. त्यांनी तिथंच घरही विकत घेतलं. त्यांची गरोदर पत्नी मात्र अर्कान्सामध्येच होती. तिला आपल्यासोबत शिकागोला आणून नव्यानं कौटुंबिक आयुष्य जगण्याच्या हेतूनं, ते गाडी घेऊन निघाले होते. याच प्रवासादरम्यान झालेल्या भयंकर अपघातात त्यांचं निधन झालं. हा धक्का पचवणं जवळपास अशक्य झालेल्या त्यांच्या पत्नीच्या पोटी यानंतर तीन महिन्यांनी बिल क्लिंटनचा जन्म झाला. त्याला त्याच्या वडिलांचंच नाव देण्यात आलं. क्लिंटनला त्याच्या आईनं काही काळातच आपल्या आई-वडिलांकडे सोपवलं आणि आपलं परिचारिका होण्यासाठीचं प्रशिक्षण पूर्ण करण्यासाठी लुईझियानाचा रस्ता धरला. नंतर अर्कान्साला परतून तिनं रॉजर क्लिंटनशी लग्न केलं. या दुसऱ्या लग्नातून तिला आणखी एक मुलगा झाला. बिल क्लिंटनचे सावत्र वडील त्रासदायक होते. अधूनमधून ते दारू पीत आणि आपल्या बायको-मुलांना मारहाण करत. यामुळे क्लिंटन कुटुंबात तणावपूर्ण वातावरण असे. अशा परिस्थितीतसुद्धा आपल्या अभ्यासावर नियंत्रण ठेवण्याचा आणि आपली आई, तसंच आपला धाकटा भाऊ यांचं मनोधैर्य राखण्याचा प्रयत्न बिल करत असे. शालेय अभ्यासाबरोबरच नेतृत्वगुण दाखवण्याची मिळालेली संधी क्लिंटननं पुरेपूर वापरली. यामुळेच त्याला वॉशिंग्टनला प्रवास करून राष्ट्रपती जॉन एफ. केनेडीची भेट घेण्याची संधी मिळाली. यामुळे चाट पडलेल्या क्लिंटननं, एक दिवस मोठं पद मिळवण्याचा निर्धार केला. महाविद्यालयीन शिक्षण पूर्ण केल्यानंतर क्लिंटननं अत्यंत मानाची समजली जाणारी 'ऱ्होड्स शिष्यवृत्ती' मिळवून इंग्लंडच्या ऑक्सफर्ड विद्यापीठात प्रवेश मिळवला.

हा काळ वादळी होता. व्हिएतनाम युद्धामुळे अमेरिकेमध्येच नव्हे, तर अमेरिकेबाहेरसुद्धा वातावरण तापलं होतं. युद्धाला जोरदार विरोध सुरू होता. अर्थातच अमेरिकी सरकार मात्र आपल्या हट्टावर कायम होतं. राष्ट्रपती जॉन्सननं व्हिएतनाम युद्धातून माघार घ्यायला नकार दिला असला, तरी आपण राष्ट्रपतिपदासाठीच्या फेरनिवडीसाठी प्रयत्न करणार नसल्याचं जाहीर केलं. अमेरिकी लष्करात भरती होण्यासाठी सरकारच्या वतीनं खूप आवाहनं केली जात होती. अशा परिस्थितीत क्लिंटनची विचारसरणी पक्की होत गेली. व्हिएतनाम युद्धाला त्यानं विरोध केला. अमेरिकेबाहेरही युद्धविरोधी निदर्शनं सुरूच असत. इंग्लंडमधल्या अशा निदर्शनांमध्ये क्लिंटन सहभागी व्हायला लागला. साहजिकच त्यानं लष्करसेवाही केली नाही. अमेरिकेत परतल्यानंतर क्लिंटननं येल विद्यापीठात प्रवेश केला आणि त्यानं कायद्याचं प्रशिक्षण घेतलं. इथंच मूळच्या इलिनॉयमधल्या अत्यंत हुशार असलेल्या हिलरी रॉडहॅमशी त्याचं सूत जुळलं.

कायद्याची पदवी घेतल्यानंतर क्लिंटन अर्कान्साला परतला आणि त्यानं याच विषयाचा 'प्राध्यापक' म्हणून काम धरलं. १९७४मध्ये काँग्रेससाठीच्या निवडणुकीला उभं राहायचं क्लिंटननं ठरवलं. हिलरीनंही त्याचा जोरदार प्रचार केला. निवडणुकीत क्लिंटनचा अत्यंत निसटत्या फरकानं पराभव झाला. पुढच्याच वर्षी बिल आणि हिलरी यांचं लग्न झालं. त्यापाठोपाठ नंतरच्या वर्षी पुन्हा एकदा निवडणुकीला उभं राहायचं त्यानं नक्की केलं. या खेपेला त्यानं अर्कान्सा राज्याचा 'अॅटर्नी जनरल' बनण्यासाठी उमेदवारीचा अर्ज दाखल केला आणि ही निवडणूक तो जिंकला. १९७८मध्ये तर त्यानं अर्कान्साचा गव्हर्नर बनण्यापर्यंत मजल मारली. तेव्हा आपल्या वयाच्या ३२व्या वर्षी तो अमेरिकेमधला सगळ्यांत तरुण गव्हर्नर होता. अर्कान्सामध्ये गव्हर्नरपदाची मुदत फक्त दोन वर्षांचीच असल्यामुळे १९८०मध्ये क्लिंटननं फेरनिवडीसाठी प्रयत्न केले. दरम्यानच्या काळात, राष्ट्रपती जिमी कार्टरच्या धोरणांना अमेरिकी नागरिक पार कंटाळून गेले होते. त्यांनी मोठी आश्वासनं देणाऱ्या रोनाल्ड रीगनला बहुमताचा कौल दिला. एकूणच रिपब्लिकन पक्षाच्या दिशेनं मतदार वळले आणि याचा फटका क्लिंटनलाही बसला. त्याचा गव्हर्नरपदाच्या फेरनिवडीसाठीच्या निवडणुकीत आश्चर्यकारकरीत्या पराभव झाला. या पराभवाचा क्लिंटनवर चांगलाच परिणाम झाला. त्याचं मानसिक स्थैर्य ढासळलं आणि तो बराच काळ एकाकी राहत होता. काही काळ अशा निराश मनःस्थितीत घालवल्यानंतर तो पुन्हा सावरला.

क्लिंटनच्या पहिल्या गव्हर्नरपदादरम्यान हिलरीच्या पोटी चेल्सी या मुलीचा जन्म झाला. आपल्या जन्माआधीच आपल्या वडिलांचं निधन झाल्याची कटू आठवण क्लिंटनच्या मनात कायम टिकून राहिल्यामुळे, आपल्या मुलीच्या बाबतीत असं काही घडू नये, म्हणून या काळात क्लिंटन खूपच अस्वस्थ असे. अखेर, चेल्सीचा जन्म ठीकपणे झालेला बघायला आपण हजर असल्याचं समाधान लाभल्यानंतर क्लिंटन शांत झाला. १९८२मध्ये त्यानं अर्कान्सा राज्याचा गव्हर्नर होण्यासाठीच्या निवडणुकीमध्ये पुन्हा उभं राहायचं ठरवलं. प्रचार करताना लोकांशी संपर्क साधणं, त्यांच्या प्रतिसादामुळे खूश होणं, या गोष्टी करून क्लिंटनला बराच उत्साह येत असे. एकूणच लोकांमध्ये मिसळून त्याला खूप ऊर्जा लाभते, असं चित्र कायमच दिसे. अत्यंत हुशारीनं प्रचार करण्याची आणि संभाव्य मतदारांना आपल्याकडे खेचून घेण्याची कला क्लिंटनला साध्य झाल्याचं स्पष्टपणे दिसून येई. या निवडणुकीसकट पुढच्या अनेक निवडणुका जिंकून, क्लिंटननं या पदावर आपली मोहोर उमटवली.

हळूहळू क्लिंटनची ओळख अर्कान्सा राज्यापलीकडेपर्यंत पसरत गेली. यामुळेच त्याने 'राष्ट्रपतिपदाच्या निवडणुकीसाठी आपली उमेदवारी जाहीर करावी' असं मत अनेक जणांनी व्यक्त केलं. डेमोक्रॅटिक पक्षामध्येही त्यानं अनेक महत्त्वाच्या पदांवर काम केलं होतंच. यामुळे डेमोक्रॅटिक पक्षाचा संभाव्य उमेदवार आणि यानंतर संभाव्य अमेरिकी राष्ट्रपती, म्हणून त्याचं नाव अनेक जण घ्यायला लागले. अखेर ३ ऑक्टोबर १९९१ या दिवशी ४५ वर्षांच्या क्लिंटननं आपली उमेदवारी जाहीर केली. आखाती युद्धात सद्दाम हुसेनला सहजपणे नमवण्याची कामगिरी केल्यामुळे, तत्कालीन अमेरिकी राष्ट्रपती जॉर्ज एच. डब्ल्यू. बुशचा चांगला नावलौकिक पसरला होता. तो ही निवडणूक अगदी सहजपणे जिंकणार, असं चित्र ठळकपणे दिसत होतं. या तुलनेत राजकारणाच्या दृष्टीनं तरुण असलेल्या आणि सर्वसामान्य जनतेला फारसा माहीत नसलेल्या क्लिंटनला किती मतं मिळतील, असा प्रश्नच होता. याचा परिणाम होऊ न देता, क्लिंटननं अमेरिकी जनमानसात ताजी विचारसरणी रुजण्याची गरज अधोरेखित करण्याचं धोरण स्वीकारलं. नवा विचार राजकारणात आणि देशात आला पाहिजे, हा त्यानं आपला मुख्य मुद्दा असल्याचं जाहीर केलं. रिपब्लिकन पक्षाच्या चुकीच्या आर्थिक धोरणांवर कडाडून टीका करत त्याने आरोग्य, शिक्षण, मूलभूत सुविधा यांच्यामध्ये भरघोस सुधारणा करण्याला वाव असल्याचं प्रतिपादन केलं. सरकारी खर्चामध्ये वाढ करून या सुधारणा घडवून आणल्या पाहिजेत आणि याचाच वापर नवे रोजगार निर्माण करण्यासाठी

करायचा, असं त्याचं धोरण होतं.

राष्ट्रपतिपदाकडे वाटचाल करायची, तर त्यासाठी आधी डेमोक्रॅटिक पक्षाची उमेदवारी मिळवणं क्लिंटनच्या दृष्टीनं गरजेचं होतं. त्यासाठी त्यानं प्रयत्न सुरू केले; पण हा मार्ग अत्यंत खडतर ठरला. क्लिंटनच्या राष्ट्रपतिपदासाठीच्या शर्यतीतमधल्या अनेक अडथळ्यांपैकी पहिला अडथळा, १३ जानेवारी १९९२ या दिवशी निर्माण झाला. क्लिंटननं विवाहबाह्य संबंध ठेवले असल्याच्या पूर्वीच्या आरोपांना एका भडक स्वरूपाच्या वर्तमानपत्रानं प्रसिद्धी दिली. या आरोपांना इतर मान्यवर वर्तमानपत्रांनी जागा द्यायला सुरुवात केली, तेवढ्यात ४ फेब्रुवारीला नवे आरोप करण्यात आले. 'अमेरिकी नागरिकांनी त्यांच्या दृष्टीनं कुठले मुद्दे महत्त्वाचे आहेत याचा विचार करावा' असं आवाहन करून, क्लिंटननं आपण या आरोपांना अजिबात महत्त्व देत नसल्याचं अधोरेखित करण्याचा प्रयत्न केला. हिलरी क्लिंटनसह आपण टीव्हीवरच्या एका लोकप्रिय चर्चात्मक कार्यक्रमात सहभागी होऊन या आरोपांना उत्तर द्यायला तयार असल्याचं क्लिंटननं जाहीर केलं. त्यात आपल्या वैवाहिक आयुष्यात काही अडचणी येऊन गेल्या असल्याची दोघांनी कबुली दिली. हळूहळू निवडणुकीच्या प्रचारामध्ये क्लिंटनसमोर नवनवे प्रश्न निर्माण होत गेले. जनमानसामधली त्याची प्रतिमा खालावत चालल्याचं सर्वेक्षणांमध्ये दिसून येत होतं. तरीसुद्धा अमेरिकी जनतेसमोरचे खरे प्रश्न सोडवण्यासाठी आपण कटिबद्ध असल्याची ग्वाही देत त्यानं आपला प्रचार सुरूच ठेवला. तसंच, त्याच्या विरोधात सुरू असलेल्या प्रचारामुळे आणि त्याच्या बदनामीमुळे एकप्रकारे त्याचं नाव घरोघरी पोहोचलं आणि लोकांमध्ये त्याच्या नावाची चर्चाही आपोआप सुरू झाली. क्लिंटनवरचे आरोप कमी होते म्हणून की काय; पण सुमारे दोन दशकांपूर्वी क्लिंटननं लष्करसेवा कशा प्रकारे टाळली होती, यासंबंधीचं वृत्त प्रकाशित झालं. याबरोबर 'आपल्या खासगी आयुष्याविषयी आणि त्यामधल्या अडचणींविषयी कुणाला इतका रस का असावा, याचं आपल्याला आश्चर्य वाटत असल्याचं आणि आपलं सगळं लक्ष सर्वसामान्य अमेरिकी जनतेसमोरचे प्रश्न सोडवण्यावर एकवटलं असल्याचं' मत, त्यानं परत एकदा व्यक्त केलं. यात भर म्हणून एच रॉस पेरॉ या अब्जाधीश उद्योगपतीनं अपक्ष उमेदवार म्हणून राष्ट्रपतिपदाच्या शर्यतीत उतरण्याचा निर्णय घेतला. राजकारण्यांना वैतागलेल्या अमेरिकी जनतेला पेरॉमध्ये देशासमोरचे प्रश्न सोडवण्याचा आत्मविश्वास दिसत होता. ज्याप्रमाणे एखाद्या खासगी कंपनीमधले प्रश्न सोडवण्याची क्षमता उद्योगपतींमध्ये असते, तशीच देशासमोरचे

प्रश्न सोडवण्याची क्षमताही त्यांच्यामध्ये असू शकते, असा मुद्दा पेरॉने पकडला. अचानकपणे पेरॉच्या म्हणण्यात दम असल्याची भावना सगळीकडे पसरली.

या सगळ्या संकटांमुळे पिछाडीवर पडलेल्या क्लिंटनने हिंमत न हरता आपल्या प्रभावी वक्तृत्वाच्या जोरावर हळूहळू पुनरागमन करायला सुरुवात केली. देशाला कर्जाच्या संकटातून बाहेर काढण्याची, तसंच आर्थिक सुधारणा घडवून आणण्याची क्षमता क्लिंटनमध्ये असल्याचं चित्र ठळक होत गेलं. आपल्या राष्ट्रपतिपदाच्या शर्यतीदरम्यानचा उपराष्ट्रपतिपदाचा साथीदार म्हणून क्लिंटननं आपल्याहून दोन वर्षांनी तरुण असलेल्या ४४ वर्षीय अल गोरची निवड केली. जवळपास एकसारख्या वयाखेरीज क्लिंटन आणि गोर या दोघांमध्ये बरीच साम्यं होती. दोघंही उच्चशिक्षित होते. दोघांनीही राजकारणात बरीच वर्षं काढली होती. दोघंही दक्षिणेकडचे होते. दोघांचीही जडणघडण व्हिएतनाम युद्धाच्या काळात झाली होती. काही फरक म्हणजे, क्लिंटन गव्हर्नर तर गोर सिनेटर होता. तसंच, क्लिंटननं व्हिएतनाम युद्धात सहभाग घेतला नसला, तरी गोर मात्र व्हिएतनाम युद्धात लढला होता. गोर हा क्लिंटनला पूरक ठरेल आणि त्यांची तरुण जोडी देशाला आर्थिक संकटातून बाहेर काढेल, असं अमेरिकी जनतेला हळूहळू वाटायला लागलं. तेवढ्यात अगदी ऐन वेळी रॉस पेरॉनं राष्ट्रपतिपदासाठीच्या निवडणुकीत आपण सहभाग घेत असल्याचं जाहीर केल्यामुळे क्लिंटनला मोठा दिलासा मिळाला. पेरॉला समर्थन देणारे रिपब्लिकन पक्षामधले अनेक कार्यकर्ते आणि मतदार फुटले. त्यांनी आपल्या डेमोक्रॅटिक पक्षाच्या वतीने उमेदवारी मिळवण्याच्या प्रयत्नांना पाठिंबा द्यावा, असं आवाहन क्लिंटनने केलं. त्याला अनेकांनी प्रतिसाद दिला.

क्लिंटन आणि गोर यांना प्रचारादरम्यान चांगला प्रतिसाद मिळत गेला. ते दोघं आपल्या पत्नींसह नेहमी एकत्रच व्यासपीठावर हजर असत. सर्वसामान्यपणे उमेदवार जात नाहीत अशी ठिकाणं हुडकून, त्यांनी तिथं बसने प्रवास केला. यामुळे लोकांना त्यांच्याविषयी अधिकाधिक विश्वास वाटत गेला. क्लिंटन-गोर जोडी रिपब्लिकन पक्षाचा पराभव करणार, असं वाटायला लागलं. याची जाणीव झाल्यामुळे, राष्ट्रपती बुशनं दररोजच्या कामकाजातून लक्ष कमी करून प्रचारावर भर दिला. आंतरराष्ट्रीय प्रश्नांसंबंधी मिळवलेल्या यशाचा त्यानं यात वापर करून घेण्याचा प्रयत्न केला. आपण देशप्रेमापोटी पूर्वी लष्करात लढलोसुद्धा होतो, याची आठवण करून देतानाच, उलट क्लिंटननं व्हिएतनाम युद्धाला विरोध केला असल्याचा मुद्दा त्यानं उचलून धरला. तसंच अमेरिकेमधल्या

सध्याच्या प्रश्नांना खरं म्हणजे डेमोक्रॅटिक पक्षाचं वर्चस्व असलेली काँग्रेसच कारणीभूत असल्याचं सांगून, अशा परिस्थितीत डेमोक्रॅटिक पक्षाचा राष्ट्रपती निवडून देण्याची चूक अमेरिकी जनतेनं करू नये, असं तो म्हणत असे. आखाती युद्धाच्या काळात बुशला लाभलेली अभूतपूर्व लोकप्रियता आता ओहोटीला लागत असल्याचं चित्र ठळकपणे दिसत होतं. आंतरराष्ट्रीय प्रश्न तर महत्त्वाचे आहेतच; पण त्यांच्या जोडीला आपल्यासमोरच्या दैनंदिन प्रश्नांविषयी बुशनं पुरेसे प्रयत्न केले नसल्याची भावना अमेरिकी जनतेच्या मनात क्लिंटनच्या प्रचारामुळे अधिकाधिक प्रबळ होत होती. अमेरिकी अर्थव्यवस्थेवरचं संकट दूर करण्यासाठी बुश फारसं काही करत नसल्याचं आणि स्वतःहून या प्रश्नाशी झगडत नसल्याचं त्यांचं मत पक्कं होत गेलं.

क्लिंटन आणि बुश यांच्यामधला लढा तीव्र होत चालला असल्याचं चित्र पक्कं होत असताना आणि बुशवर क्लिंटन कुरघोडी करत असल्याचं दिसत असताना अचानकपणे निवडणुकीच्या आधी एक महिना उरलेला असताना रॉस पेरॉनं आपण रिंगणात उतरणार असल्याचं जाहीर केलं. हा रिपब्लिकन पक्षाला जोरदार धक्का ठरला. अर्थात पेरॉ आपलं मत वारंवार बदलत असल्याचं आणि तो खरोखर आपल्या या नव्या निर्णयाशी कितपत कटिबद्ध राहील याची आपल्याला शंका वाटत असल्याचं मत, त्याच्या आधीच्या समर्थकांनी व्यक्त केलं. यामुळे या समर्थकांपैकी अनेक जणांनी पेरॉला पाठिंबा द्यायचा नाही, असं ठरवलं. अखेर ३७० इलेक्टोरल व्होट्स आणि ४३% पॉप्युलर व्होट्स अशा आकडेवारीसह क्लिंटनची राष्ट्रपतिपदी निवड झाली. पेरॉनं पॉप्युलर व्होट्सपैकी १९% मतं खाल्ली.

राष्ट्रपतिपद

२० जानेवारी १९९३ या दिवशी क्लिंटननं अमेरिकी राष्ट्रपतिपदाची शपथ घेतली, तेव्हा देशामध्ये उत्साहाचं वातावरण होतं. अमेरिकी जनता क्लिंटनच्या पाठीशी उभी राहिली असल्याचं दृश्य ठळकपणे दिसत होतं. क्लिंटननं पाच वर्षांमध्ये अमेरिकी अर्थव्यवस्था रुळांवर आणण्यासाठीच्या उपाययोजनांची घोषणा केली. त्यात अर्थव्यवस्थेला उभारी देण्यासाठी सरकारी प्रकल्पांची उभारणी; पण त्याच्याच जोडीला वायफळ खर्चांना कात्री, करांमध्ये वाढ, सरकारी अर्थसंकल्पामधल्या तुटीमध्ये घट अशा मुद्द्यांचा समावेश होता. मुख्य म्हणजे, 'सर्वसामान्य लोकांना किफायतशीर दरांमध्ये आरोग्यसेवा उपलब्ध करून देणाऱ्या सेवांमध्ये भरपूर सुधारणा घडवून आणण्यावर

आपल्या सरकारचा भर असेल,' असं त्यानं जाहीर केलं. अर्थातच क्लिंटनच्या विरोधकांनी आणि खासकरून रिपब्लिकन पक्षानं त्याला कडाडून विरोध केला. त्याच्या अनेक प्रस्तावांमध्ये अडचणी निर्माण करण्यात आल्या. त्यानं केलेल्या नेमणुकींविषयी वादंग निर्माण झाले. समलिंगी संबंध ठेवणाऱ्या लोकांना लष्करामध्ये सेवा करण्याची परवानगी देण्याच्या त्याच्या निर्णयावर परंपरावादी लोकांनी कडाडून टीका केली.

याच काळात 'व्हाईटवॉटर' प्रकरणामुळे क्लिंटनची भरपूर बदनामी झाली. १९८०च्या दशकामध्ये क्लिंटन अर्कान्साचा गव्हर्नर असताना, जमिनीचे व्यवहार आणि बँकांशी संबंधित असलेल्या उलाढाली यामध्ये क्लिंटनचा सहभाग असल्याचे आरोप झाले. यामध्ये तथ्य असल्याचं वरकरणी दिसत असल्यामुळे, केनेथ स्टार नावाच्या प्रथितयश वकिलाच्या नेतृत्वाखाली याची चौकशी सुरू झाली. यानंतर काही काळातच क्लिंटनचा पूर्वीपासूनचा मित्र आणि आता त्याच्या खासगी आर्थिक व्यवहारांसकट इतर अनेक गोष्टी सांभाळणाऱ्या माणसानं अचानकपणे आत्महत्या केली. यामुळे व्हाईटवॉटर प्रकरणाभोवतालचं धुकं आणखी दाट झालं. एकीकडे हे प्रकरण चिघळत असताना, टेक्सासमध्ये सरकारी अधिकाऱ्यांनी टाकलेल्या एका छाप्यामध्ये घोळ झाला आणि याचा परिणाम गोळीबारात झाला. प्रकरण विलक्षण तापलं आणि शेवटी रणगाड्यांना पाचारण करावं लागलं. १७ मुलांसकट एकूण ८० जण या गदारोळात दगावले. या प्रकरणाच्या टीव्हीवर थेट प्रक्षेपित करण्यात आलेल्या दृश्यांमुळे सरकारची खूप बदनामी झाली. कहर म्हणजे, या प्रकरणाला बरोबर दोन वर्षं उलटून गेल्यावर ओक्लाहोमामधल्या एका सरकारी इमारतीवर बाँबहल्ला झाला आणि त्यात किमान १६८ लोक ठार झाले. आधीच्या प्रकरणातल्या सरकारच्या पक्षपाती भूमिकेच्या विरोधात दोन तरुणांनी हा हल्ला घडवून आणला असल्याचं चौकशीत निष्पन्न झालं. अर्थातच, क्लिंटन सरकारवर त्यांचा राग होता.

या अडचणींमधून मार्ग काढत क्लिंटननं हळूहळू मुख्य प्रश्नांकडे देशाचं लक्ष वळवण्याचा प्रयत्न केला. त्यानं आपल्या निवडीपूर्वी दिलेल्या आश्वासनांपैकी एक अत्यंत महत्त्वाचं आश्वासन, देशावर साचलेल्या कर्जामध्ये घट करण्यासंबंधीचं होतं. यासाठी त्यानं करांच्या दरांमध्ये वाढ करण्याची आणि त्याचबरोबर वायफळ सरकारी खर्चांवर कात्री चालवण्याची तयारी केली. लष्करी खर्चात गेल्या दोन दशकांमध्ये झाली नव्हती, इतकी प्रचंड कपात करण्याचा घाट त्यानं घातला. क्लिंटनच्या उपाययोजनांना त्याच्या विरोधकांनी हाणून पाडायचं

ठरवलं; पण अखेर फक्त एका मताच्या आघाडीनं क्लिंटनचं विधेयक संमत झालं. यानंतर अमेरिकी नागरिकांच्या आरोग्यसेवांमध्ये प्रचंड सुधारणा करण्यासंबंधीचं विधेयक क्लिंटननं ऑक्टोबर महिन्यात मांडलं. खासगी आरोग्यविमा कंपन्यांचा क्लिंटनच्या या विधेयकाला अर्थातच जोरदार विरोध होता. या विधेयकामुळे त्यांचं विलक्षण आर्थिक नुकसान होण्याची चिन्हं दिसत होती. त्यामुळे या कंपन्यांनी हे विधेयक कसं चुकीचं आहे आणि देशाला अडचणीत आणणारं आहे, या संदर्भात जोरदार आवई उठवली. या विधेयकामुळे अमेरिकेच्या डोक्यावरचं कर्ज आणखी वाढणार आणि त्याचा भर सर्वसामान्य करदात्यांवर येणार, असा त्यांचा मुख्य आरोप होता. काँग्रेसमध्ये या कंपन्यांचे अनेक हितचिंतक होते. त्यांनी आपला फायदा करून घेण्याच्या मोबदल्यात या कंपन्यांच्या दाव्यांना उचलून धरलं. साहजिकच, या विधेयकावर काँग्रेसमध्ये नुसतं वादळ माजलं; प्रत्यक्ष चर्चा फारशी झालीच नाही. आरोप आणि प्रत्यारोप यांची नुसती खडाजंगी झाली. हे विधेयक मतदानाच्या टप्प्यापर्यंत पोहोचू शकलंच नाही. यामुळे क्लिंटनला जोरदार झटका बसला. त्याच्या इतर सगळ्या विजयांवर प्रचंड मोठा प्रहार करणारी ही घटना ठरली. यामधला आणखी एक महत्त्वाचा घटनाक्रम म्हणजे, या विधेयकाचा मार्ग सुकर करण्यासाठी क्लिंटननं निर्माण केलेल्या एका महत्त्वाच्या समितीवर, आपली पत्नी हिलरीला बिनपगारी तत्त्वांवर नेमलं होतं. तिनं हे विधेयक संमत करून घेण्यासाठी जिवाचं रान केलं होतं. तिचेही प्रयत्न सपशेल फसले. यामुळे बिल क्लिंटनच्या कारकिर्दीदरम्यान हिलरीला पुन्हा एकवार एखादी महत्त्वाची भूमिका मिळण्याची शक्यताही मावळली.

आरोग्यसेवांमधल्या मूलभूत सुधारणांच्या संदर्भातलं हे विधेयक काँग्रेसमध्ये मतदानासाठीसुद्धा येऊ शकलं नसलं, तरी अत्यंत घातक प्रकारच्या काही हत्यारांच्या विक्रीवर बंदी घालण्यासंबंधीच्या विधेयकामध्ये मात्र क्लिंटननं प्रगती साधली. या विधेयकासंबंधीही काँग्रेसमध्ये प्रचंड चर्चा झाली. ही हत्यारं ज्याला हवी त्याला विकत घेता आली पाहिजेत, असं मत क्लिंटनच्या विरोधकांनी अत्यंत जोरकसपणे मांडलं.

परकीय संबंध

राष्ट्रपतिपदावर आल्यानंतर क्लिंटनला आंतरराष्ट्रीय राजकारणाचा आणि परकीय संबंधांविषयीचा अजिबात अनुभव नसल्याचं मत सगळीकडे प्रचलित होतं. त्यात तथ्यही होतं. अनेक क्लिष्ट प्रश्नांसंबंधी नक्की काय भूमिका

घ्यावी, याची त्याला जाण नव्हती. यामुळे खूप मेहनत घेत क्लिंटननं आंतरराष्ट्रीय प्रश्नांमध्ये अमेरिकेची भूमिका जोरकसपणे मांडण्याचा प्रयत्न सुरू केला. खासकरून शीतयुद्धाच्या काळात, एकीकडे अमेरिकी साम्राज्य आणि दुसरीकडे सोव्हिएत साम्राज्य यांच्या छत्रछायेखाली अनेक देश सुरक्षित असल्याच्या पार्श्वभूमीवर, क्लिंटनला खूप काळजीपूर्वकरीत्या पावलं टाकणं गरजेचं होतं. 'शीतयुद्ध संपल्यामुळे सगळ्या देशांनी आता अमेरिका किंवा सोव्हिएत युनियन यांच्यावर आपल्या सुरक्षेसाठी अवलंबून न राहता, स्वसंरक्षणाची ही जबाबदारी स्वतःकडेच घ्यावी,' असा संदेश क्लिंटनला जगभर देणं गरजेचं होतं. खरं म्हणजे, क्लिंटनला अमेरिकेमधल्या प्रश्नांवर आपलं सगळं लक्ष केंद्रित करायचं होतं; पण इतर जगामध्ये सुरू असलेल्या घडामोडींमुळे त्याला नाइलाजानं आपलं लक्ष तिकडे वळवावंच लागलं.

सोमालियामधल्या यादवी युद्धात मानवतावादी भूमिकेतून लढण्यासाठी पाठवलेले अमेरिकी सैनिक अडकून पडले होते. अशाच एका प्रसंगी, अमेरिकी नौदलामधले १८ जवान ठार झाल्यामुळे अमेरिकेत प्रचंड चिडीचं वातावरण निर्माण झालं. अमेरिकी संरक्षणमंत्र्याला राजीनामा द्यावा लागला आणि क्लिंटनवर या प्रश्नासंबंधीच्या अमेरिकी भूमिकेचा फेरविचार करण्याची वेळ आली. त्यानं सोमालियामध्ये जास्तीची लष्करी कुमक पाठवली आणि एका ठरावीक मुदतीपर्यंत सोमालिया प्रकरण संयुक्त राष्ट्रसंघाकडे सोपवून अमेरिकेनं त्यातून पूर्णपणे बाहेर पडावं, यासाठीची व्यूहरचना आखली. हैतीमधली परिस्थिती बिकट होती. निवडणूक जिंकलेला राष्ट्रपती देशाबाहेर होता आणि यादवी युद्ध माजवणाऱ्या हल्लेखोरांनी लष्कराच्या मदतीनं देश आपल्या ताब्यात घेतला होता. ही परिस्थिती बदलण्यासाठी क्लिंटननं निर्णायक पावलं उचलली. सुरुवातीला अमेरिकी लष्कराला तिथे अपयशाचा सामना करावा लागला खरा; पण नंतर हैतीमधली स्थिती सुधारली. माजी राष्ट्रपती जिमी कार्टरला हैतीमध्ये पाठवून क्लिंटननं चर्चा घडवून आणली. त्यानंतर निवडून आलेला राष्ट्रपती देशात परतला आणि संयुक्त राष्ट्राच्या शांतता दलाकडे देशाच्या संरक्षणाची सूत्रं सोपवून अमेरिकी लष्करानं तिथून आपला मुक्काम हलवला.

१९९३च्या ऑगस्ट महिन्यात इस्त्राईल आणि पॅलेस्टाईन यांच्यामधली चर्चा जवळपास आश्चर्यकारकरीत्या शांततेच्या अगदी जवळ येऊन ठेपल्याचं चित्र निर्माण झालं. 'ऑस्लो करार' म्हणून ओळखल्या जाणाऱ्या या कराराची पाळंमुळं नॉर्वेनं केलेल्या मध्यस्थीच्या पायात होती. अनेक महिने गुप्तपणे

घडवून आणलेल्या चर्चेनंतर, आधी गाझा पट्ट्यात आणि नंतर वेस्ट बँकेमध्ये पॅलेस्टाईन स्वतःचा कारभार चालवेल, या मुद्द्यांवर एकमत झालं. सप्टेंबर महिन्यात इस्त्रायली पंतप्रधान इर्शॅक रबिन आणि पॅलेस्टिनी नेता यासर अराफात यांनी 'व्हाईट हाऊस'च्या हिरवळीवर क्लिंटनच्या उपस्थितीत एकमेकांशी केलेल्या हस्तांदोलनाची ऐतिहासिक दृश्यं सगळ्या जगानं 'आ'वासून बघितली. अर्थातच, हा करारही नंतर फसवा ठरला. इस्त्राईल आणि पॅलेस्टाईन यांच्यामधला प्रश्न सुटण्याऐवजी अजूनच चिघळत गेला.

चढ-उतार

१९९४ साल संपत आलं, तसं क्लिंटनची राष्ट्रपतिपदावर फेरनिवड होण्याची आशा धूसर आहे, असं चित्र दिसत होतं. रिपब्लिकन पक्षच अर्थकारणाची विस्कटलेली घडी पुन्हा नीट करू शकेल, असं अमेरिकी जनतेला वाटायला लागलं. त्यातच काँग्रेससाठीच्या निवडणुकांमध्ये रिपब्लिकन पक्षाला लोकांनी भरभरून मतदान केल्यामुळे, क्लिंटनची बाजू आणखी कमकुवत झाल्यासारखं वाटत होतं. आपलं राजकीय अस्तित्वच धोक्यात येण्याची चिन्हं दिसत असल्यामुळे, क्लिंटननं तातडीनं उपाययोजना करायला सुरुवात केली. जवळपास डावीकडे झुकणारी आपली वैचारिक भूमिका काहीशी बदलून, त्यानं मध्यममार्ग स्वीकारण्यावर भर दिला. आपल्या विशेष नकाराधिकाराचा जोरदार वापर करून त्यानं रिपब्लिकन पक्षाचा खोटेपणा उघडकीला आणण्यासाठी बरेच प्रयत्न केले. १९ ऑक्टोबर १९९५ या दिवशी अचानकपणे आपल्या अर्थ खात्यानं सादर केलेला अर्थसंकल्प रद्दबातल ठरवून, रिपब्लिकन पक्षाच्या मदतीनं त्यानं अमेरिकी अर्थसंकल्पातली तूट भरून काढण्यासाठीच्या उपाययोजना करण्याबद्दल आपलं सरकार आग्रही असल्याचं जाहीर करून, सगळ्यांना जोरदार धक्का दिला. यामुळे भलतीच परिस्थिती उद्भवली. अर्थसंकल्प रद्द झाल्यामुळे, सरकारी निधी संपताच आणीबाणीची परिस्थिती निर्माण झाली. क्लिंटननं आपल्या मार्गावरूनच गेलं पाहिजे, अशी मागणी रिपब्लिकन नेत्यांनी केली. त्यांच्या अर्थसंकल्पीय मुद्द्यांमध्ये असलेले दोष क्लिंटननं दाखवून दिले आणि त्यात सुधारणा करण्याची मागणी केली. त्यानंतरच आपण त्यांच्याबरोबर अर्थसंकल्पाला मूर्त रूप देणार असल्याचं क्लिंटन म्हणाला. रिपब्लिकन नेते अर्थातच आपल्या म्हणण्यावर अडून बसले. यामुळे काहीच मार्ग निघेना. क्लिंटननं दोन वेळा आपला विशेष नकाराधिकार वापरून, रिपब्लिकन पक्षाची दोन जनताविरोधी

विधेयकं हाणून पाडली. क्लिंटन आणि हाऊस ऑफ रिप्रेझेंटेटिव्ह्ज यांच्यामधला हा वाद संपुष्टात येण्याची चिन्हं अजिबातच दिसेनात. १९९६च्या जानेवारी महिन्यात अखेर रिपब्लिकन पक्षानं आपण अर्थसंकल्पाच्या मुद्द्यावरून क्लिंटनला करत असलेला विरोध संपुष्टात आणत असल्याची घोषणा केली. या काळात क्लिंटन आपलं भलं करण्यासाठी धडपडत असल्याची; पण रिपब्लिकन पक्ष अट्टाहासानं त्याला विरोध करत असल्याची जनभावना खूप वाढत गेली. यामुळे लोकांच्या मनातली क्लिंटनची प्रतिमा आपोआपच उजळत गेली. त्याच्या बाजूनं सहानुभूतीची लाट येत गेली.

१९९६च्या राष्ट्रपतिपदाच्या निवडणुकीसाठी क्लिंटनच्या विरोधात रिपब्लिकन पक्षाच्या वतीने उमेदवारी मिळवण्यासाठी अनेक जणांमध्ये चढाओढ सुरू होती. त्यापैकी ७३ वर्षांच्या कॅन्ससमधल्या बॉब डोल या रिपब्लिकन सिनेट नेत्यानं बाजी मारली. दुसऱ्या महायुद्धातल्या आपल्या पराक्रमांविषयी आणि या महायुद्धामुळे आपला उजवा हात निकामी झाल्याविषयी तो प्रचारामध्ये वारंवार बोलत राही. एच रॉस पेरॉसुद्धा परत एकदा आपल्या नव्या पक्षाच्या वतीनं रिंगणात उतरला. क्लिंटनला राष्ट्रपतिपदासाठीची उमेदवारी परत मिळण्यात कसलीच अडचण आली नाही. डेमोक्रॅटिक पक्षातल्या इतर कुठल्याच नेत्यानं क्लिंटनला आव्हान दिलं नाही. लोकांच्या मनात क्लिंटनविषयी आता अनुकूल मत होतं. त्यानं देशांतर्गत प्रश्न आणि परकीय मुद्दे या दोघांच्या संदर्भात योग्य समन्वय साधला असल्याची भावना पसरली होती. दरम्यान, अर्थव्यवस्था सुधारत चालली होती. सुमारे एक कोटी बेरोजगार लोक आता कामाला लागले होते आणि अर्थसंकल्पामधली तूट सलग चार वर्षं घटत गेली होती. शेअर बाजारात तेजी होती, तसंच चलनफुगवटा आणि महागाई यांच्यातही सातत्यानं घट दिसत होती. या पार्श्वभूमीवर १९९६च्या नोव्हेंबर महिन्यात सलग दुसऱ्यांदा डेमोक्रॅटिक पक्षाच्या वतीनं राष्ट्रपती होणारा क्लिंटन हा १९३६च्या रुझवेल्टच्या फेरनिवडीनंतरचा पहिलाच नेता ठरला.

एकीकडे क्लिंटन राष्ट्रपतिपदावर दुसऱ्यांदा विराजमान झालेला असला, तरी व्हाईटवॉटर प्रकरणाची चौकशी सुरूच होती. त्यात सातत्यानं नवनव्या खुलाशांची भर पडत असल्यामुळे, क्लिंटनच्या डोकेदुखीमध्ये वाढ होत होती. आता तर हिलरी क्लिंटनलाही चौकशीसाठी बोलावण्यात आलं. तिचा शक्य तितका अपमान होईल याची काळजी घेत, विरोधकांनी क्लिंटनला आपलं लक्ष्य बनवलं. हा गोंधळ सुरू असताना १९९४च्या फेब्रुवारी महिन्यात पॉला कॉर्बिन जोन्स नावाच्या आर्कान्सा राज्यातल्या माजी महिला सरकारी कर्मचाऱ्यानं

नवा बॉंब टाकला. अर्कान्साचा गव्हर्नर असताना क्लिंटननं आपलं लैंगिक शोषण केल्याचा आरोप जोन्सनं केला. क्लिंटननं या आरोपांचं साफ खंडन करून, आपल्या राष्ट्रपतिपदाच्या कार्यकालात आपल्यावर खटला भरला जाणं योग्य नसल्याचा बचाव केला. सुरुवातीला न्यायालयानं क्लिंटनचं म्हणणं मान्य केल्यावर, जोन्सच्या वकिलांनी सर्वोच्च न्यायालयाचा रस्ता धरला. तिथं न्यायाधीशांनी क्लिंटनचा या प्रकरणाच्या सुनावणीत फारसा वेळ जाणार नसल्याचं मत व्यक्त करून, त्याच्यावरच्या खटल्याची सुनावणी करण्याचा आदेश दिला. अशा प्रकारे दोन किचकट आणि नामुष्कीची वेळ आणणाऱ्या प्रकरणांमध्ये क्लिंटन एकाच वेळी गोवला गेला. तरीसुद्धा आपली जबाबदारी नीटपणे पार पाडण्यासाठीची त्याची धडपड सुरू राहिली. दरम्यानच्या काळात, माहिती तंत्रज्ञान क्षेत्रामधली प्रगती आणि उत्पादनक्षमतेत झालेली वाढ यामुळे अर्थकारण तेजीत होतं. आपल्या पक्षामधल्या सहकाऱ्यांना विश्वासात न घेताच, पुढच्या पाच वर्षांमध्ये अर्थसंकल्पातली उरलेली तूट पूर्णपणे भरून काढण्यासाठीचा अलिखित करार रिपब्लिकन पक्षाबरोबर करून, क्लिंटननं एक मोठं पाऊल उचललं. यासाठी त्यानं आपली मूळ उद्दिष्टं गुंडाळून टाकली. करांमध्ये वाढ करण्याऐवजी घट करणं, आरोग्यसेवा आणखी सुदृढ करण्यासाठीच्या निधीमध्ये कपात करणं, शिक्षण क्षेत्रावरच्या खर्चात कपात करणं अशा अनेक मुद्द्यांचा यात समावेश होता. अमेरिकेबरोबर जागतिक अर्थकारणातसुद्धा प्रचंड तेजी दिसत असताना, अचानकपणे अडचणींचे वारे घोंघावायला लागले. जागतिकीकरणाचा फायदा उठवून विलक्षण प्रगती साधलेल्या थायलंडला, जुलै महिन्यात आपल्या चलनाचं मोठं अवमूल्यन करणं भाग पडलं. त्यापाठोपाठ इंडोनेशिया, फिलिपिन्स आणि मलेशिया या देशांमध्येही संकट आलं. या अर्थव्यवस्था कोसळल्यामुळे तातडीनं आंतरराष्ट्रीय नाणेनिधीला त्यांच्या मदतीसाठी धावून जाणं भाग पडलं. २७ ऑक्टोबरला या घटनांचे पडसाद अमेरिकी अर्थव्यवस्थेवर उमटले. एका दिवसात डाऊ जोन्स हा शेअर बाजाराचा निर्देशांक तब्बल ५५४ अंकांच्या विक्रमी घसरणीसह कोसळला. यापाठोपाठ उभरत्या अर्थव्यवस्थांमध्ये मानाचं स्थान पटकवलेला दक्षिण कोरिया पार झोपला. या पडझडीत अमेरिकी अर्थव्यवस्था काही धक्क्यांनंतर पूर्ववत झाली आणि प्रगतिपथावरच राहिली.

मोनिका लुईन्स्की प्रकरण

१९७४मध्ये रिचर्ड निक्सनची वॉटरगेट प्रकरणामध्ये जशी मानहानी

झाली, तसा प्रकार १९९८मध्ये बिल क्लिंटनच्या बाबतीत झाला. राजकारण, धक्कादायक प्रकरणं आणि राजकीय कुरघोडी यांचं विलक्षण मिश्रण अमेरिकी जनतेनं या वर्षी अनुभवलं. हादरवून सोडणारा हा घटनाक्रम खरोखरच अचंबित करून सोडणारा होता. याची पार्श्वभूमी म्हणजे १९९५च्या अखेरच्या काळापासून व्हाईट हाऊसमध्ये कामाला असलेल्या मोनिका लुईन्स्की नावाच्या तरुणीशी क्लिंटननं लैंगिक संबंध ठेवले होते. २२ वर्षांच्या या युवतीनं राष्ट्रपतीबरोबर सुरू असलेल्या आपल्या लफड्याचे अनेक तपशील, फोनवरून लिंडा ट्रिप नावाच्या तिच्याहून वयानं मोठ्या असलेल्या महिलेला सांगितले. यामधला स्फोटकपणा लगेचच लक्षात आल्यामुळे ट्रिपनं हे संभाषण मुद्रित केलं आणि हे पुरावे पॉला जॉन्स प्रकरणाची सुनावणी सुरू असलेल्या खटल्यामध्ये सादर केले. अर्थातच यामुळे अक्षरशः स्फोटक परिस्थिती निर्माण झाली. राष्ट्रपती क्लिंटननं बेजबाबदारपणे केलेल्या कृतींमुळे आणि त्याच्या खासगी आयुष्यामधल्या अनिर्बंध वागणुकीमुळे देशच संकटात सापडला. आता पॉला जोन्सच्या वकिलांनी आपल्या खटल्यामध्ये मोनिका लुईन्स्कीला साक्षीदार म्हणून बोलावलं. पेचात सापडलेल्या लुईन्स्कीनं आपले क्लिंटनशी फक्त मैत्रीपूर्ण संबंध असल्याचं आणि यापलीकडे आपला त्याच्याशी कसलाच संबंध नसल्याचं शपथपत्र न्यायालयासमोर सादर केलं. यामुळे ट्रिपनं लुईन्स्कीला मोहात पाडून बोलतं करण्यासाठी एका हॉटेलमध्ये नेलं. तिथं जोन्स प्रकरणाची चौकशी करणारे काही लोकसुद्धा उपस्थित होते. ट्रिपनं आपलं संभाषण मुद्रित करण्यासाठी लपवून नेलेल्या रेकॉर्डरमध्ये सगळं संभाषण कैद झालं. लुईन्स्कीनं खरं काय ते सांगावं, यासाठी प्रचंड दबाव टाकण्यात आला. तरीसुद्धा लुईन्स्की आपल्या शपथपत्रावर ठाम राहिली. नंतर हा घटनाक्रम उघडकीला आल्यामुळे, ट्रिप आणि जोन्स प्रकरणामधले अधिकारी अडचणीत आले. तरीसुद्धा याच्या पुढच्या दिवशी, म्हणजे १७ जानेवारी १९९८ या दिवशी जोन्स प्रकरणातल्या वकिलांनी क्लिंटनची तब्बल सहा तास चौकशी केली. लुईन्स्कीसकट अनेक महिलांबरोबरच्या क्लिंटनच्या संबंधांविषयी प्रश्नांच्या फैरी तिथं झाडण्यात आल्या. क्लिंटनला अत्यंत खासगी प्रश्न विचारण्यात आले. लुईन्स्कीबरोबर आपले लैंगिक संबंध नसल्याचा ठाम पुनरुच्चार क्लिंटननं केला. लुईन्स्कीनं दिलेल्या शपथपत्रावरच प्रकरण थांबलं.

अर्थातच, खासगीमध्ये या प्रकरणाला तात्पुरता स्वल्पविराम मिळाला असला, तरी ते आता सार्वजनिक झालेलं असल्यामुळे नुसता गदारोळ माजला. इंटरनेटवर त्याविषयी प्रचंड चर्चा सुरू झाली. अनेक वर्तमानपत्रांनी

आणि टीव्ही चॅनेल्सनी या प्रकरणाचे बारीकसारीक मुद्दे खोदून काढण्यासाठी खास वार्ताहर नेमले. अत्यंत मानहानीकारक आणि टिंगल उडवणाऱ्या भाषेत क्लिंटनची यथेच्छ टर उडवण्यात आली. क्लिंटननं वारंवार आपल्यावरच्या आरोपांचं साफ खंडन केलं. २६जानेवारीला भडकलेल्या आणि त्याचबरोबर आतून मुळापासून हललेल्या क्लिंटननं टीव्हीवर थेट प्रक्षेपण सुरू असताना कॅमेराकडे बघून आपलं बोट जोरजोरात हलवलं आणि I did not have sexual relations with that woman, Ms Lewinsky. I never told anybody to lie, not a single time - never असं नंतर त्याला खूप अडचणीत आणणारं विधान केलं. या प्रकरणाची चौकशी सुरूच राहिली. अनेक लोकांना साक्ष देण्यासाठी बोलावण्यात आलं. या साक्षींचे तपशील उघड करण्यात आले नाहीत. तसंच या साक्षींदरम्यान त्यांच्याशी बोलण्याची किंवा त्यांची उलटतपासणी करण्याची क्लिंटनला परवानगी नव्हती. आपली बाजू मांडण्यासाठी क्लिंटनला साक्षीदार बोलावण्याचीही परवानगी नव्हती. अर्थातच, या प्रकरणामुळे देशातलं वातावरण पार कोमेजून गेलं. सगळीकडे याचीच चर्चा सुरू असे. क्लिंटननं आपल्या विलक्षण बदनामीकडे दुर्लक्ष करून, आपल्या राष्ट्रपतिपदाच्या जबाबदारीवर सगळं लक्ष केंद्रित केलं. त्यानं अनेक परदेश दौरे केले. तिथं त्याचं उत्स्फूर्त स्वागत झालं.

क्लिंटन आफ्रिकेत असताना अर्कान्सामधल्या न्यायाधीशानं पॉला जोन्स प्रकरणात दम नसल्याचा निकाल देत क्लिंटनला निर्दोष ठरवलं. चार वर्षं आणि लाखो डॉलर्सच्या खर्चानंतर संपुष्टात आलेल्या या प्रकरणामुळे जोन्सचं समाधान झालं नाही. आपले आरोप खरे असल्याचा दावा कायम ठेवत, तिनं या निकालाविरुद्ध सर्वोच्च न्यायालयात धाव घेण्याचा आपला मानस जाहीर केला. अखेर क्लिंटननं ८.५० लाख डॉलर्सची नुकसानभरपाई देण्याच्या बोलीवर जोन्सनं माघार घेतली. दरम्यान, क्लिंटनवरच्या सुरुवातीच्या आरोपांच्या लाटेनंतर त्याच्याविषयीच्या सहानुभूतीच्या लाटेनं अमेरिकी लोकांना आपल्या वेढ्यात घेतलं. क्लिंटननं खासगी आयुष्यात जे केलं ते चूकच होतं आणि आपण या बाबतीत त्याच्याशी अजिबातच सहमत नाही, असं बव्हंशी अमेरिकी लोकांचं मत असलं, तरी त्याच्या खासगी आयुष्यातल्या चुकांमुळे त्याला सार्वजनिक आयुष्यातून बेदखल करणं, तसंच राष्ट्रपतिपद सोडावं लागणं योग्य ठरणार नाही, असं बहुतेक जणांना वाटत होतं. लुईन्स्की प्रकरण उद्‌भवण्यापूर्वी ५८% अमेरिकी नागरिकांनी क्लिंटनला आपला विश्वास कमावल्याची पावती दिली होती; आता तो आकडा वाढून थेट ७२% इतका

झाला. २८ जुलै १९९८ या दिवशी केनेथ स्टार या चौकशीप्रमुखानं मोनिका लुईन्स्कीला खोटं शपथपत्र सादर केल्याप्रकरणी अभय दिलं आणि तिच्यावर या प्रकरणी खटला चालवला जाणार नाही, असं वचन दिलं. याच्या मोबदल्यात क्लिंटनबरोबरच्या आपल्या संबंधांविषयी सगळी खरी माहिती सांगण्याचं आश्वासन लुईन्स्कीनं दिलं. तिने त्यानुसार सगळं खरं सांगून टाकलं. क्लिंटनने इतके दिवस चौकशी समितीला सामोरं जायला नकार दिला होता. अखेर व्हाईट हाऊसमधल्या सुरक्षेसाठीच्या कॅमेऱ्यांसमोर त्यानं साक्ष दिली. यात त्यानं लुईन्स्कीबरोबरच्या आपल्या संबंधांचा स्वीकार केला; पण पॉला जोन्स प्रकरणात आपण खोटं बोललो नसल्याचंही त्यानं सांगितलं. त्याच संध्याकाळी टीव्हीवरून क्लिंटननं आपल्या देशवासीयांशी संवाद साधला. त्यात त्यानं आपले कुटुंबीय आणि आपले मित्र यांच्याशी खोटं बोललो असल्याची कबुली दिली. मोनिका लुईन्स्कीशी आपले विवाहबाह्य संबंध असल्याची स्पष्ट कबुली, थकलेल्या आणि तणावाखाली असलेल्या क्लिंटननं दिली. लगेचच त्याच्या राजीनाम्याची जोरदार मागणी सुरू झाली.

९ सप्टेंबर १९९८ या दिवशी क्लिंटनशी संबंधित असलेल्या प्रकरणांचा ४५२-पानी अहवाल केनेथ स्टारनं कुठलीही पूर्वसूचना न देता काँग्रेससमोर सादर केला. यात क्लिंटनवर ११ आरोप ठेवण्यात आले होते. यामुळे क्लिंटनला राष्ट्रपतिपदावरून हुसकावून लावण्यासाठीची, म्हणजेच 'इम्पिचमेंट'ची प्रक्रिया सुरू करण्यासाठीचा दारूगोळाच होता! या अत्यंत एकतर्फी अहवालात क्लिंटन आणि लुईन्स्की यांच्या संबंधांविषयीचे अशोभनीय तपशीलसुद्धा होते. हा अहवाल इंटरनेटवर प्रकाशित करण्यासाठीचं विधेयक हाऊस ऑफ रिप्रेझेंटेटिव्ह्ज या सभागृहानं मंजूर करून टाकलं. त्यानुसार टीव्ही आणि इंटरनेट इथं या अहवालामधले तपशील आल्यानंतर, अमेरिकी नागरिकांना जोरदार हादरा बसला. अमेरिकी राष्ट्रपतीनं दिलेली साक्ष गुप्त ठेवणं गरजेचं असताना, ती जाहीर करणं आपल्याला पसंत नसल्याचं मत ७५% नागरिकांनी मांडलं. राष्ट्रपतीच्या खासगी आयुष्याची चविष्ट चर्चा करायची नाही, असा अमेरिकेमधला अलिखित नियम पार धुडकावून लावण्यात आला. क्लिंटनच्या वकिलांनी स्टार आणि त्याचा अहवाल यावर कडाडून टीका केली. या गदारोळात पुन्हा एकदा क्लिंटनविषयी सहानुभूती निर्माण झाली. क्लिंटनला या प्रकरणावरून पदच्युत करणं योग्य नसल्याचं जनमत पसरलं. तरीसुद्धा हाऊस ऑफ रिप्रेझेंटेटिव्ह्जनं क्लिंटनच्या विरोधातली कारवाई पुढे न्यायचं ठरवून, त्याला हाकलून देण्यासाठीचा ठराव संमत करून टाकला. सिनेटनं

मात्र हा ठराव नामंजूर केला आणि क्लिंटन बचावला.

२००८मध्ये राष्ट्रपतिपदाच्या उमेदवारीसाठी हिलरी क्लिंटननं प्रयत्न सुरू केले; पण नवख्या बराक ओबामानं बाजी मारली. यानंतर राष्ट्रपतिपदाची निवडणूक जिंकून ओबामानं इतिहास घडवला. आपल्याला उमेदवारी मिळालेली नसली, तरी हिलरी क्लिंटननं बिल क्लिंटनसह उमेदवार ओबामाचा जोरदार प्रचार केला. ओबामानं आपल्या मंत्रिमंडळात हिलरी क्लिंटनला परराष्ट्रमंत्र्याचं महत्त्वाचं स्थान दिलं. ओबामानंच २०१२ची निवडणूक जिंकली. त्याच्या कार्यकालाचा दुसरा टप्पा संपल्यावर हिलरी क्लिंटन नव्यानं राष्ट्रपतिपदासाठीच्या शर्यतीत उतरली!

जॉर्ज डब्ल्यू बुश

२००१-२००९
या काळातला अमेरिकेचा त्रेचाळिसावा राष्ट्रपती

अल्प-परिचय

साल	घटना
१९४६	कनेक्टिकट राज्यातल्या न्यू हेवन इथे जन्म
१९६८	येल कॉलेजमधून महाविद्यालयीन शिक्षण पूर्ण
१९६८-७३	टेक्ससच्या हवाई संरक्षणदलात सेवा
१९७५	हार्वर्ड बिझनेस स्कूलमधून पदवी
१९७७	लॉरा वेल्शशी लग्न
१९८९-९३	बेसबॉल टीमचा व्यवस्थापक
१९९५-२०००	टेक्सास राज्याचा गव्हर्नर
२००१-०९	अमेरिकेचा त्रेचाळिसावा राष्ट्रपती

प्राथमिक ओळख

२०००च्या निवडणुकीच्या निकालाने अमेरिकी राष्ट्रपतीच्या पदावर दुसऱ्यांदाच माजी राष्ट्रपतीच्या मुलाची निवड होण्याचा प्रसंग घडला. १८२४मध्ये जॉन क्विन्सी ॲडम्स राष्ट्रपती बनला, तेव्हा असं घडण्याचा एकमेव प्रसंग बघायला मिळाला होता. ॲडम्सप्रमाणेच पॉप्युलर व्होट्सचं मताधैक्य न मिळवताच बुश राष्ट्रपती झाला. अत्यंत प्रभावी कुटुंबात जन्मलेल्या बुशनं राष्ट्रपतिपदावर पोहोचण्यात तसं खरं म्हणजे फार आश्चर्य नव्हतं.

जॉर्ज एच. डब्ल्यू. बुश या त्याच्या वडिलांनी काँग्रेसपटू, उपराष्ट्रपती आणि राष्ट्रपती अशी मजल मारली होती. तसंच त्याचे आजोबा पूर्वी देशपातळीवरचे सिनेटर होते. अभ्यास, खेळ, व्यवसाय आणि सार्वजनिक आयुष्यातली कामगिरी

हे आपल्या कुटुंबामधले आदर्श जॉर्ज डब्ल्यू बुशनंही सांभाळले. आपल्या वडिलांप्रमाणेच त्याला बेसबॉलमध्ये प्रचंड रस होता. आपल्या प्रभावशाली कुटुंबाचा त्यानं पुरेपूर वापर करून घेतला.

जडणघडण

दुसऱ्या महायुद्धातली लष्करी सेवा पूर्ण करून झाल्यानंतर येल कॉलेजात पदवीचं शिक्षण घेत असताना जॉर्ज एच. डब्ल्यू. बुशच्या पत्नीच्या पोटी जॉर्ज वॉकर बुशचा जन्म झाला. जॉर्ज डब्ल्यू दोन वर्षांचा असताना त्याच्या वडिलांनी आपलं कुटुंब टेक्सास राज्यात हलवलं. या काळात अमेरिकेमधल्या तेल उद्योगात जोरदार तेजीचे वारे वाहत होते. याचा फायदा उठवायचं जॉर्ज डब्ल्यूच्या चाणाक्ष वडिलांनी ठरवलं. जॉर्ज डब्ल्यू सात वर्षांचा असताना त्याच्या तीन वर्षांच्या बहिणीचं रक्ताच्या कर्करोगाने निधन झाल्यामुळे बुश कुटुंब पार अस्वस्थ झालं. या घटनेमुळे जॉर्ज डब्ल्यू पार हादरून गेला असला, तरी याच काळात त्याचा स्वभाव एकदम कठोर आणि निर्धाराने भरलेला झाला. आपल्या आईचं सांत्वन करून तिला दुःखातून बाहेर काढण्यासाठी त्यानं विलक्षण धडपड केली. या बहिणीच्या निधनानंतर जॉर्ज डब्ल्यूला आणखी तीन छोटे भाऊ आणि एक बहीण अशी चार भावंडं लाभली.

महाविद्यालयीन शिक्षणानंतर जॉर्ज डब्ल्यूनं आपल्या कुटुंबाच्या परंपरेला शोभेल अशा प्रकारे येल कॉलेजात पुढचं शिक्षण घेण्यासाठी प्रवेश घेतला. अभ्यासामध्ये सर्वसाधारण असलेल्या जॉर्ज डब्ल्यूनं मित्रमंडळी मात्र भरपूर गोळा केली. येलमधून बाहेर पडल्यावर, आपल्या कौटुंबिक संबंधांच्या जोरावर त्यानं टेक्सासमधल्या हवाई संरक्षण दलामध्ये प्रवेश मिळवला. यामुळे व्हिएतनाम युद्धामध्ये तो सहभागी होण्याची शक्यता जवळपास मावळलीच. याच काळात जॉर्ज डब्ल्यूनं लष्करी विमानं चालवण्याचं प्रशिक्षणही घेतलं. काही काळानंतर हार्वर्ड बिझिनेस स्कूलमधून पदवीचं शिक्षण घेतल्यानंतर आपल्या वडिलांप्रमाणेच त्यानं तेलनिर्मिती उद्योगात पडायचं ठरवलं. आपल्या वडिलांच्या ओळखीच्या लोकांकडून लाखो डॉलर्स उधार घेऊन त्यानं स्वतःची कंपनी सुरू केली. १९७७मध्ये लॉरा वेल्श या शिक्षिका-ग्रंथपालाशी जॉर्ज डब्ल्यूची ओळख झाली. मैत्रीचं रूपांतर प्रेमात आणि झटपट लग्नात झालं.

१९७८मध्ये डेमोक्रॅटिक पक्षाचा जिमी कार्टर अमेरिकी राष्ट्रपती झाल्याच्या काळात, १९६६ सालानंतर प्रथमच जॉर्ज डब्ल्यूचे वडील जॉर्ज एच डब्ल्यू

बुश सरकारबाहेर पडले. आता आपणही राजकारणात पडावं, या उद्देशाने टेक्सासमधून अमेरिकी काँग्रेसमध्ये शिरण्यासाठीचे प्रयत्न जॉर्ज डब्ल्यूनं सुरू केले. त्याचा प्रचार प्रभावी ठरला असला, तरी सुरुवातीच्या यशानंतर तो या शर्यतीत मागे राहिला. १९८१मध्ये लॉरा बुशच्या पोटी जन्मलेल्या जुळ्या मुलींना त्यांच्या आजींची म्हणजेच जेना आणि बार्बरा अशी नावं देण्यात आली. काही वर्षांनी जॉर्ज डब्ल्यूनं आपली तेल कंपनी विकून टाकली आणि त्यानं वॉशिंग्टनमध्ये आपला मुक्काम हलवला. तिथं आपल्या वडिलांच्या महत्त्वाकांक्षी राजकीय प्रवासासाठीचा प्रचार करण्यात त्यानं काही काळ घालवला. आता उपराष्ट्रपती असलेले त्याचे वडील राष्ट्रपती बनण्याची स्वप्ने बघत होते. या मोहिमेत त्यांना यश आलं आणि जॉर्ज डब्ल्यू आता राष्ट्रपतीचा मुलगा ठरला.

आपले वडील जॉर्ज एच. डब्ल्यू. बुश राष्ट्रपती झाल्यानंतर जॉर्ज डब्ल्यू आपल्या कुटुंबासह पुन्हा टेक्सासला परतला. तिथं काही गुंतवणूकदारांनी एकत्र पैसे ओतून एक बेसबॉलचा संघ विकत घेतला होता. त्यात जॉर्ज डब्ल्यूही सहभागी झाला. त्यानं स्वतः या प्रकल्पात गुंतवणूक केली. तसंच लोकांशी संवाद साधण्याच्या आपल्या विलक्षण कौशल्याच्या जोरावर त्यानं हा संघ एकदम लोकप्रिय करून दाखवला. तसंच एक नवं स्टेडियम बांधण्यापर्यंतची मजल त्यानं मारली. यामुळे टेक्सासमध्ये त्याची लोकप्रियताही खूप वाढली.

१९९४मध्ये जॉर्ज एच.डब्ल्यू. बुशनं राजकारणातून निवृत्ती स्वीकारल्यासारखी परिस्थिती असल्यामुळे, स्वतः राजकारणात प्रवेश करण्यासाठीचा जोरदार प्रयत्न करायचं जॉर्ज डब्ल्यूनं मनावर घेतलं. टेक्सास राज्याचा गव्हर्नर होण्यासाठीची आघाडी त्यानं उघडली. दरम्यान, त्याचा धाकटा भाऊ जेब, फ्लॉरिडा राज्याचा गव्हर्नर बनण्यासाठी प्रयत्न करत होता. जॉर्ज डब्ल्यूनं टेक्सासचा गव्हर्नर होण्यासाठी प्रयत्न करावेत, याचं त्याच्या कुटुंबीयांना आश्चर्यच वाटलं; कारण तिथं प्रस्थापित गव्हर्नर खूपच प्रभावशाली आणि लोकप्रिय होती. अमेरिकेमधलं या काळातलं वातावरण मात्र बदलत चाललं होतं. डेमोक्रॅटिक पक्षाला देशभरात असलेला पाठिंबा मंदावत चालला होता. रिपब्लिकन पक्षाची अनेक ठिकाणी सरशी होण्याची चिन्हं दिसत होती. आक्रमक आणि स्पष्टवक्त्या गव्हर्नरसमोर जोरदार आव्हान उभं करायचं, तितक्याच आत्मविश्वासानं भारून गेलेल्या जॉर्ज डब्ल्यूनं ठरवलं. त्यानं जोरदार प्रचार करून मोठा चमत्कार घडवत एका शतकाच्या काळातला फक्त दुसरा रिपब्लिकन गव्हर्नर बनण्याचा

विक्रम केला. जेब बुश मात्र फ्लॉरिडाचा गव्हर्नर बनण्यात अपयशी ठरला. १९९८मध्ये गव्हर्नरपदासाठीची फेरनिवडणूकही तो जिंकला.

टेक्सासचा गव्हर्नर म्हणून जबाबदारी सांभाळल्यानंतर, हळूहळू जॉर्ज डब्ल्यू. बुशची लोकप्रियता वाढत गेली. त्यानं अमेरिकी राष्ट्रपतिपदासाठी प्रयत्न करावेत, असं त्याचे समर्थक म्हणायला लागले. बिल क्लिंटनच्या काळात सुरू असलेल्या अत्यंत वादग्रस्त घडामोडींच्या पार्श्वभूमीवर यापुढचा राष्ट्रपती अमेरिकीच असला पाहिजे, यासाठी रिपब्लिकन पक्षानं जोरदार प्रयत्न सुरू केले. राष्ट्रपतिपदाच्या उमेदवारीसाठी बुशनं चाचपणी सुरू केली आणि त्यासाठी निधी गोळा करायलाही सुरुवात केली. यात त्याला चांगलंच यश आलं आणि त्यानं मूळ उद्दिष्ट ठेवलेल्या रकमेच्या तब्बल तिप्पट रक्कम जमा झाल्यामुळे, सगळेच अचंबित झाले. ॲरिझोनाचा सिनेटर जॉन मॅक्केन, हा रिपब्लिकन पक्षाच्या वतीनं राष्ट्रपतिपदाची उमेदवारी मिळवण्याच्या संदर्भातला बुशचा सगळ्यांत मोठा प्रतिस्पर्धी होता. व्हिएतनाम युद्धात लढताना शत्रूच्या हाती लागलेल्या मॅक्केननं पाच वर्षं युद्धकैदी म्हणून तुरुंगवासात काढले होते. बुशशी सुरू असलेल्या स्पर्धेत तो शर्यतीबाहेर फेकला गेला आणि त्याच्या मनात कडवटपणा कायम राहिला. नंतर त्यानं वरवर बुशला आपलं समर्थन असल्याचं जाहीर केलं असलं, तरी त्यामधला दिखाऊपणा स्पष्टपणे दिसून येत राहिला. रिपब्लिकन पक्षाची उमेदवारी मिळाल्यानंतर बुशनं आपल्याबरोबर काम करू शकणाऱ्या उपराष्ट्रपतिपदासाठीचा सर्वोत्तम उमेदवार शोधण्यासाठीचे प्रयत्न सुरू केले. आखाती युद्धामध्ये अमेरिकी संरक्षणमंत्री म्हणून काम केलेल्या रिचर्ड ऊर्फ डिक चेनीवर बुशनं ही जबाबदारी सोपवली खरी; पण काही काळातच चेनीचीच उपराष्ट्रपतिपदाचा उमेदवार म्हणून निवड करून सगळ्यांना धक्का दिला.

राष्ट्रपतिपदाच्या निवडणुकीत बुशचा सामना डेमोक्रॅटिक पक्षाच्या अल गोरशी होता. बुश आणि गोर हे दोघंही प्रथितयश कुटुंबात जन्मले होते. दोघांच्याही वडिलांनी चांगलं नाव कमावलेलं असल्यामुळे, त्यांच्याच छायेखाली या दोघांची वाढ झाली होती. बुश येलमधून, तर गोर हार्वर्डमधून पदवी घेऊन बाहेर पडला होता. बहुतेक मुद्द्यांविषयीची त्यांची भूमिका एकसारखी मध्यममार्गीच होती. या दोघांमधल्या जाहीर वादविवादांकडे सगळ्यांचं लक्ष लागून राहिलं होतं. तब्बल २४ वर्षं सक्रिय राजकारणात महत्त्वाच्या पदांवर काम केलेला गोर, फक्त पाच वर्षं ही भूमिका निभावलेल्या बुशला यात भारी पडेल, असं बहुतेक जणांचं मत होतं. तसं काही घडलं नाही. आपल्या

चतुरस्र बुद्धीच्या जोरावर बुशनंच या वादविवादांमध्ये आपली छाप पाडली. त्याच्यामधला आत्मविश्वास आणि त्याच्या देहबोलीतली सहजता, यामुळे अमेरिकी जनता प्रभावित झाली. साहजिकच, या वादविवादांनंतरच्या सर्वेक्षणांमध्ये बुश आणि गोर यांना समान पसंती मिळत असल्याचं दिसून आलं. प्रत्यक्ष निवडणूकसुद्धा अत्यंत अटीतटीची होणार आणि १९६० सालानंतर सगळ्यांत कमी फरकानं दोघांपैकी एक जण विजयी होणार, असं चित्र निर्माण झालं.

बुश आणि गोर यांच्यामधल्या निवडणुकीसाठीच्या मतदानानंतर अभूतपूर्व परिस्थिती निर्माण झाली. आपला नवा राष्ट्रपती नक्की कोण आहे, हेच अमेरिकी जनतेला समजू नये, इतका गोंधळ माजला. पॉप्युलर व्होट्सच्या हिशेबानं जॉर्ज बुशच्या तुलनेत अल गोर, दहा कोटी मतांच्या मोजणीनंतर जवळपास पाच लाख मतांनी आघाडीवर होता. इलेक्टोरल व्होट्सची आकडेवारी गोर २५५ आणि बुश २४६ अशी होती. राष्ट्रपती होण्यासाठी २७० इलेक्टोरल व्होट्सची गरज असते. तीन राज्यांमध्ये बुश आणि गोर यांच्यातली स्पर्धा इतकी अटीतटीची होती, की तब्बल तीन दिवस तिथला निकालच जाहीर करण्यात आला नाही. आता जेब बुश गव्हर्नर असलेल्या फ्लॉरिडा राज्यातून मिळणारी २५ इलेक्टोरल व्होट्स निर्णायक ठरणार, हे आता निश्चित होतं. 'ब्रेकिंग न्यूज' देण्याच्या घाईत आणि आपल्या चॅनेलवर ही बातमी पहिल्यांदा झळकली हे नंतर सांगायला मिळावं यासाठीच्या स्पर्धेत, काहींनी घाईघाईने अल गोर निवडणुकीत विजयी ठरल्याची बातमी दिली. काही तासांनी ही बातमी चुकीची असल्याचं सांगून, काही चॅनेल्सनी दुसरी चूक केली.

बुशनं फ्लॉरिडामध्ये बाजी मारली असल्याचीही घाईनं दिलेली बातमी होती. दरम्यान गोरनं फोन करून बुशचं निवडणूक जिंकल्याबद्दल अभिनंदनही केलं. तेवढ्यात नव्या बातम्या येत राहिल्यामुळे आणि त्यामध्ये नवनवे खुलासे येत राहिल्यामुळे काही वेळातच गोरनं बुशला परत एकदा फोन करून, आपण पराभव स्वीकारण्यासाठी आधी केलेला फोनवरचा निरोप मागे घेत असल्याचं सांगितलं. एकूण काय; तर नुसता गोंधळ माजला होता! एकविसाव्या शतकात, जगातल्या सगळ्यांत अत्याधुनिक देशातल्या अतिमहत्त्वाच्या निवडणुकीमध्ये हे घडावं, ही आश्चर्याची परिसीमाच होती. फ्लॉरिडा राज्यामधल्या मतांनी हा गोंधळ टोकाला नेला. तिथं बुश आणि गोर यांच्यात जवळपास बरोबरीच झाली. ०.५% याहूनही कमी फरकानं बुश आघाडीवर असल्याचं

जाहीर करण्यात आलं. यामुळे मतमोजणी करणाऱ्या यंत्रानं त्याच्यामधल्या सॉफ्टवेअरच्या सूचनांना अनुसरून फेरमतमोजणी केली. फेरमोजणीनंतर परिस्थिती अजूनच बिकट झाली. फ्लॉरिडामधल्या एकंदर ६० लाख मतांच्या हिशेबात बुशची आघाडी फक्त ३०० मतांची असल्याचं दिसून आलं! प्रत्यक्ष हजर नसल्यामुळे टपालानं मतदान केलेल्यांची मतं मोजल्यानंतर बुशची आघाडी वाढून ९३० मतांवर, म्हणजे एकूण मतांच्या फक्त ०.२% एवढीच होती! तसंच, मतमोजणी करणाऱ्या यंत्रांनी फ्लॉरिडा राज्यामध्ये अनेक ठिकाणी जवळपास ३.९% मतं वगळून टाकल्याचंही दिसून आलं.

यामुळे देशभर नुसता गोंधळ माजला. सगळीकडे फ्लॉरिडामधल्या गोंधळाची चर्चा सुरू झाली. अमेरिकी निवडणूक पद्धतीवर कडाडून टीका झाली. मतदान आणि मतमोजणी करण्यासाठी यंत्रांचा वापर केला जाणं चुकीचं असल्याचं मत अनेक जणांनी जोरकसपणे मांडलं. फ्लॉरिडा राज्यातल्या चार परगण्यांमध्ये मतमोजणी यंत्रांद्वारा करण्याऐवजी ती मतदान अधिकाऱ्यांनी करावी, यासाठी डेमोक्रॅटिक पक्षानं आग्रह धरला. फ्लॉरिडा राज्यातल्या कायद्यांनुसार यंत्रांऐवजी माणसांनी मतमोजणी करण्याला परवानगी असली, तरी एका खास तरतुदीखाली ती फेटाळून लावण्यासाठी रिपब्लिकन पक्षानं याचिका दाखल केली. त्यानुसार परत एकदा बुशला ९३० मतांची आघाडी मिळाली असल्याचं मतमोजणी करणाऱ्या यंत्रांनी दाखवून दिलं. तेवढ्यात फ्लॉरिडा राज्यातल्या सर्वोच्च न्यायालयानं या प्रकरणात उडी घेत, 'आपला आदेश मिळेपर्यंत ही मतमोजणी निर्णायक समजू नये' असं सांगितलं. तसंच २१ नोव्हेंबर २००० या दिवशी या न्यायालयानं 'आपण आणखी पाच दिवसांनी आपला निकाल जाहीर करू' असं सांगत, मतांची फेरमोजणी यंत्रांविनासुद्धा करण्याला मान्यता दिली. यामुळे लोकांची उत्सुकता शिगेला गेली. अनेक खटले भरले गेले आणि याचिका दाखल करण्यात आल्या. जिथंतिथं याच विषयाची चर्चा सुरू होती. वर्तमानपत्रं, टीव्ही, इंटरनेट या सगळ्या माध्यमांनी रात्रंदिवस फ्लॉरिडा प्रकरण उचलून धरलं.

२२ नोव्हेंबरला हृदयविकाराचा सौम्य झटका आल्यामुळे उपराष्ट्रपतिपदाचा उमेदवार डिक चेनी वॉशिंग्टनमधल्या एका इस्पितळात दाखल झाला. दरम्यान, फ्लॉरिडामधल्या सर्वोच्च न्यायालयाने निवडणुकीचा निकाल जाहीर करण्याला दिलेल्या स्थगितीच्या निर्णयाविरुद्ध, रिपब्लिकन पक्षानं अमेरिकी सर्वोच्च न्यायालयात दाद मागण्याचा अभूतपूर्व प्रकार केला. यामुळे सगळी जनता अवाक झाली. याचं कारण म्हणजे, हा निर्णय फ्लॉरिडा राज्याच्याच अखत्यारीतला असण्याविषयी

सगळ्यांचंच एकमत होतं. ४ डिसेंबरला अमेरिकी सर्वोच्च न्यायालयानं फ्लॉरिडाच्या सर्वोच्च न्यायालयावर ताशेरे ओढत, या न्यायालयाचा निकाल रद्द केला. तेवढ्यात, डेमोक्रॅटिक पक्षानं परत एकदा फ्लॉरिडामधल्या कनिष्ठ न्यायालयामध्ये दाद मागितली आणि ती फेटाळण्यात आली. लगोलग डेमोक्रॅटिक पक्षानं फ्लॉरिडा राज्यातल्या सर्वोच्च न्यायालयाकडे पुन्हा धाव घेतली. आता फ्लॉरिडामधलं सर्वोच्च न्यायालय डेमोक्रॅटिक पक्षाच्या या नव्या याचिकेला भीक घालणार नाही, अशी सगळ्यांची अपेक्षा असताना, या न्यायालयानं सगळ्यांना आश्चर्याचा जोरदार धक्का दिला. सगळ्याच मतांची यंत्रांविना फेरमोजणी करण्याचे आदेश फ्लॉरिडाच्या सर्वोच्च न्यायालयानं दिले. यामुळे बुशची आघाडी आणखी आकसून फक्त १५७ मतांवर आली! बुशच्या वकिलांनी तातडीनं अमेरिकी सर्वोच्च न्यायालयाकडे पुन्हा एकदा धाव घेतली. अमेरिकी सर्वोच्च न्यायालयानं २४ तासांच्या आत फ्लॉरिडाच्या सर्वोच्च न्यायालयाला दणका देत, यंत्रांविना मतांच्या फेरमोजणीच्या आदेशाला स्थगिती दिली. ११ डिसेंबरला अमेरिकी सर्वोच्च न्यायालयानं या प्रकरणामधली दोन्ही पक्षांची बाजू ऐकून घेतली. पुन्हा एकदा मतांची फेरमोजणी यंत्रांविना करायची झाली, तर ती सगळ्याच राज्यांमध्ये करावी लागेल असा युक्तिवाद करून, अमेरिकी सर्वोच्च न्यायालयानं पुढच्या दोन तासांमध्ये फ्लॉरिडा राज्यानं अंतिम निकाल जाहीर करण्याचे आदेश दिले. रात्री १० वाजता आलेल्या या निकालावर अनेक तज्ज्ञांनी कडाडून टीका केली.

अखेर १३ डिसेंबर रोजी, म्हणजेच मतदानाला ३६ दिवस होऊन गेल्यावर अल गोरनं अत्यंत उदारपणे 'हे प्रकरण थांबवावं' असं सांगून बुशचा विजय मान्य केला. अमेरिकी सर्वोच्च न्यायालयाचा आदेश आपल्याला मान्य असो वा नसो; आपण तो स्वीकारत असल्याची घोषणा त्यानं केली. यामुळे अत्यंत कडवट आणि अप्रिय वातावरण काही प्रमाणात निवळायला मदत झाली. उपराष्ट्रपतिपदावर असताना, राष्ट्रपतिपदाची निवडणूक लढवताना पराभव स्वीकारावा लागणारा गोर, हा तिसराच ठरला. यानंतर एक तास झाल्यावर बुशनं भाषण करून आपण विजयी झाल्याची घोषणा केली. आपल्या भाषणात गोरच्या दिलदारपणाचा उल्लेख करायला तो विसरला नाही. तसंच झालं गेलं विसरून आता आपण एकीनं काम केलं पाहिजे, असं मतही त्यानं मांडलं. पॉप्युलर व्होट्सच्या हिशेबात पिछाडीवर असूनसुद्धा राष्ट्रपती बनणारा बुश, हा एका शतकाहून जास्त काळ उलटून गेल्यानंतरचा पहिलाच राष्ट्रपती ठरला. बुशला ५,०४,५६,१४१ तर गोरला ५,०९,९६,०३९ मतं

मिळाली. इलेक्टोरल व्होट्सच्या हिशेबानं मात्र बुशनं २७१-२६६ अशी बाजी मारली. म्हणजेच राष्ट्रपती बनण्यासाठी आवश्यक असलेल्या २७० मतांचा आकडा त्यानं अक्षरशः कसाबसा गाठला.

राष्ट्रपतिपद

फ्लॉरिडा प्रकरणातून अजून अमेरिका पुरती सावरलेली नसताना, बुशनं राष्ट्रपतिपदाची सूत्रं स्वीकारली. लोकांचं लक्ष या घटनाक्रमाकडून वळवून पुन्हा राज्यकारभाराकडे केंद्रित करण्यावर त्यानं भर दिला. फोर्ड, रीगन आणि आपले वडील जॉर्ज एच. डब्ल्यू. बुश यांच्या कार्यकालातल्या अत्यंत परंपरावादी लोकांना त्यानं महत्त्वाची पदं दिली. माजी संरक्षणमंत्री डिक चेनी आजवरच्या अमेरिकी इतिहासामधल्या अत्यंत ताकदवान उपराष्ट्रपतींपैकी एक ठरला. या परंपरावादी लोकांच्या प्रभावशाली टोळक्याला 'नवपरंपरावादी' म्हणजेच 'निओकॉन्झर्व्हेटिव्ज' किंवा 'निओकॉन्स' म्हणून ओळखलं जायला लागलं. याचं कारण म्हणजे, परंपरावादी रिपब्लिकन पक्षाला सरकारचा पसारा अजिबात नसावा, सरकारी अर्थसंकल्प तुटीचा नसावा आणि आंतरराष्ट्रीय संबंध जुन्या संबंधांवर आधारून पुढे न्यावेत, असं वाटत असे. या निओकॉन्सचं मात्र असं मत नव्हतं. बुशनं आपल्या पहिल्या चार वर्षांच्या कार्यकालात सरकारी अर्थसंकल्पामध्ये तब्बल ४०,००० कोटी डॉलर्सचा वाढीव खर्च केला. राज्यांना आपापली धोरणं स्थानिक पातळीवर ठरवण्यासाठी देण्यात आलेले अनेक अधिकार रद्द करून, ते केंद्राच्या अखत्यारीत आणण्यासाठीचे कायदे बुशनं केले. व्यावसायिक आणि उद्योजक मंडळींना प्रचंड मोकळीक मिळावी आणि त्यांच्यावरचं सरकारी नियंत्रण कमी व्हावं, या दृष्टीनं अनेक नव्या तरतुदी करण्यात आल्या. पर्यावरणाशी संबंधित असलेले अनेक नियम शिथिल करण्यात आले. सरकारला जास्तीत जास्त जमीन संपादित करता यावी यासाठी त्यानं कायदे केले. सरकारमधल्या अनेक महत्त्वाच्या आणि निर्णय घेण्याची क्षमता असलेल्या पदांवर बुशनं खासगी उद्योजकांची नेमणूक केली. न्यायव्यवस्थेचा पगडा कमी व्हावा आणि आपल्या सरकारचं वर्चस्व वाढावं यासाठी अनेक तरतुदी त्यानं करून घेतल्या. तसंच आपल्या सरकारवर अंकुश ठेवण्यासाठीची न्याय व्यवस्थेची, तसंच स्वयंसेवी संस्थांची ताकद कमी व्हावी, यासाठी त्यानं आपल्या कारभाराविषयी कमालीची गुप्तता ठेवली. चार वर्षांच्या काळात दोन मोठी युद्धं सुरू करणाऱ्या बुशनं आपल्या देशाला अत्यंत अवघड मार्गाकडे वेगानं नेलं. अमेरिकेचं प्रस्थापित परराष्ट्र धोरण पार

मोडीत काढून, त्यानं 'बुश डॉक्ट्राईन' म्हणून ओळखल्या जाणाऱ्या अत्यंत वेगळ्याच परराष्ट्र धोरणाची आखणी केली. इतर देशांशी चर्चा करणं, आपल्याहून भिन्न किंवा कित्येकदा तर आपल्यापेक्षा पूर्णपणे उलट्या दृष्टिकोनांचा स्वीकार करणं, त्याला अजिबात पसंत नसे. सहमतीनं प्रश्न सोडवण्याची त्याला कधीच गरज वाटत नसे. स्वतः निर्णय घेऊन तो अमलात आणायचा, एवढंच त्याला माहीत असे. अत्याधुनिक अमेरिकी लष्कराच्या अफाट ताकदीच्या जोरावर, सगळ्या जगामध्ये खळबळ माजवण्याचं अतिरेकी धोरण त्यानं अवलंबलं. एकसुरी वर्चस्ववादी विचारसरणी आणि चिथावणीखोर घोषणा यांना ऊत आला. सातत्यानं इतरांच्या हेतूंविषयी किंवा संभाव्य कृतींविषयी शंका व्यक्त करणं आणि पुराव्यांविनाच थैमान सुरू करणं, हे विक्रमी पातळीवर जाऊन पोहोचलं. जगभर लोकशाही नांदवण्यासाठी अमेरिकी लष्कराचा वापर करण्याची अत्यंत क्रूर, निंद्य आणि हास्यास्पद वाटचाल बुशनं सातत्यानं केली. अत्यंत आक्रमक धोरण स्वीकारून, कमालीची धार्मिक मतं असलेल्या बुशनं ती आपल्या देशवासीयांच्या गळी उतरवली. काल्पनिक भीती निर्माण करून काल्पनिक किंवा कित्येकदा स्वतःच निर्माण केलेल्या शत्रूंवर तुटून पडण्याचा कार्यक्रम त्यानं सातत्यानं राबवला.

आपल्याहून वयस्कर आणि अनुभवी असलेल्या डिक चेनी या उपराष्ट्रपतीवर बुश खूप अवलंबून असे. तेल क्षेत्राचा दीर्घकालीन अनुभव असलेल्या चेनीवर बुशनं अमेरिकेच्या ऊर्जा धोरणांची जबाबदारी अगदी सुरुवातीला सोपवली. या कामासाठी चेनीनं लगेचच अत्यंत गुप्तपणे स्थापन केलेल्या एका समितीनं प्रचंड वादविवादांना जन्म दिला. चेनीला गुप्तपणे काम करायला खूप आवडे. आपल्या कामाविषयी सुरू असलेली चर्चा किंवा त्यावर होत असलेली टीका त्याला अजिबात मान्य नसे.

रोनाल्ड रीगनच्या धर्तीवर करांमध्ये घट आणि आक्रमक परकीय धोरण, अशी बुशची सुरुवात होती. रीगननं सरकारी अर्थसंकल्पामधली तूट भरून काढण्यावर भर दिलेला असला, तरी या बाबतीत मात्र बुशचं मत वेगळं होतं. अर्थव्यवस्थेमधलं शैथिल्य दूर करणं आणि बेरोजगारीला आळा घालणं, यासाठी करांमध्ये कपात करणं गरजेचं असल्याचं तो म्हणत असे. या कपातीचा अर्थव्यवस्थेला दूरगामी फटका बसणार असल्याचा इशारा तज्ज्ञांनी दिला. कारण नजीकच्या काळात या कपातीमुळे अर्थव्यवस्था काहीशी सुधारली, तरी दीर्घकालीन परिस्थितीचा विचार करता सरकारी महसुलामध्ये यामुळे सातत्यानं घट होत राहणार, असा त्यांचा रास्त आरोप होता. बुशला अर्थातच

याची फिकीर करावीशी वाटली नाही. याच्या जोडीला सरकारचा आकार बुशनं प्रचंड वाढवल्यामुळे, सरकारी खर्चात विलक्षण वाढ झाली. २००१मध्ये धनदांडग्या शेतकऱ्यांना बुश सरकारनं मोठ्या सवलती जाहीर केल्या. याचा फायदा आधीच श्रीमंत असलेल्या अमेरिकी शेतकऱ्यांना मोठ्या प्रमाणावर झाला असला, तरी जागतिक पातळीवर याचे खूप दुष्परिणाम झाले. कारण अमेरिकी शेतकऱ्यांनी आपलं उत्पादन सरकारी मदतीच्या जोरावर वाढवून, ते जगात ओतायला सुरुवात केली आणि अमेरिकेनं आयातीवर निर्बंध घातल्यामुळे इतर देशांची आणखीनच पंचाईत झाली. जागतिक व्यापाराची बोलणीसुद्धा यामुळे फिसकटली. याखेरीज पर्यावरणाला बाधा पोहोचवणाऱ्या घातक वायूंद्वारा प्रदूषण वाढवणाऱ्या मोठ्या उद्योगांना वठणीवर आणण्याचं आपलं वचन, बुशनं सोयीस्कररीत्या गुंडाळून टाकलं. पर्यावरण आणि प्रदूषण हे दुय्यम मुद्दे असल्याचं त्याचं मत त्याच्या इतर मतांना साजेसंच होतं. याखेरीज नको असलेला गर्भ काढून टाकण्यासाठी गर्भपात करण्याचा स्त्रियांचा हक्क रद्द ठरवण्याकडे त्यानं मार्गक्रमण केलं. याखेरीज स्टेम सेल्सशी संबंधित असलेल्या संशोधनालाही त्यानं पाठिंबा द्यायचा नाही, असं ठरवलं.

सत्तेवर आल्यानंतर काही काळातच चीन आणि उत्तर कोरिया यांच्याबरोबर अत्यंत आक्रमक धोरण स्वीकारून, बुशनं सगळ्यांना अवाक करून सोडलं. जागतिक तापमानवाढीविषयी सुरू असलेल्या क्योटो परिषदेतून बुशनं अचानकपणे अमेरिकी सहभाग काढून घेतला. मध्यपूर्व आशियामधली शांतता भंग करणारा हिंसाचार परत सुरू झाल्यानंतर, गेली पाच दशकं तिथं असलेला अमेरिकी हस्तक्षेप आता संपुष्टात आला असल्याची धक्कादायक घोषणा त्यानं केली. मध्यपूर्व आशियामध्ये शांतता प्रस्थापित होण्यासाठी आपण कटिबद्ध नसल्याचा इशाराच त्यानं यातून दिला. अशा अनेक एकतर्फी आणि सनसनाटी कृतींनी बुशनं आपल्या हेतूंविषयी आंतरराष्ट्रीय पातळीवर शंका निर्माण केल्या.

९/११

११ सप्टेंबर २००१ हा दिवस जग बदलून टाकणाऱ्या काही दिवसांपैकी एक मानला जातो. या दिवशी सूर्यप्रकाशामुळे आल्हाददायक वातावरण होतं. तेवढ्यात सकाळीच चार प्रवासी विमानांचं आत्मघाती अतिरेक्यांनी अपहरण केलं. सकाळचे ९ वाजत आलेले असताना, यांपैकी एक विमान न्यू यॉर्कमधल्या जगप्रसिद्ध 'वर्ल्ड ट्रेड सेंटर'च्या उत्तरेकडच्या उंचापुऱ्या इमारतीवर धडकवण्यात आलं. यामुळे सनसनाटी माजली. टीव्ही चॅनेल्सच्या प्रतिनिधींनी तिथं धाव

घेतली आणि तिथल्या दृश्यांचं थेट प्रक्षेपण सुरू केलं. निःशब्द झालेली अमेरिकी जनता रस्त्यावर पडलेला माती आणि इतर वस्तूंचा खच, तसंच विमानातून सांडलेलं इंधन बघत असताना पुढच्या १५ मिनिटांमध्ये दुसरं एक विमान या इमारतीच्या दुसऱ्या गगनचुंबी इमारतीच्या खालच्या बाजूवर आपटलं. यामुळे आगीचा विलक्षण मोठा लोळ निर्माण झाला आणि अमेरिका पुरती हादरली. तेवढ्यात पावणेदहा वाजता तिसरं विमान थेट अमेरिकी सुरक्षेच्या मुख्यालयाकडे, म्हणजे पेंटॅगॉनकडे आलं! या विमानानं पेंटॅगॉनचं बऱ्यापैकी नुकसान केलं. याला साधारण अर्धा तास होऊन गेल्यावर पेनसिल्व्हानियामधल्या एका मैदानात चौथं विमान कोसळलं. वर्ल्ड ट्रेड सेंटरचे दोन्ही मनोरे एखादा वाळूचा किल्ला ढासळावा, तसे ढासळताना टीव्हीवर बघून अमेरिकी जनता अवाक आणि भयभीत झाली. या महाभयानक प्रसंगामुळे अमेरिकेच्या इतिहासात प्रथमच, संपूर्ण हवाई उड्डाणं पूर्णपणे बंद करण्यात आली. हवेत असलेल्या सुमारे ४००० विमानांना त्यांच्या सगळ्यांत नजीकच्या विमानतळावर उतरण्याच्या सूचना देण्यात आल्या. अमेरिकी लष्कराला आणि हवाई दलाला 'हाय ॲलर्ट'वर ठेवण्यात आलं. एका दिवसात तीन हजार सर्वसामान्य अमेरिकी नागरिक मरण पावण्याचा हा पहिलाच प्रसंग होता.

१२ सप्टेंबर या दिवशी नाटोची एक खास बैठक भरवण्यात आली. अमेरिकेवरचा हल्ला, हा आपल्या भूमीवरचाच हल्ला असल्याप्रमाणे या घटनेचा प्रतिकार करण्यासंबंधीच्या एका खास विधेयकाचा प्रथमच वापर करायचं निश्चित झालं. १४ सप्टेंबरला न्यू यॉर्कला भेट देणाऱ्या बुशनं तिथल्या परिस्थितीची स्वतः पाहणी केली. दगड, माती आणि इतर पसारा यांच्या ढिगावर उभं राहून बुशनं आपल्या हातातल्या मेगाफोनद्वारा सफाईचं काम करणाऱ्या शेकडो कामगारांसमोर छोटं भाषण केलं. अर्थातच, टीव्हीवरून हे कोट्यवधी अमेरिकी लोकांसमोर आणि जगातल्या इतर नागरिकांसमोर थेट प्रक्षेपित करण्यात आलं. अत्यंत आक्रमकपणे बुशनं 'ज्या लोकांनी या इमारती उद्ध्वस्त केल्या, त्यांना आम्ही लवकरच गाठू' अशा शब्दांमध्ये अमेरिकी जनतेला धीर दिला. लगेचच बुशच्या लोकप्रियतेमध्ये प्रचंड वाढ झाल्याचं सर्वेक्षणांमध्ये दिसून आलं. २० सप्टेंबरला काँग्रेससमोर भाषण करताना 'आपल्या देशावर झालेल्या दहशतवादी हल्ल्यामागे अल कायदा या अतिरेकी संघटनेचा हात असल्याचं' बुशनं सांगितलं. सुमारे ६० देशांमधून आपला कारभार चालवणाऱ्या अल कायदानं यापूर्वी किमान तीन वेळा अमेरिकेला आपलं लक्ष्य केलं होतं. १९७९मध्ये सोव्हिएत युनियननं अफगाणिस्तानमध्ये

आपलं लष्कर पाठवल्यानंतर तिथं साम्यवाद पसरू नये, यासाठी अमेरिकेनं सौदी अरेबिया आणि पाकिस्तान यांच्या मदतीनं अनेक आक्रमक संघटनांना मदत केली होती. याचा एक भाग म्हणून, मूळचा सौदी अरेबियाचा असलेला कोट्यधीश ओसामा बिन लादेनही रणांगणात उतरला. त्यानं 'अल कायदा' नावानं संघटना उभी केली. नंतरच्या काळात बिन लादेन आपल्याला पोसणाऱ्या अमेरिकेचाच शत्रू झाला.

१९९८मध्ये त्यानं अमेरिकेशी अधिकृतरीत्या वाकडं घेतल्याची घोषणा केली आणि आपल्या अनुयायांना अमेरिकेमधली ठिकाणं, तसंच जगभरातले अमेरिकी लोक, यांच्यावर हल्ले करण्याचे आदेश दिले. आपलं युद्ध प्रामुख्यानं अल कायदाशी असलं, तरी ते तिथपर्यंतच मर्यादित राहणार नसल्याचं, बुशनं आता स्पष्ट केलं. जगभरातल्या सगळ्या दहशतवादी संघटनांना शोधून आपण उद्ध्वस्त करणार असल्याचं तो म्हणाला. तसंच जगातल्या सगळ्या देशांना इशारा देत त्यानं 'या लढ्यात तुम्ही आमच्या बाजूने नसाल, तर तुम्ही दहशतवाद्यांची बाजू घेता असं आपण समजतो' असं अजब विधान केलं. या विधानावर नंतर जगभरात प्रचंड टीका झाली. दहशतवादाला विरोध करणाऱ्या देशांनी तटस्थ राहायचं ठरवलं, तर त्यांनाही दहशतवाद्यांच्याच यादीत टाकणारी ही विचित्र कल्पना होती. अर्थातच अत्यंत कठीण प्रसंगाच्या वेळी आपल्या राष्ट्रपतीनं खूप कणखर भूमिका स्वीकारून दहशतवाद्यांना धडा शिकवण्याचा पक्का निर्धार जाहीर केल्याचं बघून, अमेरिकी जनता एकदम खूश झाली. या काळात अर्थातच अमेरिकी देशप्रेमाची भावना एकदम प्रखर झाली होती. बुशची लोकप्रियता आता ९०% इतकी वाढली! अफगाणिस्तानमधली अल कायदाची दहशतवादासाठीचं प्रशिक्षण देणारी केंद्रं उद्ध्वस्त करण्याचा आणि अल कायदाला पाठिंबा देणाऱ्या तालिबान सरकारचा अंत करण्याचा निर्धार अमेरिकेनं केला.

दहशतवादाशी लढण्याची अमेरिकेची भूमिका योग्यच होती; पण या बुरख्याखाली बुशने अनेक आततायी गोष्टीसुद्धा केल्या. ऑक्टोबर महिन्यात 'यूएसए पॅट्रियट ॲक्ट' नावाचा अत्यंत एकतर्फी आणि अमेरिकी जनतेच्या वैयक्तिक हक्कांचं कमालीचं उल्लंघन करणारा कायदा करण्यात आला. यावर मानवी हक्क संघटनांनी कडाडून टीका केली. काही हुकूमशहांनी आपल्या राजवटीत केलेल्या काही घृणास्पद गोष्टी आता अमेरिकेनं सुरू केल्या. अमेरिकेत स्थलांतरित झालेल्या किंवा अल्प काळासाठी आलेल्या १००० लोकांना कुठल्याही आरोपांविना आणि चौकशीविना तुरुंगात टाकण्यात आलं. हजारो

लोकांना गुप्तपणे अमेरिकेबाहेर घालवून देण्यात आलं. २००२मध्ये एका अमेरिकी न्यायालयानं सरकारच्या या कारवाया नियमबाह्य आणि घृणास्पद असल्याचे ताशेरे ओढले. गुप्तता ठेवण्याच्या बाबतीत बुशच्या कार्यकालानं नवे उच्चांक गाठले. काही जुनी कागदपत्रं खुली करण्याला नकार देणं, सरकारी कागदपत्रं गरज नसताना गुप्तच ठेवणं, सरकारी वेबसाईटवरची माहिती काढून टाकणं, असे अनेक प्रकार घडले.

लवकरच, अमेरिकेनं अफगाणिस्तानवर हल्ला करण्यासाठीची तयारी पूर्ण केली. ओसामा बिन लादेनला अमेरिकेच्या हवाली करण्याला किंवा त्याच्या संघटनेची प्रशिक्षण केंद्रं बंद करायला अफगाणिस्तानमधल्या तालिबानी सरकारनं नकार दिला. यामुळे ७ ऑक्टोबर २००१ या दिवशी अमेरिकी आणि ब्रिटिश हवाई दलानं अफगाणिस्तानवर बाँबवर्षाव सुरू केला. तालिबानशी जमिनीवर अनेक वर्षांपासून लढणाऱ्या 'नॉर्दर्न अलायन्स' या गटाला अमेरिकेनं मदत पुरवली. अमेरिकेच्या ताकदीसमोर तालिबानचा टिकाव लागला नाही. ९ डिसेंबरपर्यंत तालिबान सरकार पुरतं उद्‌ध्वस्त झालं. अफगाणिस्तानजीकच्या 'तोरा बोरा' म्हणून ओळखल्या जाणाऱ्या पर्वतराशींमध्ये अमेरिकेनं ओसामा बिन लादेनचा खूप शोध घेतला; पण या मोहिमेला यश लाभलं नाही. तिथून निसटून गेलेल्या ओसामा बिन लादेननं आपल्या दृश्य आणि आवाजी संदेशांमधून अमेरिकेला वाकुल्या दाखवण्याचा उद्योग सुरू ठेवल्यामुळे, अमेरिकेची चडफड टिकून राहिली. यानंतर लष्करी न्यायालयं चालवण्यासाठीची एक अत्यंत अयोग्य आणि मानवतेला काळिमा फासणारी पद्धत बुशनं सुरू केली. कुठल्याही आरोपांविना आणि चौकशीविना हवं त्या माणसाला संशयाच्या कारणावरून पकडायचं आणि तुरुंगात टाकून त्याचे हाल करायचे, हा प्रकार सुरू झाला. यावर खूप टीका होऊनसुद्धा बुश बधला नाही. ग्वांतानामो बे इथल्या कुप्रसिद्ध तुरुंगात अमेरिकेनं पकडलेले शेकडो लोक हाल सोसत राहिले आणि खितपत पडले. दरम्यान २००१च्या डिसेंबर महिन्यात संयुक्त राष्ट्रसंघाच्या देखरेखीखाली अहमद करझाईला अफगाणिस्तानच्या हंगामी राष्ट्रपतिपदी नेमण्यात आलं. यानंतरही देशात हिंसाचार आणि गोंधळ यांचं थैमान सुरूच राहिलं. तरीसुद्धा २००४मध्ये अफगाणिस्तामध्ये प्रथमच लोकशाही पद्धतीनं निवडणूक झाली आणि करझाई अधिकृतरीत्या सत्तेवर आला.

आता इराककडे नजर

अफगाणिस्तानला नमवण्यासाठी अमेरिकेचे प्रयत्न सुरू असतानाच बुशची

नजर इराककडे वळली. सद्दाम हुसेनकडे अत्यंत धोकादायक रासायनिक शस्त्रं असून, तो यांचा वापर अमेरिका तसंच इतर पाश्चिमात्य देश यांच्या विरोधात करणार असल्याची खात्रीलायक बातमी मिळाली असल्याची आवई बुशनं उठवली. सद्दाम हुसेन हा हुकूमशहा असला, तरी त्यानं आपल्या देशाचा कारभार तसा बऱ्यापैकी चालवला होता. तसंच समाजातल्या काही ठरावीक गटांना लक्ष्य करून त्यांच्यावर अत्याचार करण्याचं धोरण त्यानं अवलंबलेलं असलं, तरी त्या अर्थानं तो सरसकट अत्याचार करणारा हुकूमशहा नव्हता. उत्तर कोरिया, इराण आणि इराक हे आपले प्रमुख शत्रू असल्याचं बुशनं जाहीर केलं. १२ सप्टेंबरला संयुक्त राष्ट्रसंघाला आपल्या इराकवरच्या आक्रमणाची कल्पना बुशनं दिली. संयुक्त राष्ट्रसंघानं आपली साथ दिली तर ठीकच आहे; पण ती मिळाली नाही, तर आपण एकटेच इराकला धडा शिकवायला समर्थ असल्याचं त्यानं सांगितलं. सद्दाम हुसेनला सत्तेवरून हुसकावून लावण्याचा निर्धार त्यानं व्यक्त केला. म्हणजेच, आंतरराष्ट्रीय समुदायाचं मत काय आहे, त्यालासुद्धा सद्दाम हुसेन आणि इराक यांच्यापासून खरोखरच खूप धोका जाणवतो का, अशा प्रश्नांचा विचार करण्याची गरजसुद्धा बुशला वाटत नव्हती. आपण ठरवू तोच कायदा आणि आपल्याला हवं त्याच मार्गानं जगानं पुढे गेलं पाहिजे, असा त्याचा जुना अट्टाहास इथंही कायम राहिला. दरम्यान, सद्दाम हुसेन आणि संयुक्त राष्ट्रसंघामधले इराकी प्रतिनिधी यांनी सातत्यानं आपल्या देशात कल्पनेपलीकडचा हिंसाचार घडवून आणू शकणारी रासायनिक किंवा जैविक शस्त्रं नसल्याचा पुनरुच्चार केला. त्यांचं म्हणणं अगदी योग्य होतं. खुद्द बुशकडे इराकवरच्या या आरोपांना पुष्टी देणारे कोणतेच पुरावे नव्हते. त्यानं सीआयएला हे पुरावे गोळा करायला सांगितलं, तेव्हा सीआयएच्या हातीसुद्धा काही लागलं नाही. तरीसुद्धा काँग्रेससमोर आणि संयुक्त राष्ट्रसंघामध्ये बुश आपला खोटेपणा पुढे नेत राहिला. इराकच्या संदर्भात बुशनं केलेल्या कारवाया अयोग्य असल्याचं मत अमेरिकेतच नव्हे, तर जगभरात लवकरच पसरलं.

२० मार्च २००३ या दिवशी अमेरिकेनं इराकवर हल्लाबोल केला. सुरुवातीला अमेरिकी हवाई दलानं इराकवर बाँबवर्षाव केला. त्यानंतर अमेरिकी पायदळानं इराकमध्ये आक्रमण केलं. जवळपास कुठलाच प्रतिकार न होता, ९ एप्रिल या दिवशी अमेरिकी लष्कर बगदाद शहरात घुसलं. अफगाणिस्तानमधल्या आपल्या कृतीच्या धर्तीवर आताही बुशनं इराकमधून पूर्वी बाहेर पडलेले काही लोक आणि काही स्थानिक नेते यांचं मिळून एक

हंगामी सरकार बनवलं. अमेरिकी लष्करानं इतक्या सफाईदारपणे ही कारवाई केली की, आता इराकचा पाडाव झाला असं समजून, १६ एप्रिललाच पेंटॅगॉननं इराकमधून अमेरिकी लष्कर काढून घेण्यासंबंधीच्या हालचाली सुरू केल्या. १ मे या दिवशी स्वतः बुश एका खास विमानानं इराकमध्ये दाखल झाला आणि आपण या युद्धात विजयी झालो असल्याची घोषणा त्यानं केली. त्यानं एका नेत्याला इराकचा तात्पुरता नेता बनवलं. तसंच सर्वमान्य संकेतांनुसार खरं म्हणजे इराकच्या या नेत्यानं आणि हंगामी सरकारनं अमेरिकी परराष्ट्रखात्याच्या आदेशांनुसार आपला कारभार चालवणं अपेक्षित असताना, त्याऐवजी अमेरिकी लष्कराच्या इशाऱ्यांनुसार हा नेता कामकाज बघेल, असं बुशनं ठरवलं. संयुक्त राष्ट्रसंघानंही इराकवर घातलेले निर्बंध उठवले आणि इराकमधल्या अमेरिकी घुसखोरीला अधिकृत मान्यता दिली. इराकी जनता अमेरिकी लष्कराचं 'आपले तारणहार' म्हणून स्वागतच करेल आणि इराक हे मध्यपूर्व आशियामध्ये हुकूमशाही मोडून त्याऐवजी लोकशाही निर्माण करण्यासाठीचं झळकणारं उदाहरण ठरेल, असं अमेरिकेच्या वतीनं सांगण्यात आलं.

अर्थातच, आपल्या पराक्रमी मोहिमेच्या आनंदात बेभान झालेल्या बुशला आणि अमेरिकी सरकारला आपल्या पुढ्यात काय वाढून ठेवलं आहे, याची अजिबातच कल्पना नव्हती. इराकी लष्कर आणि पोलीस यंत्रणा पार कोलमडून पडली आणि सगळीकडे अंदाधुंदी पसरली. कायदा आणि सुव्यवस्था टिकवणं, इराकच्या सीमारेषांवर पहारा देणं, महत्त्वाच्या ठिकाणांचं संरक्षण करणं यासाठी पुरेसं मनुष्यबळ किंवा शस्त्रास्त्रांचा साठा यातलं काहीच नव्हतं. या परिस्थितीत दंगेखोर रस्त्यांवर उतरले. हजारोंच्या संख्येने लोकांनी सरकारी मालमत्तेची आणि इतर सावर्जनिक ठिकाणांची मनसोक्त लूट उपभोगली. तसंच जिथंतिथं हिंसाचार आणि तोडफोड असा विध्वंस सुरू झाला. यातून वस्तुसंग्रहालयं, इस्पितळं आणि ऐतिहासिक महत्त्व असलेल्या दुर्मीळ गोष्टीसुद्धा सुटल्या नाहीत. सरकारच्या शस्त्रास्त्रांचीही लूट झाली. घातक स्फोटकं पळवून नेण्यात आली. कित्येक इमारती पूर्णपणे जमीनदोस्त झाल्या. हल्लेखोरांनी सातत्यानं अमेरिकी लष्करामधले जवान, इराकी धार्मिक नेते आणि समाजातले इतर मान्यवर लोक यांच्या हत्येचा सपाटाच लावला. अपहरण, मारहाण, नुकसान, खूनखराबा, अत्याचार यांचं इराकमध्ये सर्वत्र थैमान सुरू झालं. हे थांबवण्यासाठी अमेरिकी लष्करानं घरोघरी जाऊन झडती घेण्याचं आणि किरकोळ आरोपांवरून किंवा संशयावरून मोठ्या संख्येनं इराकी लोकांना ताब्यात घेण्याचं प्रमाण वाढत गेलं. ऑगस्ट महिन्यात, एका ट्रकमध्ये पेरण्यात आलेल्या बाँबच्या

स्फोटामुळे बगदादमधलं संयुक्त राष्ट्रसंघाचं अस्तित्व दाखवणारी इमारत त्यामधल्या २४ लोकांसह नष्ट झाली. यामुळे इराकमधून संयुक्त राष्ट्रसंघानं पूर्णपणे माघार घेतली आणि इराकमधल्या परिस्थितीविषयी संयुक्त राष्ट्रसंघाचा फेरविचार सुरू झाला. अमेरिकेनं आपल्याला डोईजड होत असलेल्या या परिस्थितीतून ३० जून २००४ पर्यंत बाहेर पडायचं आणि इराकमधल्या स्थानिक जनतेलाच आपलं सरकार निवडायला सांगायचं, असा निर्णय घेण्यात आला. अमेरिकेला इराकमुळे अक्षरशः नाकीनऊ आलेले असताना, १३ डिसेंबर २००३ या दिवशी अत्यंत थकलेला आणि आजारी वाटत असलेला सद्दाम हुसेन कुठल्याही प्रतिकाराविना अमेरिकेच्या हाती लागल्यामुळे बुशला जरासा हुरूप आला.

या काळात अमेरिकेला इराकमध्ये कुठलीही अतिघातक शस्त्रास्त्रं सापडली नाहीत. यामुळे बुशची चांगलीच पंचाईत झाली. त्यानं इराकमधल्या घुसखोरीचं समर्थन वेगळ्याच कारणांच्या आधारे करण्याचा प्रयत्न केला. आपल्या जनतेवर अनन्वित अत्याचार करण्याच्या घृणास्पद कृत्यांमुळे सद्दाम हुसेनला धडा शिकवण्यासाठी आपण इराकवर कारवाई केली, असं आता तो म्हणायला लागला. खोटेपणा आणि दांभिकपणा यांचा हा अक्षरशः कळस होता! इराक आणि ९/११चा हल्ला यांचा संबंध तो अजूनही जोडतच राहिला. इराकमध्ये धरपकड करण्यात आलेल्या हजारो लोकांचा अमेरिकेनं छळ सुरू केला. मानवता आणि आंतरराष्ट्रीय कायदे यांची उघड पायमल्ली करून या लोकांना जगणं नकोसं व्हावं, अशी परिस्थिती निर्माण करण्यात आली. आपल्याकडून केल्या जाणाऱ्या विकृत छळाची अमेरिकी सैनिक अनेकदा छायाचित्रंही घेत. तसंच हा छळ केल्यानंतर आपल्याला होत असलेला विकृत आनंदही ते छायाचित्रांमध्ये टिपत. यासंबंधीच्या तक्रारी अमेरिकी लष्करांच्या वरिष्ठांपर्यंत पोहोचल्या; पण त्यांनी याकडे सरळ दुर्लक्ष केलं.

अखेर माध्यमांकडे याविषयीची माहिती आली आणि त्यांनी तिला प्रसिद्धी देताच प्रचंड खळबळ माजली. साहजिकच, हा 'अबू घ्राईब' नावाचा तुरुंग अमेरिकी सैनिकांच्या अमानवी वागण्यामुळे कुप्रसिद्ध झाला. जगभर संतापाची लाट उसळली. आंतरराष्ट्रीय पातळीवर लोकशाही आणि न्याय्य परंपरा यांची जपणूक करण्याचं सोंग पत्करणाऱ्या अमेरिकेचा खरा चेहरा उघड झाला; आणि सगळीकडे यामुळे अमेरिकेची छी-थू झाली.

फेरनिवड

बुश आपल्या बेकायदा कृत्यांचं देशप्रेमाची हाकाटी देत समर्थन करत राहिला. याचाच आधार २००४च्या राष्ट्रपतिपदासाठीच्या निवडणुकीच्या प्रचारामध्येही त्यानं घेतला. दरम्यान, त्याला आव्हान देण्यासाठी विरोधी डेमोक्रॅटिक पक्षातले अनेक नेते उत्सुक होते. त्यांपैकी जॉन केरी हा मॅसॅच्युसेट्स राज्याचा सिनेटर आघाडीवर होता. बुश आणि केरी यांची लढत झाली. केरी व्हिएतनाम युद्धात लढला होता. त्यानं प्रत्यक्षात काहीच भरीव केलं नसल्याची टीका बुशनं केली. कणखरपणा आणि निर्णय घेण्याची क्षमता केरीमध्ये नसल्याचा जोरदार प्रचार बुशच्या गटानं केला. बुश आणि केरी यांच्यात टीव्हीवर झालेल्या वादविवादाच्या फेऱ्यांमध्ये केरीनं उत्तम कामगिरी बजावून, बुशसमोर मोठं आव्हान निर्माण केलं. अखेर पॉप्युलर व्होट्समध्ये फक्त ३% आघाडी मिळवून बुशनं बाजी मारली. कठीण परिस्थितीत आपल्यासारखा कणखर आणि आक्रमक नेताच अमेरिकेला हवा असल्याचं मत जनतेच्या मनावर बिंबवण्यात बुश यशस्वी ठरला. त्याच्या कार्यकालात झालेल्या चुकांना तो जबाबदार नसून, त्याच्या हाताखाली काम करणारे लोकच पुरेसे सक्षम नसल्याचं जनमत तयार झालं.

२००५मध्ये राष्ट्रपतिपदाची सूत्रं बुशनं परत एकदा हाती घेताच न्यू ऑर्लिन्स आणि त्याच्या जवळच्या किनारपट्टीच्या भागात 'कॅट्रिना' या महावादळानं थैमान घातलं. पूरनियंत्रण व्यवस्थेमध्ये असलेल्या तांत्रिक चुकांमुळे लोकांचं विलक्षण नुकसान झालं. या भागात सरकार किंवा शासन नावाचं काहीच अस्तित्वात नसावं, अशी भीषण परिस्थिती निर्माण झाली. अडचणीत सापडलेल्या लोकांची नीटपणे आणि वेळेत सुटकासुद्धा होऊ शकली नाही. यासाठीची यंत्रणाही अत्यंत बेभरवशाची आणि बिनकामाची ठरली.

हजारो लोक अन्नपाण्याविना कित्येक दिवस तडफडत होते. अनेक जण मरण पावले आणि त्यांचे मृतदेह पुराच्या पाण्यात लटकत राहिले. अमेरिकेसारख्या अत्याधुनिक देशात अशी परिस्थिती उद्‌भवावी, याचं अनेक जणांना नवल वाटत राहिलं. बुशनं याला आपण फारसं महत्त्व देत नसल्यासारखा पवित्रा घेऊन, तिथं जाणंही बराच काळ टाळलं. यामुळे, तसंच या भागात कृष्णवर्णीय लोकांचं प्राबल्य असल्यामुळेच बुशनं असं केलं असल्याचा आरोप करून, बहुसंख्य लोकांनी बुशवर टीकेची झोड उठवली.

अफगाणिस्तान आणि इराक इथल्या युद्धांमध्ये बुशनं घेतलेल्या निर्णयांवर

कडाडून टीका होत असतानाच, आर्थिक गैरव्यवहारांच्या आरोपांवरून त्याच्या हेतूंविषयी आणखी शंका निर्माण झाल्या. २००५च्या नोव्हेंबर महिन्यात अमेरिकी लष्करासाठी शस्त्रास्त्रनिर्मिती करणाऱ्या कंपन्यांकडून लाच घेतल्याबद्दल एका रिपब्लिकन नेत्याला तुरुंगाची हवा खावी लागली. याखेरीज बुशच्या जवळच्या एका मध्यस्थालाही तुरुंगवास झाला. यामुळे, अमेरिकी लष्करासाठी शस्त्रास्त्रनिर्मिती करणाऱ्या कंपन्यांना नफा व्हावा आणि त्यांच्याकडून दलाली मिळावी, म्हणूनच बुश आणि त्याचे सहकारी यांनी विनाकारण अफगाणिस्तान आणि इराक इथली युद्धं छेडल्याचा संशय पसरला. फेरनिवड झाल्यावर बुशनं आपला संरक्षणमंत्री आणि आपला परराष्ट्रमंत्री यांना अचानकपणे पदच्युत केलं. तसंच अनेक न्यायाधीशांना अचानक पदमुक्त करण्यात आलं. यामागे बुश सरकारचा हात असल्याचंही सिद्ध झालं. यामुळे बुश आणि रिपब्लिकन पक्ष यांच्याविषयी अमेरिकी जनतेच्या मनात घृणा निर्माण झाली आणि त्यांनी मोठ्या प्रमाणावर डेमोक्रॅटिक पक्षाच्या पाठीशी उभं राहायचं ठरवलं. अमेरिकी सिनेटकडे न जाता, परस्परच कायदे संमत करून टाकण्यासाठी बुशनं अमेरिकी राज्यघटनेला आपल्याला हवं तसं वाकवलं. तसंच, अमेरिकी कायद्याच्या कचाट्यात सापडू नये यासाठी, क्यूबामधल्या ग्वांतानामो बे इथं युद्धकैद्यांना डांबून त्यांचा क्रूरपणे छळ करण्यासाठीचा तुरुंग बुशनं उभा केला. यातल्या बव्हंशी गोष्टी बुश अगदी गुप्तपणे करे. साहजिकच, त्याच्याच रिपब्लिकन पक्षामधल्या इतरांनाही याची कल्पना नसे. कित्येकदा 'वर्तमानपत्रं किंवा टीव्ही या माध्यमांमधून आपल्याला राष्ट्रपतीने घेतलेले निर्णय समजतात,' असं म्हणून ते याविषयी नाराजी व्यक्त करत.

बुशचा कार्यकाल संपायला येत असतानाच जगावर आर्थिक महामंदीचं भीषण संकट ओढवलं. अमेरिकेमधल्या जागतिक पातळीवरच्या एकाहून एक वरचढ अशा मोठमोठ्या कंपन्या दणादण कोसळल्या. अमेरिकी बँकांनी नफेखोरीसाठी बेधडकपणे केलेलं कर्जांचं वाटप, या कर्जांमध्ये इतर कंपन्यांनी गुंतवणूक करण्यासाठी केलेली चलाखी आणि ऐपत नसताना अमेरिकी जनतेनं केलेला प्रमाणाबाहेरचा खर्च यांचा परिपाक, १९२९च्या भीषण महामंदीनंतरच्या सगळ्यांत भयंकर आर्थिक संकटाची सुरुवात होण्यात झाला. बुशनं तातडीनं, आपल्या सरकारनं खासगी उद्योगांमध्ये ढवळाढवळ न करण्याचं धोरण उलथून, परिस्थिती सावरण्यासाठी सरकारी निधी ओतला. काही कंपन्यांना बुडू देण्यात आलं; तर काहींना सरकारनं सावरलं. आधीच अफगाणिस्तान आणि इराक इथली अनावश्यक युद्धं तसंच भ्रष्टाचाराला दिलेली अतिगुप्ततेची फोडणी,

यामुळे अमेरिकी जनता पार वैतागली होती. त्यात आर्थिक महासंकटामुळे उद्‌भवलेली विलक्षण भीतिदायक परिस्थिती बघून २००८च्या निवडणुकीत अमेरिकी लोकांनी रिपब्लिकन पक्षाला जोरदार दणका दिला. बेरोजगारी आणि कर्जबाजारीपणा यामुळे त्रासलेल्या जनतेनं बुशच्या राजवटीवर अशा प्रकारे आपल्या नापसंतीचा ठसा उमटवला!

बराक ओबामा

२००९-२०१६
या काळातला अमेरिकेचा चव्वेचाळिसावा राष्ट्रपती

अल्प-परिचय

साल	घटना
१९६१	हवाईमधल्या होनोलूलू इथे जन्म
१९८३	कोलंबिया विद्यापीठातून महाविद्यालयीन शिक्षण पूर्ण
१९९१	हार्वर्ड लॉ स्कूलमधून कायद्याची पदवी
१९९२	मिशेल रॉबिन्सनशी लग्न
१९९५	'ड्रीम्स ऑफ माय फादर' हे आत्मचरित्र प्रसिद्ध
१९९७-२००५	इलिनॉय राज्यामध्ये सिनेटर
२००४	अमेरिकी सिनेटमध्ये प्रवेश
२००८	अमेरिकेचा चव्वेचाळिसावा राष्ट्रपती

प्राथमिक ओळख

४ नोव्हेंबर २००८ या दिवशी बराक ओबामा हा कृष्णवर्णीय सिनेटर अमेरिकी राष्ट्रपती झाल्यानंतर, जगामध्ये एकाच वेळी आश्चर्य आणि उत्साह यांना नुसतं उधाण आलं. केनयामधला कृष्णवर्णीय पिता आणि कॅन्सस राज्यामधली गौरवर्णीय आई, असे पालक लाभलेल्या ओबामानं राष्ट्रपतिपदापर्यंत मजल मारण्याचा पराक्रम करणं, ही खरोखरच अभूतपूर्व घटना होती. हवाई आणि इंडोनेशिया इथं आपलं बालपण घालवलेल्या ओबामानं जगभरातल्या कोट्यवधी सर्वसामान्य लोकांना 'आपणही आपल्या आयुष्यात काहीतरी भव्यदिव्य करू शकतो' असा विश्वास दिला. असंख्य राजकीय, वर्णीय आणि आर्थिक पेचप्रसंगांमधून मार्ग काढत ओबामानं बाजी मारली. तसंच जॉर्ज डब्ल्यू. बुशनं आठ वर्षं घातलेल्या

गोंधळानंतर अमेरिकेला सावरण्याचं, तसंच महामंदीच्या संकटातून मार्ग काढण्यासाठीची धडपड करण्याचं जवळपास अशक्यप्राय आव्हान ओबामासमोर होतं. फ्रँकलिन रुझवेल्टनंतर इतकी मोठी आव्हानं बहुधा इतर कुठल्याच राष्ट्रपतीसमोर ठाण मांडून उभी ठाकलेली नसावीत. अशा परिस्थितीत धीर न सोडता, अमेरिकी लोकांचा आणि इतर जगाचा विश्वास संपादित करण्याचं शिवधनुष्य पेलण्याची अवघड जबाबदारी ओबामानं स्वीकारली, आणि काही अंशी ती यशस्वीरीत्या निभावली.

जडणघडण

लहानपणीच बराक ओबामाची त्याच्या वडिलांपासून ताटातूट झाली आणि एकदम वयाच्या २१व्या वर्षीच ते एका अपघातात गेल्याचं त्याला समजलं. त्यामुळे ॲन या त्याच्या आईचाच ओबामाच्या आयुष्यावर विलक्षण प्रभाव पडला. तिला लहानपणापासूनच वाचनाची खूप गोडी होती. तीच ओबामामध्येही उतरली. अतिशय बुद्धिमान असलेल्या ॲनचा दुसरा एक गुण म्हणजे, माणसांमधले दोष नजरेआड करून फक्त त्यांच्या गुणांचाच विचार करणं. अनेक ठिकाणी फिरून शेवटी तिचे वडील हवाईच्या सुंदर बेटांमध्ये स्थायिक झाल्यावर, ॲननं होनोलूलूच्या हवाई विद्यापीठात प्रवेश घेतला. तिथं १८ वर्षांची असताना ती २३ वर्षांच्या बराक हुसेन ओबामा (सीनियर) नावाच्या कृष्णवर्षीय तरुणाच्या प्रेमात पडली. नंतर पळून जाऊन त्यांनी गुपचूप लग्न केलं आणि त्यांना बराक हुसेन ओबामा (ज्यूनियर) हा मुलगा झाला.

त्या काळात गोऱ्या-काळ्या मुलामुलींची प्रेमप्रकरणं किंवा लग्नं म्हणजे मोठा गदारोळ माजण्याचाच प्रकार होता. ॲनच्या वडिलांनी कृष्णवर्णीय माणसाशी लग्न करायचा तिचा निर्णय स्वीकारला; पण तिच्या आईनं मात्र या बाबतीत खूपच आरडाओरडा केला. कारण तिनं ज्याच्याशी लग्न केलं, तो ओबामा केनयामधल्या 'लूओ' समाजातला कृष्णवर्णीय तरुण होता. त्यातच त्याचं केनयामध्ये एका स्थानिक काळ्या तरुणीशी लग्न होऊन तिला दिवसही गेले होते. त्याचं ते लग्न अजून कायद्यानं शाबूतच होतं! त्यानं तिला घटस्फोट दिल्याचं ॲनला खोटंच सांगितलं होतं. ओबामा ज्यूनियर दोन वर्षांचा असताना त्याच्या वडिलांना, म्हणजेच ओबामा सीनियरला, हार्वर्डमध्ये शिकण्यासाठी शिष्यवृत्ती मिळाली होती; पण अख्ख्या कुटुंबाचा खर्च पेलवेल इतके पैसे त्याला तिथं मिळणार नव्हते. त्यामुळे तो एकटाच हार्वर्डमध्ये गेला, तो कधी न परतण्यासाठीच!

ओबामा सीनियरबरोबर घटस्फोट घेऊन ॲननं लोलो सोएटोरो नावाच्या

हवाई विद्यापीठात शिकायला आलेल्या इंडोनेशियन मुलाशी दुसरं लग्न केलं. हवाईमध्ये दोन वर्षं राहून सोएटोरो इंडोनेशियामध्ये परतला. ॲन आणि छोटा बराक ऊर्फ 'बॅरी' त्याच्याबरोबर राहण्यासाठी इंडोनेशियामध्ये गेले. तिथं बॅरीला कुत्र्याचं मांस, सापाचं मांस आणि तळलेले नाकतोडे या गोष्टींची चव समजली. तिथंच त्यानं भीक मागायला दारोदारी भटकणारी मुलं बघितली आणि आपण अमेरिकेत राहत होतो हे आपलं केवढं मोठं भाग्य होतं, याचीही त्याला जाणीव झाली.

ॲननं लहानपणापासूनच बॅरीला चांगलं वागण्याचं महत्त्व शिकवलं. तसंच आफ्रिकी-अमेरिकी इतिहासाची त्याला नीट ओळख व्हावी, म्हणून मार्टिन ल्यूथर किंग आणि समान नागरी हक्क कायद्यासाठीची चळवळ यांच्याशी संबंधित असलेली पुस्तकं वाचायला दिली. आता बॅरीला माया नावाची लहान बहीणही मिळाली होती. इंडोनेशियाच्या तुलनेत बॅरीला अमेरिकेत एकूणच किती मोठ्या प्रमाणात संधी मिळेल, असा विचार ॲनच्या मनात येत होता. त्यातच एकदा खेळता खेळता बॅरीचा हात एका तारेच्या कुंपणात अडकून जखमी झाल्यावर ॲननं जिवाच्या आकांतानं त्याला कसंबसं एका इस्पितळात नेलं, तर तिथं दोन डॉक्टर्स आरामात काहीतरी खेळत बसले होते. तिनं तातडीनं बॅरीवर उपचार करायची त्यांना विनंती केली, तर त्यांनी 'इतकी काय गडबड आहे, आमचं खेळून तरी होऊ देत' असं म्हणून अगदी रमतगमत बॅरीच्या हातावर २० टाके घातले. ॲनचा अमेरिकेला परतायचा निर्णय पक्का झाला. तरी सुरुवातीला काही काळ बॅरी एकटाच अमेरिकेला परतला. हवाईमध्ये परतल्यावर बॅरी ॲनच्या आई-वडिलांकडे राहून शाळेत जायला लागला. माया ही त्याची धाकटी बहीण ॲनबरोबर इंडोनेशियामध्येच राहिली. एकदा नाताळाच्या सुट्टीत बॅरीला अचानक आपल्या पहिल्या वडिलांबरोबर, म्हणजे ओबामा सीनीयरबरोबर राहायला मिळालं. त्या वेळी त्यांनी केनयामध्ये पुन्हा लग्न केलेलं असल्याचं आणि त्यातून त्यांना पाच मुलं आणि एक मुलगी झाली असल्याचं बॅरीला समजलं.

आपल्या वर्णाविषयीच्या गोंधळामुळे बॅरीची चांगलीच ओढाताण व्हायची. गोरी आई, गोरे आजी-आजोबा यांच्याबरोबर राहताना आणि प्रामुख्यानं गोऱ्या विद्यार्थ्यांच्या शाळेत शिकताना, आपल्या काळ्या रंगाचं त्याला वैषम्य वाटायचं. आपण धड काळे नाही की गोरेसुद्धा नाही, या जाणिवेपोटी त्याला एकदम विचित्र वाटायचं. बास्केटबॉल शिकवणाऱ्या प्रशिक्षकाबरोबरच, इतर जणांकडूनसुद्धा त्याला वर्णद्वेषी उद्‌गार ऐकावे लागायचे. आपण सतत गोऱ्या लोकांच्या वर्चस्वाखाली वावरत असल्याची भावना त्याच्या मनात असायची. किंबहुना त्यांचं इतकं वर्चस्व

आहे की, मनात आलं, तर ते आपल्या चेहऱ्यावर थुंकूसुद्धा शकतील, असं त्याला वाटे. त्यांनी असं काही केलं, तरी हात चोळत राहण्याशिवाय आपण दुसरं काही करू शकत नाही, याचं त्याला वैषम्य वाटे. समजा आपण प्रतिकार केला, तर हे गोरे लोक आपली 'भित्रा', 'घाबरट', 'अतिरेकी', 'हल्लेखोर', किंवा 'निग्रो' या नावानं खिल्ली उडवतील असं त्याला वाटे. हे सगळं कमी होतं म्हणून की काय, पण त्याचे आफ्रिकन मित्र त्याला पूर्णपणे कृष्णवर्णीयही मानायचे नाहीत. 'कृष्णवर्णीय माणूस कसा असतो, हे पुस्तकं वाचून समजून घे' असं सांगून ते त्याची टर उडवायचे. या सगळ्या गोष्टींचं प्रचंड दडपण आल्यामुळे, बॅरीनं काही काळ अमली पदार्थांचं सेवन करून त्यापासून पळ काढायचा प्रयत्न केला.

बॅरीचं शिक्षण संपत यायच्या सुमाराला ॲन आणि लोलो वेगळे झाले. ॲन मायाला घेऊन हवाईमध्ये परतली. बॅरीनं १९७९मध्ये आपलं शालेय शिक्षण पूर्ण केलं. हवाई सोडून न्यू यॉर्कमध्ये जाऊन त्यानं राजकारणाशी संबंधित विषयांमध्ये महाविद्यालयीन अभ्यासक्रम पूर्ण केले. १९८९मध्ये एका कायद्याशी संबंधित कंपनीत काम करत असताना ओबामाची मिशेल रॉबिन्सनशी भेट झाली. मिशेलचा जन्म १९६४मध्ये शिकागोमध्ये झाला. तिचे वडील तिथल्या पाणीपुरवठा विभागात काम करायचे आणि तिची आई जवळच्या एका दुकानात काम करायची. ऐतिहासिक पार्श्वभूमी सांगायची, तर तिच्या पणजोबांचे वडील गुलाम होते. मिशेलचं कुटुंब एखाद्या सर्वसाधारण मध्यमवर्गीय कुटुंबासारखं होतं. आपल्या भावापासून प्रेरणा घेऊन मिशेलनं प्रिन्स्टनमधून पदवी मिळवली. नंतर 'हार्वर्ड लॉ स्कूल'मधून तिनं आपलं उरलेलं शिक्षण पूर्ण केलं. त्यानंतर शिकागोमध्ये परत येऊन तिनं एका वकिलाकडे नोकरी धरली. तिथं ओबामाची आणि तिची भेट झाली. त्याच्या व्यक्तिमत्त्वानं आणि विचारांनी तिला भारून टाकलं. सुरुवातीला तिनं ओबामाबरोबर सार्वजनिक कार्यक्रमांना जायची तयारी दाखवली आणि त्याची डेटिंगला जायची विनंती मात्र नाकारली; पण लवकरच ती ओबामाच्या प्रेमात पडली.

१९९२मध्ये त्यांनी लग्न केलं. लग्नानंतर बराक आणि मिशेल हे ओबामा दांपत्य आपापल्या कामात इतकं गुंतलं होतं की, त्यांना एकमेकांसाठी वेळ काढणंसुद्धा अवघड व्हायचं. त्यामुळे अनेक सर्वसामान्य जोडप्यांप्रमाणे त्यांच्यातही बऱ्याच कुरबुरी व्हायच्या आणि त्यांचे खूप गैरसमज व्हायचे. ओबामाशी प्रेमसंबंध सुरू असतानाच मिशेलची कारकीर्द चांगलीच बहरत होती. दोन-तीन कंपन्यांमध्ये काम केल्यावर तिनं महापौरांच्या कार्यालयातसुद्धा महत्त्वाची जबाबदारी सांभाळली. त्यांच्या दोन मुली अनुक्रमे १९९८आणि २००१ या वर्षी जन्मल्या. ओबामाच्या

राष्ट्रपतिपदाच्या निवडणुकीच्या काळात मिशेलनं त्याच्या प्रचारासाठी खूप काम केलं.

राजकारणात प्रवेश

राजकारणात घुसण्याआधी सुरुवातीला अनेक छोटी-मोठी कामं करून ओबामा शिकागोमधल्या सामाजिक संस्थांमध्ये शिरला. तिथं धडाडीनं काम करून त्यानं चांगलाच नावलौकिक मिळवला. यामुळे एका प्रतिष्ठेच्या कायदेविषयक नियतकालिकाच्या संपादन विभागाची जबाबदारी त्याच्यावर आली आणि या पदामुळे त्याचं नाव देशभर गाजलं. यानंतर १२ वर्षं त्यानं 'कायद्याचा प्राध्यापक' म्हणून काम केलं. त्यातून त्याचा अनेक सामाजिक संस्था, चळवळी वगैरेंशी संबंध आला. हळूहळू तो राजकारणात ओढला गेला.

१९९६मध्ये इलिनॉय राज्याच्या सिनेटरपदाच्या निवडणुकीमध्ये ओबामा विजयी ठरला. त्यानं आपल्या राज्य पातळीवरच्या सिनेटरपदाच्या कारकिर्दीत आरोग्यविषयक धोरणं, कमी उत्पन्न असलेल्या लोकांना करात सूट देणं, लहान मुलांच्या शिक्षणासंबंधीच्या आणि आरोग्यासंबंधीच्या धोरणांमध्ये आर्थिक सवलती देणं, अशा अनेक प्रश्नांवर धडाडीनं काम केलं. नियमाप्रमाणे दोन वर्षांनी ओबामा पुन्हा राज्य सिनेटरपदाच्या निवडणुकीसाठी उभा राहिला आणि १९९८मध्ये परत एकदा निवडूनही आला. २०००मध्ये त्यानं राज्य सिनेटरपदाची निवडणूक न लढवता, राज्यस्तरीय हाऊस ऑफ रिप्रेझेंटेटिव्ह्ज या सभागृहाचा सदस्य बनायचा प्रयत्न केला; पण तो अयशस्वी ठरला. २००२मध्ये ओबामानं पुन्हा राज्य सिनेटरपदाचीच निवडणूक लढवायचं ठरवलं. ती जिंकून काही काळ ही जबाबदारी सांभाळल्यावर, २००४मध्ये त्यानं राज्यस्तरीय सिनेटवरून राष्ट्रीय स्तरावरच्या सिनेटकडे झेप घ्यायचं ठरवलं. त्यासाठीची निवडणूक तो दणदणीत फरकानं जिंकला आणि त्यानं इलिनॉय राज्यातल्या सिनेटरपदाचा राजीनामा दिला. ४ जानेवारी २००५ या दिवशी ओबामानं अमेरिकेच्या राष्ट्रीय स्तरावरच्या सिनेटरपदाची शपथ घेतली. अमेरिकेच्या इतिहासात राष्ट्रीय पातळीवरचा तो चौथा कृष्णवर्णीय सिनेटर बनला. बॉस्टनमध्ये झालेल्या डेमोक्रॅटिक पक्षाच्या राष्ट्रीय अधिवेशनात ओबामानं केलेल्या भाषणानं सगळ्यांनाच प्रभावित केलं. सुमारे ९० लाख लोकांनी टीव्हीवर बघितलेल्या या भाषणात, ओबामानं लोकांच्या सामाजिक आणि आर्थिक प्रश्नांवर सगळं लक्ष केंद्रित केलं. तसंच तत्कालीन राष्ट्रपती जॉर्ज बुशच्या धोरणांवर त्यानं कडाडून टीका केली.

या संदर्भात एक वादळ येऊन गेलं. २००४मध्ये ओबामा इलिनॉयमधून

राष्ट्रपातळीवरच्या सिनेटवर जाण्यासाठी जॅक राईन नावाच्या रिपब्लिकन पक्षाच्या उमेदवाराविरुद्ध उभा होता. तेव्हा राईननं ओबामाच्या मागे आपला एक माणूस नेमून दिवसभर तो काय करतो, कुठे जातो, काय बोलतो हे सगळं जाणून घेण्यासाठी दिवसातल्या ओबामाच्या सगळ्या बारीकसारीक गोष्टीसुद्धा व्हीडीओटेप केल्या. यामुळे राईनवर टीका झाली. या काळात राईनच्या बाबतीत एक मोठं वादळ उठलं. १९९१मध्ये राईनचं लग्न जेरी या अभिनेत्रीशी झालं होतं. त्यांना एक मुलगाही होता; पण १९९९मध्ये राईन आणि जेरी यांनी घटस्फोट घेतला. या संदर्भातली कागदपत्रं न्यायालयाच्या ताब्यात सीलबंद अवस्थेत होती. जेव्हा २००४मध्ये राईन सिनेटरपदाच्या निवडणुकीसाठी उभा राहिला, तेव्हा ही कागदपत्रं सार्वजनिक पातळीवर जनतेला बघण्यासाठी खुली करण्यात आली. यातून काही आक्षेपार्ह कागदपत्रं वगळली जाणार होती. आश्चर्य म्हणजे, सगळे संकेत मोडून तीही आक्षेपार्ह कागदपत्रं खुली झाली. त्यात त्याची पत्नी जेरी हिनं त्याच्याविरुद्ध न्यायालयात धाव घेऊन, राईननं आपल्याला सेक्स क्लब्ज आणि तत्सम सार्वजनिक ठिकाणी इतर लोकांसमोर आपल्याशी शारीरिक संबंध ठेवायला भाग पाडलं, असे आरोप केले असल्याचं निदर्शनाला आलं. राईननं यात काही तथ्य नसल्याचा दावा केला असला, तरी त्याला आपल्या सिनेटरपदाच्या निवडणुकीच्या शर्यतीतून माघार घ्यावी लागली. त्याच्या जागी उभ्या राहिलेल्या ॲलन कीज या रिपब्लिकन पक्षाच्या उमेदवाराचा ओबामानं सहज पराभव केला.

आता ओबामाची पुढची झेप थेट जगातल्या सगळ्यांत महत्त्वाच्या जागेकडे होती! १० फेब्रुवारी २००७ या दिवशी ओबामानं अमेरिकी राष्ट्रपतिपदासाठी आपली उमेदवारी जाहीर केली. ही घोषणा त्यानं इलिनॉय राज्याच्या स्प्रिंगफील्डमध्ये केली; कारण तिथंच १८५८मध्ये अब्राहम लिंकननं गुलामगिरीचा अंत करण्याविषयीचं त्याचं गाजलेलं भाषण केलं होतं. आता ओबामा-हिलरी क्लिंटन यांच्यात डेमोक्रॅटिक पक्षातर्फे निवडणुकीची उमेदवारी मिळवण्यासाठीची झुंज सुरू झाली. दोघांनीही २००७च्या पहिल्या तीन महिन्यांमध्ये आपल्या निवडणुकीसाठी प्रत्येकी तब्बल दोन कोटी डॉलर्स गोळा केले. सुरुवातीला जॉन एडवर्ड्स नावाचा आणखी एक उमेदवारही या शर्यतीत पुढे होता आणि त्याचा लढा बराच काळ चालू राहिला. तो नंतर मागे पडला. त्यामुळे शेवटी खरी चुरस फक्त ओबामा आणि हिलरी क्लिंटनमध्येच उरली. २१ नोव्हेंबर या दिवशी सुप्रसिद्ध टीव्ही शोजवाली ओप्रा विन्फ्री ही कृष्णवर्णीय निवेदक आणि सूत्रसंचालक आपल्या प्रचारसभांमध्ये भाग घेणार असल्याचं ओबामानं जाहीर केलं. आयोवा, न्यू हॅम्पशर आणि साऊथ कॅरोलिना अशा तीन राज्यांमध्ये विन्फ्रीनं ओबामाच्या बाजूनं प्रचार केला आणि तो

अतिशय प्रभावी ठरल्याचं सगळ्यांचं मत झालं.

नंतर डिसेंबर महिन्यात ओबामानं आपण तरुणपणी अमली पदार्थांचं सेवन केल्याची कबुली देऊन मोठी खळबळ माजवली. खरं म्हणजे, हे त्यानं त्याच्या १९९५च्या 'ड्रीम्स फ्रॉम माय फादर' या पुस्तकातच पहिल्यांदा म्हटलं होतं; पण २००७च्या नोव्हेंबर महिन्यात हॅम्पशर हायस्कूलमध्ये भाषण करताना ओबामानं पुन्हा त्याचा उल्लेख करून, आपण आपल्या आयुष्यात काही चुका केल्याची कबुली देत, 'तुम्ही असं करू नका' असं उपस्थित असलेल्या विद्यार्थ्यांना सांगितलं. अनेक जणांनी शाळकरी मुलांसमोर हा विषय काढल्याबद्दल ओबामावर खूप टीका केली. काही जणांनी ओबामाच्या प्रामाणिकपणे दिलेल्या कबुलीचं कौतुकही केलं. नंतर हे प्रकरण चिघळलं. बिल शाहीन या हिलरी क्लिंटनच्या निवडणुकीच्या प्रचाराचं काम बघणाऱ्या एका महत्त्वाच्या माणसानं, 'ओबामाने शेवटी कधी अमली पदार्थांचं सेवन केलं आहे?', 'त्याने कुणाला अमली पदार्थ दिले किंवा विकले आहेत का?' असे प्रश्न उपस्थित केले. या सगळ्या प्रश्नांचा विरोधी रिपब्लिकन पक्ष नक्कीच फायदा उठवेल, आणि म्हणूनच डेमोक्रॅटिक पक्षाची उमेदवारी ओबामाला देणं धोक्याचं आहे, असं त्यानं सांगितलं. पण याने मोठाच तमाशा झाला आणि दुसऱ्याच दिवशी शाहीननं आपल्या पदाचा राजीनामा दिला. तसंच हिलरी क्लिंटननं ओबामाची वैयक्तिक पातळीवर माफी मागितली.

नंतरच्या अत्यंत अटीतटीच्या स्पर्धेनंतर ओबामाचं पारडं अगदी स्पष्टपणे भारी असल्याचं पाहून हिलरीनं ७ जून २००८ या दिवशी माघार घेतली. अशा रीतीनं ओबामा हाच राष्ट्रपतिपदासाठी डेमोक्रॅटिक पक्षाचा उमेदवार असेल, हे स्पष्ट झालं. याप्रसंगी ओबामानं केलेलं 'येस वी कॅन' हे भाषण खूप गाजलं. त्यातला काही भाग असा होता :

'या देशाच्या प्रत्येक कानाकोपऱ्यामधल्या भागातून, वेगवेगळ्या लढतींमधून आता आपल्याला सगळ्यांत जास्त मतं, सगळ्यांत मोठा पाठिंबा, आणि सगळ्या प्रकारच्या नागरिकांचा उत्स्फूर्त प्रतिसाद मिळाला आहे... आज इथे उपस्थित असलेल्या सगळ्यांच्या चेहऱ्यावर तो आपल्याला दिसतोय... या सगळ्यांमध्ये तरुण आहेत आणि म्हातारेही आहेत, गरीब आहेत आणि श्रीमंतही आहेत, काळे आहेत आणि गोरेही आहेत; आशियाई आहेत, दक्षिण अमेरिकी आहेत आणि स्थानिक अमेरिकी लोकही आहेत... आता आपल्याला सगळं चित्र पार बदलून टाकायची संधी चालून आलेली आहे... पण आपल्याला फक्त वॉशिंग्टनमध्ये सत्ताबदल घडवायचा नसून इतिहास घडवायचा आहे... सर्वसामान्य अमेरिकन माणसाचं आयुष्य सगळ्या बाजूंनी सुखसमृद्धीचं कसं करता येईल, याचा विचार

आपल्याला करायचा आहे... आपल्याला दोन पक्षांच्या एकमेकांविरुद्ध चालत आलेल्या घाणेरड्या राजकारणापासून दूर जाऊन देश घडवायचा आहे... एखाद्या रिपब्लिकन माणसाशी आपलं मत जुळत असलं, तरी तसं म्हणायची आज पद्धत नसते; हे आपल्याला बदलायचं आहे... हे असलं राजकारण आपल्या पक्षासाठीच नाही, तर आपल्या देशासाठीसुद्धा अतिशय घातक आहे... आपल्याला ते बदलायचं आहे... निवडणुका जिंकण्यासाठी राजकीय नेते काहीही करू शकतात, हे लोकांना कळून चुकल्यामुळे त्यांचा सगळ्या नेत्यांवरचा विश्वास उडाला आहे... आपल्याला हे चित्रही बदलायचं आहे... धर्म आणि देशभक्ती यांचे चुकीचे अर्थ लावून भडकवणाऱ्या राजकारणाविरुद्ध आपल्याला लढायचं आहे... तरुण पिढीला कशाशीही देणंघेणं नसतं, असं चुकीचं असलेलं मत आपल्याला बदलायचं आहे... श्रीमंताना गरिबांविषयी अजिबात काही वाटत नाही आणि गरीब लोक मतदान करत नाहीत अशी रंगवली गेलेली चुकीची चित्रं आपल्याला बदलायची आहेत... कृष्णवर्णीय अमेरिकी लोक गौरवर्णीय माणसाला आणि गौरवर्णीय तसंच मिश्रवर्णाची माणसं कृष्णवर्णीय अमेरिकी माणसाला मतदान करणार नाहीत, अशी रंगवली गेलेली चुकीची समजूत आपल्याला पुसून टाकायची आहे... या प्रकारचे बदल घडवायचे असतील, तर त्यासाठी भयानक कष्ट आणि निरपेक्ष वृत्ती ठेवून काम करायची गरज असते, असं इतिहास आपल्याला सांगतो... त्यामुळे आपल्याला कसा देश घडवायचा आहे, याविषयीची ही मनातली आणि आपल्या हृदयातली लढाई आहे, असं समजू... हे सगळं सोपं नाही... त्यात अनेक अडचणी आणि निराशेचे प्रसंग येतील... पण हे कितीही अवघड असलं तरी आपण आशा सोडता कामा नये... आणखी चार वर्षं आरोग्यसेवा, शिक्षण, चांगले पगार यांच्याशिवाय लोकांना जगत राहायला सांगणं साफ चूक आहे... हे सगळे बदल घडवणं अशक्य असल्याचं मला सांगू नका... माझा त्यावर अजिबात विश्वास नाही... येस, वी कॅन... येस, वी कॅन... येस, वी कॅन... येस, वी कॅन हील धिस नेशन... येस, वी कॅन सीझ द फ्यूचर... आणि जिथे जिथे आपल्या आत्मविश्वासाविषयी आणि कामाविषयी शंका घेणारे लोक भेटतील, तिथे तिथे अमेरिकेच्या इतिहासात या महान देशाच्या लोकांनी दाखवलेल्या जिगरीविषयी आपण त्यांना फक्त तीन शब्द सांगणं पुरेसं आहे : येस, वी कॅन ...'

या भाषणाने ओबामाने इतिहास घडवला. केवळ अमेरिकेतच नव्हे, तर अख्ख्या जगभरात या भाषणाचं स्वागत झालं. अमेरिकेचं आणि पर्यायानं सगळ्या जगाचं चित्र बदलून टाकायची क्षमता या माणसामध्ये आहे, अशी लोकांची भावना झाली.

या सगळ्या काळात अनेक वादविवादही झाले. ओबामानं राष्ट्रपतिपदासाठी आपली उमेदवारी जाहीर केल्याच्या दुसऱ्या दिवशी, म्हणजे १७ जानेवारी २००७ रोजी इनसाईट नावाच्या इंटरनेटवर प्रसिद्ध होणाऱ्या मासिकानं 'लहानपणी ओबामावर मुस्लिम संस्कार झाले होते' अशी बातमी छापली होती. त्याचा क्लिंटन मंडळींनी फायदा उठवून ओबामाविरुद्ध प्रचार केला. प्रत्यक्षात ओबामा इंडोनेशियामध्ये असताना सुरुवातीला एका कॅथॉलिक शाळेत आणि नंतर एका सर्वधर्मसमभाव मानणाऱ्या शाळेत शिकला होता. हा मुद्दा निकालात निघाला, तरी काही लोकांनी मग त्याचं मधलं नाव (हुसेन) मुस्लिम कसं, आणि त्याचं आडनाव ओसामा (बिन लादेन) याच्याशी एवढं मिळतंजुळतं कसं, यावरून नवा वाद निर्माण करायचा प्रयत्न केला. हा प्रकार बराच काळ सुरू होता.

२००८च्या जुलै महिन्यात ओबामानं कुवेत, अफगाणिस्तान, इराक, जॉर्डन, इस्त्राईल आणि पॅलेस्टाईनचा काही भाग, जर्मनी, फ्रान्स, आणि इंग्लंड या देशांचे दौरे केले. तिथं अनेक आंतरराष्ट्रीय स्तरावरच्या नेत्यांशी त्याच्या चर्चा झाल्या. नंतर अनेक तर्कवितर्कांनंतर जो बायडेन याचं नाव त्यानं उपराष्ट्रपतिपदासाठी जाहीर केलं. रिपब्लिकन पक्षाचा राष्ट्रपतिपदाचा दावेदार असलेल्या जॉन मॅक्केननं सारा पॉलिन या अलास्का राज्याच्या गव्हर्नरपदी असलेल्या स्त्रीचं नाव उपराष्ट्रपतिपदासाठी जाहीर केलं. त्याबरोबर ओबामा/बायडेनची लोकप्रियता एकदम घसरली; कारण पॉलिन गौरवर्णीय महिला उमेदवारांची बहुसंख्य मतं खाणार, हे नक्की होतं. नंतर परिस्थिती बदलली आणि जनमत पुन्हा एकदा ओबामाच्या बाजूनं वळलं.

ओबामाच्या विरोधात रिपब्लिकन पक्षाचा जॉन मॅक्केन उभा होता खरा; पण त्यांच्या दोघांच्या वयात कमालीचा फरक होता. निवडणुकीच्या वेळी ओबामा फक्त ४७ वर्षांचा, तर मॅक्केन तब्बल ७२ वर्षांचा होता! मॅक्केनला अमेरिकेच्या सिनेटरपदाचा १९८५ सालापासून अनुभव होता; तर ओबामाला फक्त २००५ सालापासून असा अनुभव होता. निवडणुकीच्या काळात ओबामा आणि मॅक्केन यांचे एकमेकांविरुद्धचे आरोप-प्रत्यारोप यांनी वातावरण खूपच तापलं. एक अभूतपूर्व वातावरण संपूर्ण देशात तयार झालं. अनेक शतकांमध्ये कोट्यवधी कृष्णवर्णीयांवर झालेल्या अन्यायाचा बदला घेण्याचा हा प्रसंग नसला, तरी त्याला चोख उत्तर या भावनेतून आशाळभूत नजेरनं जगातली सगळी कृष्णवर्णीय जनता या निवडणुकीकडे डोळे लावून बसली होती. शेवटी ४ नोव्हेंबर २००८ या दिवशी नवा अमेरिकन राष्ट्रपती निवडण्यासाठी मतदान होऊन ओबामानं मॅक्केनचा पराभव करून इतिहास घडवला! आजवरच्या इतिहासात कुठल्याही राष्ट्रपतिपदासाठीच्या उमेदवाराला

मिळाली नव्हती, तितकी म्हणजे ६.९ कोटी मतं ओबामाला मिळाली. टक्केवारीच्या हिशेबानं ही ५३% मतं भरली. एक कृष्णवर्णीय माणूस जगातल्या सगळ्यांत मोठ्या सिंहासनावर आरूढ झाला!

राष्ट्रपतिपद

आपल्या राष्ट्रपतिपदासाठीच्या प्रचारात ओबामानं अनेक बाबतींमध्ये आपली भूमिका अगदी स्पष्टपणे मांडली. त्यात राष्ट्रीय, सामाजिक, राजकीय, आर्थिक अशा अनेक विषयांचा समावेश होता. अमेरिकेत आणि एकूणच पाश्चिमात्य देशांमध्ये, सीईओना अनिर्बंध पगार आणि भत्ते द्यायच्या प्रथेवर अंकुश आणण्यासाठी त्यांचा पगार आणि भत्ते ठरवताना सर्वसामान्य शेअरधारकांनाही विश्वासात घेतलं पाहिजे, असा कायदा आणण्याचा मुद्दा त्यानं उपस्थित केला. कामगारविरोधी कारवाया थांबवण्यासाठीही कंपन्यांवर नजर ठेवण्यासाठीचे कायदे केले पाहिजेत, अशी भूमिका त्यानं घेतली. अमेरिकेत आत्तापर्यंत कुणालाही कामाला ठेवायचं, तर दर तासाला ५.१५ डॉलर्सचा पगार दिला जायचा. हा आकडा वाढवून ओबामानं ७.२५ डॉलर्सवर आणला आणि २०११ सालापर्यंत तो ९.५० डॉलर्सवर आणायचा आपला प्रयत्न राहील, असं जाहीर केलं. नंतर राष्ट्रपती झाल्यावर पुरुषांना स्त्रियांपेक्षा जास्त पगार देण्याची प्रथा रद्द करून, समान पगारासाठीचा कायदा करायचा त्याचा पहिला प्रयत्न फसला; पण दुसऱ्या प्रयत्नात मात्र तो यशस्वी ठरला. तसंच त्यानं शिक्षण क्षेत्रात खासगीपेक्षा सार्वजनिक शाळांवर भर, शिक्षकांना योग्यतेनुसार आणि एकूणच जास्त पगार अशा सुधारणा सुचवल्या.

अतिशय महत्त्वाच्या अशा ऊर्जेसंबंधीच्या प्रश्नांच्या संदर्भात ओबामानं २०३० सालापर्यंत अमेरिकेची तेलाची गरज सध्याच्या तुलनेत ३५ टक्क्यांनी म्हणजेच दिवसाला १ कोटी बॅरल्स इतकी कमी करण्यासाठी धोरणं आखण्यावर भर दिला. तसंच ऊर्जेची गरज कमी करणाऱ्या धोरणांचा पुरस्कार करणारे कायदे बनवण्याविषयीही त्यानं आग्रह धरला. ऊर्जेचे इतर पर्याय शोधण्यासाठी कंपन्यांना मदत पुरवायच्या योजनाही त्यानं आखल्या. बहुसंख्य अमेरिकन लोकांना आरोग्यविमा नाही. म्हणजेच ते आजारी पडल्यावर त्यांच्या खर्चाचा भार कोण उचलणार, हा प्रश्नच आहे. त्यामुळे याही क्षेत्रात सुधारणा करण्यावर ओबामानं भर द्यायचं आश्वासन दिलं. त्यात औषधनिर्मिती करणाऱ्या कंपन्यांनी ऊठसूट पेटंट्सच्या आधारे पैसे कमवत राहणं बंद करत, आरोग्यविम्याचे पैसे भरलेल्या लोकांचे पैसे सत्कारणी लावणं, एकूणच उपचारपद्धती स्वस्त करणं, खासगी उद्योगांना खर्चाचा वाटा उचलायला लावणं अशा अनेक सुधारणांचा समावेश होता. जे मोठे आणि मध्यम आकारातले

उद्योग आपल्या कर्मचाऱ्यांचा आरोग्यविमा उतरवत नाहीत, त्यांच्यावर एक विशिष्ट प्रकारचा कर लादून, त्यातून येणारे पैसे या सार्वजनिकरीत्या आरोग्याची जबाबदारी उचलण्याच्या कार्यक्रमात वापरले जातील, असंही ओबामानं जाहीर केलं.

राष्ट्रपतिपदाची जबाबदारी ओबामानं स्वीकारली, तेव्हा तो लोकप्रियतेच्या शिखरावर होता. त्याला लगेचच शांततेसाठीचं नोबेल पारितोषिकसुद्धा देण्यात आलं. खरं म्हणजे, यासाठी ओबामाच्या पात्रतेविषयी बहुसंख्य लोकांनी शंका व्यक्त केली. जागतिक शांततेसाठी तोपर्यंत ओबामानं नक्कीच काहीही भरीव केलेलं नव्हतं. कदाचित जॉर्ज डब्ल्यू. बुशची जागा नव्या माणसानं घेतल्याचं समाधानच इतकं होतं, की त्यापोटी कदाचित ओबामाचा गौरव करण्यात आला असावा, असं काही जणांनी विनोदानं म्हटलं. ओबामाकडे राष्ट्रपतिपद आलं, तेव्हा अमेरिकेमधल्या आर्थिक महासंकटाची परिस्थिती एकदम बिकट झाली होती. अमेरिकी अर्थव्यवस्थेला शक्य तितकं पूर्वपदावर आणण्यासाठी ओबामानं ७८,७०० कोटी डॉलर्सची सरकारी मदत जाहीर केली. यावर उजव्या विचारसरणीच्या लोकांनी कडाडून टीका केली. खरं म्हणजे, ते पाठिंबा देत असलेल्या नवउदारमतवादी आर्थिक धोरणांमुळेच हे संकट उद्‌भवलं होतं. ते दूर करण्यासाठी सरकारनं तातडीनं पावलं उचलणं अत्यावश्यक होतं. तेच ओबामाने केलं. त्यावरही टीका झाली! अर्थात खरं म्हणजे, याहून खूप जास्त मोठ्या प्रमाणावर उपाययोजना करणं गरजेचं होतं; पण कदाचित नवोदितपणामुळे आणि आपल्यावर होत असलेल्या टीकेमुळे ओबामानं आपले हात आखडते घेतले असावेत. बेरोजगारीचा दर १०% झाला होता. जनरल मोटर्स आणि क्रायस्लर यांच्यासारख्या अतिबलाढ्य कंपन्या बुडायची वेळ आल्यामुळे सरकारनं त्यांना आधार दिला.

'इराकमधलं युद्ध सुरू ठेवण्यात कसलंच हशील नाही,' असं म्हणून ओबामानं तिथून अमेरिकी सैन्य परत घ्यायला सुरुवात केली. यासाठीचं वेळापत्रक जाहीर करण्यात आलं. हाच कार्यक्रम अफगाणिस्तानच्या संदर्भातही राबवण्यात आला; पण त्याआधी अल कायदाचं कंबरडं मोडण्याचा निर्धार ओबामानं व्यक्त केला. त्यानंतरच अफगाणिस्तानमधून आपण बाहेर पडू, असं त्यानं सांगितलं. यासाठी सुरुवातीला अफगाणिस्तामध्ये आणखी १७,००० अमेरिकी सैनिक पाठवण्यात येतील आणि त्यांच्याकरवी अफगाणी सैन्याला प्रशिक्षण देण्यात येईल, असा निर्णय त्यानं घेतला. याखेरीज अफगाणिस्तान आणि शेजारचा पाकिस्तान इथल्या अतिरेक्यांच्या तळांवर हल्ले करण्यासाठी ड्रोन वापरण्याचंही

त्यानं ठरवलं. म्हणजेच अमेरिकी लष्कराची मनुष्यहानी न होता, आपल्याला आपलं उद्दिष्ट साध्य करता येईल, असं त्याचं म्हणणं होतं. प्रत्यक्षात मात्र या ड्रोनहल्ल्यांचे विपरीत परिणाम झाले. अनेक ठिकाणी सर्वसामान्य लोकांच्या वस्त्यांवर ते पडले आणि त्यामुळे या धोरणावर कडाडून टीका झाली. कुख्यात दहशतवादी ओसामा बिन लादेनला पकडण्यासाठी किंवा त्याला ठार करण्यासाठी ओबामानं खूप प्रयत्न केले. बिन लादेनचा शोध लावणाऱ्या माणसाला २.५० कोटी डॉलर्सचं बक्षीस देण्याचा निर्णय जाहीर करण्यात आला. खूप शोधानंतर २०१०च्या उन्हाळ्यात बिन लादेन पाकिस्तानमधल्या अबोटाबाद इथं एका उंच भिंतींनी वेढलेल्या बहुमजली घरात राहत असल्याची खात्रीलायक माहिती अमेरिकेच्या हाती लागली. २ मे २०११च्या रात्री 'सील' कमांडोंची निष्णात तुकडी हेलिकॉप्टरमधून या इमारतीत उतरली आणि बिन लादेनचा अंत झाला. त्याचा मृतदेह समुद्रात अज्ञात ठिकाणी सोडण्यात आला.

ओबामाकडून प्रचंड अपेक्षा असताना, त्या मानानं त्यानं काही खास कामगिरी करून दाखवली नसल्यामुळे त्याच्याविषयी तशी नाराजीच होती. आर्थिक संकटातून अमेरिका संथ गतीनं बाहेर पडत होती. आंतरराष्ट्रीय राजकारणामध्ये ओबामानं राबवलेली धोरणं बुश राजवटीपेक्षा फार वेगळी नव्हती. साहजिकच, अपेक्षाभंगाची भावना अमेरिकी नागरिकांमध्ये पसरली. यामुळे २०१२च्या राष्ट्रपतिपदाच्या निवडणुकीमध्ये ओबामाचा पराभव होण्याची शक्यता काही जण व्यक्त करत होते. प्रत्यक्षात मात्र ओबामाची घसरत चाललेली लोकप्रियतासुद्धा मिट रॉम्नी या रिपब्लिकन पक्षाच्या उमेदवारापेक्षा जास्त असल्यामुळे, ओबामानं व्हाईट हाऊसमध्ये पुनर्प्रवेश केला. ओबामा आणि रॉम्नी यांच्या लढतीदरम्यानच्या टीव्हीवरच्या वादविवादांच्या पहिल्या फेरीमध्ये रॉम्नी चांगलाच चमकला. ओबामा मात्र एकदम दबल्यासारखा आणि निरुत्साही दिसत होता. यामुळे काही जणांनी रॉम्नीचं पारडं जड होत चाललं असल्याचं मत मांडलं खरं; पण उरलेल्या दोन फेऱ्यांमध्ये ओबामाचं खरं तेज पुन्हा एकदा दिसून आलं आणि त्यानं रॉम्नीला पार मागे टाकलं. इलेक्टोरल व्होट्सच्या हिशेबानं ३३२-२०६; तर पॉप्युलर व्होट्सच्या संदर्भात ३५ लाख मतांच्या आघाडीनं ओबामा विजयी झाला.

आपल्या राष्ट्रपतिपदाच्या दुसऱ्या टप्प्यात ओबामाला अमेरिकी अर्थकारण आणि जागतिक राजकारण, या दोन मुद्द्यांनी परत एकदा भंडावून सोडलं. अमेरिकेवरचं आर्थिक संकट आता जरा कमी होत चाललं असलं, तरी बेरोजगारीचा प्रश्न अजूनही गंभीर होता. यात थेट २०१५च्या मध्यानंतरच जरा सुधारणा

दिसायला लागली. जागतिक राजकारणामध्ये 'इस्लामिक स्टेट' ऊर्फ 'आयसिस' या संघटनेच्या उदयामुळे भीतीचं वातावरण पसरलं. इराकपाठोपाठ सीरियामधल्या प्रश्नांनी वातावरण एकदम तंग झालं. इराकमध्ये लोकशाही तत्त्वांवर निवडणुका घेण्याचं ओबामानं जाहीर केलं खरं; पण यातून निवडून आलेल्या सरकारला फार काही करता आलं नाही. आयसिस संघटनेनं इराकमध्ये पुरतं थैमान घातलं. सीरियामधून राष्ट्रपती बशर अल असादला हुसकून लावण्यासाठी अमेरिकेनं खूप प्रयत्न केले; पण २०१५ साल संपेपर्यंत तरी हे घडू शकलं नाही. आयसिसनं तिथंही धुमाकूळ घातला. यामुळे मोठ्या संख्येनं या भागांमधले निरपराध नागरिक आपला जीव वाचवून युरोपमध्ये आश्रयासाठी निर्वासित म्हणून स्थलांतरित होत राहिले. यातून तिथं नवे प्रश्न निर्माण होत गेले. या काळात इराणबरोबरचे अमेरिकी संबंध पार बिघडले होते; त्यात मात्र अचानक सुधारणा झाली. इराण अणुबाँब बनवत असल्याच्या शंकेपोटी अमेरिकेनं इराणवर कडक निर्बंध घातले होते. इराणनं आपल्या अणुऊर्जानिर्मिती प्रकल्पांचं निरीक्षण करण्याची परवानगी आंतरराष्ट्रीय समितीला दिल्यानंतर, अमेरिकेनं आपलं इराणविषयीचं धोरण बदललं आणि निर्बंध उठवले. २०१५च्या नोव्हेंबर महिन्यात फ्रान्समध्ये झालेल्या दहशतवादी हल्ल्यांमुळे पुन्हा एकदा अमेरिकेचा दहशतवादाबरोबरचा लढा फसल्याचं चित्र ठळकपणे समोर आलं.

❖

समारोप

जगातला सगळ्यांत मोठा दहशतवादी देश कुठला, असा प्रश्न आपल्या मनात कधी आला, की त्याचं उत्तर 'पाकिस्तान, इराण, इराक, अफगाणिस्तान, लीबिया, उत्तर कोरिया यांच्यापैकी एक' असं जवळपास नक्कीच ठरलेलं असतं. सगळ्या माध्यमांमधून हे ठासून सांगितलं किंवा दाखवलं जातं. जागतिकीकरण, खरं म्हणजे अमेरिकीकरण सगळीकडे मोठ्या प्रमाणावर पसरलेलं असल्यामुळे 'इस्लामी दहशतवाद' किती भयंकर आहे, याच्या कहाण्या आपल्याला पाठ झालेल्या असतात. ९/११चा अमेरिकेवर झालेला हल्ला, ओसामा बिन लादेन आणि त्याच्या आधी सद्दाम हुसेन यांना अमेरिकेनं अनुक्रमे ठार मारणं आणि जिवंत पकडून नंतर फासावर लटकावणं ही दृश्यं आपल्यापैकी अनेकांनी बघितलेली असतात. 'क्रूरकर्मा' कर्नल गद्दाफी याला ओढत ओढत नेणं आणि त्याचे हाल करून त्याला ठार करणंही आपण बघितलेलं असतं. धर्मनिरपेक्ष, लोकशाहीवादी, सगळ्या जगाच्या संरक्षणासाठी झटणारी, अत्याधुनिक विचारसरणीची, धर्मांध शक्तींशी लढणारी अशी अमेरिकेची प्रतिमा आपल्या मनात ठसलेली असते. अमेरिकेमधल्या किंवा अमेरिका पुरस्कृत माध्यमांनी आपल्या मनावर हे बिंबवलेलं असतं. आपल्याला इतर माध्यमं माहीतसुद्धा नसतात. आपल्या टीव्ही चॅनेल्सवर किंवा वर्तमानपत्रांमध्ये तसंच नियतकालिकांमध्ये अमेरिकेचा गवगवा करणाऱ्याच बातम्या असतात. तसंच परदेशी माध्यमं म्हणून सीएनएन, बीबीसी, टाईम मॅगेझिन, इकॉनॉमिस्ट वगैरेंकडे वळावं, तर तिथंही तोच प्रकार असतो. म्हणूनच आपल्या पहिल्या प्रश्नाचं उत्तर कुणी 'अमेरिका' असं दिलं, तर आपल्याला कदाचित हसूच येईल. हा एक विनोद असावा, अशा रीतीनं आपण या उत्तराकडे बघू. प्रत्यक्षात हा विनोद नाही. हे सत्य आहे. जगामधला सगळ्यांत भयंकर दहशतवादी देश म्हणून आपण अमेरिकेकडे निःसंशयपणे बोट दाखवू शकतो. अनेकदा थेटपणे आणि अनेकदा अप्रत्यक्षपणे अमेरिकेनं आपल्या दहशतवादी कारवायांनी विसाव्या आणि एकविसाव्या शतकामधल्या मानवजातीसमोर असंख्य प्रश्न निर्माण केलेले आहेत. अमेरिकेनं कित्येक देशांमध्ये अन्यायी घुसखोरी

करून तिथल्या सत्ताधाऱ्यांपासून निरपराध जनतेला मरणाचं दार दाखवलं आहे. ठिकठिकाणची लोकशाही अमेरिकेनं चिरडलेली आहे. अतिरेक्यांना स्वतः पोसून नंतर त्यांनाच अतिरेकी ठरवण्याचा अजब प्रकारही अमेरिकेनं केलेला आहे. काही ठिकाणच्या दहशतवादाकडे साफ दुर्लक्ष करायचं आणि त्याला खतपाणीसुद्धा घालायचं; तर इतर ठिकाणच्या दहशतवादाला मात्र आक्षेपार्ह ठरवायचं, अशी दुटप्पी भूमिका अमेरिकेनं बऱ्याच काळापासून बजावलेली आहे.

इतिहासाकडे डोकावून बघायचं, तर १८१२ सालानंतर म्हणजेच गेल्या दोन शतकांचा काळ अमेरिकेमध्ये इतर कुठल्याही देशानं घुसखोरी केलेली नाही किंवा सगळे संकेत धाब्यावर बसवून अमेरिकेवर आक्रमण केलेलं नाही. अमेरिकेनं मात्र अनेक देशांमध्ये आंतरराष्ट्रीय पातळीवरचे सगळे कायदेकानून मोडून, वारंवार घुसखोरी केलेली आहे. अमेरिकन शास्त्रज्ञांच्या 'फेडरेशन ऑफ अमेरिकन सायंटिस्ट्स' या संघटनेनं गोळा केलेल्या आकडेवारीनुसार, गोर विडाल यानं अमेरिकेच्या १९४१ ते २००१ या काळातल्या २०१ परकीय लष्करी कारवायांचा अभ्यास केला. या प्रत्येक कारवाईची सुरुवात अमेरिकेकडूनच झाली. म्हणजेच 'पहिला वार' अमेरिकेचा होता!

आजवरच्या जागतिक इतिहासामधल्या सगळ्यांत ताकदवान देशांपैकी एक म्हणून अमेरिकेची आपल्याला ओळख आहे. याचे दोन भाग करता येतील. एकीकडे अमेरिकेने अत्यंत अभिमानास्पद म्हणता येईल, अशा प्रकारचं यश अनेक बाबतींमध्ये मिळवलं आहे. त्याचबरोबर दुसरीकडे अमेरिकेनं जगाची घोर निराशाही केली आहे. अमेरिकेनं मिळवलेलं यश, तिची अनेक क्षेत्रांमधली थक्क करून सोडणारी प्रगती या सगळ्यांविषयी अनेकदा लिहिलं गेलं आहे; पण काही सन्माननीय अपवाद वगळता, अमेरिकेच्या दुसऱ्या रूपाविषयी फारसं बोललं किंवा लिहिलं जात नाही. अमेरिकेला काही अवघड प्रश्न विचारायची जगातल्या इतर कुठल्याही देशामध्ये हिंमत नाही. उदाहरणार्थ, जगभरात सगळीकडे मिळून अमेरिकेचे तब्बल एक हजारपेक्षा जास्त लष्करी तळ असण्याची काय गरज आहे; उरलेलं जग लष्करावर जितका खर्च करतं, त्या खर्चाहून जास्त खर्च एकटी अमेरिका आपल्या लष्करावर का करते; अमेरिकेच्या एकूण खर्चापैकी ५१ टक्के हिस्सा लष्करावर का खर्च होतो; कुठल्याही देशाकडून थरकाप उडेल अशा प्रकारचा धोका नसताना अमेरिका अणुबाँब वाहून नेऊ शकणारी हजारो क्षेपणास्त्रं का बाळगते; श्रीमंत आणि गरीब यांच्यामधली दरी इतर कुठल्याही देशापेक्षा अमेरिकेमध्ये सगळ्यांत जास्त का आहे; सगळ्यांना फायदा घेता येईल अशा प्रकारची आरोग्यसेवा नसलेला अमेरिका हा एकमेव प्रगत देश का आहे; असे

आणखी शेकडो प्रश्न विचारता येतील!

अमेरिकेची सगळ्या जगावर हुकूमत गाजवण्याची वर्चस्ववादी भूकच यामधल्या अनेक प्रश्नांच्या उत्तरांमागे दडली आहे, यात शंकाच नाही. अर्थात अधूनमधून काही लोकांनी अमेरिकेच्या या वर्चस्ववादाला आवर घालण्यासाठीचे स्तुत्य प्रयत्नही केले आहेत. उदाहरणार्थ, ४ जुलै १८२१ या दिवशी जॉन क्विन्सी ॲडम्स या अमेरिकन राष्ट्रपतीनं ब्रिटिश वसाहतवादी संस्कृतीवर घणाघाती टीका करून, अमेरिकेनं या मार्गानं कधीही जाऊ नये, असा इशारा दिला होता. तसंच अमेरिकेनं काही कारणांमुळे परदेशांमध्ये आपलं लष्कर पाठवलं, तरीसुद्धा ते तिथं शांतता प्रस्थापित करण्यासाठी, तसंच त्या देशाला न्याय्य मार्गानं स्वातंत्र्य मिळवून देण्यासाठीच झालं पाहिजे, अशी ॲडम्सची अपेक्षा होती. कुठल्याही देशामध्ये आपली वसाहत निर्माण करणं, आपलं वर्चस्व प्रस्थापित करणं, अशा गोष्टींना त्याचा साफ विरोध होता. दुर्दैवानं अमेरिका या मार्गानं जाईल अशी भीतीसुद्धा त्यानं व्यक्त केली होती. त्याचं म्हणणं खरं ठरलं, हे सगळ्यांचंच दुर्भाग्य आहे.

१९४१मध्ये नियतकालिकांच्या व्यापारामधला सम्राट मानला जात असलेल्या हेन्री ल्यूस या अमेरिकन माणसानं, विसावं शतक अमेरिकेचं असल्याचं मत व्यक्त केलं. दुसऱ्या महायुद्धात जर्मनी आणि जपान यांचा पराभव होणं, अणुबाँबची निर्मिती यशस्वी ठरणं, महायुद्धानंतरच्या काळात अमेरिकेमध्ये समृद्धीचं आणि भरभराटीचं वातावरण निर्माण होणं, लष्कर आणि उद्योग यांची एकमेकांवर अवलंबून असलेली वाढ धडाक्यानं होणं, इंटरनेटचा जन्म, अमेरिकेचं रूपांतर जागतिक पातळीवरचा सगळ्यांत बलाढ्य लष्करी देश म्हणून होणं आणि शीतयुद्धात अमेरिकेचा 'विजय' होणं अशा अनेक कारणांमुळे ल्यूसचं म्हणणं खरं ठरलं. कदाचित ल्यूसलाही भविष्यात इतकं काही होईल, याची कल्पना नसावी. अर्थात अमेरिकेचं जगावर वर्चस्व कशा प्रकारचं असावं, याविषयी काही जणांनी सुंदर भाष्य केलं होतं. अमेरिकन उपराष्ट्रपती हेन्री वॉलेस यानं अमेरिकेचं जगावर वर्चस्व प्रस्थापित होऊ नये अशी आशा व्यक्त करताना, उलट अमेरिकेनं 'सर्वसामान्य माणसाचं शतक' निर्माण करावं, अशी आशा व्यक्त केली होती. विज्ञान आणि तंत्रज्ञान यांचा वापर चांगल्या कारणांसाठी करावा आणि त्यातून जगामधला वर्चस्ववाद तसंच आर्थिक गोष्टींमध्ये बलाढ्य देशांनी छोट्या देशांना लुबाडणं असल्या गोष्टी संपवाव्यात, अशा प्रकारच्या वॉलेसच्या आशावादाची अनेक जण 'स्वप्नाळू' म्हणून थट्टा करायचे. सगळ्या जगामध्ये समृद्धी आणि शांतता यांचे वारे वाहतील, अशी अपेक्षा वॉलेसनं व्यक्त केली होती. प्रत्यक्षात मात्र ल्यूसचं म्हणणं खरं ठरलं; वॉलेसच्या मानवतावादाचा आणि समानतेच्या

अपेक्षांचा पराभव झाला. हे कमी म्हणून की काय, पण जॉर्ज डब्ल्यू. बुश या अमेरिकेच्या इतिहासामधल्या सगळ्यांत खराब, खोटारड्या आणि मानवतेला काळिमा फासणाऱ्या राष्ट्रपतींपैकी एक म्हणून ओळखल्या जाणाऱ्या राष्ट्रपतीच्या कार्यकालात, नंतर महत्त्वाची भूमिका निभावणाऱ्या काही लोकांनी १९९७मध्ये 'नव्या अमेरिकन शतकाची' हाकाटी दिली. अर्थातच अत्यंत क्रूरपणे आणि इतर जगाचा अजिबात विचार न करता न्याय्य-अन्यायी मार्गांनी अमेरिकन साम्राज्याची व्याप्ती टिकवणं आणि ती वाढवणं, हा यामागचा हेतू होता.

अमेरिकेच्या या धोरणांमागे एक अत्यंत विचित्र, पण सर्वसामान्य अमेरिकन नागरिकांच्या मनावर कित्येक दशकांपासून बिंबवण्यात आलेली एक गोष्ट आहे, ती म्हणजे- अमेरिका हा देश इतर सगळ्या देशांहून पूर्णपणे वेगळा असून, जगभरात जिथंजिथं अन्याय होत असेल, तिथं अमेरिकेनं तो दूर करण्यासाठी झटलं पाहिजे, अशी एक कल्पना आहे. अर्थात याचाच अर्थ, अमेरिका इतर देशांहून जास्त सक्षम आहे; महान आहे; तिच्या मानवता, स्वातंत्र्य, समता अशा गोष्टींविषयीच्या संकल्पना उदात्त आहेत, असा अपप्रचार करण्यात तिचे राज्यकर्ते यशस्वी ठरले आहेत. याउलट इतर बहुतेक सगळे देश स्वतःपुरतं जगतात आणि अनेक देशांमध्ये चुकीच्या गोष्टी सुरू असतात, असं मत पसरवलं जातं. साहजिकच अशा देशांमध्ये घुसून तिथली परिस्थिती 'सर्वसामान्य' करण्याची, तसंच अनेक देशांमध्ये अमेरिकेला अभिप्रेत असलेली 'लोकशाही' निर्माण करण्यासाठी, अमेरिकेला काही कटू पावलं उचलणं भागच आहे, असं चित्र वरवर निर्माण केलं जातं. सर्वसामान्य अमेरिकन नागरिकाचाही या गोबेल्स थाटाच्या प्रचारावर विश्वास बसतो, यात आश्चर्य वाटण्यासारखं काहीच नाही. अर्थातच प्रत्यक्षात यामागे अमेरिकेची लष्करी आणि आर्थिक वर्चस्ववादाची भूक असते, ही गोष्ट नीट विचार केल्याशिवाय दिसत नाही. ही आजची गोष्ट नाही. दुसऱ्या महायुद्धाला कारणीभूत ठरणाऱ्या व्हर्सेल्सच्या कराराच्या वेळी अमेरिकन राष्ट्रपती वुड्रो विल्सननं म्हणूनच 'अखेरीला अमेरिकाच हे जग वाचवू शकते, हे सगळ्या जगाला समजलं तर!' असं विधान केलं होतं. २००९मध्ये अमेरिकन राष्ट्रपती बराक ओबामानं 'ज्याप्रमाणे ब्रिटिश लोक ब्रिटिश असामान्यत्वावर आणि ग्रीक लोक ग्रीसच्या असामान्यत्वावर विश्वास ठेवतात, त्याचप्रमाणे माझा अमेरिकेच्या असामान्यत्वावर दृढ विश्वास आहे' असं म्हटलं होतं, ते याच भावनेतून. कहर म्हणजे ५८ टक्के अमेरिकन लोकांचा 'मानवी इतिहासामध्ये अमेरिकेला देवानं एक खास, इतरांहून वेगळं स्थान दिलं आहे,' अशा भ्रामक, भंपक संकल्पनेवर विश्वास आहे.

एकोणिसाव्या शतकात साम्राज्यवादाचा आणि वसाहतीकरणाचा वापर आपली

ताकद वाढवण्यासाठी प्रामुख्यानं युरोपीय देशांनी केला. इंग्लंडनं यात आघाडी घेऊन आपल्या अमलाखाली तब्बल ४७.५० लाख चौरस मैल इतकी प्रचंड जमीन आणली. याच्या जोडीनं फ्रान्सनं ३५ लाख चौरस मैल आणि जर्मनीनं १० लाख चौरस मैल इतका प्रदेश बळकावला. १८७८ सालापर्यंत शक्तिशाली युरोपीय देश आणि त्यांच्यावर आधीपासून राज्य करणाऱ्या सत्ता यांच्याकडे पृथ्वीच्या एकूण भूभागापैकी तब्बल ६७ टक्के हिस्सा होता. १९१४मध्ये तो वाढून थेट ८४ टक्क्यांवर गेला. यातून पुढे अमेरिकेनं धडा घेतला. दोन महायुद्धांमुळे युरोपीय देशांची ताकद घटत गेल्यावर, अमेरिकेनं आपल्या वाढत्या ताकदीला आक्रमणांची जोड देऊन, प्रत्यक्षात अनेक ठिकाणचे प्रदेश आपल्या ताब्यात न घेतासुद्धा, तिथं आपल्याला अनुकूल असलेली राज्यव्यवस्था असेल, अशी सोय करून घेतली.

साम्राज्यशाहीच्या मुळाशी वेगवेगळी कारणं असतील, तरी अलीकडच्या काळात यामागे अर्थकारण जास्त महत्त्वाचं झालं आहे. अमेरिकेत १८७०च्या दशकापर्यंत प्रामुख्यानं शेतीशी संबंधित असलेल्या उद्योगांमध्ये कंपन्या गुंतलेल्या असायच्या. याचं कारण, अमेरिका हा शेतीप्रधान देश मानला जायचा. पण अमेरिकेचं औद्योगिकीकरण मोठ्या प्रमाणावर व्हायला लागल्यावर चित्र पालटलं. शेतमालाच्या उत्पादनावरचा भर कमी होऊन उद्योगांना त्यांच्या कारखान्यांमध्ये लागणाऱ्या तसंच लोकांना घराघरांमध्ये लागणाऱ्या वस्तूंचं उत्पादन वाढलं. त्यामुळे या वस्तूंचं उत्पादन करण्यासाठी मोठ्या कंपन्या उभ्या राहिल्या. तसंच आपल्या मालाचं व्यवस्थापन, वाटप, विक्री या सगळ्या गोष्टी नीटपणे करण्यासाठी या कंपन्या आपला आकार वाढवत राहिल्या. साहजिकच, छोट्या कंपन्यांची सद्दी संपून अमेरिकेमध्ये मोठ्या कंपन्यांचा जमाना सुरू झाला. खूप कंपन्यांनी व्यवसायामधला थोडा हिस्सा व्यापण्याऐवजी, खूप कमी कंपन्या फारच मोठ्या व्हायला लागल्या. यानंतर अमेरिकेमध्ये झालेल्या यादवी युद्धानंतरच्या काळात अमेरिकेमध्ये मोठ्या प्रमाणावर रेल्वेचं जाळं तयार झालं. याचा व्यवसायाच्या वाढीला खूपच उपयोग झाला. तसंच याच काळात बँका आणि कंपन्यांना अर्थसाहाय्य करणाऱ्या कंपन्या यांची निर्मिती व्हायचं प्रमाणही वाढलं. साहजिकच, युरोपमधल्या इतर देशांप्रमाणेच आंतरराष्ट्रीय पातळीवर आपला दबदबा निर्माण करायची खुमखुमी अमेरिकेच्या मनात निर्माण झाली. या सगळ्या देशांमध्ये वस्तूंचं उत्पादन वाढवण्यासाठी कच्च्या मालाची गरजही वाढली. यातूनच काही युरोपीय देश आणि अमेरिका यांना इतर देशांवर आपलं वर्चस्व स्थापन करायची गरज मोठ्या प्रमाणावर भासायला लागली.

१८७० ते १९०० या काळात जगामधल्या अविकसित देशांमधल्या नैसर्गिक साधनसंपत्तीवर युरोपमधले काही देश आणि अमेरिका यांची नजर खूप जास्त प्रमाणात पडायला लागली. याच काळात कॅनडामध्ये निकेल, ऑस्ट्रेलियामध्ये तांबं आणि जस्त, चिलेमध्ये नायट्रोजन तसंच मलायामध्ये कथिल (टिन) आणि रबर हे पदार्थ मुबलक प्रमाणात उपलब्ध असल्याची जाणीव, हे युरोपीय देश तसंच अमेरिका यांना झाली. साहजिकच या पदार्थांवर आपला कब्जा करायची वाढती गरज या साम्राज्यवादी देशांना वाटायला लागली. पूर्वीच्या काळी समुद्रातून प्रवास करणं शक्य असलं, तरी ते धोकादायक असे. पण एकोणिसाव्या शतकात पोलादाच्या उत्पादनामध्ये झालेल्या वाढीमुळे आणि आधुनिक तंत्रज्ञानामुळे भलीमोठी तसंच खूप ताकदवान जहाजं बनवणं शक्य व्हायला लागलं. ही जहाजं खवळलेल्या समुद्रातल्या लाटांनाही तोंड देऊ शकायला लागली. समुद्रातला प्रवास सोपा झाल्यामुळे कच्च्या तसंच तयार मालाची एका देशामधून दुसऱ्या देशात वाहतूक करणं सोपं झालं. एकीकडे जगातल्या वेगवेगळ्या देशांमधले आर्थिक व्यवहार करणं शक्य झाल्यामुळे, या वाहतुकीच्या सोयीने उरलेला प्रश्नही संपुष्टात आणला. लवकरच काही देशांकडे इतर देशांच्या तुलनेत खूप जास्त ताकद यायला लागली. ही ताकद आर्थिक तसंच लष्करी साम्राज्याच्या जोरावर होती. पूर्वी इंग्लंड जगावर जवळपास एकछत्री अंमल गाजवायचा. आता ही ताकद विभागली; पण त्यातून आपलं साम्राज्य इतरांवर लादायची संकल्पना मात्र फारशी बदलली नाही.

शीतयुद्धाच्या काळात अमेरिकेला सगळीकडे साम्यवाद (कम्युनिझम) फोफावण्याची भीती वाटायची. सोव्हिएत युनियनचं वर्चस्व वाढू नये, यासाठी अमेरिकेनं जंग जंग पछाडलं. यातूनच कित्येक देशांमध्ये अमेरिकेनं विनाकारण वातावरण बिघडवलं. काही देशांवर अमेरिकेने थेट लष्करी कारवाई केली, तर इतर अनेक देशांमध्ये घातपात घडवणं, तसंच असंतोषाचं वातावरण पसरवणं, असे प्रकार अमेरिकेनं केले. आपल्या गुप्तचर विभागाला हाताशी धरून, कित्येक देशांमध्ये लोकशाही पद्धतीचा अवलंब करून, सत्तेवर आलेल्या नेत्यांना अमेरिकेनं अत्यंत अन्यायी आणि अनैतिक मार्गांनी सत्तेवरून दूर केलं. काहींना तर आपला प्राण गमवावा लागला. या सगळ्यामागे अमेरिकेला सातत्यानं सगळीकडे दिसत असलेलं साम्यवादाचं निरर्थक भूत होतं.

नंतरच्या काळात अमेरिकेला तेलाची गरज मोठ्या प्रमाणावर भासायला लागली. त्यामुळे मध्यपूर्व आशियाई देशांकडे अमेरिकेची नजर वळली. इराणमध्ये ब्रिटिशांनी पूर्वीपासून तेलाची अनिर्बंध लूट केली होती. दुसऱ्या महायुद्धानंतर ब्रिटिशांची ताकद कमी पडत असतानाच, इराणमध्ये क्रांती घडून इराणनं आपल्या

तेलावर इथून पुढे फक्त आपला हक्क असेल, असा कुणालाही पटण्यासारखा निर्णय घेतला. जर्जर झालेल्या ब्रिटिशांवर यामुळे मोठंच संकट कोसळलं. त्यामुळे ब्रिटिशांनी अमेरिकेची मदत घेऊन, इराणमधली ही क्रांती मोडून काढली आणि आपल्याला हवा तसा नेता सत्तेवर बसवला. अमेरिकेलाही यामुळे आपली तेलाची वाढती भूक भागवणं शक्य झालं. अशा प्रकारे तेलासाठी अमेरिकेनं नंतर इराकवरही हल्ला केला. अगदी अलीकडच्या काळात लीबियावरही अमेरिकेनं याच कारणासाठी नाटोच्या नथीतून तीर मारत आक्रमण केलं. या संदर्भात तथाकथित इस्लामी दहशतवादाविषयी आणि इस्लाम धर्मीयांच्या कट्टरपणाविषयी खूप लिहिलं जातं. यामधले काही मुद्दे खरे असले, तरी याच्या मुळाशी अमेरिकाच आहे, हे आपल्याला बऱ्याचदा माहीत नसतं. ओसामा बिन लादेन हा जगामधला सगळ्यांत मोठा दहशतवादी, मुळात अमेरिकेनंच सोव्हिएत युनियनला शह देण्याच्या आपल्या महत्त्वाकांक्षेपायी पोसला होता.

१९९० सालापर्यंत ओसामा बिन लादेन अमेरिकेच्या बाजूनं होता. अमेरिकेनं त्याला प्रत्यक्ष-अप्रत्यक्षरीत्या पैसे आणि इतर प्रकारची मदत केली होती. बिन लादेनलासुद्धा अमेरिकेच्या बाजूनं लढण्यामध्ये कसली अडचण वाटत नव्हती. कारण अफगाणिस्तामध्ये सोव्हिएत युनियननं आपलं सैन्य घुसवल्यामुळे बिन लादेन भडकला होता. त्याला अफगाणिस्तानच्या म्हणजेच इस्लामी देशाच्या भूमीवर साम्यवादी आणि धर्माला विरोध करणारे सोव्हिएत सैनिक नको होते. अमेरिकेनं त्याला सोव्हिएत युनियनशी लढण्यासाठी पोसलं होतं. नंतर सद्दाम हुसेननं कुवेतमध्ये आपलं सैन्य घुसवल्यानंतर, अमेरिकेनं सद्दामला धडा शिकवण्याच्या नावाखाली सौदी अरेबियामध्ये आपलं लष्कर आणलं आणि इराकला नेस्तनाबूत केल्यानंतरसुद्धा अमेरिकेनं सौदी अरेबियामधला तळ हलवलाच नाही. यामुळे बिन लादेन भडकला. मुसलमान लोकांच्या दृष्टीनं अत्यंत पवित्र असलेल्या सौदी भूमीवर अमेरिकन लष्कर असल्याच्या विरोधात, त्यानं सौदी राजवटीकडे अनेकदा निषेध नोंदवला. पण त्याकडे साफ दुर्लक्ष झाल्यामुळे बिन लादेन चवताळला आणि त्यानं अमेरिकेच्या विरोधात जिहाद सुरू केला. हा सगळा इतिहास अमेरिका सोयीस्कररीत्या विसरून जाते. यामधला आणखी एक मुद्दा म्हणजे, ओसामा बिन लादेन शहरी माणूस नव्हता. त्याची पाळंमुळं खेड्यामधल्या रीतीरिवाजांमध्ये रुजलेली होती. त्यामुळे तो किती श्रीमंत आहे, याला त्याच्या स्वतःच्या दृष्टीनं फारशी किंमत नव्हती. त्याऐवजी त्याचा सगळा भर एकनिष्ठता आणि सूड या दोन गोष्टींवर होता. जी माणसं आपल्याला दिलेला शब्द पाळतील, अशा एकनिष्ठ माणसांच्या वाकड्यात तो शिरत नसे, असं त्याच्या जवळचे लोक

सांगतात. पण त्याला दगाफटका करणाऱ्या लोकांचा सूड घेण्याची प्रखर भावना मात्र त्याच्या मनातून कधीच जात नसे. बिन लादेनच्या नजरेतून अमेरिकेने त्याच्याशी दगाफटका केला होता. त्यामुळे पूर्वी अमेरिकेशी चांगले संबंध असूनसुद्धा, अमेरिकेचा बदला घ्यायच्या भावनेनं तो प्रेरित झाला होता.

इराकच्या सद्दाम हुसेनला अमेरिकन राष्ट्रपती जॉर्ज डब्ल्यू. बुशनं केवळ वैयक्तिक आकसापोटी आणि त्याच्या विरोधात कुठलेही सबळ पुरावे नसताना फासावर लटकावलं. अफगाणिस्तानमध्ये प्रचंड हिंसाचाराचं वातावरण निर्माण करण्यामागेसुद्धा अमेरिकेचाच हात आहे. या सगळ्यांतून तसंच इस्त्राईलचं विनाकारण समर्थन करून, अमेरिकेनं इस्लामी जगतात स्वतःविरुद्ध भयंकर चीड निर्माण केली आहे. तसंच यातून अमेरिकेवर तसंच इतर पाश्चिमात्य देशांवर होत असलेल्या हल्ल्यांना धार्मिक दहशतवादाचं रूप देण्याचा अत्यंत निंद्य प्रकारही अमेरिकेनं केला आहे. जगभरात अमेरिकेनं आपल्या सोयीसाठी क्रूरकर्मा असलेल्या हुकूमशहांना सत्तेवर बसवण्यासाठी कित्येकदा धडपड केली आहे. ग्वाटामाला, अल साल्वादोर, झैरे तसंच सुहार्तोच्या नेतृत्वाखालचा इंडोनेशिया ही त्याची ठळक उदाहरणं सांगता येतील. अलीकडच्या काळात २००९मध्ये इस्त्राईलनं गाझा पट्ट्यात केलेल्या बेकायदा हल्ल्यात १४०० पॅलेस्टिनियन लोकांचा मृत्यू झाला; पण इस्त्राईलचा बचाव करण्यासाठी अमेरिका, फ्रान्स, इंग्लंड तसंच इतर काही देशांनी कुठलीही कसर बाकी ठेवली नाही. बहारिन तसंच सौदी अरेबिया या हुकूमशाही देशांना आपल्याकडे लोकशाहीची स्थापना व्हावी, यासाठी लोक उठाव करण्याची भीती वाटते. त्यामुळे तिथले हुकूमशहा सतत हे उठाव ठेचून काढतात. यामागचं कारण म्हणजे, या भागांमध्ये शिया लोकांचं प्रमाण जास्त आहे. लोकशाहीवादी वारे वाहून निवडणुका झाल्या, तर शिया लोकांचं प्रस्थ भलतंच वाढेल, अशी भीती या देशांना वाटते. साहजिकच, इजिप्तमध्ये मुबारकची हुकूमशाही संपुष्टात आल्यावर सौदी राज्याला खूप भीती वाटायला लागली होती. पण जेव्हा अमेरिकेनं लीबियामध्ये घुसखोरी करायचा निर्णय घेतला, तेव्हा मात्र सौदी राजा खूश झाला. कारण गद्दाफीनं काही वर्षांपूर्वी सगळ्या अरब देशांनी पाश्चिमात्य वर्चस्ववादाच्या विरोधात एकत्र येण्यासाठी केलेलं आवाहन, सौदी अरेबियाला आवडलं नव्हतं. त्यामुळे अमेरिकेचा आपल्यावर असलेला वरदहस्त संपुष्टात येईल, अशी भीती सौदी राजाला वाटायची. त्यातच काही वर्षांपूर्वी अरब देशांच्या एका परिषदेमध्ये गद्दाफीनं सौदी राजावर तो अमेरिकेच्या हातचा बाहुला बनल्याची खरमरीत टीका केल्यावर, भडकलेल्या सौदी राजानं गद्दाफीला त्याचं भाषणच पूर्ण करू दिलं नव्हतं. त्यामुळे संतापलेला गद्दाफी ती परिषद तिथंच सोडून तिथून निघून गेला होता.

१९७९मध्ये अॅनॅस्टॅशिओ सोमोझा डेबाईल नावाच्या निकारागुआच्या हुकूमशहाला सत्तेवरून हटवून, अनेक क्रांतिकारी संघटनांच्या एकत्रीकरणातून नवं सरकार उभं राहिलं. पण अर्थातच आपल्या मर्जीतल्या हुकूमशहाला सत्तेवरून खाली खेचलं गेल्यामुळे अमेरिकेचा रागानं तिळपापड झाला. अमेरिकेनं लगेचच परत एकदा आपल्या हातातल्या एखाद्या बाहुल्याला निकारागुआच्या सत्तेवर बसवण्यासाठीचे प्रयत्न सुरू केले. याला 'काँट्रा स्कॅंडल' म्हणून ओळखलं जातं. त्यासाठी अमेरिकन राष्ट्रपती रोनाल्ड रीगन यानं मध्यपूर्व आशियासकट इतर ठिकाणच्या आपल्या मित्रराष्ट्रांकडून मदत मागायला सुरुवात केली. यासाठी सौदी अरेबियानं १९८४मध्ये ३.२० कोटी डॉलर्सची मदत करायचं मान्य केलं. पण ही गोष्ट अमेरिकन काँग्रेसच्या लक्षात आल्यावर, अशा प्रकारे निकारागुआमध्ये लुडबूड करण्यासाठी अमेरिकेनं कुठल्याही प्रकारे अधिकृत मदत करण्यावर काँग्रेसनं बंदी घातली. पण रीगननं यातून मार्ग काढलाच. त्यानं इस्त्राईलकरवी इराणला आपली 'टाऊ' आणि 'हॉक' ही क्षेपणास्त्रं विकून, त्यातून मिळणारे पैसे निकारागुआमधल्या युद्धात वापरायचं ठरवलं. तसंच, या संदर्भात रीगननं जाहीरपणे खोटी विधानंसुद्धा केली. पण हे प्रकरण लक्षात आल्यावर अमेरिकन काँग्रेसपुढे त्याची सुनावणी झाली. त्यात कित्येक सरकारी अधिकाऱ्यांनी शपथ घेऊनसुद्धा सरळ खोटं बोलून आपल्या पदाचा गैरवापर केला. यात राष्ट्रपती रीगन तसंच उपराष्ट्रपती सीनियर म्हणजेच जॉर्ज एच. डब्ल्यू. बुश या दोघांचाही हात असूनसुद्धा, त्यांना कसलीच शिक्षा झाली नाही!

२०१०च्या नोव्हेंबर महिन्यात प्रकाशित झालेल्या अमेरिकन काँग्रेसच्या संशोधन विभागाच्या एका अहवालानुसार, अमेरिकेनं आत्तापर्यंत कधी शेकडो तर कधी हजारो सैनिक वेगवेगळ्या देशांमध्ये पाठवले आहेत. याचा मुख्य उद्देश, आपल्या हातातलं बाहुलं असलेल्या देशोदेशीच्या हुकूमशहांना मदत करणं किंवा आपल्या विरोधात उभं ठाकलेल्या लोकांना 'धडा शिकवणं', असा आहे. जवळपास दर वर्षी अमेरिकेनं हे उद्योग केले आहेत. अमेरिकन लष्करानं २०११मध्ये लीबियामध्ये घुसखोरी करण्याआधी ४६ वेळा इतर देशांवर जबरदस्तीनं आक्रमण केल्याचा उल्लेख या अहवालात आहे. या देशांमध्ये खूप कठीण परिस्थितीत असलेले काँगो, झेर, लीबिया, चाड, सिएरालोन, सोमालिया, रवांडा, लायबेरिया, सेंट्रल आफ्रिकन रिपब्लिक, गेबन, गिनी-बिसॉ, केनया, टांझानिया, सुदान, आयव्हरी कोस्ट, इथिओपिया, डिबौटी आणि इरिट्रिआ यांचा समावेश आहे. अमेरिकेनं केलेल्या आक्रमणांपैकी फक्त एकच आक्रमण चांगल्या कारणांसाठी होतं, असं आपण म्हणू शकतो. १९५६मध्ये जनरल आयसेनहॉव्हर अमेरिकेचा

राष्ट्रपती असताना, इजिप्तमधल्या सुवेझ कालव्याच्या प्रश्नाविषयी इस्राईल-फ्रेंच-ब्रिटिश सैन्याला माघार घ्यायला लावण्यासंबंधीची अमेरिकेची भूमिका हितकारी होती, असं इतिहास सांगतो. बाकी दर वेळेला अमेरिकेची घुसखोरी चुकीच्या कारणांसाठीच होती.

१९५० ते १९७० या काळात अमेरिकेनं फक्त चार वेळाच परकीय आक्रमणं केली असं नोंदवलं गेलं असलं, तरी यात अमेरिकेनं लपूनछपून केलेल्या हल्ल्यांचा समावेश नाही. रोनाल्ड रीगन आणि जॉर्ज एच. डब्ल्यू. बुश यांच्या राष्ट्रपतिपदाच्या १९८०-१९९१च्या काळात अमेरिकेनं आठ वेळा परदेशी आक्रमणं केली. यात अनेक वेळा आफ्रिकन देशांमध्ये 'न्याय द्यायच्या' नावाखाली केलेली घुसखोरी धरलेली नाही. लोकप्रिय असलेल्या बिल क्लिंटनच्या राष्ट्रपतिपदाच्या कारकिर्दीत आफ्रिकेमधला अमेरिकेचा साम्राज्यवाद फोफावत गेला. १९९२ ते २००० या काळात अमेरिकेनं तब्बल सतरा वेळा परदेशी भूमीवर आपलं सैन्य पाठवलं. यात सोमालियावरचा मोठा हल्ला तसंच रवांडामधल्या क्रूर सरकारच्या जनतेच्या विरोधातल्या अन्यायाला पाठिंबा यांचा समावेश होता. सुदानवर क्लिंटननं बाँब टाकायचे आदेश दिले; तसंच केनया आणि इथिओपिया इथं त्यानं आपलं लष्कर पाठवलं. त्यानंतर ज्यूनियर म्हणजेच जॉर्ज डब्ल्यू. बुशनं इतर देशांमध्ये पंधरा वेळा लष्करी कारवाया घडवल्या. साहजिकच, बराक ओबामानं लीबियामध्ये जबरदस्तीनं घुसखोरी केली, यात आश्चर्य वाटण्यासारखं काहीच नव्हतं. अमेरिकेच्या पूर्वापार चालत आलेल्या साम्राज्यवादाच्या परंपरेला तो पुढे नेत होता. शांततेसाठीचं नोबेल पारितोषिक मिळाल्यामुळे ओबामा काही वेगळं करेल, अशी अपेक्षा करणं साफ चुकीचं होतं, हेच खरं!

अमेरिकेची आफ्रिकेमधली सत्ता अनेक देशांमध्ये लष्करप्रमुख आणि त्यामुळे राष्ट्रप्रमुख असलेल्या हुकूमशहांना मदत करत राहण्याच्या बोलीवर आधारलेली आहे. लीबियासकट अशा एकूण ५३ देशांचं अमेरिकेच्या सुरक्षा विभागाशी म्हणजे 'पेंटॅगॉन'शी नातं आहे. अर्थातच आपण हे सगळं काम दहशतवादाशी लढा देण्यासाठी करतो, असं अमेरिका जगाला सांगत राहते. पण यातून दहशतवादाचा बीमोड होण्याऐवजी तो फोफावत राहतो, हे वेगळं सांगायला नको. उदाहरणार्थ, सोमालियामधलं युद्ध जवळपास दोन दशकं सुरूच आहे. त्यातून दहशतवाद संपण्याऐवजी लाखो लोक बेघर झाले आहेत किंवा मारले गेले आहेत. कोट्यवधी डॉलर्स खर्चूनसुद्धा त्यातून काहीही हाती लागलेलं नाही. अमेरिकेच्या या साम्राज्यवादी इतिहासाकडे बघितलं, तर सगळीकडे आपल्या फायद्यासाठी वाटेल त्या थराला ती गेल्याची अनेक उदाहरणं सापडतील. डॉमिनिक प्रजासत्ताकामध्ये ट्रुजिलो

घराण्याच्या हुकूमशाहीला अमेरिकेनं जवळपास तीस वर्षं पाठिंबा दिला. १९५०च्या दशकात व्हिएतनाममध्ये क्रांती घडण्यापूर्वी अमेरिकेनं दाएम या हुकूमशहाला सत्तेवर बसवलं. निकारागुआमध्ये सोमोझा नावाच्या घराण्याच्या क्रूर हुकूमशाहीला दोन पिढ्या उलटेपर्यंत अमेरिकेनं उचलून धरलं. १९५२मध्ये क्यूबामध्ये लष्करी उठाव घडवून आणण्यासाठी अमेरिकेनं खूप धडपड केली. असेच उठाव ब्राझील (१९६४), चिले (१९७३), अर्जेंटिना (१९७६) अशा अनेक ठिकाणी घडवायचा अमेरिकेनं प्रयत्न केला. जेव्हाजेव्हा अमेरिकेनं कुठल्याही देशात बसवलेल्या हुकूमशाही बाहुल्याच्या विरोधात लोक चळवळ करायला लागतात किंवा अशा हुकूमशहाची सत्ता उलथवून लोकशाही मार्गानं चालणारं सरकार आणतात, तेव्हा अमेरिका त्याचं प्रत्युत्तर तीन मार्गांनी देते. पहिला मार्ग म्हणजे, त्या देशामधले तथाकथित अत्याचार किंवा हिंसा यांची जाहीरपणे निंदा करायची आणि त्या देशामध्ये लोकशाहीवादी सुधारणा आवश्यक असल्याचं मत मांडायचं. दुसरा मार्ग म्हणजे, खासगीत मात्र त्या देशामधल्या हुकूमशाही प्रवृत्तींना पाठिंबा देत राहायचं. तिसरं म्हणजे, काहीही करून त्या देशामध्ये सत्ताबदल होऊन नव्यानं कुणी सत्तेवर येणार असेल, तर हा नवा सत्ताधारी आपले हितसंबंध जपणारा आहे ना, याची काळजी घ्यायची.

अशा सगळ्या घडामोडींच्या वेळी अमेरिका इतर देशांमधल्या राजकारणाला तसंच समाजकारणाला आपल्या दृष्टीनं लोकशाहीवाद तसंच सगळ्यांचं हित या दृष्टीनं महत्त्व आहे असं म्हणत असली, तरी आपलं साम्राज्य निर्दयीपणे टिकवणं यापेक्षा दुसऱ्या कुठल्याही गोष्टीत अमेरिकेला अजिबात रस नसतो. पण अमेरिकेच्या भूलथापांना अनेक देशांमधले हुकूमशहा किंवा क्रांतिकारी हे सगळे बळी पडत असल्यामुळे, जेव्हा अमेरिका अचानकपणे आपली बाजू बदलून वेगळीच भूमिका घेते, तेव्हा ही सगळी मंडळी अवाक होतात. अमेरिकेचे हितसंबंध जपण्यासाठी आता अचानकपणे आपलाच बळी जाणार, याची त्यांना जाणीव होते. पण तोपर्यंत खूप उशीर झालेला असतो. जेव्हा एखाद्या देशामधली परिस्थिती हाताबाहेर जाणार आणि त्यामुळे आपण तिथं नेमलेला बाहुला आपल्याला धोकादायक ठरणार असं अमेरिकेच्या लक्षात येतं, तेव्हा त्या बाहुल्याला सत्तेवरून हुसकावून लावण्यात किंवा त्याची सरळ हत्या घडवून आणण्यातही अमेरिकेला कसलीही चूक वाटत नाही. उदाहरणार्थ, ट्रजिलो आणि दाएम हे आपल्याला डोईजड होत आहेत हे अमेरिकेच्या लक्षात आलं, तेव्हा अमेरिकेनं सरळ त्यांच्या खुनाचा कट रचून त्यांना ठार केलं. अमेरिका आपल्या जिवावर बेतू शकते हे लक्षात घेऊन, काही जण वेळेतच अमेरिकेकडेच अभय मागतात. त्यांना अमेरिका दुसऱ्या देशामध्ये

अज्ञातवासामध्ये पाठवून देते. सोमोझा किंवा क्यूबामधला बतिस्ता ही याची उदाहरणं आहेत. इतर वेळा अमेरिका आपल्या बाहुल्याला नव्या परिस्थितीशी जुळवून घ्यायला सांगते. उदाहरणार्थ, चिलेमधल्या ऑगस्तो पिनोशेच्या बाबतीत असं घडलं.

म्हणूनच कुठल्या देशातल्या कुठल्या हुकूमशहाला कुठपर्यंत सत्तेवर ठेवायचं आणि त्याला कधी हुसकावून लावायचं, या संदर्भात अमेरिकेची गणितं तयार असतात. जोपर्यंत तो हुकूमशहा आपलं सगळं म्हणणं मान्य करतो, आपल्या तालावर नाचतो, त्याच्या देशामध्ये होत असलेले उठाव यशस्वीपणे थोपवून धरू शकतो, लष्कराला आपल्या मुठीत ठेवू शकतो, तोपर्यंत अमेरिकेच्या नजरेतून तो हुकूमशहा त्या देशाचा खरा नेता असतो. त्याच्या विरोधात उठाव करणारे लोक 'दहशतवादी' किंवा 'अतिरेकी' असतात. पण ज्या क्षणी या हुकूमशहाचंच स्थान धोक्यात आलं आहे किंवा त्याच्या विरोधात सुरू असलेल्या उठावांनी गंभीर रूप धारण केलं आहे असं अमेरिकेला वाटायला लागतं, तेव्हा मात्र परिस्थिती साफ बदलते. अचानकपणे अमेरिकेला त्या देशात 'हुकूमशाही वातावरण' असल्याचं जाणवायला लागतं. तसंच त्या 'हुकूमशहा'च्या विरोधात सुरू असलेल्या 'दहशतवादी कारवाया' म्हणजे 'क्रांती' असल्याचा साक्षात्कारही अमेरिकेला होतो. प्रत्यक्षात, त्या देशामध्ये आपला कुठला नवा बाहुला बसवायचा, या संदर्भातला अमेरिकेचा शोध यादरम्यान सुरू असतो. तो शोध पूर्णत्वाला गेला, की आधीच्या हुकूमशहाला दुसऱ्या देशात अज्ञातवासात पाठवणं, त्याला नव्या परिस्थितीशी जुळवून घेणं किंवा मृत्यूला सामोरं जाणं, यातले पर्याय उपलब्ध असल्याचं अमेरिकेकडून सांगितलं जातं.

कधीकधी अमेरिकेचे अंदाज चुकतात; किंवा अमेरिकेला पुरून उरणारी माणसंही अगदी अपवादानं सापडतात. उदाहरणार्थ, १९५९मध्ये क्यूबामध्ये बतिस्ताच्या हुकूमशाहीच्या विरोधात क्रांती घडल्यावर अमेरिकाद्वेष्टा फिडेल कॅस्ट्रो यानं क्यूबाची सत्ता हाती घेतली. या काळात बतिस्ताला पर्याय शोधण्यात अमेरिकेला अपयश आलं. आपले हितसंबंध जपणारा नवा हुकूमशहा वेळेत न सापडल्यामुळे क्यूबा अमेरिकेच्या हातातून निसटला! निकारागुआमध्ये सोमोझा या आपल्या बाहुल्याच्या विरोधात झालेल्या उठावानंतर, वेळीच नवा बाहुला नेमण्याची घाई जिमी कार्टर या अमेरिकन राष्ट्रपतीनं केली नाही. त्यामुळे निकारागुआमधला संघर्ष पेटला. अमेरिकेच्या विरोधातल्या नव्या क्रांतिकारी सत्ताधारी मंडळींनी, अमेरिका तसंच इस्राईल यांच्याकडून प्रशिक्षण घेतलेलं लष्करी साम्राज्य उद्ध्वस्त करून टाकलं. तसंच गुप्त पोलीस यंत्रणा आणि संदेशवहन यंत्रणा, हे सगळं क्रांतिकारी

मंडळींनी नष्ट करून टाकलं. अमेरिकेनं बळकावलेली किंवा उभी केलेली संपत्ती, या सगळ्याचं क्रांतिकारी सेनेनं राष्ट्रीयीकरण करून टाकलं. त्यामुळे काही काळ अमेरिकेला निमूटपणे हात चोळत उभं राहावं लागलं.

अलीकडच्या काळात इजिप्तमधल्या उठावाच्या वेळी होस्नी मुबारकची सत्ता उलथवून लावण्याच्या प्रयत्नांना पाठिंबा द्यायला ओबामाचा विरोध होता. हा उठाव मोठा होत गेला आणि अमेरिकेच्या साम्राज्यवादाच्या विरोधातल्या तीव्र भावना वाढत गेल्या, तरी ओबामाचं हे धोरण कायम होतं. अर्थातच मुबारक सत्तेत असणं अमेरिकेच्या हिताचं असल्यामुळे, अमेरिकेनं मुबारकच्या विरोधातल्या उठावाला पाठिंबा देणं शक्यच नव्हतं. याशिवाय मुबारक इस्राईलच्या दृष्टीनं अगदी हवाहवासा हुकूमशहा होता. इस्राईलच्या हिताची धोरणं स्वीकारणं आणि स्वतःच्या देशातल्या तसंच पॅलेस्टाईनमधल्या लोकांवर होत असलेल्या अन्यायाकडे अत्यंत सोयीस्कररीत्या दुर्लक्ष करणं, या मुबारकच्या वैशिष्ट्यांमुळे मध्यपूर्व आशियामधल्या स्फोटक वातावरणात इस्राईलला मुबारक हवा होता. साहजिकच, इस्राईलनं अमेरिकेवर मुबारकच्या विरोधातल्या उठावात सहभागी न होण्यासंबंधी प्रचंड दबाव टाकला. त्यामुळे ओबामा सरकारनं इजिप्तमध्ये सुरू झालेल्या उठावाच्या संदर्भात अगदी सावकाशीनं पावलं टाकायचं धोरण स्वीकारलं. तसंच, या दरम्यान मुबारकची हकालपट्टी अटळ आहे हे लक्षात आल्यावर, त्याच्या जागी उठाव शांत करू शकणारा आणि आपल्या बाबतीत मुबारकप्रमाणेच बोटचेपं धोरण स्वीकारणारा एखादा नेता इजिप्तच्या प्रमुखपदी बसवता येईल का, यासाठी अमेरिकेनं खूप प्रयत्न केले. यासाठी लोकांना मान्य असेल असं सरकार उभं करणं भाग होतं. पण यातली मुख्य अडचण म्हणजे, गेली तीस वर्षं मुबारक सत्तेवर असल्यामुळे इजिप्तच्या लष्करी अधिकाऱ्यांना झालेला फायदा ही होती. ४.६८ लाख सैनिक-अधिकारी यांचा समावेश असलेलं इजिप्तचं लष्कर, एखाद्या लोकशाहीवादी सरकारला सहजपणे देशाचा ताबा घेऊ देणं अशक्यच होतं. इजिप्तचा लष्करप्रमुख गेली कित्येक दशकं अमेरिका आणि इस्राईल यांचे हितसंबंध जपले जातील, याची काळजी घेत असतो. शेवटी परिस्थिती हाताबाहेर गेल्यावर अमेरिकेला इजिप्तमध्ये आणखी काही करणं अशक्य असल्याचं लक्षात आलं आणि निमूटपणे अमेरिकेनं तिथल्या लोकांची क्रांती काही काळासाठी का होईना; पण स्वीकारली.

अमेरिकेच्या वर्चस्ववादी धोरणांची कहाणी फारशी कुठं छापून येत नाही. सगळ्या माध्यमांना आपल्या दावणीला बांधून ठेवण्याची कला अमेरिकेला, तसंच इतर पाश्चिमात्य देशांना चांगली साध्य झाली आहे. गोबेल्स प्रकारचा प्रचार करून आपले विरोधकच कसे दहशतवादी किंवा गुन्हेगार प्रवृत्तीचे आहेत याचा डांगोरा

पिटणं, हा अमेरिकेच्या हातचा खेळ झाला आहे. कित्येक देशांना संकटाच्या दरीत लोटून देणं, ठिकठिकाणची नैसर्गिक साधनसंपत्ती लुटणं आणि यावर कडी म्हणजे त्या देशांमध्ये हुकूमशाही आहे किंवा तिथल्या लोकांचं आयुष्य धोक्यात आहे अशा प्रकारचा प्रचार करून, आपल्याला अनुकूल असलेली धोरणं तिथं राबवणं, हा अमेरिकेचा आवडता उद्योग आहे. इस्राईलसारख्या अत्यंत धोकादायक आणि सगळे नियम बाजूला ठेवून निर्माण करण्यात आलेल्या देशाचा अमेरिकेवर असलेला प्रभावही विलक्षण आहे. त्यामुळे इस्राईलला अनुकूल असलेली धोरणं राबवून, मध्यपूर्व आशियाई देशांमध्ये संकट निर्माण करणं आणि तिथल्या लोकांनी अन्यायाच्या विरोधात लढायचा पवित्रा घेतला, की त्याला 'इस्लामी दहशतवाद' म्हणणं, हाही अमेरिकेच्या डावपेचांचा मोठा भाग आहे.

या सगळ्या दहशतवादी कारवाया केल्या, की त्यातून अमेरिकन कंपन्यांना मोठमोठी कंत्राटं मिळतात आणि साहजिकच या कंपन्या अमेरिकन सरकारला युद्धं करण्यासाठी प्रवृत्त करतात. आपला माणूस निवडून यावा यासाठी या कंपन्या निवडणुकांच्या वेळी राजकीय पक्षांना भल्यामोठ्या देणग्या देतात. उदाहरणार्थ, १९९९मध्ये पेंटॅगॉन या अमेरिकेच्या सुरक्षा विभागानं युनायटेड टेक्नॉलॉजी कंपनीला २४ कोटी डॉलर्सचं, टेक्सट्रॉन कंपनीला १४ कोटी डॉलर्सचं, नॉरथ्रॉप ग्रमन कंपनीला ३२ कोटी डॉलर्सचं, बोईंग कंपनीला ११६ कोटी डॉलर्सचं, रेथॉन कंपनीला ६४ कोटी डॉलर्सचं, जनरल इलेक्ट्रिक कंपनीला १७ कोटी डॉलर्सचं, जनरल डायनॅमिक्स कंपनीला ४६ कोटी डॉलर्सचं, लॉकहिड मार्टिन कंपनीला १२७ कोटी डॉलर्सचं अशी घसघशीत कंत्राटं दिली होती. साहजिकच परदेशांमधल्या घुसखोरीचा तसंच इतर देशांना लष्करी आणि इतर प्रकारची सामग्री पुरवण्याचा व्यापार सुरू राहणं, या कंपन्यांच्या दृष्टीनं महत्त्वाचं असतं.

अमेरिकन माध्यमांचाही खोट्या बातम्या पसरवण्यात मोठा हात असतो. यामागचं कारण म्हणजे, या मोठमोठ्या कंपन्यांचीच माध्यमसमूहांवर मालकी असते. एनबीसी हा लोकप्रिय टीव्ही चॅनेल जनरल इलेक्ट्रिक कंपनीच्या मालकीचा आहे. सीबीएस चॅनेलवर व्हायाकॉमची, एबीसी चॅनेलवर डिस्नीची, फॉक्स चॅनेलवर रुपर्ट मरडॉकच्या न्यूज कॉर्पोरेशनची तर सीएनएन चॅनेलवर टाईम वॉर्नरची मालकी आहे. या कंपन्यांच्या संचालक मंडळांवर असलेली मंडळी, लष्करी सामग्री तयार करणाऱ्या कंपन्यांच्या संचालक मंडळांवरही असतात. साहजिकच, या सगळ्यांची हातमिळवणी होणार आणि अमेरिकेला अनुकूल असलेल्या बातम्या सातत्यानं लोकांच्या माथी मारल्या जाणार, यात आश्चर्य वाटण्यासारखं काही नाहीच. आपल्या पुस्तकामध्ये अमेरिकेच्याच सीआयए संघटनेमधला दहशतवादाविषयीचा

निवृत्त अभ्यासक मायकेल शुयर यानं, इस्राईलला मदत करणारी आणि अफगाणिस्तान तसंच इराक यांच्यावर युद्ध लादणारी अमेरिकाच इस्लामी जगाला आणखी प्रखर कट्टरवादाकडे घेऊन जात असल्याचं विधान अगदी स्पष्टपणे केलं आहे.

अमेरिकेची दहशतवादाच्या संदर्भातली भूमिका सातत्यानं दुटप्पी आहे. इस्राईल, पाकिस्तान, निकारागुआ, अल साल्वादोर अशा अलीकडच्या मित्रांच्या दहशतवादाविषयी अमेरिकेला फारसं दुःख होत नाही. उलट त्यांच्या कृतींचं ती सरळ समर्थनच करते. याउलट अफगाणिस्तान, पॅलेस्टाईन, सीरिया, लीबिया, इराण अशा ठिकाणच्या दहशतवादाला मात्र अमेरिका आपला शत्रू मानते. साहजिकच अमेरिकेच्या या भूमिकेचा जगभरातल्या अनेक देशांमध्ये तीव्र निषेध केला जातो आणि यातून अमेरिका आपल्या शत्रूंची संख्या मोठ्या प्रमाणावर वाढवते.

म्हणूनच खरा दहशतवादी देश कोण आहे, असा विचार आपण करायला लागलो, की सगळ्या जगाच्या लोकशाहीचा, सुरक्षिततेचा आणि शांततेचा मक्ता आपणच घेतला असल्याच्या थाटात वागणाऱ्या आणि प्रत्यक्षात बरोबर याच्या उलट पावलं टाकणाऱ्या अमेरिकेचा खरा चेहरा समोर येतो. अमेरिकेनं घेतलेला बुरखा टराटरा फाडला, की तिची भीषण धोरणं आपल्याला अवाक करून सोडतात. अमेरिकेचं गुणगान गाणाऱ्या आणि तिथल्या तथाकथित प्रगतीची तसंच समृद्धीची वाहवा करणाऱ्या लोकांनी तिच्या या काळ्या बाजूकडेसुद्धा तितक्याच गंभीरतेने बघायची गरज आहे.

आर्थिक महासत्ता म्हणून विसाव्या शतकाचा उत्तरार्ध आणि एकविसाव्या शतकाच्या सुरुवातीची काही दशकं गाजवणाऱ्या अमेरिकेच्या यशामध्ये तिच्या लष्कराचा खूप मोठा सहभाग आहे, यात शंकाच नाही. जगामध्ये १२०पेक्षा जास्त देशांमध्ये आपले लष्करी तळ ठेवणं, थेट युद्धांपासून इतरांकरवी सत्तापालट करून घेण्यापर्यंत किंवा नुसतीच अशांतता माजवण्यापर्यंत अमेरिकेनं अनेक देशांमध्ये प्रचंड मोठे गोंधळ माजवले आहेत. या सगळ्याचा फायदा आपल्या आर्थिक महासत्तेच्या ओळखीसाठी करून घेण्याचा अमेरिकेचा छुपा हेतू अर्थातच अनेक वेळा दिसून आलेला आहे. काही देशांनी अमेरिकेच्या वर्चस्ववादाला विरोध करणं, अमेरिकेच्या आपल्याइथल्या थेट गुंतवणुकीवर बंदी आणणं, अमेरिकन बँकांना देणं असलेलं कर्ज फेडायला नकार देणं, आपल्याकडच्या उद्योगांचं राष्ट्रीयीकरण करणं अशा प्रकारची स्वहिताची पावलं उचलल्यावर, अशा देशांना वेगवेगळ्या प्रकारे धडा शिकवण्याचे प्रसंग अमेरिकेनं घडवून आणले आहेत. कधीकधी अमेरिकेनं आपलं लष्करी साम्राज्य वाढवण्यासाठी आपल्या आर्थिक

साम्राज्याचा वापर केला आहे, तर कधीकधी आपल्या आर्थिक साम्राज्याचा वापर आपली लष्करी ताकद वाढवण्यासाठी केला आहे. उदाहरणार्थ, १९७३मध्ये चिलेमध्ये आणि २००३मध्ये इराकमध्ये आपली आर्थिक ताकद वाढवण्यासाठी अमेरिकेनं लष्करी बळाचा वापर केला; तर १९७९मध्ये साम्यवादाला ठेचून आपली लष्करी ताकद वाढवण्यासाठी अमेरिकेनं अफगाणिस्तान आणि पाकिस्तान यांना पैसे चारले.

'आपण आपली लष्करी ताकद वाढवण्यातच सगळ्या जनतेचं हित आहे' असं अमेरिकेचे नेते सातत्यानं आपल्या नागरिकांना सांगत असतात. अर्थातच याच्यापेक्षा दुसरा मोठा फोल दावा असूच शकत नाही. अमेरिकेवर आता कुठल्याही प्रकारचं भीषण संकट नसताना, अमेरिकेच्या तोडीस तोड अशी दुसरी कुठलीही जागतिक आर्थिक किंवा लष्करी महासत्ता नसताना, अमेरिकेनं आपली लष्करी ताकद वाढवत नेणं यासारखा चुकीचा प्रकार खरं म्हणजे अत्यंत निषेधार्ह आहे. दुरूनसुद्धा दिसत नसलेले अनेक प्रकारचे काल्पनिक धोके दाखवून, अमेरिकन सत्ताधारी सातत्याने आपल्या नागरिकांची दिशाभूल करत आलेले आहेत. याचा दुसरा भीषण परिणाम म्हणजे, यामुळे सर्वसामान्य अमेरिकन नागरिकांचं आयुष्य वैराण झालं आहे. एकापाठोपाठ एक अशी वेगानं कोसळणारी आर्थिक संकटं, प्रचंड बेरोजगारी, निवृत्तिवेतनापासून आरोग्यसेवांपर्यंत सगळीकडे करण्यात आलेली जीवघेणी घट, अशा अनेक पातळ्यांवर सर्वसामान्य अमेरिकन माणूस झगडतो आहे. अतिश्रीमंती आणि अतिगरिबी यांच्यामधलं आधीच जास्त असलेलं अंतर आणखी वाढत गेल्यामुळे 'एक टक्का विरुद्ध ९९ टक्के' अशी परिस्थिती आणखी कठीण होत चालली आहे. लष्करी खर्चाचा सर्वसामान्य नागरिकांच्या आयुष्यावर होत असलेला वाईट परिणाम दिवसेंदिवस अजूनच भयंकर होत चालला आहे. अर्थातच या सगळ्याचे इतर जगावर होत असलेले परिणाम तर कैकपटींनी जास्त आहेतच; पण स्वतः अमेरिकेसाठीसुद्धा हे अजिबातच चांगलं नाही. या लष्करी साम्राज्यातून होत असलेले आर्थिक लाभ महाबलाढ्य कंपन्या, मोठमोठ्या बँकांचे पदाधिकारी यांनाच होतो. तसंच हे सगळं साम्राज्य सांभाळण्यासाठी होणारा खर्च आणि त्यातून होणारं नुकसान यांचा बोजा मात्र सर्वसामान्य करदात्यांवर येतो.

दुसऱ्या महायुद्धानंतर अमेरिकेनं जागतिक महासत्तेचा आणि त्याचबरोबर लष्करी सम्राटाचा मुकुट धारण करण्याचे देशांतर्गत पातळीवर मोठे परिणाम झाले. जड उद्योग, इलेक्ट्रॉनिक्स, विमानं, रसायनशास्त्र आणि अवकाश या सगळ्यांच्या संदर्भात सातत्यानं संशोधन आणि उत्पादन त्यामुळे सुरू राहतं. या उद्योगातून

तयार होणारा सगळा माल अमेरिकाच विकत घेते. अमेरिकन सरकारच्या परवानगीशिवाय यातला कुठलाच माल इतर कुठल्याही देशाला विकता येत नाही. अर्थातच आपल्या मित्रराष्ट्रांना तसंच यातून फायदा मिळवून देऊ शकणाऱ्या देशांना मात्र, अमेरिका ही सगळी शस्त्रास्त्रं आणि लढाऊ विमानं वगैरे आनंदानं पुरवते. याचा दुसरा महत्त्वाचा पैलू म्हणजे, भांडवलशाहीमध्ये असलेल्या आर्थिक चढ-उतारांचा अजिबात परिणाम होत नसलेला एक मोठा उद्योग यातून निर्माण झाला आहे. कितीही आर्थिक संकटं आली, तरी या उद्योगाची चलतीच असते. त्याच्यावर याचा अजिबात कसलाही परिणाम होत नाही.

आपली सत्ता जगभरात सुरू राहावी, यासाठी अमेरिका जगभरातल्या आपल्या तालावर नाचणाऱ्या इतर बाहुल्यांनाही सातत्यानं हाताशी धरते. त्यांच्याकरवी सगळीकडे आपल्याला अनुकूल असलेलं वातावरण निर्माण करणं आणि आपल्या फायद्याचे व्यवहार करणं, हा अमेरिकेचा मुख्य हेतू असतो. उदाहरणार्थ, बाल्कन प्रदेशात अमेरिकेचं वर्चस्व असलेल्या नाटोच्या अमलाखाली ४० हजार युरोपियन सैनिक राबतात. अफगाणिस्तानमध्ये कॅनडा, तसंच युरोपीय देश यांची लष्करं, संयुक्त राष्ट्रसंघानं नेमलेले काही लोक आणि इतर काही देशांमधले लोक यांच्या मदतीनं अमेरिका अहमद कारझाई या आपल्या बाहुल्याची सत्ता कायम राखण्याचा प्रयत्न कित्येक वर्षं करत राहिली आहे. इराकमध्ये आपली हुकूमत कायम राहावी यासाठी अमेरिकेनं इंग्लंड, दक्षिण कोरिया, पोलंड तसंच इतर काही पूर्व युरोपीय देशांना आपल्या हाताशी धरलं. १९८०च्या दशकापासूनच पोलंडच्या मदतीनं अमेरिकेनं पूर्व युरोपमध्ये आपले नवे बाहुले तयार करायचं काम हाती घेतलं होतं. कोसोवो आणि मॅसेडोनिया यांच्यापाठोपाठ अमेरिकेनं रोमानिया तसंच बल्गेरिया इथं आपले मोठे लष्करी तळ उभे केले.

अमेरिकेच्या या नव्या साम्राज्यवादाला युरोपनं नेहमीच खतपाणी घातलेलं आहे. इराकमध्ये अमेरिकेनं घुसखोरी करण्यापूर्वी जर्मनी, फ्रान्स आणि बेल्जियम यांनी काही काळ अमेरिकेला विरोध करून बघितला; पण त्यानं आपलंच नुकसान होईल असं लक्षात आल्यावर त्यांचीही भूमिका बदलली. इराण, उत्तर कोरिया, क्यूबा इथल्या अमेरिकन दहशतवादाला युरोपनं मुकाट्यानं पाठिंबा दिला. इराकमध्ये अमेरिकेनं जागतिक पातळीवरचे सगळे संकेत धुडकावून लावत आपलं बस्तान बसवलं, तेव्हाही संयुक्त राष्ट्रसंघाच्या बैठकीत युरोपीय देशांनी अमेरिकेला पाठिंबा दिला. अलीकडच्या काळात लीबियावरच्या हल्ल्यात तर फ्रान्सनं अमेरिकेचा मुखवटा बनून स्वतःच आघाडी घेतली. म्हणूनच युरोपियन संघाच्या जेव्हिअर सोलानो या परराष्ट्रमंत्र्यानं उघडपणे 'आम्हाला अमेरिकेशी स्पर्धा करायची नाही...

असं करणं महामूर्खपणाचं ठरेल... त्याऐवजी अमेरिकेच्या साथीनं कुठल्याही प्रश्नाकडे बघणं आम्ही पसंत करतो...' असं ढळढळीतपणे अमेरिकेचं वर्चस्व मान्य करण्याची लाचारी दाखवणारं वक्तव्य केलं होतं. कुठलेही प्रश्न न विचारता, काय योग्य-अयोग्य आहे याचा सारासार विचार करायला नकार देऊन अमेरिकेच्या वर्चस्ववादाला पाठिंबा द्यायचा आणि त्याच्या मोबदल्यात या लुटीतून मिळणारे कमी प्रमाणातले का होईना; पण फायदे लुटायचे, असं हे धोरण आहे. विनाकारण अमेरिकेला विरोध करून एकटं कशाला पडायचं आणि आपलंच नुकसान तरी कशाला करून घ्यायचं, असा हा सरळ हिशेब आहे. त्यामध्ये न्याय-अन्याय वगैरे गोष्टींचा विचार करण्याची गरज युरोपीय देशांनाही वाटत नाही. विशेषतः इंग्लंड तर ज्या प्रकारे अमेरिकेच्या मागे मागे फिरतं, ते बघून जॉर्ज डब्ल्यू. बुश आणि टोनी ब्लेयर यांच्या काळात बुशनं ब्लेयररूपी कुत्र्याच्या गळ्यात पट्टा घालून त्याला हवं तसं वागवलं असल्याची व्यंगचित्रंही प्रकाशित झाली होती.

जगावर आपली हुकूमत प्रस्थापित करण्याच्या आणि काहीही करून ती टिकवण्याच्या नादात अमेरिकेनं फक्त स्वतःवरच नव्हे, तर सगळ्या जगावरच महाभीषण आर्थिक महामंदीचं संकट ओढवून घेतल्याचा इतिहासही ताजा आहे. अफाट लष्करी खर्च आणि सगळ्या उद्योगाचं आर्थिकीकरण या कारणांमुळे अमेरिकेवरचं कर्ज वाढत गेलं. सातत्यानं अमेरिकेच्या अर्थसंकल्पामध्ये येत असलेली तूट वाढत गेली. त्यातच अमेरिकेमध्ये असलेली उधळपट्टीची संस्कृती यात भर टाकत राहिली. या कर्जाच्या जोडीला अमेरिकेमध्ये शेअर बाजार आणि त्या पाठोपाठ घरांच्या किमती यांच्यामध्ये आलेले फुगे फुटले आणि २००८मध्ये महामंदी जगावर कोसळली. याचे फटके दूरदूरच्या देशांमधल्या सर्वसामान्य लोकांना बसले असले, तरी याची मुळं अमेरिकेच्या अतिमहत्त्वाकांक्षी लष्करी आणि आर्थिक धोरणांमध्ये आणि सर्वसामान्य लोकांना एकटं पाडण्याच्या व्यवस्थेमध्ये होती, हे अनेक जणांनी आकडेवारीनिशी सिद्ध करून दाखवलं आहे.

अमेरिकेचे परदेशांमधले लष्करी तळ तीन प्रकारचे असतात. त्यांपैकी पहिल्या प्रकारच्या लष्करी तळाला 'अमेरिकेचा संरक्षण विभाग' म्हणजेच 'पेंटॅगॉन' Main Operating Base (MOB) असं म्हणतो. अशा ठिकाणी सैनिक आणि लष्करी सामग्री मोठ्या प्रमाणावर कायमस्वरूपी तैनात केलेली असते. लष्करामध्ये काम करत असलेल्या लोकांची कुटुंबंही त्या ठिकाणीच राहतात. त्यामुळे घरं, शाळा, करमणुकीची ठिकाणं, इस्पितळं अशा सगळ्या गोष्टी अमेरिका तिथं उभ्या करते. याची उदाहरणं जर्मनीमधलं रॅमस्टाईन, जपानमधलं ओकिनावा, इटलीमधलं अविआनो, दक्षिण कोरियामधलं सोल ही आहेत. दुसऱ्या प्रकारचे लष्करी तळ हे

पहिल्या प्रकारच्या लष्करी तळांचंच छोटंसं रूप, अशा स्वरूपाचे असतात. त्यांना Forward Operation Site (FOS) असं म्हणतात. फरक इतकाच की, इथं दर सहा महिन्यांनी अमेरिकन लष्करामधल्या लोकांची फिरती असते आणि त्यांना नव्या ठिकाणी जावं लागतं. त्यामुळे इथं लष्करात काम करणाऱ्या लोकांची कुटुंबं येत नाहीत. अशा प्रकारच्या तळांची उदाहरणं सिंगापूर, हाँडुरस, किर्गिझस्तान, इंडियन ओशनमधली बेटं, लाल समुद्रामधली बेटं अशी आहेत. तिसऱ्या प्रकारचे लष्करी तळ आणखी छोटे आणि कमी खर्च होईल, अशा बेतानं उभे केलेले असतात. त्यांना Cooperative Security Location (COL) असं म्हटलं जातं. या प्रकारचे लष्करी तळ अमेरिकेनं सेनेगल, घाना, गेबॉन, छाड, नायगर, इक्वेटिरोयल गिनी, मॉरिशानिया, माली, युगांडा, अरुबा, क्युराकाओ, व्हेनेझुएलाच्या सीमेपाशी, पाकिस्तान, भारत, थायलंड, फिलिपिन्स, ऑस्ट्रेलिया, उत्तर आफ्रिका, मोरोक्को, ट्युनिशिया, अल्जेरिया, पोलंड, बहारिन, कुवेत, कतार, ओमान, संयुक्त अरब आमिराती इथं म्हणजेच ठिकठिकाणी उभे केले आहेत. अशा प्रकारे आपल्या देशामध्ये अमेरिकेनं आपले लष्करी तळ उभे केल्याच्या बदल्यात 'खंडणी' म्हणून यांच्यापैकी अनेक देश अमेरिकेला मोठी रक्कम देतात!

अमेरिकेकडून पश्चिम आशियातल्या देशांना मोठ्या प्रमाणात शस्त्रास्त्रं पुरवली जातात. २००१ ते २००८ या काळात इजिप्तनं अमेरिकेकडून तब्बल १०४० कोटी डॉलर्स किमतीची शस्त्रास्त्रं विकत घेतली. फक्त २००९मध्येच इजिप्तनं अमेरिकेकडून विकत घेतलेल्या शस्त्रास्त्रांची किंमत २०० कोटी डॉलर्स इतकी होती, तर ट्युनिशियानं अमेरिकेकडून खरेदी केलेल्या शस्त्रास्त्रांची किंमत १.५० कोटी डॉलर्स होती. जॉर्डन आणि बहारिन हे अमेरिकेचे मांडलिक देशसुद्धा मोठ्या प्रमाणावर शस्त्रास्त्रांची खरेदी करतात. इराक बेचिराख करून त्यानंतर २००३ सालापासून अमेरिकेनं इराकलाच परत ३५० कोटी डॉलर्स किमतीची शस्त्रास्त्रं पुरवली आहेत! सौदी अरेबिया आणि इतर देशांनीही प्रचंड मोठ्या प्रमाणात ही शस्त्रास्त्रं अमेरिकेकडून विकत घेतली आहेत. याच्या मोबदल्यात अर्थातच सौदी अरेबिया अमेरिकेला तेल पुरवते. सौदी अरेबियाबरोबरच्या या व्यवहारात यश आल्यानंतर हाच प्रयोग संयुक्त अरब एमिराती तसंच लीबिया यांच्या बाबतीतसुद्धा करण्यात आला. अमेरिकेच्या जगभरातल्या सुमारे १००० लष्करी तळांपैकी अनेक लष्करी तळ अत्यंत धोकादायक मानल्या जाणाऱ्या पश्चिम आशियाई देशांमध्ये आहेत. त्यांच्यापैकी लीबियामधले लष्करी तळ पूर्वी कर्नल गद्दाफीने बंद करून टाकले होते. पण त्यानंतर सौदी अरेबिया, इराक आणि अरबी वाळवंटामधल्या इतर देशांमध्ये आपले तळ उभे करून अमेरिकेनं त्याची भरपाई करून टाकली.

१९९०च्या दशकात अमेरिकेनं सौदी अरेबियामधल्या मुस्लिमांना अतिशय प्रिय असलेल्या भागांमध्ये आपले लष्करी तळ उभे करून खूप दुखावलं होतं. त्यावरून बरंच वादळही माजलं. त्यामुळे ९/११च्या हल्ल्यामधले अनेक जण सौदी नागरिक होते, यात आश्चर्य वाटायला नको.

इस्राईलच्या आणि ज्यू धर्मीयांच्या अमेरिकेवर असलेल्या वर्चस्वामुळे अमेरिकेची साम्राज्यवादी भूक आणखीनच भयंकर झाली आहे, असं म्हणणं चुकीचं ठरू नये. 'झियोनिस्ट' म्हणून ओळखल्या जाणाऱ्या या विचारसरणीनुसार इस्राईलला सातत्यानं सगळीकडे शत्रूच दिसत असतात. अगदी युरोपीय देशांवरही इस्राईलचा बऱ्याचदा विश्वास नसतो. 'थर्ड वर्ल्ड' देशांमधले लोक तर भविष्यातले अतिरेकीच आहेत, असा हा दृष्टिकोन असतो. अरब देशांना फक्त लष्करी हल्ल्यांची भाषा समजते, असं अमेरिकेवर प्रभाव टाकणारे झियोनिस्ट वर्चस्ववादी मानतात. साहजिकच, इस्राईलला आवडत असलेला सातत्यानं युद्धं लादण्याचा, आपल्या वसाहती निर्माण करण्याचा, सामूहिक शिक्षा देण्याचा आणि आंतरराष्ट्रीय कायद्यांची कुठलीही तमा न बाळगता आक्रमण करण्याचा दृष्टिकोन अमेरिकाही आनंदानं स्वीकारते.

आपल्याला तेल मिळत राहावं, म्हणून अमेरिकेनं मध्यपूर्व आशियाई देशांमध्ये घातलेल्या थैमानाचा उल्लेख आपण विस्ताराने केलेलाच आहे. कहर म्हणजे, ज्या साम्यवादी शक्तींना अमेरिका कडाडून विरोध करायची, त्या साम्यवादी शक्तींनी अमेरिकेची चाल खूप पूर्वीच ओळखली होती. म्हणूनच १९२४मध्ये एका परिषदेमध्ये बोलताना ट्रॉट्स्कीनं याविषयीचं अत्यंत बोलकं भाष्य केलं होतं. त्यात त्यानं 'लष्करी तसंच औद्योगिक कारणांसाठी तेलाचं महत्त्व खूपच जास्त आहे... अमेरिकेमध्ये जगाच्या एकूण तेल उत्पादनापैकी एक तृतीयांश तेल मिळतं... १९२३मध्ये तर हा आकडा जवळजवळ ७२ टक्क्यांवर गेला होता... अर्थात अमेरिका आपल्याकडचे तेलसाठे संपत आल्याची तक्रार सातत्यानं करत असते... पहिल्या महायुद्धानंतर परदेशी भूमीवर आक्रमण करण्यासाठी तेलाचं कारण द्यायचं, अशी अमेरिकेची भूमिका आहे असं मला वाटायचं... पण आता भूगर्भशास्त्रज्ञांनीसुद्धा आणखी २५-४० वर्षांमध्ये अमेरिकेकडचे तेलसाठे संपणार असल्याची ग्वाही दिली आहे... त्यानंतर इतर सगळ्या ठिकाणांहून अमेरिका त्याच्या दसपट तेल मिळवेल...' असं म्हटलं होतं. अमेरिकेच्या वर्चस्ववादाविषयी एका साम्यवादी माणसानं इतक्या आधी केलेलं हे भाष्य किती अचूक ठरलं!

दोन महायुद्धांनंतर अमेरिकेकडे जगाच्या कारभाराची सूत्रं आली. जर्मनीचं विभाजन झालं होतं; जपानवर आक्रमण झालं होतं; इंग्लंडचं तर प्रचंड नुकसान झालं होतं. अशा परिस्थितीमध्ये अमेरिकेला जागतिक पातळीवर स्पर्धकच उरला

नाही. नैसर्गिक संपत्तीनं नटलेल्या अमेरिकेची आर्थिक घोडदौड वेगानं सुरू झाली. यामधली महत्त्वाची गोष्ट म्हणजे, अमेरिकेला युरोप किंवा इतर देशांना नेस्तनाबूत करण्यात रस नव्हता. कारण यातून अमेरिकेच्या उद्योग क्षेत्राला काहीच फायदा झाला नसता. त्यामुळे या सगळ्या देशांमधली अर्थव्यवस्था सुधारावी आणि त्यांनी अमेरिकेकडून मोठ्या प्रमाणावर सगळ्या प्रकारचा माल आयात करावा, यासाठीची धोरणं अमेरिकेनं आखली. फ्रान्स, इटली, पश्चिम जर्मनी, ग्रीस, जपान यांच्यासारखे देश आर्थिकदृष्ट्या कोलमडले, तर ते सोव्हिएत साम्राज्याच्या भक्ष्यस्थानी पडतील, याची अमेरिकेला कल्पना होती. त्यामुळे या देशांमध्ये भांडवलशाहीवर आधारित असलेली अर्थव्यवस्था वाढीला लागावी, यासाठी अमेरिकेनं प्रयत्न केले. सोव्हिएत युनियनवर वचक ठेवण्यासाठी अमेरिकेने नाटो आणि मार्शल प्लॅन यांचा आधार घेतला.

काही काळात अमेरिकेमधली नैसर्गिक साधनसंपत्ती अपुरी पडायला लागल्यानंतर अमेरिकेपुढे प्रश्न निर्माण झाले. दुसऱ्या महायुद्धाच्या काळात मित्रराष्ट्रांना शस्त्रास्त्रं पुरवण्यासाठी अमेरिकेनं मोठ्या प्रमाणावर आपल्या उद्योग क्षेत्रात प्रगती साधली होती. इथून पुढे त्या वेगानं ही प्रगती नैसर्गिक साधनसंपत्तीच्या अभावामुळे मारणं अवघड असल्याचं अमेरिकेच्या लक्षात आलं. तेल, लोखंड, बॉक्साईट, तांबं, निकेल अशा अनेक पदार्थांची अमेरिकेला खूप गरज भासत होती. तेलासाठी दक्षिण अमेरिकन देश, मध्यपूर्व आशिया आणि नायजेरिया यांच्यावर; लोखंडासाठी दक्षिण तसंच पश्चिम आफ्रिका; शिवाय उरलेल्या पदार्थांसाठी कॅनडा, ऑस्ट्रेलिया आणि दक्षिण आफ्रिका यांच्यावर अमेरिकेनं वर्चस्व गाजवायला सुरुवात केली. अर्थकारण आणि राजकारण यांच्यातलं नातं पुसट होत गेलं. जास्तीत जास्त कच्चा माल आणि नैसर्गिक साधनसंपत्ती मिळवण्यासाठी इतर देशांमध्ये घुसखोरी करणं, तिथं अशांतता निर्माण करणं, कटकारस्थानं घडवून आणून त्यांना क्रांती म्हणणं, स्थानिक पातळीवर युद्धं भडकवणं, आपले लष्करी तळ उभे करणं आणि ठिकठिकाणच्या हुकूमशहांना सत्तेवर आणून आपल्या ताटाखालचं मांजर बनवणं, असे प्रकार अमेरिकेनं सुरू केले.

पाकिस्तानसारख्या देशानं भारताच्या विरोधातलं आपलं निरर्थक युद्ध सुरू ठेवण्यासाठी आणि काश्मीरचा मुद्दा पेटता ठेवण्यासाठी अमेरिकेकडून मिळणारी मदत आनंदानं स्वीकारली. अमेरिकेला अफगाणिस्तानमध्ये लढण्यासाठी आणि तिथला सोव्हिएत युनियनचा धोका कमी करण्यासाठी पूर्वीपासूनच पाकिस्तानची गरज भासायची. यामुळे आपला विजय झाला, असं पाकिस्तान पूर्वीपासून समजायचं. अनेक भारतीय लोकांना अमेरिकेच्या या पाकिस्तानधार्जिण्या धोरणाचा संताप

यायचा. भारतानं अमेरिकेशी चांगले संबंध प्रस्थापित केले पाहिजेत, असं ते म्हणायचे. यात थोडंफार तथ्य असलं, तरी अमेरिकेच्या या मदतीच्या बदल्यात पाकिस्ताननं स्वतःची अवस्था कशी करून घेतली आहे, या मुद्द्याकडेही वळलं पाहिजे. पाकिस्तान आणि अफगाणिस्तान इथल्या लोकांनी सोव्हिएत युनियनच्या विरोधात लढण्यासाठी आणि नंतरच्या काळात ओसामा बिन लादेनचा बंदोबस्त करण्यासाठी म्हणून अमेरिकेनं १००० कोटी डॉलर्स ओतले, असं मानलं जातं. अर्थातच यामधली सगळ्यांत जास्त रक्कम लष्करी मदतीच्या रूपानं केली जात होती. याचे परिणाम भीषण होते. पाकिस्तानमध्ये यामुळे जवळपास दर तिसऱ्या माणसाकडे स्वयंचलित बंदुकीसारखी हत्यारं आली. तसंच अफगाणिस्तानमधला अमली पदार्थांचा व्यापार पाकिस्तानमध्ये फोफावला. बेरोजगारी, असुरक्षितता आणि धार्मिक कारणांच्या आधारे पसरवलेली सूडभावना, यांच्यामुळे पाकिस्तानी तरुण बेधुंद झाला. १९७९मध्ये म्हणजे अफगाणिस्तानमध्ये सोव्हिएत युनियननं आपलं लष्कर घुसवलं, त्या सुमाराला पाकिस्तानमध्ये साधारण १.१० लाख जणांना प्रामुख्यानं अफू आणि थोड्या प्रमाणात हशीश या अमली पदार्थांचं व्यसन होतं. हा आकडा १९९८मध्ये तब्बल ५० लाखांवर गेला होता! अफूचा व्यापार हा पाकिस्तानमधला एक प्रमुख उद्योग बनला. पाकिस्तानकडून इतर जगाला होत असलेली व्यापारामधली निर्यात ६०० कोटी डॉलर्सची असताना, अमली पदार्थांच्या उद्योगानं ४०० कोटी डॉलर्सचा थक्क करणारा आकडा गाठला होता. हा व्यवसाय सांभाळणाऱ्या कोट्यधीशांनी राजकारणी लोक, सरकारी अधिकारी, सीमेवरचे अधिकारी अशा अनेक लोकांना आपल्या खिशात घातल्यामुळे, या व्यवसायाची वाढ होणं स्वाभाविकच होतं.

सगळ्या जगावर हुकूमत गाजवणं, त्यासाठी वाटेल त्या थराला जाणं आणि आपले हितसंबंध चातुर्यानं जपता जपता सगळी मानवी मूल्यं उद्ध्वस्त करणारी अमेरिका, इतरांना लोकशाही आणि मानवता यांचे धडे देत राहते. माध्यमांना आपल्या दावणीला बांधून टाकल्यामुळे अमेरिकेला हे अगदी सहजपणे जमतंसुद्धा. अमेरिकेच्या या खोट्या चेहऱ्यावरचा बुरखा फाडून काढला, की आतलं चित्र किती भीषण आहे, हे आपल्याला आता समजलं असेलच!

❖

संदर्भ-सूची

(पुस्तक/वेब साइट/संदर्भ – लेखक – प्रकाशक)

1. The American Presidents : Biographies of the Chief Executives, from George Washington through Barack Obama – David Robin Vaughn Whitney – The Reader's Digest Association.
2. The American President : Detailed Biographies, Historical Timelines, From George Washington to Barack Obama – Kathryn Moore – Fall River Press
3. Don't Know Much about History : Everything You Need to Know About American History But Never Learned – Kenneth C Davis – Harper
4. The Untold History of the United States – Oliver Stone and Peter Kuznick – Ebury Press
5. The Penguin History of the USA – Hugh Brogan – Penguin Books.
6. A History of the American People – Paul Johnson – Harper Perennial
7. The American Presidency : An Intellectual History – Forrest McDonald University – Press of Kansas
8. The Presidents Club : Inside the World's Most Exclusive Fraternity – Nancy Gibbs and Michael Duffy – Simon & Schuster
9. The History Buff's Guide to The Presidents – Thomas R Flagel – Cumberland House

10. Somehow It Works : A Story of US Presidential Elections – John L McCloskey – 1st Books Library
11. A People's History of the United States – Howard Zinn – Harper Perennial
12. Overthrow : America's Century of Regime Change from Hawaii to Iraq – Stephen Kinzer – Times Books, Henry Holt and Company, New York
13. The Clash of Civilizations and the Remaking of the World Order – Samuel P Huntington – Penguin Books
14. The Islamic Threat: Myth or Reality? – John L Esposito – Oxford University Press
15. Addicted to War : Why the US Cannot Kick Militarism – Joel Andreas – AK Press
16. Devil's Game : How the United States Helped Unleash Fundamentalist Islam – Robert Dreyfuss – A Holt Paperback.